திருக்குறள்
நாமே படிக்கலாம்

பகுதி - 3 : இன்பத்துப்பால்

திருக்குறள்
நாமே படிக்கலாம்

பகுதி - 3 : இன்பத்துப்பால்

திருக்குறளை நாமே சொந்தமாகப் படித்துப்
புரிந்துகொள்வதற்கான எளிமையான, சிறப்பான
பயிற்சியை வழங்கும் உரை நூல்

தொகுப்பு & உரை: என். சொக்கன்

ZDP
SPECIFICS

Title: Thirukkural Naame Padikkalaam - (Part - III: Inpathuppal)
Author's Name: N. Chokkan

Published by ZDP Specifics

ZDP Specifics
(An imprint of Zero Degree Publishing)
No.75 & 76, I Floor, Kuppusamy Street,
Balaji Nagar, Padi,
Chennai - 600050

Website: www.zerodegreepublishing.com
E Mail id: zerodegreepublishing@gmail.com
Phone: 89250 61999

ZDP Specifics First Edition : October 2025

ISBN : 978-93-48439-90-1

TITLE NO ZDPS :122

Layout: G.Selvakumar
Cover Design: Vijayan, Creative Studio
Printed at Rathna Offset, Chennai, India

பொருளடக்கம்

இயல் - 8 : களவு இயல்

இயல் - 9 : கற்பு இயல்

இந்தப் புத்தகத்தை எப்படிப் படிக்கவேண்டும்?

நாமே திருக்குறள் படிக்கலாம். அதுதான் இந்த நூலின் அடிப்படை.

திருக்குறள் தமிழில் எழுதப்பட்ட நூல்தான். ஆனால், ஓர் உரை ஆசிரியரின் உதவியுடன்தான் நாம் அதைப் படிக்கமுடியும் என்று பலரும் நினைக்கிறார்கள்.

இது உண்மைதான். ஆனால், முழு உண்மை இல்லை.

திருக்குறளை யார் வேண்டுமானாலும் உரையின் துணையின்றி நேரடியாகப் படிக்கலாம். அதற்குத் தேவை, பயிற்சிதான். அந்தப் பயிற்சியை இந்த நூல் வழங்கும்.

இன்றைக்கு நாம் பேசும் தமிழ் திருக்குறள் தமிழிலிருந்து மிகவும் வேறுபட்டது. சொற்கள் மாறியுள்ளன; சொற்றொடர் அமைப்பு மாறியுள்ளது; பழக்கவழக்கங்கள் மாறியுள்ளன. அதே நேரம், நாம் திருக்குறளிலிருந்து அவ்வளவாக விலகி வந்துவிடவில்லை. தொடர்பயிற்சியின்மூலம் திருக்குறளை நாமே நேரடியாகப் படித்துப் புரிந்துகொள்ளலாம்.

திருக்குறளை நாமே படிப்பதற்கு என்ன பயிற்சி தேவை?

முதலில், மரபுக் கவிதையாக, இன்னும் துல்லியமாகச் சொல்வதென்றால், வெண்பா என்னும் வடிவத்தில் எழுதப்பட்டுள்ள குறளின் சொற்றொடர் அமைப்பு நமக்குச் சட்டென்று புரியாது. இன்றைக்கு நமக்குப் பழகியுள்ள உரைநடைச் சொற்றொடர் வடிவத்துக்கு அதைச் சற்று மாற்றிப் படித்தால் சிறு வெளிச்சம் கிடைக்கும்.

எடுத்துக்காட்டாக, இந்தப் புகழ் பெற்ற திருக்குறளை எடுத்துக்கொள்வோம்:

கற்க கசடு அற கற்பவை. கற்றபின்

நிற்க அதற்குத் தக

இந்தக் குறளில் உள்ள சொற்களைச் சற்று மாற்றிப் போட்டு இப்படிப் படித்துப் பாருங்கள்:

கற்பவை கசடு அறக் கற்க. கற்றபின் அதற்குத் தக நிற்க

மேலுள்ளது நமக்குப் பழக்கமான சொற்றொடர் வடிவம். இது ஓரளவு தெளிவைத் தருகிறது. ஆனால், முழுத் தெளிவு கிடைக்கவில்லை. இப்போது நாம் இரண்டாவது படிநிலைக்குச் செல்லலாம்.

இந்த இரண்டாவது படிநிலையில், அந்தக் குறளில் உள்ள கடினமான சொற்களுக்கான பொருளைத் தெரிந்துகொள்ளவேண்டும். எடுத்துக்காட்டாக:

- கசடு என்றால் குற்றம்
- அற என்றால் நீங்கும்படியாக
- தக என்றால் தகுந்தபடி அல்லது ஏற்றபடி
- நிற்க என்றால் பழகுங்கள் அல்லது நடந்துகொள்ளுங்கள்

இந்தச் சொற்களுக்கான பொருள்களை மேலுள்ள 'கற்பவை கசடு அறக் கற்க. கற்றபின் அதற்குத் தக நிற்க' என்ற வரியில் பொருத்தினால் நமக்கு என்ன கிடைக்கிறது?

கற்க வேண்டியவற்றைக் குற்றம் இல்லாமல் கற்கவேண்டும். அப்படிக் கற்றபின் அதற்கு ஏற்றபடி நடந்துகொள்ளவேண்டும்.

அவ்வளவுதான். நாம் இரண்டே படிநிலைகளில் திருக்குறளிலிருந்து நேரடியாகப் பொருளுக்கு வந்துவிட்டோம்.

இந்தப் புத்தகத்தில் குறள், உரை என்கிற வழக்கமான வடிவத்தைப் பின்பற்றாமல், 1330 குறள்களுக்கும் சொற்களைத் தெளிவாகப் பிரித்துக் காண்பிக்கிற குறள் வடிவம், அதை மாற்றிப் படிக்கிற வடிவம், அரிய சொற்களுக்கான பொருள், குறளுக்கான உரை

ஆகியவை இதே வரிசையில் வழங்கப்பட்டுள்ளன. இவற்றைத் தொடர்ந்து படித்துவந்தால், சுமார் 200 குறள்களுக்குள் வள்ளுவர் தமிழ் நமக்குப் பழக்கமாகிவிடும். அதன்பிறகு வருகிற குறள்களை இன்னும் விரைவாகப் படிக்கத் தொடங்கிவிடுவோம்.

இதைக் கேட்டால் இப்போது மலைப்பாகத்தான் இருக்கும். ஆனால், செய்து பார்த்தால் கண்டிப்பாகத் தேர்ச்சி பெறுவீர்கள், நீங்களே திருக்குறளைப் புரிந்துகொள்ளத் தொடங்குவீர்கள். அதன்பிறகும் குழப்பம் இருந்தால், கீழே உள்ள உரையைப் படிக்கலாம், இன்னும் நல்ல தெளிவு பெறலாம்.

பகுதி - 3

இன்பத்துப்பால்

இயல் -8

களவு இயல்

அதிகாரம் 109: தகை அணங்கு உறுத்தல் (காதலியின் அழகு காதலனை வருத்துதல்)

குறள் எண்: 1081

குறள்:

அணங்குகொல், ஆய்மயில்கொல்லோ, கனம் குழை
மாதர்கொல், மாலும் என் நெஞ்சு

இந்தக் குறளை எப்படி மாற்றிப் படிக்கவேண்டும்:

கனம் குழை அணங்குகொல், ஆய்மயில்கொல்லோ, மாதர்கொல், என் நெஞ்சு மாலும்

இந்தக் குறளில் உள்ள கடினமான சொற்களும் அவற்றின் பொருளும்:

அணங்குகொல் => தெய்வப் பெண்ணோ

ஆய்மயில்கொல் => தேர்ந்தெடுத்த / சிறந்த மயிலோ

கனம் குழை => கனத்த குழை என்னும் காதணி

மாதர்கொல் => மனிதப் பெண்ணோ

மாலும் => மயங்கும்

எளிய உரை:

கனத்த குழைகளைக் காதில் அணிந்துள்ள இவளைக் கண்டு என் நெஞ்சம் பலவிதமாக எண்ணி மயங்குகிறது: இவள் மனிதப் பெண்ணா! அல்லது, தெய்வப் பெண்ணா! அல்லது, சிறந்த மயிலா!

குறள் எண்: 1082

குறள்:

நோக்கினாள் நோக்கு எதிர் நோக்குதல், தாக்கு அணங்கு
தானை கொண்டு அன்னது உடைத்து

இந்தக் குறளை எப்படி மாற்றிப் படிக்கவேண்டும்:

நோக்கினாள் நோக்கு எதிர் நோக்குதல், தாக்கு அணங்கு தானை கொண்டு அன்னது உடைத்து

இந்தக் குறளில் உள்ள கடினமான சொற்களும் அவற்றின் பொருளும்:

நோக்கினாள்	=> பார்த்தவள்
நோக்கு	=> பார்வை
எதிர் நோக்குதல்	=> எதிராகப் பார்த்தல்
தாக்கு அணங்கு	=> தாக்குகின்ற தெய்வப் பெண்
தானை	=> படை
அன்னது உடைத்து	=> அதைப்போன்றது

எளிய உரை:

நான் ஒரு பெண்ணைப் பார்த்தேன். அவளும் என்னைப் பார்த்தாள். அவளுடைய அந்தப் பார்வை ஒரு பெரும் படையைப்போல் என்னைத் தாக்கியது.

குறள் எண்: 1083

குறள்:

பண்டு அறியேன் கூற்று என்பதனை, இனி அறிந்தேன்,
பெண் தகையால் பேர் அமர்க் கட்டு

இந்தக் குறளை எப்படி மாற்றிப் படிக்கவேண்டும்:

கூற்று என்பதனைப் பண்டு அறியேன், இனி அறிந்தேன், பெண் தகையால் பேர் அமர்க் கட்டு

இந்தக் குறளில் உள்ள கடினமான சொற்களும் அவற்றின் பொருளும்:

பண்டு => முன்பு

அறியேன் => அறியாமல் இருந்தேன்

கூற்று => கூற்றுவன் / எமன்

தகையால் => தன்மையுடன்

பேர் => பெரிய

அமர் => போர்

கட்டு => கண்களை உடையது

எளிய உரை:

மனிதர்களைக் கொல்லக்கூடிய கூற்றுவன் (எமன்) என்ற தெய்வத்தைப்பற்றிக் கேள்விப்பட்டிருக்கிறேன். ஆனால், அந்தத் தெய்வம் எப்படி இருக்கும் என்று தெரியாது. இப்போதுதான் நான் அதைப்பற்றித் தெரிந்துகொண்டேன்.

இதோ, என் முன்னால் பெரிய, போர் செய்கிற கண்களுடன் நிற்கிறாளே இந்தப் பெண், இவளைப்போல்தான் அந்தக் கூற்றுவன் இருப்பானோ! (இந்தப் பெண் என்னைத் தன் அழகால் கொல்கிறாள்.)

குறள் எண்: 1084

குறள்:

கண்டார் உயிர் உண்ணும் தோற்றத்தால் பெண் தகைப்
பேதைக்கு அமர்த்தன கண்

இந்தக் குறளை எப்படி மாற்றிப் படிக்கவேண்டும்:

பெண் தகைப் பேதைக்குக் கண், கண்டார் உயிர் உண்ணும் தோற்றத்தான் அமர்த்தன

இந்தக் குறளில் உள்ள கடினமான சொற்களும் அவற்றின் பொருளும்:

கண்டார் => பார்த்தவர்

உண்ணும் => உண்ணுகின்ற

தகை => தன்மை

பேதை => பேதைப் பெண்

அமர்த்தன => மாறுபட்டன

எளிய உரை:

இவள் ஏதுமறியாத பேதைப் பெண்ணைப்போல் இருக்கிறாள். ஆனால், இவளுடைய கண்கள் பார்ப்பவர்களுடைய உயிரைத் தின்றுவிடுகின்றன. இது என்ன வியப்பு!

குறள் எண்: 1085

குறள்:

கூற்றமோ, கண்ணோ, பிணையோ, மடவரல்
நோக்கம் இம் மூன்றும் உடைத்து

இந்தக் குறளை எப்படி மாற்றிப் படிக்கவேண்டும்:

மடவரல் நோக்கம் கூற்றமோ! கண்ணோ! பிணையோ! (மடவரல் நோக்கம்) இம் மூன்றும் உடைத்து

இந்தக் குறளில் உள்ள கடினமான சொற்களும் அவற்றின் பொருளும்:

கூற்றமோ	*=> கூற்றுவனோ / எமனோ*
பிணையோ	*=> பெண் மானோ*
மடவரல்	*=> அழகிய பெண்*
நோக்கம்	*=> பார்வை*
இம் மூன்றும்	*=> இந்த மூன்றையும்*
உடைத்து	*=> கொண்டுள்ளது*

எளிய உரை:

இந்தப் பெண்ணின் பார்வையைக் கண்டால் மூன்று எண்ணங்கள் வருகின்றன: இவள் மனிதப் பெண்ணா! அல்லது, பெண் மானா! அல்லது, பார்ப்பவர்களைக் கொல்லுகின்ற எமனா(கூற்றுவனா)!

குறள் எண்: 1086

குறள்:

கொடும் புருவம் கோடா மறைப்பின் நடுங்கு அஞர்
செய்யல மன் இவள் கண்

இந்தக் குறளை எப்படி மாற்றிப் படிக்கவேண்டும்:

கொடும் புருவம் கோடா மறைப்பின் இவள் கண் நடுங்கு அஞர் செய்யல மன்

இந்தக் குறளில் உள்ள கடினமான சொற்களும் அவற்றின் பொருளும்:

கொடும் => கொடுமையான / வளைந்த

கோடா => வளையாமல்

மறைப்பின் => மறைத்தால் / விலக்கினால்

நடுங்கு => நடுங்கவைக்கிற

அஞர் => துன்பம்

செய்யல => செய்யாது

மன் => அசைச்சொல் (பொருள் உணர்த்தாத சொல்)

எளிய உரை:

இந்தப் பெண்ணின் கண்கள் என்னை நடுங்கவைத்துத் துன்புறுத்துகின்றன. ஒருவேளை, இவளுடைய வளைந்த புருவங்கள் வளையாமல் நேராக நின்று இவளுடைய கண்களை மறைத்துவிட்டால், என்னைப் போன்றோர் இந்தத் துன்பத்திலிருந்து தப்பிவிடுவோம். (இவளுடைய கண் அழகோடு புருவ அழகும் என்னைத் துன்புறுத்துகிறது.)

குறள் எண்: 1087

குறள்:

கடாஅக் களிற்றின்மேல் கட்படாம், மாதர்
படாஅ முலைமேல் துகில்

இந்தக் குறளை எப்படி மாற்றிப் படிக்கவேண்டும்:

மாதர் படாஅ முலைமேல் துகில், கடாஅக் களிற்றின்மேல் கட்படாம்

இந்தக் குறளில் உள்ள கடினமான சொற்களும் அவற்றின் பொருளும்:

கடாஅ => மதம் பொருந்திய

களிற்றின்மேல் => ஆண் யானையின்மீது

கட்படாம் => யானையின் முகத்தில் இடப்படுகிற, அதன் கண்ணை மறைக்கின்ற முகபடாம் என்னும் துணி

மாதர் => பெண்

படாஅ => சாயாத

முலைமேல் => மார்பகத்தின்மீது

துகில் => துணி

எளிய உரை:

இந்தப் பெண் தன்னுடைய இள மார்பகத்தின்மீது அணிந்திருக்கிற மேலாடை, மத நீர் ஒழுகுகின்ற ஆண் யானையின்மீது கட்டப்பட்ட முகபடாம் என்ற துணியைப்போல் இருக்கிறது.

குறள் எண்: 1088

குறள்:

ஒள் நுதற்கு, ஓஒ, உடைந்ததே, ஞாட்பினுள்
நண்ணாரும் உட்கும் என் பீடு

இந்தக் குறளை எப்படி மாற்றிப் படிக்கவேண்டும்:

ஞாட்பினுள் நண்ணாரும் உட்கும் என் பீடு ஒள் நுதற்கு உடைந்ததே, ஓஒ

இந்தக் குறளில் உள்ள கடினமான சொற்களும் அவற்றின் பொருளும்:

ஒள்	=> ஒளி பொருந்திய
நுதற்கு	=> நெற்றிக்கு / நெற்றியிடம்
ஓஒ	=> ஓ! (வியப்பு)
ஞாட்பினுள்	=> போர்க்களத்தில்
நண்ணாரும்	=> நேரில் வந்து எதிர்க்காதவர்களும்
உட்கும்	=> அஞ்சுகின்ற
பீடு	=> பெருமை / வலிமை

எளிய உரை:

நான் பெரிய வீரன். என்னுடைய பெயரைக் கேட்டாலே எதிரிகளெல்லாம் நடுங்குவார்கள்.

ஆனால், இந்தப் பெண்ணின் ஒளி மிகுந்த நெற்றியைப் பார்த்ததும், என்னுடைய வலிமையெல்லாம் உடைந்து நொறுங்கிவிட்டது. இது என்ன வியப்பு!

குறள் எண்: 1089

குறள்:

பிணை ஏர் மட நோக்கும் நாணும் உடையாட்கு
அணி எவனோ ஏது இல தந்து

இந்தக் குறளை எப்படி மாற்றிப் படிக்கவேண்டும்:

பிணை ஏர் மட நோக்கும் நாணும் உடையாட்கு ஏது இல தந்து அணி எவனோ?

இந்தக் குறளில் உள்ள கடினமான சொற்களும் அவற்றின் பொருளும்:

பிணை	=>	*பெண் மான்*
ஏர்	=>	*போன்ற*
மட	=>	*அச்சம் கொண்ட*
நோக்கு	=>	*பார்வையும்*
நாண்	=>	*வெட்கம்*
உடையாட்கு	=>	*உடையவளுக்கு*
அணி	=>	*அணிகலன்களை / நகைகளை அணிவது*
எவனோ	=>	*என்ன பயனோ*
ஏது இல	=>	*வேற்றுமையானவை / பொருந்தாதவை*
தந்து	=>	*வழங்கி*

எளிய உரை:

இவள் பெண் மானைப் போல் அச்சத்துடன் பார்க்கிறாள், நாணத்துடன் திகழ்கிறாள். இப்படிப்பட்ட இயற்கை அழகு கொண்ட இவள் நகைகளையெல்லாம் அணிந்திருப்பது எதற்கு? (இவளுடைய அழகுக்கு நகைகளெல்லாம் தேவையில்லை.)

குறள் எண்: 1090

குறள்:

உண்டார்கண் அல்லது அடு நறாக் காமம்போல்
கண்டார் மகிழ் செய்தல் இன்று

இந்தக் குறளை எப்படி மாற்றிப் படிக்கவேண்டும்:

அடு நறா உண்டார்கண் அல்லது காமம்போல் கண்டார் மகிழ் செய்தல் இன்று

இந்தக் குறளில் உள்ள கடினமான சொற்களும் அவற்றின் பொருளும்:

உண்டார்கண்	=> உண்டவர்களிடம்
அல்லது	=> இல்லாமல்
அடு	=> காய்ச்சப்பட்ட
நறா	=> மது
காமம்போல்	=> காதலைப்போல் / காதலியைப்போல்
கண்டார்	=> பார்த்தவர்கள்
மகிழ் செய்தல்	=> மகிழவைத்தல்
இன்று	=> இல்லை

எளிய உரை:

மதுவை அருந்தினால்தான் இன்பம். என் காதலியைப் பார்த்தாலே இன்பம்.

அதிகாரம் 110: குறிப்பு அறிதல்

[காதலர்கள் ஒருவர் மற்றவர் குறிப்பை அறிந்துகொள்ளுதல்]

குறள் எண்: 1091

குறள்:

இரு நோக்கு இவள் உண் கண் உள்ளது. ஒரு நோக்கு
நோய் நோக்கு, ஒன்று அந் நோய் மருந்து

இந்தக் குறளை எப்படி மாற்றிப் படிக்கவேண்டும்:

இவள் உண் கண் இரு நோக்கு உள்ளது. ஒரு நோக்கு நோய் நோக்கு, ஒன்று அந் நோய் மருந்து

இந்தக் குறளில் உள்ள கடினமான சொற்களும் அவற்றின் பொருளும்:

நோக்கு => *பார்வை*

உண் கண் => *மையை உண்ட (மை தீட்டிய) கண்கள்*

அந் நோய் => *அந்த நோய்*

எளிய உரை:

இவளுடைய மை தீட்டிய கண்களில் இருவிதமான பார்வைகள் உள்ளன. ஒரு பார்வை, நோயைத் தருகிறது. இன்னொரு பார்வை, அந்த நோயைத் தீர்க்கும் மருந்தாகிறது.

குறள் எண்: 1092

குறள்:

கண் களவு கொள்ளும் சிறு நோக்கம் காமத்தில்
செம்பாகம் அன்று, பெரிது

இந்தக் குறளை எப்படி மாற்றிப் படிக்கவேண்டும்:

காமத்தில், கண் களவு கொள்ளும் சிறு நோக்கம் செம்பாகம் அன்று, பெரிது

இந்தக் குறளில் உள்ள கடினமான சொற்களும் அவற்றின் பொருளும்:

கண் களவு கொள்ளும் => திருட்டுத்தனமாகப் பார்க்கும்

சிறு நோக்கம் => சிறு பார்வை

காமத்தில் => காதலில்

செம்பாகம் => சரி பாதி

அன்று => இல்லை

பெரிது => (அதைவிடப்) பெரியது

எளிய உரை:

காதலர்கள் ஒருவரை ஒருவர் இரகசியமாகப் பார்த்துக்கொள்ளும் கள்ளப் பார்வைக்குக் காதலில் மிகப் பெரிய இடம் உண்டு!

குறள் எண்: 1093

குறள்:

நோக்கினாள், நோக்கி இறைஞ்சினாள், அஃது அவள்
யாப்பினுள் அட்டிய நீர்

இந்தக் குறளை எப்படி மாற்றிப் படிக்கவேண்டும்:

அவள் நோக்கினாள், நோக்கி இறைஞ்சினாள், அஃது யாப்பினுள் அட்டிய நீர்

இந்தக் குறளில் உள்ள கடினமான சொற்களும் அவற்றின் பொருளும்:

நோக்கினாள்	=>	*பார்த்தாள்*
நோக்கி	=>	*பார்த்து*
இறைஞ்சினாள்	=>	*நாணத்துடன் தலை குனிந்தாள்*
அஃது	=>	*அது*
யாப்பினுள்	=>	*பாத்தியில்*
அட்டிய	=>	*ஊற்றிய*

எளிய உரை:

அவள் என்னைப் பார்த்தாள், நாணத்துடன் தலை குனிந்துகொண்டாள், அதன்மூலம் எங்களுடைய காதல் பயிருக்கு நீரூற்றி வளர்த்தாள்.

குறள் எண்: 1094

குறள்:

யான் நோக்குங்காலை நிலன் நோக்கும், நோக்காக்கால்
தான் நோக்கி மெல்ல நகும்

இந்தக் குறளை எப்படி மாற்றிப் படிக்கவேண்டும்:

யான் நோக்குங்காலை நிலன் நோக்கும். (யான்) நோக்காக்கால்
தான் நோக்கி மெல்ல நகும்

இந்தக் குறளில் உள்ள கடினமான சொற்களும் அவற்றின் பொருளும்:

யான்	=> நான்
நோக்குங்காலை	=> பார்க்கும்போது
நிலன்	=> நிலம்
நோக்கும்	=> பார்ப்பாள்
நோக்காக்கால்	=> பார்க்காவிட்டால்
தான்	=> தானே / அவளே
நோக்கி	=> பார்த்து
நகும்	=> சிரிப்பாள் / மகிழ்வாள்

எளிய உரை:

நான் அவளைப் பார்க்கிறேன். அவள் தலை குனிந்து நிலத்தைப் பார்க்கிறாள்.

நான் வேறு எங்கோ பார்க்கிறேன். இப்போது அவள் என்னைப் பார்த்து மகிழ்கிறாள்.

குறள் எண்: 1095

குறள்:

குறிக்கொண்டு நோக்காமை அல்லால் ஒரு கண்
சிறக்கணித்தாள் போல நகும்

இந்தக் குறளை எப்படி மாற்றிப் படிக்கவேண்டும்:

குறிக்கொண்டு நோக்காமை அல்லால் ஒரு கண் சிறக்கணித்தாள் போல நகும்

இந்தக் குறளில் உள்ள கடினமான சொற்களும் அவற்றின் பொருளும்:

குறிக்கொண்டு	=> ஒரு நோக்கத்துடன் / குறிக்கோளுடன்
நோக்காமை	=> பார்க்காமல் இருத்தல்
அல்லால்	=> இல்லாமல்
சிறக்கணித்தாள்	=> சுருக்கியவள்
நகும்	=> சிரிப்பாள் / மகிழ்வாள்

எளிய உரை:

அவள் என்னை நேரடியாகப் பார்ப்பதில்லை, ஆனால், ஓரக்கண்ணால் பார்த்து மகிழ்கிறாள்.

குறள் எண்: 1096

குறள்:

உறாஅதவர் போல் சொலினும் செறாஅர் சொல்
ஒல்லை உணரப்படும்

இந்தக் குறளை எப்படி மாற்றிப் படிக்கவேண்டும்:

செறாஅர் உறாஅதவர் போல் சொலினும், (செறாஅர்) சொல் ஒல்லை உணரப்படும்

இந்தக் குறளில் உள்ள கடினமான சொற்களும் அவற்றின் பொருளும்:

உறாஅதவர் => உறவு இல்லாதவர் / அயல் மனிதர்

சொலினும் => கடுமையாகப் பேசினாலும்

செறாஅர் => பகைமை இல்லாதவர் / நண்பர்

ஒல்லை => விரைவில்

உணரப்படும் => அறிந்துகொள்ளப்படும்

எளிய உரை:

அவள் என்னிடம் யாரோ போல் நடந்துகொள்கிறாள், கடுமையாகப் பேசுவதுபோல் நடிக்கிறாள். ஆனால், அவள் என்மீது அன்பு வைத்திருக்கிறாள் என்கிற உண்மை விரைவில் வெளிப்பட்டுவிடும்.

குறள் எண்: 1097

குறள்:

செறாஅச் சிறு சொல்லும் செற்றார் போல் நோக்கும்
உறாஅர் போன்று உற்றார் குறிப்பு

இந்தக் குறளை எப்படி மாற்றிப் படிக்கவேண்டும்:

செறாஅச் சிறு சொல்லும் செற்றார் போல் நோக்கும் உறாஅர் போன்று உள்ளார் குறிப்பு

இந்தக் குறளில் உள்ள கடினமான சொற்களும் அவற்றின் பொருளும்:

செறாஅ	=>	*சினம் இல்லாத*
சொல்	=>	*கடுமையான சொல்*
செற்றார் போல்	=>	*பகைவரைப்போல்*
நோக்கும்	=>	*பார்வையும்*
உறாஅர்	=>	*உறவு இல்லாதவர் / அயல் மனிதர்*
உற்றார்	=>	*உறவானவர்*
குறிப்பு	=>	*அடையாளம்*

எளிய உரை:

அவள் என்னிடம் கடுமையாகப் பேசுகிறாள், என்னைப் பகைவனைப்போல் பார்க்கிறாள். ஆனால், இவையெல்லாம் உண்மையில்லை, யாரோ போலப் பழகத் தொடங்கிப் பின்னர் அன்பு கொண்டு நெருங்கப்போகிறவர்களுக்கான அடையாளங்கள்.

குறள் எண்: 1098

குறள்:

அசை இயற்கு உண்டு ஆண்டு ஓர் ஏஎர். யான் நோக்கப்
பசையினள் பைய நகும்

இந்தக் குறளை எப்படி மாற்றிப் படிக்கவேண்டும்:

யான் நோக்கப் பசையினள் பைய நகும். அசை இயற்கு ஆண்டு ஓர் ஏஎர் உண்டு

இந்தக் குறளில் உள்ள கடினமான சொற்களும் அவற்றின் பொருளும்:

அசை இயற்கு	=> மெல்ல அசைந்து நடக்கும் இயல்பைக் கொண்ட இந்தப் பெண்ணுக்கு
ஆண்டு	=> அங்கு / அதில்
ஏஎர்	=> அழகு
யான்	=> நான்
நோக்க	=> பார்க்க
பசையினள்	=> அன்பு கொண்டவள்
பைய	=> மெல்ல
நகும்	=> சிரிப்பாள் / மகிழ்வாள்

எளிய உரை:

அழகாக அசைந்து நடக்கும் அந்தப் பெண்ணை நான் பார்க்கிறேன். அவளும் என்னைப் பார்த்து அன்புடன் மெல்லச் சிரிக்கிறாள். அந்தச் சிரிப்புதான் என்ன அழகு!

குறள் எண்: 1099

குறள்:

ஏதிலார் போலப் பொது நோக்கு நோக்குதல்
காதலார்கண்ணே உள

இந்தக் குறளை எப்படி மாற்றிப் படிக்கவேண்டும்:

ஏதிலார் போலப் பொது நோக்கு நோக்குதல் காதலார்கண்ணே உள

இந்தக் குறளில் உள்ள கடினமான சொற்களும் அவற்றின் பொருளும்:

ஏதிலார் => முன் பின் அறியாதவர் / மற்றவர்

நோக்கு => பார்வை

நோக்குதல் => பார்த்தல்

காதலார்கண்ணே => காதலர்களிடம்தான்

உள => உள்ளது

எளிய உரை:

காதலர்கள் பொது இடத்தில் சந்திக்கும்போது ஒருவரை ஒருவர் தெரிந்ததுபோல் காட்டிக்கொள்ளமாட்டார்கள், முன் பின் அறியாதவர்களைப்போல் நடந்துகொள்வார்கள். இது அவர்களுடைய இயல்புதான்.

குறள் எண்: 1100

குறள்:

கண்ணொடு கண் இணை நோக்கு ஒக்கின் வாய்ச் சொற்கள்
என்ன பயனும் இல

இந்தக் குறளை எப்படி மாற்றிப் படிக்கவேண்டும்:

கண்ணொடு கண் இணை நோக்கு ஒக்கின் வாய்ச் சொற்கள்
என்ன பயனும் இல

இந்தக் குறளில் உள்ள கடினமான சொற்களும் அவற்றின் பொருளும்:

கண்ணொடு => கண்ணோடு

இணை => ஒன்றாக

நோக்கு => பார்வை

ஒக்கின் => ஒத்துப்போய்விட்டால்

இல => இல்லாதவை

எளிய உரை:

கண்ணும் கண்ணும் ஒன்று சேர்ந்துவிட்டால் பேச்சு எதற்கு?

அதிகாரம் 111: புணர்ச்சி மகிழ்தல்
(காதலர்கள் ஒன்றுகூடிய மகிழ்ச்சி)

குறள் எண்: 1101

குறள்:

கண்டு, கேட்டு, உண்டு, உயிர்த்து, உற்று அறியும் ஐம்புலனும்
ஒண் தொடிகண்ணே உள

இந்தக் குறளை எப்படி மாற்றிப் படிக்கவேண்டும்:

கண்டு, கேட்டு, உண்டு, உயிர்த்து, உற்று அறியும் ஐம்புலனும்
ஒண் தொடிகண்ணே உள

இந்தக் குறளில் உள்ள கடினமான சொற்களும் அவற்றின் பொருளும்:

உயிர்த்து => முகர்ந்து

உற்று => தொட்டு

ஐம்புலனும் => ஐந்து புலன்களும்

ஒண் தொடிகண்ணே => ஒளி பொருந்திய வளையல்களை அணிந்த இந்தப் பெண்ணிடம்

உள => உள்ளன

எளிய உரை:

ஒளி பொருந்திய வளையல்களை அணிந்த இந்தப் பெண்ணிடம் கண்ணால் காணும் இன்பம், காதால் கேட்கும் இன்பம், நாவால் உண்ணும் இன்பம், மூக்கால் நுகரும் இன்பம், தொட்டு அறியும் இன்பம் என ஐம்புலன்களின் இன்பங்களும் உள்ளன.

குறள் எண்: 1102

குறள்:

பிணிக்கு மருந்து பிற மன். அணி இழை
தன் நோய்க்குத் தானே மருந்து

இந்தக் குறளை எப்படி மாற்றிப் படிக்கவேண்டும்:

பிணிக்கு மருந்து பிற மன். அணி இழை தன் நோய்க்குத் தானே மருந்து

இந்தக் குறளில் உள்ள கடினமான சொற்களும் அவற்றின் பொருளும்:

பிணிக்கு => நோய்க்கு

மன் => அசைச்சொல் (பொருள் உணர்த்தாத சொல்)

அணி => அழகிய

இழை => அணிகலன்களை அணிந்த பெண்

எளிய உரை:

பொதுவாக, நோய் வேறு, அதற்கான மருந்து வேறு.

ஆனால், அழகான அணிகலன்களை அணிந்த இந்தப் பெண்ணால் உண்டாகும் காதல் நோய்க்கு இவளேதான் மருந்து!

குறள் எண்: 1103

குறள்:

தாம் வீழ்வார் மென் தோள் துயிலின் இனிதுகொல்
தாமரைக் கண்ணான் உலகு

இந்தக் குறளை எப்படி மாற்றிப் படிக்கவேண்டும்:

தாமரைக் கண்ணான் உலகு, தாம் வீழ்வார் மென் தோள் துயிலின் இனிதுகொல்!

இந்தக் குறளில் உள்ள கடினமான சொற்களும் அவற்றின் பொருளும்:

தாம் => தம்மால்

வீழ்வார் => விரும்பப்படுகிறவர்

மென் தோள் => மென்மையான தோள்

துயிலின் => தூக்கத்தைவிட

இனிதுகொல் => இனிமையானதா

தாமரைக் கண்ணான் உலகு => தாமரையைப் போன்ற கண்களை உடைய திருமாலின் உலகம் / வைகுந்தம் / சொர்க்கம்

எளிய உரை:

என்ன பெரிய சொர்க்கம்? நமக்குப் பிடித்த பெண்ணின் மென்மையான தோளில் சாய்ந்து தூங்குவதைவிடவா அது இன்பம்?

குறள் எண்: 1104

குறள்:

நீங்கின் தெறூஉம், குறுகுங்கால் தண் என்னும்
தீ யாண்டுப் பெற்றாள் இவள்

இந்தக் குறளை எப்படி மாற்றிப் படிக்கவேண்டும்:

நீங்கின் தெறூஉம், குறுகுங்கால் தண் என்னும் தீ இவள் யாண்டுப் பெற்றாள்?

இந்தக் குறளில் உள்ள கடினமான சொற்களும் அவற்றின் பொருளும்:

நீங்கின்	=>	*நீங்கினால்*
தெறூஉம்	=>	*சுடும்*
குறுகுங்கால்	=>	*நெருங்கும்போது*
தண் என்னும்	=>	*குளிரும்*
யாண்டு	=>	*எங்கு*

எளிய உரை:

இந்தப் பெண்ணை நெருங்கினால் குளிர்கிறது, விட்டு விலகினால் சுடுகிறது. இப்படியொரு புதுமையான தீயை இவள் எங்கு கண்டுபிடித்தாளோ!

குறள் எண்: 1105

குறள்:

வேட்ட பொழுதின் அவை அவை போலுமே,
தோட்டு ஆர் கதுப்பினாள் தோள்

இந்தக் குறளை எப்படி மாற்றிப் படிக்கவேண்டும்:

தோட்டு ஆர் கதுப்பினாள் தோள், வேட்ட பொழுதின் அவை அவை போலுமே

இந்தக் குறளில் உள்ள கடினமான சொற்களும் அவற்றின் பொருளும்:

வேட்ட பொழுதின்	=>	வேண்டியபோது
அவை அவை	=>	அந்தந்தப் பொருட்கள்
போலுமே	=>	போல
தோட்டு ஆர்	=>	பூவை அணிந்த
கதுப்பினாள்	=>	கூந்தலை உடையவள்

எளிய உரை:

நாம் விரும்புகின்ற பொருட்களெல்லாம் அந்த விநாடியிலேயே கிடைத்துவிட்டால் எவ்வளவு இன்பமாக இருக்கும்! மலர்களை அணிந்த கூந்தலை உடைய இந்தப் பெண்ணின் தோள்கள் அப்படிப்பட்ட ஓர் இன்பத்தைத் தருகின்றன.

குறள் எண்: 1106

குறள்:

உறுதோறு உயிர் தளிர்ப்பத் தீண்டலால், பேதைக்கு
அமிழ்தின் இயன்றன தோள்

இந்தக் குறளை எப்படி மாற்றிப் படிக்கவேண்டும்:

உறுதோறு உயிர் தளிர்ப்பத் தீண்டலால், பேதைக்கு அமிழ்தின் இயன்றன தோள்

இந்தக் குறளில் உள்ள கடினமான சொற்களும் அவற்றின் பொருளும்:

உறுதோறு => பொருந்தி அணைக்கும்போது

தளிர்ப்ப => தளிர்க்கும்படி

தீண்டலால் => தொடுவதால்

பேதைக்கு => இந்தப் பேதைப் பெண்ணுக்கு

அமிழ்தின் => அமுதத்தால்

இயன்றன => செய்யப்பட்டன

எளிய உரை:

இந்தப் பேதைப் பெண்ணின் தோள்கள் அமுதத்தால் செய்யப்பட்டவையோ! ஏனெனில், இவளுடைய தோள்களை நெருங்கி அணைக்கும்போதெல்லாம் என்னுடைய உயிர் தழைக்கிறது.

குறள் எண்: 1107

குறள்:

> தம் இல் இருந்து தமது பாத்து உண்டற்றால்,
> அம் மா அரிவை முயக்கு

இந்தக் குறளை எப்படி மாற்றிப் படிக்கவேண்டும்:

அம் மா அரிவை முயக்கு, தம் இல் இருந்து தமது பாத்து உண்டற்றால்

இந்தக் குறளில் உள்ள கடினமான சொற்களும் அவற்றின் பொருளும்:

தம் இல் => *தங்கள் சொந்த வீடு*

தமது => *தங்களுடைய பொருட்களை*

பாத்து => *எல்லாருக்கும் பிரித்துக் கொடுத்து*

உண்டற்றால் => *உண்பதைப்போல*

அம் மா அரிவை => *மாமை நிறம் கொண்ட அந்தப் பெண்*

முயக்கு => *அணைப்பு / தழுவல்*

எளிய உரை:

நம் வீட்டில் இருந்துகொண்டு, நம்முடைய பொருட்களை எல்லாருக்கும் பிரித்துக் கொடுத்து, அதை நாமும் உண்டு மகிழ்வது எப்பேர்ப்பட்ட இன்பம்! மாமை நிறமுள்ள இந்தப் பெண்ணைத் தழுவுகிற இன்பமும் அப்படிப்பட்டதுதான்!

குறள் எண்: 1108

குறள்:

வீழும் இருவர்க்கு இனிதே வளி இடை
போழப்படாஅ முயக்கு

இந்தக் குறளை எப்படி மாற்றிப் படிக்கவேண்டும்:

வீழும் இருவர்க்கு வளி இடை போழப்படாஅ முயக்கு இனிதே

இந்தக் குறளில் உள்ள கடினமான சொற்களும் அவற்றின் பொருளும்:

வீழும்	=>	காதலிக்கிற
இனிது	=>	இனிமையானது
வளி	=>	காற்று
இடை	=>	நடுவில்
போழப்படாஅ	=>	போகமுடியாத
முயக்கு	=>	அணைப்பு / தழுவல்

எளிய உரை:

காதலனும் காதலியும் தங்களுக்கிடையில் காற்றுகூட நுழையாதபடி இறுகத் தழுவவேண்டும். அதுதான் சரியான அணைப்பு!

குறள் எண்: 1109

குறள்:

ஊடல், உணர்தல், புணர்தல் இவை காமம்
கூடியார் பெற்ற பயன்

இந்தக் குறளை எப்படி மாற்றிப் படிக்கவேண்டும்:

ஊடல், உணர்தல், புணர்தல்: இவை காமம் கூடியார் பெற்ற பயன்

இந்தக் குறளில் உள்ள கடினமான சொற்களும் அவற்றின் பொருளும்:

ஊடல் => செல்லமான சினம்

உணர்தல் => ஊடலைச் சரியான நேரத்தில் உணர்ந்து நீக்கிக்கொள்ளுதல்

புணர்தல் => ஒன்றுகூடல்

காமம் கூடியார் => காதலர்கள்

எளிய உரை:

காதலால் காதலர்களுக்குக் கிடைக்கும் பயன்கள் மூன்று: ஒருவர்மீது ஒருவர் செல்லமாகச் சினம் கொள்ளுதல், சரியான நேரத்தில் அந்த ஊடலை நீக்குதல், பின்னர் ஒன்றுகூடி மகிழ்தல்.

குறள் எண்: 1110

குறள்:

அறிதோறு அறியாமை கண்டற்றால், காமம்
செறிதோறும் சேஇழை மாட்டு

இந்தக் குறளை எப்படி மாற்றிப் படிக்கவேண்டும்:

சேஇழை மாட்டுச் செறிதோறும் காமம் அறிதோறு அறியாமை கண்டற்றால்

இந்தக் குறளில் உள்ள கடினமான சொற்களும் அவற்றின் பொருளும்:

அறிதோறு	=>	கற்கும்போதெல்லாம்
கண்டற்றால்	=>	காண்பதைப்போல
காமம்	=>	காதல்
செறிதோறும்	=>	ஒன்றுகூடும்போதெல்லாம்
சேஇழை மாட்டு	=>	சிறந்த அணிகலன்களை அணிந்த இந்தப் பெண்ணிடம்

எளிய உரை:

நூல்களைப் படிக்கப் படிக்க, நாம் இதற்குமுன் எவ்வளவு அறியாமையுடன் இருந்திருக்கிறோம் என்பது புரியும், இன்னும் படிக்கவேண்டும் என்கிற ஆர்வம் பெருகும்.

அதுபோல, சிறந்த அணிகலன்களை அணிந்த இந்தப் பெண்ணை அணைக்க அணைக்க, இவள்மீது எனக்குள்ள காதல் பெருகுகிறது.

அதிகாரம் 112: நலம் புனைந்து உரைத்தல்
(காதலன் காதலியின் அழகைச் சிறப்பாகச் சொல்லுதல்)

குறள் எண்: 1111

குறள்:

நல் நீரை, வாழி, அனிச்சமே, நின்னினும்
மெல் நீரள் யாம் வீழ்பவள்

இந்தக் குறளை எப்படி மாற்றிப் படிக்கவேண்டும்:

அனிச்சமே, வாழி, நல் நீரை, யாம் வீழ்பவள் நின்னினும் மெல் நீரள்

இந்தக் குறளில் உள்ள கடினமான சொற்களும் அவற்றின் பொருளும்:

நல் நீரை => நல்ல இயல்பைக் கொண்டுள்ளாய்

வாழி => வாழ்க

அனிச்சமே => அனிச்ச மலரே

நின்னினும் => உன்னைவிட

மெல் நீரள் => மென்மையான இயல்பைக் கொண்டவள்

யாம் => நான்

வீழ்பவள் => விரும்பும் பெண்

எளிய உரை:

அனிச்ச மலரே, நீ வாழ்க!

நீ மிகவும் மென்மையான மலர் என்று எல்லாரும் சொல்கிறார்கள். ஆனால், என் காதலி உன்னைவிட மென்மையானவள்!

குறள் எண்: 1112

குறள்:

மலர் காணின் மையாத்தி, நெஞ்சே, இவள் கண்
பலர் காணும் பூ ஒக்கும் என்று

இந்தக் குறளை எப்படி மாற்றிப் படிக்கவேண்டும்:

நெஞ்சே, இவள் கண் பலர் காணும் பூ ஒக்கும் என்று மலர் காணின் மையாத்தி

இந்தக் குறளில் உள்ள கடினமான சொற்களும் அவற்றின் பொருளும்:

காணின் => பார்த்தால்

மையாத்தி => மயக்கமடைகிறாய்

ஒக்கும் => போன்று இருக்கும்

எளிய உரை:

நெஞ்சே,

என் காதலி மலரைப் போன்றவள். அதனால், நீ எந்த மலரைப் பார்த்தாலும் அவளை எண்ணி மயங்குகிறாய்.

ஆனால், மற்ற மலர்களை எல்லாரும் காண்பார்கள். இந்தப் பெண் மலரை நான்மட்டும் கண்டு மகிழ்வேன்!

குறள் எண்: 1113

குறள்:

முறி மேனி, முத்தம் முறுவம், வெறி நாற்றம்,
வேல் உண் கண், வேய்த் தோள் அவட்கு

இந்தக் குறளை எப்படி மாற்றிப் படிக்கவேண்டும்:

அவட்கு மேனி முறி, முறுவல் முத்தம், நாற்றம் வெறி, உண் கண் வேல், தோள் வேய்

இந்தக் குறளில் உள்ள கடினமான சொற்களும் அவற்றின் பொருளும்:

முறி => தளிர்

மேனி => உடல்

முத்தம் => முத்து

முறுவல் => சிரிப்பு

வெறி => நறுமணம்

நாற்றம் => உடலின் மணம்

உண் கண் => மையுண்ட / மை தீட்டப்பட்ட கண்கள்

வேய் => மூங்கில்

அவட்கு => அவளுக்கு

எளிய உரை:

என் காதலியின் உடல் தளிரைப் போன்றது; அவளுடைய சிரிப்பு முத்தைப் போன்றது; அவளிடமிருந்து வீசும் இயல்பான மணமே நறுமணம்தான்; அவளுடைய மை பூசிய கண்கள் வேலைப் போன்றவை; அவளுடைய தோள்கள் மூங்கிலைப் போன்றவை.

குறள் எண்: 1114

குறள்:

காணின் குவளை கவிழ்ந்து நிலன் நோக்கும்
மாண் இழை கண் ஒவ்வேம் என்று

இந்தக் குறளை எப்படி மாற்றிப் படிக்கவேண்டும்:

குவளை, மாண் இழை கண் காணின், ஒவ்வேம் என்று கவிழ்ந்து நிலன் நோக்கும்

இந்தக் குறளில் உள்ள கடினமான சொற்களும் அவற்றின் பொருளும்:

காணின் => பார்த்தால்

கவிழ்ந்து => தலை குனிந்து

நிலன் => நிலம்

நோக்கும் => பார்க்கும்

மாண் => சிறந்த

இழை => அணிகலன்கள் / அணிகலன்களை அணிந்த பெண்

ஒவ்வேம் => ஒப்பாகமாட்டோம்

எளிய உரை:

குவளை மலரைப் பெண்களின் கண்களுக்கு உவமையாகச் சொல்வார்கள். ஆனால், சிறந்த அணிகலன்களை அணிந்த இந்தப் பெண்ணின் அழகான கண்களைப் பார்த்தால், குவளை மலர் வெட்கப்படும், 'இவளுடைய கண்களுக்கு நான் ஒப்பாகமாட்டேன்' என்று தலை குனிந்து நிலத்தைப் பார்க்கும்.

குறள் எண்: 1115

குறள்:

அனிச்சப் பூக் கால் களையாள் பெய்தாள் நுசுப்பிற்கு
நல்ல படாஅ பறை

இந்தக் குறளை எப்படி மாற்றிப் படிக்கவேண்டும்:

அனிச்சப் பூக் கால் களையாள் பெய்தாள் நுசுப்பிற்கு நல்ல பறை படாஅ

இந்தக் குறளில் உள்ள கடினமான சொற்களும் அவற்றின் பொருளும்:

கால் => காம்பு

களையாள் => கிள்ளாதவள் / நீக்காதவள்

பெய்தாள் => சூடிக்கொண்டாள்

நுசுப்பிற்கு => இடுப்புக்கு

படாஅ => ஒலிக்காது

எளிய உரை:

இந்தப் பெண் அனிச்ச மலருடைய காம்பைக் கிள்ளாமல் தலையில் வைத்துக்கொண்டுவிட்டாள். அடடா! இதனால் இவளுடைய இடை முறிந்துவிடும். இவள் வீட்டில் இனிய பறையொலி கேட்காது. (பூக்காம்பின் எடையைக்கூடத் தாங்க இயலாதபடி நுட்பமான இடையைக் கொண்டவள் இவள்.)

குறள் எண்: 1116

குறள்:

மதியும் மடந்தை முகனும் அறியா,
பதியின் கலங்கிய, மீன்

இந்தக் குறளை எப்படி மாற்றிப் படிக்கவேண்டும்:

மீன், மதியும் மடந்தை முகனும் அறியா, பதியின் கலங்கிய

இந்தக் குறளில் உள்ள கடினமான சொற்களும் அவற்றின் பொருளும்:

மதி => நிலா

மடந்தை => பெண்

முகன் => முகம்

அறியா => (வேறுபாட்டை) அறியாமல்

பதியின் => தங்கள் இடத்திலிருந்து

கலங்கிய => கலங்கித் திரிகின்றன

மீன் => விண்மீன்கள்

எளிய உரை:

விண்மீன்களெல்லாம் இந்தப் பெண்ணின் முகத்தைக் கண்டு குழம்புகின்றன, 'வானத்தில் ஒரு நிலா, இங்கு பூமியில் இன்னொரு நிலா. இது எப்படி?' என்று திகைத்துத் திரிகின்றன.

குறள் எண்: 1117

குறள்:

அறு வாய் நிறைந்த அவிர் மதிக்குப் போல
மறு உண்டோ மாதர் முகத்து

இந்தக் குறளை எப்படி மாற்றிப் படிக்கவேண்டும்:

அறு வாய் நிறைந்த அவிர் மதிக்குப் போல மாதர் முகத்து மறு உண்டோ?

இந்தக் குறளில் உள்ள கடினமான சொற்களும் அவற்றின் பொருளும்:

அறு வாய் => அறுபட்ட இடம் / குறைந்த இடம்

நிறைந்த => வளர்ந்து நிரம்பிய

அவிர் => ஒளி வீசுகின்ற

மதி => நிலா

போல => உள்ளதுபோல

மறு => கறை / களங்கம்

மாதர் => இந்தப் பெண்

முகத்து => முகத்தில்

எளிய உரை:

இந்தப் பெண்ணின் முகத்தை நிலாவுடன் ஒப்பிடுவது தவறு.

ஏனெனில், நிலா அவ்வப்போது தேயும், வளரும். அதில் கறை உண்டு. ஆனால், இந்தப் பெண்ணின் முகம் எப்போதும் கறையின்றி ஒளி வீசுகிறது!

குறள் எண்: 1118

குறள்:

மாதர் முகம் போல ஒளி விட வல்லையேல்
காதலை, வாழி, மதி

இந்தக் குறளை எப்படி மாற்றிப் படிக்கவேண்டும்:

மதி, வாழி, மாதர் முகம் போல ஒளி விட வல்லையேல் காதலை

இந்தக் குறளில் உள்ள கடினமான சொற்களும் அவற்றின் பொருளும்:

மாதர் => இந்தப் பெண்

ஒளி விட => ஒளி வீச

வல்லையேல் => உன்னால் இயலுமானால்

காதலை => காதலிக்கப்படுவாய்

வாழி => வாழ்க

மதி => நிலா

எளிய உரை:

நிலவே, நீ வாழ்க,

என் காதலியின் முகத்தைப்போல் உன்னால் ஒளி வீச இயலுமா? நீ அவ்வாறு ஒளி வீசினால், நான் உன்னையும் காதலிப்பேன்.

குறள் எண்: 1119

குறள்:

**மலர் அன்ன கண்ணாள் முகம் ஒத்தியாயின்
பலர் காணத் தோன்றல், மதி**

இந்தக் குறளை எப்படி மாற்றிப் படிக்கவேண்டும்:

மதி, மலர் அன்ன கண்ணாள் முகம் ஒத்தியாயின் பலர் காணத் தோன்றல்

இந்தக் குறளில் உள்ள கடினமான சொற்களும் அவற்றின் பொருளும்:

அன்ன	=>	*போன்ற*
கண்ணாள்	=>	*கண்களை உடையவள்*
ஒத்தியாயின்	=>	*ஒத்திருக்க விரும்பினால் / அதேபோல் இருக்க விரும்பினால்*
காண	=>	*காணும்படி*
தோன்றல்	=>	*தோன்றாதே*
மதி	=>	*நிலா*

எளிய உரை:

நிலவே,

மலரைப் போன்ற கண்களை உடைய என் காதலியின் முகத்தைப்போல் நீ ஒளி வீச விரும்புகிறாயா? அப்படியானால், எல்லாரும் காணும்படி வானத்தில் தோன்றாதே! (நிலாவின் அழகை எல்லாரும் ரசிக்கிறார்கள். ஆனால், என் காதலியின் அழகை நான்மட்டும்தான் ரசிப்பேன்.)

குறள் எண்: 1120

குறள்:

அனிச்சமும் அன்னத்தின் தூவியும் மாதர்
அடிக்கு நெருஞ்சிப் பழம்

இந்தக் குறளை எப்படி மாற்றிப் படிக்கவேண்டும்:

அனிச்சமும் அன்னத்தின் தூவியும் மாதர் அடிக்கு நெருஞ்சிப் பழம்

இந்தக் குறளில் உள்ள கடினமான சொற்களும் அவற்றின் பொருளும்:

அனிச்சம்	=>	*அனிச்ச மலர்*
தூவி	=>	*இறகு*
மாதர்	=>	*இந்தப் பெண்*
அடிக்கு	=>	*காலுக்கு*
நெருஞ்சிப் பழம்	=>	*நெருஞ்சி முள்*

எளிய உரை:

என் காதலி மென்மையான அனிச்ச மலரையும் அன்னத்தின் சிறகையும் மிதித்துவிட்டாள். அதனால், அவளுடைய கால்கள் நோகின்றன. நெருஞ்சி முள்ளை மிதித்ததுபோல் துடிக்கிறாள் அவள்! (என் காதலி அனிச்ச மலரையும், அன்னத்தின் சிறகையும்விட மென்மையானவள்.)

அதிகாரம் 113: காதல் சிறப்பு உரைத்தல் (காதலின் சிறப்பைப் பேசுதல்)

குறள் எண்: 1121

குறள்:

பாலொடு தேன் கலந்தற்றே, பணி மொழி
வால் எயிறு ஊறிய நீர்

இந்தக் குறளை எப்படி மாற்றிப் படிக்கவேண்டும்:

பணி மொழி வால் எயிறு ஊறிய நீர் பாலொடு தேன் கலந்தற்றே

இந்தக் குறளில் உள்ள கடினமான சொற்களும் அவற்றின் பொருளும்:

பாலொடு => பாலுடன்

கலந்தற்றே => கலந்ததைப் போன்ற சுவை கொண்டது

பணி மொழி => பணிவான / மென்மையான சொற்களைப் பேசும் பெண்

வால் => தூய்மையான

எயிறு => பற்கள்

எளிய உரை:

மென்மையாகப் பேசும் இந்தப் பெண்ணின் தூய்மையான பற்களிலிருந்து ஊறும் நீர், பாலும் தேனும் கலந்தாற்போல் இனிக்கிறது!

குறள் எண்: 1122

குறள்:

உடம்பொடு உயிரிடை என்ன, மற்று அன்ன,
மடந்தையொடு எம்மிடை நட்பு

இந்தக் குறளை எப்படி மாற்றிப் படிக்கவேண்டும்:

மடந்தையொடு எம்மிடை நட்பு, உடம்பொடு உயிரிடை (நட்பு) என்ன, மற்று அன்ன

இந்தக் குறளில் உள்ள கடினமான சொற்களும் அவற்றின் பொருளும்:

உடம்பொடு => உடம்புடன்

உயிரிடை => உயிரிடத்தில்

என்ன => எப்படிப்பட்டதோ

மற்று => அசைச்சொல் (பொருள் உணர்த்தாத சொல்)

அன்ன => அப்படிப்பட்டது

மடந்தையொடு => இந்தப் பெண்ணுடன்

எம்மிடை => என்னிடத்தில்

எளிய உரை:

நானும் இவளும் உடலும் உயிரும்போல் ஒன்றானவர்கள்.

குறள் எண்: 1123

குறள்:

கரு மணியில் பாவாய், நீ போதாய். யாம் வீழும்
திரு நுதற்கு இல்லை இடம்

இந்தக் குறளை எப்படி மாற்றிப் படிக்கவேண்டும்:

யாம் வீழும் திரு நுதற்கு இடம் இல்லை. கரு மணியில் பாவாய், நீ போதாய்

இந்தக் குறளில் உள்ள கடினமான சொற்களும் அவற்றின் பொருளும்:

கரு மணியில் => கண்ணின் கருமணியில்

பாவாய் => பாவையே

போதாய் => சென்றுவிடு

யாம் => நான்

வீழும் => காதலிக்கும்

திரு => அழகிய

நுதற்கு => நெற்றியை உடைய பெண்ணுக்கு

எளிய உரை:

என் கண்ணின் கருமணியில் உள்ள பாவையே, நீ அங்கிருந்து வெளியேறிவிடு. அழகான நெற்றியை உடைய என் காதலியை நான் அங்கு குடி வைக்க விரும்புகிறேன்.

குறள் எண்: 1124

குறள்:

வாழ்தல் உயிர்க்கு அன்னள் ஆயிழை, சாதல்
அதற்கு அன்னள் நீங்கும் இடத்து

இந்தக் குறளை எப்படி மாற்றிப் படிக்கவேண்டும்:

ஆயிழை உயிர்க்கு வாழ்தல் அன்னள், நீங்கும் இடத்து அதற்குச் சாதல் அன்னள்

இந்தக் குறளில் உள்ள கடினமான சொற்களும் அவற்றின் பொருளும்:

உயிர்க்கு => உயிருக்கு

அன்னள் => போன்றவள்

ஆயிழை => ஆராய்ந்து அணிந்த அணிகலன்களை உடைய பெண்

சாதல் => இறத்தல்

நீங்கும் இடத்து => விலகும்போது

எளிய உரை:

இந்தப் பெண்ணை நெருங்கினால், என் உயிரை வாழவைக்கிறாள், விலகினால், அதைச் சாகவைக்கிறாள்.

குறள் எண்: 1125

குறள்:

உள்ளுவன் மன் யான் மறப்பின், மறப்பு அறியேன்,
ஒள் அமர்க் கண்ணாள் குணம்

இந்தக் குறளை எப்படி மாற்றிப் படிக்கவேண்டும்:

ஒள் அமர்க் கண்ணாள் குணம் யான் மறப்பின் உள்ளுவன் மன், மறப்பு அறியேன்

இந்தக் குறளில் உள்ள கடினமான சொற்களும் அவற்றின் பொருளும்:

உள்ளுவன் => நினைப்பேன்

மன் => அசைச்சொல் (பொருள் உணர்த்தாத சொல்)

யான் => நான்

மறப்பின் => மறந்தால்

மறப்பு அறியேன் => மறப்பதை அறியமாட்டேன்

ஒள் => ஒளி பொருந்திய

அமர் => போர் செய்கிற

கண்ணாள் => கண்களை உடையவள்

குணம் => பண்பு

எளிய உரை:

ஒளி வீசுகிற, போர் செய்கிற கண்களை உடைய இந்தப் பெண்ணின் அழகை நான் எப்போதும் மறப்பதில்லை. மறந்தால்தானே மீண்டும் நினைப்பதற்கு!

குறள் எண்: 1126

குறள்:

கண் உள்ளில் போகார், இமைப்பின் பருவரார்,
நுண்ணியர் எம் காதலவர்

இந்தக் குறளை எப்படி மாற்றிப் படிக்கவேண்டும்:

எம் காதலவர் கண் உள்ளில் போகார், இமைப்பின் பருவரார், நுண்ணியர்

இந்தக் குறளில் உள்ள கடினமான சொற்களும் அவற்றின் பொருளும்:

உள்ளில் => உள்ளுக்குள்ளிருந்து

போகார் => போகமாட்டார்

இமைப்பின் => கண்ணை இமைத்தால்

பருவரார் => துன்பப்படமாட்டார்

நுண்ணியர் => நுட்பமானவர்

எம் => என்

காதலவர் => காதலர்

எளிய உரை:

என் காதலன் எப்போதும் என் கண்ணுக்குள் இருக்கிறான். நான் கண்களை இமைத்தாலும் அவனுக்கு வலிக்காது. அவ்வளவு நுட்பமாக எனக்குள் குடியேறியிருக்கிறான் அவன்.

குறள் எண்: 1127

குறள்:

கண் உள்ளார் காதலவர் ஆகக் கண்ணும்
எழுதேம் கரப்பாக்கு அறிந்து

இந்தக் குறளை எப்படி மாற்றிப் படிக்கவேண்டும்:

காதலவர் கண் உள்ளார் ஆக, கரப்பாக்கு அறிந்து கண்ணும் எழுதேம்

இந்தக் குறளில் உள்ள கடினமான சொற்களும் அவற்றின் பொருளும்:

கண் உள்ளார் => கண்ணுக்குள் இருக்கிறார்

காதலவர் => காதலர்

கண்ணும் எழுதேம் => கண்ணுக்கு மையெழுதமாட்டேன்/ மை தீட்டமாட்டேன்

கரப்பாக்கு => மறைந்திருத்தல்

எளிய உரை:

என் காதலன் என் கண்ணுக்குள் இருக்கிறான். நான் அவனை எப்போதும் பார்த்துக்கொண்டிருக்கிறேன்.

ஒருவேளை, நான் என் கண்ணுக்கு மை தீட்டினால், சில விநாடிகள் கண்களை மூடவேண்டியிருக்கும். அப்போது நான் அவனைப் பார்க்கமுடியாது. அதனால், இப்போதெல்லாம் நான் என் கண்களுக்கு மை தீட்டுவதையே விட்டுவிட்டேன்!

குறள் எண்: 1128

குறள்:

நெஞ்சத்தார் காதலவர் ஆக, வெய்து உண்டல்
அஞ்சுதும் வேபாக்கு அறிந்து

இந்தக் குறளை எப்படி மாற்றிப் படிக்கவேண்டும்:

காதலர் நெஞ்சத்தார் ஆக, வேபாக்கு அறிந்து வெய்து உண்டல் அஞ்சுதும்

இந்தக் குறளில் உள்ள கடினமான சொற்களும் அவற்றின் பொருளும்:

நெஞ்சத்தார் => நெஞ்சத்தில் உள்ளார்

காதலவர் => காதலர்

வெய்து உண்டல் => சூடான உணவைச் சாப்பிடுதல்

அஞ்சுதும் => அஞ்சுவேன்

வேபாக்கு => சுடப்படுதல்

எளிய உரை:

என் காதலன் என் நெஞ்சுக்குள் இருக்கிறான். ஒருவேளை, நான் சூடான உணவைச் சாப்பிட்டால், அது அவனைச் சுட்டுவிடுமோ என்று நான் அஞ்சுகிறேன். அதனால், இப்போதெல்லாம் நான் சூடான உணவையே உண்பதில்லை!

குறள் எண்: 1129

குறள்:

இமைப்பின் கரப்பாக்கு அறிவல். அனைத்திற்கே
ஏதிலர் என்னும் இவ் ஊர்

இந்தக் குறளை எப்படி மாற்றிப் படிக்கவேண்டும்:

இமைப்பின் கரப்பாக்கு அறிவல். அனைத்திற்கே இவ் ஊர் ஏதிலர் என்னும்

இந்தக் குறளில் உள்ள கடினமான சொற்களும் அவற்றின் பொருளும்:

இமைப்பின் => கண்ணை இமைத்தால்

கரப்பாக்கு => மறைந்திருத்தல்

அறிவல் => அறிவேன்

அனைத்திற்கே => அதனால்

ஏதிலர் => அன்பில்லாதவர்

இவ் ஊர் => இந்த ஊர்

எளிய உரை:

என் காதலன் என் கண்ணுக்குள் இருக்கிறான். நான் அவனை எப்போதும் பார்த்துக்கொண்டிருக்கிறேன்.

ஒருவேளை, நான் என் கண்களை இமைத்தால், சிறிது நேரம் கண்களை மூடவேண்டியிருக்கும். அப்போது நான் அவனைப் பார்க்கமுடியாது. அதனால், இப்போதெல்லாம் நான் இமைப்பதும் இல்லை, தூங்குவதும் இல்லை.

இதைப் பார்த்த இந்த ஊர் என் காதலனைத் திட்டுகிறது, 'உனக்கு இவள்மீது அன்பு இல்லை. நீ இவளுக்குத் தூக்கமில்லாத நோயைக் கொடுத்துவிட்டாய்' என்று குற்றம் சாட்டுகிறது.

குறள் எண்: 1130

குறள்:

உவந்து உறைவர் உள்ளத்துள் என்றும், இகந்து உறைவர், ஏதிலர் என்னும் இவ் ஊர்

இந்தக் குறளை எப்படி மாற்றிப் படிக்கவேண்டும்:

உள்ளத்துள் என்றும் உவந்து உறைவர். இவ் ஊர், இகந்து உறைவர், ஏதிலர் என்னும்

இந்தக் குறளில் உள்ள கடினமான சொற்களும் அவற்றின் பொருளும்:

உவந்து => மகிழ்ந்து

உறைவர் => தங்குவார்

உள்ளத்துள் => உள்ளத்தில்

இகந்து => பிரிந்து

ஏதிலர் => அன்பில்லாதவர்

என்னும் => என்று சொல்லும்

இவ் ஊர் => இந்த ஊர்

எளிய உரை:

என் காதலன் எப்போதும் என் நெஞ்சில் மகிழ்ச்சியாகத் தங்கியிருக்கிறான்.

ஆனால், இந்த ஊர் அதைப் புரிந்துகொள்ளவில்லை, அவனைத் திட்டுகிறது, 'நீ இவளைப் பிரிந்து வேறு இடத்தில் வாழ்கிறாய். உனக்கு இவள்மீது அன்பு இல்லை' என்று குற்றம் சாட்டுகிறது.

அதிகாரம் 114: நாணுத் துறவு உரைத்தல்
(காதல் மிகுவதால் நாணத்தைத் துறந்து ‘மடல் ஏறுதல்’ என்ற செயலின்மூலம் ஊருக்குத் தன் காதலைச் சொல்லத் துணிதல்)

குறள் எண்: 1131

குறள்:

காமம் உழந்து வருந்தினார்க்கு ஏமம்
மடல் அல்லது இல்லை வலி

இந்தக் குறளை எப்படி மாற்றிப் படிக்கவேண்டும்:

காமம் உழந்து வருந்தினார்க்கு ஏமம் மடல் அல்லது வலி இல்லை

இந்தக் குறளில் உள்ள கடினமான சொற்களும் அவற்றின் பொருளும்:

காமம் => காதல்

உழந்து => முயன்று

வருந்தினார்க்கு => வருந்தியவர்களுக்கு

ஏமம் => பாதுகாப்பு

மடல் => மடல் ஏறுதல், அதாவது, பனை மடலைக் கொண்டு குதிரை போன்ற ஓர் உருவத்தைச் செய்து, அதன்மீது ஏறி ஊரைச் சுற்றிவருதல், அதன்மூலம் ஊர் மக்களுக்குத் தன்னுடைய காதலை உணர்த்துதல்

அல்லது => இல்லாமல்

வலி => வலிமை

எளிய உரை:

தன்னுடைய காதல் நிறைவேறாமல் துன்பப்படுகிறவர்களுக்கு ஒரே உறுதியான பாதுகாப்பு, மடல் ஏறுவதுதான்.

குறள் எண்: 1132

குறள்:

நோனா உடம்பும் உயிரும் மடல் ஏறும்
நாணினை நீக்கி நிறுத்து

இந்தக் குறளை எப்படி மாற்றிப் படிக்கவேண்டும்:

நோனா உடம்பும் உயிரும் நாணினை நீக்கி நிறுத்து மடல் ஏறும்

இந்தக் குறளில் உள்ள கடினமான சொற்களும் அவற்றின் பொருளும்:

நோனா => நோவைத் தாங்காத / வலியைத் தாங்காத

மடல் ஏறும் => பனை மடலைக் கொண்டு குதிரை போன்ற ஓர் உருவத்தைச் செய்து, அதன்மீது ஏறி ஊரைச் சுற்றிவரும், அதன்மூலம் ஊர் மக்களுக்குத் தன்னுடைய காதலை உணர்த்தும்

நாணினை => வெட்கத்தை

நிறுத்து => நிறுத்திவிட்டு

எளிய உரை:

இந்தக் காதலால் என் உடலும் உயிரும் நோகின்றன. அதனால், ஊர் என்ன பேசுமோ என்கிற நாணத்தை நான் விலக்கிவைக்கிறேன், எல்லாரும் காணும்படி மடல் ஏறுகிறேன்.

குறள் எண்: 1133

குறள்:

நாணொடு நல் ஆண்மை பண்டு உடையேன், இன்று, உடையேன்
காமுற்றார் ஏறும் மடல்

இந்தக் குறளை எப்படி மாற்றிப் படிக்கவேண்டும்:

பண்டு, நாணொடு நல் ஆண்மை உடையேன், இன்று, காமுற்றார் ஏறும் மடல் உடையேன்

இந்தக் குறளில் உள்ள கடினமான சொற்களும் அவற்றின் பொருளும்:

நாணொடு => நாணத்தோடு

நல் ஆண்மை => நல்ல, உறுதியான உள்ளம்

பண்டு => முன்பு

உடையேன் => கொண்டிருந்தேன்

காமுற்றார் => காதலிப்பவர்கள்

மடல் => பனை மடலால் செய்யப்பட்ட குதிரை

எளிய உரை:

முன்பு என்னிடம் நாணமும் உறுதியான உள்ளமும் இருந்தன. ஆனால், இப்போது என்னிடம் பனை மடலால் செய்யப்பட்ட இந்தக் குதிரைமட்டும்தான் உள்ளது. (என் காதலை ஊருக்குச் சொல்லும்வகையில் நான் மடல் ஏறப்போகிறேன்.)

குறள் எண்: 1134

குறள்:

காமக் கடும் புனல் உய்க்குமே, நாணொடு
நல் ஆண்மை என்னும் புணை

இந்தக் குறளை எப்படி மாற்றிப் படிக்கவேண்டும்:

காமக் கடும் புனல் நாணொடு நல் ஆண்மை என்னும் புணை உய்க்குமே

இந்தக் குறளில் உள்ள கடினமான சொற்களும் அவற்றின் பொருளும்:

காம	=> காதல்
கடும் புனல்	=> கடுமையான வெள்ளம்
உய்க்கும்	=> அடித்துச்செல்லும்
நாணொடு	=> நாணத்தோடு
நல் ஆண்மை	=> நல்ல, உறுதியான உள்ளம்
புணை	=> தெப்பம்

எளிய உரை:

நான் காதல் வெள்ளத்தில் சிக்கித் தவித்தேன். அப்போது, நாணம், உறுதியான உள்ளம் என்கின்ற தெப்பங்கள் என்னைக் காப்பாற்றின.

ஆனால் இப்போது, அந்த வெள்ளம் இன்னும் கடுமையாகி விட்டது, என்னுடைய தெப்பங்களை அடித்துச்சென்றுவிட்டது.

குறள் எண்: 1135

குறள்:

தொடலைக் குறுந்தொடி தந்தாள் மடலொடு
மாலை உழக்கும் துயர்

இந்தக் குறளை எப்படி மாற்றிப் படிக்கவேண்டும்:

தொடலைக் குறுந்தொடி மடலொடு மாலை உழக்கும் துயர் தந்தாள்

இந்தக் குறளில் உள்ள கடினமான சொற்களும் அவற்றின் பொருளும்:

தொடலை => தொடர்ச்சியான / மாலையைப் போன்ற

குறுந்தொடி => சிறிய வளையல்களை அணிந்த பெண்

மடலொடு => மடல் ஏறுகின்ற, அதாவது, பனை மடலைக் கொண்டு குதிரை போன்ற ஓர் உருவத்தைச் செய்து, அதன்மீது ஏறி ஊரைச் சுற்றிவருகின்ற செயலோடு

உழக்கும் => வருத்துகின்ற

எளிய உரை:

சிறிய வளையல்களை மாலையைப்போல் வரிசையாக அணிந்திருக்கிற இந்தப் பெண் எனக்கு மாலைப் பொழுதின் துயரத்தைக் கொடுத்தாள், மடல் ஏறவைத்தாள்.

குறள் எண்: 1136

குறள்:

மடல் ஊர்தல் யாமத்தும் உள்ளுவேன் மன்ற,
படல் ஒல்லா பேதைக்கு என் கண்

இந்தக் குறளை எப்படி மாற்றிப் படிக்கவேண்டும்:

பேதைக்கு என் கண் படல் ஒல்லா, யாமத்தும் மடல் ஊர்தல் உள்ளுவேன் மன்ற

இந்தக் குறளில் உள்ள கடினமான சொற்களும் அவற்றின் பொருளும்:

மடல் ஊர்தல் => மடல் ஏறுதல், அதாவது, பனை மடலைக் கொண்டு குதிரை போன்ற ஓர் உருவத்தைச் செய்து, அதன்மீது ஏறி ஊரைச் சுற்றிவருதல், அதன்மூலம் ஊர் மக்களுக்குத் தன்னுடைய காதலை உணர்த்துதல்

யாமத்தும் => நடு இரவிலும்

உள்ளுவேன் => எண்ணுவேன்

மன்ற => அசைச்சொல் (பொருள் உணர்த்தாத சொல்)

படல் ஒல்லா => கண் இமைகள் ஒன்றன்மீது ஒன்று படாது / தூங்காது

பேதைக்கு => இந்தப் பெண்ணை நினைத்து

எளிய உரை:

இந்தப் பெண்ணின்மீது கொண்ட காதலால் எனக்குத் தூக்கம் வருவதில்லை. எல்லாரும் தூங்குகின்ற இந்த நள்ளிரவு நேரத்திலும் நான் மடல் ஏறுவதைப்பற்றித்தான் எண்ணிக்கொண்டிருக்கிறேன்.

குறள் எண்: 1137

குறள்:

கடல் அன்ன காமம் உழந்தும் மடல் ஏறாப்
பெண்ணின் பெருந்தக்கது இல்

இந்தக் குறளை எப்படி மாற்றிப் படிக்கவேண்டும்:

கடல் அன்ன காமம் உழந்தும் மடல் ஏறாப் பெண்ணின் பெருந்தக்கது இல்

இந்தக் குறளில் உள்ள கடினமான சொற்களும் அவற்றின் பொருளும்:

அன்ன	=>	*போன்ற*
காமம்	=>	*காதல்*
உழந்தும்	=>	*வருந்தியும்*
மடல் ஏறா	=>	*மடல் ஏறாத*
பெண்ணின்	=>	*பெண்ணைவிட*
பெருந்தக்கத்து	=>	*பெருமைக்குரியது*
இல்	=>	*இல்லை*

எளிய உரை:

பெண்களுக்கும் காதல் வருகிறது. கடலைப் போன்ற பெரிய காதல் நோய் அவர்களையும் வருத்துகிறது. ஆனால் அப்போதும் அவர்கள் ஆண்களைப்போல் மடல் ஏறுவதில்லை. அதனால், பெண்கள் மிகவும் பெருமைக்குரியவர்கள்!

குறள் எண்: 1138

குறள்:

நிறை அரியர், மன் அளியர் என்னாது காமம்
மறை இறந்து மன்று படும்

இந்தக் குறளை எப்படி மாற்றிப் படிக்கவேண்டும்:

காமம், நிறை அரியர், மன் அளியர் என்னாது மறை இறந்து மன்று படும்

இந்தக் குறளில் உள்ள கடினமான சொற்களும் அவற்றின் பொருளும்:

நிறை => நிறைந்த பண்பு

அரியர் => அரியவர்கள்

மன் => மிகவும்

அளியர் => இரக்கத்துக்கு உரியவர்கள்

என்னாது => என்று எண்ணாமல்

காமம் => காதல்

மறை இறந்து => மறைத்துவைத்திருக்கும் உண்மையைக் கடந்து

மன்று => மன்றத்தில் / ஊருக்கு நடுவில் / பொது இடத்தில்

படும் => வெளிப்பட்டுவிடும்

எளிய உரை:

காதல் யார்மீதும் இரக்கம் காட்டுவதில்லை, எல்லாருடைய இரகசியங்களையும் ஊருக்கு நடுவில் போட்டு உடைத்து விடுகிறது.

குறள் எண்: 1139

குறள்:

அறிகிலார் எல்லாரும் என்றே என் காமம்
மறுகின் மறுகும் மருண்டு

இந்தக் குறளை எப்படி மாற்றிப் படிக்கவேண்டும்:

எல்லாரும் அறிகிலார் என்றே என் காமம் மறுகின் மருண்டு மறுகும்

இந்தக் குறளில் உள்ள கடினமான சொற்களும் அவற்றின் பொருளும்:

அறிகிலார் => அறியமாட்டார்கள்

காமம் => காதல்

மறுகின் => தெருவில்

மறுகும் => சுழலும்

மருண்டு => மயங்கி

எளிய உரை:

என் காதலைப்பற்றி இந்த ஊருக்குத் தெரியவில்லை. அதனால், அது வீதிகளில் மயங்கிச் சுழன்றுகொண்டிருக்கிறது.

குறள் எண்: 1140

குறள்:

யாம் கண்ணில் காண நகுப அறிவு இல்லார்,
யாம் பட்ட தாம் படா ஆறு

இந்தக் குறளை எப்படி மாற்றிப் படிக்கவேண்டும்:

யாம் பட்ட தாம் படா ஆறு, யாம் கண்ணில் காண அறிவு இல்லார் நகுப

இந்தக் குறளில் உள்ள கடினமான சொற்களும் அவற்றின் பொருளும்:

யாம் => நான்

நகுப => சிரிப்பார்கள்

இல்லார் => இல்லாதவர்கள்

பட்ட => அனுபவித்த துன்பங்கள்

தாம் => தாங்கள் / அவர்கள்

படா => அனுபவிக்காத

ஆறு => வழி

எளிய உரை:

நான் பட்ட காதல் துன்பத்தை இந்த ஊர் படவில்லை. அதனால், அது அறிவில்லாமல் என்னைப் பார்த்துச் சிரித்துக்கொண்டிருக்கிறது.

அதிகாரம் 115: அலர் அறிவுறுத்தல் (காதலைப்பற்றிய ஊராரின் வம்புப் பேச்சுகள்)

குறள் எண்: 1141

குறள்:

அலர் எழ ஆர் உயிர் நிற்கும். அதனைப்
பலர் அறியார் பாக்கியத்தால்

இந்தக் குறளை எப்படி மாற்றிப் படிக்கவேண்டும்:

அலர் எழ ஆர் உயிர் நிற்கும். பாக்கியத்தால் அதனைப் பலர் அறியார்

இந்தக் குறளில் உள்ள கடினமான சொற்களும் அவற்றின் பொருளும்:

அலர் => *ஊராரின் வம்புப் பேச்சு*
எழ => *எழுந்தால்*
ஆர் உயிர் => *அரிய உயிர்*
நிற்கும் => *நிலைத்திருக்கும்*
அறியார் => *அறியமாட்டார்கள்*
பாக்கியத்தால் => *நல்ல வாய்ப்பால் / அதிர்ஷ்டத்தால்*

எளிய உரை:

எங்கள் காதலைப்பற்றி இந்த ஊர் வம்பு பேசுகிறது. ஆனால், அந்த வம்புப் பேச்சும் ஒருவிதத்தில் நல்லதுதான். அதன்மூலம் எங்கள் திருமணத்துக்கு ஒரு வழி பிறக்கக்கூடும் என்று எண்ணி என்னுடைய அரிய உயிர் நிம்மதியடைகிறது.

நல்ல வேளை, என்னுடைய இந்தப் பாக்கியத்தைப்பற்றிப் பலருக்குத் தெரியாது! (அவர்கள் விருப்பப்படி வம்பு பேசட்டும். அது எங்கள் காதலுக்கு நல்லதுதான்.)

குறள் எண்: 1142

குறள்:

மலர் அன்ன கண்ணாள் அருமை அறியாது
அலர் எமக்கு ஈந்தது இவ் ஊர்

இந்தக் குறளை எப்படி மாற்றிப் படிக்கவேண்டும்:

இவ் ஊர் மலர் அன்ன கண்ணாள் அருமை அறியாது எமக்கு அலர் ஈந்தது

இந்தக் குறளில் உள்ள கடினமான சொற்களும் அவற்றின் பொருளும்:

அன்ன => போன்ற

கண்ணாள் => கண்களை உடையவள்

அருமை => அரிய பண்பு / சிறப்பு

அறியாது => அறிந்துகொள்ளாமல்

அலர் => வம்புப் பேச்சு

எமக்கு => எங்களுக்கு

ஈந்தது => கொடுத்தது

இவ் ஊர் => இந்த ஊர்

எளிய உரை:

என் காதலி மலரைப் போன்ற கண்களை உடையவள். இவளுடைய சிறப்பைப் புரிந்துகொள்ளாமல் இந்த ஊர் எங்களைப்பற்றி வம்பு பேசுகிறது.

குறள் எண்: 1143

குறள்:

உறாஅதோ ஊர் அறிந்த கௌவை, அதனைப்
பெறாஅது பெற்றன்ன நீர்த்து

இந்தக் குறளை எப்படி மாற்றிப் படிக்கவேண்டும்:

ஊர் அறிந்த கௌவை உறாஅதோ, அதனைப் பெறாஅது பெற்றன்ன நீர்த்து

இந்தக் குறளில் உள்ள கடினமான சொற்களும் அவற்றின் பொருளும்:

உறாஅதோ => பொருந்தாதோ

கௌவை => வம்புப் பேச்சு

பெறாஅது => பெறாமல்

பெற்றன்ன => பெற்றதைப்போன்ற

நீர்த்து => தன்மையை உடையது

எளிய உரை:

இந்த ஊரார் எங்களுடைய காதலைப்பற்றி வம்பு பேசமாட்டார்களா என்று நான் ஏங்குகிறேன். ஏனெனில், எங்களைப்பற்றி ஊரார் வம்பு பேசினால், நாங்கள் இருவரும் அருகருகில் இல்லாவிட்டாலும் மிகவும் நெருங்கி இருப்பதைப்போன்ற மகிழ்ச்சி உண்டாகிறது.

குறள் எண்: 1144

குறள்:

கவ்வையால் கவ்விது காமம். அது இன்றேல்
தவ்வென்னும் தன்மை இழந்து

இந்தக் குறளை எப்படி மாற்றிப் படிக்கவேண்டும்:

காமம் கவ்வையால் கவ்விது. அது இன்றேல் (காமம்) தன்மை இழந்து தவ்வென்னும்

இந்தக் குறளில் உள்ள கடினமான சொற்களும் அவற்றின் பொருளும்:

கவ்வையால்	=> ஊராரின் வம்புப் பேச்சால்
கவ்விது	=> விரிந்தது / பரவியது
காமம்	=> காதல்
இன்றேல்	=> இல்லாவிட்டால்
தவ்வென்னும்	=> சுருங்கிவிடும்
தன்மை	=> இயல்பு

எளிய உரை:

ஊரார் வம்பு பேசினால், காதல் இன்னும் நன்றாக வளர்கிறது. யாரும் வம்பு பேசாவிட்டால், காதல் சுருங்கிவிடுகிறது.

குறள் எண்: 1145

குறள்:

களித்தொறும் கள் உண்டல் வேட்டற்றால் காமம்
வெளிப்படுந்தோறும் இனிது

இந்தக் குறளை எப்படி மாற்றிப் படிக்கவேண்டும்:

களித்தொறும் கள் உண்டல் வேட்டற்றால் காமம் வெளிப்படுந்தோறும் இனிது

இந்தக் குறளில் உள்ள கடினமான சொற்களும் அவற்றின் பொருளும்:

களித்தொறும் => மகிழும்போதெல்லாம்

உண்டல் => உண்ணுதல் / அருந்துதல்

வேட்டற்றால் => விருப்பம் உண்டாவதைப்போல

காமம் => காதல்

வெளிப்படுந்தோறும் => (ஊராருடைய வம்புப் பேச்சில்) வெளிப்படும்போதெல்லாம்

இனிது => இனியது

எளிய உரை:

குடிகாரர்கள் கள்ளைக் குடிக்கக் குடிக்க, இன்னும் கள் வேண்டும் என்று விரும்புவார்கள்.

அதுபோல, எங்களைப்பற்றி ஊரார் வம்பு பேசப் பேச, எங்கள் காதல் இன்னும் இனிக்கிறது.

குறள் எண்: 1146

குறள்:

கண்டது மன்னும் ஒரு நாள், அலர் மன்னும்
திங்களைப் பாம்பு கொண்டற்று

இந்தக் குறளை எப்படி மாற்றிப் படிக்கவேண்டும்:

கண்டது ஒரு நாள் மன்னும். அலர், திங்களைப் பாம்பு கொண்டற்று மன்னும்

இந்தக் குறளில் உள்ள கடினமான சொற்களும் அவற்றின் பொருளும்:

கண்டது => பார்த்தது

மன்னும் => அசைச்சொல் (பொருள் உணர்த்தாத சொல்)

அலர் => ஊராரின் வம்புப் பேச்சு

திங்களை => நிலாவை

கொண்டற்று => விழுங்கியதைப்போல

எளிய உரை:

நாங்கள் இருவரும் சந்தித்தது ஒரு நாள்தான். ஆனால், பல நாட்களாக எங்களைப்பற்றி ஊர் வம்பு பேசிக்கொண்டிருக்கிறது.

சந்திர கிரகணத்தின்போது நிலாவைப் பாம்பு விழுங்குவதாகச் சொல்வார்கள். அதை ஊரே கூடி நின்று பார்க்கும். அதுபோல, எங்கள் காதலும் ஊர் அறிந்த இரகசியமாகிவிட்டது.

குறள் எண்: 1147

குறள்:

ஊரவர் கௌவை எரு ஆக, அன்னை சொல்
நீர் ஆக நீளும் இந் நோய்

இந்தக் குறளை எப்படி மாற்றிப் படிக்கவேண்டும்:

ஊரவர் கௌவை எரு ஆக, அன்னை சொல் நீர் ஆக இந் நோய் நீளும்

இந்தக் குறளில் உள்ள கடினமான சொற்களும் அவற்றின் பொருளும்:

ஊரவர் => ஊர் மக்கள்

கௌவை => வம்புப்பேச்சு

எரு => உரம்

நீளும் => தொடரும் / வளரும்

இந் நோய் => இந்த நோய்

எளிய உரை:

இந்த ஊர் எங்களைப்பற்றி வம்பு பேசுகிறது, அதன்மூலம், எங்களுடைய காதல் நோய் என்கின்ற பயிருக்கு உரம் போடுகிறது.

என் தாய் ஊராரின் வம்புப் பேச்சைக் கேட்டுச் சினம் கொள்கிறார், என்னைக் கண்டிக்கிறார், அவருடைய சொற்கள் இந்தப் பயிருக்கு நீர் ஊற்றுகின்றன.

மொத்தத்தில், வம்புப் பேச்சின்மூலம் எங்கள் காதல் செழித்து வளர்கிறது.

குறள் எண்: 1148

குறள்:

நெய்யால் எரி நுதுப்பேம் என்றற்றால், கௌவையால்
காமம் நுதுப்பேம் எனல்

இந்தக் குறளை எப்படி மாற்றிப் படிக்கவேண்டும்:

கௌவையால் காமம் நுதுப்பேம் எனல் நெய்யால் எரி நுதுப்பேம் என்றற்றால்

இந்தக் குறளில் உள்ள கடினமான சொற்களும் அவற்றின் பொருளும்:

நெய்யால்	=>	நெய்யைக் கொண்டு
எரி	=>	நெருப்பு
நுதுப்பேம்	=>	அணைத்துவிடுவோம்
என்றற்றால்	=>	என்பதைப்போன்றது
கௌவையால்	=>	ஊராரின் வம்புப் பேச்சால்
காமம்	=>	காதல்
எனல்	=>	என்று சொல்லுதல்

எளிய உரை:

நெய்யைக் கொட்டித் தீயை அணைக்கமுடியுமா? (முடியாது.)

அதுபோல, ஊராரின் வம்புப் பேச்சுகள் காதலை அணைக்காது, இன்னும் நன்றாக வளர்க்கும்.

குறள் எண்: 1149

குறள்:

அலர் நாண ஒல்வதோ, அஞ்சல் ஓம்பு என்றார்
பலர் நாண நீத்தக்கடை

இந்தக் குறளை எப்படி மாற்றிப் படிக்கவேண்டும்:

பலர் நாண, அஞ்சல் ஓம்பு என்றார் நீத்தக்கடை அலர் நாண ஒல்வதோ!

இந்தக் குறளில் உள்ள கடினமான சொற்களும் அவற்றின் பொருளும்:

அலர்	=>	*ஊராரின் வம்புப் பேச்சு*
நாண	=>	*நாணம் கொள்ள*
ஒல்வதோ	=>	*முடியுமா?*
அஞ்சல்	=>	*அஞ்சவேண்டாம்*
ஓம்பு	=>	*காப்பாற்றிக்கொள்*
என்றார்	=>	*என்றவர்*
நீத்தக்கடை	=>	*நீங்கியபோது*

எளிய உரை:

எங்கள் காதலைப்பற்றி இந்த ஊர் வம்பு பேசியது. ஆனால், 'அதை எண்ணி அஞ்சாதே. நான் இருக்கிறேன்' என்று என் காதலன் எனக்கு உறுதி சொன்னான். அதைக் கேட்டு இந்த ஊர் வெட்கப்பட்டு நின்றது.

இப்போது, என் காதலன் என்னை விட்டுப் பிரிந்து சென்றுள்ளான். மறுபடியும் இந்த ஊர் எங்களைப்பற்றி வம்பு பேசுகிறது. ஆனால், அதை எண்ணி நான் வெட்கப்படுவேனா? (மாட்டேன். ஏனெனில், என் காதலன் விரைவில் திரும்பி வருவான், என்னை மணந்துகொள்வான்.)

குறள் எண்: 1150

குறள்:

**தாம் வேண்டின் நல்குவர் காதலர். யாம் வேண்டும்
கௌவை எடுக்கும் இவ் ஊர்**

இந்தக் குறளை எப்படி மாற்றிப் படிக்கவேண்டும்:

யாம் வேண்டும் கௌவை இவ் ஊர் எடுக்கும். காதலர் வேண்டின் தாம் நல்குவர்

இந்தக் குறளில் உள்ள கடினமான சொற்களும் அவற்றின் பொருளும்:

தாம் => அவர்

வேண்டின் => விரும்பினால்

நல்குவர் => வழங்குவார்

யாம் => நான்

வேண்டும் => விரும்புகிற

கௌவை => வம்புப் பேச்சு

எடுக்கும் => உண்டாக்கும்

இவ் ஊர் => இந்த ஊர்

எளிய உரை:

நான் நினைத்தபடி இந்த ஊர் எங்களைப்பற்றி வம்பு பேசுகிறது.

என் மனத்தில் இருக்கும் இதே ஆசைதான் என் காதலன் மனத்திலும் இருக்கும். அதனால், அவனே எங்கள் திருமணத்துக்கான ஏற்பாடுகளைச் செய்வான்.

இயல் - ௯

கற்பு இயல்

அதிகாரம் 116: பிரிவு ஆற்றாமை (பிரிவுத் துயரம்)

குறள் எண்: 1151

குறள்:

செல்லாமை உண்டேல் எனக்கு உரை, மற்று, நின்
வல் வரவு வாழ்வார்க்கு உரை

இந்தக் குறளை எப்படி மாற்றிப் படிக்கவேண்டும்:

செல்லாமை உண்டேல் எனக்கு உரை, மற்று, நின் வல் வரவு வாழ்வார்க்கு உரை

இந்தக் குறளில் உள்ள கடினமான சொற்களும் அவற்றின் பொருளும்:

செல்லாமை => பிரிந்து செல்லாமல் இருப்பது
உண்டேல் => உண்டென்றால்
உரை => சொல்
மற்று => அவ்வாறன்றி
நின் => உன்னுடைய
வல் => விரைவான
வரவு => வருகை
வாழ்வார்க்கு => உயிரோடு இருப்பவர்களுக்கு

எளிய உரை:

நான் உன்னை விட்டுப் பிரிந்து செல்லமாட்டேன் என்று சொல். விரைவில் திரும்பி வந்துவிடுவேன் என்றெல்லாம் சொல்லாதே. அதுபோன்ற சொற்களெல்லாம் உன்னைப் பிரிந்து உயிர் வாழ்கிறவர்களுக்குத்தான் பயன்படும். (உன்னைப் பிரிந்தால் நான் உயிர் வாழமாட்டேன்.)

குறள் எண்: 1152

குறள்:

இன்கண் உடைத்து அவர் பார்வல். பிரிவு அஞ்சும்
புன்கண் உடைத்து ஆல் புணர்வு

இந்தக் குறளை எப்படி மாற்றிப் படிக்கவேண்டும்:

அவர் பார்வல் இன்கண் உடைத்து. புணர்வு பிரிவு அஞ்சும் புன்கண் உடைத்து ஆல்

இந்தக் குறளில் உள்ள கடினமான சொற்களும் அவற்றின் பொருளும்:

இன்கண் உடைத்து => இன்பத்தைத் தந்தது

பார்வல் => பார்வை

பிரிவு அஞ்சும் => பிரிவை எண்ணி அஞ்சுகின்ற

புன்கண் உடைத்து => துன்பத்தைத் தருகிறது

ஆல் => அசைச்சொல் (பொருள் உணர்த்தாத சொல்)

புணர்வு => ஒன்றுகூடல்

எளிய உரை:

முன்பு, அவனுடைய பார்வையே எனக்கு இன்பத்தைக் கொடுத்தது.

ஆனால் இப்போது, அவன் என்னைக் கட்டித் தழுவினால்கூடத் துன்பம்தான் வருகிறது, அவன் என்னை விட்டுப் பிரிந்து சென்றுவிடுவானோ என்கிற அச்சம்தான் வருகிறது.

குறள் எண்: 1153

குறள்:

அரிது அரோ தேற்றம், அறிவு உடையார்கண்ணும்
பிரிவு ஓர் இடத்து உண்மையான்

இந்தக் குறளை எப்படி மாற்றிப் படிக்கவேண்டும்:

அறிவு உடையார்கண்ணும் ஓர் இடத்துப் பிரிவு உண்மையான் தேற்றம் அரிது அரோ

இந்தக் குறளில் உள்ள கடினமான சொற்களும் அவற்றின் பொருளும்:

அரிது => அரியது / முடியாதது

அரோ => அசைச்சொல் (பொருள் உணர்த்தாத சொல்)

தேற்றம் => ஆறுதல் / தேறுதல் / தெளிதல்

அறிவு => பிரிவினால் உண்டாகும் துன்பத்தை அறிந்திருந்தல்

உடையார்கண்ணும் => உடையவர்களிடமும்

ஓர் இடத்து => ஓர் இடத்தில்

உண்மையான் => உண்மையாக நிகழ்வதால்

எளிய உரை:

காதலில் பிரிவு வரக்கூடும் என்பது என் அறிவுக்குத் தெரியும். ஆனால், அதை என் மனத்துக்குப் புரியவைத்துத் தேற்றத்தான் முடியவில்லை.

குறள் எண்: 1154

குறள்:

அளித்து அஞ்சல் என்றவர் நீப்பின் தெளித்த சொல்
தேறியார்க்கு உண்டோ தவறு

இந்தக் குறளை எப்படி மாற்றிப் படிக்கவேண்டும்:

அளித்து அஞ்சல் என்றவர் நீப்பின் தெளித்த சொல் தேறியார்க்குத் தவறு உண்டோ?

இந்தக் குறளில் உள்ள கடினமான சொற்களும் அவற்றின் பொருளும்:

அளித்து => அன்பைப் பொழிந்து

அஞ்சல் => அஞ்சவேண்டாம்

என்றவர் => என்று சொன்னவர்

நீப்பின் => பிரிந்து சென்றால்

தெளித்த => தெளிவாகச் சொன்ன

தேறியார்க்கு => உண்மை என்று நம்பித் தெளிந்தவர்களுக்கு

தவறு => குற்றம்

எளிய உரை:

அவன் என்மீது அன்பைப் பொழிந்தான், 'அஞ்சாதே, நான் எப்போதும் உன்னுடன் இருப்பேன்' என்று உறுதி சொன்னான்.

ஆனால், இப்போது அவன் என்னை விட்டுப் பிரிந்து சென்றுவிட்டான். அவன் பேச்சை நம்பியதுதான் நான் செய்த குற்றமா?

குறள் எண்: 1155

குறள்:

ஓம்பின், அமைந்தார் பிரிவு ஓம்பல், மற்று அவர்
நீங்கின் அரிது ஆல் புணர்வு

இந்தக் குறளை எப்படி மாற்றிப் படிக்கவேண்டும்:

ஓம்பின், அமைந்தார் பிரிவு ஓம்பல், மற்று அவர் நீங்கின் புணர்வு அரிது ஆல்

இந்தக் குறளில் உள்ள கடினமான சொற்களும் அவற்றின் பொருளும்:

ஓம்பின் => காப்பாற்றவேண்டுமென்றால்

அமைந்தார் => எனக்காக அமைந்த என் காதலன்

ஓம்பல் => தடுங்கள்

மற்று => மற்றபடி

நீங்கின் => நீங்கிச் சென்றால்

அரிது => அரியதாகிவிடும் / முடியாத செயலாகிவிடும்

ஆல் => அசைச்சொல் (பொருள் உணர்த்தாத சொல்)

புணர்வு => கூடல்

எளிய உரை:

என் உயிரைக் காப்பாற்றவேண்டுமென்றால், என் காதலன் என்னை விட்டுப் பிரிந்து செல்லாமல் தடுத்து நிறுத்துங்கள்.

ஒருவேளை, அவன் என்னை விட்டுப் பிரிந்து சென்றுவிட்டால், அதன்பிறகு நாங்கள் ஒன்றுசேர்வது கடினமாகிவிடும்.

குறள் எண்: 1156

குறள்:

பிரிவு உரைக்கும் வன்கண்ணர் ஆயின் அரிது அவர்
நல்குவர் என்னும் நசை

இந்தக் குறளை எப்படி மாற்றிப் படிக்கவேண்டும்:

அவர் பிரிவு உரைக்கும் வன்கண்ணர் ஆயின், (அவர்) நல்குவர் என்னும் நசை அரிது

இந்தக் குறளில் உள்ள கடினமான சொற்களும் அவற்றின் பொருளும்:

உரைக்கும்	=>	*சொல்லும்*
வன்கண்ணர்	=>	*கொடுமையானவர்*
ஆயின்	=>	*ஆனால்*
அரிது	=>	*அரிய / முடியாத செயல்*
நல்குவர்	=>	*அன்பை வழங்குவார் / விரும்புவார்*
நசை	=>	*ஆசை*

எளிய உரை:

என் காதலன் என்மீது அன்பைப் பொழியவேண்டும் என்று ஆசைப்பட்டேன். ஆனால் அவனோ என்னை விட்டுப் பிரிந்து செல்லப்போவதாகச் சொல்கிறான். இந்தக் கொடிய சொற்களைக் கேட்டபிறகு என்னுடைய ஆசை எப்படி நிறைவேறும்?

குறள் எண்: 1157

குறள்:

துறைவன் துறந்தமை தூற்றாகொல், முன் கை
இறை இறவா நின்ற வளை

இந்தக் குறளை எப்படி மாற்றிப் படிக்கவேண்டும்:

முன் கை இறை இறவா நின்ற வளை துறைவன் துறந்தமை தூற்றாகொல்

இந்தக் குறளில் உள்ள கடினமான சொற்களும் அவற்றின் பொருளும்:

துறைவன் => தலைவன் / காதலன்

துறந்தமை => என்னை விட்டுச் சென்ற தன்மை

தூற்றாகொல் => எல்லாருக்கும் அறிவிக்காதா?

இறை => மணிக்கட்டு

இறவா நின்ற => கழன்ற

வளை => வளையல்கள்

எளிய உரை:

என் காதலன் என்னை விட்டுப் பிரிந்து சென்றுவிட்டான். அதனால், நான் உடல் மெலிகிறேன். என்னுடைய முன் கையில் இருக்கும் வளையல்கள் மணிக்கட்டிலிருந்து கழன்று விழுகின்றன, என்னுடைய பிரிவுத் துன்பத்தை ஊராருக்கு அறிவிக்கின்றன!

குறள் எண்: 1158

குறள்:

இன்னாது இனன் இல் ஊர் வாழ்தல். அதனினும்
இன்னாது இனியார்ப் பிரிவு

இந்தக் குறளை எப்படி மாற்றிப் படிக்கவேண்டும்:

இனன் இல் ஊர் வாழ்தல் இன்னாது. இனியார்ப் பிரிவு அதனினும் இன்னாது

இந்தக் குறளில் உள்ள கடினமான சொற்களும் அவற்றின் பொருளும்:

இன்னாது => துன்பமானது

இனன் => இனத்தவர் / தோழிகள்

இல் => இல்லாத

ஊர் வாழ்தல் => ஊரில் வாழ்வது

அதனினும் => அதைவிட

இனியார் => இனிய காதலன்

எளிய உரை:

தோழிகள் இல்லாத ஊரில் வாழ்வது பெரிய துன்பம். காதலனைப் பிரிந்து வாழ்வது அதைவிடப் பெரிய துன்பம்.

குறள் எண்: 1159

குறள்:

தொடின் சுடின் அல்லது காம நோய்போல
விடின் சுடல் ஆற்றுமோ தீ

இந்தக் குறளை எப்படி மாற்றிப் படிக்கவேண்டும்:

தீ தொடின் சுடின் அல்லது காம நோய் போல விடின் சுடல் ஆற்றுமோ?

இந்தக் குறளில் உள்ள கடினமான சொற்களும் அவற்றின் பொருளும்:

தொடின் => தொட்டால்

சுடின் => சுடும்

அல்லது => அப்படியின்றி

காம => காதல்

விடின் => விட்டால் / விலகினால்

சுடல் => சுடுதல்

ஆற்றுமோ => செய்யக்கூடியதோ?

எளிய உரை:

நெருப்புகூட தொட்டால்தான் சுடும். ஆனால், இந்தக் காதல் நோய் அதைவிடக் கொடுமையானது, காதலனை விட்டுப் பிரிந்தாலே சுடுகிறது.

குறள் எண்: 1160

குறள்:

அரிது ஆற்றி, அல்லல் நோய் நீக்கிப் பிரிவு ஆற்றிப்
பின் இருந்து வாழ்வார் பலர்

இந்தக் குறளை எப்படி மாற்றிப் படிக்கவேண்டும்:

அரிது ஆற்றி, அல்லல் நோய் நீக்கி, பிரிவு ஆற்றிப் பின் இருந்து வாழ்வார் பலர்

இந்தக் குறளில் உள்ள கடினமான சொற்களும் அவற்றின் பொருளும்:

அரிது => பிரிவை ஏற்றிக்கொள்ளும் அரிய செயல்

ஆற்றி => மனத்தைத் தேற்றிக்கொண்டு

அல்லல் => துன்பம்

பிரிவு ஆற்றி => பிரிவைத் தாங்கிக்கொண்டு

வாழ்வார் => வாழ்கிறவர்கள்

எளிய உரை:

இந்த உலகத்தில் பல பெண்கள் தங்கள் காதலனுடைய பிரிவைத் தாங்கிக்கொள்கிறார்கள், அதனால் வருகிற காதல் நோயையும் பொறுத்துக்கொண்டு உயிர் வாழ்கிறார்கள். இது பெரிய வியப்புதான்!

அதிகாரம் 117: படர் மெலிந்து இரங்கல் (காதலனைப் பிரிந்த காதலி உடல் மெலிந்து வாடுதல்)

குறள் எண்: 1161

குறள்:

மறைப்பேன் மன் யான் இஃதோ நோயை இறைப்பவர்க்கு
ஊற்று நீர் போல மிகும்

இந்தக் குறளை எப்படி மாற்றிப் படிக்கவேண்டும்:

நோயை யான் மறைப்பேன் மன்! இஃதோ இறைப்பவர்க்கு ஊற்று நீர் போல மிகும்

இந்தக் குறளில் உள்ள கடினமான சொற்களும் அவற்றின் பொருளும்:

மறைப்பேன் => மறைத்துவைப்பேன்

மன் => அசைச்சொல் (பொருள் உணர்த்தாத சொல்)

யான் => நான்

இஃதோ => இதுவோ

இறைப்பவர்க்கு => நீர் இறைப்பவர்களுக்கு

மிகும் => பெருகும்

எளிய உரை:

என்னுடைய காதல் நோயை மறைத்துவைக்கவேண்டும் என்றுதான் முயற்சி செய்கிறேன். ஆனால், இறைக்க இறைக்கப் பொங்குகிற ஊற்று நீரைப்போல் இந்த நோய் மேலும் மேலும் பெருகுகிறது.

குறள் எண்: 1162

குறள்:

கரத்தலும் ஆற்றேன் இந் நோயை, நோய் செய்தார்க்கு
உரைத்தலும் நாணுத் தரும்

இந்தக் குறளை எப்படி மாற்றிப் படிக்கவேண்டும்:

இந் நோயைக் கரத்தலும் ஆற்றேன், நோய் செய்தார்க்கு (இந் நோயை) உரைத்தலும் நாணுத் தரும்

இந்தக் குறளில் உள்ள கடினமான சொற்களும் அவற்றின் பொருளும்:

கரத்தலும் => மறைப்பதும்

ஆற்றேன் => என்னால் தாங்கிக்கொள்ள இயலவில்லை

இந் நோயை => இந்த நோயை

நோய் செய்தார்க்கு => நோயை உண்டாக்கியவருக்கு

உரைத்தலும் => சொல்லுவதும்

நாணு => நாணம் / வெட்கம்

எளிய உரை:

இந்தக் காதல் நோயை என்னால் மறைக்கமுடியவில்லை. இந்த நோயை உண்டாக்கிய என் காதலனிடம் சென்று இதைப்பற்றிப் பேசலாம் என்றால், கூச்சமாக இருக்கிறது. நான் என்ன செய்வேன்?

குறள் எண்: 1163

குறள்:

காமமும் நாணும் உயிர் காவாத் தூங்கும் என்
நோனா உடம்பின் அகத்து

இந்தக் குறளை எப்படி மாற்றிப் படிக்கவேண்டும்:

என் நோனா உடம்பின் அகத்து, காமமும் நாணும் உயிர் காவாத் தூங்கும்

இந்தக் குறளில் உள்ள கடினமான சொற்களும் அவற்றின் பொருளும்:

காமம்	=>	காதல்
நாண்	=>	நாணம் / வெட்கம்
காவா	=>	சுமையைத் தாங்கும் கொம்பாக
தூங்கும்	=>	தொங்கும்
நோனா	=>	தாங்கமுடியாத / பொறுக்கமுடியாத
அகத்து	=>	உள்ளே

எளிய உரை:

என் உடம்பு காதல் துன்பத்தைத் தாங்கமுடியாமல் வாடுகிறது. அந்த உடம்புக்குள் இருக்கும் என் உயிரின் இரு பக்கங்களிலும் காதலும் நாணமும் சுமையாகத் தொங்குகின்றன.

குறள் எண்: 1164

குறள்:

காமக் கடல் மன்னும் உண்டே. அது நீந்தும்
ஏமப் புணை மன்னும் இல்

இந்தக் குறளை எப்படி மாற்றிப் படிக்கவேண்டும்:

காமக் கடல் மன்னும் உண்டே. அது நீந்தும் ஏமப் புணை மன்னும் இல்

இந்தக் குறளில் உள்ள கடினமான சொற்களும் அவற்றின் பொருளும்:

காம => காதல்

மன்னும் => அசைச்சொல் (பொருள் உணர்த்தாத சொல்)

அது நீந்தும் => அதை நீந்திக் கடக்கும்

ஏம => பாதுகாப்பு

புணை => தெப்பம்

இல் => இல்லை

எளிய உரை:

எனக்கு முன்னால் காதல் என்கிற கடல் இருக்கிறது. ஆனால், அந்தக் கடலைப் பாதுகாப்பாகக் கடப்பதற்கு ஏற்ற தெப்பம் எதுவும் இல்லை. நான் என்ன செய்வேன்!

குறள் எண்: 1165

குறள்:

துப்பின் எவன் ஆவர் மன் கொல், துயர் வரவு
நட்பினுள் ஆற்றுபவர்

இந்தக் குறளை எப்படி மாற்றிப் படிக்கவேண்டும்:

நட்பினுள் துயர் வரவு ஆற்றுபவர் துப்பின் எவன் ஆவர் மன் கொல்

இந்தக் குறளில் உள்ள கடினமான சொற்களும் அவற்றின் பொருளும்:

துப்பின் => பகைமையின்போது

எவன் ஆவர் => எப்படிப்பட்டவராக இருப்பார்

மன் => அசைச்சொல் (பொருள் உணர்த்தாத சொல்)

கொல் => அசைச்சொல் (பொருள் உணர்த்தாத சொல்)

துயர் வரவு => துயரம் உண்டாதல்

நட்பினுள் => நட்பாக இருக்கும்போது

ஆற்றுபவர் => உண்டாக்குபவர்

எளிய உரை:

என் காதலன் என்னுடைய நண்பன்தான். ஆனால், இவன் எனக்கு மிகுந்த துயரத்தைத் தருகிறான்.

ஒருவேளை, இவன் என்னுடைய பகைவனாக இருந்திருந்தால் இன்னும் எப்படிப்பட்ட துயரத்தைத் தருவானோ!

குறள் எண்: 1166

குறள்:

இன்பம் கடல் மற்றுக் காமம் அஃது அடுங்கால்
துன்பம் அதனின் பெரிது

இந்தக் குறளை எப்படி மாற்றிப் படிக்கவேண்டும்:

காம இன்பம் கடல். மற்று அஃது அடுங்கால் துன்பம் அதனின் பெரிது

இந்தக் குறளில் உள்ள கடினமான சொற்களும் அவற்றின் பொருளும்:

மற்று => *பிறகு*

காமம் => *காதல்*

அஃது => *அது*

அடுங்கால் => *வருத்தும்போது / துன்பத்தைத் தரும்போது*

அதனின் => *அதைவிட*

எளிய உரை:

காதல் என்பது மிகப் பெரிய இன்பக் கடல்.

ஆனால், காதலன் பிரிந்து செல்லும்போது உண்டாகும் துன்பக் கடல் அதைவிடப் பெரியது.

குறள் எண்: 1167

குறள்:

காமக் கடும் புனல் நீந்திக் கரை காணேன்,
யாமத்தும் யானே உளேன்

இந்தக் குறளை எப்படி மாற்றிப் படிக்கவேண்டும்:

காமக் கடும் புனல் நீந்திக் கரை காணேன், யாமத்தும் யானே உளேன்

இந்தக் குறளில் உள்ள கடினமான சொற்களும் அவற்றின் பொருளும்:

காம => காதல்

கடும் => கடுமையான

புனல் => நீர் வெள்ளம்

காணேன் => காணவில்லை

யாமத்தும் => பாதி இரவிலும்

யானே => நான்மட்டும்

உளேன் => தனியாக இருக்கின்றேன்

எளிய உரை:

உலகமெல்லாம் தூங்குகின்ற இந்த நள்ளிரவு நேரத்திலும் நான்மட்டும் தனியாக விழித்திருக்கிறேன், காதல் வெள்ளத்தில் சிக்கித் தத்தளிக்கிறேன், இந்தப் பெரிய கடலின் கரையைக் கண்டுபிடிக்கமுடியாமல் தவிக்கிறேன்.

குறள் எண்: 1168

குறள்:

மன் உயிர் எல்லாம் துயிற்றி, அளித்து இரா,
என் அல்லது இல்லை துணை

இந்தக் குறளை எப்படி மாற்றிப் படிக்கவேண்டும்:

இரா அளித்து! மன் உயிர் எல்லாம் துயிற்றி, என் அல்லது துணை இல்லை

இந்தக் குறளில் உள்ள கடினமான சொற்களும் அவற்றின் பொருளும்:

மன் உயிர் => நிலைத்த உயிர்கள்

துயிற்றி => தூங்கச்செய்து

அளித்து => இரக்கத்துக்கு உரியது

இரா => இரவு

என் அல்லது => என்னைத் தவிர

எளிய உரை:

இந்த இரவுப் பொழுதைப் பார்த்தால் எனக்கு இரக்கம்தான் வருகிறது. ஏனென்றால், இந்த இரவு நிலைத்த உயிர்கள் அனைத்தையும் உறங்கச்செய்துவிட்டது. இனிமேல் இரவுக்கு நான்மட்டும்தான் துணை!

குறள் எண்: 1169

குறள்:

கொடியார் கொடுமையின் தாம் கொடிய, இந் நாள்
நெடிய கழியும் இரா

இந்தக் குறளை எப்படி மாற்றிப் படிக்கவேண்டும்:

இந் நாள் நெடிய கழியும் இரா கொடியார் கொடுமையின் தாம் கொடிய

இந்தக் குறளில் உள்ள கடினமான சொற்களும் அவற்றின் பொருளும்:

கொடியார்	=>	*கொடியவர்கள்*
கொடுமையின்	=>	*கொடுமையைவிட*
தாம்	=>	*தான்*
கொடிய	=>	*கொடியது*
இந் நாள்	=>	*இந்த நாட்களில் / இப்போதெல்லாம்*
நெடிய	=>	*நீண்டு*
கழியும்	=>	*கழிகின்ற / செல்கின்ற*
இரா	=>	*இரவு*

எளிய உரை:

இந்த உலகத்தின் மிகப் பெரிய கொடுமை, காதலன் அருகில் இல்லாத நீண்ட இரவுப் பொழுதுதான்!

குறள் எண்: 1170

குறள்:

உள்ளம் போன்று உள் வழிச் செல்கிற்பின் வெள்ள நீர்
நீத்தல மன்னோ என் கண்

இந்தக் குறளை எப்படி மாற்றிப் படிக்கவேண்டும்:

உள்ளம் போன்று உள் வழி செல்கிற்பின் என் கண் வெள்ள நீர் நீத்தல மன்னோ

இந்தக் குறளில் உள்ள கடினமான சொற்களும் அவற்றின் பொருளும்:

உள் வழி => காதலன் இருக்கும் இடம்

செல்கிற்பின் => சென்றால்

நீத்தல => நீந்தாது

மன்னோ => அசைச்சொல் (பொருள் உணர்த்தாத சொல்)

எளிய உரை:

என் காதலன் என்னைப் பிரிந்து சென்றுவிட்டான். என் நெஞ்சம் அவனைத் தேடிக்கொண்டு சென்றுவிட்டது.

ஆனால், என்னுடைய கண்களால் அப்படிச் செல்ல இயலவில்லை. அதனால், அவை இங்கேயே இருந்து கண்ணீர் வெள்ளத்தில் நீந்திக்கொண்டிருக்கின்றன.

அதிகாரம் 118: கண் விதுப்பு அழிதல்
(கண்கள் காதலனைக் காண விரும்பி வருந்துதல்)

குறள் எண்: 1171

குறள்:

கண் தாம் கலுழ்வது எவன்கொலோ, தண்டா நோய்
தாம் காட்ட யாம் கண்டது

இந்தக் குறளை எப்படி மாற்றிப் படிக்கவேண்டும்:

கண் தாம் காட்டத் தண்டா நோய் யாம் கண்டது. (கண்) தாம் கலுழ்வது எவன்கொலோ

இந்தக் குறளில் உள்ள கடினமான சொற்களும் அவற்றின் பொருளும்:

தாம் => *தாங்களே*

கலுழ்வது => *அழுவது*

எவன்கொலோ => *எதனால்*

தண்டா => *தணியாத / குறையாத*

தாம் காட்ட => *தாங்கள் காண்பிக்க*

யாம் => *நான்*

எளிய உரை:

இந்தக் கண்கள்தான் என் காதலனை எனக்குக் காண்பித்தன, எனக்குள் தணியாத காதல் நோயை உண்டாக்கின.

ஆனால் இப்போது, அதே கண்கள் அவனை நினைத்து அழுகின்றன. இது ஏனோ!

குறள் எண்: 1172

குறள்:

தெரிந்து உணரா நோக்கிய உண் கண் பரிந்து உணராப்
பைதல் உழப்பது எவன்

இந்தக் குறளை எப்படி மாற்றிப் படிக்கவேண்டும்:

தெரிந்து உணரா நோக்கிய உண் கண் பரிந்து உணராப் பைதல் உழப்பது எவன்

இந்தக் குறளில் உள்ள கடினமான சொற்களும் அவற்றின் பொருளும்:

தெரிந்து => ஆராய்ந்து

உணரா => உணராமல்

நோக்கிய => பார்த்த

உண் கண் => மையுண்ட / மை பூசிய கண்கள்

பரிந்து => பரிவுடன் சிந்தித்து

பைதல் => துன்பம்

உழப்பது => வருந்துவது

எவன் => ஏன்

எளிய உரை:

என்னுடைய மை பூசிய கண்கள் என் காதலனைக் கண்டன. இவனைக் கண்டால் இவளுடைய நிலை என்ன ஆகுமோ என்றெல்லாம் அவை சிந்திக்கவில்லை, அவனை ஆசை தீரப் பார்த்தன. அதனால் எனக்குக் காதல் நோய் வந்துவிட்டது.

ஆனால் இப்போது, அதே கண்கள் என்னுடைய காதலைப் புரிந்துகொள்ளாமல் துன்பப்பட்டு வருந்தி அழுகின்றன. இது ஏனோ!

குறள் எண்: 1173

குறள்:

கதும் எனத் தாம் நோக்கித் தாமே கலுழும்.
இது நகத்தக்கது உடைத்து

இந்தக் குறளை எப்படி மாற்றிப் படிக்கவேண்டும்:

தாம் கதும் என நோக்கித் தாமே கலுழும். இது நகத்தக்கது உடைத்து

இந்தக் குறளில் உள்ள கடினமான சொற்களும் அவற்றின் பொருளும்:

கதும் என => விரைவாக

தாம் => தாங்கள்

நோக்கி => பார்த்து

தாமே => தாங்களே

கலுழும் => அழும்

நகத்தக்கது உடைத்து => நகைப்புக்கு உரியது

எளிய உரை:

அன்றைக்கு, என்னுடைய கண்கள் என் காதலனை விரைவாகப் பார்த்தன.

இன்றைக்கு, அதே கண்கள் அவனைப் பிரிந்து வருந்தி அழுகின்றன. இதை நினைத்தால் சிரிப்புதான் வருகிறது.

குறள் எண்: 1174

குறள்:

பெயல் ஆற்றா நீர் உலந்த, உண் கண் உயல் ஆற்றா
உய்வு இல் நோய் என்கண் நிறுத்து

இந்தக் குறளை எப்படி மாற்றிப் படிக்கவேண்டும்:

உண் கண் உயல் ஆற்றா உய்வு இல் நோய் என்கண் நிறுத்து,
பெயல் ஆற்றா நீர் உலந்த

இந்தக் குறளில் உள்ள கடினமான சொற்களும் அவற்றின் பொருளும்:

பெயல் => கண்ணீரைப் பெய்வது / அழுவது

ஆற்றா => இயலாத

நீர் => கண்ணீர்

உலந்த => உலர்ந்துவிட்டன / வற்றிவிட்டன

உண் கண் => மையுண்ட / மை பூசிய கண்கள்

உயல் => உய்தல் / பிழைத்தல்

உய்வு => உய்வது / பிழைப்பது

இல் => இல்லாத

என்கண் => என்னிடம்

நிறுத்து => உண்டாக்கி

எளிய உரை:

மை பூசிய என் கண்கள் என் காதலனைப் பார்த்தன, எனக்குள் முடிவில்லாத காதல் நோயை உண்டாக்கின.

அதன்பிறகு, அதே கண்கள் அவனைப் பிரிந்து வருந்தி அழுதன. அழுது அழுது என் கண்களில் கண்ணீர்கூட வற்றிவிட்டது.

குறள் எண்: 1175

குறள்:

படல் ஆற்றா பைதல் உழக்கும், கடல் ஆற்றாக்
காம நோய் செய்த என் கண்

இந்தக் குறளை எப்படி மாற்றிப் படிக்கவேண்டும்:

கடல் ஆற்றாக் காம நோய் செய்த என் கண் படல் ஆற்றா பைதல் உழக்கும்

இந்தக் குறளில் உள்ள கடினமான சொற்களும் அவற்றின் பொருளும்:

படல் ஆற்றா	=> தூங்காமல்
பைதல்	=> துன்பம்
உழக்கும்	=> வருந்தும்
கடல் ஆற்றா	=> கடலும் சிறியதாகத் தோன்றும்படி
காம	=> காதல்

எளிய உரை:

என் கண்கள் எனக்குள் கடலைவிடப் பெரிய காதல் நோயை உண்டாக்கிவிட்டன.

இப்போது, அதே கண்கள் தூங்காமல் துன்பத்தில் வாடுகின்றன.

குறள் எண்: 1176

குறள்:

ஓஒ, இனிதே எமக்கு இந் நோய் செய்த கண்
தாஅம் இதன் பட்டது

இந்தக் குறளை எப்படி மாற்றிப் படிக்கவேண்டும்:

ஓஒ, எமக்கு இந் நோய் செய்த கண் தாஅம் இதன் பட்டது இனிதே

இந்தக் குறளில் உள்ள கடினமான சொற்களும் அவற்றின் பொருளும்:

ஓஒ	=>	வியப்புக் குறிப்பு
இனிதே	=>	இனிமையானதுதான்
எமக்கு	=>	எனக்கு
இந் நோய்	=>	இந்த நோய்
தாஅம்	=>	தாமும் / தாங்களும்
இதன் பட்டது	=>	இப்படித் துன்பப்படுவது

எளிய உரை:

என் கண்கள்தான் எனக்குக் காதல் நோயைக் கொடுத்தன. இப்போது, அதே கண்கள் அந்தக் காதல் நோயால் துன்பப்படுகின்றன. இது எனக்கு மகிழ்ச்சிதான்!

குறள் எண்: 1177

குறள்:

உழந்து உழந்து உள் நீர் அறுக, விழைந்து, இழைந்து,
வேண்டி அவர்க் கண்ட கண்

இந்தக் குறளை எப்படி மாற்றிப் படிக்கவேண்டும்:

விழைந்து, இழைந்து, வேண்டி அவர்க் கண்ட கண் உழந்து உழந்து உள் நீர் அறுக

இந்தக் குறளில் உள்ள கடினமான சொற்களும் அவற்றின் பொருளும்:

உழந்து உழந்து => மீண்டும் மீண்டும் துன்பப்பட்டு

உள் நீர் => கண்ணுக்குள் இருக்கும் கண்ணீர்

அறுக => அற்றுப்போகட்டும்

விழைந்து => விரும்பி

இழைந்து => நெகிழ்ந்து

வேண்டி => விருப்பப்பட்டு

அவர்க் கண்ட => என் காதலனைக் கண்ட

எளிய உரை:

என் கண்கள் மிகுந்த விருப்பத்துடன் என் காதலனைப் பார்த்து நெகிழ்ந்தன. இப்போது, அதே கண்கள் காதல் நோயால் துன்பப்படுகின்றன.

நன்றாகத் துன்பப்படட்டும்! அழுது அழுது கண்ணிலிருக்கிற கண்ணீரெல்லாம் வற்றிப்போகட்டும்!

குறள் எண்: 1178

குறள்:

பேணாது பெட்டார் உளர் மன் ஓ. மற்று அவர்க்
காணாது அமைவு இல கண்

இந்தக் குறளை எப்படி மாற்றிப் படிக்கவேண்டும்:

பேணாது பெட்டார் உளர் மன் ஓ. மற்று அவர்க் காணாது கண் அமைவு இல

இந்தக் குறளில் உள்ள கடினமான சொற்களும் அவற்றின் பொருளும்:

பேணாது => உண்மையாக விரும்பாமல் / பாதுகாக்காமல்
பெட்டார் => வெறும் சொற்களால் விரும்பியவன்
உளர் => இருக்கிறார்
மன் => அசைச்சொல் (பொருள் உணர்த்தாத சொல்)
ஓ => அசைச்சொல் (பொருள் உணர்த்தாத சொல்)
மற்று => மேலும் / பின்னர்
அவர்க் காணாது => என் காதலனைப் பார்க்காமல்
அமைவு => பொருத்தம்
இல => இல்லாதவை

எளிய உரை:

என் காதலன் என்னைக் காதலிப்பதாகச் சொன்னான். ஆனால், அது வெறும் பேச்சுதான். உண்மையில் அவன் என்னைக் காதலிக்கவில்லை.

ஆனால், இந்த உண்மையை நான் அறிந்திருந்து என்ன பயன்? என் கண்களால் அவனைப் பார்க்காமல் இருக்கமுடியவில்லையே!

குறள் எண்: 1179

குறள்:

வாராக்கால் துஞ்சா, வரின் துஞ்சா, ஆயிடை
ஆர் அஞர் உற்றன கண்

இந்தக் குறளை எப்படி மாற்றிப் படிக்கவேண்டும்:

கண் வாராக்கால் துஞ்சா, வரின் துஞ்சா, ஆயிடை ஆர் அஞர் உற்றன

இந்தக் குறளில் உள்ள கடினமான சொற்களும் அவற்றின் பொருளும்:

வாராக்கால் => வராதபோது

துஞ்சா => தூங்குவதில்லை

வரின் => வரும்போது

ஆயிடை => இவற்றுக்கு இடையில்

ஆர் => மிகுந்த

அஞர் => துன்பம்

உற்றன => அடைந்தன

எளிய உரை:

என் காதலன் என்னைப் பார்க்க வரும்போது என் கண்கள் மகிழ்கின்றன, தூக்கத்தை மறந்துவிடுகின்றன.

என் காதலன் என்னை விட்டுப் பிரியும்போது என் கண்கள் வருந்துகின்றன. அப்போதும் அவை தூங்குவதில்லை.

மொத்தத்தில், என் கண்களுக்கு எப்போதும் பெரும் துன்பம்தான்.

குறள் எண்: 1180

குறள்:

மறை பெறல் ஊரார்க்கு அரிது அன்று ஆல், எம் போல்
அறை பறை கண்ணார் அகத்து

இந்தக் குறளை எப்படி மாற்றிப் படிக்கவேண்டும்:

எம் போல் பறை அறை கண்ணார் அகத்து மறை பெறல் ஊரார்க்கு அரிது அன்று ஆல்

இந்தக் குறளில் உள்ள கடினமான சொற்களும் அவற்றின் பொருளும்:

மறை => மறைத்து வைக்கப்பட்ட இரகசியம்

பெறல் => பெறுதல் / தெரிந்துகொள்ளுதல்

அரிது அன்று => அரியது இல்லை / எளியதுதான்

ஆல் => அசைச்சொல் (பொருள் உணர்த்தாத சொல்)

எம் போல் => என்னைப்போல்

அறை => அடிக்கின்ற

பறை => ஓர் இசைக் கருவி

கண்ணார் => கண்களை உடையவர்கள்

அகத்து => அகத்தில் / மனத்தில்

எளிய உரை:

என் நெஞ்சில் இருக்கும் உணர்ச்சிகளையெல்லாம் என்னுடைய கண்கள் வெளிப்படுத்திவிடுகின்றன, ஊர்முழுக்கப் பறை அடித்துச் சொல்லிவிடுகின்றன. அதனால், ஊரார் என்னுடைய இரகசியங்களையெல்லாம் எளிதில் தெரிந்துகொண்டுவிடுகிறார்கள்.

அதிகாரம் 119: பசப்பு உறு பருவரல் (காதலனைப் பிரிந்து துன்பப்படும் காதலியின் உடலில் உண்டாகும் நிற மாற்றம்)

குறள் எண்: 1181

குறள்:

நயந்தவர்க்கு நல்காமை நேர்ந்தேன். பசந்த என்
பண்பு யார்க்கு உரைக்கோ பிற

இந்தக் குறளை எப்படி மாற்றிப் படிக்கவேண்டும்:

நயந்தவர்க்கு நல்காமை நேர்ந்தேன். பசந்த என் பண்பு பிற யார்க்கு உரைக்கோ?

இந்தக் குறளில் உள்ள கடினமான சொற்களும் அவற்றின் பொருளும்:

நயந்தவர்க்கு => விரும்பிய காதலனுக்கு

நல்காமை => அன்பை வழங்காமல் இருத்தல் / பிரிந்து செல்லுதல்

நேர்ந்தேன் => ஒப்புக்கொண்டேன்

பசந்த => பசலை உண்டான / நிறம் மாறிய

யார்க்கு => யாருக்கு

உரைக்கோ => சொல்வேன்

எளிய உரை:

என்மீது அன்பு கொண்ட காதலன் என்னைப் பிரிந்து செல்வதாகச் சொன்னான். நானும் அதற்கு ஒப்புக்கொண்டேன்.

இப்போது, அவனைப் பிரிந்து நான் வாடுகிறேன், என் உடலெங்கும் பசலை படர்ந்துவிட்டது. இதை நான் யாரிடம் சொல்வேன்?

குறள் எண்: 1182

குறள்:

அவர் தந்தார் என்னும் தகையால் இவர்தந்து என்
மேனி மேல் ஊரும் பசப்பு

இந்தக் குறளை எப்படி மாற்றிப் படிக்கவேண்டும்:

அவர் தந்தார் என்னும் தகையால் என் மேனி மேல் இவர்தந்து பசப்பு ஊரும்

இந்தக் குறளில் உள்ள கடினமான சொற்களும் அவற்றின் பொருளும்:

அவர் => என் காதலன்

தந்தார் => உண்டாக்கினான்

தகையால் => பெருமையினால்

இவர்தந்து => ஏறி

மேனி => உடல்

ஊரும் => ஊர்ந்து செல்லும்

பசப்பு => பசலை / நிறமாற்றம்

எளிய உரை:

என் காதலன் என்னை விட்டுப் பிரிந்து சென்றான். அதனால் என் உடலில் பசலை உண்டானது. அவன் கொடுத்த பசலை என்பதால் அது பெருமிதத்துடன் என்மீது படர்ந்து செல்கிறது.

குறள் எண்: 1183

குறள்:

சாயலும் நாணும் அவர் கொண்டார், கைம்மாறா
நோயும் பசலையும் தந்து

இந்தக் குறளை எப்படி மாற்றிப் படிக்கவேண்டும்:

அவர் நோயும் பசலையும் கைம்மாறாத் தந்து சாயலும் நாணும் கொண்டார்

இந்தக் குறளில் உள்ள கடினமான சொற்களும் அவற்றின் பொருளும்:

சாயல்	=>	*அழகு*
நாண்	=>	*நாணம் / வெட்கம்*
கொண்டார்	=>	*எடுத்துக்கொண்டான்*
கைம்மாறா	=>	*அவற்றுக்குப் பதிலாக*
நோய்	=>	*காதல் நோய்*
பசலை	=>	*நிறமாற்றம்*

எளிய உரை:

என் காதலன் என்னுடைய அழகையும் நாணத்தையும் எடுத்துக்கொண்டுவிட்டான், காதல் நோயையும் பசலையையும் கொடுத்துவிட்டான்.

குறள் எண்: 1184

குறள்:

உள்ளுவன் மன் யான், உரைப்பது அவர் திறம் ஆல்,
கள்ளம், பிறவோ பசப்பு

இந்தக் குறளை எப்படி மாற்றிப் படிக்கவேண்டும்:

யான் அவர் உள்ளுவன் மன், (யான்) உரைப்பது (அவர்) திறம் ஆல், பசப்பு கள்ளம், பிறவோ

இந்தக் குறளில் உள்ள கடினமான சொற்களும் அவற்றின் பொருளும்:

உள்ளுவன் => நினைக்கிறேன்

மன் => அசைச்சொல் (பொருள் உணர்த்தாத சொல்)

யான் => நான்

உரைப்பது => சொல்லுவது

திறம் => திறன் / பண்பு

ஆல் => அசைச்சொல் (பொருள் உணர்த்தாத சொல்)

கள்ளம் => வஞ்சனை

பிறவோ => வேறொன்றோ / இன்னொன்றோ?

பசப்பு => பசலை / நிறமாற்றம்

எளிய உரை:

நான் எப்போதும் என் காதலனைத்தான் நினைத்துக் கொண்டிருக்கிறேன், அவனுடைய பண்புகளைப்பற்றித்தான் பேசிக்கொண்டிருக்கிறேன். ஆனாலும் என் உடலில் பசலை படர்கிறது. இது என்ன வஞ்சனை!

குறள் எண்: 1185

குறள்:

உவக்காண், எம் காதலர் செல்வார். இவக்காண், எம்
மேனி பசப்பு ஊர்வது

இந்தக் குறளை எப்படி மாற்றிப் படிக்கவேண்டும்:

உவக்காண், எம் காதலர் செல்வார். இவக்காண், எம் மேனி பசப்பு ஊர்வது

இந்தக் குறளில் உள்ள கடினமான சொற்களும் அவற்றின் பொருளும்:

உவக்காண் => அங்கே பார்

இவக்காண் => இங்கே பார்

எம் => என்

மேனி => உடல்

பசப்பு => பசலை / நிறமாற்றம்

ஊர்வது => படர்வது

எளிய உரை:

என் காதலன் என்னை விட்டுப் பிரிந்து சென்ற அதே விநாடியில் என் உடலில் பசலை படர்கிறது.

குறள் எண்: 1186

குறள்:

விளக்கு அற்றம் பார்க்கும் இருளே போல் கொண்கன்
முயக்கு அற்றம் பார்க்கும் பசப்பு

இந்தக் குறளை எப்படி மாற்றிப் படிக்கவேண்டும்:

பசப்பு, விளக்கு அற்றம் பார்க்கும் இருளே போல் கொண்கன் முயக்கு அற்றம் பார்க்கும்

இந்தக் குறளில் உள்ள கடினமான சொற்களும் அவற்றின் பொருளும்:

அற்றம் => முடிவு

கொண்கன் => தலைவன் / காதலன்

முயக்கு => தழுவுதல்

பசப்பு => பசலை / நிறமாற்றம்

எளிய உரை:

விளக்கு அணைந்ததும் இருள் சூழ்ந்துவிடுகிறது. அதுபோல, என்னைத் தழுவிக்கொண்டிருக்கிற என் காதலன் சற்று விலகியதும் என்மீது பசலை படர்ந்துவிடுகிறது.

குறள் எண்: 1187

குறள்:

புல்லிக் கிடந்தேன், புடை பெயர்ந்தேன், அவ் அளவில்
அள்ளிக்கொள்வற்றே பசப்பு

இந்தக் குறளை எப்படி மாற்றிப் படிக்கவேண்டும்:

புல்லிக் கிடந்தேன், புடை பெயர்ந்தேன், அவ் அளவில் பசப்பு
அள்ளிக்கொள்வற்றே

இந்தக் குறளில் உள்ள கடினமான சொற்களும் அவற்றின் பொருளும்:

புல்லி => தழுவி / அணைத்து

புடை => ஒருபக்கமாக

பெயர்ந்தேன் => நகர்ந்தேன்

அவ் அளவில் => அந்த அளவில் / அந்த நேரத்தில்

அள்ளிக்கொள்வற்றே => அள்ளிக்கொள்வதுபோல்

பசப்பு => பசலை / நிறமாற்றம்

எளிய உரை:

என் காதலனைத் தழுவிக்கொண்டிருந்தேன். ஒரு விநாடி அவனிடமிருந்து சற்று விலகினேன். அவ்வளவுதான், பசலை என்னை அள்ளிக்கொண்டுவிட்டது!

குறள் எண்: 1188

குறள்:

பசந்தாள் இவள் என்பது அல்லால், இவளைத்
துறந்தார் அவர் என்பார் இல்

இந்தக் குறளை எப்படி மாற்றிப் படிக்கவேண்டும்:

இவள் பசந்தாள் என்பது அல்லால், அவர் இவளைத் துறந்தார் என்பார் இல்

இந்தக் குறளில் உள்ள கடினமான சொற்களும் அவற்றின் பொருளும்:

பசந்தாள் => பசலை கொண்டாள் / நிறம் மாறினாள்

என்பது => என்று சொல்வது

அல்லால் => இல்லாமல்

துறந்தார் => விட்டு நீங்கினான்

என்பார் => என்று சொல்கிறவர்கள்

இல் => இல்லை

எளிய உரை:

என் உடலில் பசலை படர்ந்துவிட்டது. அதைக் கண்டு இந்த ஊர் கேலி பேசுகிறது. ஆனால், என் காதலன் என்னைப் பிரிந்ததால்தான் எனக்கு இந்தப் பசலை நோய் வந்தது என்கிற உண்மையைச் சொல்கிறவர்கள் யாரும் இல்லை.

குறள் எண்: 1189

குறள்:

பசக்க மன் பட்டாங்கு என் மேனி, நயப்பித்தார்
நல் நிலையர் ஆவர் எனின்

இந்தக் குறளை எப்படி மாற்றிப் படிக்கவேண்டும்:

நயப்பித்தார் நல் நிலையர் ஆவர் எனின் என் மேனி பட்டாங்கு பசக்க மன்

இந்தக் குறளில் உள்ள கடினமான சொற்களும் அவற்றின் பொருளும்:

பசக்க => பசலை உண்டாகட்டும் / நிறம் மாறட்டும்

மன் => அசைச்சொல் (பொருள் உணர்த்தாத சொல்)

பட்டாங்கு => உள்ளபடி / உண்மையில்

மேனி => உடல்

நயப்பித்தார் => தான் பிரிந்து செல்லும் செய்தியை நான் ஏற்றுக்கொள்ளும்படி சொன்ன என் காதலன்

நல் நிலையர் => நல்லபடியாக இருப்பவர்

ஆவர் => ஆவார்

எனின் => என்றால்

எளிய உரை:

என் காதலன் என்னிடம் அன்பாகப் பேசினான், நான் விரைவில் திரும்பி வந்துவிடுவேன் என்று உறுதி சொல்லிவிட்டுக் கிளம்பிச் சென்றான். அவனைப் பிரிந்ததும் என் உடலில் பசலை படர்ந்துவிட்டது.

பரவாயில்லை, அவன் நன்றாக இருந்தால் போதும். அவனுக்காக நான் இந்தப் பசலையைப் பொறுத்துக்கொள்வேன்!

குறள் எண்: 1190

குறள்:

பசப்பு எனப் பேர் பெறுதல் நன்றே, நயப்பித்தார்
நல்காமை தூற்றார் எனின்

இந்தக் குறளை எப்படி மாற்றிப் படிக்கவேண்டும்:

நயப்பித்தார் நல்காமை தூற்றார் எனின் பசப்பு எனப் பேர் பெறுதல் நன்றே

இந்தக் குறளில் உள்ள கடினமான சொற்களும் அவற்றின் பொருளும்:

பசப்பு => பசலை / நிறமாற்றம்
பேர் => பெயர்
நன்றே => நல்லதுதான்
நய்ப்பித்தார் => தான் பிரிந்து செல்லும் செய்தியை நான் ஏற்றுக்கொள்ளும்படி சொன்ன என் காதலன்
நல்காமை => அன்பை வழங்காமல் இருத்தல் / பிரிந்து செல்லுதல்
தூற்றார் => குற்றம் சொல்லமாட்டார்கள்
எனின் => என்றால்

எளிய உரை:

என் காதலன் என்னிடம் அன்பாகப் பேசினான், நான் விரைவில் திரும்பி வந்துவிடுவேன் என்று உறுதி சொல்லிவிட்டுக் கிளம்பிச் சென்றான். அவனைப் பிரிந்ததும் என் உடலில் பசலை படர்ந்துவிட்டது.

பரவாயில்லை, என் காதலனுக்கு என்மீது அன்பு இல்லை என்று இந்த ஊர் குற்றம் சொல்லாமல் இருந்தால் போதும். அதற்காக நான் இந்தப் பசலையையும், அதனால் உண்டாகும் வம்புப் பேச்சுகளையும் பொறுத்துக்கொள்வேன்.

அதிகாரம் 120: தனிப் படர் மிகுதி
(தனிமைத் துன்பம் பெருகுதல்)

குறள் எண்: 1191

குறள்:

தாம் வீழ்வார் தாம் வீழப் பெற்றவர் பெற்றாரே
காமத்துக் காழ் இல் கனி

இந்தக் குறளை எப்படி மாற்றிப் படிக்கவேண்டும்:

தாம் வீழ்வார் தம் வீழப் பெற்றவர் காமத்துக் காழ் இல் கனி பெற்றாரே

இந்தக் குறளில் உள்ள கடினமான சொற்களும் அவற்றின் பொருளும்:

தாம் வீழ்வார் => *தன்னால் காதலிக்கப்படுகிறவர்*

தாம் வீழ => *தன்னைக் காதலிக்க*

காமத்து => *காதலாகிய*

காழ் => *விதை*

இல் => *இல்லாத*

எளிய உரை:

அவள் அவனைக் காதலிக்கிறாள். அவனும் அவளைக் காதலிக்கிறான். இருவரும் காதல் என்னும் விதையில்லாத கனியைப் பெறுகிறார்கள்.

குறள் எண்: 1192

குறள்:

வாழ்வார்க்கு வானம் பயந்தற்று ஆல், வீழ்வார்க்கு
வீழ்வார் அளிக்கும் அளி

இந்தக் குறளை எப்படி மாற்றிப் படிக்கவேண்டும்:

வீழ்வார்க்கு வீழ்வார் அளிக்கும் அளி வாழ்வார்க்கு வானம் பயந்தற்று ஆல்

இந்தக் குறளில் உள்ள கடினமான சொற்களும் அவற்றின் பொருளும்:

வாழ்வார்க்கு => வாழும் உயிர்களுக்கு

வானம் => மழை

பயந்தற்று => பொழிவதைப்போன்றது

ஆல் => அசைச்சொல் (பொருள் உணர்த்தாத சொல்)

வீழ்வார்க்கு => காதலிப்பவர்களுக்கு

வீழ்வார் => அவர்களைக் காதலிப்பவர்கள்

அளி => அன்பு

எளிய உரை:

காதலர்கள் ஒருவர்மீது ஒருவர் செலுத்துகின்ற அன்பு, உயிர்கள் செழிக்கவேண்டும் என்று வானம் பொழிகிற மழையைப் போன்றது.

குறள் எண்: 1193

குறள்:

வீழுநர் வீழப்படுவார்க்கு அமையுமே
வாழுநம் என்னும் செருக்கு

இந்தக் குறளை எப்படி மாற்றிப் படிக்கவேண்டும்:

வீழுநர் வீழப்படுவார்க்கு வாழுநம் என்னும் செருக்கு அமையுமே

இந்தக் குறளில் உள்ள கடினமான சொற்களும் அவற்றின் பொருளும்:

வீழுநர் => காதலிக்கிறவர்

வீழப்படுவார்க்கு => காதலிக்கப்படுகிறவருக்கு

அமையுமே => பொருந்தும்

வாழுநம் => நாம் நன்கு வாழ்கிறோம், வாழ்வோம்

செருக்கு => பெருமிதம்

எளிய உரை:

அவள் அவனைக் காதலிக்கிறாள். அவனும் அவளைக் காதலிக்கிறான். இருவரும் தங்களுடைய காதல் வாழ்க்கையை எண்ணிப் பெருமிதப்படுகிறார்கள். இது காதலர்களுக்குமட்டும் கிடைக்கிற தனி இன்பம்!

குறள் எண்: 1194

குறள்:

வீழப்படுவார் கெழீஇ இலர், தாம் வீழ்வார்
வீழப்படாஅர் எனின்

இந்தக் குறளை எப்படி மாற்றிப் படிக்கவேண்டும்:

தாம் வீழ்வார் வீழப்படாஅர் எனின் வீழப்படுவார் கெழீஇ இலர்

இந்தக் குறளில் உள்ள கடினமான சொற்களும் அவற்றின் பொருளும்:

வீழப்படுவார் => (உலகத்தால்) விரும்பப்படுகிறவர்

கெழீஇ இலர் => நல்வினை இல்லாதவர்

தாம் வீழ்வார் => தான் காதலிக்கிறவர்

வீழப்படாஅர் => காதலிக்கப்படாதவர்

எனின் => என்றால்

எளிய உரை:

அவள் அவனைக் காதலிக்கிறாள். ஆனால், அவன் அவளைக் காதலிக்கவில்லை. அதனால் அந்தப் பெண் தன்னுடைய மற்ற சிறப்புகளையெல்லாம் மறந்து துன்பத்தில் வாடுகிறாள்.

குறள் எண்: 1195

குறள்:

நாம் காதல் கொண்டார் நமக்கு எவன் செய்ப ஓ,
தாம் காதல் கொள்ளாக்கடை

இந்தக் குறளை எப்படி மாற்றிப் படிக்கவேண்டும்:

நாம் காதல் கொண்டார் தாம் காதல் கொள்ளாக்கடை நமக்கு எவன் செய்ப ஓ

இந்தக் குறளில் உள்ள கடினமான சொற்களும் அவற்றின் பொருளும்:

எவன் => என்ன

செய்ப => செய்துவிடுவார்

ஓ => அசைச்சொல் (பொருள் உணர்த்தாத சொல்)

தாம் => தாமே

கொள்ளாக்கடை => கொள்ளாவிட்டால்

எளிய உரை:

நான் காதலிக்கிறவன் என்னைக் காதலிக்காவிட்டால் அதில் என்ன இன்பம்? (ஏதுமில்லை.)

குறள் எண்: 1196

குறள்:

ஒருதலையான் இன்னாது காமம், காப்போல
இருதலையானும் இனிது

இந்தக் குறளை எப்படி மாற்றிப் படிக்கவேண்டும்:

காமம் ஒருதலையான் இன்னாது, காப்போல இருதலையானும் இனிது

இந்தக் குறளில் உள்ள கடினமான சொற்களும் அவற்றின் பொருளும்:

ஒருதலையான் => ஒருவர்மட்டும் காதலித்தால், இன்னொருவர் காதலிக்காவிட்டால்

இன்னாது => துன்பம் தருவது

காமம் => காதல்

காப்போல => கா எனப்படுகிற, இருபுறமும் சுமை தாங்குகிற தண்டைப் போல / காவடியைப் போல

இருதலையானும் => இருவரும் ஒருவரை ஒருவர் காதலித்தால்

எளிய உரை:

ஒருவர்மட்டும் காதலித்தால் அது துன்பக் காதல். காவடித் தண்டின் இரு பக்கங்களிலும் சுமை தொங்குவதைப்போல் இருவரும் காதலித்தால்தான் அது இன்பக் காதல்.

குறள் எண்: 1197

குறள்:

பருவரலும் பைதலும் காணான்கொல், காமன்
ஒருவர்கண் நின்று ஒழுகுவான்

இந்தக் குறளை எப்படி மாற்றிப் படிக்கவேண்டும்:

காமன் ஒருவர்கண் நின்று ஒழுகுவான். (காமன்) பருவரலும் பைதலும் காணான்கொல்

இந்தக் குறளில் உள்ள கடினமான சொற்களும் அவற்றின் பொருளும்:

பருவரல் => வருத்தம்

பைதல் => துன்பம்

காணான்கொல் => காணமாட்டானோ

காமன் => மன்மதன் (காதல் தெய்வம்)

ஒருவர்கண் => ஒருவரிடம்

நின்று ஒழுகுவான் => நிலைத்து நிற்பான்

எளிய உரை:

காதல் தெய்வமான மன்மதன் ஒருவருடைய நெஞ்சில் காதலை உண்டாக்குகிறான், ஆனால், அவரால் விரும்பப்படுகிற இன்னொருவருடைய நெஞ்சில் காதலை உண்டாக்குவதில்லை. இது ஏன்? காதல் துன்பம் எப்படிப்பட்டது என்று இந்த மன்மதனுக்குத் தெரியாதோ!

குறள் எண்: 1198

குறள்:

வீழ்வாரின் இன்சொல் பெறாஅது உலகத்து
வாழ்வாரின் வன்கணார் இல்

இந்தக் குறளை எப்படி மாற்றிப் படிக்கவேண்டும்:

வீழ்வாரின் இன்சொல் பெறாஅது உலகத்து வாழ்வாரின் வன்கணார் இல்

இந்தக் குறளில் உள்ள கடினமான சொற்களும் அவற்றின் பொருளும்:

வீழ்வாரின் => தங்களால் காதலிக்கப்படுகிறவரிடம்

இன்சொல் => இனிமையான சொற்கள்

பெறாஅது => பெறாமல்

உலகத்து => உலகத்தில்

வாழ்வாரின் => வாழ்பவர்களைவிட

வன்கணார் => கொடியவர்கள் / வீரமானவர்கள்

இல் => இல்லை

எளிய உரை:

காதலனைப் பிரிந்து வாழ்கிற பெண்களுடைய மன உறுதியை நான் வியக்கிறேன். அவர்களால் எப்படித்தான் காதலனின் இனிய அன்புச் சொற்களைக் கேட்காமல் உயிர் வாழமுடிகிறதோ!

குறள் எண்: 1199

குறள்:

நசைஇயார் நல்கார் எனினும் அவர் மாட்டு
இசையும் இனிய செவிக்கு

இந்தக் குறளை எப்படி மாற்றிப் படிக்கவேண்டும்:

நசைஇயார் நல்கார் எனினும் அவர் மாட்டு இசையும் செவிக்கு இனிய

இந்தக் குறளில் உள்ள கடினமான சொற்களும் அவற்றின் பொருளும்:

நசைஇயார் => *என்னால் காதலிக்கப்படுபவர்*

நல்கார் => *என்மீது அன்பு செலுத்தமாட்டார் / எனக்கு அன்பை வழங்கமாட்டார்*

எனினும் => *என்றாலும்*

அவர் மாட்டு => *அவரிடமிருந்து*

இசையும் => *சொற்களும்*

இனிய => *இனிமையானவை*

எளிய உரை:

நான் அவனைக் காதலிக்கிறேன். அவன் என்னைக் காதலிக்கவில்லை. என்றாலும், அவன் பேசும் சொற்கள் ஒவ்வொன்றும் என் காதுக்கு இனிப்பானவைதான்.

குறள் எண்: 1200

குறள்:

உறாஅர்க்கு உறு நோய் உரைப்பாய், கடலைச்
செறாஅஅய், வாழிய, நெஞ்சு

இந்தக் குறளை எப்படி மாற்றிப் படிக்கவேண்டும்:

நெஞ்சு, உறாஅர்க்கு உறு நோய் உரைப்பாய், கடலைச் செறாஅஅய், வாழிய

இந்தக் குறளில் உள்ள கடினமான சொற்களும் அவற்றின் பொருளும்:

உறாஅர்க்கு => என்மீது அன்பு கொள்ளாதவருக்கு
உறு நோய் => எனக்கு வந்துள்ள நோய்
உரைப்பாய் => சொல்வாய்
செறாஅஅய் => தூர்க்க / தூய்மைப்படுத்த முயல்வாய்
வாழிய => வாழ்க
நெஞ்சு => நெஞ்சமே

எளிய உரை:

என் நெஞ்சே,

நான் என் காதலனை எண்ணிக் காதல் நோயில் தவிக்கிறேன். ஆனால், அவனுக்கு என்மீது காதல் இல்லை.

நீ அவனிடம் சென்று என்னுடைய நோயைப்பற்றிச் சொல்ல முயல்கிறாய், அதன்மூலம் எங்களைச் சேர்த்துவைக்கப் பார்க்கிறாய். நீ வாழ்க!

ஆனால், உன்னுடைய இந்த முயற்சி எந்தப் பயனையும் தராது. அதை விட்டுவிடு. அதற்குப் பதிலாக, கடலைத் தூர்த்துத் தூய்மைப்படுத்த முயற்சி செய். (கடலைத் தூர்ப்பதுகூட நடக்கக்கூடும். ஆனால், என் காதல் நிறைவேறாது.)

அதிகாரம் 121: நினைத்தவர் புலம்பல் (பிரிந்துள்ள காதலர்களின் புலம்பல்)

குறள் எண்: 1201

குறள்:

உள்ளினும் தீராப் பெரு மகிழ் செய்தலால்
கள்ளினும் காமம் இனிது

இந்தக் குறளை எப்படி மாற்றிப் படிக்கவேண்டும்:

உள்ளினும் தீராப் பெரு மகிழ் செய்தலால், காமம் கள்ளினும் இனிது

இந்தக் குறளில் உள்ள கடினமான சொற்களும் அவற்றின் பொருளும்:

உள்ளினும் => நினைத்தாலும்

தீரா => தீராத

பெரு மகிழ் => பெரிய மகிழ்ச்சி

செய்தலால் => உண்டாக்குவதால்

கள்ளினும் => கள்ளைவிட

காமம் => காதல்

இனிது => இனியது

எளிய உரை:

கள்ளைக் குடித்தால்தான் இன்பம் வரும். ஆனால், காதலனை நினைத்தாலே இன்பம் பெருகும். அதனால் காதல், கள்ளைவிட இனிமையானது.

குறள் எண்: 1202

குறள்:

எனைத்து ஒன்று இனிதே காண் காமம், தாம் வீழ்வார்
நினைப்ப வருவது ஒன்று இல்

இந்தக் குறளை எப்படி மாற்றிப் படிக்கவேண்டும்:

காமம் எனைத்து ஒன்று இனிதே காண், தாம் வீழ்வார் நினைப்ப வருவது ஒன்று இல்

இந்தக் குறளில் உள்ள கடினமான சொற்களும் அவற்றின் பொருளும்:

எனைத்து ஒன்று => எந்த ஒன்றையும்விட / எதையும்விட

காண் => பார்

காமம் => காதல்

தாம் வீழ்வார் => தம்மால் காதலிக்கப்படுகிறவர்

நினைப்ப => நினைக்க

வருவது ஒன்றும் இல் => எதுவும் (எந்தத் துன்பமும்) வராது

எளிய உரை:

காதல் எல்லாவற்றையும்விட இனிமையானது. ஏனெனில், காதலனை நினைத்ததும் துன்பம் விலகும், இன்பம் பெருகும்.

குறள் எண்: 1203

குறள்:

நினைப்பவர் போன்று நினையார்கொல், தும்மல்
சினைப்பது போன்று கெடும்

இந்தக் குறளை எப்படி மாற்றிப் படிக்கவேண்டும்:

நினைப்பவர் போன்று நினையார்கொல்! தும்மல் சினைப்பது போன்று கெடும்.

இந்தக் குறளில் உள்ள கடினமான சொற்களும் அவற்றின் பொருளும்:

போன்று => போல

நினையார்கொல் => நினைக்கவில்லையோ

சினைப்பது => வருவது / உருவாவது

கெடும் => நின்றுவிடும்

எளிய உரை:

என் காதலன் என்னை நினைக்கவேண்டும் என்று எண்ணுகிறான், ஆனால், உண்மையில் என்னை நினைப்பதில்லை.

ஏனெனில், எனக்குத் தும்மல் வருவதுபோல் இருக்கிறது, ஆனால், வரவில்லை, அப்படியே நின்றுவிடுகிறது.

குறள் எண்: 1204

குறள்:

யாமும் உளேம்கொல் அவர் நெஞ்சத்து, எம் நெஞ்சத்து
ஓஒ உளரே அவர்

இந்தக் குறளை எப்படி மாற்றிப் படிக்கவேண்டும்:

எம் நெஞ்சத்து அவர் ஓஒ உளரே. யாமும் அவர் நெஞ்சத்து உளேம்கொல்!

இந்தக் குறளில் உள்ள கடினமான சொற்களும் அவற்றின் பொருளும்:

யாமும் => நானும்

உளேம்கொல் => உள்ளேனோ / இருக்கிறேனோ

நெஞ்சத்து => நெஞ்சத்தில்

எம் => என்

ஓஒ => மிகுதியாக / இடைவிடாமல்

உளரே => உள்ளார்

எளிய உரை:

என் நெஞ்சில் என் காதலன் நீக்கமற நிறைந்திருக்கிறான். அதுபோல, அவன் நெஞ்சில் நான் இருக்கிறேனா?

குறள் எண்: 1205

குறள்:

தம் நெஞ்சத்து எம்மைக் கடி கொண்டார் நாணார்கொல்
எம் நெஞ்சத்து ஓவா வரல்

இந்தக் குறளை எப்படி மாற்றிப் படிக்கவேண்டும்:

தம் நெஞ்சத்து எம்மைக் கடி கொண்டார் எம் நெஞ்சத்து ஓவா வரல் நாணார்கொல்

இந்தக் குறளில் உள்ள கடினமான சொற்களும் அவற்றின் பொருளும்:

தம்	=>	*தன்னுடைய*
நெஞ்சத்து	=>	*நெஞ்சத்தில்*
எம்மை	=>	*என்னை*
கடி கொண்டார்	=>	*காவல் புரிகிறவர்*
நாணார்கொல்	=>	*நாணப்படமாட்டாரோ*
எம்	=>	*என்னுடைய*
ஓவா	=>	*தொடர்ந்து / ஓயாமல்*
வரல்	=>	*வருதல்*

எளிய உரை:

என் காதலன் தன் நெஞ்சைப் பாதுகாப்பாகப் பூட்டி வைத்திருக்கிறான். அதனால், என்னால் அவனுடைய நெஞ்சுக்குள் நுழையமுடியவில்லை.

ஆனால், அவன் என் நெஞ்சுக்குள் எளிதில் நுழைந்துவிடுகிறான். எந்நேரமும் என் நெஞ்சத்தில் தங்கியிருக்கிறான். இப்படித் தன் நெஞ்சைப் பூட்டிவிட்டு இன்னொருவர் நெஞ்சுக்குள் வசிக்கிறோமே என்று அவனுக்குக் கூச்சமாக இருக்காதோ!

குறள் எண்: 1206

குறள்:

மற்று யான் என் உளேன், மன் ஓ, அவரொடு யான்
உற்ற நாள் உள்ள உளேன்

இந்தக் குறளை எப்படி மாற்றிப் படிக்கவேண்டும்:

யான் அவரொடு உற்ற நாள் உள்ள, உளேன். மற்று யான் என் உளேன்? மன் ஓ

இந்தக் குறளில் உள்ள கடினமான சொற்களும் அவற்றின் பொருளும்:

மற்று => மற்றபடி

யான் => நான்

என் உளேன் => எதனால் உயிர் வாழ்வேன்

மன் => அசைச்சொல் (பொருள் உணர்த்தாத சொல்)

ஓ => அசைச்சொல் (பொருள் உணர்த்தாத சொல்)

அவரொடு => என் காதலனோடு

உற்ற => மகிழ்ச்சியாக வாழ்ந்த

நாள் => நாட்களை

உள்ள => எண்ண

உளேன் => உயிர் வாழ்கிறேன்

எளிய உரை:

என் காதலனோடு மகிழ்ச்சியாக வாழ்ந்த நாட்களை எண்ணிக்கொண்டு நான் உயிர் வாழ்கிறேன். அதுமட்டும் இல்லாவிட்டால் நான் என்ன ஆவேன்!

குறள் எண்: 1207

குறள்:

மறப்பின் எவன் ஆவன் மன் கொல், மறப்பு அறியேன்,
உள்ளினும் உள்ளம் சுடும்

இந்தக் குறளை எப்படி மாற்றிப் படிக்கவேண்டும்:

மறப்பு அறியேன், மறப்பின் எவன் ஆவன் மன் கொல், உள்ளினும் உள்ளம் சுடும்

இந்தக் குறளில் உள்ள கடினமான சொற்களும் அவற்றின் பொருளும்:

மறப்பின் => மறந்தால்

எவன் ஆவன் => என்ன நிலைக்கு ஆளாவேன்

மன் => அசைச்சொல் (பொருள் உணர்த்தாத சொல்)

கொல் => அசைச்சொல் (பொருள் உணர்த்தாத சொல்)

மறப்பு => மறத்தல்

அறியேன் => அறியமாட்டேன்

உள்ளினும் => நினைத்தாலும்

எளிய உரை:

என் காதலனை என்னால் மறக்கமுடியவில்லை. ஒருவேளை, அவனை மறந்துவிட்டால் நான் என்ன ஆவேனோ என்று அச்சமாக இருக்கிறது.

அதே நேரம், அவனை நினைத்தாலும் என் உள்ளம் சுடுகிறது.

குறள் எண்: 1208

குறள்:

**எனைத்து நினைப்பினும் காயார், அனைத்து அன்றோ
காதலர் செய்யும் சிறப்பு!**

இந்தக் குறளை எப்படி மாற்றிப் படிக்கவேண்டும்:

காதலர் எனைத்து நினைப்பினும் காயார். (காதலர்) செய்யும் சிறப்பு அனைத்து அன்றோ!

இந்தக் குறளில் உள்ள கடினமான சொற்களும் அவற்றின் பொருளும்:

எனைத்து => எவ்வளவு

நினைப்பினும் => நினைத்தாலும்

காயார் => சினம் கொள்ளமாட்டார்

அனைத்து அன்றோ => அப்படிப்பட்டது அல்லவா

எளிய உரை:

நான் என் காதலனை எவ்வளவு நேரம் வேண்டுமானாலும் நினைக்கலாம். அதற்காக அவன் என்மீது சினம் கொள்ளமாட்டான். அதுதான் என் காதலனின் சிறப்பு!

குறள் எண்: 1209

குறள்:

விளியும் என் இன் உயிர், வேறு அல்லம் என்பார்
அளி இன்மை ஆற்ற நினைந்து

இந்தக் குறளை எப்படி மாற்றிப் படிக்கவேண்டும்:

வேறு அல்லம் என்பார் அளி இன்மை ஆற்ற நினைந்து என் இன் உயிர் விளியும்

இந்தக் குறளில் உள்ள கடினமான சொற்களும் அவற்றின் பொருளும்:

விளியும் => கழியும் / தீரும்

இன் => இனிமையான

வேறு அல்லம் => நாம் வேறு வேறானவர்கள் இல்லை / நாம் இருவரும் ஒன்றுதான்

என்பார் => என்று சொல்பவர்

அளி இன்மை => அன்பு இல்லாத நிலை

ஆற்ற => மிகுதியாக

நினைந்து => நினைத்து

எளிய உரை:

நானும் நீயும் ஒன்றுதான் என்று என் காதலன் அடிக்கடி சொல்வான், இனி நமக்குள் பிரிவே கிடையாது என்பான்.

ஆனால் இப்போது, அவன் என்னைப் பிரிந்து சென்றுவிட்டான். அவனுடைய அன்பில்லாத இந்தச் செயலை நினைத்து என்னுடைய இனிய உயிர் அழிகிறது!

குறள் எண்: 1210

குறள்:

விடாஅது சென்றாரைக் கண்ணினால் காணப்
படாஅதி, வாழி, மதி

இந்தக் குறளை எப்படி மாற்றிப் படிக்கவேண்டும்:

மதி, விடாஅது சென்றாரைக் கண்ணினால் காணப் படாஅதி, வாழி

இந்தக் குறளில் உள்ள கடினமான சொற்களும் அவற்றின் பொருளும்:

விடாஅது => என் நெஞ்சை விட்டு நீங்காமல்

சென்றாரை => விலகிச் சென்றவரை

படாஅதி => மறையாதே

வாழி => வாழ்க

மதி => நிலவு

எளிய உரை:

நிலவே,

என் காதலன் எப்போதும் என் நெஞ்சில் இருக்கிறான். ஆனால் இப்போது, அவன் என்னை விட்டுப் பிரிந்து செல்கிறான்.

அவன் என் அருகில் இல்லாவிட்டாலும், தொலைவில் இருக்கிற அவனைக் கண்களால் பார்த்து மகிழ விரும்புகிறேன். அதனால், நீ மறையாமல் தொடர்ந்து நன்றாக ஒளி வீசு. நீ வாழ்க!

அதிகாரம் 122: கனவு நிலை உரைத்தல்

குறள் எண்: 1211

குறள்:

காதலர் தூதொடு வந்த கனவினுக்கு
யாது செய்வேன்கொல் விருந்து

இந்தக் குறளை எப்படி மாற்றிப் படிக்கவேண்டும்:

காதலர் தூதொடு வந்த கனவினுக்கு விருந்து யாது செய்வேன்கொல்

இந்தக் குறளில் உள்ள கடினமான சொற்களும் அவற்றின் பொருளும்:

தூதொடு => தூதுடன்

கனவினுக்கு => கனவுக்கு

யாது => எதை

செய்வேன்கொல் => செய்வேனோ

எளிய உரை:

தூங்கினேன். கனவு வந்தது. அதில் என் காதலனைக் கண்டேன்.

என் காதலனின் தூதாக வந்திருக்கிற இந்தக் கனவுக்கு நான் என்ன கைம்மாறு செய்வேன்!

குறள் எண்: 1212

குறள்:

கயல் உண் கண் யான் இரப்பத் துஞ்சின், கலந்தார்க்கு
உயல் உண்மை சாற்றுவேன் மன்

இந்தக் குறளை எப்படி மாற்றிப் படிக்கவேண்டும்:

கயல் உண் கண் யான் இரப்பத் துஞ்சின், கலந்தார்க்கு உயல் உண்மை சாற்றுவேன் மன்

இந்தக் குறளில் உள்ள கடினமான சொற்களும் அவற்றின் பொருளும்:

கயல் => மீன்
உண் கண் => மையுண்ட / மை பூசிய கண்கள்
யான் => நான்
இரப்ப => கெஞ்சிக் கேட்க
துஞ்சின் => தூங்கினால்
கலந்தார்க்கு => எனக்குள் கலந்த என் காதலனிடம்
உயல் உண்மை => நான் பிரிவுத் துன்பத்தைப் பொறுத்துக்கொண்டு உயிர் வாழ்கிற உண்மை
சாற்றுவேன் => சொல்வேன்
மன் => அசைச்சொல் (பொருள் உணர்த்தாத சொல்)

எளிய உரை:

மை பூசிய, மீனைப் போன்ற என்னுடைய கண்களே, உங்களைக் கெஞ்சிக் கேட்கிறேன். தயவுசெய்து தூங்குங்கள். அப்படித் தூங்கினால், எனக்குக் கனவு வரும்; கனவில் என் காதலன் வருவான்; நான் அவனுடன் பேசுவேன், அவனைப் பிரிந்த துன்பத்தைப் பொறுத்துக்கொண்டு நான் எப்படியோ உயிர் வாழ்கிறேன் என்கிற உண்மையை அவனிடம் சொல்வேன்.

குறள் எண்: 1213

குறள்:

நனவினால் நல்காதவரைக் கனவினால்
காண்டலின் உண்டு என் உயிர்

இந்தக் குறளை எப்படி மாற்றிப் படிக்கவேண்டும்:

நனவினால் நல்காதவரைக் கனவினால் காண்டலின் என் உயிர் உண்டு

இந்தக் குறளில் உள்ள கடினமான சொற்களும் அவற்றின் பொருளும்:

நனவினால் => உண்மையில்

நல்காதவரை => அன்பு செய்யாத என் காதலனை

கனவினால் => கனவில்

காண்டலின் => காணுவதால்

உண்டு => உள்ளது

எளிய உரை:

என் காதலன் என்னை நேசிக்கவில்லை. ஆனால், அவன் நாள்தோறும் என்னுடைய கனவில் வருகிறான். அதனால் நான் இன்னும் உயிர் வாழ்கிறேன்.

குறள் எண்: 1214

குறள்:

கனவினான் உண்டாகும் காமம், நனவினான்
நல்காரை நாடித் தரற்கு

இந்தக் குறளை எப்படி மாற்றிப் படிக்கவேண்டும்:

நனவினான் நல்காரை நாடித் தரற்குக் கனவினான் உண்டாகும் காமம்

இந்தக் குறளில் உள்ள கடினமான சொற்களும் அவற்றின் பொருளும்:

கனவினான்	=>	கனவில்
காமம்	=>	காதல்
நனவினான்	=>	உண்மையில்
நல்காரை	=>	அன்பு செய்யாத என் காதலனை
நாடித் தரற்கு	=>	தேடித் தருவதால்

எளிய உரை:

என் காதலன் என்னை நேசிக்கவில்லை. ஆனால், அவன் நாள்தோறும் என்னுடைய கனவில் வருகிறான். அதனால் நான் அவனைத் தொடர்ந்து காதலிக்கிறேன்.

குறள் எண்: 1215

குறள்:

நனவினால் கண்டதூஉம் ஆங்கே கனவும்தான்
கண்ட பொழுதே இனிது

இந்தக் குறளை எப்படி மாற்றிப் படிக்கவேண்டும்:

நனவினால் கண்டதூஉம் ஆங்கே கண்ட பொழுதே இனிது, கனவும்தான் (கண்ட பொழுதே இனிது)

இந்தக் குறளில் உள்ள கடினமான சொற்களும் அவற்றின் பொருளும்:

நனவினால் => உண்மையில்

கண்டதூஉம் => கண்டதும்

ஆங்கே => அங்கு

பொழுது => நேரம்

இனிது => இனியது

எளிய உரை:

என் காதலனை நேரில் காண்பது இனிமை. அவனைக் கனவில் காண்பதும் இனிமைதான்.

குறள் எண்: 1216

குறள்:

நனவு என ஒன்று இல்லை ஆயின் கனவினான்
காதலர் நீங்கலர் மன்

இந்தக் குறளை எப்படி மாற்றிப் படிக்கவேண்டும்:

நனவு என ஒன்று இல்லை ஆயின் கனவினான் காதலர் நீங்கலர் மன்

இந்தக் குறளில் உள்ள கடினமான சொற்களும் அவற்றின் பொருளும்:

நனவு => உண்மை வாழ்க்கை

இல்லை ஆயின் => இல்லாவிட்டால்

கனவினான் => கனவில்

நீங்கலர் => நீங்கமாட்டார்

மன் => அசைச்சொல் (பொருள் உணர்த்தாத சொல்)

எளிய உரை:

தூங்கினால் கனவு வருகிறது; அதில் என் காதலன் வருகிறான்; நாங்கள் மகிழ்ச்சியாகப் பேசிச் சிரிக்கிறோம்.

அதனால், நான் தொடர்ந்து தூங்கிக்கொண்டே இருக்க விரும்புகிறேன். அப்போதுதான் என் காதலன் எந்நேரமும் என்னுடன் இருப்பான்!

குறள் எண்: 1217

குறள்:

நனவினான் நல்காக் கொடியார் கனவினான்
என் எம்மைப் பீழிப்பது

இந்தக் குறளை எப்படி மாற்றிப் படிக்கவேண்டும்:

நனவினான் நல்காக் கொடியார் கனவினான் எம்மைப் பீழிப்பது என்

இந்தக் குறளில் உள்ள கடினமான சொற்களும் அவற்றின் பொருளும்:

நனவினான் => உண்மையில்

நல்கா => அன்பை வழங்காத

கொடியார் => கொடியவனான என் காதலன்

கனவினான் => கனவில்

என் => ஏன்

எம்மை => என்னை

பீழிப்பது => துன்பப்படுத்துவது

எளிய உரை:

என் காதலன் என்னைப் பார்க்க வருவதில்லை, என்மீது அன்பு செலுத்துவதில்லை.

ஆனால், அவன் என் கனவில் வருகிறான், என்னைத் துன்பப்படுத்துகிறான். இது சரியா?

குறள் எண்: 1218

குறள்:

துஞ்சுங்கால் தோள் மேலர் ஆகி, விழிக்குங்கால்
நெஞ்சத்தர் ஆவர் விரைந்து

இந்தக் குறளை எப்படி மாற்றிப் படிக்கவேண்டும்:

துஞ்சுங்கால் தோள் மேலர் ஆகி, விழிக்குங்கால் விரைந்து நெஞ்சத்தர் ஆவர்

இந்தக் குறளில் உள்ள கடினமான சொற்களும் அவற்றின் பொருளும்:

துஞ்சுங்கால் => தூங்கும்போது

தோள் மேலர் => தோளுக்கு மேல் வருபவர் / அணைப்பவர்

விழிக்குங்கால் => விழித்து எழும்போது

நெஞ்சத்தர் => நெஞ்சத்தில் இருப்பவர்

ஆவர் => ஆவார்

எளிய உரை:

நான் தூங்குகிறேன், கனவு காண்கிறேன். அதில் என் காதலன் வருகிறான், என் தோள்களை அணைக்கிறான்.

பிறகு, நான் விழித்துக்கொள்கிறேன். கனவு கலைந்துவிடுகிறது. என் காதலன் சட்டென்று பழையபடி என் நெஞ்சுக்குள் சென்றுவிடுகிறான்.

குறள் எண்: 1219

குறள்:

நனவினால் நல்காரை நோவர், கனவினால்
காதலர்க் காணாதவர்

இந்தக் குறளை எப்படி மாற்றிப் படிக்கவேண்டும்:
கனவினால் காதலர்க் காணாதவர் நனவினால் நல்காரை நோவர்

இந்தக் குறளில் உள்ள கடினமான சொற்களும் அவற்றின் பொருளும்:

நனவினால் => உண்மையில்

நல்காரை => அன்பு செலுத்தாதவரை

நோவர் => நொந்துகொள்வார்கள்

கனவினால் => கனவில்

காதலர்க் காணாதவர் => காதலரைக் காணாதவர்

எளிய உரை:

காதலனைக் கனவில் காணாத பெண்கள்தான் 'அவன் என்மீது அன்பு செலுத்துவதில்லை' என்று புலம்பிக்கொண்டிருப்பார்கள்.

குறள் எண்: 1220

குறள்:

> **நனவினால் நம் நீத்தார் என்பர், கனவினால்**
> **காணார்கொல் இவ் ஊரவர்**

இந்தக் குறளை எப்படி மாற்றிப் படிக்கவேண்டும்:

> **இவ் ஊரவர் நனவினால் நம் நீத்தார் என்பர், (இவ் ஊரவர்) கனவினால் காணார்கொல்**

இந்தக் குறளில் உள்ள கடினமான சொற்களும் அவற்றின் பொருளும்:

நனவினால் => உண்மையில்

நம் நீத்தார் => என்னை விட்டுச் சென்றுவிட்டான்

என்பர் => என்பார்கள்

கனவினால் => கனவில்

காணார்கொல் => பார்ப்பதில்லையோ

இவ் ஊரவர் => இந்த ஊர் மக்கள்

எளிய உரை:

இந்த ஊர் மக்கள் என்னைப் பார்த்துக் கேலி பேசுகிறார்கள், 'இவளுடைய காதலன் இவளை விட்டுச் சென்றுவிட்டான்' என்று கிண்டலடிக்கிறார்கள்.

இவர்கள் எல்லாரும் சரியான முட்டாள்கள். நாள்தோறும் என் காதலன் என்னுடைய கனவில் வருகிறான், என்மீது அன்பைப் பொழிகிறான். அந்த உண்மை இவர்களுக்குத் தெரியாது!

அதிகாரம் 123: பொழுது கண்டு இரங்கல் (காதலனைப் பிரிந்த காதலி மாலைப் பொழுதைக் கண்டு வருந்துதல்)

குறள் எண்: 1221

குறள்:

மாலையோ, அல்லை, மணந்தார் உயிர் உண்ணும்
வேலை நீ, வாழி, பொழுது

இந்தக் குறளை எப்படி மாற்றிப் படிக்கவேண்டும்:

பொழுது, நீ மாலையோ? அல்லை, மணந்தார் உயிர் உண்ணும் வேலை. வாழி

இந்தக் குறளில் உள்ள கடினமான சொற்களும் அவற்றின் பொருளும்:

மாலையோ => *மாலைப் பொழுதுதானா?*

அல்லை => *இல்லை*

மணந்தார் => *காதலனை மணந்த பெண்கள்*

வேலை => *வேலாக இருக்கிறாய்*

வாழி => *வாழ்க*

பொழுது => *(மாலை) நேரம்*

எளிய உரை:

மாலைப் பொழுதே,

காதலனைப் பிரிந்த பெண்களுடைய உயிரையெல்லாம் நீ குடிக்கிறாய். உண்மையில் நீ மாலைப் பொழுதுதானா, அல்லது, கொடிய வேலா? நீ வாழ்க!

குறள் எண்: 1222

குறள்:

புன் கண்ணை, வாழி, மருள் மாலை, எம் கேள்போல்
வன்கண்ணதோ நின் துணை

இந்தக் குறளை எப்படி மாற்றிப் படிக்கவேண்டும்:

மருள் மாலை, புன்கண்ணை, நின் துணை எம் கேள்போல் வன்கண்ணதோ, வாழி

இந்தக் குறளில் உள்ள கடினமான சொற்களும் அவற்றின் பொருளும்:

புன்கண்ணை => ஒளியிழந்த கண்களுடன் இருக்கிறாய்

வாழி => வாழ்க

மருள் => மயங்கிய

எம் கேள்போல் => என் காதலனைப்போல

வன்கண்ணதோ => கொடுமையானதோ

நின் => உன்னுடைய

எளிய உரை:

மயங்கிய மாலைப் பொழுதே,

உன் கண்கள் ஒளியிழந்திருப்பது ஏன்? ஒருவேளை, என் காதலனைப்போல் உன் காதலனும் கொடுமைக்காரனோ! அவன் உன்னை விட்டுப் பிரிந்து சென்றுவிட்டானோ! அதனால்தான் நீ இப்படி வருந்திக்கொண்டிருக்கிறாயோ! நீ வாழ்க!

குறள் எண்: 1223

குறள்:

பனி அரும்பிப் பைதல் கொள் மாலை துனி அரும்பித்
துன்பம் வளர வரும்

இந்தக் குறளை எப்படி மாற்றிப் படிக்கவேண்டும்:

பனி அரும்பிப் பைதல் கொள் மாலை துனி அரும்பித் துன்பம் வளர வரும்

இந்தக் குறளில் உள்ள கடினமான சொற்களும் அவற்றின் பொருளும்:

பனி => குளிர்

அரும்பி => உண்டாகி

பைதல் => துன்பம்

கொள் => கொள்கிற

துனி => வெறுப்பு

வளர => வளரும்படி

எளிய உரை:

குளிர்ச்சியான இந்த மாலைப் பொழுது துன்பத்தைக் கொண்டுவருகிறது, வெறுப்பை உண்டாக்குகிறது, என்னுடைய காதல் துன்பத்தை மேலும் மேலும் வளர்க்கிறது.

குறள் எண்: 1224

குறள்:

காதலர் இல் வழி, மாலை கொலைக் களத்து
ஏதிலர் போல வரும்

இந்தக் குறளை எப்படி மாற்றிப் படிக்கவேண்டும்:

காதலர் இல் வழி, மாலை கொலைக் களத்து ஏதிலர் போல வரும்

இந்தக் குறளில் உள்ள கடினமான சொற்களும் அவற்றின் பொருளும்:

இல் வழி => இல்லாதபோது

களத்து => களத்தில்

ஏதிலர் => பகைவர் / கொலை செய்கிறவர்கள்

எளிய உரை:

என் காதலன் அருகில் இல்லாதபோது, மாலைப் பொழுது கொல்ல வரும் பகைவனைப்போல் வருகிறது.

குறள் எண்: 1225

குறள்:

காலைக்குச் செய்த நன்று என்கொல், எவன்கொல் யான்
மாலைக்குச் செய்த பகை

இந்தக் குறளை எப்படி மாற்றிப் படிக்கவேண்டும்:

யான் காலைக்குச் செய்த நன்று என்கொல், (யான்) மாலைக்குச் செய்த பகை எவன்கொல்

இந்தக் குறளில் உள்ள கடினமான சொற்களும் அவற்றின் பொருளும்:

நன்று	=>	*நன்மை*
என்கொல்	=>	*என்னவோ*
எவன்கொல்	=>	*என்னவோ*
யான்	=>	*நான்*

எளிய உரை:

காலைப் பொழுது எனக்கு மகிழ்ச்சியைத் தருகிறது. ஆனால், மாலைப் பொழுது என்னைத் துன்புறுத்துகிறது. இது ஏன்? நான் காலைப் பொழுதுக்கு என்ன நன்மை செய்தேன்? மாலைப் பொழுதுக்கு என்ன தீமை செய்தேன்?

குறள் எண்: 1226

குறள்:

மாலை நோய் செய்தல் மணந்தார் அகலாத
காலை அறிந்தது இலேன்

இந்தக் குறளை எப்படி மாற்றிப் படிக்கவேண்டும்:

மணந்தார் அகலாத காலை, மாலை நோய் செய்தல் அறிந்தது இலேன்

இந்தக் குறளில் உள்ள கடினமான சொற்களும் அவற்றின் பொருளும்:

செய்தல் => *செய்வது*

மணந்தார் => *என்னைத் திருமணம் செய்துகொண்ட என் காதலர்*

அகலாத காலை => *நீங்காதபோது*

அறிந்தது இலேன் => *நான் அறிந்திருக்கவில்லை*

எளிய உரை:

என் காதலன் என்னோடு இருந்தபோது மாலைப் பொழுதுகள் இனிமையாக இருந்தன. ஆனால் இப்போது, அவன் என்னைப் பிரிந்துவிட்டதால் அதே மாலைப் பொழுதுகள் எனக்குக் காதல் நோயைக் கொடுத்துத் துன்புறுத்துகின்றன. இந்த மாலைப் பொழுது இப்படி இனம் மாறிவிடும் என்று அப்போது எனக்குத் தெரிந்திருக்கவில்லை!

குறள் எண்: 1227

குறள்:

காலை அரும்பி, பகல் எல்லாம் போது ஆகி,
மாலை மலரும் இந் நோய்

இந்தக் குறளை எப்படி மாற்றிப் படிக்கவேண்டும்:

இந் நோய் காலை அரும்பி, பகல் எல்லாம் போது ஆகி, மாலை மலரும்

இந்தக் குறளில் உள்ள கடினமான சொற்களும் அவற்றின் பொருளும்:

அரும்பி	=>	*அரும்பு விட்டு*
போது	=>	*பெரிய அரும்பு*
இந் நோய்	=>	*இந்த நோய்*

எளிய உரை:

இந்தக் காதல் நோய் காலையில் அரும்புகிறது, பகலெல்லாம் மொட்டு விடுகிறது, மாலையில் மலர்கிறது.

குறள் எண்: 1228

குறள்:

அழல் போலும் மாலைக்குத் தூது ஆகி, ஆயன்
குழல் போலும் கொல்லும் படை

இந்தக் குறளை எப்படி மாற்றிப் படிக்கவேண்டும்:

ஆயன் குழல் அழல் போலும் மாலைக்குத் தூது ஆகி, கொல்லும் படை போலும்

இந்தக் குறளில் உள்ள கடினமான சொற்களும் அவற்றின் பொருளும்:

அழல் => நெருப்பு

போலும் => போன்ற

தூது ஆகி => தூதுவராக மாறி

ஆயன் => மாடு மேய்க்கும் இடையர்

குழல் => புல்லாங்குழல்

போலும் => போன்றது

படை => படைக் கருவி / ஆயுதம்

எளிய உரை:

மாடு மேய்க்கும் இடையர் ஒருவர் புல்லாங்குழல் வாசிக்கிறார். அந்த இசை, தீயைப் போல் சுடுகின்ற மாலை நேரத்துடன் சேர்ந்துகொண்டு என்னை வாட்டுகிறது.

குறள் எண்: 1229

குறள்:

பதி மருண்டு பைதல் உழக்கும், மதி மருண்டு
மாலை படர் தரும்போழ்து

இந்தக் குறளை எப்படி மாற்றிப் படிக்கவேண்டும்:

மதி மருண்டு மாலை படர் தரும்போழ்து பதி மருண்டு பைதல் உழக்கும்

இந்தக் குறளில் உள்ள கடினமான சொற்களும் அவற்றின் பொருளும்:

பதி => ஊர்

மருண்டு => மயங்கி

பைதல் => துன்பம்

உழக்கும் => வருத்தத்தை உண்டாக்கும்

மதி => அறிவு

படர் தரும்போழ்து => துன்பத்தைத் தரும்போது

எளிய உரை:

மயக்கத்தைத் தருகிற மாலைப் பொழுது துன்பத்தைப் பொழிகிறது. அதனால் இந்த ஊர் மயங்கித் துன்பப்படுகிறது.

குறள் எண்: 1230

குறள்:

பொருள் மாலையாளரை உள்ளி மருள் மாலை
மாயும் என் மாயா உயிர்

இந்தக் குறளை எப்படி மாற்றிப் படிக்கவேண்டும்:

மருள் மாலை, மாயா என் உயிர் பொருள் மாலையாளரை உள்ளி மாயும்

இந்தக் குறளில் உள்ள கடினமான சொற்களும் அவற்றின் பொருளும்:

பொருள் => செல்வம்

மாலையாளரை => இயல்பைக் கொண்டவரை

உள்ளி => எண்ணி

மருள் => மயக்குகின்ற

மாயும் => இறக்கும்

மாயா => இறக்காத

எளிய உரை:

மயக்கத்தைத் தருகிற மாலைப் பொழுது வந்துவிட்டது. செல்வம் சேர்ப்பதற்காக என்னை விட்டுச் சென்ற என் காதலனை நினைத்து நான் வருந்துகிறேன். இத்தனை நாட்களாக எப்படியோ பிடித்துவைத்திருந்த என் உயிர் இப்போது என்னை விட்டுச் சென்றுவிடுமோ என்று ஏங்குகிறேன்.

அதிகாரம் 124: உறுப்பு நலன் அழிதல் (காதலனைப் பிரிந்த காதலியின் உறுப்புகள் அழகு இழத்தல்)

குறள் எண்: 1231

குறள்:

சிறுமை நமக்கு ஒழியச் சேண் சென்றார் உள்ளி
நறு மலர் நாணின கண்

இந்தக் குறளை எப்படி மாற்றிப் படிக்கவேண்டும்:

சிறுமை நமக்கு ஒழியச் சேண் சென்றார் உள்ளிக் கண் நறு மலர் நாணின

இந்தக் குறளில் உள்ள கடினமான சொற்களும் அவற்றின் பொருளும்:

சிறுமை	=> துன்பம்
ஒழிய	=> இருக்க
சேண் சென்றார்	=> நெடுந்தொலைவு சென்றவர்
உள்ளி	=> நினைத்து
நறு மலர்	=> நறுமணமுள்ள மலர்
நாணின	=> நாணம் கொண்டன

எளிய உரை:

என் கண்கள் மலர்களைவிட அழகானவை. அதனால், மலர்கள் என்னைக் கண்டால் நாணித் தலை குனியும்.

ஆனால் இப்போது, என் காதலன் என்னை விட்டுப் பிரிந்து நெடுந்தொலைவு சென்றுவிட்டான். அவனை நினைத்து அழுது அழுது என் கண்கள் அழகை இழந்துவிட்டன. அதனால், என் கண்கள் மலர்களைக் கண்டு நாணித் தலை குனிகின்றன.

குறள் எண்: 1232

குறள்:

நயந்தவர் நல்காமை சொல்லுவ போலும்,
பசந்து பனி வாரும் கண்

இந்தக் குறளை எப்படி மாற்றிப் படிக்கவேண்டும்:

பசந்து பனி வாரும் கண் நயந்தவர் நல்காமை சொல்லுவ போலும்

இந்தக் குறளில் உள்ள கடினமான சொற்களும் அவற்றின் பொருளும்:

நயந்தவர் => என்னால் காதலிக்கப்பட்டவர்

நல்காமை => அன்பு செலுத்தாத நிலை

சொல்லுவ போலும் => பிறருக்கு எடுத்துச்சொல்கின்றன போலும்

பசந்து => அழகிய நிறம் மாறி

பனி => நீர்

வாரும் => பொழியும்

எளிய உரை:

என் கண்கள் நிறம் மாறிவிட்டன. அவற்றில் எப்போதும் கண்ணீர் வழிந்துகொண்டிருக்கிறது. என்னுடைய காதலன் என்னை விட்டுச் சென்றுவிட்டான் என்கிற செய்தியை அவை எல்லாருக்கும் சொல்கின்றன!

குறள் எண்: 1233

குறள்:

தணந்தமை சால அறிவிப்ப போலும்,
மணந்த நாள் வீங்கிய தோள்

இந்தக் குறளை எப்படி மாற்றிப் படிக்கவேண்டும்:

மணந்த நாள் வீங்கிய தோள் தணந்தமை சால அறிவிப்ப போலும்

இந்தக் குறளில் உள்ள கடினமான சொற்களும் அவற்றின் பொருளும்:

தணந்தமை => காதலன் பிரிந்து சென்ற நிலை

சால => நன்றாக

அறிவிப்ப போலும் => அறிவிக்கின்றன போலும்

மணந்த => திருமணம் செய்துகொண்ட

வீங்கிய => இன்பத்தால் பருத்த

எளிய உரை:

நானும் என் காதலனும் திருமணம் செய்துகொண்டோம். அந்த மகிழ்ச்சியில் என் தோள்கள் பூரித்துப் பெரிதாகின.

இப்போது, என் காதலன் என்னை விட்டுப் பிரிந்து சென்றுவிட்டான். அந்த வருத்தத்தில் என் தோள்கள் மெலிந்துவிட்டன. அவை என்னுடைய பிரிவுத் துன்பத்தை எல்லாருக்கும் சொல்கின்றன!

குறள் எண்: 1234

குறள்:

பணை நீங்கிப் பைந்தொடி சோரும், துணை நீங்கித்
தொல் கவின் வாடிய தோள்

இந்தக் குறளை எப்படி மாற்றிப் படிக்கவேண்டும்:

துணை நீங்கித் தொல் கவின் வாடிய தோள் பணை நீங்கிப் பைந்தொடி சோரும்

இந்தக் குறளில் உள்ள கடினமான சொற்களும் அவற்றின் பொருளும்:

பணை => பெருத்த நிலை

நீங்கி => அகன்று

பைந்தொடி => பசும்பொன்னால் ஆன தொடி என்னும் வளையல்

சோரும் => கழன்றுவிடும்

துணை => காதலன்

தொல் கவின் => பழைய அழகு

எளிய உரை:

என் காதலன் என்னை விட்டுப் பிரிந்து சென்றுவிட்டான். அதனால், என்னுடைய பழைய அழகெல்லாம் போய்விட்டது. பெருத்திருந்த என் தோள்கள் மெலிந்துவிட்டன. நான் அணிந்திருந்த பசும்பொன் வளையல்கள் கழன்று விழுந்துவிட்டன.

குறள் எண்: 1235

குறள்:

கொடியார் கொடுமை உரைக்கும், தொடியொடு
தொல் கவின் வாடிய தோள்

இந்தக் குறளை எப்படி மாற்றிப் படிக்கவேண்டும்:

தொடியொடு தொல் கவின் வாடிய தோள் கொடியார் கொடுமை உரைக்கும்

இந்தக் குறளில் உள்ள கடினமான சொற்களும் அவற்றின் பொருளும்:

கொடியார் => கொடியவர்

உரைக்கும் => சொல்லும்

தொடியொடு => தொடி என்னும் வளையலுடன்

தொல் கவின் => பழைய அழகு

எளிய உரை:

என் காதலன் என்னை விட்டுப் பிரிந்து சென்றுவிட்டான். அதனால், என்னுடைய பழைய அழகெல்லாம் போய்விட்டது. என் தோள்கள் வாடி மெலிந்துவிட்டன. நான் அணிந்திருந்த வளையல்களெல்லாம் கழன்று விழுந்துவிட்டன. என் காதலன் எனக்குச் செய்துள்ள கொடுமையை என்னுடைய வாடிய தோள்களும் கழன்ற வளையல்களும் எல்லாருக்கும் சொல்கின்றன!

குறள் எண்: 1236

குறள்:

தொடியொடு தோள் நெகிழ, நோவல், அவரைக்
கொடியர் எனக் கூறல் நொந்து

இந்தக் குறளை எப்படி மாற்றிப் படிக்கவேண்டும்:

தொடியொடு தோள் நெகிழ, அவரைக் கொடியர் எனக் கூறல் நொந்து நோவல்

இந்தக் குறளில் உள்ள கடினமான சொற்களும் அவற்றின் பொருளும்:

தொடியொடு => தொடி என்னும் வளையலுடன்

நெகிழ => மெலிந்துபோக

நோவல் => நோகிறேன்

கொடியர் => கொடியவர்

கூறல் => சொல்லுதல்

நொந்து => வருந்தி

எளிய உரை:

என் காதலன் என்னை விட்டுப் பிரிந்து சென்றுவிட்டான். அதனால், என்னுடைய தோள்கள் மெலிந்துவிட்டன. நான் அணிந்திருந்த வளையல்கள் கழன்று விழுந்துவிட்டன. இதைப் பார்த்த ஊர் மக்கள், 'இவளுடைய காதலன் பெரிய கொடுமைக்காரன்' என்று பேசுகிறார்கள். அந்தப் பேச்சைப் பொறுத்துக்கொள்ளமுடியாமல் நான் மேலும் வருந்துகிறேன்.

குறள் எண்: 1237

குறள்:

பாடு பெறுதியோ, நெஞ்சே, கொடியார்க்கு என்
வாடு தோள் பூசல் உரைத்து

இந்தக் குறளை எப்படி மாற்றிப் படிக்கவேண்டும்:

நெஞ்சே, கொடியார்க்கு என் வாடு தோள் பூசல் உரைத்துப் பாடு பெறுதியோ

இந்தக் குறளில் உள்ள கடினமான சொற்களும் அவற்றின் பொருளும்:

பாடு	=>	*மேம்பாடு / உயர்வு*
பெறுதியோ	=>	*பெறுவாயோ*
கொடியார்க்கு	=>	*கொடியவருக்கு*
வாடு	=>	*வாடுகின்ற*
பூசல்	=>	*ஆரவாரம்*
உரைத்து	=>	*சொல்லி*

எளிய உரை:

என் நெஞ்சே,

கொடுமைக்காரனான என் காதலனிடம் போ. அவன் என்னை விட்டுப் பிரிந்ததால் என் தோள்கள் வாடி மெலிந்துவிட்டன என்று சொல். அதைப் பார்த்த ஊர் மக்கள் எங்களைப்பற்றி இழிவாகப் பேசிக் கேலி செய்கிறார்கள் என்று சொல். இதைச் செய்தால் உனக்குப் பெருமை உண்டாகும்.

குறள் எண்: 1238

குறள்:

முயங்கிய கைகளை ஊக்க, பசந்தது
பைந்தொடிப் பேதை நுதல்

இந்தக் குறளை எப்படி மாற்றிப் படிக்கவேண்டும்:

பைந்தொடிப் பேதை முயங்கிய கைகளை ஊக்க, (பேதை) நுதல் பசந்தது

இந்தக் குறளில் உள்ள கடினமான சொற்களும் அவற்றின் பொருளும்:

முயங்கிய	=>	அணைத்த
ஊக்க	=>	தளர்த்த / நெகிழ்த்த
பசந்தது	=>	பசலை கொண்டது / நிறம் மாறிவிட்டது
பைந்தொடி	=>	பசும்பொன்னால் ஆன தொடி என்னும் வளையல்
பேதை	=>	பெண்
நுதல்	=>	நெற்றி

எளிய உரை:

பசும்பொன்னால் ஆன தொடிகளை அணிந்த என் காதலி என்னை அணைத்துக்கொண்டு தூங்கினாள். இப்படி அணைத்தால் இவளுக்குக் கை வலிக்குமே என்று எண்ணி அந்தக் கைகளைச் சற்றுத் தளர்த்தினேன்.

அவ்வளவுதான். அந்தச் சிறு பிரிவைக்கூடத் தாங்கமுடியாமல் அவளுடைய நெற்றியில் பசலை படர்ந்துவிட்டது.

குறள் எண்: 1239

குறள்:

முயக்கு இடைத் தண் வளி போழ, பசப்பு உற்ற
பேதை பெரு மழைக் கண்

இந்தக் குறளை எப்படி மாற்றிப் படிக்கவேண்டும்:

முயக்கு இடைத் தண் வளி போழ, பேதை பெரு மழைக் கண் பசப்பு உற்ற

இந்தக் குறளில் உள்ள கடினமான சொற்களும் அவற்றின் பொருளும்:

முயக்கு => தழுவல் / அணைப்பு

இடை => நடுவில்

தண் => குளிர்ந்த

வளி => காற்று

போழ => நுழைய

பசப்பு உற்ற => பசலை கொண்டன / நிறம் மாறிவிட்டன

பேதை => பெண்

பெரு => பெரிய

மழை => குளிர்ந்த

எளிய உரை:

என் காதலியை அணைத்தேன். அப்போது, குளிர்ந்த காற்று எங்களுக்கிடையில் நுழைந்தது.

அவ்வளவுதான். அந்தச் சிறு பிரிவைக்கூடத் தாங்கமுடியாமல் அவளுடைய பெரிய, குளிர்ச்சியான கண்கள் நிறம் மாறிவிட்டன.

குறள் எண்: 1240

குறள்:

கண்ணின் பசப்போ பருவரல் எய்தின்றே
ஒள் நுதல் செய்தது கண்டு

இந்தக் குறளை எப்படி மாற்றிப் படிக்கவேண்டும்:

ஒள் நுதல் செய்தது கண்டு கண்ணின் பசப்போ பருவரல் எய்தின்றே

இந்தக் குறளில் உள்ள கடினமான சொற்களும் அவற்றின் பொருளும்:

பசப்பு => பசலை / நிறமாற்றம்

பருவரல் => துன்பம்

எய்தின்று => அடைந்துவிட்டது

ஒள் => ஒளி பொருந்திய

நுதல் => நெற்றி

எளிய உரை:

என் காதலன் என்னை விட்டுப் பிரிந்து சென்றான். அதனால், ஒளி பொருந்திய என்னுடைய நெற்றியிலும் கண்களிலும் பசலை படர்ந்தது. கண்களின் பசலை நெற்றியின் பசலையைப் பார்த்துத் துன்பப்பட்டது.

அதிகாரம் 125: நெஞ்சொடு கிளத்தல் (நெஞ்சுடன் பேசுதல்)

குறள் எண்: 1241

குறள்:

நினைத்து ஒன்று சொல்லாயோ, நெஞ்சே, எனைத்து ஒன்றும்
எவ்வ நோய் தீர்க்கும் மருந்து

இந்தக் குறளை எப்படி மாற்றிப் படிக்கவேண்டும்:

நெஞ்சே, எனைத்து ஒன்றும் எவ்வ நோய் தீர்க்கும் மருந்து ஒன்று நினைத்துச் சொல்லாயோ

இந்தக் குறளில் உள்ள கடினமான சொற்களும் அவற்றின் பொருளும்:

நினைத்து	*=> எண்ணிப் பார்த்து*
சொல்லாயோ	*=> சொல்லமாட்டாயா*
எனைத்து ஒன்றும்	*=> எப்படிப்பட்டதானாலும் / எவ்வளவு சிறிதானாலும்*
எவ்வம்	*=> துன்பம்*

எளிய உரை:

நெஞ்சே, என்னுடைய காதல் துன்பத்தைச் சிறிதளவேனும் தீர்க்கக்கூடிய மருந்து ஒன்றைச் சிந்தித்துச் சொல்லமாட்டாயா!

குறள் எண்: 1242

குறள்:

காதல் அவர் இலர் ஆக நீ நோவது
பேதைமை, வாழி, என் நெஞ்சு

இந்தக் குறளை எப்படி மாற்றிப் படிக்கவேண்டும்:

என் நெஞ்சு, வாழி, அவர் காதல் இலர் ஆக நீ நோவது பேதைமை

இந்தக் குறளில் உள்ள கடினமான சொற்களும் அவற்றின் பொருளும்:

இலர் ஆல => இல்லாதவராக இருக்க

நோவது => வருந்துவது

பேதைமை => முட்டாள்தனம்

வாழி => வாழ்க

எளிய உரை:

என் நெஞ்சே, நீ வாழ்க,

அவனுக்கு என்மீது காதல் இல்லை. பிறகு ஏன் நீ அவனை நினைத்து வருந்திக்கொண்டிருக்கிறாய்? இது சரியான முட்டாள்தனம்!

குறள் எண்: 1243

குறள்:

**இருந்து உள்ளி என் பரிதல், நெஞ்சே, பரிந்து உள்ளல்
பைதல் நோய் செய்தார்கண் இல்**

இந்தக் குறளை எப்படி மாற்றிப் படிக்கவேண்டும்:

நெஞ்சே, பைதல் நோய் செய்தார்கண் பரிந்து உள்ளல் இல். இருந்து உள்ளிப் பரிதல் என்?

இந்தக் குறளில் உள்ள கடினமான சொற்களும் அவற்றின் பொருளும்:

உள்ளி	=>	நினைத்து
என்	=>	ஏன்
பரிதல்	=>	வருந்துதல்
பரிந்து	=>	இரக்கப்பட்டு
உள்ளல்	=>	நினைத்தல்
பைதல்	=>	துன்பம்
செய்தார்கண்	=>	செய்தவரிடம்
இல்	=>	இல்லை

எளிய உரை:

நெஞ்சே,

என் காதலன் எனக்குக் காதல் நோயைக் கொடுத்துத் துன்பப்படுத்துகிறான். அவன் என்னை நினைப்பதும் இல்லை, என்மீது இரக்கப்படுவதும் இல்லை.

ஆனால் நீயோ, இங்கு இருந்துகொண்டு அவனை நினைத்து வருந்திக்கொண்டிருக்கிறாய். இது ஏன்? (நீ அங்கு சென்று அவனிடம் பேசு.)

குறள் எண்: 1244

குறள்:

கண்ணும் கொளச் சேறி, நெஞ்சே, இவை என்னைத்
தின்னும் அவர்க் காணல் உற்று

இந்தக் குறளை எப்படி மாற்றிப் படிக்கவேண்டும்:

நெஞ்சே, கண்ணும் கொளச் சேறி, இவை அவர்க் காணல் உற்று என்னைத் தின்னும்

இந்தக் குறளில் உள்ள கடினமான சொற்களும் அவற்றின் பொருளும்:

கொளச் சேறி => கொண்டு செல்

இவை => இந்தக் கண்கள்

அவர்க் காணல் உற்று => என் காதலனைப் பார்க்கவேண்டும் என்பதற்காக

எளிய உரை:

நெஞ்சே,

என் கண்கள் என் காதலனைப் பார்க்கவேண்டும் என்று ஏங்குகின்றன, அதற்காக என்னை மிகவும் துன்புறுத்துகின்றன.

அதனால், நீ என் காதலனைப் பார்க்கச் செல்லும்போது தனியாகச் செல்லாதே. இந்தக் கண்களையும் உன்னுடன் அழைத்துக்கொண்டு செல்.

குறள் எண்: 1245

குறள்:

செற்றார் எனக் கைவிடல் உண்டோ, நெஞ்சே, யாம்
உற்றால் உறாஅதவர்

இந்தக் குறளை எப்படி மாற்றிப் படிக்கவேண்டும்:

நெஞ்சே, யாம் உற்றால் உறாஅதவர் செற்றார் எனக் கைவிடல் உண்டோ?

இந்தக் குறளில் உள்ள கடினமான சொற்களும் அவற்றின் பொருளும்:

செற்றார் => பகைவர் / அன்பில்லாதவர்

கைவிடல் => அவனை விட்டுவிட்டு வருதல்

உண்டோ => நம்மால் இயலுமா

யாம் => நாம்

உற்றால் => அன்பு கொண்டால்

உறாஅதவர் => அன்பு கொள்ளாதவர்

எளிய உரை:

நெஞ்சே,

நாம் அவன்மீது அன்பு செலுத்துகிறோம். ஆனால், அவன் நம்மீது அன்பு செலுத்தவில்லை. என்றாலும், நம்மால் அவனை விட்டுவிட்டு வரமுடியவில்லையே!

குறள் எண்: 1246

குறள்:

கலந்து உணர்த்தும் காதலர்க் கண்டால் புலந்து உணராய்,
பொய்க் காய்வு காய்தி, என் நெஞ்சு

இந்தக் குறளை எப்படி மாற்றிப் படிக்கவேண்டும்:

என் நெஞ்சு, கலந்து உணர்த்தும் காதலர்க் கண்டால் புலந்து உணராய், பொய்க் காய்வு காய்தி

இந்தக் குறளில் உள்ள கடினமான சொற்களும் அவற்றின் பொருளும்:

கலந்து => ஒன்றுகூடி

உணர்த்தும் => ஊடலை நீக்கும்

காதலர்க் கண்டால் => காதலனைக் கண்டால்

புலந்து => ஊடல் கொண்டு

உணராய் => அறியமாட்டாய் / உனக்கு அது தெரியாது

பொய்க் காய்வு => பொய்யான சினம்

காய்தி => காய்கிறாய் / சினம் கொள்கிறாய்

எளிய உரை:

என் நெஞ்சே,

நான் அவ்வப்போது என் காதலனிடம் ஊடல் கொள்வேன். அவன் என்னை அணைத்து அந்த ஊடலைத் தீர்ப்பான்.

ஆனால் நீ, எப்போதும் என் காதலன்மீது ஊடல் கொண்டதில்லை. ஊடல் கொள்வது எப்படி என்றுகூட உனக்குத் தெரியாது.

அதனால், இப்போது நீ அவன்மீது சினம் கொண்டு பேசுவதெல்லாம் உண்மையில்லை, சும்மா விளையாட்டுதான்!

குறள் எண்: 1247

குறள்:

காமம் விடு ஒன்றோ, நாண் விடு, நல் நெஞ்சே,
யானோ பொறேன் இவ் இரண்டு

இந்தக் குறளை எப்படி மாற்றிப் படிக்கவேண்டும்:

நல் நெஞ்சே, ஒன்றோ காமம் விடு, (ஒன்றோ) நாண் விடு, யானோ இவ் இரண்டு பொறேன்

இந்தக் குறளில் உள்ள கடினமான சொற்களும் அவற்றின் பொருளும்:

காமம் => காதல்

ஒன்றோ => ஒன்று

நாண் => நாணம் / வெட்கம்

யானோ => நானோ

பொறேன் => பொறுத்துக்கொள்ளமாட்டேன்

இவ் இரண்டு => இந்த இரண்டு

எளிய உரை:

என்னுடைய நல்ல நெஞ்சே,

ஒன்று, காதலை விட்டுவிடு. இல்லாவிட்டால், நாணத்தை விட்டுவிடு. இந்த இரண்டையும் ஒன்றாகத் தாங்கிக்கொள்ளும் வலிமை எனக்கு இல்லை.

குறள் எண்: 1248

குறள்:

பரிந்து அவர் நல்கார் என்று ஏங்கிப் பிரிந்தவர்
பின் செல்வாய், பேதை, என் நெஞ்சு

இந்தக் குறளை எப்படி மாற்றிப் படிக்கவேண்டும்:

என் நெஞ்சு, அவர் பரிந்து நல்கார் என்று ஏங்கிப் பிரிந்தவர் பின் செல்வாய், பேதை

இந்தக் குறளில் உள்ள கடினமான சொற்களும் அவற்றின் பொருளும்:

பரிந்து => அன்பு காட்டி

நல்கார் => (அன்பை) வழங்கமாட்டார்

பிரிந்தவர் பின் => பிரிந்து சென்ற காதலனுக்குப் பின்னால்

பேதை => அறிவற்றது

எளிய உரை:

என் நெஞ்சே,

என் காதலன் என்மீது அன்பு செலுத்தவில்லை, என்னை விட்டுப் பிரிந்து செல்கிறான். அதைக் கண்ட நீ ஏக்கத்துடன் அவனுக்குப் பின்னால் செல்கிறாய். நீ சரியான முட்டாள். (நீ எவ்வளவுதான் கெஞ்சினாலும் அவன் மனம் இரங்கமாட்டான்.)

குறள் எண்: 1249

குறள்:

உள்ளத்தார் காதலவர் ஆக, உள்ளி நீ
யாருழைச் சேறி, என் நெஞ்சு

இந்தக் குறளை எப்படி மாற்றிப் படிக்கவேண்டும்:

என் நெஞ்சு, காதலவர் உள்ளத்தார் ஆக, நீ உள்ளி யாருழைச் சேறி?

இந்தக் குறளில் உள்ள கடினமான சொற்களும் அவற்றின் பொருளும்:

உள்ளத்தார் => மனத்தில் தங்கியிருப்பவர்

காதலவர் => காதலன்

உள்ளி => நினைத்து

யாருழை => யாரிடம்

சேறி => செல்கிறாய்

எளிய உரை:

என் நெஞ்சே,

என் காதலன் என் உள்ளத்தில்தான் இருக்கிறான். ஆனால் நீயோ அவனைத் தேடி அங்கும் இங்கும் திரிகிறாய். இது ஏன்?

குறள் எண்: 1250

குறள்:

துன்னாத் துறந்தாரை நெஞ்சத்து உடையேமா
இன்னும் இழத்தும் கவின்

இந்தக் குறளை எப்படி மாற்றிப் படிக்கவேண்டும்:

துன்னாத் துறந்தாரை நெஞ்சத்து உடையேமா இன்னும் கவின் இழத்தும்

இந்தக் குறளில் உள்ள கடினமான சொற்களும் அவற்றின் பொருளும்:

துன்னா => நெருங்காமல் / கூட இருக்காமல்

துறந்தாரை => பிரிந்தவரை

நெஞ்சத்து => நெஞ்சத்தில்

உடையேமா => கொண்டிருப்பதால்

இழத்தும் => இழப்போம்

கவின் => அழகு

எளிய உரை:

என் காதலன் என்னை விட்டுப் பிரிந்து சென்றுவிட்டான். ஆனாலும் நான் அவனை மறக்கவில்லை. இப்போதும் அவனை என் நெஞ்சுக்குள்தான் வைத்திருக்கிறேன். அதனால், ஒவ்வொரு நாளும் என்னுடைய அழகை மேலும் மேலும் இழக்கிறேன்.

அதிகாரம் 126: நிறை அழிதல்
(மனத்தில் உள்ள காதலை வெளிப்படையாகச் சொல்லுதல்)

குறள் எண்: 1251

குறள்:

காமக் கணிச்சி உடைக்கும், நிறை என்னும்
நாணுத் தாழ் வீழ்த்த கதவு

இந்தக் குறளை எப்படி மாற்றிப் படிக்கவேண்டும்:

நிறை என்னும் நாணுத் தாழ் வீழ்த்த கதவு காமக் கணிச்சி உடைக்கும்

இந்தக் குறளில் உள்ள கடினமான சொற்களும் அவற்றின் பொருளும்:

காம	=>	*காதல்*
கணிச்சி	=>	*கோடரி*
நிறை	=>	*மன உறுதி / இரகசியத்தை மறைத்துவைக்கும் பண்பு*
நாணுத் தாழ்	=>	*நாணமாகிய தாழ்ப்பாள்*
வீழ்த்த	=>	*போட்ட*

எளிய உரை:

என் மனத்தில் உள்ள ஆசைகளை யாரிடமும் சொல்லக்கூடாது என்று உறுதியான கதவைப் போட்டு மூடினேன், அதில் நாணம் என்னும் தாழ்ப்பாளைப் போட்டுப் பாதுகாத்தேன்.

ஆனால், காதல் என்கிற கோடரி அந்த உறுதியான கதவை உடைத்து எறிந்துவிட்டது.

குறள் எண்: 1252

குறள்:

காமம் என ஒன்று, ஓ, கண் இன்று, என் நெஞ்சத்தை
யாமத்தும் ஆளும் தொழில்

இந்தக் குறளை எப்படி மாற்றிப் படிக்கவேண்டும்:

காமம் என ஒன்று கண் இன்று, என் நெஞ்சத்தை யாமத்தும் தொழில் ஆளும், ஓ!

இந்தக் குறளில் உள்ள கடினமான சொற்களும் அவற்றின் பொருளும்:

காமம்	=>	*காதல்*
ஓ	=>	*அடடா*
கண் இன்று	=>	*இரக்கமில்லாதது*
யாமத்தும்	=>	*நள்ளிரவிலும்*
ஆளும்	=>	*ஆட்சி செய்யும்*
தொழில்	=>	*செயல்படுத்துதல்*

எளிய உரை:

இந்தக் காதலுக்குக் கொஞ்சம்கூட இரக்கமில்லை. இரவும் பகலும் என் நெஞ்சத்தை அதுதான் ஆள்கிறது!

குறள் எண்: 1253

குறள்:

மறைப்பேன் மன் காமத்தை யான், ஓ, குறிப்பு இன்றித்
தும்மல்போல் தோன்றிவிடும்

இந்தக் குறளை எப்படி மாற்றிப் படிக்கவேண்டும்:

யான் காமத்தை மறைப்பேன் மன், (காமம்) குறிப்பு இன்றித் தும்மல்போல் தோன்றிவிடும், ஓ!

இந்தக் குறளில் உள்ள கடினமான சொற்களும் அவற்றின் பொருளும்:

மன் => அசைச்சொல் (பொருள் உணர்த்தாத சொல்)

காமத்தை => காதலை

யான் => நான்

ஓ => அடடா

குறிப்பு இன்றி => எந்த நினைவூட்டலும் இல்லாமல் / திடீரென்று

எளிய உரை:

நான் என் காதலை நெஞ்சுக்குள் மறைத்துவைக்க முயல்கிறேன். ஆனால், அது திடீரென்று தும்மலைப்போல் தானாக வெளிப்பட்டுவிடுகிறது!

குறள் எண்: 1254

குறள்:

நிறை உடையேன் என்பேன் மன் யான், ஓ, என் காமம்
மறை இறந்து மன்று படும்

இந்தக் குறளை எப்படி மாற்றிப் படிக்கவேண்டும்:

யான் நிறை உடையேன் என்பேன் மன். என் காமம் மறை இறந்து மன்று படும், ஓ!

இந்தக் குறளில் உள்ள கடினமான சொற்களும் அவற்றின் பொருளும்:

நிறை உடையேன் => மன உறுதி கொண்டுள்ளேன் / என்னால் இரகசியங்களை மறைத்துவைக்க இயலும்

என்பேன் => என்று சொல்வேன்

மன் => அசைச்சொல் (பொருள் உணர்த்தாத சொல்)

யான் => நான்

ஓ => அடடா

காமம் => காதல்

மறை => மறைத்துவைத்த இரகசியம்

இறந்து => கடந்து

மன்று => மன்றத்தில் / பொது இடத்தில்

படும் => வெளிப்படும்

எளிய உரை:

நான் என் காதலை இரகசியமாக மனத்துக்குள் பூட்டிவைக்கிறேன், இதை யாருக்கும் சொல்லமாட்டேன் என்று எனக்குள் உறுதி சொல்லிக்கொள்கிறேன்.

ஆனால், என் காதல் தானாக வெளிப்பட்டுவிடுகிறது, ஊர் அறிந்த இரகசியமாகிவிடுகிறது!

குறள் எண்: 1255

குறள்:

செற்றார் பின் செல்லாப் பெரும் தகைமை காம நோய்
உற்றார் அறிவது ஒன்று அன்று

இந்தக் குறளை எப்படி மாற்றிப் படிக்கவேண்டும்:

செற்றார் பின் செல்லாப் பெரும் தகைமை காம நோய் உற்றார் அறிவது ஒன்று அன்று

இந்தக் குறளில் உள்ள கடினமான சொற்களும் அவற்றின் பொருளும்:

செற்றார் பின் => நீங்கிச் சென்றவருக்குப் பின்னால்

செல்லா => செல்லாத

தகைமை => நிறைந்த பண்பு

காம => காதல்

உற்றார் => கொண்டவர்

அன்று => இல்லை

எளிய உரை:

ஒருவர் நம்மை விட்டு நீங்கிச் செல்கிறார் என்றால், அவரை அப்படியே விட்டுவிடவேண்டும். நாமும் அவருக்குப் பின்னால் சென்று கெஞ்சக்கூடாது. அதுதான் நல்ல பண்பு.

ஆனால், காதல் நோயால் பாதிக்கப்பட்டவர்களிடம் அந்த நல்ல பண்பு இருப்பதில்லை.

குறள் எண்: 1256

குறள்:

செற்றவர் பின் சேறல் வேண்டி, அளித்து, அரோ,
எற்று என்னை உற்ற துயர்

இந்தக் குறளை எப்படி மாற்றிப் படிக்கவேண்டும்:

செற்றவர் பின் சேறல் வேண்டி என்னை உற்ற துயர் எற்று, அளித்து, அரோ

இந்தக் குறளில் உள்ள கடினமான சொற்களும் அவற்றின் பொருளும்:

செற்றவர் பின் => நீங்கிச் சென்றவருக்குப் பின்னால்

சேறல் => செல்லுதல்

வேண்டி => விரும்பி

அளித்து => நல்லது (கேலியான பொருளில்)

அரோ => அசைச்சொல் (பொருள் உணர்த்தாத சொல்)

எற்று => எப்படிப்பட்டது

உற்ற => அடைந்த

எளிய உரை:

எனக்கு வந்துள்ள காதல் நோய் மிகுந்த துயரத்தைத் தருகிறது, என்னை விட்டு நீங்கிச் சென்ற காதலனுக்குப் பின்னால் செல்லும்படி என்னைத் தூண்டுகிறது. இது என்ன கொடுமை!

குறள் எண்: 1257

குறள்:

நாண் என ஒன்றோ அறியலம், காமத்தால்
பேணியார் பெட்ப செயின்

இந்தக் குறளை எப்படி மாற்றிப் படிக்கவேண்டும்:

பேணியார் காமத்தால் பெட்ப செயின் நாண் என ஒன்றோ அறியலம்

இந்தக் குறளில் உள்ள கடினமான சொற்களும் அவற்றின் பொருளும்:

நாண் => நாணம் / வெட்கம்

ஒன்றோ => ஒன்றையும்

அறியலம் => அறியாமல் இருந்தோம்

காமத்தால் => காதலால்

பேணியார் => நான் விரும்பும் காதலன்

பெட்ப => விரும்பியவற்றை

செயின் => செய்தால்

எளிய உரை:

என் காதலன் என்னைக் காதலுடன் அணைத்தான், நான் விரும்பியபடியெல்லாம் என்னைக் கொண்டாடினான். அதனால் நான் நாணத்தை மறந்து வாழ்ந்திருந்தேன்.

குறள் எண்: 1258

குறள்:

பல் மாயக் கள்வன் பணி மொழி அன்றோ, நம்
பெண்மை உடைக்கும் படை

இந்தக் குறளை எப்படி மாற்றிப் படிக்கவேண்டும்:

நம் பெண்மை உடைக்கும் படை பல் மாயக் கள்வன் பணி மொழி அன்றோ

இந்தக் குறளில் உள்ள கடினமான சொற்களும் அவற்றின் பொருளும்:

பல் => பல

மாய => மாயங்களைச் செய்யக்கூடிய / ஏமாற்றக்கூடிய

கள்வன் => திருடன்

பணி மொழி => பணிந்து பேசும் சொற்கள்

அன்றோ => இல்லையா

படை => படைக்கருவி

எளிய உரை:

நான் பெண்மைக்குரிய நாணத்துடன் தலை கவிழ்ந்து நின்றேன்.

என் காதலன் சரியான திருடன், பல பொய்களைப் பேசி எல்லாரையும் ஏமாற்றக்கூடியவன். அவன் என்னிடம் வந்து பணிவாக ஏதேதோ சொன்னான். அவனுடைய அந்தப் பேச்சு என்னுடைய நாணப் பூட்டை உடைத்து எறிந்துவிட்டது.

குறள் எண்: 1259

குறள்:

புலப்பல் எனச் சென்றேன், புல்லினேன் நெஞ்சம்
கலத்தல் உறுவது கண்டு

இந்தக் குறளை எப்படி மாற்றிப் படிக்கவேண்டும்:

புலப்பல் எனச் சென்றேன், நெஞ்சம் கலத்தல் உறுவது கண்டு புல்லினேன்

இந்தக் குறளில் உள்ள கடினமான சொற்களும் அவற்றின் பொருளும்:

புலப்பல் => பொய்யாகச் சினம் கொள்வோம் / ஊடல் கொள்வோம்

புல்லினேன் => தழுவினேன்

கலத்தல் => கலப்பது

உறுவது => மேற்கொண்டுள்ளது

எளிய உரை:

நான் என் காதலன் மீது ஊடல் கொள்ள நினைத்தேன், அவனை விட்டு விலகி நின்றேன்.

ஆனால், அப்போதும் என் மனம் அவனை விட்டு விலகவில்லை, அவனோடுதான் கலந்து நின்றது.

அதனால், நானும் ஓடிச் சென்று அவனைத் தழுவிக் கொண்டேன்.

குறள் எண்: 1260

குறள்:

நிணம் தீயில் இட்டன்ன நெஞ்சினார்க்கு உண்டோ
புணர்ந்து ஊடி நிற்பேம் எனல்

இந்தக் குறளை எப்படி மாற்றிப் படிக்கவேண்டும்:

நிணம் தீயில் இட்டன்ன நெஞ்சினார்க்குப் புணர்ந்து ஊடி நிற்பேம் எனல் உண்டோ?

இந்தக் குறளில் உள்ள கடினமான சொற்களும் அவற்றின் பொருளும்:

நிணம் => கொழுப்பு

இட்டன்ன => இடுவதைப்போன்ற

நெஞ்சினார்க்கு => உள்ளத்தை உடையவர்களுக்கு

புணர்ந்து => நெருங்கி

ஊடி => பொய்யாகச் சினம் கொண்டு / ஊடல் கொண்டு

நிற்பேம் => உறுதியாக நிற்போம்

எனல் => என்று சொல்லுதல்

எளிய உரை:

கொழுப்பை நெருப்பில் போட்டால், அது உடனே உருகிவிடும்!

பெண்களின் மென்மையான உள்ளமும் அப்படிப்பட்டதுதான். அவர்கள் காதலன்மீது ஊடல் கொள்ளவேண்டும் என்று நினைப்பார்கள், ஆனால், அவனைக் கண்டதும் உருகிப்போய் அணைத்துக்கொண்டுவிடுவார்கள்!

அதிகாரம் 127: அவர்வயின் விதும்பல் (காதலர்கள் பேராவலால் ஒருவரை ஒருவர் காண விரும்புதல்)

குறள் எண்: 1261

குறள்:

> வாள் அற்றுப் புற்கென்ற கண்ணும், அவர் சென்ற
> நாள் ஒற்றித் தேய்ந்த விரல்

இந்தக் குறளை எப்படி மாற்றிப் படிக்கவேண்டும்:

அவர் சென்ற நாள் ஒற்றி விரல் தேய்ந்த, கண்ணும் வாள் அற்றுப் புற்கென்ற

இந்தக் குறளில் உள்ள கடினமான சொற்களும் அவற்றின் பொருளும்:

வாள் => ஒளி

அற்று => நீங்கி

புற்கென்ற => புன்மையான தன்மை கொண்டன / நிலை கெட்டன

ஒற்றி => எண்ணுவதற்காகச் சுவரில் விரல்களை ஒற்றி

தேய்ந்த => தேய்ந்தன

எளிய உரை:

என் காதலன் என்னை விட்டுப் பிரிந்து சென்றுவிட்டான். அவன் எப்போது திரும்பி வருவான் என்று சுவரில் விரல்களை ஒற்றி ஒற்றிக் கணக்குப் போடுகிறேன். அதனால் என் விரல்கள் தேய்ந்துவிட்டன, கண்கள் ஒளியிழந்துவிட்டன.

குறள் எண்: 1262

குறள்:

இலங்கு இழாய், இன்று மறப்பின் என் தோள் மேல்
கலம் கழியும் காரிகை நீத்து

இந்தக் குறளை எப்படி மாற்றிப் படிக்கவேண்டும்:

இலங்கு இழாய், இன்று மறப்பின் காரிகை நீத்து என் தோள் மேல் கலம் கழியும்

இந்தக் குறளில் உள்ள கடினமான சொற்களும் அவற்றின் பொருளும்:

இலங்கு => ஒளி வீசுகின்ற

இழாய் => அணிகலன்களை அணிந்தவளே

மறப்பின் => மறந்தால்

மேல் => மேலே உள்ள

கலம் => வளையல்

கழியும் => நீங்கும் / கழன்றுவிடும்

காரிகை => அழகு

நீத்து => நீங்கி

எளிய உரை:

ஒளி வீசுகின்ற அணிகலன்களை அணிந்த என் தோழி,

நான் என் காதலனை எப்போதும் மறக்கமாட்டேன். ஒருவேளை நான் அவனை மறந்துவிட்டால், என் அழகு கெட்டுப்போகும், ஏக்கத்தில் என் தோள்கள் மெலிந்துவிடும், நான் அணிந்திருக்கிற வளையல்களெல்லாம் கழன்று விழுந்துவிடும்.

குறள் எண்: 1263

குறள்:

உரன் நசைஇ உள்ளம் துணையாகச் சென்றார்
வரன் நசைஇ இன்னும் உளேன்

இந்தக் குறளை எப்படி மாற்றிப் படிக்கவேண்டும்:

உரன் நசைஇ உள்ளம் துணையாகச் சென்றார் வரன் நசைஇ இன்னும் உளேன்

இந்தக் குறளில் உள்ள கடினமான சொற்களும் அவற்றின் பொருளும்:

உரன் => வெற்றி / வலிமை / உறுதி

நசைஇ => விரும்பி

உள்ளம் => நெஞ்சில் உள்ள ஊக்கம்

சென்றார் => சென்றவர்

வரன் => வரவு / திரும்பி வருதல்

உளேன் => இருக்கிறேன்

எளிய உரை:

என் காதலன் செல்வத்தைச் சேர்க்க விரும்பினான், அதற்கென ஊக்கத்துடன் புறப்பட்டுச் சென்றுவிட்டான்.

இங்கு நான் அவனைப் பிரிந்து வாடுகிறேன், அவன் விரைவில் திரும்பி வருவான் என்ற நம்பிக்கையுடன் உயிர் வாழ்ந்துகொண்டிருக்கிறேன்.

குறள் எண்: 1264

குறள்:

கூடிய காமம் பிரிந்தார் வரவு உள்ளிக்
கோடு கொடு ஏறும் என் நெஞ்சு

இந்தக் குறளை எப்படி மாற்றிப் படிக்கவேண்டும்:

என் நெஞ்சு, கூடிய காமம் பிரிந்தார் வரவு உள்ளிக் கோடு கொடு ஏறும்

இந்தக் குறளில் உள்ள கடினமான சொற்களும் அவற்றின் பொருளும்:

கூடிய => ஒன்றாகக் கலந்த

காமம் => காதல்

பிரிந்தார் => பிரிந்து சென்றவர்

வரவு => திரும்பி வருதல்

உள்ளி => நினைத்து

கோடு => கிளை

கொடு => பற்றிக்கொண்டு

எளிய உரை:

என் காதலன் என்னோடு மகிழ்ச்சியாக வாழ்ந்தான், பிறகு, என்னை விட்டுப் பிரிந்து சென்றுவிட்டான். அவன் எப்போது திரும்பி வருவான் என்று என் நெஞ்சு ஏங்குகிறது, மரக் கிளையின் மேல் ஏறி நின்று சாலையைப் பார்க்கிறது, அவனைத் தேடுகிறது.

குறள் எண்: 1265

குறள்:

காண்க மன் கொண்கனைக் கண் ஆர, கண்டபின்
நீங்கும் என் மென் தோள் பசப்பு

இந்தக் குறளை எப்படி மாற்றிப் படிக்கவேண்டும்:

கொண்கனைக் கண் ஆரக் காண்க மன். (கொண்கனைக்) கண்டபின் என் மென் தோள் பசப்பு நீங்கும்

இந்தக் குறளில் உள்ள கடினமான சொற்களும் அவற்றின் பொருளும்:

காண்க => பார்க்கவேண்டும்

மன் => அசைச்சொல் (பொருள் உணர்த்தாத சொல்)

கொண்கனை => தலைவனை

ஆர => நிறைவு பெற

மென் தோள் => மென்மையான தோள்கள்

பசப்பு => பசலை / நிறமாற்றம்

எளிய உரை:

நான் என்னுடைய காதலனைக் கண்ணாரப் பார்க்கவேண்டும். அதன்பிறகு, என்னுடைய மென்மையான தோள்களில் படர்ந்திருக்கிற பசலை நீங்கிவிடும்.

குறள் எண்: 1266

குறள்:

வருக மன் கொண்கன் ஒரு நாள், பருகுவன்
பைதல் நோய் எல்லாம் கெட

இந்தக் குறளை எப்படி மாற்றிப் படிக்கவேண்டும்:

கொண்கன் ஒரு நாள் வருக மன், பைதல் நோய் எல்லாம் கெடப் பருகுவன்

இந்தக் குறளில் உள்ள கடினமான சொற்களும் அவற்றின் பொருளும்:

வருக => வரவேண்டும்

மன் => அசைச்சொல் (பொருள் உணர்த்தாத சொல்)

கொண்கன் => தலைவன்

பருகுவன் => குடிப்பேன்

பைதல் => துன்பம்

கெட => நீங்கும்படி

எளிய உரை:

என் காதலன் விரைவில் திரும்பி வருவான். அவனைக் கண்டதும் என்னுடைய துன்ப நோயெல்லாம் தீர்ந்துவிடும். நான் அவனை ஆசை தீரப் பருகுவேன்.

குறள் எண்: 1267

குறள்:

புலப்பேன்கொல், புல்லுவேன்கொல்லோ, கலப்பேன்கொல்,
கண் அன்ன கேளிர் வரின்

இந்தக் குறளை எப்படி மாற்றிப் படிக்கவேண்டும்:

கண் அன்ன கேளிர் வரின் புலப்பேன்கொல், புல்லுவேன்கொல்லோ, கலப்பேன்கொல்

இந்தக் குறளில் உள்ள கடினமான சொற்களும் அவற்றின் பொருளும்:

புலப்பேன்கொல் => செல்லமாகச் சினம் கொள்வேனா / ஊடல் கொள்வேனா

புல்லுவேன்கொல்லோ => தழுவிக்கொள்வேனா

கலப்பேன்கொல் => கூடுவேனா

அன்ன => போன்ற

கேளிர் => உறவினர் / தலைவர்

வரின் => வந்தால்

எளிய உரை:

கண் போன்ற என் காதலன் திரும்பி வந்ததும் நான் என்ன செய்வேன்? அவன்மீது ஊடல் கொள்வேனா? அல்லது, அவனைத் தழுவுவேனா? அல்லது, அவனோடு ஒன்றுகூடி மகிழ்வேனா? அடடா! எனக்கு ஒன்றும் புரியவில்லையே!

குறள் எண்: 1268

குறள்:

வினை கலந்து வென்று ஈக வேந்தன். மனை கலந்து
மாலை அயர்கம் விருந்து

இந்தக் குறளை எப்படி மாற்றிப் படிக்கவேண்டும்:

வேந்தன் வினை கலந்து வென்று ஈக. மனை கலந்து மாலை விருந்து அயர்கம்

இந்தக் குறளில் உள்ள கடினமான சொற்களும் அவற்றின் பொருளும்:

வினை	=> செயல்
கலந்து	=> ஈடுபட்டு
வென்று ஈக	=> வெற்றி பெறட்டும்
வேந்தன்	=> அரசன்
மனை	=> வீடு
கலந்து	=> சேர்ந்து
அயர்கம்	=> செய்வோம்

எளிய உரை:

நம் அரசன் போரில் வெற்றி பெறுவான். அதன்பிறகு, நான் வீடு திரும்புவேன். நானும் என் காதலியும் கூடி மகிழ்வோம், மாலை நேரத்தில் மகிழ்ச்சியாக விருந்து உண்போம்.

குறள் எண்: 1269

குறள்:

ஒரு நாள் எழு நாள் போல் செல்லும், சேண் சென்றார்
வரு நாள் வைத்து ஏங்குபவர்க்கு

இந்தக் குறளை எப்படி மாற்றிப் படிக்கவேண்டும்:

சேண் சென்றார் வரு நாள் வைத்து ஏங்குபவர்க்கு ஒரு நாள் எழு நாள் போல் செல்லும்

இந்தக் குறளில் உள்ள கடினமான சொற்களும் அவற்றின் பொருளும்:

எழு நாள் => ஏழு நாட்கள்

செல்லும் => கடந்து செல்லும்

சேண் சென்றார் => தொலைவிலுள்ள இடத்துக்குச் சென்ற காதலன்

வரு நாள் => திரும்பி வரும் நாள்

வைத்து => எண்ணி

எளிய உரை:

காதலனைப் பிரிந்தவர்கள், அவன் எப்போது திரும்பி வருவான் என்று எண்ணி ஏங்குகிறவர்களுக்கு ஒவ்வொரு விநாடியும் மெதுவாகத்தான் நகரும், ஒரு நாள்கூட ஏழு நாட்களைப்போல் தோன்றும்!

குறள் எண்: 1270

குறள்:

பெறின் என்னாம், பெற்றக்கால் என்னாம், உறின் என்னாம்,
உள்ளம் உடைந்து உக்கக்கால்

இந்தக் குறளை எப்படி மாற்றிப் படிக்கவேண்டும்:

உள்ளம் உடைந்து உக்கக்கால் பெறின் என்னாம், பெற்றக்கால் என்னாம், உறின் என்னாம்

இந்தக் குறளில் உள்ள கடினமான சொற்களும் அவற்றின் பொருளும்:

பெறின் => பெற்றால்

என்னாம் => என்ன

பெற்றக்கால் => (முன்பு) பெற்றதால்

உறின் => ஒன்றுகூடினால்

உக்கக்கால் => அழிந்தபோது

எளிய உரை:

என் காதலன் என்னை விட்டுப் பிரிந்து சென்று நெடுநாட்களாகிவிட்டன. இந்தப் பிரிவைத் தாங்கமுடியாமல் நான் வாடுகிறேன்.

ஒருவேளை, அவனைப் பார்க்கமுடியாத ஏக்கத்தில் என் உள்ளம் உடைந்துவிட்டால்? அதன்பிறகு அவன் திரும்பி வந்து என்ன பயன்? (காதலியின் உள்ளம் உடைவதற்குள் காதலன் திரும்பி வரவேண்டும்.)

அதிகாரம் 128: குறிப்பு அறிவுறுத்தல்
[ஒருவர் குறிப்பை மற்றவருக்குத் தெரிவித்தல்]

குறள் எண்: 1271

குறள்:

கரப்பினும் கை இகந்து ஒல்லா நின் உண் கண்
உரைக்கல் உறுவது ஒன்று உண்டு

இந்தக் குறளை எப்படி மாற்றிப் படிக்கவேண்டும்:

கரப்பினும் கை இகந்து ஒல்லா நின் உண் கண் உரைக்கல் உறுவது ஒன்று உண்டு

இந்தக் குறளில் உள்ள கடினமான சொற்களும் அவற்றின் பொருளும்:

கரப்பினும் => மறைத்துவைத்தாலும்

கை இகந்து => கை மீறி

ஒல்லா => இயலாத / முடியாத

நின் => உன்

உண் கண் => மையுண்ட / மை பூசிய கண்கள்

உரைக்கல் => சொல்லுதல்

உறுவது => பெறுவது

எளிய உரை:

நீ ஏதோ இரகசியத்தை மறைத்துவைக்கிறாய். ஆனால், உன்னையும் அறியாமல், உன்னுடைய மை பூசிய கண்கள் அதைக் காட்டிக்கொடுத்துவிடுகின்றன.

குறள் எண்: 1272

குறள்:

கண் நிறைந்த காரிகைக் காம்பு ஏர் தோள் பேதைக்குப்
பெண் நிறைந்த நீர்மை பெரிது

இந்தக் குறளை எப்படி மாற்றிப் படிக்கவேண்டும்:

கண் நிறைந்த காரிகைக் காம்பு ஏர் தோள் பேதைக்குப் பெண் நிறைந்த நீர்மை பெரிது

இந்தக் குறளில் உள்ள கடினமான சொற்களும் அவற்றின் பொருளும்:

காரிகை => அழகு

காம்பு => மூங்கில்

ஏர் => போன்ற

பேதைக்கு => பெண்ணுக்கு

நிறைந்த => இயல்பாக நிரம்பிய

நீர்மை => பெண்மைப் பண்பு

எளிய உரை:

மூங்கிலைப் போன்ற தோள்களை உடைய இந்த அழகான பெண் என் கண்களில் நிறைகிறாள். இவள் பெண்மைக்குரிய அனைத்துப் பண்புகளையும் நிறையப் பெற்று விளங்குகிறாள்.

குறள் எண்: 1273

குறள்:

மணியில் திகழ்தரு நூல் போல் மடந்தை
அணியில் திகழ்வது ஒன்று உண்டு

இந்தக் குறளை எப்படி மாற்றிப் படிக்கவேண்டும்:

மணியில் திகழ்தரு நூல் போல் மடந்தை அணியில் திகழ்வது ஒன்று உண்டு

இந்தக் குறளில் உள்ள கடினமான சொற்களும் அவற்றின் பொருளும்:

திகழ்தரு => திகழ்கின்ற

மடந்தை => பெண்

அணியில் => அழகில்

எளிய உரை:

இந்தப் பெண் அழகாக இருக்கிறாள், மணி மாலைக்குள் ஒளிந்திருக்கிற நூலைப் போல் தனக்குள் ஏதோ ஒரு குறிப்பை மறைத்துவைத்திருக்கிறாள்.

குறள் எண்: 1274

குறள்:

முகை மொக்குள் உள்ளது நாற்றம் போல் பேதை
நகை மொக்குள் உள்ளது ஒன்று உண்டு

இந்தக் குறளை எப்படி மாற்றிப் படிக்கவேண்டும்:

முகை மொக்குள் நாற்றம் உள்ளது போல் பேதை நகை மொக்குள் உள்ளது ஒன்று உண்டு

இந்தக் குறளில் உள்ள கடினமான சொற்களும் அவற்றின் பொருளும்:

முகை => அரும்பு

மொக்குள் => மொட்டுக்குள்

நாற்றம் => மணம்

பேதை => பெண்

நகை => சிரிப்பு

எளிய உரை:

பூ அரும்புக்குள் நறுமணம் ஒளிந்திருக்கிறது. அதுபோல, இந்தப் பெண்ணின் சிரிப்புக்குள் ஏதோ ஒரு குறிப்பு ஒளிந்திருக்கிறது.

குறள் எண்: 1275

குறள்:

செறி தொடி செய்து இறந்த கள்ளம் உறு துயர்
தீர்க்கும் மருந்து ஒன்று உடைத்து

இந்தக் குறளை எப்படி மாற்றிப் படிக்கவேண்டும்:

செறி தொடி செய்து இறந்த கள்ளம் உறு துயர் தீர்க்கும் மருந்து ஒன்று உடைத்து

இந்தக் குறளில் உள்ள கடினமான சொற்களும் அவற்றின் பொருளும்:

செறி => செறிந்த / நெருங்கிய

தொடி => ஒரு வகை வளையல் (இங்கு வளையல் அணிந்த பெண்ணைக் குறிக்கிறது)

செய்து இறந்த => செய்துவிட்டுச்சென்ற

கள்ளம் => இரகசியக் குறிப்பு

உறு துயர் => அடைகின்ற துயர்

உடைத்து => கொண்டுள்ளது

எளிய உரை:

நெருங்கிய வளையல்களை அணிந்த அந்தப் பெண் வந்தாள், இரகசியமாக ஒரு குறிப்பைக் காண்பித்துவிட்டுச் சென்றாள்.

அடடா! என்னுடைய துயரத்தையெல்லாம் தீர்க்கின்ற மருந்து இதுதான்.

குறள் எண்: 1276

குறள்:

பெரிது ஆற்றிப் பெட்பக் கலத்தல் அரிது ஆற்றி
அன்பு இன்மை சூழ்வது உடைத்து

இந்தக் குறளை எப்படி மாற்றிப் படிக்கவேண்டும்:

பெரிது ஆற்றிப் பெட்பக் கலத்தல் அரிது ஆற்றி அன்பு இன்மை சூழ்வது உடைத்து

இந்தக் குறளில் உள்ள கடினமான சொற்களும் அவற்றின் பொருளும்:

பெரிது ஆற்றி => பெரிதாக அன்பைக் காண்பித்து

பெட்ப => மகிழும்படி

கலத்தல் => கூடுதல்

அரிது => அரிதானது (பிரிவு என்னும் அரிய நிலை)

ஆற்றி => செய்து

அன்பு இன்மை => அன்பில்லா நிலை

சூழ்வது => எண்ணுவது

உடைத்து => கொண்டுள்ளது

எளிய உரை:

என் காதலன் என்னிடம் மிகவும் அன்பாகப் பழகுகிறான், கட்டி அணைக்கிறான், என்னோடு இனிமையாகக் கூடுகிறான். இதையெல்லாம் பார்க்கும்போது, இவன் விரைவில் என்னை விட்டுப் பிரிந்து செல்லப்போகிறானோ என்று தோன்றுகிறது. இவன் இப்படிப் பேரன்போடு நடந்துகொள்வதெல்லாம் அந்த அன்பில்லாத, அரிய பிரிவுத் துயரத்தைக் கொடுப்பதற்காகத்தானோ!

குறள் எண்: 1277

குறள்:

தண்ணம் துறைவன் தணந்தமை நம்மினும்
முன்னம் உளர்ந்த வளை

இந்தக் குறளை எப்படி மாற்றிப் படிக்கவேண்டும்:

தண்ணம் துறைவன் தணந்தமை நம்மினும் முன்னம் வளை உணர்ந்த

இந்தக் குறளில் உள்ள கடினமான சொற்களும் அவற்றின் பொருளும்:

தண்ணம் => குளிர்ந்த

துறைவன் => நீர்த்துறையை உடைய தலைவன்

தணந்தமை => பிரிந்து செல்லுதல்

நம்மினும் => நம்மைவிட

முன்னம் => முன்பாக

உணர்ந்த => உணர்ந்தன

வளை => வளையல்கள்

எளிய உரை:

குளிர்ந்த நீர்த்துறையை உடைய தலைவனான என் காதலன் என்னை விட்டுப் பிரியப்போகிறான். எனக்கு முன்பாக என்னுடைய வளையல்கள் அதை உணர்ந்துவிட்டன. (காதலன் பிரியப்போகிறான் என்பதை உணர்ந்து என் உடல் மெலிகிறது, வளையல்கள் கழன்று விழுகின்றன.)

குறள் எண்: 1278

குறள்:

நெருநற்றுச் சென்றார் எம் காதலர், யாமும்
எழு நாளேம் மேனி பசந்து

இந்தக் குறளை எப்படி மாற்றிப் படிக்கவேண்டும்:

எம் காதலர் நெருநற்றுச் சென்றார். யாமும் மேனி பசந்து எழு நாளேம்

இந்தக் குறளில் உள்ள கடினமான சொற்களும் அவற்றின் பொருளும்:

நெருநற்று => நேற்று

எம் => என்

யாமும் => நானும்

எழு நாளேம் => ஏழு நாட்களாக அப்படி இருக்கிறேன்

பசப்பு => பசலை / நிறமாற்றம்

எளிய உரை:

என் காதலன் நேற்றுதான் என்னை விட்டுப் பிரிந்து சென்றான். ஆனால், ஏழு நாட்களாகவே நான் பசலையுடன்தான் இருக்கிறேன். (காதலன் பிரியப்போகிறான் என்பதை நான் முன்பே குறிப்பால் உணர்ந்துவிட்டேன்.)

குறள் எண்: 1279

குறள்:

தொடி நோக்கி, மென் தோளும் நோக்கி, அடி நோக்கி,
அஃது ஆண்டு அவள் செய்தது

இந்தக் குறளை எப்படி மாற்றிப் படிக்கவேண்டும்:

தொடி நோக்கி, மென் தோளும் நோக்கி, அடி நோக்கி, ஆண்டு அவள் செய்தது அஃது

இந்தக் குறளில் உள்ள கடினமான சொற்களும் அவற்றின் பொருளும்:

தொடி	=> ஒரு வகை வளையல்
நோக்கி	=> பார்த்து
மென் தோள்	=> மென்மையான தோள்கள்
அடி	=> காலடிகள்
அஃது	=> அது
ஆண்டு	=> அங்கு

எளிய உரை:

அவள் தன்னுடைய வளையல்களைப் பார்த்தாள், மென்மையான தோள்களைப் பார்த்தாள், கால்களைப் பார்த்தாள், அவ்வளவுதான். (அந்தப் பார்வையால் அவள் சொன்ன 'நாம் ஒன்றாகச் சேர்ந்து வாழலாம்' என்கிற குறிப்பை நான் புரிந்துகொண்டேன்.)

குறள் எண்: 1280

குறள்:

பெண்ணினால் பெண்மை உடைத்து என்ப, கண்ணினால்
காம நோய் சொல்லி இரவு

இந்தக் குறளை எப்படி மாற்றிப் படிக்கவேண்டும்:

காம நோய் கண்ணினால் சொல்லி இரவு பெண்ணினால் பெண்மை உடைத்து என்ப

இந்தக் குறளில் உள்ள கடினமான சொற்களும் அவற்றின் பொருளும்:

பெண்ணினால் => பெண்ணால்

பெண்மை => பெண் தன்மை / பெண்ணின் இயல்பு

உடைத்து => உடையது

என்ப => என்பார்கள்

கண்ணினால் => கண்ணால்

காம => காதல்

இரவு => இரத்தல் / வேண்டுதல்

எளிய உரை:

அவள் தன் கண்களால் பேசுகிறாள், தன் காதல் துன்பத்தைச் சொல்கிறாள், 'நாம் ஒன்றாகச் சேர்ந்து வாழலாமா?' என்று குறிப்பாகக் கேட்கிறாள். இந்தச் செயல்களெல்லாம் அவளுடைய பெண்மையை இன்னும் அழகாக்குகின்றன.

அதிகாரம் 129: புணர்ச்சி விதும்பல்
(காதலர்கள் ஒன்றுகூட விரும்புதல்)

குறள் எண்: 1281

குறள்:

உள்ளக் களித்தலும், காண மகிழ்தலும்
கள்ளுக்கு இல், காமத்திற்கு உண்டு

இந்தக் குறளை எப்படி மாற்றிப் படிக்கவேண்டும்:

உள்ளக் களித்தலும், காண மகிழ்தலும் கள்ளுக்கு இல், காமத்திற்கு உண்டு

இந்தக் குறளில் உள்ள கடினமான சொற்களும் அவற்றின் பொருளும்:

உள்ள => *நினைத்ததும்*

களித்தல் => *பெரிதும் மகிழ்ச்சியடைதல்*

காண => *கண்டதும்*

இல் => *இல்லை*

காமத்திற்கு => *காதலுக்கு*

எளிய உரை:

கள்ளைக் குடித்தால்தான் மகிழ்ச்சி. ஆனால், காதலனை நினைத்தாலே மகிழ்ச்சி, அவனைக் கண்டாலே மகிழ்ச்சி!

குறள் எண்: 1282

குறள்:

தினைத் துணையும் ஊடாமை வேண்டும், பனைத் துணையும் காமம் நிறைய வரின்

இந்தக் குறளை எப்படி மாற்றிப் படிக்கவேண்டும்:

காமம் பனைத் துணையும் நிறைய வரின், தினைத் துணையும் ஊடாமை வேண்டும்

இந்தக் குறளில் உள்ள கடினமான சொற்களும் அவற்றின் பொருளும்:

தினைத் துணை => தினையளவு / சிறிய அளவு

ஊடாமை => செல்லமாகச் சினம் கொள்ளாமல் / ஊடல் கொள்ளாமல் இருத்தல்

பனைத் துணை => பனையளவு / பெரிய அளவு

காமம் => காதல்

வரின் => வந்தால்

எளிய உரை:

காதலன்மீது காதல் நிறையப் பொங்கும்போது, அவனிடம் சிறிதளவும் ஊடல் கொள்ளக்கூடாது.

குறள் எண்: 1283

குறள்:

பேணாது பெட்பவே செய்யினும் கொண்கனைக்
காணாது அமையல கண்

இந்தக் குறளை எப்படி மாற்றிப் படிக்கவேண்டும்:

கொண்கன் பேணாது பெட்பவே செய்யினும், கண் (கொண்கனைக்) காணாது அமையல

இந்தக் குறளில் உள்ள கடினமான சொற்களும் அவற்றின் பொருளும்:

பேணாது	=>	விரும்பாமல்
பெட்பவே	=>	தான் விரும்பியவற்றையே
செய்யினும்	=>	செய்தாலும்
கொண்கனை	=>	தலைவனை / காதலனை
காணாது	=>	பார்க்காமல்
அமையல	=>	அமைவதில்லை / இருப்பதில்லை

எளிய உரை:

என் காதலன் என்னை விரும்புவதில்லை, தன் விருப்பப்படி ஏதேதோ செய்கிறான். ஆனாலும் என் கண்கள் அவனைப் பார்க்கவேண்டும் என்று ஏங்குகின்றன.

குறள் எண்: 1284

குறள்:

ஊடற்கண் சென்றேன் மன், தோழி, அது மறந்து
கூடற்கண் சென்றது என் நெஞ்சு

இந்தக் குறளை எப்படி மாற்றிப் படிக்கவேண்டும்:

தோழி, ஊடற்கண் சென்றேன் மன், என் நெஞ்சு அது மறந்து கூடற்கண் சென்றது

இந்தக் குறளில் உள்ள கடினமான சொற்களும் அவற்றின் பொருளும்:

ஊடற்கண் => ஊடல் கொள்வதற்காக

மன் => அசைச்சொல் (பொருள் உணர்த்தாத சொல்)

அது மறந்து => அதை மறந்து

கூடற்கண் => கட்டித் தழுவுவதற்காக

எளிய உரை:

தோழி,

நான் என் காதலன்மீது ஊடல் கொள்ள நினைத்தேன். ஆனால், என் நெஞ்சம் ஊடலை மறந்து அவனைக் கட்டித் தழுவச் செல்கிறது.

குறள் எண்: 1285

குறள்:

**எழுதுங்கால் கோல் காணாக் கண்ணேபோல் கொண்கன்
பழி காணேன் கண்ட இடத்து**

இந்தக் குறளை எப்படி மாற்றிப் படிக்கவேண்டும்:

எழுதுங்கால் கோல் காணாக் கண்ணேபோல் கண்ட இடத்துக் கொண்கன் பழி காணேன்

இந்தக் குறளில் உள்ள கடினமான சொற்களும் அவற்றின் பொருளும்:

எழுதுங்கால்	=>	கண்களுக்கு மை எழுதும்போது
கோல்	=>	மை எழுதும் கோல் / அஞ்சனக் கோல்
காணா	=>	பார்க்காத
கண்ணேபோல்	=>	கண்களைப்போல
கொண்கன்	=>	தலைவன் / காதலன்
பழி	=>	குற்றங்கள்
காணேன்	=>	நான் காணவில்லை
கண்ட இடத்து	=>	கண்டவுடன்

எளிய உரை:

நான் மை எழுதும் அஞ்சனக் கோலைக் கையில் எடுக்கிறேன். அது என் கண்ணுக்குத் தெரிகிறது. ஆனால், அதைக் கண்ணுக்கு அருகில் கொண்டுவந்ததும், அந்த அஞ்சனக் கோல் என் கண்ணுக்குத் தெரிவதில்லை.

அதுபோல, என் காதலன் தொலைவில் இருக்கும்போது நான் அவன்மீது ஏதேதோ குற்றங்களைச் சொல்கிறேன். ஆனால், அவன் அருகில் வந்ததும் அந்தக் குற்றங்களையெல்லாம் மறந்துவிடுகிறேன்.

குறள் எண்: 1286

குறள்:

காணுங்கால் காணேன் தவறு ஆய. காணாக்கால்
காணேன் தவறு அல்லவை

இந்தக் குறளை எப்படி மாற்றிப் படிக்கவேண்டும்:

காணாக்கால் தவறு அல்லவை காணேன். காணுங்கால் தவறு ஆய காணேன்

இந்தக் குறளில் உள்ள கடினமான சொற்களும் அவற்றின் பொருளும்:

காணுங்கால் => பார்க்கும்போது

காணேன் => பார்க்கமாட்டேன்

தவறு ஆய => தவறானவை

காணாக்கால் => பார்க்காவிட்டால்

தவறு அல்லவை => தவறு இல்லாதவை / சரியானவை

எளிய உரை:

நான் என் காதலனைப் பிரிந்திருக்கும்போது, அவனுடைய தவறுகள்மட்டும்தான் என் கண்ணுக்குத் தெரிகின்றன. ஆனால், அவன் அருகில் வந்துவிட்டால், அந்தத் தவறுகளெல்லாம் காணாமல் போய்விடுகின்றன.

குறள் எண்: 1287

குறள்:

உய்த்தல் அறிந்து புனல் பாய்பவரே போல்
பொய்த்தல் அறிந்து என் புலந்து

இந்தக் குறளை எப்படி மாற்றிப் படிக்கவேண்டும்:

உய்த்தல் அறிந்து புனல் பாய்பவரே போல் பொய்த்தல் அறிந்து புலந்து என்?

இந்தக் குறளில் உள்ள கடினமான சொற்களும் அவற்றின் பொருளும்:

உய்த்தல் => இழுத்துக்கொண்டு செல்லுதல்

புனல் => நீர்

பாய்பவர் => பாய்கிறவர்

பொய்த்தல் => பயன் அளிக்காமல் இருத்தல் / தோற்றுப்போதல்

என் => ஏன்?

புலந்து => ஊடல் கொண்டு

எளிய உரை:

ஆற்றில் பெருவெள்ளம் பாய்கிறபோது, அங்கு நீச்சலடிக்கக்கூடாது. ஏனெனில், அப்படி நீச்சலடிக்கிறவர்களைத் தண்ணீர் இழுத்துக்கொண்டு போய்விடக்கூடும்.

ஆனால், சிலர் இதை அறிந்திருந்தும் வேண்டுமென்றே அங்கு சென்று நீச்சலடிப்பார்கள். அவர்கள் பெரிய முட்டாள்கள்.

நானும் அப்படிப்பட்ட முட்டாள்தான். ஏனெனில், என் காதலனைப் பார்த்ததும் என்னுடைய ஊடலெல்லாம் காணாமல் போய்விடும் என்பதை அறிந்திருந்தும் அவன்மீது ஊடல் கொள்கிறேன்.

குறள் எண்: 1288

குறள்:

இளித்தக்க இன்னா செயினும் களித்தார்க்குக்
கள் அற்றே, கள்வ, நின் மார்பு

இந்தக் குறளை எப்படி மாற்றிப் படிக்கவேண்டும்:

கள்வ, நின் மார்பு இளித்தக்க இன்னா செயினும், களித்தார்க்குக் கள் அற்றே

இந்தக் குறளில் உள்ள கடினமான சொற்களும் அவற்றின் பொருளும்:

இளித்தக்க => இழிவை உண்டாக்கக்கூடிய

இன்னா => துன்பம்

செயினும் => செய்தாலும்

களித்தார்க்கு => மகிழ்ந்தவர்களுக்கு

அற்றே => போன்றதுதான்

கள்வ => கள்வனே

நின் => உன்

எளிய உரை:

என் நெஞ்சைத் திருடிக்கொண்ட கள்வனே,

கள்ளைக் குடித்தவர்கள் அதனால் மிகவும் துன்பப்படுகிறார்கள், இழிவடைகிறார்கள். ஆனாலும், அதில் இருக்கிற இன்பம் அவர்களை இழுக்கிறது. அவர்கள் மீண்டும் மீண்டும் கள்ளைத் தேடி அலைகிறார்கள்.

உன் மார்பும் அந்தக் கள்ளைப் போன்றதுதான். அதனால், நீ எனக்குத் துன்பத்தைத் தந்தாலும், நான் திரும்பத் திரும்ப உன் மார்பைத் தேடி வருகிறேன்.

குறள் எண்: 1289

குறள்:

மலரினும் மெல்லிது காமம். சிலர் அதன்
செவ்வி தலைப்படுவார்

இந்தக் குறளை எப்படி மாற்றிப் படிக்கவேண்டும்:

காமம் மலரினும் மெல்லிது. அதன் செவ்வி தலைப்படுவார் சிலர்

இந்தக் குறளில் உள்ள கடினமான சொற்களும் அவற்றின் பொருளும்:

மலரினும் => மலரைவிட

மெல்லிது => மென்மையானது

காமம் => காதல்

செவ்வி => அழகு

தலைப்படுவார் => அறிந்து பெறுகிறவர்கள்

எளிய உரை:

காதல் மலரைவிட மென்மையானது. மிகச் சிலர்தான் இதைப் புரிந்துகொண்டு செயல்படுகிறார்கள்.

குறள் எண்: 1290

குறள்:

கண்ணின் துனித்தே கலங்கினாள், புல்லுதல்
என்னினும் தான் விதுப்புற்று

இந்தக் குறளை எப்படி மாற்றிப் படிக்கவேண்டும்:

கண்ணில் துனித்தே கலங்கினாள், புல்லுதல் என்னினும் தான் விதுப்புற்று

இந்தக் குறளில் உள்ள கடினமான சொற்களும் அவற்றின் பொருளும்:

கண்ணின் => கண்ணால்

துனித்தே => செல்லமாகச் சினம் கொண்டு / ஊடல் கொண்டு

கலங்கினாள் => வருந்தினாள்

புல்லுதல் => தழுவுதல்

என்னினும் => என்னைவிட

தான் => அவள்

விதுப்புற்று => விரைந்து / விரைவாகச் செயல்பட்டு

எளிய உரை:

அவளுடைய கண்களில் ஊடலும் கலக்கமும் தெரிகின்றன. ஆனால், எனக்கு முன்னால் அவள் விரைந்து வந்து என்னை அணைத்துக்கொள்கிறாள்.

அதிகாரம் 130: நெஞ்சொடு புலத்தல்
(தன் நெஞ்சுடன் மனம் வேறுபட்டுப் பேசுதல்)

குறள் எண்: 1291

குறள்:

அவர் நெஞ்சு அவர்க்கு ஆதல் கண்டும் எவன், நெஞ்சே,
நீ எமக்கு ஆகாதது

இந்தக் குறளை எப்படி மாற்றிப் படிக்கவேண்டும்:

நெஞ்சே, அவர் நெஞ்சு அவர்க்கு ஆதல் கண்டும் நீ எமக்கு ஆகாதது எவன்?

இந்தக் குறளில் உள்ள கடினமான சொற்களும் அவற்றின் பொருளும்:

அவர்க்கு ஆதல்	*=> அவருக்காக இருத்தல்*
கண்டும்	*=> பார்த்தபிறகும்*
எவன்	*=> ஏன்*
எமக்கு ஆகாதது	*=> எனக்காக இருக்காதது*

எளிய உரை:

நெஞ்சே,

என் காதலனுடைய நெஞ்சு அவனுக்குத் துணையாக இருக்கிறது. இது உனக்குத் தெரியும்.

ஆனால், நீ எனக்குத் துணையாக இருப்பதில்லை. அவனைத் தேடி ஓடிவிடுகிறாய். இது ஏன்?

குறள் எண்: 1292

குறள்:

உறாஅதவர்க் கண்ட கண்ணும் அவரைச்
செறாஅர் எனச் சேறி என் நெஞ்சு

இந்தக் குறளை எப்படி மாற்றிப் படிக்கவேண்டும்:

என் நெஞ்சு, உறாஅதவர்க் கண்ட கண்ணும் அவரைச் செறாஅர் எனச் சேறி

இந்தக் குறளில் உள்ள கடினமான சொற்களும் அவற்றின் பொருளும்:

உறாஅதவர் => அன்பில்லாதவர்

கண்ட கண்ணும் => அறிந்திருந்தும்

செறாஅர் => சினம் கொள்ளமாட்டார்

சேறி => செல்கிறாய்

எளிய உரை:

என் நெஞ்சே,

என் காதலனுக்கு என்மீது அன்பில்லை. அது உனக்குத் தெரியும். ஆனாலும் நீ அவனை விட்டு விலக மறுக்கிறாய், அவன் நம்மீது சினம் கொள்ளமாட்டான் என்று நினைத்துக்கொண்டு திரும்பத் திரும்ப அவனிடமே செல்கிறாய்.

குறள் எண்: 1293

குறள்:

கெட்டார்க்கு நட்டார் இல் என்பதோ, நெஞ்சே, நீ
பெட்டாங்கு அவர் பின் செலல்

இந்தக் குறளை எப்படி மாற்றிப் படிக்கவேண்டும்:

நெஞ்சே, நீ பெட்டாங்கு அவர் பின் செலல் கெட்டார்க்கு நட்டார் இல் என்பதோ

இந்தக் குறளில் உள்ள கடினமான சொற்களும் அவற்றின் பொருளும்:

கெட்டார்க்கு	=>	கெட்டுப்போனவர்களுக்கு
நட்டார்	=>	நண்பர்கள்
இல்	=>	இல்லை
என்பதோ	=>	என்பதாலோ
பெட்டாங்கு	=>	விரும்பியபடி
அவர் பின்	=>	என் காதலனுக்குப் பின்னால்
செலல்	=>	செல்லுதல்

எளிய உரை:

நெஞ்சே,

நீ என்னிடம் நிற்காமல் என் காதலனிடம் ஓடிவிட்டாய். இது ஏன்?

கெட்டுப்போனவர்களுக்கு நண்பர்கள் யாரும் இருக்க மாட்டார்கள் என்று ஒரு பழமொழி உண்டு. அதனால்தான் நீ என்னை விட்டுச் சென்றுவிட்டாயோ!

குறள் எண்: 1294

குறள்:

இனி அன்ன நின்னொடு சூழ்வார் யார், நெஞ்சே,
துனி செய்து துவ்வாய் காண் மற்று

இந்தக் குறளை எப்படி மாற்றிப் படிக்கவேண்டும்:

நெஞ்சே, துனி செய்து மற்று துவ்வாய் காண், அன்ன நின்னொடு இனி சூழ்வார் யார்?

இந்தக் குறளில் உள்ள கடினமான சொற்களும் அவற்றின் பொருளும்:

அன்ன => அப்படிப்பட்ட

நின்னொடு => உன்னுடன்

சூழ்வார் => சிந்திப்பவர் / கலந்து பேசுபவர்

துனி => ஊடல்

துவ்வாய் => இன்பம் காணமாட்டாய்

காண் => அசைச்சொல் (பொருள் உணர்த்தாத சொல்)

மற்று => பிறகு

எளிய உரை:

நெஞ்சே,

என் காதலனிடம் ஊடல் கொள்ளவேண்டும், அதன்பிறகுதான் அவனைக் கட்டியணைக்கவேண்டும் என்று நான் நினைக்கிறேன். ஆனால் நீயோ அப்படி நினைப்பதில்லை. (அவனைப் பார்த்ததும் ஊடலையெல்லாம் மறந்து அவனிடம் ஓடிவிடுகிறாய்.)

அதனால், இனிமேல் உன்னோடு நான் பேசப்போவதில்லை.

குறள் எண்: 1295

குறள்:

பெறாஅமை அஞ்சும், பெறின் பிரிவு அஞ்சும்,
அறாஅ இடும்பைத்து என் நெஞ்சு

இந்தக் குறளை எப்படி மாற்றிப் படிக்கவேண்டும்:

என் நெஞ்சு பெறாஅமை அஞ்சும், பெறின் பிரிவு அஞ்சும், அறாஅ இடும்பைத்து

இந்தக் குறளில் உள்ள கடினமான சொற்களும் அவற்றின் பொருளும்:

பெறாஅமை => *(காதலனைப்)* பெறாமல் இருத்தல் / *(காதலன்)* அருகில் இல்லாமலிருத்தல்

பெறின் => *(காதலனைப்)* பெற்றால் / *(காதலன்)* அருகில் இருந்தால்

அறாஅ => நீங்காத

இடும்பைத்து => துன்பத்தை உடையது

எளிய உரை:

என் காதலன் அருகில் இல்லாதபோது, என் நெஞ்சு அவனைப் பிரிந்து வாடுகிறது.

என் காதலன் அருகில் உள்ளபோது, என் நெஞ்சு எந்த நேரத்தில் அவன் பிரிந்து சென்றுவிடுவானோ என்று எண்ணி வாடுகிறது.

அதனால், என் நெஞ்சுக்கு எப்போதும் துன்பம்தான்.

குறள் எண்: 1296

குறள்:

தனியே இருந்து நினைத்தக்கால் என்னைத்
தினிய இருந்தது என் நெஞ்சு

இந்தக் குறளை எப்படி மாற்றிப் படிக்கவேண்டும்:

தனியே இருந்து நினைத்தக்கால் என் நெஞ்சு என்னைத் தினிய இருந்தது

இந்தக் குறளில் உள்ள கடினமான சொற்களும் அவற்றின் பொருளும்:

நினைத்தக்கால் => நினைக்கும்போது

தினிய இருந்தது => தின்னுவதுபோன்ற துன்பத்தைத் தருகிறது

எளிய உரை:

நான் தனிமையில் இருக்கிறேன், என் காதலனை நினைத்து ஏங்குகிறேன். என் நெஞ்சு அவனுடைய நினைவுகளால் என்னை மூழ்கடித்துத் தின்னப்பார்க்கிறது.

குறள் எண்: 1297

குறள்:

நாணும் மறந்தேன், அவர் மறக்கல்லா என்
மாணா மட நெஞ்சில் பட்டு

இந்தக் குறளை எப்படி மாற்றிப் படிக்கவேண்டும்:

அவர் மறக்கல்லா என் மாணா மட நெஞ்சில் பட்டு நாணும் மறந்தேன்

இந்தக் குறளில் உள்ள கடினமான சொற்களும் அவற்றின் பொருளும்:

நாணும் => *நாணத்தையும்*

அவர் மறக்கல்லா => *காதலனை மறக்கமுடியாத*

மாணா => *பெருமையில்லாத*

மட => *அறியாமை கொண்ட*

பட்டு => *அகப்பட்டு*

எளிய உரை:

என்னுடைய பெருமையில்லாத, அறிவற்ற நெஞ்சு என் காதலனை மறக்கமுடியாமல் திண்டாடுகிறது. நானும் அதோடு சேர்ந்து திண்டாடுகிறேன், என் நாணத்தை மறந்து தவிக்கிறேன்.

குறள் எண்: 1298

குறள்:

எள்ளின் இளிவாம் என்று எண்ணி அவர் திறம்
உள்ளும், உயிர்க் காதல் நெஞ்சு

இந்தக் குறளை எப்படி மாற்றிப் படிக்கவேண்டும்:

உயிர்க் காதல் நெஞ்சு, எள்ளின் இளிவாம் என்று எண்ணி அவர் திறம் உள்ளும்

இந்தக் குறளில் உள்ள கடினமான சொற்களும் அவற்றின் பொருளும்:

எள்ளின் => (காதலனை) இழிவாகப் பேசினால்

இளிவாம் => (தனக்கு) இழிவு வரும்

திறம் => பெருமை

உள்ளும் => நினைக்கும்

எளிய உரை:

என் நெஞ்சு என் காதலனை உயிராக எண்ணுகிறது, அதனால், அவனுடைய குறைகளைப் பேச மறுக்கிறது, அவனை இழிவுபடுத்திப் பேசினால் நமக்குதான் இழிவும் வரும் என்கிறது.

அதனால், என் நெஞ்சு எந்நேரமும் அவனுடைய பெருமைகளையே சொல்லிக்கொண்டிருக்கிறது.

குறள் எண்: 1299

குறள்:

துன்பத்திற்கு யாரே துணை ஆவார், தாம் உடைய
நெஞ்சம் துணை அல் வழி

இந்தக் குறளை எப்படி மாற்றிப் படிக்கவேண்டும்:

துன்பத்திற்குத் தாம் உடைய நெஞ்சம் துணை அல் வழி துணை ஆவார் யாரே

இந்தக் குறளில் உள்ள கடினமான சொற்களும் அவற்றின் பொருளும்:

துன்பத்திற்கு => துன்பம் வந்தபோது

யாரே => யார்

தாம் உடைய => தம்முடைய / தன்னுடைய

துணை அல் வழி => துணையாகாவிட்டால்

எளிய உரை:

ஒருவர் துன்பத்தில் இருக்கும்போது, அவருடைய நெஞ்சம்தான் அவருக்குத் துணையாக நின்று அவரைத் தேற்றும். ஒருவேளை, அந்த நெஞ்சம்கூட அவருக்குத் துணையாக நிற்காவிட்டால், வேறு யார்தான் அவருக்குத் துணையாவார்கள்? (யாருமில்லை.)

குறள் எண்: 1300

குறள்:

தஞ்சம் தமர் அல்லர் ஏதிலார், தாம் உடைய
நெஞ்சம் தமர் அல் வழி

இந்தக் குறளை எப்படி மாற்றிப் படிக்கவேண்டும்:

தாம் உடைய நெஞ்சம் தமர் அல் வழி ஏதிலார் தமர் அல்லர் தஞ்சம்

இந்தக் குறளில் உள்ள கடினமான சொற்களும் அவற்றின் பொருளும்:

தஞ்சம்	=> *எளிதுதான்*
தமர் அல்லர்	=> *நம்முடையவர்களாக இல்லாதவர்கள்*
ஏதிலார்	=> *மற்றவர்கள்*
தாம் உடைய	=> *தம்முடைய*
தமர் அல் வழி	=> *நம்முடையதாக இல்லாவிட்டால்*

எளிய உரை:

ஒருவர் துன்பத்தில் இருக்கும்போது, அவருடைய நெஞ்சம்தான் அவருக்குத் துணையாக நின்று அவரைத் தேற்றும். ஒருவேளை, அந்த நெஞ்சம்கூட அவருக்குத் துணையாக நிற்காவிட்டால், மற்றவர்கள் எப்படித் துணையாக நிற்பார்கள்? அதற்கு வாய்ப்பே இல்லை.

அதிகாரம் 131: புலவி (ஊடல்)

குறள் எண்: 1301

குறள்:

புல்லாது இராஅப் புலத்தை. அவர் உறும்
அல்லல் நோய் காண்கம் சிறிது

இந்தக் குறளை எப்படி மாற்றிப் படிக்கவேண்டும்:

புல்லாது இராஅப் புலத்தை. அவர் உறும் அல்லல் நோய் சிறிது காண்கம்

இந்தக் குறளில் உள்ள கடினமான சொற்களும் அவற்றின் பொருளும்:

புல்லாது => தழுவாமல்

இராஅ => இருந்து

புலத்தை => ஊடல் கொள்

உறும் => அடைகின்ற

அல்லல் => துன்பம்

காண்கம் => பார்ப்போம்

எளிய உரை:

தோழி,

நீ அவனைப் பார்த்ததும் கட்டித் தழுவாதே; சிறிது நேரத்துக்கு ஊடல் கொண்டு சும்மா இரு; அதைக் கண்டு அவன் அனுபவிக்கிற துன்ப நோயைச் சிறிது நேரம் பார்ப்போம்.

குறள் எண்: 1302

குறள்:

உப்பு அமைந்து அற்று ஆல் புலவி, அது சிறிது
மிக்கு அற்று ஆல் நீள விடல்

இந்தக் குறளை எப்படி மாற்றிப் படிக்கவேண்டும்:

புலவி உப்பு அமைந்து அற்று ஆல். (புலவி) சிறிது நீள விடல் அது மிக்கு அற்று ஆல்

இந்தக் குறளில் உள்ள கடினமான சொற்களும் அவற்றின் பொருளும்:

அமைந்து அற்று => வேண்டிய அளவுக்கு இருத்தல்

ஆல் => அசைச்சொல் (பொருள் உணர்த்தாத சொல்)

புலவி => ஊடல்

அது => அந்த உப்பு

மிக்கு அற்று => மிகுதியாகிவிடுதல்

நீள விடல் => நீட்டிவிடுதல் / கூடுதலாக்கிவிடுதல்

எளிய உரை:

ஊடல் என்பது உணவில் உப்பைப்போல் சரியான அளவில் இருக்கவேண்டும். ஊடலைச் சற்றுக் கூடுதலான நேரம் நீட்டிவிட்டால், சாப்பாட்டில் உப்பைக் கொட்டியதுபோல் ஆகிவிடும்.

குறள் எண்: 1303

குறள்:

அலந்தாரை அல்லல் நோய் செய்தற்று ஆல், தம்மைப்
புலந்தாரைப் புல்லா விடல்

இந்தக் குறளை எப்படி மாற்றிப் படிக்கவேண்டும்:

தம்மைப் புலந்தாரைப் புல்லா விடல் அலந்தாரை அல்லல் நோய் செய்தற்று ஆல்

இந்தக் குறளில் உள்ள கடினமான சொற்களும் அவற்றின் பொருளும்:

அலந்தாரை => துன்பம் கொண்டவரை

அல்லல் => துன்பம்

செய்தற்று => செய்ததைப்போன்றது

ஆல் => அசைச்சொல் (பொருள் உணர்த்தாத சொல்)

தம்மை => தன்னுடன்

புலந்தாரை => ஊடல் கொண்டவரை

புல்லா விடல் => அணைக்காமல் விடுதல்

எளிய உரை:

காதலி காதலனிடம் ஊடல் கொண்டால், அவன் அவளை அணைத்துத் தேற்றவேண்டும். அவன் அப்படிச் செய்யாவிட்டால், அவளுடைய துன்ப நோய் இன்னும் கூடிவிடும்.

குறள் எண்: 1304

குறள்:

ஊடியவரை உணராமை வாடிய
வள்ளி முதல் அரிந்தற்று

இந்தக் குறளை எப்படி மாற்றிப் படிக்கவேண்டும்:

ஊடியவரை உணராமை வாடிய வள்ளி முதல் அரிந்தற்று

இந்தக் குறளில் உள்ள கடினமான சொற்களும் அவற்றின் பொருளும்:

ஊடியவரை => ஊடல் கொண்டவரை

உணராமை => அவருடைய அன்பை உணர்ந்துகொள்ளாமல் இருத்தல்

வள்ளி => கொடி

முதல் => வேரோடு / அடியிலிருந்து

அரிந்தற்று => அறுத்ததைப்போன்றது

எளிய உரை:

ஒரு கொடி வாடியிருக்கிறது என்றால், அதற்குத் தண்ணீர் ஊற்றவேண்டும், அதை அடியோடு அறுத்துத் தள்ளிவிடக்கூடாது.

அதுபோல, காதலி காதலனிடம் ஊடல் கொள்கிறாள் என்றால், அவன் அவளுடைய மனநிலையைப் புரிந்துகொள்ளவேண்டும், அவளை அணைத்துத் தேற்றவேண்டும்.

குறள் எண்: 1305

குறள்:

நலத்தகை நல்லவர்க்கு ஏஎர், புலத்தகை
பூ அன்ன கண்ணார் அகத்து

இந்தக் குறளை எப்படி மாற்றிப் படிக்கவேண்டும்:

நலத்தகை நல்லவர்க்கு ஏஎர், பூ அன்ன கண்ணார் அகத்துப் புலத்தகை

இந்தக் குறளில் உள்ள கடினமான சொற்களும் அவற்றின் பொருளும்:

நலத்தகை	=> *நல்ல குணங்களைக் கொண்ட*
ஏஎர்	=> *அழகு*
புலத்தகை	=> *ஊடல் பெருகுதல்*
பூ அன்ன கண்ணார்	=> *பூவை போன்ற கண்களை உடைய பெண்கள்*
அகத்து	=> *உள்ளத்தில்*

எளிய உரை:

ஒரு நல்ல ஆணுக்கு எது அழகு?

பூவைப் போன்ற கண்களை உடைய அவனுடைய காதலியின் மனத்தில் அவன்மீது ஊடல் பெருகவேண்டும். அதுதான் நல்ல ஆணுக்கு அழகு.

குறள் எண்: 1306

குறள்:

துனியும் புலவியும் இல் ஆயின் காமம்
கனியும் கருக்காயும் அற்று

இந்தக் குறளை எப்படி மாற்றிப் படிக்கவேண்டும்:

துனியும் புலவியும் இல் ஆயின் காமம் கனியும் கருக்காயும் அற்று

இந்தக் குறளில் உள்ள கடினமான சொற்களும் அவற்றின் பொருளும்:

துனி => ஊடல்

புலவி => சிறு ஊடல்

இல் ஆயின் => இல்லாவிட்டால்

காமம் => காதல்

கருக்காய் => இளங்காய்

அற்று => போன்றது

எளிய உரை:

காதலர்களுக்குள் அவ்வப்போது சிறிய, பெரிய ஊடல்கள் வரவேண்டும். இல்லாவிட்டால், அந்தக் காதல் மிகவும் பழுத்த கனியைப்போல, முற்றாத இளங்காயைப்போலச் சுவையற்றுப்போகும்.

குறள் எண்: 1307

குறள்:

ஊடலின் உண்டு ஆங்கு ஓர் துன்பம், புணர்வது
நீடுவது அன்று கொல் என்று

இந்தக் குறளை எப்படி மாற்றிப் படிக்கவேண்டும்:

ஊடலின் ஆங்கு, புணர்வது நீடுவது அன்று கொல் என்று ஓர் துன்பம் உண்டு

இந்தக் குறளில் உள்ள கடினமான சொற்களும் அவற்றின் பொருளும்:

ஊடலின் => ஊடலில்

ஆங்கு => அங்கு / அப்பொழுது

புணர்வது => ஒன்றுகூடுவது

நீடுவது அன்று கொல் => நீளாதோ

எளிய உரை:

காதலர்களுக்கிடையில் ஊடல் வருவது இயல்புதான். அதுவும் ஒருவகை இன்பம்தான்.

ஆனால், அந்த இன்பத்துக்கு நடுவில், 'இப்படி ஊடல் கொள்வதால் நாம் மீண்டும் பழையபடி கட்டித் தழுவி மகிழ்ந்திருக்கமுடியாத சூழ்நிலை வந்துவிடுமோ' என்கிற அச்சம் கலந்த எண்ணம் வரும். அது பெரிய துன்பம்!

குறள் எண்: 1308

குறள்:

நோதல் எவன் மற்று, நொந்தார் என்று அஃது அறியும்
காதலர் இல்லா வழி

இந்தக் குறளை எப்படி மாற்றிப் படிக்கவேண்டும்:

நொந்தார் என்று அஃது அறியும் காதலர் இல்லா வழி நோதல் மற்று எவன்?

இந்தக் குறளில் உள்ள கடினமான சொற்களும் அவற்றின் பொருளும்:

நோதல் => நொந்துகொள்ளுதல்

எவன் => எதற்கு

மற்று => பின்னர்

நொந்தார் => வருந்தினார்

அஃது => அது

இல்லா வழி => இல்லாதபோது

எளிய உரை:

காதலி காதலனை நினைத்து வருந்துகிறாள் என்றால், அவளுடைய வருத்தத்தை அந்தக் காதலன் அறிந்துகொள்ளவேண்டும், அவள்மீது அன்பைப் பொழிந்து அவளுடைய வருத்தத்தைப் போக்கவேண்டும். இல்லாவிட்டால், அவளுடைய வருத்தத்தால் என்ன பயன்? (ஏதுமில்லை.)

குறள் எண்: 1309

குறள்:

நீரும் நிழலது இனிதே. புலவியும்
வீழுநர்கண்ணே இனிது

இந்தக் குறளை எப்படி மாற்றிப் படிக்கவேண்டும்:

நீரும் நிழலது இனிதே. புலவியும் வீழுநர்கண்ணே இனிது

இந்தக் குறளில் உள்ள கடினமான சொற்களும் அவற்றின் பொருளும்:

நிழலது => நிழலில் இருக்கும்போது

இனிது => இனிமையானது

புலவியும் => ஊடலும்

வீழுநர்கண்ணே => அன்பு நிறைந்தவரிடம்தான்

எளிய உரை:

நிழலில் உள்ள தண்ணீர் மிகவும் குளிர்ச்சியாகவும் இனிமையாகவும் இருக்கும். அதுபோல, அன்புள்ளவர்கள்மீது ஊடல் கொள்வது மிகவும் இனிமையானது.

குறள் எண்: 1310

குறள்:

ஊடல் உணங்கவிடுவாரோடு என் நெஞ்சம்
கூடுவேம் என்பது அவா

இந்தக் குறளை எப்படி மாற்றிப் படிக்கவேண்டும்:

என் நெஞ்சம் ஊடல் உணங்கவிடுவாரோடு கூடுவேம் என்பது, அவா

இந்தக் குறளில் உள்ள கடினமான சொற்களும் அவற்றின் பொருளும்:

உணங்கவிடுவாரோடு => வாடவிடுபவருடன்

கூடுவேம் => இணைவோம் / இணைவேன்

அவா => ஆசை

எளிய உரை:

நான் என் காதலன்மீது ஊடல் கொண்டேன். ஆனால், அவன் அதைப் புரிந்துகொள்ளவில்லை, என்மீது அன்பைப் பொழிந்து மகிழ்விக்கவில்லை, என்னை அப்படியே வாடவிட்டுவிட்டான்.

ஆனாலும், என் நெஞ்சம் அவன்மீது ஆசையோடுதான் இருக்கிறது, நாம் அவனோடு சேர்ந்து வாழ்வோம் என்றுதான் பேசுகிறது.

அதிகாரம் 132: புலவி நுணுக்கம் (ஊடல் நுணுக்கம்)

குறள் எண்: 1311

குறள்:

பெண் இயலார் எல்லாரும் கண்ணின் பொது உண்பர்,
நண்ணேன், பரத்த, நின் மார்பு

இந்தக் குறளை எப்படி மாற்றிப் படிக்கவேண்டும்:

பரத்த, நின் மார்பு பெண் இயலார் எல்லாரும் கண்ணின் பொது உண்பர், (நின் மார்பு) நண்ணேன்

இந்தக் குறளில் உள்ள கடினமான சொற்களும் அவற்றின் பொருளும்:

பெண் இயலார்	*=> பெண்மை இயல்பைக் கொண்டவர்கள் / பெண்கள்*
கண்ணின்	*=> கண்களால்*
பொது	*=> பொதுவாக*
உண்பர்	*=> உண்பார்கள்*
நண்ணேன்	*=> பொருந்தமாட்டேன்*
பரத்த	*=> பரத்தையரிடம் (விலைமாதரிடம்) செல்பவனே / தீய ஒழுக்கம் கொண்டவனே*
நின்	*=> உன்ஃ*

எளிய உரை:

தீய ஒழுக்கம் கொண்டவனே,

உன் மார்பை எல்லாப் பெண்களும் கண்களால் தின்கிறார்கள். அதனால், நான் உன் மார்பைத் தழுவமாட்டேன்.

குறள் எண்: 1312

குறள்:

ஊடி இருந்தேமா, தும்மினார், யாம் தம்மை
நீடு வாழ்க என்பாக்கு அறிந்து

இந்தக் குறளை எப்படி மாற்றிப் படிக்கவேண்டும்:

ஊடி இருந்தேமா, யாம் தம்மை நீடு வாழ்க என்பாக்கு அறிந்து தும்மினார்

இந்தக் குறளில் உள்ள கடினமான சொற்களும் அவற்றின் பொருளும்:

ஊடி இருந்தேமா	=>	ஊடல் கொண்டபோது
யாம்	=>	நான்
தம்மை	=>	தன்னை / அவனை
நீடு வாழ்க	=>	பல்லாண்டு வாழ்க
என்பாக்கு	=>	என்று சொல்வதை

எளிய உரை:

நான் அவன்மீது ஊடல் கொண்டிருந்தேன். அப்போது, அவன் திடீரென்று தும்மினான்.

ஆனால், அது உண்மையான தும்மல் இல்லை, அவன் தும்மினால் நான் உடனே ‘பல்லாண்டு வாழ்க’ என்று அவனை வாழ்த்துவேன் என்பதற்காகச் செய்யப்பட்ட பொய்த் தும்மல்.

குறள் எண்: 1313

குறள்:

கோட்டுப் பூச் சூடினும் காயும், ஒருத்தியைக்
காட்டிய சூடினீர் என்று

இந்தக் குறளை எப்படி மாற்றிப் படிக்கவேண்டும்:

கோட்டுப் பூச் சூடினும், 'ஒருத்தியைக் காட்டிய சூடினீர்' என்று காயும்

இந்தக் குறளில் உள்ள கடினமான சொற்களும் அவற்றின் பொருளும்:

கோட்டுப் பூ => கிளையில் பூத்த மலர்

சூடினும் => சூடினாலும்

காயும் => சினம் கொள்வாள்

ஒருத்தியை => இன்னொரு பெண்ணுக்கு

காட்டிய => காண்பிப்பதற்காக

சூடினீர் => சூடினாய்

எளிய உரை:

நான் கிளையில் பூத்த மலர்களை அணிந்தேன்.

அதைப் பார்த்ததும் என் காதலி சினம் கொண்டாள், 'யாரோ ஒருத்திக்கு உன்னுடைய அழகைக் காண்பிப்பதற்காகத்தான் நீ இந்த மலர்களையெல்லாம் சூடியிருக்கிறாய்' என்று ஊடல் கொண்டாள்.

குறள் எண்: 1314

குறள்:

யாரினும் காதலம் என்றேனா, ஊடினாள்
யாரினும் யாரினும் என்று

இந்தக் குறளை எப்படி மாற்றிப் படிக்கவேண்டும்:

யாரினும் காதலம் என்றேனா, 'யாரினும்? யாரினும்?' என்று ஊடினாள்

இந்தக் குறளில் உள்ள கடினமான சொற்களும் அவற்றின் பொருளும்:

யாரினும் => யாரையும்விட

காதலம் => காதல் கொள்கிறோம்

என்றேனா => என்று சொன்னபோது

யாரினும் யாரினும் => யாரைவிட? யாரைவிட? (உணர்ச்சி மிகுதியால் இருமுறை கேட்கிறாள்)

ஊடினாள் => ஊடல் கொண்டாள்

எளிய உரை:

மற்ற யாரையும்விட நாம் சிறந்த காதலர்கள் என்று என் காதலியிடம் சொன்னேன்.

ஆனால், நான் அப்படிச் சொன்னது அவளுக்குப் பிடிக்கவில்லை, 'நம் காதலை நீ யாருடன் ஒப்பிடுகிறாய்?' என்று திரும்பத் திரும்பக் கேட்டு ஊடல் கொண்டாள்.

குறள் எண்: 1315

குறள்:

இம்மைப் பிறப்பில் பிரியலம் என்றேனா,
கண் நிறை நீர் கொண்டனள்

இந்தக் குறளை எப்படி மாற்றிப் படிக்கவேண்டும்:

இம்மைப் பிறப்பில் பிரியலம் என்றேனா, கண் நிறை நீர் கொண்டனள்

இந்தக் குறளில் உள்ள கடினமான சொற்களும் அவற்றின் பொருளும்:

இம்மைப் பிறப்பில்	=> இந்தப் பிறவியில்
பிரியலம்	=> பிரியமாட்டோம்
என்றேனா	=> என்று சொன்னபோது
நிறை	=> நிறைந்த
கொண்டனள்	=> கொண்டாள்

எளிய உரை:

இந்தப் பிறவியில் நாம் எப்போதும் பிரியமாட்டோம் என்று என் காதலியிடம் சொன்னேன்.

உடனே, அவள் அழத் தொடங்கிவிட்டாள். (இனி வரும் பிறவிகளிலும் நாங்கள் ஒன்றாக வாழவேண்டும் என்று அவள் விரும்புகிறாள்.)

குறள் எண்: 1316

குறள்:

உள்ளினேன் என்றேன், மற்று என் மறந்தீர் என்று என்னைப் புல்லாள், புலத்தக்கனள்

இந்தக் குறளை எப்படி மாற்றிப் படிக்கவேண்டும்:

உள்ளினேன் என்றேன், மற்று என் மறந்தீர் என்று என்னைப் புல்லாள், புலத்தக்கனள்

இந்தக் குறளில் உள்ள கடினமான சொற்களும் அவற்றின் பொருளும்:

உள்ளினேன் => நினைத்தேன்

மற்று => பின்னர்

என் => ஏன்

மறந்தீர் => மறந்தாய்

புல்லாள் => தழுவவில்லை

புலத்தக்கனள் => ஊடல் கொண்டாள்

எளிய உரை:

நான் உன்னைத்தான் நினைத்துக்கொண்டிருந்தேன் என்று சொன்னபடி என் காதலியைத் தழுவ முயன்றேன்.

ஆனால், அவள் என்னைத் தழுவ மறுத்தாள், 'இப்போது நீ என்னை நினைக்கிறாய் என்றால், இதற்குமுன்னால் என்னை மறந்திருந்தாய். அப்படித்தானே?' என்று என்மீது ஊடல் கொண்டாள்.

குறள் எண்: 1317

குறள்:

> **வழுத்தினாள் தும்மினேன் ஆக, அழித்து அழுதாள்**
> **யார் உள்ளித் தும்மினீர் என்று**

இந்தக் குறளை எப்படி மாற்றிப் படிக்கவேண்டும்:

> **தும்மினேன் ஆக, வழுத்தினாள், அழித்து, 'யார் உள்ளித் தும்மினீர்?' என்று அழுதாள்**

இந்தக் குறளில் உள்ள கடினமான சொற்களும் அவற்றின் பொருளும்:

வழுத்தினாள்	=> வாழ்த்தினாள்
தும்மினேன் ஆக	=> தும்மியவனாக
அழித்து	=> மாற்றி
உள்ளி	=> நினைத்து
தும்மினீர்	=> தும்மினாய்

எளிய உரை:

எனக்குத் தும்மல் வந்தது. அதைக் கண்டதும் என் காதலி என்னை வாழ்த்தினாள்.

மறுகணம், அவள் முகத்தில் வருத்தம் தோன்றியது, 'யாராவது உன்னை நினைத்தால்தானே உனக்குத் தும்மல் வரும்? என்னைத் தவிர வேறு யார் உன்னை நினைக்கிறார்கள்?' என்று அழத் தொடங்கிவிட்டாள்.

குறள் எண்: 1318

குறள்:

தும்முச் செறுப்ப, அழுதாள், நுமர் உள்ளல்
எம்மை மறைத்தீரோ என்று

இந்தக் குறளை எப்படி மாற்றிப் படிக்கவேண்டும்:

தும்முச் செறுப்ப, 'நுமர் உள்ளல் எம்மை மறைத்தீரோ!' என்று அழுதாள்

இந்தக் குறளில் உள்ள கடினமான சொற்களும் அவற்றின் பொருளும்:

தும்மு	=> தும்மல்
செறுப்ப	=> அடக்க / கட்டுப்படுத்த
நுமர்	=> உன் காதலிகள்
உள்ளல்	=> நினைத்தல்
எம்மை	=> என்னிடம்
மறைத்தீரோ	=> மறைத்தாயோ

எளிய உரை:

எனக்குத் தும்மல் வந்தது. ஆனால், நான் தும்மினால் என் காதலிக்குச் சினம் வரும், 'உன்னை வேறு யாரோ நினைக்கிறார்கள்' என்று சொல்லி என்மீது ஊடல் கொள்வாள். அதனால் நான் அந்தத் தும்மலை அடக்கிக்கொண்டேன்.

அதைப் பார்த்ததும் என் காதலி அழத் தொடங்கிவிட்டாள். 'வேறு யாரோ உன்னை நினைக்கிறார்கள். அதை என்னிடம் மறைப்பதற்காகத்தான் நீ உன்னுடைய தும்மலை அடக்குகிறாய்' என்று சொல்லி அழுதாள் அவள்.

குறள் எண்: 1319

குறள்:

தன்னை உணர்த்தினும் காயும், பிறர்க்கு நீர்
இந்நீரர் ஆகுதிர் என்று

இந்தக் குறளை எப்படி மாற்றிப் படிக்கவேண்டும்:

தன்னை உணர்த்தினும், 'பிறர்க்கு நீர் இந்நீரர் ஆகுதிர்' என்று காயும்

இந்தக் குறளில் உள்ள கடினமான சொற்களும் அவற்றின் பொருளும்:

தன்னை => தன்னுடைய / அவளுடைய

உணர்த்தினும் => ஊடலைத் தணித்தாலும்

காயும் => சினம் கொள்வாள்

பிறர்க்கு => மற்ற பெண்களுக்கு

நீர் => நீ

இந்நீரர் => இந்தத் தன்மை கொண்டவன்

ஆகுதிர் => ஆவாய்

எளிய உரை:

என் காதலி என்மீது ஊடல் கொண்டாள். நான் அவளிடம் அன்பாகப் பேசி அவளுடைய ஊடலைக் குறைக்க முயன்றேன்.

ஆனால், இதைப் பார்த்ததும் அவள் என்மீது இன்னும் சினம் கொண்டாள், 'நீ மற்ற பெண்களிடமும் இப்படித்தான் அன்பாகப் பேசுவாய்' என்று சீறினாள்.

குறள் எண்: 1320

குறள்:

நினைத்து இருந்து நோக்கினும் காயும், அனைத்து நீர்
யார் உள்ளி நோக்கினீர் என்று

இந்தக் குறளை எப்படி மாற்றிப் படிக்கவேண்டும்:

நினைத்து இருந்து நோக்கினும், 'அனைத்து நீர் யார் உள்ளி நோக்கினீர்?' என்று காயும்

இந்தக் குறளில் உள்ள கடினமான சொற்களும் அவற்றின் பொருளும்:

நோக்கினும் => பார்த்தாலும்

காயும் => சினம் கொள்வாள்

அனைத்து => அனைத்தையும்

நீர் => நீ

உள்ளி => நினைத்து

நோக்கினீர் => பார்த்தாய்

எளிய உரை:

நான் என் காதலியையே நினைத்துக்கொண்டு அவளையே உற்றுப் பார்த்துக்கொண்டிருந்தேன்.

இதைக் கண்ட அவள் என்மீது சினம் கொண்டாள், 'நீ ஏன் என்னை இப்படிப் பார்க்கிறாய்? மனத்துக்குள் இன்னொரு பெண்ணை நினைத்துக்கொண்டு அவளுடன் என்னை ஒப்பிடுகிறாயா?' என்று ஊடல் கொண்டாள்.

அதிகாரம் 133: ஊடல் உவகை (ஊடல் தரும் மகிழ்ச்சி)

குறள் எண்: 1321

குறள்:

இல்லை தவறு அவர்க்கு ஆயினும் ஊடுதல்
வல்லது அவர் அளிக்குமாறு

இந்தக் குறளை எப்படி மாற்றிப் படிக்கவேண்டும்:

அவர்க்குத் தவறு இல்லை ஆயினும் ஊடுதல் அவர் அளிக்குமாறு வல்லது

இந்தக் குறளில் உள்ள கடினமான சொற்களும் அவற்றின் பொருளும்:

அவர்க்கு	=>	*அவரிடம்*
ஆயினும்	=>	*என்றாலும்*
ஊடுதல்	=>	*ஊடல் கொள்ளுதல்*
வல்லது	=>	*செய்யக்கூடியது*
அளிக்குமாறு	=>	*அன்பை அளிக்கும்படி*

எளிய உரை:

என் காதலன் எந்தத் தவறும் செய்யவில்லை. ஆனாலும் நான் அவன்மீது ஊடல் கொள்வேன். அப்போதுதான் அவன் என்மீது இன்னும் இன்னும் அன்பைப் பொழிவான்.

குறள் எண்: 1322

குறள்:

ஊடலில் தோன்றும் சிறு துனி நல் அளி
வாடினும் பாடு பெறும்

இந்தக் குறளை எப்படி மாற்றிப் படிக்கவேண்டும்:

ஊடலில் தோன்றும் சிறு துனி நல் அளி வாடினும் பாடு பெறும்

இந்தக் குறளில் உள்ள கடினமான சொற்களும் அவற்றின் பொருளும்:

துனி	=> துன்பம்
நல்	=> நல்ல
அளி	=> அன்பு
வாடினும்	=> வாடினாலும் / வாடச்செய்தாலும்
பாடு	=> பெருமை

எளிய உரை:

ஊடல் கொள்வதில் சிறு துன்பம் உண்டுதான். அதன்மூலம் காதலர்களுக்கு இடையிலான நல்ல அன்பு கொஞ்சம் குறையும்தான். ஆனாலும் ஊடல் பெருமைக்குரியதுதான்.

குறள் எண்: 1323

குறள்:

புலத்தலின் புத்தேள் நாடு உண்டோ, நிலத்தொடு
நீர் இயைந்து அன்னார் அகத்து

இந்தக் குறளை எப்படி மாற்றிப் படிக்கவேண்டும்:

நிலத்தொடு நீர் இயைந்து அன்னார் அகத்துப் புலத்தலின் புத்தேள் நாடு உண்டோ?

இந்தக் குறளில் உள்ள கடினமான சொற்களும் அவற்றின் பொருளும்:

புல்த்தலின்	=>	*ஊடல் கொள்வதைவிட*
புத்தேள் நாடு	=>	*தேவர் உலகம்*
உண்டோ	=>	*இருக்கிறதா*
நிலத்தொடு	=>	*நிலத்துடன்*
இயைந்து அன்னார்	=>	*கலந்ததைப்போன்றவர்*
அகத்து	=>	*இடத்தில்*

எளிய உரை:

நிலத்தோடு நீர் கலந்ததைப்போல் மனம் ஒன்றுபட்ட காதலர்களுக்குள்ளும் ஊடல் வரும். அந்த ஊடல் மிகவும் இன்பமானது. அதற்கு இணையான இன்பம் தேவர்களுடைய வானுலகத்திலும் இல்லை.

குறள் எண்: 1324

குறள்:

புல்லி விடாஅப் புலவியுள் தோன்றும் என்
உள்ளம் உடைக்கும் படை

இந்தக் குறளை எப்படி மாற்றிப் படிக்கவேண்டும்:

புல்லி விடாஅப் புலவியுள் என் உள்ளம் உடைக்கும் படை தோன்றும்

இந்தக் குறளில் உள்ள கடினமான சொற்களும் அவற்றின் பொருளும்:

புல்லி => தழுவி

விடாஅ => விடாமல்

புலவியுள் => ஊடலுக்குள்

படை => படைக் கருவி / ஆயுதம்

எளிய உரை:

என் காதலன்மீது ஊடல் கொள்ளும்போது, என் உள்ளம் உடைந்துபோகிறது. ஆனால், அதே ஊடல்தான் எங்களை இன்னும் நெருங்கச்செய்கிறது. நாங்கள் மேலும் மகிழ்ச்சியாகக் கட்டித் தழுவுகிறோம்.

குறள் எண்: 1325

குறள்:

தவறு இலர் ஆயினும், தாம் வீழ்வார் மென் தோள்
அகறலின் ஆங்கு ஒன்று உடைத்து

இந்தக் குறளை எப்படி மாற்றிப் படிக்கவேண்டும்:

தவறு இலர் ஆயினும், தாம் வீழ்வார் மென் தோள் அகறலின் ஆங்கு ஒன்று உடைத்து

இந்தக் குறளில் உள்ள கடினமான சொற்களும் அவற்றின் பொருளும்:

தவறு இலர் ஆயினும் => தவறு செய்யாதவராக இருந்தாலும்

தாம் வீழ்வார் => தன்னால் விரும்பப்படுகிறவர்

மென் தோள் => மென்மையான தோள்கள்

அகறலின் => நீங்கி இருப்பதில்

ஆங்கு => அங்கு

ஒன்று உடைத்து => ஓர் இன்பம் உள்ளது

எளிய உரை:

அவன் எந்தத் தவறும் செய்யவில்லை. ஆனாலும், மென்மையான தோள்களை உடைய அவனுடைய காதலி அவன்மீது ஊடல் கொள்கிறாள், அவனை விட்டு விலகி நிற்கிறாள். அந்தச் செல்லச் சண்டையிலும் ஓர் இன்பம் உள்ளது.

குறள் எண்: 1326

குறள்:

உணலினும் உண்டது அறல் இனிது. காமம்
புணர்தலின் ஊடல் இனிது

இந்தக் குறளை எப்படி மாற்றிப் படிக்கவேண்டும்:

உணலினும் உண்டது அறல் இனிது. காமம் புணர்தலின் ஊடல் இனிது

இந்தக் குறளில் உள்ள கடினமான சொற்களும் அவற்றின் பொருளும்:

உணலினும் => உண்பதைவிட

உண்டது அறல் => உண்ட உணவு செரித்தல்

இனிது => இனிமையானது

காமம் => காதல்

புணர்தலின் => ஒன்றுகூடுவதைவிட

எளிய உரை:

சாப்பிடுவது இன்பம்தான். அந்தச் சாப்பாடு செரிப்பது அதைவிட இன்பம்.

அதுபோல, காதலர்கள் கட்டித் தழுவுவது இன்பம்தான். அவர்கள் ஒருவர்மீது ஒருவர் ஊடல் கொள்வது அதைவிட இன்பம்.

குறள் எண்: 1327

குறள்:

ஊடலில் தோற்றவர் வென்றார். அது மன்னும்
கூடலில் காணப்படும்

இந்தக் குறளை எப்படி மாற்றிப் படிக்கவேண்டும்:

ஊடலில் தோற்றவர் வென்றார். அது மன்னும் கூடலில் காணப்படும்

இந்தக் குறளில் உள்ள கடினமான சொற்களும் அவற்றின் பொருளும்:

மன்னும் => நிலைத்த

கூடலில் => ஒன்றுசேர்தலில்

எளிய உரை:

ஊடலைப் பொறுத்தவரை, அதில் யார் தோற்கிறார்களோ அவர்கள்தான் உண்மையான வெற்றியாளர். அடுத்து வருகிற கூடலின்போது இந்த உண்மை தெளிவாகத் தெரிந்துவிடும்.

குறள் எண்: 1328

குறள்:

ஊடிப் பெறுகுவம் கொல்லோ, நுதல் வெயர்ப்பக்
கூடலில் தோன்றிய உப்பு

இந்தக் குறளை எப்படி மாற்றிப் படிக்கவேண்டும்:

நுதல் வெயர்ப்பக் கூடலில் தோன்றிய உப்பு ஊடிப் பெறுகுவம் கொல்லோ

இந்தக் குறளில் உள்ள கடினமான சொற்களும் அவற்றின் பொருளும்:

ஊடி	=> ஊடல் கொண்டு
பெறுகுவம் கொல்லோ	=> பெறுவோமா
நுதல்	=> நெற்றி
வெயர்ப்ப	=> வியர்க்கும்படி
கூடலில்	=> ஒன்றுசேர்தலில்
உப்பு	=> இன்பம்

எளிய உரை:

நாம் இன்னொரு முறை ஊடல் கொள்வோமா! அதன்பிறகு, நெற்றி வியர்க்கக் கூடி மகிழ்வோமா! (ஊடல்தான் கூடலுக்கு வழிவகுக்கிறது.)

குறள் எண்: 1329

குறள்:

ஊடுக மன் ஓ ஒளி இழை. யாம் இரப்ப
நீடுக மன் ஓ இரா

இந்தக் குறளை எப்படி மாற்றிப் படிக்கவேண்டும்:

ஒளி இழை ஊடுக மன் ஓ. யாம் இரப்ப இரா நீடுக மன் ஓ

இந்தக் குறளில் உள்ள கடினமான சொற்களும் அவற்றின் பொருளும்:

ஊடுக மன் => ஊடல் கொள்ளட்டும்

ஓ => அசைச்சொல் (பொருள் உணர்த்தாத சொல்)

ஒளி இழை => ஒளி வீசுகின்ற அணிகலன்களை அணிந்த பெண்

யாம் => நான்

இரப்ப => கெஞ்ச

நீடுக மன் => நீளட்டும்

இரா => இரவு

எளிய உரை:

ஒளி வீசுகின்ற அணிகலன்களை அணிந்த என் காதலி என்மீது ஊடல் கொள்வாள். ஊடலை விட்டுவிடும்படி நான் அவளிடம் கெஞ்சுவேன். இந்த இன்ப நாடகத்தால் இந்த இரவு இன்னும் இன்னும் நீளும்.

குறள் எண்: 1330

குறள்:

ஊடுதல் காமத்திற்கு இன்பம். அதற்கு இன்பம்
கூடி முயங்கப் பெறின்

இந்தக் குறளை எப்படி மாற்றிப் படிக்கவேண்டும்:

காமத்திற்கு ஊடுதல் இன்பம். கூடி முயங்கப் பெறின் அதற்கு இன்பம்

இந்தக் குறளில் உள்ள கடினமான சொற்களும் அவற்றின் பொருளும்:

ஊடுதல்	=>	ஊடல் கொள்ளுதல்
காமத்திற்கு	=>	காதலுக்கு
கூடி	=>	ஒன்றாகச் சேர்ந்து
முயங்கப் பெறின்	=>	தழுவினால்

எளிய உரை:

காதலுக்கு இன்பம், ஊடல்.

அந்த ஊடலுக்கு இன்பம், கட்டித் தழுவிக் கூடுதல்.

தெளிவான எழுத்தும் ஆழமான ஆய்வும் நிறைந்த நூல்களுக்காகத் தமிழ் வாசகர்களிடையில் நன்கு அறியப்பட்டுள்ள என். சொக்கன் - புனைவு, வாழ்க்கை வரலாறு, நிறுவன வரலாறு, தன்னம்பிக்கை, சிறுவர் இலக்கியம் உள்ளிட்ட துறைகளில் இதுவரை எழுபதுக்கும் மேற்பட்ட நூல்கள், நூற்றுக்கணக்கான கதைகள், கட்டுரைகளை எழுதியுள்ளார். விரிவான ஆய்வுகள், சான்றுகளின் அடிப்படையிலான ஆழமான வரலாற்று நூல்களைத் தமிழில் எழுத இயலும், அவற்றைப் பெரும்பான்மை வாசகர்களுக்குக் கொண்டுசேர்க்கவும் இயலும் என்பதைப் பலமுறை நிரூபித்த எழுத்து வகை இவருடையது.

தமிழ், ஆங்கிலம் ஆகிய இரு மொழிகளிலும் எழுதும் சொக்கனுடைய நூல்கள் ஹிந்தி, கன்னடம், மலையாளம் உள்ளிட்ட பல மொழிகளில் மொழிபெயர்ப்பாகியுள்ளன.

Immunotherapy in Translational Cancer Research

EDITED BY

Laurence J. N. Cooper, MD, PhD

Elizabeth A. Mittendorf, MD, PhD

Judy Moyes, MB, BChir, FRCP(C), FRCPCH

Sabitha Prabhakaran, PhD

WILEY Blackwell

Registered Office(s)
John Wiley & Sons, Inc., 111 River Street, Hoboken, NJ 07030, USA
John Wiley & Sons Ltd, The Atrium, Southern Gate, Chichester, West Sussex, PO19 8SQ, UK

Editorial Office
9600 Garsington Road, Oxford, OX4 2DQ, UK

For details of our global editorial offices, customer services, and more information about Wiley products visit us at www.wiley.com.

Wiley also publishes its books in a variety of electronic formats and by print-on-demand. Some content that appears in standard print versions of this book may not be available in other formats.

Library of Congress Cataloging-in-Publication Data

Names: Cooper, Laurence J. N., editor. | Mittendorf, Elizabeth A., editor. | Moyes, Judy, 1953– editor. | Prabhakaran, Sabitha, editor.
Title: Immunotherapy in translational cancer research / [edited by] Laurence J.N. Cooper, Elizabeth A. Mittendorf, Judy Moyes, Sabitha Prabhakaran.
Description: Hoboken, NJ : Wiley, 2018. | Series: Translational oncology | Includes bibliographical references and index. |
Identifiers: LCCN 2017056123 (print) | LCCN 2017057426 (ebook) | ISBN 9781118684504 (pdf) | ISBN 9781118684528 (epub) | ISBN 9781118123225 (hardback)
Subjects: | MESH: Neoplasms–therapy | Translational Medical Research | Immunomodulation | Clinical Trials as Topic
Classification: LCC RC271.I45 (ebook) | LCC RC271.I45 (print) | NLM QZ 266 | DDC 616.99/406–dc23
LC record available at https://lccn.loc.gov/2017056123

Cover design: Wiley
Cover images: (Left image) © royaltystockphoto.com/Shutterstock;
(Upper right image) © CI Photos/Shutterstock; (Lower right image) © molekuul_be/Shutterstock

Set in 9.5/12pt Minion by SPi Global, Pondicherry, India
Printed and bound in Singapore by Markono Print Media Pte Ltd

10 9 8 7 6 5 4 3 2 1

Contents

Editors

Laurence J. N. Cooper
Department of Pediatrics, University of Texas MD Anderson Cancer Center, Houston, TX, USA

Elizabeth A. Mittendorf
Department of Breast Surgical Oncology, The University of Texas MD Anderson Cancer Center, Houston, TX, USA

Judy Moyes
Pediatrics Research, MD Anderson Cancer Center, Houston, TX, USA

Sabitha Prabhakaran
Department of Breast Surgical Oncology, The University of Texas MD Anderson Cancer Center, Houston, TX, USA

Contributors

Gheath Alatrash
Department of Stem Cell Transplantation and Cellular Therapy, The University of Texas MD Anderson Cancer Center, Houston, TX, USA

Miles C. Andrews
Department of Surgical Oncology, The University of Texas MD Anderson Cancer Center, Houston, TX, USA

Paul M. Armistead
Lineberger Comprehensive Cancer Center, University of North Carolina, Chapel Hill, NC, USA

Lohith S. Bachegowda
Department of Stem Cell Transplantation and Cellular Therapy, The University of Texas, MD Anderson Cancer Center, Houston TX, USA

Alexandra P. Cadena
Department of Radiation Oncology, University of Texas MD Anderson Cancer Center, Houston, TX, USA

Richard E. Champlin
Department of Stem Cell Transplantation and Cellular Therapy, The University of Texas, MD Anderson Cancer Center, Houston TX, USA

Alexandria P. Cogdill
Department of Surgical Oncology, The University of Texas MD Anderson Cancer Center, Houston, TX, USA

Saranya Chumsri
Department of Hematology and Oncology, Mayo Clinic, Jacksonville, FL, USA

Taylor R. Cushman
Department of Radiation Oncology, University of Texas MD Anderson Cancer Center, Houston, TX, USA

Sandra Demaria
Radiation Oncology and Pathology and Laboratory Medicine, Weill Cornell Medical College, New York, NY, USA

Adi Diab
Department of Melanoma Medical Oncology, The University of Texas MD Anderson Cancer Center, Houston, TX, USA

Mary L. Disis
Tumor Vaccine Group, Center for Translational Medicine in Women's Health, University of Washington, Seattle, WA, USA

Andrew D. Fesnak
Department of Pathology and Laboratory Medicine, University of Pennsylvania Perelman School of Medicine, Philadelphia, PA, USA

Jennifer A. Foltz
Department of Hematology, Oncology, and Bone Marrow Transplantation, Nationwide Children's Hospital, Columbus, OH, USA

Vidya Gopalakrishnan
Departments of Pediatrics and Molecular and Cellular Oncology, The University of Texas MD Anderson Cancer Center, Houston, TX, USA

William R. Gwin
Tumor Vaccine Group, Center for Translational Medicine in Women's Health, University of Washington, Seattle, WA, USA

Garth S. Herbert
Department of Surgery, San Antonio Military Medical Center, San Antonio, TX, USA

Dae won Kim
Department of Gastrointestinal Oncology, Moffitt Cancer Center, Tampa, FL, USA

Keith L. Knutson
Department of Immunology, Mayo Clinic, Jacksonville, FL, USA

Dean A. Lee
Department of Hematology, Oncology, and Bone Marrow Transplantation, Nationwide Children's Hospital, Columbus, OH, USA

Bruce L. Levine
Department of Pathology and Laboratory Medicine and Center for Cellular Immunotherapies, University of Pennsylvania Perelman School of Medicine, Philadelphia, PA, USA

Crystal Mackall
Division of Hematology/Oncology, Department of Pediatrics, Stanford University, Stanford, CA, USA

Nicola J. Mason
School of Veterinary Medicine, University of Pennsylvania, Philadelphia, PA, USA

Jeffrey S. Miller
Department of Medicine, University of Minnesota, Minneapolis, MN, USA

Elizabeth A. Mittendorf
Department of Breast Surgical Oncology, The University of Texas MD Anderson Cancer Center, Houston,TX, USA

Jeffrey J. Molldrem
Department of Stem Cell Transplantation and Cellular Therapy, The University of Texas MD Anderson Cancer Center, Houston, TX, USA

Timothy Murray
Ludwig Cancer Research, Department of Oncology, University of Lausanne, Épalinges, Switzerland

M. Kazim Panjwani
School of Veterinary Medicine, University of Pennsylvania, Philadelphia, PA, USA

George E. Peoples
Cancer Vaccine Development Program, San Antonio, TX, USA

Sabitha Prabhakaran
Department of Breast Surgical Oncology, The University of Texas MD Anderson Cancer Center, Houston, TX, USA

Peter A. Prieto
Department of Surgery, Oncology, University of Rochester Medical Center, School of Medicine and Dentistry, Rochester, NY, USA

Tracy A. Proverbs-Singh
John Theurer Cancer Center at Hackensack University Medical Center, Hackensack, NJ, USA

Jonathan E. Schoenhals
Department of Radiation Oncology, University of Texas MD Anderson Cancer Center, Houston, TX, USA

Liora Schultz
Division of Hematology/Oncology, Department of Pediatrics, Stanford University, Stanford, CA, USA

Jonathan S. Serody
Lineberger Comprehensive Cancer Center, University of North Carolina, Chapel Hill, NC, USA

Alexandra Snyder
Departments of Medicine at Memorial Sloan Kettering Cancer Center and Weill Cornell Medical College, New York, NY, USA

Daniel E. Speiser
Ludwig Cancer Research, Department of Oncology, University of Lausanne, Épalinges, Switzerland

Jyothishmathi Swaminathan
Departments of Pediatrics and Molecular and Cellular Oncology, The University of Texas MD Anderson Cancer Center, Houston, TX, USA

Eric Tran
Earle A. Chiles Research Institute, Providence Cancer Center, Portland, OR, USA

Timothy J. Vreeland
Department of Surgery, Womack Army Medical Center, Fort Bragg, NC, USA

Jennifer A. Wargo
Departments of Surgical Oncology and Genomic Medicine, The University of Texas MD Anderson Cancer Center, Houston, TX, USA

James W. Welsh
Department of Radiation Oncology, University of Texas MD Anderson Cancer Center, Houston, TX, USA

Jedd Wolchok
Swim Across America–Ludwig Collaborative Research Laboratory, Immunology Program, Ludwig Center for Cancer Immunotherapy Department of Medicine at Memorial Sloan Kettering Cancer Center and Weill Cornell Medical College, New York, NY, USA

Cassian Yee
Department of Melanoma Medical Oncology, The University of Texas MD Anderson Cancer Center, Houston, TX, USA

Introduction

We live and work in the age of immunotherapy. The modality is now firmly affixed to the triad of chemotherapy, radiation therapy, and surgery. This book captures the translation of immunology into therapies. The migration of bench research to bedside experimentation has been largely driven by academia and amplified by industry; however, in the current age, there is equipoise between the not-for-profit and for-profit enterprises regarding advancements in the human applications of immunotherapies.

The breadth of treatments reflects the complexity of the immune system itself. The coordinated response of the multiple components of an endogenous immune response has generated a portfolio of immunotherapy options that are reflected in the names of the chapters. Not all chapters, though, are created equally. Some immunotherapies are just beginning their human experimentation and some are seasoned and perhaps even seen as out of vogue. Nevertheless, as a whole, these components of immune-based therapies provide patients with therapeutic optimism and some with therapeutic impact.

This book is a sum of its chapters and thus individual immunotherapies. What is not yet evident is how combinations of immune-based therapies can be harnessed. This is undoubtedly needed in order to secure long-term and complete treatment for the majority of malignancies, especially arising as solid tumors. The coordinated response of the endogenous immune system will be mirrored by the corradiated application of immunotherapies. However, that will be the topic of a future book. What is present and is remarkable, is that monotherapies based on harnessing the immune response have resulted in Lazarus-type moments, are used to prevent cancer, and have provided responses in tumors that were previously considered untreatable.

Immunotherapy as presently wielded is a relatively blunt tool. Yet the immune system is built on precision. Academics and industry investigators are only beginning to understand how to sharpen the therapeutic edge of an applied immune response. The proving ground is the human experience as preclinical models by and large do not yield sufficient information regarding efficacy and toxicity. Thus, immunotherapy practitioners and patients alike are risk takers. Together, they will advance the clinical application of the immune system so that its complexity can be harnessed as an instrument to treat cancer on an individualized basis.

This is a good time to be studying immunotherapy, and we hope this book rewards your interest.

1

CHAPTER 1

Translation in Immunology: The Role of Translational Biomarkers to Guide Clinical Use of Immunotherapy for Cancer

Saranya Chumsri[1] and Keith L. Knutson[2]
[1] Department of Hematology and Oncology, Mayo Clinic, Jacksonville, FL, USA
[2] Department of Immunology, Mayo Clinic, Jacksonville, FL, USA

Introduction

For over a century, the role of the immune system in controlling and eradicating tumors has been a subject of intense debate. Since the 1800s, it has been recognized that the immune system also plays an important pathologic protumor role in tumor initiation and progression. Virchow commented on the interaction between inflammation, leukocytes, and cancer in his article from 1863 [1]. More than a hundred years later, we are still extricating the complexities of the interaction between cancers and the host immune system. More recently, Schreiber, Old, and Smyth described the process in which cancer and the immune system interact with each other, termed "cancer immunoediting" [2]. Cancer immunoediting describes a contiguous process that the immune system influences and shapes developing tumors. This process can result in successful rejection of the tumor or generate a tumor through immunologic evasion, the latter of which we now know can occur by multiple mechanisms and more often than not through any one of a number of immune suppressive pathways [3].

Despite the long-standing interest in host antitumor immunity, it was only recently that immunotherapy emerged as one of the effective treatment options for cancer. In the past decade, several new immunotherapies, such as immune checkpoint blockade agents, tumor antigen–targeted monoclonal antibodies, and a cell-based dendritic vaccine, were approved by the U.S. Food and Drug Administration (FDA) for the treatment of multiple cancer types. In particular, the immune checkpoint blockade agents, which are treatments that target cytotoxic T-lymphocyte associated protein 4 (CTLA-4), programmed cell death protein 1 (PD-1), and programmed cell death ligand 1 (PDL-1), have gained impetus as potent anticancer therapies and have shown promising results across several tumor types, leading to a widespread revolution in cancer treatments and a massive shift in laboratory investigations. Since this form of therapy targets the host's regulatory components of the immune system rather than specific oncogenic mutations or tumor cells themselves, immune checkpoint blockade has been shown to be effective across multiple cancer types. Furthermore, given that the immune system has the capacity for

Immunotherapy in Translational Cancer Research, First Edition. Edited by Laurence J. N. Cooper, Elizabeth A. Mittendorf, Judy Moyes, and Sabitha Prabhakaran.

long-term memory, patients who respond to this form of immunotherapy frequently have durable responses, which can protect against disease progression for months and years [4–6].

While the early results of immune checkpoint blockade have been quite promising, only about a third of patients benefit from single agent therapy, accounting for both partial and complete responses, defined by the FDA as the objective response rate (ORR). Not all tumor types are equally responsive to immune checkpoint blockade, for reasons that as of yet remain unclear. Emerging studies suggest that combination treatments adding additional immunotherapies or other modalities to immune checkpoint blockade results in ORRs that appear to be higher in many cases. However, in most cases the superiority of combination therapy over monotherapy is still not well proven. Chen and Mellman *et al.* introduced the concept of the cancer-immunity cycle, which describes the interactions and processes of how the immune system recognizes and eradicates cancer cells [7]. To ensure effective antitumor activities, a series of stepwise events, including release of cancer cell antigens, antigen presentation, priming and activation, trafficking of T cells to tumors, infiltration of T cells into tumors, recognition of cancer cells by T cells, and killing of cancer cells, must be initiated and properly expanded. This cancer-immunity cycle hypothesis provides potential opportunities to intervene, and provides rationale for combination therapy consisting of multiple immunotherapies to improve clinical responses [8]. Additionally, several other combination approaches, including with chemotherapy, anti-angiogenic therapy, and hormonal therapy, are being considered [5, 9, 10]. In this chapter, potential and established biomarkers that can be used as prognostic indicators or as identifiers of patients who will benefit more from these immune checkpoint blockade agents are reviewed. Thus, the impressive therapeutic activity of immune checkpoint blockade, seen in recent years, has solidified the science of translational biomarkers, which enable more rapid, sensible deployment of novel clinical approaches for the select groups of patients who are most likely to benefit.

Biomarkers for anti-CTLA-4

Cytotoxic T-lymphocyte associated protein 4 (CTLA-4) is an immune checkpoint that down-regulates immune responses. CTLA-4 functions predominantly early in the cancer-immunity cycle during T cell activation and enhances the immunosuppressive activity of regulatory T cells (T_{reg} cells) [11, 12]. In contrast to PD-1 or PDL-1, which is typically thought to modulate antigen-experienced effector cells in inflammatory environments, CTLA-4 engages in the priming phase and regulates the amplitude of early activation of naïve and memory T cells [13]. Ipilimumab was the first immune checkpoint blockade agent approved by FDA, is a humanized monoclonal antibody against CTLA-4, and is indicated for advanced melanoma. However, the response rate for single-agent ipilimumab is merely 10%, and ipilimumab has several concerning mechanistic-based toxicities [14]. Common serious toxicities associated with ipilimumab are dermatitis, enterocolitis, endocrinopathies, liver abnormalities, and uveitis [15]. Therefore, it is critical to identify biomarkers that can be used to select patients who are more likely to benefit from this toxic therapy.

Several serum biomarkers, such as lactate dehydrogenase (LDH), C-reactive protein (CRP), vascular endothelial growth factor (VEGF), and soluble CD25 (sCD25), have been shown to be associated with ipilimumab treatment in patients with advanced melanoma [16–19]. Higher baseline levels of LDH and VEGF were associated with reduced ipilimumab treatment response in patients with metastatic melanoma. However, subsequent reductions in LDH, CRP, and T_{regs} as well as an increase in absolute lymphocyte count after ipilimumab treatment were significantly associated with improved overall survival (OS) and disease control rate. sCD25 acts as a decoy receptor for IL-2. While recombinant IL-2 improves efficacy of ipilimumab, sCD25 inhibits the anticancer effects of ipilimumab, and the high level of baseline sCD25 appears to confer resistance to ipilimumab [16]. However, most of these studies were small retrospective database reviews, and at this time, no confirmatory clinical trials have been done to support the routine use of these biomarkers for the selection of patients who should receive ipilimumab.

Given that ipilimumab exerts its antitumor activity through activation and increasing proliferation of T cells, serial measurements of absolute lymphocyte counts (ALC) in the blood after treatment have also been investigated as a pharmacodynamic biomarker of ipilimumab [20, 21]. After ipilimumab therapy, an ALC ≥ 1000/μL at week seven or an increase in ALC from baseline at week twelve was significantly associated with improved OS [18, 22, 23]. Besides a simple absolute count of lymphocytes, which can be heterogeneous, $CD4^+ICOS^+$ T cells, an activated T cell subset, have been used to track immune response after ipilimumab therapy as a pharmacodynamics marker. Four independent studies demonstrated that patients who had a sustained increase in $CD4^+ICOS^+$ T cells over twelve weeks after ipilimumab therapy had significant improvement in OS [24–28]. This consistent finding is intriguing because ICOS (inducible T cell costimulatory) costimulation is associated with Th2 immune responses, suggesting the possibility that antibodies are involved in the clinical activity of CTLA-4 blockade [29].

Since T cells recognize processed peptides presented by host major histocompatibility complex molecules, mutations in cancers can produce unique peptides that can be recognized by T cells, termed mutated neoantigens [30]. The antigenicity of these neoantigens may affect the function of the protein, and a passenger mutation with no functional role may still generate sufficient immune responses, although the potential for immune escape based on antigen loss is still possible. However, a greater mutational load in the tumors can potentially produce more neoantigens, which will result in a larger repertoire of existing tumor-specific T cells, and less chances of antigen-loss variant escape. Given the fact that immune checkpoint blockade agents exert their activity by unleashing these preexisting tumor-specific T cells, it was initially hypothesized that tumors with higher mutational loads would respond better to this form of therapy [30]. This hypothesis was substantiated based on the early results of studies with ipilimumab, which has activity in the cancer with the highest mutational load, melanoma. In two melanoma studies of ipilimumab, patients who responded to ipilimumab had a statistically significant higher median mutation load in their tumors compared to patients who did not respond. However, there appeared to be no distinct cutoff that can be used to identify patients who would not benefit from ipilimumab therapy [31, 32]. The inability to establish a cutoff may reflect important variations such as HLA allelic variation and immunogenicity of the putative neoantigens, both of which may limit the utility of the mutational load as a response indicator [33].

Despite years of trials and retrospective studies, to date no companion diagnostic test has been approved by the FDA to identify patients who are more likely to benefit from ipilimumab. Thus, additional translational studies of patients undergoing therapy should be designed and implemented to aid in identifying the patients most likely to respond.

Biomarkers for anti-PD-1/PDL-1 therapies

Programmed cell death protein 1 or PD-1 (also known as PDCD1) and its ligand PD-1 ligand 1 or PDL-1 (also known as B7-H1) are key immune checkpoints that down-regulate antitumor effects of T cells in the tumor microenvironment [34, 35]. PDL-1 engages PD-1 and inhibits proliferation and cytokine production of T cells [36]. Several preclinical studies demonstrated that inhibition of the PD-1/PDL-1 interaction enhances T cell responses and augments their antitumor activities [34, 37, 38]. The potential translational biomarkers for anti-PD-1/PDL-1 can be categorized into either immune-related or genomic-related biomarkers [39].

Immune-related biomarkers

PD-1 and PDL-1 immune checkpoint blockade agents are thought to exert their activity mainly by enhancing the antitumor activities of preformed host immune responses [40]. Thus, the amount of preexisting immune infiltrate in the tumor at baseline prior to anti-PD-1/PDL-1 treatment was one of the first translational biomarker candidates to be explored. In melanoma, higher numbers of preexisting $CD8^+$ T cells, particularly at the invasive tumor margin, have been shown to associate with tumor regression in patients treated with anti-PD-1 therapy (pembrolizumab) [40]. Comparing between responders and nonresponders, responding patients had significantly higher numbers of $CD8^+$, $PD\text{-}1^+$, and $PDL\text{-}1^+$ cells at the invasive tumor margin and a more clonal T cell antigen receptor repertoire. Furthermore, patients who responded to therapy had significant increases in $CD8^+$ T cells both inside the tumors and at the invasive margins. Similar findings, in which an increase in $CD8^+$ T cell infiltration after anti-PD-1 therapy correlates with tumor regression, were also observed in another study with pembrolizumab in melanoma and nivolumab in solid tumors in a phase I study [41, 42].

Another immune-related biomarker that has received a great deal of attention is tumor cell–associated PDL-1 expression. PDL-1 is widely expressed in the tumor microenvironment not only on the tumor cells but also in subsets of immune cells, particularly macrophages, dendritic cells, and activated T, B, and NK cells as well as other nonmalignant cells, including endothelial cells as part of a physiological process to down-regulate host immune responses in inflammatory microenvironment [43–45]. The distribution of PDL-1 expression differs among tumor types. In certain type of cancers, PDL-1 is expressed on both tumor cells and immune infiltrating cells. These types of cancers include squamous cell carcinoma of the head and neck (SCCHN), melanoma, breast cancer, and renal cell carcinoma [46–50]. However, in other forms of cancers such as colorectal (CRC) and gastric cancer, PDL-1 is expressed almost exclusively on the immune-infiltrating cells but rarely on the tumor cells [51, 52].

In the initial phase I trial of nivolumab, an anti-PD-1 antibody, in 39 patients with advanced solid malignancies, 9 biopsied samples were available for PDL-1 assessment by immunohistochemistry. Among these 9 patients, 3 out of 4 patients with membranous expression of PDL-1 responded to nivolumab. Objective responses were not observed in the other 5 patients without PDL-1 expression [42]. Similar findings were subsequently observed in a larger trial of nivolumab, which demonstrated no objective response in patients with PDL-1-negative tumors. In contrast, patients with PDL-1 expression of $\geq 5\%$ of tumor cells were twice as likely to respond compared to the overall study population [39, 53]. While PDL-1 expression can be used to identify patients who are more likely to respond to anti-PD-1 therapy, subsequent studies have shown that objective responses could still be observed in some patients with PDL-1-negative tumors [54]. In an analysis of multiple anti-PD-1 trials, the average ORR of anti-PD-1 therapy was approximately 29% across 15 trials in various solid malignancies. Among patients with PDL-1-positive tumors, the ORR was 48% compared to 15% in PDL-1-negative tumors [55]. These findings exemplified that PDL-1 negativity cannot be used to exclude patients from anti-PD-1 therapies but rather to enrich patients who are more likely to benefit from this therapy.

Of note, while PD-1 is the actual target of anti-PD-1 therapy, expression of PD-1 does not appear to provide any additional predictive value [50]. Tumeh *et al.* demonstrated that more complex parameters, such as close proximity of $PD\text{-}1^+$ cells to $PDL\text{-}1^+$ cells, proliferation of CD8+ T cells measured by Ki67 and CD8 costaining, and markers of IFNγ signaling, provided superior predictive value compared to a single marker [40].

There are several technical difficulties and limitations of using PDL-1 expression as a biomarker for anti-PD-1/PDL-1 therapies. First, the expression of PDL-1 is variable in multiple tumor biopsies collected over time and/or from different anatomical sites in each individual patient [39]. This variable expression represents a potential pitfall of developing PDL-1 IHC as an absolute biomarker based on a single biopsied tumor specimen. Moreover, the tumors used to evaluate PDL-1 expression were collected after varied duration of treatment among multiple clinical trials. Some of the trials used tumors collected right before the initiation of therapy, and some trials used the tumors from the initial diagnosis. The tumors that were collected after the initial diagnosis, which could have been months or years before the initiation of therapy, may not have reflected the PDL-1 status at the time of therapy. Furthermore, the expression of PDL-1 is not uniform within the tumors. Focal expression of PDL-1 could be missed in small core needle biopsy specimens, resulting in false negative results [56].

Genomic-related biomarkers

To date, no specific oncogenic mutations have been shown to associate with outcome in patients treated with anti-PD-1/PDL-1 therapy as an independent variable. However, several aberrant oncogenic drivers and signaling pathways have been shown to associate with PDL-1 expression. PTEN mutations resulting in constitutive activation of the PI3K-AKT pathway have been shown to associate with higher PDL-1 expression in glioma cells [57]. Similar findings were observed with constitutive ALK signaling activation, which was found to associate with increased PDL-1 expression via activation of STAT3 in certain lymphomas and lung cancers [58]. Additionally, in a subset of lung adenocarcinomas, KRAS mutations were associated with increased PDL-1 expression and denser inflammation compared to wild-type tumors [59]. Nevertheless, there appeared to be no significant difference in PDL-1 expression in non-small-cell lung cancer (NSCLC) tumors with mutant EGFR and those with wild-type EGFR [60]. Furthermore, in melanoma, a previous study also demonstrated no significant difference in PDL-1 expression between BRAF-V600E mutated vs. wild-type tumors [61]. Consistent with this finding, the response to anti-PD-1 therapy appeared to be similar in patients with BRAF-V600E mutation and BRAF wild-type tumors [6, 62].

Given that genes encoding for both PDL-1 and another PD-1 ligand, PDL-2, are located on the 9p24.1 locus, translocations or amplifications of 9p24.1 locus also have been shown to increase PDL-1 and PDL-2 expression on the surface of tumors. Amplification of 9p24.1 has been observed in several tumor types, including Hodgkin lymphomas [63, 64], mantel cell lymphomas [65], gastric cancers [66], and breast cancer [67]. Up to 97% of classical Hodgkin's lymphomas have alterations of the PDL-1 and PDL-2 loci: either polysomy, copy number gain, or amplification resulting in PDL-1 overexpression. Furthermore, consistent with the known capability of virus-caused up-regulation of the PD-1/PDL-1 pathway, Epstein-Barr virus infection, which is common in Hodgkin's lymphoma, also contributes to overexpression of PDL-1. As a result of these two mechanisms, a large proportion of classical Hodgkin's lymphoma have increased PDL-1 expression [68]. Corresponding to these findings, the initial phase I study of nivolumab in 23 patients with relapsed or refractory Hodgkin's lymphoma, with the majority progressing after autologous stem-cell transplantation and brentuximab vedotin, showed a remarkable ORR of 87%, including 17% with a complete response, 70% partial response, and 13% with stable disease [63, 64]. Similar findings were observed in a subsequent multi-center, single arm phase II trial of nivolumab in 80 patients with classical Hodgkin's lymphoma after failure of both autologous stem-cell transplantation and brentuximab vedotin. However, the expression of PDL-1 on Reed-Sternberg cells was not required and patients were enrolled regardless of their PDL-1 expression status. ORR was observed in 66.3% of patients, with 9% complete response, 58% partial response, and 23% stable disease [69]. Based on these promising results, the FDA granted the accelerated approval of nivolumab for the treatment of patients with Hodgkin's disease in this setting.

Similar to that reported with ipilimumab, mutational burden is another key factor that has been found to be associated with clinical response to anti-PD-1/PDL-1 therapies. Early studies of anti-PD-1 indicated that these agents appear to have activity across all cancers with the highest median mutation loads, namely, melanoma, NSCLC, SCCHN, bladder cancer, and gastric cancer. The ORR for anti-PD-1 in these cancer types was more than 15% across the board [53, 70, 71]. In contrast, the ORR is relatively low in cancers with low mutational loads, such as prostate and pancreatic cancers. In a small study of patients with lung cancer receiving pembrolizumab, higher mutational burden was associated with improved response to this agent [72]. Nevertheless, and much like that observed for ipilimumab, there is no clear cutoff for the number of actual mutations that can be used for the purpose of patient selection. Currently, beyond the number of mutations, there are several computational algorithms that can be used to predict the numbers of potential neoantigens. However, to date, these algorithms are still highly imperfect and at present not suitable for use for routine clinical management.

Another specific genetic subset that has been shown to associate with higher mutation burden and better response to anti-PD-1/PDL-1 is tumors with DNA mismatch repair (MMR) defects. Genes in the MMR complex are often found to be mutated, deleted, or epigenetically silenced in several cancers, including CRC, gastric, endometrial, ampullary, duodenal, and prostate cancers. MMR-deficient genotypes account for approximately 4% of all solid tumors and can be identified by detecting microsatellite instability (MSI) or by immunohistochemical staining of MMR proteins [39]. These tumors with MMR defect have a 10- to 100-fold increase in mutational burden compared to MMR-proficient tumors. Furthermore, colon cancers with MSI exhibit several other features that predict sensitivity to anti-PD-1/PDL-1 therapy. These features include high $CD8^+$ T cell infiltration, $CD4^+$ T cells with the Th1 phenotype, high levels of PD-1, PDL-1, CTLA-4, lymphocyte activation gene (LAG3), and IFNγ-inducible immune inhibitory metabolic enzyme (IDO1) [51, 73]. Despite a generally low rate of response in CRC patients, there was a patient with CRC who had a durable complete response in the initial phase I trial of nivolumab [42]. Subsequent analysis of this patient's tumor demonstrated an MSI^{hi} phenotype [74]. This finding was confirmed in a larger phase II trial of pembrolizumab in patients with tumors harboring MMR defects. In this particular trial, patients with MMR-deficient and -proficient CRC were enrolled. The ORR was 40% in MMR-deficient CRC compared to 0% in MMR-proficient CRC. Similar high response rates were also observed in another cohort of patients with MMR-deficient non-CRC with an ORR of 71% [60].

Besides somatic mutations, integration of oncogenic viruses in cancer genomes represents another form of genetic alterations that can produce neoantigens. There are several human cancers that are driven by viruses, namely, Epstein-Barr virus, human papillomavirus, Merkel cell polyomavirus (MCPyV), human T-lymphotropic virus 1 (HTLV-1), Kaposi sarcoma-associated herpes virus (KSHV), hepatitis B, and hepatitis C viruses. Early studies demonstrated that these viral-associated cancers might have high response rates to anti-PD-1/PDL-1 therapies. Approximately 80% of Merkel cell carcinomas are associated with MCPyV infection, and patients with Merkel cell carcinoma often produce MCPyV T-antigen-specific T cells and antibodies [75, 76]. A high ORR of 56% was observed in a phase II trial of pembrolizumab in this group of patients, which might be indicative of activation of latent MCPyV-specific immune effectors [77]. Similar findings were also observed in hepatocellular carcinoma, in which the ORR was 36% among hepatitis C infected patients compared to 15% in noninfected patients [78].

Approved anti-PD-1/PDL-1 blockade agents and biomarkers in clinical use

Since 2014, several agents targeting this particular pathway have been approved or are under consideration by the FDA. Presently, three PD-1-PDL-1 targeting agents have been approved by the FDA, namely, pembrolizumab, nivolumab, and atezolizumab. Multiple other agents targeting this particular pathway are currently under clinical development. The agents targeting PD-1 currently in clinical development include pidilizumab, AMP-224, and AMP-514, as well as agents targeting its ligand, PDL-1, including BMS-936559, durvalumab, and avelumab [79].

Pembrolizumab, a humanized monoclonal IgG4 antibody against PD-1, was the first PD-1/PDL-1 targeting agent approved by the FDA. It was approved in September 2014. Pembrolizumab is currently indicated for the treatment of unresectable or metastatic melanoma patients, whose tumors express PDL-1, either as an initial treatment or subsequent treatment after progressing on ipilimumab and/or a BRAF inhibitor, the first or later line treatment of patients with metastatic NSCLC, and the treatment of patients with recurrent or metastatic SCCHN after progressing on platinum-containing chemotherapy [80–83].

Similar to pembrolizumab, nivolumab is a humanized monoclonal IgG4 antibody against PD-1. Currently, nivolumab is indicated as a single agent for the first-line treatment of patients with BRAFV600 wild-type unresectable or metastatic melanoma, metastatic NSCLC progressing after platinum-based chemotherapy, advanced renal cell carcinoma with prior antiangiogenic therapy [84], relapsed Hodgkin lymphoma after autologous hematopoietic stem cell transplantation and posttransplantation brentuximab vedotin, and recurrent or metastatic SCCHN progressing after platinum-based therapy [64, 85–89]. In addition, nivolumab is also indicated in combination with ipilimumab in unresectable or metastatic melanoma patients with BRAF wild-type [90, 91].

Table 1.1 Summary of approved biomarkers for anti-PD-1/PDL-1 blockade agents in clinical use.

Assay	Agent	Disease Setting	Cutoff	Reference
PDL-1 IHC 22C3 PharmDx assay	PDL-1 IHC 22C3 PharmDx assay	1st-line NCSCLC without EGFR or ALK mutation For patient selection	TPS ≥ 50%	82
		≥ 2nd-line NSCLC For patient selection	TPS ≥ 1%	60
PDL1 IHC 28-8 PharmDx assay	Nivolumab	Nonsquamous NSCLC For prognostic purpose	TPS ≥ 1%	89

Note: TPS = tumor proportion score.

In contrast to pembrolizumab and nivolumab, atezolizumab is a humanized monoclonal IgG1 antibody against PDL-1. Atezolizumab is indicated for the treatment of patients with locally advanced or metastatic urothelial carcinoma progressing after platinum-based chemotherapy [92] and patients with metastatic NSCLC progressing after platinum-based chemotherapy [93].

At present, two established biomarkers are currently in routine clinical use. They are the PDL-1 IHC 22C3 pharmDx assay for pembrolizumab in NSCLC and the PDL-1 IHC 28-8 pharmDx assay for nivolumab in nonsquamous NSCLC and melanoma. Upon the approval of pembrolizumab in NSCLC, the FDA also simultaneously approved the companion diagnostic test, PDL-1 IHC 22C3 pharmDx assay, to guide patient selection. PDL-1 IHC 22C3 pharmDx is a qualitative immunohistochemical assay using mouse monoclonal anti-PDL-1 clone 22C3 in formalin-fixed, paraffin-embedded samples. Tumor proportion score (TPS) is used to determine the expression level of PDL-1. PDL-1 is considered positive if TPS ≥ 1% and high PDL-1 expression is defined as TPS ≥ 50%. Currently, pembrolizumab has two indications in metastatic NSCLC, including the first-line therapy for NSCLC patients whose tumors have high PDL-1 expression (TPS ≥ 50%) and no EGFR or ALK genomic aberrations [82]. This approval was based on a large phase II trial of pembrolizumab in patients with squamous and nonsquamous NSCLC, which demonstrated significantly higher ORR, improved PFS, and OS in patients with tumors expressed PDL-1 ≥ 50% [60]. The second indication includes the second or later line of therapy in NSCLC patients progressing on platinum-based chemotherapy. In this indication, the cutoff for TPS is lower than the first indication at ≥ 1% rather than ≥ 50%. This lower cutoff may be due to enhanced sensitivity to immune checkpoint blockade agents among patients with platinum resistance. In contrast, PDL-1 IHC 28-8 pharmDx for nivolumab in NSCLC and melanoma was approved as a complementary companion diagnostic test rather than a required test for patient selection. In two phase III trials of nivolumab, NSCLC patients whose tumors expressed PDL-1 ≥ 1% using PDL-1 IHC 28-8 pharmDx assay had improved OS, but only in the nonsquamous NSCLC group [88, 89]. These assays in current clinical use are summarized in Table 1.1.

Conclusion

Immunotherapy, particularly with immune checkpoint blockade, represents a revolutionary paradigm shift in cancer treatment. By enhancing endogenous host immune responses, rather than specifically targeting particular aberrant signaling pathways intrinsic to the tumor cell, this form of treatment has proven to be effective across multiple tumor types. Nonetheless, the response to immunotherapy is not universal and specific translational biomarkers are needed to identify patients who are more likely to benefit from this therapy. To date, there are only two PDL-1 immunohistochemistry assays that are approved by the FDA and are currently in clinical use. However, as our understanding of the interplay between immune system and tumor microenvironment grows, novel mechanistic-based biomarkers and combination therapy will emerge to improve patient selection for this form of therapy.

References

1. Virchov R. Cellular pathology as based upon physiological and pathological histology. Philadelphia: J. B. Lippincott; 1863.
2. Schreiber RD, Old LJ, Smyth MJ. Cancer immunoediting: integrating immunity's roles in cancer suppression and promotion. Science. 2011;331(6024):1565–70.
3. Motz GT, Coukos G. Deciphering and reversing tumor immune suppression. Immunity. 2013;39(1):61–73.
4. Gettinger SN, Horn L, Gandhi L, Spigel DR, Antonia SJ, Rizvi NA, et al. Overall survival and long-term safety of nivolumab (anti-programmed death 1 antibody, BMS-936558, ONO-4538) in patients with previously treated advanced non-small-cell lung cancer. J Clin Oncol. 2015;33(18):2004–12.
5. Sharma P, Allison JP. The future of immune checkpoint therapy. Science. 2015;348(6230):56–61.
6. Weber JS, D'Angelo SP, Minor D, Hodi FS, Gutzmer R, Neyns B, et al. Nivolumab versus chemotherapy in patients with advanced melanoma who progressed after anti-CTLA-4 treatment (CheckMate 037): a randomised, controlled, open-label, phase 3 trial. Lancet Oncol. 2015;16(4):375–84.
7. Chen DS, Mellman I. Oncology meets immunology: the cancer-immunity cycle. Immunity. 2013;39(1):1–10.
8. Mahoney KM, Rennert PD, Freeman GJ. Combination cancer immunotherapy and new immunomodulatory targets. Nat Rev Drug Discov. 2015;14(8):561–84.
9. Sharma P, Allison JP. Immune checkpoint targeting in cancer therapy: toward combination strategies with curative potential. Cell. 2015;161(2):205–14.
10. Minn AJ, Wherry EJ. Combination Cancer therapies with immune checkpoint blockade: convergence on interferon signaling. Cell. 2016;165(2):272–5.
11. Chen L, Flies DB. Molecular mechanisms of T cell co-stimulation and co-inhibition. Nat Rev Immunol. 2013;13(4):227–42.
12. Walker LS. Treg and CTLA-4: two intertwining pathways to immune tolerance. J Autoimmun. 2013; 45:49–57.
13. Topalian SL, Drake CG, Pardoll DM. Targeting the PD-1/B7-H1(PD-L1) pathway to activate anti-tumor immunity. Curr Opin Immunol. 2012;24(2):207–12.
14. Hodi FS, O'Day SJ, McDermott DF, Weber RW, Sosman JA, Haanen JB, et al. Improved survival with ipilimumab in patients with metastatic melanoma. N Engl J Med. 2010;363(8):711–23.
15. Fecher LA, Agarwala SS, Hodi FS, Weber JS. Ipilimumab and its toxicities: a multidisciplinary approach. Oncologist. 2013;18(6):733–43.
16. Hannani D, Vetizou M, Enot D, Rusakiewicz S, Chaput N, Klatzmann D, et al. Anticancer immunotherapy by CTLA-4 blockade: obligatory contribution of IL-2 receptors and negative prognostic impact of soluble CD25. Cell Res. 2015;25(2):208–24.
17. Yuan J, Zhou J, Dong Z, Tandon S, Kuk D, Panageas KS, et al. Pretreatment serum VEGF is associated with clinical response and overall survival in advanced melanoma patients treated with ipilimumab. Cancer Immunol Res. 2014;2(2):127–32.
18. Simeone E, Gentilcore G, Giannarelli D, Grimaldi AM, Caraco C, Curvietto M, et al. Immunological and biological changes during ipilimumab treatment and their potential correlation with clinical response and survival in patients with advanced melanoma. Cancer Immunol Immunother. 2014;63(7):675–83.
19. Kelderman S, Heemskerk B, van Tinteren H, van den Brom RR, Hospers GA, van den Eertwegh AJ, et al. Lactate dehydrogenase as a selection criterion for ipilimumab treatment in metastatic melanoma. Cancer Immunol Immunother. 2014;63(5):449–58.
20. Wolchok JD, Neyns B, Linette G, Negrier S, Lutzky J, Thomas L, et al. Ipilimumab monotherapy in patients with pretreated advanced melanoma: a randomised, double-blind, multicentre, phase 2, dose-ranging study. Lancet Oncol. 2010;11(2):155–64.
21. Santegoets SJ, Stam AG, Lougheed SM, Gall H, Scholten PE, Reijm M, et al. T cell profiling reveals high CD4 + CTLA-4 + T cell frequency as dominant predictor for survival after prostate GVAX/ipilimumab treatment. Cancer Immunol Immunother. 2013;62(2):245–56.
22. Ku GY, Yuan J, Page DB, Schroeder SE, Panageas KS, Carvajal RD, et al. Single-institution experience with ipilimumab in advanced melanoma patients in the compassionate use setting: lymphocyte count after 2 doses correlates with survival. Cancer. 2010;116(7):1767–75.
23. Wilgenhof S, Du Four S, Vandenbroucke F, Everaert H, Salmon I, Lienard D, et al. Single-center experience with ipilimumab in an expanded access program for patients with pretreated advanced melanoma. J Immunother. 2013;36(3):215–22.
24. Liakou CI, Kamat A, Tang DN, Chen H, Sun J, Troncoso P, et al. CTLA-4 blockade increases IFNgamma-producing CD4 + ICOShi cells to shift the ratio of effector to regulatory T cells in cancer patients. Proc Natl Acad Sci U S A. 2008;105(39):14987–92.
25. Calabro L, Maio M. Immune checkpoint blockade in malignant mesothelioma: a novel therapeutic strategy against a deadly disease? Oncoimmunology. 2014;3(1):e27482.
26. Hodi FS, Lee S, McDermott DF, Rao UN, Butterfield LH, Tarhini AA, et al. Ipilimumab plus sargramostim vs ipilimumab alone for treatment of metastatic melanoma: a randomized clinical trial. JAMA. 2014;312(17): 1744–53.

27. Carthon BC, Wolchok JD, Yuan J, Kamat A, Ng Tang DS, Sun J, et al. Preoperative CTLA-4 blockade: tolerability and immune monitoring in the setting of a presurgical clinical trial. Clin Cancer Res. 2010;16(10):2861–71.
28. Chen H, Liakou CI, Kamat A, Pettaway C, Ward JF, Tang DN, et al. Anti-CTLA-4 therapy results in higher CD4+ICOShi T cell frequency and IFN-gamma levels in both nonmalignant and malignant prostate tissues. Proc Natl Acad Sci U S A. 2009;106(8):2729–34.
29. Riley JL, June CH. The CD28 family: a T-cell rheostat for therapeutic control of T-cell activation. Blood. 2005;105(1):13–21.
30. Schumacher TN, Schreiber RD. Neoantigens in cancer immunotherapy. Science. 2015;348(6230):69–74.
31. Snyder A, Makarov V, Merghoub T, Yuan J, Zaretsky JM, Desrichard A, et al. Genetic basis for clinical response to CTLA-4 blockade in melanoma. N Engl J Med. 2014;371(23):2189–99.
32. Van Allen EM, Miao D, Schilling B, Shukla SA, Blank C, Zimmer L, et al. Genomic correlates of response to CTLA-4 blockade in metastatic melanoma. Science. 2015;350(6257):207–11.
33. Schumacher TN, Hacohen N. Neoantigens encoded in the cancer genome. Curr Opin Immunol. 2016;41:98–103.
34. Blank C, Brown I, Peterson AC, Spiotto M, Iwai Y, Honjo T, et al. PD-L1/B7H-1 inhibits the effector phase of tumor rejection by T cell receptor (TCR) transgenic CD8+ T cells. Cancer Res. 2004;64(3):1140–5.
35. Okazaki T, Honjo T. The PD-1-PD-L pathway in immunological tolerance. Trends Immunol. 2006;27(4):195–201.
36. Freeman GJ, Long AJ, Iwai Y, Bourque K, Chernova T, Nishimura H, et al. Engagement of the PD-1 immunoinhibitory receptor by a novel B7 family member leads to negative regulation of lymphocyte activation. J Exp Med. 2000;192(7):1027–34.
37. Iwai Y, Ishida M, Tanaka Y, Okazaki T, Honjo T, Minato N. Involvement of PD-L1 on tumor cells in the escape from host immune system and tumor immunotherapy by PD-L1 blockade. Proc Natl Acad Sci U S A. 2002;99(19):12293–7.
38. Hirano F, Kaneko K, Tamura H, Dong H, Wang S, Ichikawa M, et al. Blockade of B7-H1 and PD-1 by monoclonal antibodies potentiates cancer therapeutic immunity. Cancer Res. 2005;65(3):1089–96.
39. Topalian SL, Taube JM, Anders RA, Pardoll DM. Mechanism-driven biomarkers to guide immune checkpoint blockade in cancer therapy. Nat Rev Cancer. 2016;16(5):275–87.
40. Tumeh PC, Harview CL, Yearley JH, Shintaku IP, Taylor EJ, Robert L, et al. PD-1 blockade induces responses by inhibiting adaptive immune resistance. Nature. 2014;515(7528):568–71.
41. Hamid O, Robert C, Daud A, Hodi FS, Hwu WJ, Kefford R, et al. Safety and tumor responses with lambrolizumab (anti-PD-1) in melanoma. N Engl J Med. 2013;369(2): 134–44.
42. Brahmer JR, Drake CG, Wollner I, Powderly JD, Picus J, Sharfman WH, et al. Phase I study of single-agent anti-programmed death-1 (MDX-1106) in refractory solid tumors: safety, clinical activity, pharmacodynamics, and immunologic correlates. J Clin Oncol. 2010;28(19):3167–75.
43. Dong H, Zhu G, Tamada K, Chen L. B7-H1, a third member of the B7 family, co-stimulates T-cell proliferation and interleukin-10 secretion. Nat Med. 1999;5(12):1365–9.
44. Dong H, Strome SE, Salomao DR, Tamura H, Hirano F, Flies DB, et al. Tumor-associated B7-H1 promotes T-cell apoptosis: a potential mechanism of immune evasion. Nat Med. 2002;8(8):793–800.
45. Curiel TJ, Wei S, Dong H, Alvarez X, Cheng P, Mottram P, et al. Blockade of B7-H1 improves myeloid dendritic cell-mediated antitumor immunity. Nat Med. 2003;9(5):562–7.
46. Taube JM, Anders RA, Young GD, Xu H, Sharma R, McMiller TL, et al. Colocalization of inflammatory response with B7-H1 expression in human melanocytic lesions supports an adaptive resistance mechanism of immune escape. Sci Transl Med. 2012;4(127):127ra37.
47. Cimino-Mathews A, Thompson E, Taube JM, Ye X, Lu Y, Meeker A, et al. PD-L1 (B7-H1) expression and the immune tumor microenvironment in primary and metastatic breast carcinomas. Hum Pathol. 2016;47(1): 52–63.
48. Lyford-Pike S, Peng S, Young GD, Taube JM, Westra WH, Akpeng B, et al. Evidence for a role of the PD-1:PD-L1 pathway in immune resistance of HPV-associated head and neck squamous cell carcinoma. Cancer Res. 2013;73(6):1733–41.
49. Thompson RH, Kuntz SM, Leibovich BC, Dong H, Lohse CM, Webster WS, et al. Tumor B7-H1 is associated with poor prognosis in renal cell carcinoma patients with long-term follow-up. Cancer Res. 2006;66(7):3381–5.
50. Taube JM, Klein A, Brahmer JR, Xu H, Pan X, Kim JH, et al. Association of PD-1, PD-1 ligands, and other features of the tumor immune microenvironment with response to anti-PD-1 therapy. Clin Cancer Res. 2014;20(19):5064–74.
51. Llosa NJ, Cruise M, Tam A, Wicks EC, Hechenbleikner EM, Taube JM, et al. The vigorous immune microenvironment of microsatellite instable colon cancer is balanced by multiple counter-inhibitory checkpoints. Cancer Discov. 2015;5(1):43–51.
52. Thompson ED, Zahurak M, Murphy A, Cornish T, Cuka N, Abdelfatah E, et al. Patterns of PD-L1 expression and

CD8 T cell infiltration in gastric adenocarcinomas and associated immune stroma. Gut. 2017;66(5):794–801.
53. Topalian SL, Hodi FS, Brahmer JR, Gettinger SN, Smith DC, McDermott DF, et al. Safety, activity, and immune correlates of anti-PD-1 antibody in cancer. N Engl J Med. 2012;366(26):2443–54.
54. Lipson EJ, Forde PM, Hammers HJ, Emens LA, Taube JM, Topalian SL. Antagonists of PD-1 and PD-L1 in cancer treatment. Semin Oncol. 2015;42(4):587–600.
55. Sunshine J, Taube JM. PD-1/PD-L1 inhibitors. Curr Opin Pharmacol. 2015;23:32–8.
56. Kitazono S, Fujiwara Y, Tsuta K, Utsumi H, Kanda S, Horinouchi H, et al. Reliability of small biopsy samples compared with resected specimens for the determination of programmed death-ligand 1 expression in non-small-cell lung cancer. Clin Lung Cancer. 2015;16(5):385–90.
57. Parsa AT, Waldron JS, Panner A, Crane CA, Parney IF, Barry JJ, et al. Loss of tumor suppressor PTEN function increases B7-H1 expression and immunoresistance in glioma. Nat Med. 2007;13(1):84–8.
58. Marzec M, Zhang Q, Goradia A, Raghunath PN, Liu X, Paessler M, et al. Oncogenic kinase NPM/ALK induces through STAT3 expression of immunosuppressive protein CD274 (PD-L1, B7-H1). Proc Natl Acad Sci U S A. 2008;105(52):20852–7.
59. Skoulidis F, Byers LA, Diao L, Papadimitrakopoulou VA, Tong P, Izzo J, et al. Co-occurring genomic alterations define major subsets of KRAS-mutant lung adenocarcinoma with distinct biology, immune profiles, and therapeutic vulnerabilities. Cancer Discov. 2015;5(8):860–77.
60. Garon EB, Rizvi NA, Hui R, Leighl N, Balmanoukian AS, Eder JP, et al. Pembrolizumab for the treatment of non-small-cell lung cancer. N Engl J Med. 2015;372(21):2018–28.
61. Rodic N, Anders RA, Eshleman JR, Lin MT, Xu H, Kim JH, et al. PD-L1 expression in melanocytic lesions does not correlate with the BRAF V600E mutation. Cancer Immunol Res. 2015;3(2):110–5.
62. Larkin J, Lao CD, Urba WJ, McDermott DF, Horak C, Jiang J, et al. Efficacy and safety of nivolumab in patients with BRAF V600 mutant and BRAF wild-type advanced melanoma: a pooled analysis of 4 clinical trials. JAMA Oncol. 2015;1(4):433–40.
63. Green MR, Monti S, Rodig SJ, Juszczynski P, Currie T, O'Donnell E, et al. Integrative analysis reveals selective 9p24.1 amplification, increased PD-1 ligand expression, and further induction via JAK2 in nodular sclerosing Hodgkin lymphoma and primary mediastinal large B-cell lymphoma. Blood. 2010;116(17):3268–77.
64. Ansell SM, Lesokhin AM, Borrello I, Halwani A, Scott EC, Gutierrez M, et al. PD-1 blockade with nivolumab in relapsed or refractory Hodgkin's lymphoma. N Engl J Med. 2015;372(4):311–9.
65. Rubio-Moscardo F, Climent J, Siebert R, Piris MA, Martin-Subero JI, Nielander I, et al. Mantle-cell lymphoma genotypes identified with CGH to BAC microarrays define a leukemic subgroup of disease and predict patient outcome. Blood. 2005;105(11):4445–54.
66. Cancer Genome Atlas Research N. Comprehensive molecular characterization of gastric adenocarcinoma. Nature. 2014;513(7517):202–9.
67. Barrett MT, Anderson KS, Lenkiewicz E, Andreozzi M, Cunliffe HE, Klassen CL, et al. Genomic amplification of 9p24.1 targeting JAK2, PD-L1, and PD-L2 is enriched in high-risk triple negative breast cancer. Oncotarget. 2015;6(28):26483–93.
68. Chen BJ, Chapuy B, Ouyang J, Sun HH, Roemer MG, Xu ML, et al. PD-L1 expression is characteristic of a subset of aggressive B-cell lymphomas and virus-associated malignancies. Clin Cancer Res. 2013;19(13):3462–73.
69. Younes A, Santoro A, Shipp M, Zinzani PL, Timmerman JM, Ansell S, et al. Nivolumab for classical Hodgkin's lymphoma after failure of both autologous stem-cell transplantation and brentuximab vedotin: a multicentre, multicohort, single-arm phase 2 trial. Lancet Oncol. 2016;17(9):1283–94.
70. Herbst RS, Soria JC, Kowanetz M, Fine GD, Hamid O, Gordon MS, et al. Predictive correlates of response to the anti-PD-L1 antibody MPDL3280A in cancer patients. Nature. 2014;515(7528):563–7.
71. Brahmer JR, Tykodi SS, Chow LQ, Hwu WJ, Topalian SL, Hwu P, et al. Safety and activity of anti-PD-L1 antibody in patients with advanced cancer. N Engl J Med. 2012;366(26):2455–65.
72. Rizvi NA, Hellmann MD, Snyder A, Kvistborg P, Makarov V, Havel JJ, et al. Cancer immunology: mutational landscape determines sensitivity to PD-1 blockade in non-small cell lung cancer. Science. 2015;348(6230):124–8.
73. Drescher KM, Sharma P, Watson P, Gatalica Z, Thibodeau SN, Lynch HT. Lymphocyte recruitment into the tumor site is altered in patients with MSI-H colon cancer. Fam Cancer. 2009;8(3):231–9.
74. Lipson EJ, Sharfman WH, Drake CG, Wollner I, Taube JM, Anders RA, et al. Durable cancer regression off-treatment and effective reinduction therapy with an anti-PD-1 antibody. Clin Cancer Res. 2013;19(2):462–8.
75. Iyer JG, Afanasiev OK, McClurkan C, Paulson K, Nagase K, Jing L, et al. Merkel cell polyomavirus-specific CD8(+) and CD4(+) T-cell responses identified in Merkel cell carcinomas and blood. Clin Cancer Res. 2011;17(21):6671–80.
76. Afanasiev OK, Yelistratova L, Miller N, Nagase K, Paulson K, Iyer JG, et al. Merkel polyomavirus-specific T

cells fluctuate with merkel cell carcinoma burden and express therapeutically targetable PD-1 and Tim-3 exhaustion markers. Clin Cancer Res. 2013;19(19): 5351–60.
77. Nghiem PT, Bhatia S, Lipson EJ, Kudchadkar RR, Miller NJ, Annamalai L, et al. PD-1 Blockade with pembrolizumab in advanced Merkel-cell carcinoma. N Engl J Med. 2016;374(26):2542–52.
78. Kudo M. Immune checkpoint blockade in hepatocellular carcinoma. Liver Cancer. 2015;4(4):201–7.
79. Hamanishi J, Mandai M, Matsumura N, Abiko K, Baba T, Konishi I. PD-1/PD-L1 blockade in cancer treatment: perspectives and issues. Int J Clin Oncol. 2016;21(3): 462–73.
80. Robert C, Schachter J, Long GV, Arance A, Grob JJ, Mortier L, et al. Pembrolizumab versus ipilimumab in advanced melanoma. N Engl J Med. 2015;372(26): 2521–32.
81. Garon EB, Rizvi NA, Hui R, Leighl N, Balmanoukian AS, Eder JP, et al. Pembrolizumab for the treatment of non-small-cell lung cancer. N Engl J Med. 2015;372(21): 2018–28.
82. Reck M, Rodriguez-Abreu D, Robinson AG, Hui R, Csoszi T, Fulop A, et al. Pembrolizumab versus chemotherapy for PD-L1-positive non-small-cell lung cancer. N Engl J Med. 2016;375(19):1823–33.
83. Seiwert TY, Burtness B, Mehra R, Weiss J, Berger R, Eder JP, et al. Safety and clinical activity of pembrolizumab for treatment of recurrent or metastatic squamous cell carcinoma of the head and neck (KEYNOTE-012): an open-label, multicentre, phase 1b trial. Lancet Oncol. 2016;17(7):956–65.
84. Motzer RJ, Escudier B, McDermott DF, George S, Hammers HJ, Srinivas S, et al. Nivolumab versus everolimus in advanced renal-cell carcinoma. N Engl J Med. 2015;373(19):1803–13.
85. Ferris RL, Blumenschein G, Jr., Fayette J, Guigay J, Colevas AD, Licitra L, et al. Nivolumab for recurrent squamous-cell carcinoma of the head and neck. N Engl J Med. 2016;375(19):1856–67.
86. Beaver JA, Theoret MR, Mushti S, He K, Libeg M, Goldberg K, et al. FDA Approval of nivolumab for the first-line treatment of patients with BRAFV600 wild-type unresectable or metastatic melanoma. Clin Cancer Res. 2017.
87. Robert C, Long GV, Brady B, Dutriaux C, Maio M, Mortier L, et al. Nivolumab in previously untreated melanoma without BRAF mutation. N Engl J Med. 2015;372(4):320–30.
88. Brahmer J, Reckamp KL, Baas P, Crino L, Eberhardt WE, Poddubskaya E, et al. Nivolumab versus docetaxel in advanced squamous-cell non-small-cell lung cancer. N Engl J Med. 2015;373(2):123–35.
89. Borghaei H, Paz-Ares L, Horn L, Spigel DR, Steins M, Ready NE, et al. Nivolumab versus docetaxel in advanced nonsquamous non-small-cell lung cancer. N Engl J Med. 2015;373(17):1627–39.
90. Wolchok JD, Kluger H, Callahan MK, Postow MA, Rizvi NA, Lesokhin AM, et al. Nivolumab plus ipilimumab in advanced melanoma. N Engl J Med. 2013;369(2): 122–33.
91. Postow MA, Chesney J, Pavlick AC, Robert C, Grossmann K, McDermott D, et al. Nivolumab and ipilimumab versus ipilimumab in untreated melanoma. N Engl J Med. 2015;372(21):2006–17.
92. Balar AV, Galsky MD, Rosenberg JE, Powles T, Petrylak DP, Bellmunt J, et al. Atezolizumab as first-line treatment in cisplatin-ineligible patients with locally advanced and metastatic urothelial carcinoma: a single-arm, multicentre, phase 2 trial. Lancet. 2017;389(10064):67–76.
93. Rittmeyer A, Barlesi F, Waterkamp D, Park K, Ciardiello F, von Pawel J, et al. Atezolizumab versus docetaxel in patients with previously treated non-small-cell lung cancer (OAK): a phase 3, open-label, multicentre randomised controlled trial. Lancet. 2017;389(10066): 255–65.

CHAPTER 2

Monoclonal Antibody Therapy

Elizabeth A. Mittendorf and Sabitha Prabhakaran
Department of Breast Surgical Oncology, The University of Texas MD Anderson Cancer Center, Houston, TX, USA

Introduction

Monoclonal antibody (mAb)–based therapy is one of the most important and successful therapeutic strategies used for treating patients with solid tumors and hematologic malignancies. The origins of this treatment modality began with the observation of antigen expression by tumor cells made using serological techniques in the 1960s [1]. These antigens were thought to be "targets" that could be addressed therapeutically. The development of hybridoma technology in 1975, whereby mice were immunized against a specific epitope on an antigen, led to the first generation of murine antibodies targeting surface antigens [2]. Subsequently, approaches were developed to humanize antibodies, which allowed for the creation of mAbs not recognized as foreign by the human immune system [3, 4]. This represented a critical step in advancing mAbs in the clinic. In the following decades, serologic, genomic, proteomic, and bioinformatics techniques were used to identify numerous cell surface antigens that are mutated, overexpressed, or selectively expressed in tumor tissues versus normal tissues. Concomitantly, additional technologies to generate human antibodies, including use of transgenic mice, phage display techniques, and innovative antibody engineering approaches, as well as the development of large-scale production techniques, allowed for the transition of mAb therapy from the laboratory to widespread clinical use [5–8].

This chapter summarizes the mechanisms of action of mAbs, characteristics of ideal tumor antigens to serve as antibody targets, clinical development of mAb therapy, and mechanisms of resistance. We focus on mAbs targeting antigens involved in cancer cell proliferation and survival. Monoclonal antibodies that have been developed to either activate or antagonize immunologic pathways are discussed in a subsequent chapter of this book. Similarly, mAbs that have been used in the construction of chimeric antigen receptor T cells are the focus of another chapter. Finally, mAbs that target peptide–major histocompatibility complexes, referred to as TCR mimics, have also been developed and are the subject of another chapter.

Mechanisms of action

Antibodies, which are secreted by B cells, are key components of the adaptive immune system capable of recognizing antigens with high specificity. They

Immunotherapy in Translational Cancer Research, First Edition. Edited by Laurence J. N. Cooper, Elizabeth A. Mittendorf, Judy Moyes, and Sabitha Prabhakaran.

share similar basic structural units that include two large heavy chains and two small light chains. These structural units are organized into two distinct regions, the Fab variable region, which recognizes and binds specific antigens, and the Fc region, which is capable of interacting with specific Fc receptors (Figure 2.1).

The mechanisms by which antibodies can kill tumor cells can be categorized broadly as direct tumor cell killing and immune-mediated tumor cell killing. Direct tumor cell killing can be accomplished by an agonistic mAb binding to a cell surface receptor and inducing apoptosis. In addition, antagonistic mAbs can bind to a cell surface receptor blocking dimerization, kinase activation, and downstream signaling. This in turn leads to inhibition of cell growth and induction of apoptosis. Inhibition of cell signaling is one mechanism by which the mAbs cetuximab and trastuzumab work [9, 10]. Cetuximab is a mAb that targets the extracellular domain of the epidermal growth factor receptor (EGFR). It is approved by the U.S. Food and Drug Administration (FDA) for the treatment of KRAS wild-type, EGFR-expressing metastatic colorectal cancer and recurrent or metastatic head and neck cancer. The approval in metastatic colorectal cancer was based on tumor samples from patients enrolled in the CRYSTAL trial and two supporting studies analyzed retrospectively [11–13]. In patients with KRAS wild-type tumors, the addition of cetuximab to chemotherapy or best supportive care resulted in improvements in overall survival, progression-free survival, and overall response rate. There was no benefit in patients with KRAS mutant tumors. The initial approval in head and neck cancer was for use in combination with radiation in patients with locally or regionally advanced squamous cell carcinoma or as a single agent for patients with recurrent or metastatic disease, for whom prior platinum-based therapy had failed. This approval was based on a significant improvement in overall survival and duration of locoregional disease control when cetuximab was added versus radiation therapy alone [14]. It was subsequently approved for use in combination with platinum-based therapy plus 5-florouracil for first-line treatment of patients with recurrent locoregional and/or metastatic disease. This approval was based on the results of a multicenter study that enrolled patients with metastatic or locally recurrent head and neck cancer not suitable for potentially curative treatment with surgery or radiation [15]. The addition of cetuximab to platinum-based therapy plus 5-fluorouracil resulted in significantly improved progression-free and overall survival [16].

Trastuzumab is a mAb that targets the extracellular portion of HER2. It received initial FDA approval in 1998 for the treatment of metastatic breast cancer that overexpresses the HER2 protein.

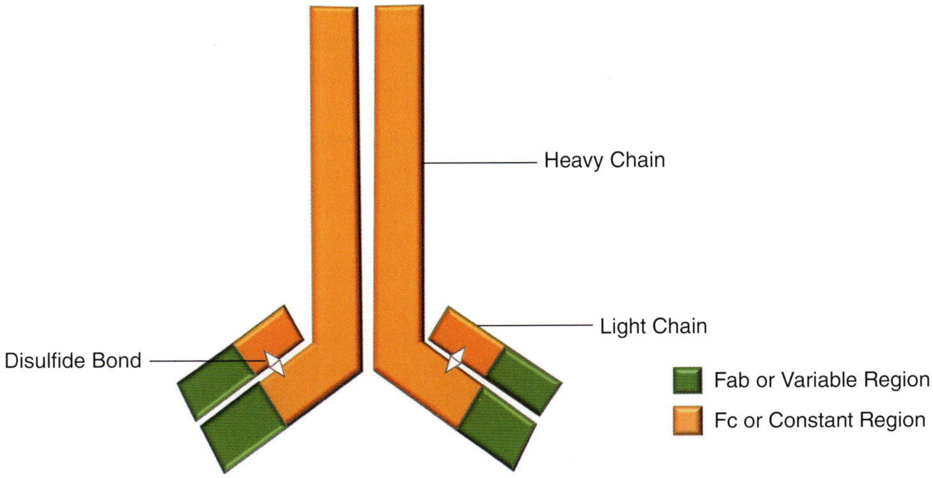

Figure 2.1 General antibody structure. The basic structural units of an antibody are organized into two distinct regions, which include two large heavy chains and two small light chains linked by disulfide bonds. The Fab variable region (green) recognizes and binds specific antigens and the Fc region (orange) interacts with specific Fc receptors.

Approval was based on data from a phase III trial that showed that the addition of trastuzumab to chemotherapy in heavily pretreated patients improved response rates and extended time to disease progression [17]. Trastuzumab is now routinely used in the treatment of HER2-positive breast cancer in the metastatic, adjuvant, and neoadjuvant settings.

In addition to these direct tumor cell killing mechanisms of action of "naked" mAbs, antibodies can be conjugated to cytotoxic drugs and used to deliver these drugs directly to the tumor site. The first antibody drug conjugate (ADC) to receive FDA approval was gemtuzumab ozogamicin, an ADC that links the cytotoxic agent calicheamicin to an anti-CD33 antibody. It was approved for use in 2000 for patients at least 60 years of age with CD33-positive acute myeloid leukemia. This was based on a single-arm phase II trial showing an overall response rate of 26% in these patients [18]. This approval was conditioned on completion of a subsequent phase III clinical trial; unfortunately, that confirmatory study was negative, leading to withdrawal of the approval in 2010 [19]. More recently, the results of additional randomized studies adding gemtuzumab ozogamicin to various induction regimens have suggested improved overall survival in specific patients with acute myeloid leukemia with intermediate cytogenetic characteristics, leading to renewed interest in this agent [20, 21, 22].

The second ADC to receive regulatory approval was brentuximab vedotin, which combines an anti-CD30 antibody conjugated to monomethyl auristatin E, a microtubule disrupting agent. Brentuximab vedotin is approved for use in treating patients with relapsed or refractory Hodgkin's lymphoma based on a single-arm, multicenter study that enrolled patients who relapsed after autologous stem cell transplant [23]. In this study, brentuximab vedotin showed a 75% objective response rate with a median duration of response of 20.5 months in patients with relapsed or refractory Hodgkin's lymphoma [23]. A subsequent randomized phase III trial (AETHERA) showed that consolidation with brentuximab vedotin after autologous stem cell transplant improved progression-free survival in Hodgkin's lymphoma patients with high-risk factors for relapse or disease progression after transplantation [24]. The approval for systemic anaplastic large-cell lymphoma was based on a single-arm, phase II, multicenter study that demonstrated an 86% objective response rate in patients with CD30-positive systemic anaplastic large cell lymphoma who had previously received multiagent chemotherapy [25].

One early ADC used routinely in the clinic is trastuzumab emtansine (T-DM1), which includes the mAb trastuzumab linked to emtansine (DM1), a highly potent microtubule polymerase inhibitor. T-DM1 was approved for use in HER2-postive breast cancer based on the results of the EMILIA clinical trial that enrolled women with advanced HER2-positive breast cancer who were resistant to trastuzumab alone [22]. T-DM1 improved median overall survival compared to the combination of the HER2 tyrosine kinase inhibitor lapatinib and capecitabine. Many additional ADCs are currently being evaluated in clinical trials.

Other mechanisms by which antibodies can kill tumor cells are categorized immune-mediated tumor cell killing. Much of immune-mediated tumor cell killing is due to immune cell engagement with the Fc portion of the mAb (Figure 2.2) [26]. Specifically, Fc receptors (FcR) on natural killer (NK) cells binding to the Fc portion of a mAb engaged with a surface receptor can lead to antibody-dependent cellular cytotoxicity (ADCC). ADCC involves the FcR on an NK cell (FcRIII; CD16) recognizing cell-bound antibodies and cross-linking the antibodies, which leads to the release of granzyme and perforin into the synapse, promoting apoptosis [27, 28]. Although FcR genotypes are not completely predictive of response to therapy, there is evidence that FcR polymorphisms enhance response rates for rituximab in follicular lymphoma, cetuximab in colorectal cancer, and trastuzumab in breast cancer [29–31]. ADCC can also be mediated by macrophages. In addition, macrophage binding to antibodies coating the cell surface can promote phagocytosis. Furthermore, tumor antigen–targeted mAbs can trigger an antigen-specific T cell response via a process known as cross-presentation. Briefly, the mAb-coated tumor antigens released by dying cells are taken up by dendritic cells, which process and present the antigen to T cells [32, 33]. These activated T cells are then able to recognize the antigen expressed by the tumor cells complexed with an MHC molecule. Efforts

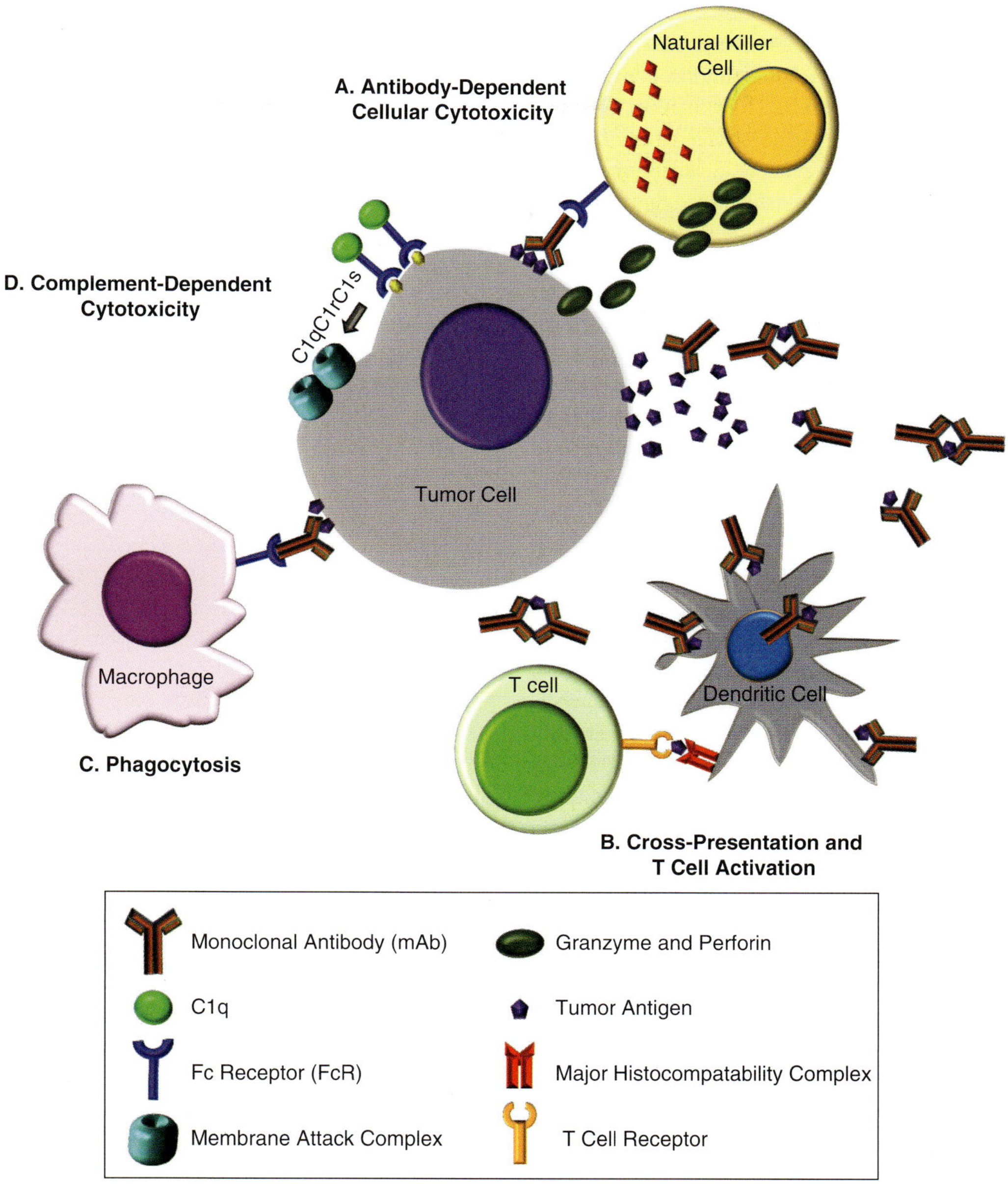

Figure 2.2 Immune-mediated mechanisms of action for monoclonal antibodies. **A.** Antibody-dependent cellular cytotoxicity. Fc gamma receptors on the surface of immune effector cells such as natural killer cells bind to the Fc region of antibodies interacting with tumor cell surface antigens, leading to the release of granzyme and perforin that mediate tumor cell killing. **B.** Cross-presentation and T cell activation. Tumor antigens released by dying tumors cells and coated with mAbs are taken up by dendritic cells, processed, and presented to T cells. **C.** Phagocytosis. Macrophage binding to mAb via its FcR mediates phagocytosis. **D.** Complement-dependent cytotoxicity. C1q complement proteins bind to antibodies interacting with tumor cell surface antigens, triggering the complement cascade. Membrane attack complexes form on the surface of the cell, leading to cell death.

have been made to modify the Fc region of mAbs to increase their ability to interact with the immune system. Approaches used include changing the amino acid sequence or altering the glycosylation pattern in a manner that enhances interaction with the FcR on effector cells [34, 35]. Obinutuzumab is an example of a glycomodified mAb that was shown to be safe and effective, leading to FDA approval for the treatment of chronic lymphocytic leukemia [36, 37].

Finally, mAbs can also induce complement-dependent cytotoxicity (CDC) [38, 39]. The exact role of CDC in the clinical response to mAb therapy is unknown, as the effects of CDC are very rapid, whereas the response to mAb-based therapy occurs over weeks. It has been suggested that CDC may contribute most to the efficacy of mAbs in hematologic malignancies, where target cells are exposed to complement proteins in the circulation [40]. Consistent with this, it is generally accepted that CDC is limited as a mechanism of action for mAb treatment of solid tumors [41]. It has also been suggested that CDC plays a role in some of the adverse effects observed with mAb therapy [42].

There is evidence of interactions between various mechanisms of action of a single mAb. These interactions can be synergistic or antagonistic and can impact the antitumor effects of the mAb. For example, the effects of complement fixation are complex [43]. The anti-CD20 mAb rituximab can promote rapid target cell killing via CDC. However, complement fixation can also block the interaction between the mAb and the FcR on NK cells, thereby decreasing ADCC [44]. The mAb, trastuzumab, also has multiple described mechanisms of action, including inhibition of cell signaling by preventing dimerization and promoting receptor internalization, which inhibits kinase activation [10]. ADCC is another described mechanism of action [32]. ADCC requires that the mAb complexed with the target antigen remain on the cell surface for recognition by the FcR of NK cells. Therefore, the effect of trastuzumab promoting receptor internalization could decrease the extent of ADCC.

Tumor antigens

The efficacy and safety of therapeutic mAbs depends on the target antigen. An ideal target antigen is abundant and has consistent expression by malignant cells [45]. In addition, there should be limited tendency for antigen-negative tumor variants to emerge [41]. If the desired mechanism of action is ADCC or CDC, then it is preferable that the mAb-antigen complex not be internalized rapidly to allow maximal exposure of the Fc region of the mAb to immune effector cells or complement proteins [45]. In contrast, for mAbs for which cell surface receptor internalization is a primary mechanism of action or for conjugated mAbs that are designed to deliver a payload into the cancer cell, then rapid, efficient internalization is preferable [45]. Another consideration, specifically when considering mAbs for the treatment of solid tumors, is whether the antigen is secreted. Secreted antigens bind the mAb in the circulation, thereby limiting the availability of mAb for tumor binding.

Several different categories of tumor antigens that can be recognized by therapeutic mAbs exist (Table 2.1). Antigens involved in growth and differentiation signaling typically are growth factors or growth factor receptors, including EGFR, HER2, ERBB3, MET, insulin-like growth factor 1 receptor (IGF1R), ephrin receptor A3 (EPHA3), tumor necrosis factor (TNF)-related apoptosis-inducing ligand receptor 1 (TRAILR1), TRAILR2, and receptor activator of nuclear factor-κB ligand (RANKL). Antigens involved in angiogenesis include growth factors and proteins that support the formation of microvasculature, including vascular endothelial growth factor (VEGF), VEGF receptor (VEGFR), integrin α5β1, and αVβ3. Stromal and extracellular matrix antigens are critical in that they provide structural support for the tumor. Stromal and extracellular matrix antigens that can be targeted include fibroblast activation protein and tenascin. Glycoproteins can be found on the surface of solid tumor cells as well as malignant hematologic cells. Examples of glycoproteins expressed by solid tumors include epithelial cell adhesion molecule (EPCAM), carcinoembryonic antigen (CEA), mucins, prostate-specific membrane antigen (PSMA), and folate-binding protein (FBP). Hematopoietic differentiation antigens are typically associated with cluster of differentiation (CD) groupings and include CD20, CD30, CD33, and CD52.

Clinical development of monoclonal antibodies

The initial step in developing mAbs for clinical use involves *in vitro* and *in vivo* preclinical studies [8, 45, 46]. First, the physical and chemical properties of the antibody must be characterized. In addition, detailed analyses must be performed to determine

Table 2.1 Categories of tumor antigens recognized by therapeutic mAbs.

Type of Antigen	*Target*	*Tumors Expressing Antigens*	*Therapeutic Monoclonal Antibody*	*Type*	*U.S. FDA-Approved**
Carbohydrate	Lewis-Y	Breast, colon, lung, and prostate	Hu3S193 and IgN311	Naked antibody	No
Epidermal growth factor receptor	EGFR	Colorectal carcinoma	Panitumumab	Naked antibody	Yes
Glycolipid	GD2	Neuroblastoma	Dinutuximab	Naked antibody	Yes
	GD2	Neuroblastoma and osteosarcoma	Hu3F8 – Y – mAbs[[check]]	Naked antibody	Yes
Glycoproteins expressed by solid tumors	EPCAM	Breast, colon, and lung	Adecatumumab	Naked antibody	No
	CA IX	Renal cell carcinoma	Girentuximab	Naked antibody	Yes
	gpA33	Colorectal carcinoma	huA33	Naked antibody	No
	PSMA	Prostate carcinoma	J591	Naked antibody	No
	CEA	Breast, colon, and lung	Labetuzumab	Naked antibody	No
	FBP	Ovarian	MOv18 and MORAb-003	Naked antibody	No
Growth and differentiation signaling	HER2	Breast, colon, lung, ovarian, and prostate	Ado-trastuzumab emtansine	Naked antibody	Yes
	VEGF	Lung, colon, and kidney	Bevacizumab	Naked antibody	Yes
	EGFR	Glioma, lung, breast, colon, and head and neck tumors	Cetuximab	Naked antibody	Yes
	IGF1R	Breast, colorectal, and pancreatic	Dalotuzumab	Naked antibody	No
	CD38	Myeloma	Daratumumab	Naked antibody	Yes
	RANKL	Breast and bone	Denosumab	Naked antibody	Yes
	MET	Non–small cell lung cancer, acute myeloid leukemia, and head and neck cancer	Ficlatuzumab	Naked antibody	No
	EPHA3	Acute myeloid leukemia, myelodysplastic syndromes, and myelofibrosis	Ifabotuzumab	Naked antibody	No
	TRAILR1	Cervical	Mapatumumab	Naked antibody	No
	EGFR	Lung	Necitumumab	Naked antibody	Yes
	EGFR	Pancreatic cancer	Nimotuzumab	Naked antibody	Yes
	PDGRFα	Sarcoma	Olaratumab	Naked antibody	Yes
	HER2	Breast, colon, long, ovarian, and prostate	Pertuzumab	Naked antibody	Yes
	ERBB3	Breast, non–small cell lung cancer, and ovarian	Seribantumab	Naked antibody	Yes
	ERBB2	Breast, colon, lung, ovarian, and prostate	Trastuzumab	Naked antibody	Yes

(Continued)

Table 2.1 *(Continued)*

Type of Antigen	*Target*	*Tumors Expressing Antigens*	*Therapeutic Monoclonal Antibody*	*Type*	*U.S. FDA-Approved**
Hematopoietic differentiation antigen	CD52	Leukemia	Alemtuzumab	Naked antibody	Yes
	CD19 CD3	Leukemia	Blinatumomab	Bispecific antibody	Yes
	CD30	Hodgkin's lymphoma	Brentuximab vedotin	Conjugated antibody	Yes
	CD33	Leukemia	Gemtuzumab ozogamicin	Conjugated antibody	Yes
	CD20	Lymphoma	^{90}Y-labeled ibritumomab tiuxetan	Conjugated antibody	Yes
	CD20	Leukemia	Obinutuzumab	Naked antibody	Yes
	CD20	Leukemia	Ofatumumab	Naked antibody	Yes
	VEGFR-2	Gastric and adenocarcinoma	Ramucirumab	Naked antibody	Yes
	CD20	Non-Hodgkin's lymphoma	Rituximab	Naked antibody	Yes
	CD20	Lymphoma	^{131}I-labeled tositumomab	Conjugated antibody	Yes
Immunostimulatory	SLAMF7 receptor	Myeloma	Elotuzumab	Naked antibody	Yes

*As of August 2, 2017.

Note: Monoclonal antibodies targeting immune-checkpoint inhibitors are discussed in Chapter 4. Checkpoint blockades are therefore not included in this table.

antigen expression in both malignant and normal tissues. Studies must also be completed to determine the mAb effects on signaling pathways and immune effector functions. *In vivo* studies must then be completed to determine antibody distribution and localization as well as therapeutic activity.

The clinical phase of development requires completion of studies in patients to determine toxicity and confirm therapeutic efficacy. A critical step in clinical evaluation includes determining *in vivo* biodistribution to assess the ratio of mAb uptake in normal tissues versus the tumor [47]. This information is important for predicting as well as defining dose requirements to achieve optimal plasma and tissue concentration and in establishing possible effects of antigen-receptor saturation toxicity [45, 48, 49]. At the Ludwig Institute for Cancer Research, a clinical trial model has been developed that incorporates toxicity assessment with biodistribution, pharmacokinetic, and pharmacodynamics analyses (Reviewed in Scott *et al.* [45]). Using this design, these investigators have completed first-in-human clinical trials of more than 15 mAbs in cancer patients. Subsequent phase I to III clinical trials must then be performed to confirm safety and efficacy. In general, most mAbs have different and usually milder toxicities than standard chemotherapeutics [45, 50, 51]. With respect to confirming efficacy, the FDA usually bases approval on an agent showing improved overall survival compared to standard therapy in a phase III trial. This was the case for rituximab, a mAb targeting CD20. Rituximab was initially granted FDA approval for use in first-line treatment of patients with diffuse large B-cell, CD20-positive, non-Hodgkin's lymphoma in combination with cyclophosphamide, doxorubicin, vincristine, and prednisone, or other anthracycline-based chemotherapy regimens based on the results of three randomized trials that demonstrated an improvement in overall survival for patients receiving rituximab [52–54].

There have been instances, however, where approval was granted based on surrogate markers. As an example, in 2013, the FDA granted accelerated approval to pertuzumab, a mAb targeting HER2 for use with trastuzumab and docetaxel in the neoadjuvant treatment of HER2-positive breast cancer patients [55]. This approval was based on a neoadjuvant trial that demonstrated the addition of pertuzumab to trastuzumab and docetaxel led to significant increases in the pathologic complete response rates (i.e., the absence of invasive disease in the breast or axillary lymph nodes in the pathologic specimen obtained at the time of surgery) compared to trastuzumab and docetaxel alone [56]. This followed prior approval in patients with HER2-positive metastatic breast cancer based on the CLEOPATRA trial, a phase III randomized, double-blind, placebo-controlled trial that showed a significant improvement in progression-free survival (the trial's primary endpoint) in patients receiving pertuzumab versus placebo in combination with trastuzumab and docetaxel [57]. A secondary endpoint of that trial was overall survival, and at the time of FDA approval a planned interim analysis suggested an improvement in overall survival, but the hazard ratio and p values did not cross the stopping boundary. Subsequent reports from that trial after longer follow-up have confirmed an overall survival benefit for the addition of pertuzumab to trastuzumab and docetaxel [58].

Mechanisms of resistance

While mAb antibody therapy has demonstrated success in many hematologic malignancies and solid tumor types, there are a number of mechanisms that may limit their clinical effectiveness. For mAbs that work primarily by targeting the antigen or receptor, heterogeneous target antigen expression can limit effectiveness. This heterogeneous expression can be present initially or develop during therapy. It may also represent a response to therapy. In a study evaluating patients with HER2-positive breast cancer that received trastuzumab in the neoadjuvant setting, the tumors from approximately one-third of patients with residual disease identified at the time of surgery were found to be HER2-negative [59]. It was hypothesized that this represented treatment of the HER2-positive clones, with the remaining tumor cells being HER2-negative. Patients whose residual disease was HER2-negative had significantly worse recurrence-free survival than patients who retained HER2 positivity. It has also been demonstrated that expression of the presumed target does not always correlate with response to therapy. As an example, evaluation of EGFR expression in archived samples of metastatic colorectal cancer patients or patients with recurrent or metastatic squamous cell carcinoma of the head and neck treated with the EGFR-targeted antibodies cetuximab or panitumumab has shown that expression levels of EGFR is not predictive of response to treatment [60, 61]. In patients with metastatic colorectal cancer, it has been shown that KRAS mutational status, not EGFR expression, is a reliable marker, with the benefit of cetuximab being limited to patients with KRAS wild-type tumors [11–13]. In contrast, for patients with advanced non-small-cell lung cancer, it is the EGFR expression not KRAS status that predicts for response to cetuximab therapy [62, 63]. These data suggest that a biomarker that may be predictive in one tumor type or setting may not be predictive in others.

Other factors related to the engagement of mAb to the intended antigen receptor can also mediate decreased effectiveness. These include physical properties of the mAb to include size as well as pharmacokinetic characteristics such as stability and half-life that impact the mAb penetrance into the tumor [64]. Aspects of the tumor microenvironment including vascular permeability and tumor interstitial pressure can also impact mAb penetrance into the tumor [64]. If there is poor receptor saturation, this may impact the effect of the mAb on receptor dimerization and downstream signaling. It is also possible that the signaling pathway being blocked by the mAb is not critical for the tumor's growth, or that overactivation of alternative signaling pathways may contribute to a lack of response in the tumor to treatment. Similarly, interactions between cell surface receptors, which have been observed for EGFR and MET, can prevent abrogation of signaling pathways [64].

Finally, the immune-mediated mechanisms of action can contribute to decreased therapeutic efficacy. As has been discussed above, mAb binding to the receptor can promote internalization of the mAb-receptor complex. This in turn can prohibit FcR binding, limiting ADCC. Furthermore, as was also previously discussed, mAb therapy can lead to the induction of antitumor T cell responses via cross-presentation. It is also possible that mAb can lead to the induction of protumor regulatory T cell responses [32]. CDC can also lead to resistance to therapy. It has been shown that when anti-CD20 binds to chronic lymphocytic leukemia cells followed by complement fixation, the mAb-antigen-complement complex can be sheared off the surface of the leukemic cell during circulation through the liver and spleen [65]. This results in circulating leukemic cells that lack the target antigen and are therefore not susceptible to mAb therapy.

Conclusions

The use of mAbs to treat both solid tumors and hematologic malignancies represents a great success story in cancer therapy. This success is attributable to advances in our understanding of tumor biology and immunology as well technological advances enabling target identification and antibody generation. It is anticipated that continued advances will allow for the development of even more innovative approaches to capitalize on the specificity of mAbs as part of therapeutic strategies providing clinical benefit to cancer patients.

References

1. Rettig WJ, Old LJ. Immunogenetics of human cell surface differentiation. Annu Rev Immunol. 1989;7:481–511.
2. Kohler G, Milstein C. Continuous cultures of fused cells secreting antibody of predefined specificity. Nature. 1975;256(5517):495–7.
3. Riechmann L, Clark M, Waldmann H, Winter G. Reshaping human antibodies for therapy. Nature. 1988; 332(6162):323–7.
4. Jones PT, Dear PH, Foote J, Neuberger MS, Winter G. Replacing the complementarity-determining regions in a human antibody with those from a mouse. Nature. 1986; 321(6069):522–5.
5. Chester KA, Begent RH, Robson L, Keep P, Pedley RB, Boden JA, et al. Phage libraries for generation of clinically useful antibodies. Lancet. 1994;343(8895):455–6.
6. Houdebine LM. Production of pharmaceutical proteins by transgenic animals. Comp Immunol Microbiol Infect Dis. 2009;32(2):107–21.
7. Nelson AL, Dhimolea E, Reichert JM. Development trends for human monoclonal antibody therapeutics. Nat Rev Drug Discov. 2010;9(10):767–74.
8. Weiner LM, Surana R, Wang S. Monoclonal antibodies: versatile platforms for cancer immunotherapy. Nat Rev Immunol. 2010;10(5):317–27.

9. Van Cutsem E, Kohne CH, Hitre E, Zaluski J, Chang Chien CR, Makhson A, et al. Cetuximab and chemotherapy as initial treatment for metastatic colorectal cancer. N Engl J Med. 2009;360(14):1408–17.
10. Hudis CA. Trastuzumab: mechanism of action and use in clinical practice. N Engl J Med. 2007;357(1):39–51.
11. Van Cutsem E, Kohne CH, Lang I, Folprecht G, Nowacki MP, Cascinu S, et al. Cetuximab plus irinotecan, fluorouracil, and leucovorin as first-line treatment for metastatic colorectal cancer: updated analysis of overall survival according to tumor KRAS and BRAF mutation status. J Clin Oncol. 2011;29(15):2011–9.
12. Bokemeyer C, Bondarenko I, Hartmann JT, de Braud F, Schuch G, Zubel A, et al. Efficacy according to biomarker status of cetuximab plus FOLFOX-4 as first-line treatment for metastatic colorectal cancer: the OPUS study. Ann Oncol. 2011;22(7):1535–46.
13. Karapetis CS, Khambata-Ford S, Jonker DJ, O'Callaghan CJ, Tu D, Tebbutt NC, et al. K-ras mutations and benefit from cetuximab in advanced colorectal cancer. N Engl J Med. 2008;359(17):1757–65.
14. Bonner JA, Harari PM, Giralt J, Azarnia N, Shin DM, Cohen RB, et al. Radiotherapy plus cetuximab for squamous-cell carcinoma of the head and neck. N Engl J Med. 2006;354(6):567–78.
15. Kadcyla (ado-trastuzumab emtansine) for injection, for intravenous use. Available from https://www.accessdata.fda.gov/drugsatfda_docs/label/2013/125427lbl.pdf. July 19, 2017.
16. Vermorken JB, Mesia R, Rivera F, Remenar E, Kawecki A, Rottey S, et al. Platinum-based chemotherapy plus cetuximab in head and neck cancer. N Engl J Med. 2008;359(11):1116–27.
17. Cobleigh MA, Vogel CL, Tripathy D, Robert NJ, Scholl S, Fehrenbacher L, et al. Multinational study of the efficacy and safety of humanized anti-HER2 monoclonal antibody in women who have HER2-overexpressing metastatic breast cancer that has progressed after chemotherapy for metastatic disease. J Clin Oncol. 1999;17(9):2639–48.
18. Sievers EL, Larson RA, Stadtmauer EA, Estey E, Lowenberg B, Dombret H, et al. Efficacy and safety of gemtuzumab ozogamicin in patients with CD33-positive acute myeloid leukemia in first relapse. J Clin Oncol. 2001;19(13):3244–54.
19. Petersdorf SH, Kopecky KJ, Slovak M, Willman C, Nevill T, Brandwein J, et al. A phase 3 study of gemtuzumab ozogamicin during induction and postconsolidation therapy in younger patients with acute myeloid leukemia. Blood. 2013;121(24):4854–60.
20. Hills RK, Castaigne S, Appelbaum FR, Delaunay J, Petersdorf S, Othus M, et al. Addition of gemtuzumab ozogamicin to induction chemotherapy in adult patients with acute myeloid leukaemia: a meta-analysis of individual patient data from randomised controlled trials. Lancet Oncol. 2014;15(9):986–96.
21. Lambert JM, Morris CQ. Antibody-drug conjugates (ADCs) for personalized treatment of solid tumors: a review. Adv Ther. 2017;34(5):1015–35.
22. Verma S, Miles D, Gianni L, Krop IE, Welslau M, Baselga J, et al. Trastuzumab emtansine for HER2-positive advanced breast cancer. N Engl J Med. 2012;367(19):1783–91.
23. Younes A, Gopal AK, Smith SE, Ansell SM, Rosenblatt JD, Savage KJ, et al. Results of a pivotal phase II study of brentuximab vedotin for patients with relapsed or refractory Hodgkin's lymphoma. J Clin Oncol. 2012;30(18):2183–9.
24. Moskowitz CH, Nademanee A, Masszi T, Agura E, Holowiecki J, Abidi MH, et al. Brentuximab vedotin as consolidation therapy after autologous stem-cell transplantation in patients with Hodgkin's lymphoma at risk of relapse or progression (AETHERA): a randomised, double-blind, placebo-controlled, phase 3 trial. Lancet. 2015;385(9980):1853–62.
25. Pro B, Advani R, Brice P, Bartlett NL, Rosenblatt JD, Illidge T, et al. Brentuximab vedotin (SGN-35) in patients with relapsed or refractory systemic anaplastic large-cell lymphoma: results of a phase II study. J Clin Oncol. 2012;30(18):2190–6.
26. Ravetch J. In vivo veritas: the surprising roles of Fc receptors in immunity. Nat Immunol. 2010;11(3):183–5.
27. Lopez-Albaitero A, Ferris RL. Immune activation by epidermal growth factor receptor specific monoclonal antibody therapy for head and neck cancer. Arch Otolaryngol Head Neck Surg. 2007;133(12):1277–81.
28. Lopez-Albaitero A, Lee SC, Morgan S, Grandis JR, Gooding WE, Ferrone S, et al. Role of polymorphic Fc gamma receptor IIIa and EGFR expression level in cetuximab mediated, NK cell dependent in vitro cytotoxicity of head and neck squamous cell carcinoma cells. Cancer Immunol Immunother. 2009;58(11):1853–64.
29. Weng WK, Levy R. Two immunoglobulin G fragment C receptor polymorphisms independently predict response to rituximab in patients with follicular lymphoma. J Clin Oncol. 2003;21(21):3940–7.
30. Musolino A, Naldi N, Bortesi B, Pezzuolo D, Capelletti M, Missale G, et al. Immunoglobulin G fragment C receptor polymorphisms and clinical efficacy of trastuzumab-based therapy in patients with HER-2/neu-positive metastatic breast cancer. J Clin Oncol. 2008;26(11):1789–96.
31. Bibeau F, Lopez-Crapez E, Di Fiore F, Thezenas S, Ychou M, Blanchard F, et al. Impact of FcγRIIa-FcγRIIIa polymorphisms and KRAS mutations on the clinical outcome of patients with metastatic colorectal cancer

treated with cetuximab plus irinotecan. J Clin Oncol. 2009;27(7):1122–9.
32. Ferris RL, Jaffee EM, Ferrone S. Tumor antigen-targeted, monoclonal antibody-based immunotherapy: clinical response, cellular immunity, and immunoescape. J Clin Oncol. 2010;28(28):4390–9.
33. Kim PS, Armstrong TD, Song H, Wolpoe ME, Weiss V, Manning EA, et al. Antibody association with HER-2/neu-targeted vaccine enhances CD8 T cell responses in mice through Fc-mediated activation of DCs. J Clin Invest. 2008;118(5):1700–11.
34. Bowles JA, Wang SY, Link BK, Allan B, Beuerlein G, Campbell MA, et al. Anti-CD20 monoclonal antibody with enhanced affinity for CD16 activates NK cells at lower concentrations and more effectively than rituximab. Blood. 2006;108(8):2648–54.
35. Dalle S, Reslan L, Besseyre de Horts T, Herveau S, Herting F, Plesa A, et al. Preclinical studies on the mechanism of action and the anti-lymphoma activity of the novel anti-CD20 antibody GA101. Mol Cancer Ther. 2011;10(1):178–85.
36. Cartron G, de Guibert S, Dilhuydy MS, Morschhauser F, Leblond V, Dupuis J, et al. Obinutuzumab (GA101) in relapsed/refractory chronic lymphocytic leukemia: final data from the phase 1/2 GAUGUIN study. Blood. 2014;124(14):2196–202.
37. Gayzva (obinutuzumab) label. Available from https://www.accessdata.fda.gov/drugsatfda_docs/label/2014/125486_s008lbl.pdf. July 21, 2017.
38. Dechant M, Weisner W, Berger S, Peipp M, Beyer T, Schneider-Merck T, et al. Complement-dependent tumor cell lysis triggered by combinations of epidermal growth factor receptor antibodies. Cancer Res. 2008; 68(13):4998–5003.
39. Wang SY, Weiner G. Complement and cellular cytotoxicity in antibody therapy of cancer. Expert Opin Biol Ther. 2008;8(6):759–68.
40. Pawluczkowycz AW, Beurskens FJ, Beum PV, Lindorfer MA, van de Winkel JG, Parren PW, et al. Binding of submaximal C1q promotes complement-dependent cytotoxicity (CDC) of B cells opsonized with anti-CD20 mAbs ofatumumab (OFA) or rituximab (RTX): considerably higher levels of CDC are induced by OFA than by RTX. J Immunol. 2009;183(1):749–58.
41. Weiner GJ. Building better monoclonal antibody-based therapeutics. Nat Rev Cancer. 2015;15(6):361–70.
42. van der Kolk LE, Grillo-Lopez AJ, Baars JW, Hack CE, van Oers MH. Complement activation plays a key role in the side-effects of rituximab treatment. Br J Haematol. 2001;115(4):807–11.
43. Rogers LM, Veeramani S, Weiner GJ. Complement in monoclonal antibody therapy of cancer. Immunol Res. 2014;59(1–3):203–10.
44. Wang SY, Racila E, Taylor RP, Weiner GJ. NK-cell activation and antibody-dependent cellular cytotoxicity induced by rituximab-coated target cells is inhibited by the C3b component of complement. Blood. 2008;111(3):1456–63.
45. Scott AM, Wolchok JD, Old LJ. Antibody therapy of cancer. Nat Rev Cancer. 2012;12(4):278–87.
46. Deckert PM. Current constructs and targets in clinical development for antibody-based cancer therapy. Curr Drug Targets. 2009;10(2):158–75.
47. Scott AM, Lee FT, Tebbutt N, Herbertson R, Gill SS, Liu Z, et al. A phase I clinical trial with monoclonal antibody ch806 targeting transitional state and mutant epidermal growth factor receptors. Proc Natl Acad Sci U S A. 2007;104(10):4071–6.
48. Cheson BD, Leonard JP. Monoclonal antibody therapy for B-cell non-Hodgkin's lymphoma. N Engl J Med. 2008;359(6):613–26.
49. Herbertson RA, Tebbutt NC, Lee FT, MacFarlane DJ, Chappell B, Micallef N, et al. Phase I biodistribution and pharmacokinetic study of Lewis Y-targeting immunoconjugate CMD-193 in patients with advanced epithelial cancers. Clin Cancer Res. 2009;15(21):6709–15.
50. Strevel EL, Siu LL. Cardiovascular toxicity of molecularly targeted agents. Eur J Cancer. 2009;45 Suppl 1:318–31.
51. Asnacios A, Naveau S, Perlemuter G. Gastrointestinal toxicities of novel agents in cancer therapy. Eur J Cancer. 2009;45 Suppl 1:332–42.
52. Coiffier B, Lepage E, Briere J, Herbrecht R, Tilly H, Bouabdallah R, et al. CHOP chemotherapy plus rituximab compared with CHOP alone in elderly patients with diffuse large-B-cell lymphoma. N Engl J Med. 2002;346(4):235–42.
53. Pfreundschuh M, Trumper L, Osterborg A, Pettengell R, Trneny M, Imrie K, et al. CHOP-like chemotherapy plus rituximab versus CHOP-like chemotherapy alone in young patients with good-prognosis diffuse large-B-cell lymphoma: a randomised controlled trial by the MabThera International Trial (MInT) Group. Lancet Oncol. 2006;7(5):379–91.
54. Habermann TM, Weller EA, Morrison VA, Gascoyne RD, Cassileth PA, Cohn JB, et al. Rituximab-CHOP versus CHOP alone or with maintenance rituximab in older patients with diffuse large B-cell lymphoma. J Clin Oncol. 2006;24(19):3121–7.
55. Amiri-Kordestani L, Wedam S, Zhang L, Tang S, Tilley A, Ibrahim A, et al. First FDA approval of neoadjuvant therapy for breast cancer: pertuzumab for the treatment of patients with HER2-positive breast cancer. Clin Cancer Res. 2014;20(21):5359–64.
56. Gianni L, Pienkowski T, Im YH, Roman L, Tseng LM, Liu MC, et al. Efficacy and safety of neoadjuvant pertuzumab and trastuzumab in women with locally

advanced, inflammatory, or early HER2-positive breast cancer (NeoSphere): a randomised multicentre, open-label, phase 2 trial. Lancet Oncol. 2012;13(1):25–32.

57. Baselga J, Cortes J, Kim SB, Im SA, Hegg R, Im YH, et al. Pertuzumab plus trastuzumab plus docetaxel for metastatic breast cancer. N Engl J Med. 2012;366(2):109–19.
58. Swain SM, Baselga J, Kim SB, Ro J, Semiglazov V, Campone M, et al. Pertuzumab, trastuzumab, and docetaxel in HER2-positive metastatic breast cancer. N Engl J Med. 2015;372(8):724–34.
59. Mittendorf EA, Wu Y, Scaltriti M, Meric-Bernstam F, Hunt KK, Dawood S, et al. Loss of HER2 amplification following trastuzumab-based neoadjuvant systemic therapy and survival outcomes. Clin Cancer Res. 2009; 15(23):7381–8.
60. Vectibix (panituumab) label. Available from https://www.accessdata.fda.gov/drugsatfda_docs/label/2009/125147s067lbl.pdf. July 19, 2017.
61. Licitra L, Storkel S, Kerr KM, Van Cutsem E, Pirker R, Hirsch FR, et al. Predictive value of epidermal growth factor receptor expression for first-line chemotherapy plus cetuximab in patients with head and neck and colorectal cancer: analysis of data from the EXTREME and CRYSTAL studies. Eur J Cancer. 2013;49(6): 1161–8.
62. Khambata-Ford S, Harbison CT, Hart LL, Awad M, Xu LA, Horak CE, et al. Analysis of potential predictive markers of cetuximab benefit in BMS099, a phase III study of cetuximab and first-line taxane/carboplatin in advanced non-small-cell lung cancer. J Clin Oncol. 2010;28(6):918–27.
63. O'Byrne KJ, Gatzemeier U, Bondarenko I, Barrios C, Eschbach C, Martens UM, et al. Molecular biomarkers in non-small-cell lung cancer: a retrospective analysis of data from the phase 3 FLEX study. Lancet Oncol. 2011;12(8):795–805.
64. Pillay V, Gan HK, Scott AM. Antibodies in oncology. N Biotechnol. 2011;28(5):518–29.
65. Beum PV, Peek EM, Lindorfer MA, Beurskens FJ, Engelberts PJ, Parren PW, et al. Loss of CD20 and bound CD20 antibody from opsonized B cells occurs more rapidly because of trogocytosis mediated by Fc receptor-expressing effector cells than direct internalization by the B cells. J Immunol. 2011;187(6):3438–47.

CHAPTER 3

Somatic Mutations and Immunotherapy

Eric Tran

Earle A. Chiles Research Institute, Providence Cancer Institute, Portland, OR, USA

In addition to protecting us from pathogens such as viruses and bacteria, it is now clear that the immune system can recognize and destroy cancer [1]. Many components of the immune system play a role in antitumor responses, but CD8+ and CD4+ T cells have been perhaps the most well studied. The importance of T cells in antitumor immunity has been unequivocally demonstrated in a plethora of murine studies where genetic or pharmacological perturbation of components of the T cell response impaired or abrogated antitumor responses. In humans, treatment with high doses of the T cell growth factor interleukin-2 [2] and the adoptive transfer of *ex vivo* expanded tumor infiltrating T cells can mediate durable complete regression in some patients with metastatic solid cancers [3–11]. Inhibitors to the PD-1 and CTLA-4 immune checkpoint pathways have also demonstrated striking clinical activity in a subset of patients with various cancer types [12–26], with some of these responses likely mediated by the activation of endogenous antitumor T cells. Although the identity of the tumor rejection antigens recognized by T cells in the vast majority of reported clinical responders to immunotherapy will never be known, characterization of the antigens and the T cell response to these antigens may provide insight and clues on how to enhance T cell–based immunotherapies against cancer.

Tumor cells are genetically and epigenetically different than normal cells, and these differences can make them susceptible to immunological attack. Over the last several decades, different classes of tumor antigens arising as a consequence of genetic and epigenetic alterations have been described [27]. These classes can be broadly grouped into "self" and "nonself" tumor antigens. Self antigens include cancer germline (CG), tissue differentiation, and overexpressed antigens. The first human tumor antigen characterized was MAGE-A1, a CG antigen [28]. CG antigens are normally expressed in germline cells (which do not express human leukocyte antigen [HLA] molecules) with limited expression in normal tissues, but due to DNA demethylation are re-expressed by some cancer cells. Some well-studied CG antigens include NY-ESO-1 and members of the SSX and MAGE families, but a large number of immunogenic CG antigens have been described [29] and some have been targets of immunotherapy. The adoptive transfer of T cells engineered to express T cell receptors (TCR) targeting an HLA-A*02:01 restricted epitope from NY-ESO-1 mediated objective clinical responses in patients with

Immunotherapy in Translational Cancer Research, First Edition. Edited by Laurence J. N. Cooper, Elizabeth A. Mittendorf, Judy Moyes, and Sabitha Prabhakaran.

metastatic melanoma and synovial cell carcinoma with no observed T cell–related toxicities [30, 31]. Targeting of the NY-ESO-1 CG antigen, however, is limited by the low frequency of NY-ESO-1 expression in common tumor types [32]. Although targeting of the more frequently expressed CG antigen MAGE-A3 with a recombinant protein vaccine was not effective in patients with non-small-cell lung cancer in the adjuvant setting [33], cell transfer immunotherapy using autologous T cells engineered to express MAGE-A3-specific TCRs resulted in objective tumor regressions in five out of nine patients with metastatic cancer; however, serious neurological toxicities were observed in three patients, with two deaths, likely the consequence of cross-reactivity of the MAGE-A3 TCR with a peptide derived from the highly homologous MAGE-A12 protein, which was expressed in a subset of neurons in the brain [34]. Thus, another potential limitation to targeting CG antigens is that some epitopes may be expressed in normal tissues.

Tissue differentiation antigens such as GP100, MART-1, CEA, and mesothelin are normally expressed in select healthy tissues but can be expressed in some cancers. The targeting of this class of antigens should be approached with caution as "on target, off-tumor" toxicities can occur. Although some objective tumor regressions were observed, the targeting of the melanocyte differentiation antigens GP100 and MART-1 with T cells genetically modified to express high avidity TCRs against these antigens led to toxicities due to the destruction of normal melanocytes in the skin, eye, and ear [35]. Moreover, the transfer of T cells genetically engineered with high avidity TCRs targeting CEA led to severe, transient inflammatory colitis in patients with colorectal cancer, likely due to recognition of lower levels of CEA expressed in normal cells of the colon [36].

Overexpressed proteins, such as HER2/neu (ERBB2), WT-1, and p53, represent another major class of tumor antigens, and some have been targets of immunotherapy. However, like tissue differentiation antigens, extreme caution is warranted when targeting this class of antigen since these proteins are also found at lower levels in normal tissues.

The preceding classes of tumor antigens can be considered "self-antigens" since they are either still expressed in some normal tissues or were expressed in normal tissues at some point during human development. This fact in itself may limit immunotherapies that aim to boost the endogenous immune response against these antigens, since central tolerance may have deleted high-avidity T cells targeting these antigens. With the exception of cell transfer therapy using T cells engineered with high-avidity TCRs against NY-ESO-1, other attempts thus far to target these antigens have resulted in either some clinical responses with serious toxicities to normal tissues as highlighted above, or low or unconfirmed response rates with little toxicity. Theoretically, targeting of these antigens could be a viable strategy if the antigen were either no longer expressed in targetable normal tissues, or expressed on normal but nonessential tissues where collateral damage would be acceptable.

In contrast to self antigens, "non-self" tumor antigens comprise antigens that are truly tumor specific; thus, the targeting of these antigens should be safe and not result in normal tissue toxicities. The major classes of these antigens are derived from cancer-causing viruses and neoantigens arising as a consequence of random somatic mutations. Estimates suggest that viruses play a role in tumorigenesis in approximately 10%–15% of human cancers [37, 38]. Thus in these cases, both prophylactic and therapeutic immunotherapy against viral epitopes may provide clinical benefit in the absence of normal tissue toxicities. Indeed, the prophylactic vaccination against human papilloma viruses (HPV), the causative agent of cervical cancer and some head and neck cancers, among others, can prevent the development of these cancers in humans (reviewed in Schiller and Lowy [39]). Synthetic long peptide vaccines against HPV antigens also appeared to be effective in patients with premalignant disease of the cervix [40] but not in patients with metastatic gynecological cancers [41]. Cell transfer immunotherapy using tumor-infiltrating lymphocytes (TILs) containing HPV-reactive T cells was associated with complete tumor regression in two of nine patients with metastatic cervical cancer; however, given the heterogeneous nature of the infused T cell products, it is possible that T cells recognizing non-HPV antigens were present in the infusion product and contributed to tumor regression [10]. Thus, the clinical impact of therapeutically targeting oncoviral epitopes in the metastatic solid cancer setting is less clear. Clinical trials for patients with HPV-associated cancers using TCR-gene therapy targeting an HPV-16 E6 or E7 viral epitope are ongoing and will provide insight into whether targeting an oncoviral epitope can mediate regression of metastatic solid tumors. This book chapter focuses on the class of antigens known as mutated antigens, hereafter referred to as neoantigens, which are the protein products of random somatic mutations, and will highlight the evidence in humans that T cells targeting this class of antigen may be an important component to the success of many current immunotherapies. Strategies to immunotherapeutically target neoantigens will also be discussed.

T cells targeting neoantigens were first described in mice in the late 1980s and early 1990s [42–44], and shortly after, definitive evidence that a human T cell could recognize a neoantigen expressed by a solid cancer was first reported by Coulie and Boon in 1995 [45]. In this study, peripheral blood T cells from a patient with metastatic melanoma were stimulated *in vitro* with autologous tumor cell lines to generate cytotoxic T lymphocyte (CTL) clones, and one clone was found to recognize a point mutation in an intronic segment encoded by the *MUM1* gene. However, the initial techniques that used tumor cDNA libraries to identify neoantigen T reactive cells were cumbersome, and over the ensuing two decades the number of patient-derived neoantigen-reactive T cells reported using these techniques was relatively sporadic [46–54]. Thus, it was uncertain whether T cells targeting this class of antigen was a rare or common event that would have therapeutic consequences. Despite this, these techniques have been used to provide some early correlative evidence that neoantigen-reactive T cells may be playing a role in the success of human cancer immunotherapy. For example, neoantigen-reactive T cells were detected in the infusion product of several patients with melanoma who experienced dramatic tumor regressions upon the adoptive cell transfer (ACT) of *ex vivo* expanded TILs [49, 52, 54, 55].

The advent of reliable, fast, and relatively inexpensive high-throughput, next-generation nucleic acid sequencing technologies has greatly facilitated our ability to detect and identify neoantigen-reactive T cells. Some of the main methods that are currently being used to detect neoantigen-reactive T cells are shown in Figure 3.1. The process begins with isolation of tumor DNA and RNA, which then undergoes next-generation whole-exome and/or genome, and transcriptome sequencing to identify somatic mutations expressed by the patient's autologous cancer. To evaluate T cell reactivity against neoantigens in a relatively unbiased fashion, the identified mutations are first encoded in a tandem minigene (TMG) construct, which is a genetic construct composed of a variable number of minigenes that each encode for a mutated amino acid flanked by approximately 12 amino acids derived from the wild type protein (Figure 3.1A) [56, 57]. By linking multiple minigenes together to form a TMG, the throughput of neoantigen screening is enhanced. The TMG, either as *in vitro* transcribed RNA or plasmid DNA, is then introduced into an appropriate antigen presenting cell (APC), such as autologous dendritic cells or B cells, which can process and present the neoantigens in the context of the patient's own MHC-I and MHC-II molecules. T cells derived from the patient are then cocultured with TMG-expressing APCs, and T cell reactivity can be assessed by standard immunological assays such as cytokine enzyme-linked immunosorbent assay (ELISA) or enzyme-linked immunospot (ELISPOT), and/or flow cytometric analysis of cell surface T cell activation markers or intracellular cytokine expression. Alternatively, or in addition to TMGs, long peptides containing the mutated amino acid flanked by amino acids from the wild type protein can be synthesized and used to pulse APCs (Figure 3.1B) followed by a coculture as described above. And analogous to minigenes and TMGs, peptides can also be pooled together to generate peptide pools, which increases the throughput of neoantigen screening. If reactivity to TMGs or peptide pools is observed, then the identity of the recognized neoantigen can be identified by performing coculture experiments with the individual mutated peptides that made up the TMG or peptide pool, and/or by reverting each individual mutation in the TMG back to the wild-type sequence to see which reversion abrogates or diminishes T cell reactivity. Testing against the

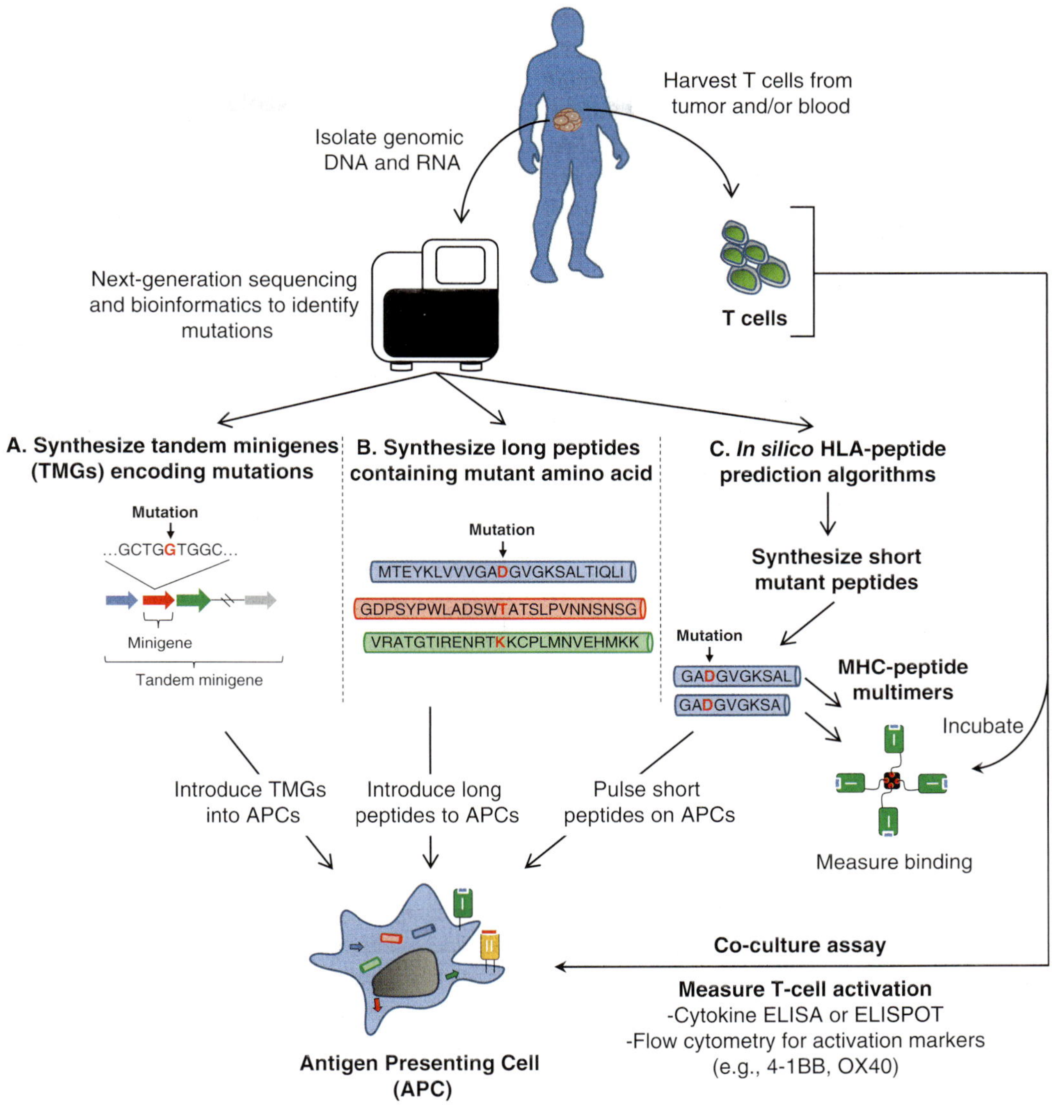

Figure 3.1 Next-generation-sequencing-based strategies to identify neoantigen-reactive T cells in patients with cancer.

nonmutated wild-type sequence should also be carried out to determine how specific the T cell response is for the mutant compared to the wild type epitope. In our experience, we generally have observed stronger CD4+ T cell responses *in vitro* to long peptides containing the neoantigens compared to TMGs encoding the same neoantigens, while mutated TMGs generally elicited stronger CD8+ T cell responses than long peptides containing the same antigen, although there were exceptions (unpublished data).

Another method to evaluate neoantigen-reactive T cell responses relies on HLA-peptide binding prediction algorithms such as NetMHC [58, 59] and epitope analysis programs from the Immune Epitope Database (Figure 3.1C). Since the peptide binding groove of many HLA are known, these algorithms analyze mutated neoepitope sequences and predict how well these minimal peptides (usually 8–11 amino acids in length) would bind to the patient's own HLA molecules. The general concept behind the use of these algorithms is that neoepitopes that are predicted to bind strongly to HLA may be more stable in the HLA groove and therefore more likely to elicit a T cell response. The predicted neoepitopes can then be synthesized and pulsed onto APCs (Figure 3.1C, left) and tested for T cell reactivity as described above. The predicted minimal epitopes can also be incorporated into labeled MHC multimers, thereby generating a reagent that can be used to stain and isolate neoantigen-reactive T cells (Figure 3.1C, right). High throughput methods to screen a large number of putative neoepitopes using MHC multimers have been developed [60]. It should be noted that not every neoepitope predicted to bind strongly to HLA actually generates a neoepitope-reactive T cell *in vivo*, and in fact the current data suggest that only a small fraction of predicted neoantigens elicits an endogenous T cell response in patients with cancer. Moreover, a limitation of HLA-peptide binding algorithms is that predictions are less reliable for less common HLA class I alleles and for HLA class II alleles.

Recently, other groups have incorporated mass spectrometry with next-generation sequencing to identify neoepitopes expressed by human melanoma [61, 62]. Briefly, MHC-peptide molecules were purified from tumors and the bound peptides were eluted and underwent mass spectrometry analysis. Coupled with the mutation data derived from next-generation sequencing, unique neoepitopes were identified from several patients with melanoma; however, the sensitivity and robustness of this technique is unknown since it was not compared to other methods to identify neoepitopes.

Inhibitors to the PD-1 and CTLA-4 checkpoint pathways have had remarkable success in a subset of patients with a variety of cancers such as melanoma, renal cell cancer, and non-small-cell lung cancer (NSCLC). The effector cells mediating tumor regression in these patients are not known, but several lines of correlative evidence suggest that T cells targeting neoantigens may be playing a role. First, immune checkpoint inhibitors appear to be more effective in cancers that have a high average number of mutations such as NSCLC [21, 22], bladder cancer [20], melanoma [12, 23–26], and hyper-mutated cancers due to defects in DNA mismatch repair machinery [13, 14, 16, 63]. The higher number of mutations in these cancers could result in a higher number of potential neoantigens available for presentation to the patient's immune system. However, exceptions to this correlation do exist, since some patients with cancers harboring a low number of mutations such as kidney cancer [17, 18] and virus-associated Merkel-Cell carcinoma [19] also respond to PD-1 blockade therapy. Second, within a given cancer type that has a high mean number of mutations such as melanoma and NSCLC, patients whose tumors have higher numbers of mutations were more likely to benefit from PD-1 or CTLA-4 blockade than those whose tumors possessed fewer mutations [12, 15, 21, 23, 25]. Finally, using HLA-peptide binding prediction algorithms as described above, a higher number of predicted high binding neoepitopes was positively correlated with clinical benefit to anti-CTLA-4 therapy in melanoma [23, 25] and PD-1 blockade in patients with NSCLC [21]. In one patient with NSCLC, tumor regression after anti-PD-1 therapy was correlated with an increased frequency of T cells in the peripheral blood targeting a patient-specific neoepitope derived from the HERC1 protein, as determined using a high-throughput MHC tetramer screening technique. Similarly, in a different study an increase in the frequency of a dominant T cell population reactive against a neoepitope derived from the ATR protein kinase was detected in the blood of a patient with melanoma who experienced a clinical response during anti-CTLA-4 treatment [26]. Because of the highly complex nature of the endogenous immune response to a patient's given tumors, the antigens that are critical for mediating tumor rejection cannot be defined in patients treated with immune checkpoint inhibitors. This is especially relevant in the setting of metastatic melanoma, where it is well known that melanoma TILs contain reactivities to shared melanoma-associated antigens such as MART-1, GP100, and other CG antigens [64]. Moreover, studies have found that both anti-CTLA-4 and TIL therapy can broaden T cell responses against shared melanoma-associated antigens [65, 66]. Thus, the foregoing studies provide indirect correlative evidence that neoantigen-reactive T cells may be involved with the clinical responses after checkpoint blockade, but they do not prove that T cells targeting neoantigens are mediating tumor regression.

Perhaps more direct evidence that T cells recognizing neoantigens are likely major contributors to tumor regression after immunotherapy comes from clinical trials of adoptive cell transfer therapy, which has been shown to mediate durable complete regressions in approximately 20%–25% of patients with metastatic melanoma [6, 9]. One unique feature of ACT is that the treatment product can be characterized, and thus clinical responses can more strongly be associated to the contents of the delivered product. As mentioned briefly above, techniques that relied on screening of tumor cDNA libraries to identify neoantigen-reactive T cells found early evidence of neoantigen-reactive TILs in patients who had dramatic tumor regressions after ACT. These findings were further strengthened with studies that used high-throughput next-generation sequencing techniques combined with common immunological screening methods as described in Figure 3.1. The first study of human ACT immunotherapy to use whole-exome sequencing (WES) to identify neoantigen-reactive T cells was reported by Robbins *et al.* in 2013 [67]. The infusion TILs from three patients with melanoma who underwent dramatic tumor regressions after therapy were tested against candidate neoepitopes, which were determined by WES combined with an HLA-peptide binding algorithm (Figure 3.1C). All three TIL products were found to contain CD8+ T cells that targeted neoepitopes that were expressed by their autologous cancer, although one of these TILs also had evidence of T cells that targeted a shared melanoma-associated antigen. In another patient with melanoma who experienced a complete response after ACT, the use of WES combined with the TMG approach and HLA-peptide binding algorithms (Figure 3.1A, C) led to the identification of HLA-I-restricted T cells in the infusion product that reacted to 10 different neoantigens expressed by the patient's tumor [68]. Approximately 25% of the total infusion product was estimated to be neoantigen reactive, and after treatment, the majority of the neoantigen-reactive T cells were detectable in the patient's peripheral blood one year after cell transfer. In another study, WES combined with an HLA-peptide binding algorithm was used to identify candidate neoepitopes predicted to bind to the HLA-A alleles from eight patients with melanoma [69]. TILs from these patients were then screened for neoepitope recognition using a high-throughput HLA-tetramer/peptide exchange technique which revealed that five of the eight patients contained HLA-A-restricted neoepitope-reactive T cells in both TILs and peripheral blood prior to cell therapy. In addition to neoantigen-reactive CD8+ T cells, CD4+ T cells that recognize neoantigens have been found in patients with melanoma that responded to TIL therapy [11]. Although the neoantigen landscape of melanoma has been the most reported of all cancer types, it is perhaps surprising then that the strongest evidence to date that neoantigen-reactive T cells can cause regression of human cancer comes from two patients with metastatic epithelial gastrointestinal cancers treated with cell transfer immunotherapy. In the first case study, a patient with metastatic bile duct cancer that contained 26 nonsynonymous mutations experienced some tumor regression and stabilization of disease for approximately one year after treatment with 42 billion autologous TILs, which were retrospectively determined to contain approximately 25% CD4+ T helper 1 cells that specifically targeted a mutated ERBB2IP neoepitope expressed by the tumors [57]. When the tumors progressed, the patient was treated with 126 billion TILs, approximately 95% of which recognized the ERBB2IP neoepitope, and experienced dramatic tumor regression that lasted 35 months. The neoantigen-reactive T cells comprised approximately a third of all her T cells circulating in the peripheral blood three months after cell transfer and were the top-ranked T cell clonotype persisting in the patient's blood over two and a half years after treatment (unpublished). This case report was the first to demonstrate that treatment with a highly enriched population of neoantigen-reactive T cells could mediate regression of human tumors.

In the second case study, a patient with metastatic colorectal cancer who harbored 61 nonsynonymous mutations was found to have CD8+ TILs that recognized the $KRAS^{G12D}$ neoantigen in the context of the HLA-C*08:02 allele [70]. $KRAS^{G12D}$ is the most common hotspot driver mutation found in patients with various gastrointestinal cancers, but to date it has been undruggable. The patient was treated with 148 billion TILs, approximately 75% of which were reactive against

KRAS^{G12D}, and experienced regression of all of the seven metastatic lung nodules. However, at approximately nine months post cell transfer, one lung lesion began to progress. This sole progressing lesion was resected and underwent genomic analysis, which revealed evidence for the genetic loss of the copy of chromosome 6 encoding the HLA-C*08:02 restriction element. Loss of HLA-C*08:02 abrogated tumor recognition by the transferred HLA-C*08:02-restricted KRAS^{G12D}-reactive T cells and thus provided a mechanism of immune evasion by the tumor. Nevertheless, these two case reports provided direct evidence that the administration of highly enriched populations of either CD4+ or CD8+ T cells targeting a patient-specific neoepitope can mediate clinical responses in patients with metastatic cancer.

It is important to note, however, that although the adoptive transfer of neoantigen-reactive TILs can mediate tumor regression as described above, most patients with gastrointestinal cancers thus far have not experienced durable tumor regression when treated with TILs containing T cells that targeted a neoantigen expressed by the patient's tumor (unpublished). The reasons for the relative lack of efficacy are unknown, but factors such as the frequency and number of neoantigen-reactive T cells infused, the number and type of neoantigens targeted (passenger versus driver mutation), the differentiation state of the infused T cells, and the expression of the targeted neoantigen *in vivo* could impact therapeutic efficacy.

However, the finding that the majority of patients with epithelial gastrointestinal cancers naturally harbor neoantigen-reactive T cells [71] opens up opportunity to investigate strategies to potentially enhance cell transfer immunotherapy against neoantigens (Figure 3.2). To reliably infuse a high frequency of T cells that target multiple neoantigens, methods to purify neoantigen-reactive cells *in vitro* could be used (e.g., with a clinical grade cell sorter) (Figure 3.2A), or T cells could be repeatedly stimulated *in vitro* with neoantigen constructs to promote selective outgrowth of the neoantigen-reactive T cells (Figure 3.2B). This would be especially relevant in cases where the initial precursor frequency of neoantigen-reactive T cells in tumor or blood is very low. Bioinformatic approaches could be used to prioritize neoantigens to target based on their likelihood of being driver or trunk mutations, which are more likely to be expressed by all cancer cells. This is in contrast to the targeting of passenger or branch mutations, which are not likely to be expressed by every cancer cell. Given that in murine models, the adoptive transfer of highly differentiated effector T cells is less effective at mediating tumor regression than the transfer of younger less differentiated T cells [72], and that the majority of tumor-reactive T cells found in human TILs are differentiated effector cells, strategies to generate less differentiated neoantigen-reactive T cells might improve therapeutic efficacy. This could be achieved through TCR-gene engineering (Figure 3.2C), whereby the genes encoding the neoantigen-reactive TCRs are identified and then cloned into either a viral vector [31] or nonviral gene transfer transposon/transposase system [73]. Autologous, less-differentiated T cells (e.g., naïve, stem cell memory, or central memory) from the patient are then isolated and genetically modified to express the neoantigen-reactive TCR. Furthermore, neoantigen-reactive T cells could be grown in the presence of compounds such as inhibitors to AKT [74, 75] or cytokines such as IL-21 [76], that appear to partially restrain the differentiation program of proliferating T cells. Strategies from the stem cell field also have been used to dedifferentiate mature T cells to a state of induced pluripotency through the introducing of the specific genes *OCT-3/4*, *SOX2*, *c-MYC*, and *KLF4* [77–79]; however, biological and technical hurdles still exist, such as the redifferentiation of induced pluripotent cells back into conventional T cells, and have to be resolved before this strategy can be translated to the clinic. Neoantigen-reactive T cells could also be genetically modified to become more active and less susceptible to *in vivo* tumor immunosuppression through gene-editing techniques such as Zinc Finger Nucleases, meganucleases, TALENS, and CRISPR. Specifically, these technologies could be used to delete (or insert) genes, such as PD-1 [80], that could impact *in vivo* antitumor T cell responses. Once infused, the *in vivo* activity of neoantigen-reactive T cells could potentially be promoted by the administration of systemic immunomodulators such as immune checkpoint inhibitors, agonists to immune

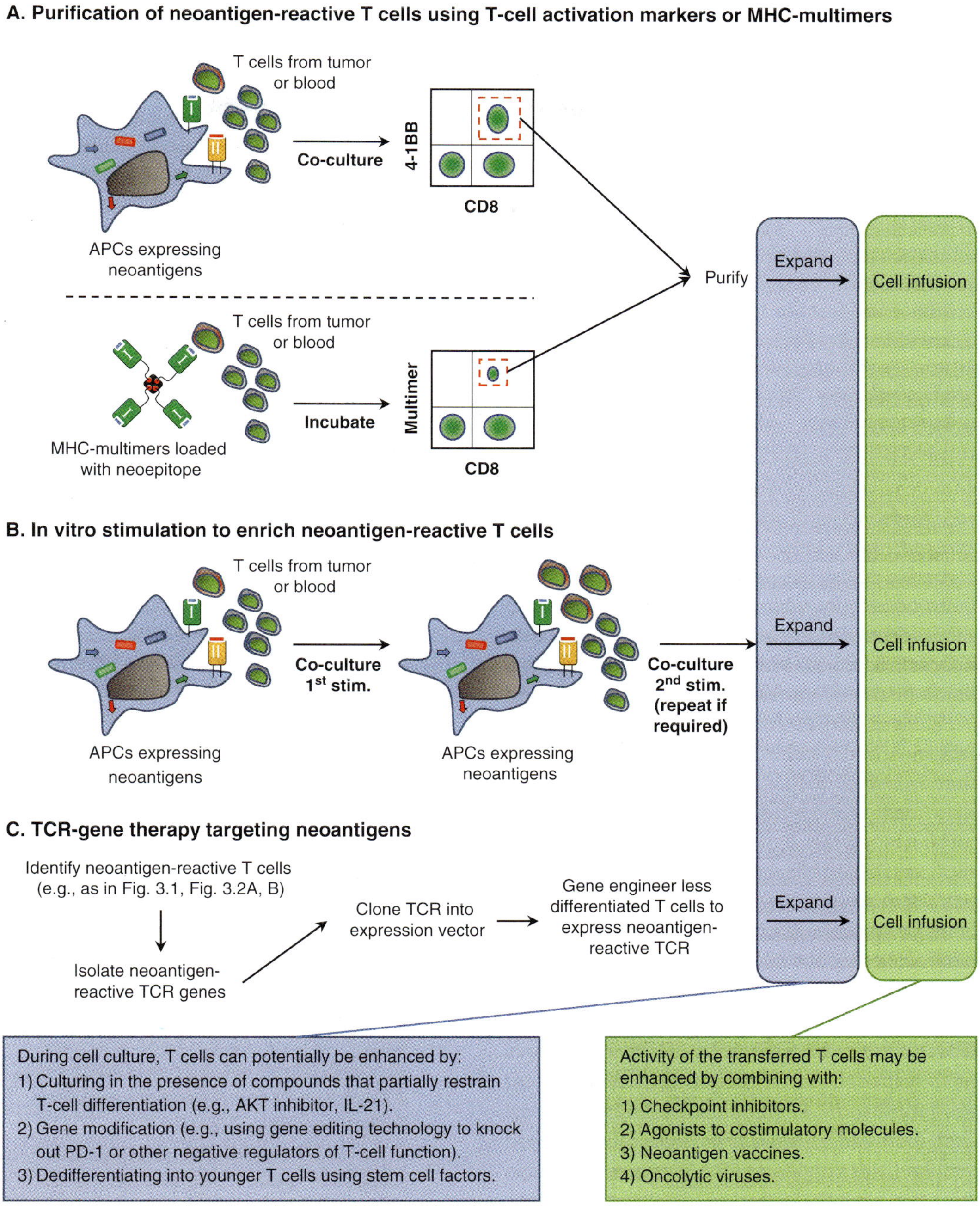

Figure 3.2 Strategies to potentially enhance T cell transfer immunotherapy targeting neoantigens.

costimulatory molecules, neoantigen vaccines, and/or oncolytic viruses.

Therapeutic cancer vaccines thus far have been largely ineffective in mediating regression of metastatic human cancer [81]. However, the vast majority of these vaccines targeted self tumor antigens, for which central tolerance may have deleted high-avidity T cells targeting these antigens. There now exists a newfound enthusiasm for the development of therapeutic cancer vaccines targeting patient-specific neoantigens because these antigens are tumor-specific, non-self antigens, and thus high-avidity T cells may exist against these antigens. Also, technologies are now advanced enough to perform comprehensive and rapid sequencing of tumors to identify mutations, and production of personalized experimental reagents and clinical treatments can be generated relatively quickly. Moreover, other immunomodulators with clinical activity such as immune checkpoint inhibitors now exist that may enhance neoantigen-based vaccines. A dendritic cell (DC)–based neoantigen vaccine was recently reported [82] where tumors from three patients with melanoma underwent next-generation sequencing followed by an *in silico* analysis to select patient-specific neoepitopes predicted to bind with high affinity to the HLA-A*02:01 allele that was expressed by all patients. Mature DCs were generated for each patient and pulsed with their autologous neoepitope peptides. Although the clinical impact of this DC vaccine could not clearly be measured, the infusion of the DC vaccine was accompanied by an increase in TCR-clonotype diversity targeting the neoantigens. Therapeutic cancer vaccines based on RNA encoding patient-specific neoantigens or mutated peptides are also being developed based on some promising preclinical studies in mice [83–86]. These personalized neoepitope vaccines will likely be used in combination with other immunotherapies such as immune checkpoint inhibitors and/or adoptive cell therapies.

Mutated antigens appear to be the ideal immunotherapeutic target since they are truly tumor-specific, and so their targeting should be safe. Moreover, all cancers contain mutations and therefore neoantigens that could potentially be targetable. Indeed, the Surgery Branch, National Cancer Institute, has observed that the vast majority of patients with metastatic melanoma or gastrointestinal cancers harbor naturally occurring neoantigen-reactive T cells, and the characterization of over 150 neoantigens from these patients [49, 54–57, 67, 69–71, 87, 88] (and unpublished data) has revealed that every immunogenic neoantigen is unique to the autologous patient, except for a shared $KRAS^{G12D}$ neoantigen that was targeted by HLA-C*08:02-restricted CD8+ T cells from two patients with metastatic colorectal cancer [70, 71]. As described in this chapter, accumulating correlative data from clinical trials suggests that neoantigen-reactive T cells are likely mediating some of the clinical responses in patients receiving immunotherapy, and the tumor regression observed after the transfer of highly enriched populations of neoantigen-reactive T cells provided direct evidence for the therapeutic utility of targeting this class of antigens. However, although neoantigens may be the optimal antigens to target, tumors have a number of mechanisms to evade the antitumor/neoantigen T cell response. In addition to an immunosuppressive tumor microenvironment, loss of components of MHC has been documented in patient tumors after immunotherapy as described above and in other studies [70, 89–91]. Correlative evidence also exists in humans that some tumors progressing after immunotherapy do not express the neoantigens potentially targeted by T cells [92, 93], and this form of immunoediting has been directly observed in mouse tumor models [94]. Some tumors progressing after anti-PD-1 therapy have also been found to contain mutations in genes that make them resistant to antiproliferative signals mediated by T cell–produced IFN-γ [89, 95]. Thus, future therapies aimed at targeting mutated antigens may need to overcome these and other barriers in order to bring about meaningful clinical responses to a larger number of patients with cancer.

References

1. Smyth MJ, Dunn GP, Schreiber RD. Cancer immunosurveillance and immunoediting: the roles of immunity in suppressing tumor development and shaping tumor immunogenicity. Advances in Immunology. 2006; 90:1–50.
2. Rosenberg SA. IL-2: the first effective immunotherapy for human cancer. Journal of Immunology. 2014;192(12): 5451–8.
3. Besser MJ, Shapira-Frommer R, Treves AJ, Zippel D, Itzhaki O, Hershkovitz L, et al. Clinical responses in a phase II study using adoptive transfer of short-term cultured tumor infiltration lymphocytes in metastatic melanoma patients. Clinical Cancer Research. 2010;16(9): 2646–55.
4. Dudley ME, Gross CA, Langhan MM, Garcia MR, Sherry RM, Yang JC, et al. CD8+ enriched "young" tumor infiltrating lymphocytes can mediate regression of metastatic melanoma. Clinical Cancer Research. 2010;16(24): 6122–31.

5. Dudley ME, Wunderlich JR, Yang JC, Sherry RM, Topalian SL, Restifo NP, et al. Adoptive cell transfer therapy following non-myeloablative but lymphodepleting chemotherapy for the treatment of patients with refractory metastatic melanoma. Journal of Clinical Oncology. 2005;23(10):2346–57.
6. Goff SL, Dudley ME, Citrin DE, Somerville RP, Wunderlich JR, Danforth DN, et al. Randomized, prospective evaluation comparing intensity of lymphodepletion before adoptive transfer of tumor-infiltrating lymphocytes for patients with metastatic melanoma. Journal of Clinical Oncology. 2016;34(20):2389–97.
7. Rosenberg SA, Dudley ME. Cancer regression in patients with metastatic melanoma after the transfer of autologous antitumor lymphocytes. Proceedings of the National Academy of Sciences of the United States of America. 2004;101(Suppl 2):14639–45.
8. Rosenberg SA, Restifo NP. Adoptive cell transfer as personalized immunotherapy for human cancer. Science. 2015;348(6230):62–8.
9. Rosenberg SA, Yang JC, Sherry RM, Kammula US, Hughes MS, Phan GQ, et al. Durable complete responses in heavily pretreated patients with metastatic melanoma using T-cell transfer immunotherapy. Clinical Cancer Research. 2011;17(13):4550–7.
10. Stevanovic S, Draper LM, Langhan MM, Campbell TE, Kwong ML, Wunderlich JR, et al. Complete regression of metastatic cervical cancer after treatment with human papillomavirus-targeted tumor-infiltrating T cells. Journal of Clinical Oncology. 2015;33(14):1543–50.
11. Linnemann C, van Buuren MM, Bies L, Verdegaal EM, Schotte R, Calis JJ, et al. High-throughput epitope discovery reveals frequent recognition of neo-antigens by CD4+ T cells in human melanoma. Nature Medicine. 2015;21(1):81–5.
12. Hugo W, Zaretsky JM, Sun L, Song C, Moreno BH, Hu-Lieskovan S, et al. Genomic and transcriptomic features of response to anti-PD-1 therapy in metastatic melanoma. Cell. 2016;165(1):35–44.
13. Johanns TM, Miller CA, Dorward IG, Tsien C, Chang E, Perry A, et al. Immunogenomics of hypermutated glioblastoma: a patient with germline pole deficiency treated with checkpoint blockade immunotherapy. Cancer Discovery. 2016;6(11):1230–6.
14. Le DT, Uram JN, Wang H, Bartlett BR, Kemberling H, Eyring AD, et al. PD-1 blockade in tumors with mismatch-repair deficiency. New England Journal of Medicine. 2015;372(26):2509–20.
15. McGranahan N, Furness AJ, Rosenthal R, Ramskov S, Lyngaa R, Saini SK, et al. Clonal neoantigens elicit T cell immunoreactivity and sensitivity to immune checkpoint blockade. Science. 2016;351(6280):1463–9.
16. Mehnert JM, Panda A, Zhong H, Hirshfield K, Damare S, Lane K, et al. Immune activation and response to pembrolizumab in POLE-mutant endometrial cancer. Journal of Clinical Investigation. 2016;126(6):2334–40.
17. Motzer RJ, Escudier B, McDermott DF, George S, Hammers HJ, Srinivas S, et al. Nivolumab versus everolimus in advanced renal-cell carcinoma. New England Journal of Medicine. 2015;373(19):1803–13.
18. Motzer RJ, Rini BI, McDermott DF, Redman BG, Kuzel TM, Harrison MR, et al. Nivolumab for Metastatic renal cell carcinoma: results of a randomized phase II trial. Journal of Clinical Oncology. 2015;33(13):1430–7.
19. Nghiem PT, Bhatia S, Lipson EJ, Kudchadkar RR, Miller NJ, Annamalai L, et al. PD-1 blockade with pembrolizumab in advanced Merkel-cell carcinoma. New England Journal of Medicine. 2016;374(26):2542–52.
20. Powles T, Eder JP, Fine GD, Braiteh FS, Loriot Y, Cruz C, et al. MPDL3280A (anti-PD-L1) treatment leads to clinical activity in metastatic bladder cancer. Nature. 2014;515(7528):558–62.
21. Rizvi NA, Hellmann MD, Snyder A, Kvistborg P, Makarov V, Havel JJ, et al. Cancer immunology. Mutational landscape determines sensitivity to PD-1 blockade in non-small cell lung cancer. Science. 2015;348(6230):124–8.
22. Rizvi NA, Mazieres J, Planchard D, Stinchcombe TE, Dy GK, Antonia SJ, et al. Activity and safety of nivolumab, an anti-PD-1 immune checkpoint inhibitor, for patients with advanced, refractory squamous non-small-cell lung cancer (CheckMate 063): a phase 2, single-arm trial. The Lancet Oncology. 2015;16(3):257–65.
23. Snyder A, Makarov V, Merghoub T, Yuan J, Zaretsky JM, Desrichard A, et al. Genetic basis for clinical response to CTLA-4 blockade in melanoma. New England Journal of Medicine. 2014;371(23):2189–99.
24. Topalian SL, Hodi FS, Brahmer JR, Gettinger SN, Smith DC, McDermott DF, et al. Safety, activity, and immune correlates of anti-PD-1 antibody in cancer. New England Journal of Medicine. 2012;366(26):2443–54.
25. Van Allen EM, Miao D, Schilling B, Shukla SA, Blank C, Zimmer L, et al. Genomic correlates of response to CTLA-4 blockade in metastatic melanoma. Science. 2015;350(6257):207–11.
26. van Rooij N, van Buuren MM, Philips D, Velds A, Toebes M, Heemskerk B, et al. Tumor exome analysis reveals neoantigen-specific T-cell reactivity in an ipilimumab-responsive melanoma. Journal of Clinical Oncology. 2013;31(32):e439–42.
27. Coulie PG, Van den Eynde BJ, van der Bruggen P, Boon T. Tumour antigens recognized by T lymphocytes: at the core of cancer immunotherapy. Nature Reviews Cancer. 2014;14(2):135–46.

28. van der Bruggen P, Traversari C, Chomez P, Lurquin C, De Plaen E, Van den Eynde B, et al. A gene encoding an antigen recognized by cytolytic T lymphocytes on a human melanoma. Science. 1991;254(5038):1643–7.
29. Vigneron N, Stroobant V, Van den Eynde BJ, van der Bruggen P. Database of T cell-defined human tumor antigens: the 2013 update. Cancer Immunity. 2013;15:13.
30. Robbins PF, Kassim SH, Tran TL, Crystal JS, Morgan RA, Feldman SA, et al. A pilot trial using lymphocytes genetically engineered with an NY-ESO-1-reactive T-cell receptor: long-term follow-up and correlates with response. Clinical Cancer Research. 2015;21(5): 1019–27.
31. Robbins PF, Morgan RA, Feldman SA, Yang JC, Sherry RM, Dudley ME, et al. Tumor regression in patients with metastatic synovial cell sarcoma and melanoma using genetically engineered lymphocytes reactive with NY-ESO-1. Journal of Clinical Oncology. 2011;29(7): 917–24.
32. Kerkar SP, Wang ZF, Lasota J, Park T, Patel K, Groh E, et al. MAGE-A is more highly expressed than NY-ESO-1 in a systematic immunohistochemical analysis of 3668 cases. Journal of Immunotherapy. 2016;39(4):181–7.
33. Vansteenkiste JF, Cho BC, Vanakesa T, De Pas T, Zielinski M, Kim MS, et al. Efficacy of the MAGE-A3 cancer immunotherapeutic as adjuvant therapy in patients with resected MAGE-A3-positive non-small-cell lung cancer (MAGRIT): a randomised, double-blind, placebo-controlled, phase 3 trial. The Lancet Oncology. 2016;17(6):822–35.
34. Morgan RA, Chinnasamy N, Abate-Daga D, Gros A, Robbins PF, Zheng Z, et al. Cancer regression and neurological toxicity following anti-MAGE-A3 TCR gene therapy. Journal of Immunotherapy. 2013;36(2):133–51.
35. Johnson LA, Morgan RA, Dudley ME, Cassard L, Yang JC, Hughes MS, et al. Gene therapy with human and mouse T-cell receptors mediates cancer regression and targets normal tissues expressing cognate antigen. Blood. 2009;114(3):535–46.
36. Parkhurst MR, Yang JC, Langan RC, Dudley ME, Nathan DA, Feldman SA, et al. T cells targeting carcinoembryonic antigen can mediate regression of metastatic colorectal cancer but induce severe transient colitis. Molecular Therapy. 2010;19(3):620–6.
37. de Martel C, Ferlay J, Franceschi S, Vignat J, Bray F, Forman D, et al. Global burden of cancers attributable to infections in 2008: a review and synthetic analysis. The Lancet Oncology. 2012;13(6):607–15.
38. zur Hausen H. Viruses in human cancers. Science. 1991;254(5035):1167–73.
39. Schiller JT, Lowy DR. Understanding and learning from the success of prophylactic human papillomavirus vaccines. Nature Reviews Microbiology. 2012;10(10):681–92.
40. Kenter GG, Welters MJ, Valentijn AR, Lowik MJ, Berends-van der Meer DM, Vloon AP, et al. Vaccination against HPV-16 oncoproteins for vulvar intraepithelial neoplasia. New England Journal of Medicine. 2009;361(19):1838–47.
41. van Poelgeest MI, Welters MJ, van Esch EM, Stynenbosch LF, Kerpershoek G, van Persijn van Meerten EL, et al. HPV16 synthetic long peptide (HPV16-SLP) vaccination therapy of patients with advanced or recurrent HPV16-induced gynecological carcinoma, a phase II trial. Journal of Translational Medicine. 2013;11:88.
42. De Plaen E, Lurquin C, Van Pel A, Mariame B, Szikora JP, Wolfel T, et al. Immunogenic (tum-) variants of mouse tumor P815: cloning of the gene of tum- antigen P91A and identification of the tum– mutation. Proceedings of the National Academy of Sciences of the United States of America. 1988;85(7):2274–8.
43. Lurquin C, Van Pel A, Mariame B, De Plaen E, Szikora JP, Janssens C, et al. Structure of the gene of tum- transplantation antigen P91A: the mutated exon encodes a peptide recognized with Ld by cytolytic T cells. Cell. 1989;58(2):293–303.
44. Sibille C, Chomez P, Wildmann C, Van Pel A, De Plaen E, Maryanski JL, et al. Structure of the gene of tum-transplantation antigen P198: a point mutation generates a new antigenic peptide. Journal of Experimental Medicine. 1990;172(1):35–45.
45. Coulie PG, Lehmann F, Lethe B, Herman J, Lurquin C, Andrawiss M, et al. A mutated intron sequence codes for an antigenic peptide recognized by cytolytic T lymphocytes on a human melanoma. Proceedings of the National Academy of Sciences of the United States of America. 1995;92(17):7976–80.
46. Wolfel T, Hauer M, Schneider J, Serrano M, Wolfel C, Klehmann-Hieb E, et al. A p16INK4a-insensitive CDK4 mutant targeted by cytolytic T lymphocytes in a human melanoma. Science. 1995;269(5228):1281–4.
47. Wang RF, Wang X, Atwood AC, Topalian SL, Rosenberg SA. Cloning genes encoding MHC class II-restricted antigens: mutated CDC27 as a tumor antigen. Science. 1999;284(5418):1351–4.
48. Echchakir H, Mami-Chouaib F, Vergnon I, Baurain JF, Karanikas V, Chouaib S, et al. A point mutation in the alpha-actinin-4 gene generates an antigenic peptide recognized by autologous cytolytic T lymphocytes on a human lung carcinoma. Cancer Res. 2001;61(10): 4078–83.
49. Huang J, El-Gamil M, Dudley ME, Li YF, Rosenberg SA, Robbins PF. T cells associated with tumor regression recognize frameshifted products of the CDKN2A tumor suppressor gene locus and a mutated HLA class I gene product. Journal of Immunology. 2004;172(10): 6057–64.

50. Karanikas V, Colau D, Baurain JF, Chiari R, Thonnard J, Gutierrez-Roelens I, et al. High frequency of cytolytic T lymphocytes directed against a tumor-specific mutated antigen detectable with HLA tetramers in the blood of a lung carcinoma patient with long survival. Cancer Research. 2001;61(9):3718–24.
51. Mandruzzato S, Brasseur F, Andry G, Boon T, van der Bruggen P. A CASP-8 mutation recognized by cytolytic T lymphocytes on a human head and neck carcinoma. Journal of Experimental Medicine. 1997;186(5):785–93.
52. Robbins PF, El-Gamil M, Li YF, Kawakami Y, Loftus D, Appella E, et al. A mutated beta-catenin gene encodes a melanoma-specific antigen recognized by tumor infiltrating lymphocytes. Journal of Experimental Medicine. 1996;183(3):1185–92.
53. Takenoyama M, Baurain JF, Yasuda M, So T, Sugaya M, Hanagiri T, et al. A point mutation in the NFYC gene generates an antigenic peptide recognized by autologous cytolytic T lymphocytes on a human squamous cell lung carcinoma. International Journal of Cancer. 2006;118(8):1992–7.
54. Zhou J, Dudley ME, Rosenberg SA, Robbins PF. Persistence of multiple tumor-specific T-cell clones is associated with complete tumor regression in a melanoma patient receiving adoptive cell transfer therapy. J Immunotherapy. 2005;28(1):53–62.
55. Lu YC, Yao X, Li YF, El-Gamil M, Dudley ME, Yang JC, et al. Mutated PPP1R3B is recognized by T cells used to treat a melanoma patient who experienced a durable complete tumor regression. Journal of Immunology. 2013;190(12):6034–42.
56. Lu YC, Yao X, Crystal JS, Li YF, El-Gamil M, Gross C, et al. Efficient identification of mutated cancer antigens recognized by T cells associated with durable tumor regressions. Clinical Cancer Research. 2014;20(13):3401–10.
57. Tran E, Turcotte S, Gros A, Robbins PF, Lu YC, Dudley ME, et al. Cancer immunotherapy based on mutation-specific CD4+ T cells in a patient with epithelial cancer. Science. 2014;344(6184):641–5.
58. Andreatta M, Nielsen M. Gapped sequence alignment using artificial neural networks: application to the MHC class I system. Bioinformatics. 2016;32(4):511–7.
59. Nielsen M, Lundegaard C, Worning P, Lauemoller SL, Lamberth K, Buus S, et al. Reliable prediction of T-cell epitopes using neural networks with novel sequence representations. Protein Science. 2003;12(5):1007–17.
60. Rodenko B, Toebes M, Hadrup SR, van Esch WJ, Molenaar AM, Schumacher TN, et al. Generation of peptide-MHC class I complexes through UV-mediated ligand exchange. Nature Protocols. 2006;1(3):1120–32.
61. Bassani-Sternberg M, Braunlein E, Klar R, Engleitner T, Sinitcyn P, Audehm S, et al. Direct identification of clinically relevant neoepitopes presented on native human melanoma tissue by mass spectrometry. Nature Communications. 2016;7:13404.
62. Kalaora S, Barnea E, Merhavi-Shoham E, Qutob N, Teer JK, Shimony N, et al. Use of HLA peptidomics and whole exome sequencing to identify human immunogenic neo-antigens. Oncotarget. 2016;7(5):5110–7.
63. Santin AD, Bellone S, Buza N, Choi J, Schwartz PE, Schlessinger J, et al. Regression of chemotherapy-resistant polymerase epsilon (POLE) ultra-mutated and MSH6 hyper-mutated endometrial tumors with nivolumab. Clinical Cancer Research. 2016;22(23):5682–7.
64. Rosenberg SA. A new era for cancer immunotherapy based on the genes that encode cancer antigens. Immunity. 1999;10(3):281–7.
65. Kvistborg P, Philips D, Kelderman S, Hageman L, Ottensmeier C, Joseph-Pietras D, et al. Anti-CTLA-4 therapy broadens the melanoma-reactive CD8+ T cell response. Science Translational Medicine. 2014;6(254):254ra128.
66. Kvistborg P, Shu CJ, Heemskerk B, Fankhauser M, Thrue CA, Toebes M, et al. TIL therapy broadens the tumor-reactive CD8(+) T cell compartment in melanoma patients. Oncoimmunology. 2012;1(4):409–18.
67. Robbins PF, Lu YC, El-Gamil M, Li YF, Gross C, Gartner J, et al. Mining exomic sequencing data to identify mutated antigens recognized by adoptively transferred tumor-reactive T cells. Nature Medicine. 2013;19(6):747–52.
68. Prickett TD, Crystal JS, Cohen CJ, Pasetto A, Parkhurst MR, Gartner JJ, et al. Durable complete response from metastatic melanoma after transfer of autologous T cells recognizing 10 mutated tumor antigens. Cancer Immunology Research. 2016;4(8):669–78.
69. Cohen CJ, Gartner JJ, Horovitz-Fried M, Shamalov K, Trebska-McGowan K, Bliskovsky VV, et al. Isolation of neoantigen-specific T cells from tumor and peripheral lymphocytes. Journal of Clinical Investigation. 2015;125(10):3981–91.
70. Tran E, Robbins PF, Lu YC, Prickett TD, Gartner JJ, Jia L, et al. T-cell transfer therapy targeting mutant KRAS in cancer. New England Journal of Medicine. 2016;375(23):2255–62.
71. Tran E, Ahmadzadeh M, Lu YC, Gros A, Turcotte S, Robbins PF, et al. Immunogenicity of somatic mutations in human gastrointestinal cancers. Science. 2015;350(6266):1387–90.
72. Gattinoni L, Klebanoff CA, Restifo NP. Paths to stemness: building the ultimate antitumour T cell. Nature Reviews Cancer. 2012;12(10):671–84.
73. Kebriaei P, Singh H, Huls MH, Figliola MJ, Bassett R, Olivares S, et al. Phase I trials using Sleeping Beauty to generate CD19-specific CAR T cells. Journal of Clinical Investigation. 2016;126(9):3363–76.

74. Crompton JG, Sukumar M, Roychoudhuri R, Clever D, Gros A, Eil RL, et al. Akt inhibition enhances expansion of potent tumor-specific lymphocytes with memory cell characteristics. Cancer Research. 2015;75(2):296–305.
75. Macintyre AN, Finlay D, Preston G, Sinclair LV, Waugh CM, Tamas P, et al. Protein kinase B controls transcriptional programs that direct cytotoxic T cell fate but is dispensable for T cell metabolism. Immunity. 2011;34(2):224–36.
76. Li Y, Bleakley M, Yee C. IL-21 influences the frequency, phenotype, and affinity of the antigen-specific CD8 T cell response. Journal of Immunology. 2005;175(4): 2261–9.
77. Loh YH, Hartung O, Li H, Guo C, Sahalie JM, Manos PD, et al. Reprogramming of T cells from human peripheral blood. Cell Stem Cell. 2010;7(1):15–9.
78. Seki T, Yuasa S, Oda M, Egashira T, Yae K, Kusumoto D, et al. Generation of induced pluripotent stem cells from human terminally differentiated circulating T cells. Cell stem cell. 2010;7(1):11–4.
79. Vizcardo R, Masuda K, Yamada D, Ikawa T, Shimizu K, Fujii S, et al. Regeneration of human tumor antigen-specific T cells from iPSCs derived from mature CD8(+) T cells. Cell Stem Cell. 2013;12(1):31–6.
80. Beane JD, Lee G, Zheng Z, Mendel M, Abate-Daga D, Bharathan M, et al. Clinical scale zinc finger nuclease-mediated gene editing of PD-1 in tumor infiltrating lymphocytes for the treatment of metastatic melanoma. Molecular Therapy. 2015;23(8):1380–90.
81. Rosenberg SA, Yang JC, Restifo NP. Cancer immunotherapy: moving beyond current vaccines. Nature Medicine. 2004;10(9):909–15.
82. Carreno BM, Magrini V, Becker-Hapak M, Kaabinejadian S, Hundal J, Petti AA, et al. Cancer immunotherapy. A dendritic cell vaccine increases the breadth and diversity of melanoma neoantigen-specific T cells. Science. 2015;348(6236):803–8.
83. Castle JC, Kreiter S, Diekmann J, Lower M, van de Roemer N, de Graaf J, et al. Exploiting the mutanome for tumor vaccination. Cancer Research. 2012;72(5):1081–91.
84. Gubin MM, Zhang X, Schuster H, Caron E, Ward JP, Noguchi T, et al. Checkpoint blockade cancer immunotherapy targets tumour-specific mutant antigens. Nature. 2014;515(7528):577–81.
85. Kreiter S, Vormehr M, van de Roemer N, Diken M, Lower M, Diekmann J, et al. Mutant MHC class II epitopes drive therapeutic immune responses to cancer. Nature. 2015;520(7549):692–6.
86. Yadav M, Jhunjhunwala S, Phung QT, Lupardus P, Tanguay J, Bumbaca S, et al. Predicting immunogenic tumour mutations by combining mass spectrometry and exome sequencing. Nature. 2014;515(7528):572–6.
87. Gros A, Parkhurst MR, Tran E, Pasetto A, Robbins PF, Ilyas S, et al. Prospective identification of neoantigen-specific lymphocytes in the peripheral blood of melanoma patients. Nature Medicine. 2016.
88. Parkhurst MR, Gros A, Pasetto A, Prickett TD, Crystal JS, Robbins PF, et al. Isolation of T cell receptors specifically reactive with mutated tumor associated antigens from tumor infiltrating lymphocytes based on CD137 expression. Clinical Cancer Research. 2016; doi:10.1158/1078-0432.CCR-16-2680.
89. Zaretsky JM, Garcia-Diaz A, Shin DS, Escuin-Ordinas H, Hugo W, Hu-Lieskovan S, et al. Mutations associated with acquired resistance to PD-1 blockade in melanoma. New England Journal of Medicine. 2016;375(9):819–29.
90. Restifo NP, Marincola FM, Kawakami Y, Taubenberger J, Yannelli JR, Rosenberg SA. Loss of functional beta 2-microglobulin in metastatic melanomas from five patients receiving immunotherapy. Journal of the National Cancer Institute. 1996;88(2):100–8.
91. Garrido F, Aptsiauri N, Doorduijn EM, Garcia Lora AM, van Hall T. The urgent need to recover MHC class I in cancers for effective immunotherapy. Current Opinion in Immunology. 2016;39:44–51.
92. Verdegaal EM, de Miranda NF, Visser M, Harryvan T, van Buuren MM, Andersen RS, et al. Neoantigen landscape dynamics during human melanoma-T cell interactions. Nature. 2016;536(7614):91–5.
93. Anagnostou V, Smith KN, Forde PM, Niknafs N, Bhattacharya R, White J, et al. Evolution of neoantigen landscape during immune checkpoint blockade in non-small cell lung cancer. Cancer Discovery. 2016;7(3):264–76.
94. Matsushita H, Vesely MD, Koboldt DC, Rickert CG, Uppaluri R, Magrini VJ, et al. Cancer exome analysis reveals a T-cell-dependent mechanism of cancer immunoediting. Nature. 2012;482(7385):400–4.
95. Shin DS, Zaretsky JM, Escuin-Ordinas H, Garcia-Diaz A, Hu-Lieskovan S, Kalbasi A, et al. Primary resistance to PD-1 blockade mediated by JAK1/2 mutations. Cancer Discovery. 2016;7(2):188–201.

4

CHAPTER 4
Checkpoint Blockade

Tracy A. Proverbs-Singh[1], *Jedd Wolchok*[2], *and Alexandra Snyder*[3]

[1] John Theurer Cancer Center at Hackensack University Medical Center, Hackensack, NJ, USA
[2] Department of Medicine, Memorial Sloan Kettering Cancer Center, New York, NY; Department of Medicine, Weill Cornell Medical College, New York, NY, USA, Swim Across America–Ludwig Collaborative Research Laboratory, Immunology Program, Ludwig Center for Cancer Immunotherapy
[3] Department of Medicine, Memorial Sloan Kettering Cancer Center, New York, NY; Department of Medicine, Weill Cornell Medical College, New York, NY, USA

Preclinical mechanism

Introduction

The immune system is powerful and highly regulated in its protection of the body (self) against a wide range of foreign pathogens (non-self). T lymphocytes are principle players in mediating this process [1]. Tight control is necessary to avoid an unrestrained attack on the host. Immune tolerance, the process to avoid self-recognition, consists of *central tolerance*—thymic selection and elimination of self-recognizing T cells early in development—and *peripheral tolerance*—a complex network of stimulatory and inhibitory signals controlling the action of T lymphocytes [1, 2]. These signals or "checkpoints" help control the immune system's response to self.

For over a century, the immune system has been implicated in the recognition and control of tumors (altered self). In the 1890s, William Coley appreciated that tumors could regress in the presence of *Streptococcus pyogenes* infection. This observation led to the development of "Coley's toxins," which were made from bacteria or bacterial products and were injected into hundreds of bone sarcomas with clinical benefit in some patients [3, 4]. Since then, the field of immuno-oncology has evolved with an increased understanding of immune activation and regulation.

Interactions of T lymphocytes contribute to the ability to recognize and even thwart tumor growth [5–8]. Both the innate and the adaptive immune system are involved in protecting the body against tumor development and growth through a process known as immune surveillance [9–11]. Tumors have developed methods to evade immune surveillance by exploiting the very mechanisms that modulate immune response to self-antigen. Antibodies targeting two of the coinhibitor signals, cytotoxic T lymphocyte-associated protein 4 (CTLA-4) and programmed cell death receptor-1 (PD-1), have demonstrated antitumor activity in some cancers and are the most advanced in development. This chapter focuses on the preclinical development of these agents and the most promising clinical experience to date.

T-cell activation

T cell receptor (TCR) activation alone is insufficient for T cell clonal expansion and differentiation; a second signal is needed. In the late 1980s, the discovery of a costimulatory receptor, CD28, with

Immunotherapy in Translational Cancer Research, First Edition. Edited by Laurence J. N. Cooper, Elizabeth A. Mittendorf, Judy Moyes, and Sabitha Prabhakaran.

its corresponding ligands, CD80 and CD86 (B7.1 or B7.2), confirmed the need for a two-signal process [12, 13]. In the absence of the CD28:B7 interaction, the T cell response is impaired and results in an unresponsive state known as clonal anergy [14, 15]. Furthermore, both costimulatory and coinhibitory signaling are needed to coordinate the optimal antigen-specific immune response [16].

CTLA-4

In 1987, CTLA-4 was identified as a member of the CD28:B7 immunoglobulin superfamily, a surface glycoprotein bound to the same ligands present on activated cytotoxic T cells [15, 17–19]. Normally expressed at low levels on naïve effector T cells and regulatory T cells (Tregs), CTLA-4 is upregulated to the cell surface upon activation of the TCR [20, 21]. Initially thought to be another costimulatory signal, further study revealed its inhibitory role [22–24]. Following TCR engagement, CD28 ligation provides the necessary costimulatory signal required for T cell activation [24]. CTLA-4, with a higher affinity for CD80/CD86 (B7-1 and B7-2) than CD28, directly competes for binding to CD28 and ultimately inhibits T cell activation [25]. CTLA-4 effectively acts to release the physiologic "brakes" on the immune system, thus promoting enhanced effector function [26–28]. CTLA-4–deficient mice suffer a rapid catastrophic lymphoproliferative state with lymphocyte infiltration throughout all organs [29]. Mice administered anti-CTLA-4 monoclonal antibody experienced the rejection of engrafted syngeneic colon and fibrosarcoma tumors [30]. The first clinical antibody developed targeting CTLA-4 was ipilimumab (Yervoy); this became the first immune checkpoint inhibitor approved by the Food and Drug Administration (FDA) for patients with metastatic melanoma [31]. Tremelimumab (CP-675,206), another anti-CTLA-4 antibody, did not demonstrate a survival advantage over chemotherapy in patients with advanced melanoma and has yet to receive approval; however, access to ipilimumab among patients randomized to not receive tremelimumab and/or inadequate dosing schedule may have contributed to these results [32].

PD-1 and PD1 ligand 1 and 2

PD-1 (CD279) and corresponding ligands PD-L1 (B7-H1) and PD-L2 (B7-H2) are transmembrane proteins that serve a nonredundant role in regulation of T cell activation [33]. PD-1, a member of the immunoglobulin superfamily, is expressed in tumor-infiltrating lymphocytes (TILs) including T cells, B cells, and NK cells. PD-L1 is expressed on the surface of numerous solid tumors [12, 34–37] and hematologic malignancies [38–42] and correlates with outcome in multiple tumors [35, 43, 44]. PD-L1 is also expressed on tumor-infiltrating immune cells [45] (Figure 4.1, adapted from Postow *et al.* [46]).

The interaction of PD-1 and PD-L1/2 directly inhibits tumor apoptosis, downregulating peripheral T cell effector function with promotion of T regs [34, 47], thus blocking T cell activation and proliferation. The PD-1:PD-L1 interaction is also thought to maintain peripheral tolerance [48]. The use of inhibitory antibodies to PD-L1 restores T cell responses including proliferation, cytokine secretion, and killing of virally infected cells [49, 50]. The PD-1 pathway appears to protect the host from immune-mediated tissue destruction in setting of chronic antigen stimulation [28]. PD-1/PD-L1 is upregulated when proinflammatory cytokines IL-12 and IFN gamma are present [51, 52]. PD-1-deficient mice demonstrated a delayed-onset organ-specific autoimmune infiltration [53–55]. Additionally, blockade of the PD-1 pathway in murine models demonstrates antitumor activity and therapeutic potential [56]. Antibodies directed against PD-1 and PD-L1 are in development. Nivolumab (Opdivo, BMS-936558, or MDX1106) and pembrolizumab (Keytruda, MK-3475), both PD-1 inhibitors, and avelumab (MSB0010718C) and atezolizumab (MPDL3280A), both PD-L1 inhibitors, have shown antitumor effects in several solid and hematologic malignancies (discussed in further detail, below).

Clinical activity of CTLA-4, PD-1, and PD-L1-blocking agents

A summary of the clinical activity of the agents furthest in development is illustrated in Table 4.1. An increasing number of clinical trials are in development to understand the antitumor activity of these agents across different tumor subtypes. Notably, in addition to the Response Evaluation Criteria in Solid Tumors (RECIST) typically used in trials to study solid tumors, because of the distinct behavior that immunotherapy-treated tumors can

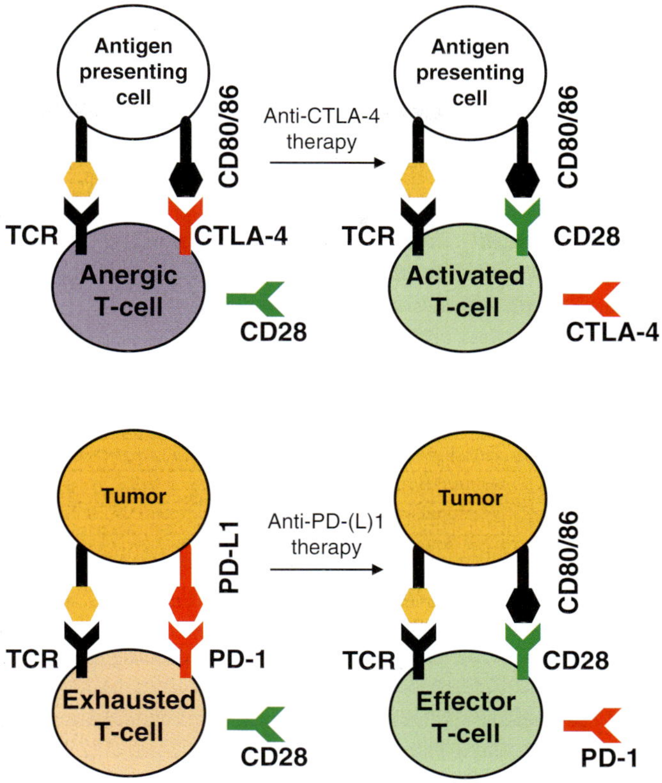

Figure 4.1 Graphic demonstrating where in the immune response neoantigens resulting from tumor mutations are thought to play a role (orange hexagon = putative tumor neoantigen; black hexagon = costimulatory signal). Two signals are required for T cell activation: (1) antigen (Ag) presented to T cells via major histocompatibility complex interaction with T cell receptor (TCR) and (2) CD28 costimulatory interaction with B7 ligand. Regulation of T cell activation involves multiple coinhibitory and costimulatory mechanisms, including upregulation of cytotoxic T lymphocyte associated protein–4 (CTLA-4), which competes for B7 ligand binding and inhibits T cell activation, and programmed cell death–1 (PD-1) interaction with ligand PD-L1/2.

exhibit, recent immunotherapy studies now incorporate radiographic assessment using the immune-related response criteria (irRC), initially reported by Wolchok and colleagues [57]. These criteria added "nonconventional" responses, including response in the presence of new lesions, delayed response (growth of existing lesions followed by tumor shrinkage), and prolonged stable disease. Prolonged stable disease was particularly important in illustrating how ipilimumab demonstrated a modest overall response rate as compared to overall survival [58].

Melanoma

The first FDA approvals of checkpoint blockade agents occurred in melanoma, a hitherto rapidly progressing deadly disease in the metastatic setting. Ipilimumab, a monoclonal antibody targeting CTLA-4, exhibited increased overall survival in two Phase III trials, leading to its approval. In the first, 676 previously treated patients were randomized to one of three arms: ipilimumab with the glycoprotein 100 (gp100) vaccine, ipilimumab alone, or gp100 alone. Overall survival (OS) was increased to 10 months in the ipilimumab plus gp100 arm, 10.1 months in the ipilimumab alone arm, and 6.4 months in the gp100 alone arm [58]. In the second study, 502 patients with metastatic melanoma were radomized to ipilimumab with dacarbazine or dacarbazine alone; again, there was an OS advantage for those patients who received ipilimumab (11.2 months, 95% CI 9.4–13.6, compared with 9.1 months, 95% CI, 7.8–10.5) [59].

Two phase III trials have shown the efficacy of the anti-PD-1 agent pembrolizumab in metastatic melanoma with or without prior exposure to

Table 4.1 Summary of checkpoint blockade agents most advanced in clinical development as of early 2016.

Study Drug	*Disease*	n	*Phase*	*Results*	*FDA Designation*	*Reference*
Anti-CTLA-4						
Ipilimumab	Unresectable/ stage IV melanoma	676	III	Ipi + gp100: 6% ORR; 14% SD; OS 10.0 vs 6.0 months (gp100 arm).	Approved 3/2011	58
		502	III	Ipi + dacarbazine vs dacarbazine alone. ORR 15.2% vs 10.3% ($p = .09$), median duration of response 19.3 months vs 8.3 ($p = .03$). Median OS 11.2 vs 9.1 months.		59
	Stage III melanoma (adjuvant)	951	III	Ipi vs placebo. RFS 26.1 vs 17.1 months. 3 yr RFS 46.5% vs 34.8%. OS not reached.	Approved 10/2015	135
Tremelimumab	Advanced melanoma	655	III	Treme vs chemo. 10.7% ORR vs 9.8% (ns); OS 12.6 vs 10.7 months (ns).	Not approved	32
	Malignant mesothelioma	29	II	No CR, 2 (7%) PR. SD in 9 (31%). Median PFS 6.2 months. Median OS 10.2 months.	Orphan drug[#]	81
Anti-PD-1						
Nivolumab	Melanoma, advanced untreated	418	III	Nivolumab + dacarbazine vs dacarbazine alone. ORR 40% vs 13.9%. Median PFS 5.1 vs 2.2 months. OS at 1 year 72.9% vs 42.1%.	Approved 9/2014	132
		945	III	Nivo + ipi vs ipi vs nivo. Median PFS 11.5 months vs 2.9 vs 6.9.	Approved with ipilimumab 9/2015[‡]	61
		142	I	Nivo + ipi vs ipi. ORR 61% (16 CR) vs 11% (0 CR). Median PFS not reached (nivo + ipi) vs 4.4 months.		124
	Melanoma, advanced progressed after ipilimumab	631	III	Nivo vs ICC. ORR 31.7% (4 CR, 34 PR) vs 10.6% (0 CR, 5 PR). 6 month PFS 48% vs 34%.		134
	Advanced NSCLC nonsquamous platinum refractory	582	III	Nivo vs docetaxel. ORR 19% vs 12% $p = .02$. OS 12.2 months vs 9.4 months. PD-L1 expression predictive of response for ORR, PFS, and OS.	Approved 10/2015 Approved with companion PD-L1 IHC 22C3 pharmDx test	136
	Advanced NSCLC squamous platinum refractory	272	III	Nivo vs docetaxel. ORR 20% vs 9% ($p = .008$). Median PFS 3.5 vs 2.8. OS 9.2 vs 6 months.	Approved 3/2015	73
	Hodgkin lymphoma	23	I	ORR 87% (4 CR 16 PR), PFS at 24 weeks is 86%. Median OS not reached.	Approved 5/2017*	94
	Renal cell carcinoma	821	III	Nivo vs everolimus. ORR 25% vs 5%. Median OS 25 months vs 19.6 months ($p < .001$).	Approved 11/2015	79

Pembrolizumab (MK-3475)	Melanoma	834	III	Pembro q 2 weeks vs pembro q 3 weeks vs ipi. ORR 33.7% ($p<.001$ vs ipi) vs 32.9% ($p<0.001$ vs ipi) vs 11.9%. Median PFS 5.5 vs 4.4 vs 2.8 months. Median OS.	Approved 9/2014‡, 12/2015	[137]
	Advanced melanoma ipi refractory	540	II	Pembro 2 mg/kg vs pembro 10 mg/kg vs ICC. ORR 21% vs 25% vs 8%. Median PFS 2.9 vs 2.9 vs 2.7 months.		[60]
	NSCLC	495	II	Pembro 2 mg/kg q 3 weeks vs 10 mgkg q 3 weeks vs 10 mg/kg q 2 weeks. No major differences between doses/schedule. All patients ORR 19.4%. Median PFS 3.7 months, median OS 12 months.	Approved 10/2015‡ Approved with companion PD-L1 IHC 22C3 pharmDx test	[74]
Anti-PD-L1						
Avelumab (MSB0010718C)	NSCLC	184	I	ORR 13.6% (1 CR, 24 PR), DCR 50.5%. Median PFS 11.6 weeks. OS 8.4 months.	Breakthrough status*	[75]
Atezolizumab (MPDL3280A)	Urothelial carcinoma	316	II	ORR 15% in all comers, 18% in PDL1≥1% and ORR 27% in PD-L1 ≥5%. 12 CR and 35 PR. Median duration of response not reached by 24 weeks.	Approved 5/2016*	[85]

#The Orphan Drug Act grants special status to a drug to treat a rare disease upon request of a sponsor and provides developmental incentives.

‡Accelerated approval: Allows drugs for serious conditions that fulfill an unmet medical need to be approved based on a surrogate endpoint.

*Breakthrough therapy: A process designed to expedite the development and review of drugs that may demonstrate substantial improvement over available therapy.

Note: ORR = objective response rate; SD = stable disease OS = overall survival; RFS = recurrence-free survival; CR = complete response; PR = partial response; PFS = progression-free survival; ICC = investigator's choice chemotherapy; DCR = disease control rate; ipi = ipilimumab; nivo = nivolumab; pembro = pembrolizumab.

anti-CTLA-4. In the KEYNOTE-006 study, 834 patients were randomized to pembrolizumab 10 mg/kg every 2 or 3 weeks up to 2 years, or ipilimumab 3 mg/kg every 3 weeks for 4 doses (the FDA-approved regimen). OS was improved in both pembrolizumab arms, at 74.1 and 68.4% (every 2 and every 3 week schedules, respectively) versus 58.2% in the ipilimumab arm. The objective response rates (ORRs) were also higher (33.7 and 32.9%, every 2 and every 3 week schedules, respectively) in the pembrolizumab arms compared to ipilimumab (11.9%), and grade 3–5 adverse events (AEs) were less frequent (13% and 10% versus 20% for ipilimumab).

In the KEYNOTE-002 study, 540 patients who had progressed on or after ipilimumab received pembrolizumab (2 or 10 mg/kg every 3 weeks) or chemotherapy. Progression-free survival (PFS) was improved with pembrolizumab treatment; the ORR was 21% and 26% in the two pembrolizumab-containing groups (2 and 10 mg/kg, respectively), versus 4% for chemotherapy. Pembrolizumab was well tolerated, with grade 3–4 AE in 11% and 14% of the pembrolizumab-treated arms, as compared with 26% in the chemotherapy arm [60].

The combination of ipilimumab with nivolumab (PD-1 inhibitor) exhibits greater efficacy than either agent alone, as exhibited in a Phase III study, CheckMate 067 [61]. This combination also received accelerated FDA approval in 2015. In this study, 945 patients who had not received prior treatment were randomized to nivolumab (1 mg/kg every 3 weeks) with ipilimumab (3 mg/kg every 3 weeks) for 4 doses followed by nivolumab (3 mg/kg every 2 weeks) or ipilimumab (3 mg/kg every 3 weeks for four doses); nivolumab was continued in the nivolumab-containing arms. The PFS for the combination, nivolumab alone, or ipilimumab alone was 11.5, 6.9, and 2.9 months, respectively. ORRs were 58%, 44%, and 19%, respectively. As expected, toxicities were greater in the combination arm. Grade 3–4 AE for the combination, nivolumab, or ipilimumab were 55%, 16%, and 27%, respectively, and led to treatment discontinuation in 36.4%, 7.7%, and 14.8% of patients.

Due to the results of these studies, checkpoint blockade therapy is now used in the first-line setting in patients with metastatic melanoma without a *BRAF* mutation. The optimal sequencing of *BRAF*-targeted agents and immunomodulatory agents in patients with *BRAF*-mutant melanomas remains to be established.

Non-small-cell lung cancer (NSCLC)

In the United States, lung cancer is the leading cause of cancer-related death [62]. Although lung cancer incidence rates are higher in patients with an immunosuppressed state, such as HIV/AIDS and postsolid organ transplant [63–65], immune manipulation with cytokine therapy [66, 67] or vaccine therapy [68] failed to show benefit. Ipilimumab with or without chemotherapy demonstrated minimal benefit [69, 70]. However, renewed interest in immune therapy for lung cancer arose with the success of early phase trials for the safety and early clinical efficacy of nivolumab in the treatment of squamous and nonsquamous NSCLC [71, 72].

Two phase III studies tested the efficacy of nivolumab 3 mg/kg every 2 weeks compared to docetaxel 75 mg/m^2 IV every 3 weeks, in NSCLC patients with squamous cell histology (CheckMate 017) and nonsquamous type (CheckMate 057). Biomarker evaluation was tested concurrently as PD-L1 expression was retrospectively investigated using an immunohistochemistry (IHC) antibody assay (Dako, clone 28-8, Epitomics) with predefined cutoffs of 1%, 5%, and 10% in both trials. In the CheckMate 017, 272 patients with squamous NSCLC who previously progressed on a platinum doublet were treated. ORR was 20% in the group treated with nivolumab compared to 9% in the docetaxel group ($p = 0.008$), and OS was improved with nivolumab (9.2 months vs. 6 months, HR 0.59, $p < .001$). There were fewer grade 3 and 4 AEs after treatment with nivolumab (7%) compared to docetaxel (55%). In this trial, 63 (47%) of patients treated with nivolumab had ≥1% PD-L1 expression. Expression at any of the predefined cutoff values was not prognostic or predictive of response to nivolumab [73].

In patients with nonsquamous NSCLC (CheckMate 057) similar results were seen. 582 patients were enrolled, with 287 treated with nivolumab and 268 with docetaxel. The ORR was 19% in the nivolumab group compared to 12% in the chemotherapy group ($p = .002$). The OS favored nivolumab (12.2 months vs 9.4 months, HR 0.73,

$p = .002$). Grade 3 and 4 toxicity was less in the nivolumab group (10% vs 54%). Seventy-eight percent of tumors expressed PD-L1 (≥1%); there was a strong association with clinical response for patients treated with nivolumab (ORR for PDL-1 ≥ 1% vs <1% was 31% vs 9%, $p = .002$). The association between PD-L1 expression and OS was not significant at ≥1% but is significant at ≥5% ($p < .001$) and ≥10% ($p < .001$) [58].

Further trials studying anti-PD-1 agent pembrolizumab and anti-PD-L1 agent avelumab were recently presented. In CheckPoint-001, 495 patients with treatment-naïve ($n = 101$) and prior treated ($n = 394$) NSCLC were treated with pembrolizumab (2 mg/kg or 10 mg/kg every 3 weeks or 10 mg/kg every 2 weeks). In this single-agent study, responses by dose level were similar, and ORR reported for all patients was 19.4%. Treatment responses were slightly higher in previously untreated patients (ORR 24.8%) and in smokers (ORR 22.5%) when compared to nonsmokers (10.8%). Median PFS was 3.7 months (95% CI of 2.9 to 4.1) in all groups, with median OS of 12 months (95% CI 9.3 to 14.7) for all patients. In previously untreated patients the median OS was 16.2 (16.2 to not reached), whereas patients who failed prior therapies had a median OS of 9.3 months (95% CI 8.4 to 12.4). Grade ≥3 toxicities occurred in 9.3% (47) patients with 1 treatment-related death from pneumonitis. The Merck 22C3 IHC assay was concurrently studied as a companion assay to assess the predictive value of PD-L1 expression in this cohort. PD-L1 staining was classified as positive at ≥50% staining. In the 313 patients tested, 73 had positive PD-L1 expression with a higher ORR when compared to patients with PD-L1 staining of 1%–49% (ORR 45.2% vs 16.5% ($p < .001$) [74].

Avelumab (MSB00010718C), an anti-PD-L1 inhibitor, was tested in 184 patients after progression on first-line platinum-based therapy. Patients in this phase I trial received avelumab 10 mg/kg q 3 weeks. The ORR was 13.6%, with 1 complete response (CR) and 24 partial response (PR); 68 (37%) experienced stable disease (SD) and the disease control rate was 50.5%. OS was 8.4 months (95% CI of 7.3 to 10.7 months), with a survival at one year of 37%. PD-L1 positivity was defined as PD-L1 staining (≥41%) and was present in 66.3% of patients. The ORR was not significantly different in PD-L1 positive patients (ORR 15.6% vs 10% (not significant) and median OS 8.9 months vs 4.6 months (not significant)). In this trial, treatment-related AEs occurred in 77.2% of patients, with 2 treatment-related deaths (acute respiratory failure and radiation pneumonitis) [75].

The above results have led to the FDA approval of the nivolumab for the treatment of squamous and nonsquamous NSCLC. Pembrolizumab is approved for use in PD-L1 positive NSCLC with a companion diagnostic, the PD-L1 IHC 22C3 pharmDx test, the first test designed to detect PD-L1 expression in non-small-cell lung tumors. Avelumab has received breakthrough status.

Renal cell carcinoma

Cytokine therapy including interleukin-2 (IL-2) and interferon alpha (IFN-α) were the mainstay of therapy in the 1990s for a selected group of otherwise healthy metastatic renal cell carcinoma (mRCC) patients, prior to the use of targeted therapies with mammalian target of rapamycin (mTOR) inhibitors and vascular endothelial growth factor tyrosine kinase inhibitors (VEGF-TKI) for metastatic disease. Clinical benefit for IL-2 treatment was modest (~15% response rate) but was offset by substantial toxicities [76]. Furthermore, while targeted agents such as sorafenib, sunitinib, everolimus, temsirolimus, and bevacizumab improved PFS and OS, rarely did complete responses occur, and tumors ultimately developed resistance [77].

Anti-PD-1 inhibition with nivolumab demonstrated clinical efficacy in mRCC with an acceptable safety profile in a phase II trial [78] and was quickly followed by the phase III trial (CheckMate 025), which compared nivolumab to standard of care treatment with an mTOR inhibitor, everolimus, in patients with advanced clear cell mRCC, who had progressed on at least 1 prior VEGF-TKI [79]. Patients ($n = 821$) were randomized (1:1) to receive either nivolumab 3 mg/kg every 2 weeks or everolimus 10 mg daily; 803 patients received therapy [79, 80]. The primary endpoint of OS favored nivolumab (25 months versus 19.6 months, HR 0.73 $p = .002$) and demonstrated a five-fold improvement in

ORR (25% vs 5%, Odds Ratio 5.98, $p < .001$) [79]. Grade 3–4 toxicities occurred in 76 (19% of patients). Discontinuation of therapy due to therapy-related AEs occurred in 31 (8%) patients taking nivolumab versus 52 (13%) taking everolimus. Overall, these results led to approval for nivolumab for mRCC by the FDA. Subgroup analysis determined that a survival benefit occurred irrespective of Memorial Sloan-Kettering Cancer Center prognostic score [79, 80]. Although PD-L1 expression (positive defined as ≥1% staining using the Dako IHC assay) was observed in 181 of 756 (24%) patients, this factor did not predict response to anti-PD1 therapy [79].

Bladder

Metastatic urothelial carcinoma is often a rapidly progressing lethal disease [81], and no treatment exists that confers a survival advantage for patients who progress on platinum-based therapy. Many bladder tumors express PD-L1 [37, 82], and lymphocytes infiltrating in the tumor are correlated with improved survival [82]. Additionally, the use of other immune-modulating therapies, including bacillus Calmette-Guérin, has demonstrated positive results in bladder cancer [82–84].

Atezolizumab and pembrolizumab have demonstrated antitumor activity in early phase trials. Atezolizumab was tested after progression on platinum-based therapy for patients with metastatic urothelial carcinoma (mUC), reported from the phase II IMvigor 210 trial [85]. The study enrolled 316 patients and treated them with atezolizumab 1200 mg IV every 3 weeks. One third of the 311 patients had liver metastasis; 40% of patients had ≥2 prior lines of therapy, with 74% having received cisplatin therapy in the past. The results were reported by PD-L1 expression using SP142 IHC assay. The primary endpoint of ORR was 15% for all patients treated, ORR 18% for PD-L1 expression ≥ 1% and ORR 27% for PD-L1 expression ≥ 5%. Twelve patients achieved a CR and 35 achieved a PR. Treatment-related grade 3 and 4 AEs occurred in 15% of patients, of which the most common was fatigue (2%). Three percent of patients discontinued treatment due to toxicity [85]. The results of this trial led the FDA to designate atezolizumab with breakthrough status in June 2014, for the treatment of cisplatin-refractory mUC [86]. Additionally, pembrolizumab has demonstrated antitumor activity in mUC with the report of the KEYNOTE-012 study. In the phase Ib trial, patients were treated with pembrolizumab 10 mg/kg every 2 weeks. Responses were correlated with higher PD-L1 expression in this study [87].

Hodgkin lymphoma

PD-1 pathway inhibition has demonstrated durable clinical responses in solid tumors, and evidence suggests potential benefit in selected hematologic malignancies [88–90]. One mechanism by which Reed-Sternberg cells, a hallmark for Hodgkin lymphoma (HL), evade the immune system is through the PD-1 pathway [91, 92]. In classic HL (cHL), the malignant Reed-Sternberg cells are few in number (usually <1%) but are surrounded by a reactive immune infiltrate composed of lymphocytes, leukocytes, plasma cells, and fibroblasts [91–93]. Additionally, the genes that encode the ligands for PD-1, *CD274* and *PDCD1LG2*, are targets of chromosome 9p24.1, which can be amplified in HL, leading to overexpression of PD-L1 and PD-L2 [91].

Nivolumab and pembrolizumab have been tested in heavily pretreated patients with cHL [94]. In a phase II trial, 23 patients with relapsed, refractory cHL were treated with nivolumab 3 mg/kg every 2 weeks. At the time of the report, 20 of the 23 patients had a clinical response (ORR of 87%, 95% CI of 66%–77%), with 4 CR and 16 PR and the remaining 3 patients with SD. The 24-week PFS is 86% (62%–95%), and median OS was not reached at 40 weeks (0–75 weeks). Six patients went on to allogenic stem cell transplant [94, 95]. Treatment-related AEs occurred in most of the patients (78%), with the most common being rash (22%) and thrombocytopenia (17%). Grade 3 drug-related AEs occurred in 5 patients (22%) evaluated, including myelodysplastic syndrome, pancreatitis, pneumonitis, stomatitis colitis, and thrombocytopenia; no drug-related grade 4 or 5 events occurred [94]. Nivolumab achieved approval by the FDA in May 2016, for the treatment of relapse refractory HL after autologous stem cell transplantation and brentuximab vedotin. Similarly, single agent pembrolizumab 10 mg/kg every 2 weeks was studied in a phase II trial (KEYNOTE-013). The 15 patients assessed had received a median of 4 prior therapies. The ORR was 53% (3 CR and 5 PR). Therapy was tolerable, with primarily grade 1–2 AEs, including respiratory events and thyroid disorders, each in 20% of patients, and no treatment-related deaths were observed [95].

Preliminary positive clinical data

Ovarian cancer

Ovarian cancer is diagnosed in advanced stage in over 70% of patients [96], and even with effective multimodality treatment including cytoreductive surgery and systemic chemotherapy with platinum and taxanes, over 70% of patients experience disease recurrence [97]. The immune system's role in ovarian tumorigenesis is supported by the presence of TILs and PD-L1 expression of tumor cells [9, 98, 99]. Early clinical activity combined with an acceptable safety profile has been demonstrated in the phase I and II trials of nivolumab, pembrolizumab (anti-PD-1), and avelumab (anti-PD-L1).

Nivolumab 1 mg/kg or 3 mg/kg was tested in 20 heavily pretreated patients, 75% with serous histology. Half (55%) of the patients had 4 or more prior lines of therapy. The ORR across both cohorts was 15% (2 CR, one of which was clear cell and 1 PR). Disease control (SD) was established in 45% (95% CI 23.1%–68.5%) of patients. The PFS overall in both cohorts was 3.5 (1.7–3.9) months with OS of 20 months (7 to NR). Grade 3 and 4 AEs were reported in 40% of patients, with two AEs requiring treatment discontinuation, and were most frequently related to thyroid function. PD-L1 expression was tested using formalin-fixed, paraffin-embedded tissue with murine PD-L1 antibody (clone 27A2, MBL, Japan by LSI Medicine) [100, 101]. An independent review demonstrated no differences in treatment effect based on PD-L1 expression [101].

In contrast, pembrolizumab (10 mg/kg every 2 weeks for up to 2 years) was tested in a PD-L1-selected population (PD-L1 positive defined by ≥1% of cells in tumor nest or PD-L1 positive bands in stroma as determined by IHC) in the phase Ib KEYNOTE-028 trial of pembrolizumab. Of the 26 patients treated, 84.6% had received prior therapy and 38.4% had received ≥5 prior treatments in the metastatic setting. Three patients demonstrated an objective response (1 CR, 2 PR) and 6 SD. Of the 3 patients who responded, responses were durable: ≥24 weeks at time of reporting. AEs attributed to drug occurred in 69.2% of patients with grade ≥3 occurring in 1 patient [100].

Avelumab (MSB0010718C), an anti-PDL1 antibody, was administered to women with pretreated refractory and relapsed ovarian cancer. The phase Ib dose expansion of single-agent avelumab administered 10 mg every 2 weeks was reported in patients unselected for PD-L1 status. Seventy-five patients were treated, the majority of whom had serous subtype (78%), with a median of four prior therapies. Twenty-three were evaluable for efficacy at the time of presentation. The best overall response was 17.4% (95% CI 11.5%–57.2%); 47.8% (11) had SD and 2 patients showed >30% tumor shrinkage after reported progression. Median PFS was 11.9 weeks and PFS rate at 24 weeks was 33.3% (95% CI 11.5%–57.2%). The most common treatment-associated AEs were fatigue, nausea, and diarrhea (>10% of patients). Only 2 patients had to discontinue therapy due to grade ≥3 toxicity (1 autoimmune myositis and 1 elevated lipase). No serious adverse events were reported [102].

Colon cancer with mismatch repair–deficient tumors

Colon cancers with mismatch repair (MMR) deficiency exhibit microsatellite instability. Although representing a small proportion of colorectal cancer (CRC) [103], MMR deficient tumors harbor from 10 to 100 times the number of somatic mutations than do MMR-proficient tumors [104, 105].

In a small phase II trial, 32 patients with CRC were administered pembrolizumab 10 m/kg every 2 weeks until progression. Among patients with MMR deficient tumors the ORR was 40% (95% CI 12%–74%) and PFS at 20 weeks was 78% (95% CI 40%–97%). This contrasts with patients with MMR-proficient CRC where ORR was 0% (0%–20%) and PFS at 20 weeks was 11% (95% CI 2%–13%). While progression-free and overall survival parameters were not reached in the MMR deficient group, in the proficient group median PFS was 2.2 months (1.4–2.8 months) and OS was 5 months. High somatic mutation loads were associated with response [106]. In 2017, pembrolizumab was approved for mismatch repair-deficient (MMR-D) unresectable cancers, and nivolumab for MMR-D colorectal cancers.

Breast cancer

The role for checkpoint inhibitors in breast cancer is currently being investigated in the triple-negative breast cancer (TNBC) subgroup. This heterogeneous group of tumors is identified clinically by the absence of estrogen, progesterone, and human epidermal growth factor (HER2) receptors. When compared to other receptor-positive types, TNBC demonstrate increased PD-L1 expression [107, 108] and a higher proportion of TILs, which have demonstrated prognostic significance [109–112]. The first two trials studying checkpoint blockade in this subgroup, pembrolizumab and atezolizumab (MPDL3280A), showed promise due to durability of responses and low toxicity profile.

In TNBC, 32 heavily pretreated patients with PD-L1 positive tumors were treated with pembrolizumab. Of the 27 evaluable for response, ORR was 18% (1 CR and 4 PR), and PFS 1.9 months (95% CI, 1.7–5.4) However, 3 of the 5 responders were still on study for at least 48 weeks with median duration of response not reached (5–40+ weeks). Slightly over half of the patients experienced treatment-related toxicities of any grade. The most common were arthralgia and fatigue (18.8%), myalgia (15.6%), and nausea (15.6%). Grade 3 and 4 AEs in 15.6% patients included anemia, headache, aseptic meningitis, and pyrexia. The isolated grade 4 event of decreased blood fibrinogen level ultimately led to death with disseminated intravascular coagulation [113]. Recently, early clinical activity of pembrolizumab in estrogen receptor–positive, HER2-negative disease was described, with an ORR of 12% (3 PR) and clinical benefit rate at 24 weeks of 20%. Treatment-related AEs were similar to prior reported, with 16% of patients experiencing grade 3/4 toxicities [114].

In unselected patients with TNBC, the PD-L1 inhibitor atezolizumab (MPDL3280A) every 3 weeks (15 or 20 mg/mg or flat dose 1200 mg) was studied in a phase I trial. Twenty-seven patients were enrolled, with 59% having visceral disease, 85% having received ~4 prior systemic treatments. Of the 21 evaluable patients, the unconfirmed ORR was 24% (8% to 47%) with 3 PRs and 2 CRs. The duration of response was up to 42 months, and the study is still ongoing. Therapy-related AEs occurred in 67% of patients, with grade 3 events including adrenal insufficiency, neutropenia, nausea, vomiting, and leukopenia, and one grade 5 event of pulmonary hypertension in a patient with atrial septal defect [115].

Other malignancies

Additional preliminary evidence of activity data is emerging across tumor types. The KEYNOTE-012 trial is a phase Ib trial of pembrolizumab in solid tumors, and the KEYNOTE-028 trial is a phase Ib trial studying pembrolizumab in PD-L1-selected solid tumors. Emerging results are encouraging for squamous cell head and neck cancer [116, 117], mesothelioma [118], and gastric [119, 120], esophageal [121], ovarian [100], and breast [114] cancers, for which results have been presented.

The tumors in which checkpoint blockades have been less successful, demonstrating minimal clinical or survival benefit, include nivolumab-treated multiple myeloma [122], MMR-proficient colon cancer [106], and prostate cancer [123].

Combination strategies

The inhibitory but nonredundant mechanisms of CTLA-4 and PD-1/PD-L1 provide mechanistic rationale for cotreatment with checkpoint blockade agents. Ipilimumab and nivolumab have recently been approved in metastatic melanoma due to survival benefit [61, 124]. As expected, grade 3 and 4 toxicities increased with the combination compared to single agent, but no fatal toxicities were reported [61].

Other clinical trials combining checkpoint blockade inhibitors are ongoing in other tumor subtypes, including NSCLC, ovarian cancer, colorectal cancer, Hodgkin lymphoma, renal cell carcinoma, breast cancer, and soft-tissue sarcoma. Current trials are studying various novel checkpoint blockade antagonists and agonists, as well as combination therapies with chemotherapy, radiation, targeted therapy, vaccines, chimeric antigen receptor T cells, and oncolytic viruses.

Biomarkers

Useful biomarkers can assist clinicians in treatment decision making and patient selection. For example, lung cancer patients who express epidermal growth factor or anaplastic lymphoma kinase rearrangement can be treated with erlotinib or crizotinib, respectively. The clinical studies reviewed in this chapter demonstrate the incredible promise of checkpoint agents with durable responses in some patients. However, not all patients respond, revealing a need to identify and select patients who would benefit from the therapy, without exposing patients who would not benefit. Continued efforts to establish clinically relevant biomarkers to predict response to therapy is critical. No validated marker is in widespread clinical use, although many have been studied [106, 125–130].

PD-L1 is the most developed candidate biomarker; it is expressed on the surface of many solid tumors as well as tumor-infiltrating immune cells, and in some settings correlates with prognosis and with benefit from PD-1 and PD-L1 inhibitors, as discussed above. However, PD-L1 expression is dynamic and may fluctuate depending on the tumor microenvironment and cytokine feedback signaling [51]. Moreover, the optimal antibody for testing and the cutoff values for positivity and negativity remain controversial [131]. Although in most cases patients with tumors expressing PD-L1 may have higher likelihood of response to checkpoint blockade, patients without PD-L1 expression do not necessarily fail to respond [61, 132–134], and there are some prospective studies that fail to demonstrate a difference in response based on PD-L1 expression levels [73, 79, 101, 132]. Additionally, PD-L1 staining does not appear to predict response to dual checkpoint blockade with nivolumab and ipilimumab in metastatic melanoma [61]. Continued biomarker discovery efforts are ongoing.

Conclusions

Checkpoint blockade therapies provide durable responses and clinical benefit in a subset of patients, with side effect profiles that are often tolerable or reversible. However, not all patients respond, and no clinically available biomarker to predict response to therapy is available. Continued studies combining immune-targeted agents and different treatment modalities show preliminary evidence of promise to improve response rates.

References

1. Sakaguchi S, Yamaguchi T, Nomura T, Ono M. Regulatory T cells and immune tolerance. Cell. 2008; 133(5):775–87.
2. Bluestone JA, Bour-Jordan H, Cheng M, Anderson M. T cells in the control of organ-specific autoimmunity. Journal of Clinical Investigation. 2015;125(6): 2250–60.
3. Coley WB. The treatment of inoperable sarcoma by bacterial toxins (the mixed toxins of the Streptococcus erysipelas and the Bacillus prodigiosus). Proceedings of the Royal Society of Medicine. 1910;3(Surg Sect):1–48.
4. Parish CR. Cancer immunotherapy: the past, the present and the future. Immunology and Cell Biology. 2003;81(2):106–13.
5. Shankaran V, Ikeda H, Bruce AT, White JM, Swanson PE, Old LJ, et al. IFNgamma and lymphocytes prevent primary tumour development and shape tumour immunogenicity. Nature. 2001;410(6832):1107–11.
6. Matsushita H, Vesely MD, Koboldt DC, Rickert CG, Uppaluri R, Magrini VJ, et al. Cancer exome analysis reveals a T-cell-dependent mechanism of cancer immunoediting. Nature. 2012;482(7385):400–4.
7. Koebel CM, Vermi W, Swann JB, Zerafa N, Rodig SJ, Old LJ, et al. Adaptive immunity maintains occult cancer in an equilibrium state. Nature. 2007;450(7171):903–7.
8. Dunn GP, Old LJ, Schreiber RD. The three Es of cancer immunoediting. Annual Review of Immunology. 2004; 22:329–60.
9. Zwaal RF, Schroit AJ. Pathophysiologic implications of membrane phospholipid asymmetry in blood cells. Blood. 1997;89(4):1121–32.
10. de Visser KE, Eichten A, Coussens LM. Paradoxical roles of the immune system during cancer development. Nature Reviews Cancer. 2006;6(1):24–37.
11. Caligiuri MA. Human natural killer cells. Blood. 2008;112(3):461–9.
12. Thompson CB, Lindsten T, Ledbetter JA, Kunkel SL, Young HA, Emerson SG, et al. CD28 activation pathway regulates the production of multiple T-cell-derived lymphokines/cytokines. Proceedings of the National Academy of Sciences of the United States of America. 1989;86(4):1333–7.
13. Schwartz RH. A cell culture model for T lymphocyte clonal anergy. Science. 1990;248(4961):1349–56.
14. Greenwald RJ, Boussiotis VA, Lorsbach RB, Abbas AK, Sharpe AH. CTLA-4 regulates induction of anergy in vivo. Immunity. 2001;14(2):145–55.
15. Shahinian A, Pfeffer K, Lee KP, Kundig TM, Kishihara K, Wakeham A, et al. Differential T cell costimulatory requirements in CD28-deficient mice. Science. 1993; 261(5121):609–12.

16. Kyi C, Postow MA. Checkpoint blocking antibodies in cancer immunotherapy. FEBS letters. 2014;588(2):368–76.
17. Brunet JF, Denizot F, Luciani MF, Roux-Dosseto M, Suzan M, Mattei MG, et al. A new member of the immunoglobulin superfamily: CTLA-4. Nature. 1987;328(6127):267–70.
18. Harper K, Balzano C, Rouvier E, Mattei MG, Luciani MF, Golstein P. CTLA-4 and CD28 activated lymphocyte molecules are closely related in both mouse and human as to sequence, message expression, gene structure, and chromosomal location. Journal of Immunology. 1991;147(3):1037–44.
19. Linsley PS, Brady W, Urnes M, Grosmaire LS, Damle NK, Ledbetter JA. CTLA-4 is a second receptor for the B cell activation antigen B7. Journal of Experimental Medicine. 1991;174(3):561–9.
20. Freeman GJ, Gribben JG, Boussiotis VA, Ng JW, Restivo VA, Jr., Lombard LA, et al. Cloning of B7-2: a CTLA-4 counter-receptor that costimulates human T cell proliferation. Science. 1993;262(5135):909–11.
21. Lindsten T, Lee KP, Harris ES, Petryniak B, Craighead N, Reynolds PJ, et al. Characterization of CTLA-4 structure and expression on human T cells. Journal of Immunology. 1993;151(7):3489–99.
22. Green JM, Noel PJ, Sperling AI, Walunas TL, Gray GS, Bluestone JA, et al. Absence of B7-dependent responses in CD28-deficient mice. Immunity. 1994;1(6):501–8.
23. Krummel MF, Allison JP. CTLA-4 engagement inhibits IL-2 accumulation and cell cycle progression upon activation of resting T cells. Journal of Experimental Medicine. 1996;183(6):2533–40.
24. Walunas TL, Lenschow DJ, Bakker CY, Linsley PS, Freeman GJ, Green JM, et al. CTLA-4 can function as a negative regulator of T cell activation. Immunity. 1994;1(5):405–13.
25. Walker LS, Sansom DM. The emerging role of CTLA4 as a cell-extrinsic regulator of T cell responses. Nature Reviews Immunology. 2011;11(12):852–63.
26. Brunner MC, Chambers CA, Chan FK, Hanke J, Winoto A, Allison JP. CTLA-4-mediated inhibition of early events of T cell proliferation. Journal of Immunology. 1999;162(10):5813–20.
27. Callahan MK, Wolchok JD. At the bedside: CTLA-4- and PD-1-blocking antibodies in cancer immunotherapy. Journal of Leukocyte Biology. 2013;94(1):41–53.
28. Intlekofer AM, Thompson CB. At the bench: preclinical rationale for CTLA-4 and PD-1 blockade as cancer immunotherapy. Journal of Leukocyte Biology. 2013;94(1):25–39.
29. Waterhouse P, Penninger JM, Timms E, Wakeham A, Shahinian A, Lee KP, et al. Lymphoproliferative disorders with early lethality in mice deficient in CTLA-4. Science. 1995;270(5238):985–8.
30. Leach DR, Krummel MF, Allison JP. Enhancement of antitumor immunity by CTLA-4 blockade. Science. 1996;271(5256):1734–6.
31. Schadendorf D, Hodi FS, Robert C, Weber JS, Margolin K, Hamid O, et al. Pooled analysis of long-term survival data from phase II and phase III trials of ipilimumab in unresectable or metastatic melanoma. Journal of Clinical Oncology. 2015;33(17):1889–94.
32. Ribas A, Kefford R, Marshall MA, Punt CJ, Haanen JB, Marmol M, et al. Phase III randomized clinical trial comparing tremelimumab with standard-of-care chemotherapy in patients with advanced melanoma. Journal of Clinical Oncology. 2013;31(5):616–22.
33. Ishida Y, Agata Y, Shibahara K, Honjo T. Induced expression of PD-1, a novel member of the immunoglobulin gene superfamily, upon programmed cell death. The EMBO Journal. 1992;11(11):3887–95.
34. Ahmadzadeh M, Johnson LA, Heemskerk B, Wunderlich JR, Dudley ME, White DE, et al. Tumor antigen-specific CD8 T cells infiltrating the tumor express high levels of PD-1 and are functionally impaired. Blood. 2009;114(8):1537–44.
35. Dong H, Strome SE, Salomao DR, Tamura H, Hirano F, Flies DB, et al. Tumor-associated B7-H1 promotes T-cell apoptosis: a potential mechanism of immune evasion. Nature Medicine. 2002;8(8):793–800.
36. Zou W, Chen L. Inhibitory B7-family molecules in the tumour microenvironment. Nature Reviews Immunology. 2008;8(6):467–77.
37. Taube JM, Klein A, Brahmer JR, Xu H, Pan X, Kim JH, et al. Association of PD-1, PD-1 ligands, and other features of the tumor immune microenvironment with response to anti-PD-1 therapy. Clinical Cancer Research. 2014;20(19):5064–74.
38. Xerri L, Chetaille B, Serriari N, Attias C, Guillaume Y, Arnoulet C, et al. Programmed death 1 is a marker of angioimmunoblastic T-cell lymphoma and B-cell small lymphocytic lymphoma/chronic lymphocytic leukemia. Human Pathology. 2008;39(7):1050–8.
39. Tamura H, Dan K, Tamada K, Nakamura K, Shioi Y, Hyodo H, et al. Expression of functional B7-H2 and B7.2 costimulatory molecules and their prognostic implications in de novo acute myeloid leukemia. Clinical Cancer Research. 2005;11(16):5708–17.
40. Rosenwald A, Wright G, Leroy K, Yu X, Gaulard P, Gascoyne RD, et al. Molecular diagnosis of primary mediastinal B cell lymphoma identifies a clinically favorable subgroup of diffuse large B cell lymphoma related to Hodgkin lymphoma. Journal of Experimental Medicine. 2003;198(6):851–62.
41. Liu J, Hamrouni A, Wolowiec D, Coiteux V, Kuliczkowski K, Hetuin D, et al. Plasma cells from multiple myeloma patients express B7-H1 (PD-L1) and increase expression after stimulation with IFN-{gamma} and TLR ligands

via a MyD88-, TRAF6-, and MEK-dependent pathway. Blood. 2007;110(1):296–304.
42. Dorfman DM, Brown JA, Shahsafaei A, Freeman GJ. Programmed death-1 (PD-1) is a marker of germinal center-associated T cells and angioimmunoblastic T-cell lymphoma. American Journal of Surgical Pathology. 2006;30(7):802–10.
43. Iwai Y, Ishida M, Tanaka Y, Okazaki T, Honjo T, Minato N. Involvement of PD-L1 on tumor cells in the escape from host immune system and tumor immunotherapy by PD-L1 blockade. Proceedings of the National Academy of Sciences of the United States of America. 2002;99(19):12293–7.
44. Thompson RH, Webster WS, Cheville JC, Lohse CM, Dong H, Leibovich BC, et al. B7-H1 glycoprotein blockade: a novel strategy to enhance immunotherapy in patients with renal cell carcinoma. Urology. 2005;66(5 Suppl):10–4.
45. Herbst RS, Soria JC, Kowanetz M, Fine GD, Hamid O, Gordon MS, et al. Predictive correlates of response to the anti-PD-L1 antibody MPDL3280A in cancer patients. Nature. 2014;515(7528):563–7.
46. Postow MA, Callahan MK, Wolchok JD. Immune Checkpoint Blockade in Cancer Therapy. Journal of Clinical Oncology. 2015;33(17):1974–82.
47. Francisco LM, Salinas VH, Brown KE, Vanguri VK, Freeman GJ, Kuchroo VK, et al. PD-L1 regulates the development, maintenance, and function of induced regulatory T cells. Journal of Experimental Medicine. 2009;206(13):3015–29.
48. Okazaki T, Honjo T. The PD-1-PD-L pathway in immunological tolerance. Trends in Immunology. 2006;27(4): 195–201.
49. Barber DL, Wherry EJ, Masopust D, Zhu B, Allison JP, Sharpe AH, et al. Restoring function in exhausted CD8 T cells during chronic viral infection. Nature. 2006;439(7077):682–7.
50. Day CL, Kaufmann DE, Kiepiela P, Brown JA, Moodley ES, Reddy S, et al. PD-1 expression on HIV-specific T cells is associated with T-cell exhaustion and disease progression. Nature. 2006;443(7109):350–4.
51. Kinter AL, Godbout EJ, McNally JP, Sereti I, Roby GA, O'Shea MA, et al. The common gamma-chain cytokines IL-2, IL-7, IL-15, and IL-21 induce the expression of programmed death-1 and its ligands. Journal of Immunology. 2008;181(10):6738–46.
52. Spranger S, Spaapen RM, Zha Y, Williams J, Meng Y, Ha TT, et al. Up-regulation of PD-L1, IDO, and T(regs) in the melanoma tumor microenvironment is driven by CD8(+) T cells. Science Translational Medicine. 2013;5(200):200ra116.
53. Nishimura H, Nose M, Hiai H, Minato N, Honjo T. Development of lupus-like autoimmune diseases by disruption of the PD-1 gene encoding an ITIM motif-carrying immunoreceptor. Immunity. 1999;11(2):141–51.
54. Okazaki T, Tanaka Y, Nishio R, Mitsuiye T, Mizoguchi A, Wang J, et al. Autoantibodies against cardiac troponin I are responsible for dilated cardiomyopathy in PD-1-deficient mice. Nature Medicine. 2003;9(12):1477–83.
55. Wang J, Yoshida T, Nakaki F, Hiai H, Okazaki T, Honjo T. Establishment of NOD-Pdcd1-/- mice as an efficient animal model of type I diabetes. Proceedings of the National Academy of Sciences of the United States of America. 2005;102(33):11823–8.
56. Blank C, Brown I, Peterson AC, Spiotto M, Iwai Y, Honjo T, et al. PD-L1/B7H-1 inhibits the effector phase of tumor rejection by T cell receptor (TCR) transgenic CD8+ T cells. Cancer Research. 2004;64(3):1140–5.
57. Wolchok JD, Hoos A, O'Day S, Weber JS, Hamid O, Lebbe C, et al. Guidelines for the evaluation of immune therapy activity in solid tumors: immune-related response criteria. Clinical Cancer Research. 2009;15(23): 7412–20.
58. Hodi FS, O'Day SJ, McDermott DF, Weber RW, Sosman JA, Haanen JB, et al. Improved survival with ipilimumab in patients with metastatic melanoma. New England Journal of Medicine. 2010;363(8):711–23.
59. Robert C, Thomas L, Bondarenko I, O'Day S, Weber J, Garbe C, et al. Ipilimumab plus dacarbazine for previously untreated metastatic melanoma. New England Journal of Medicine. 2011;364(26):2517–26.
60. Ribas A, Puzanov I, Dummer R, Schadendorf D, Hamid O, Robert C, et al. Pembrolizumab versus investigator-choice chemotherapy for ipilimumab-refractory melanoma (KEYNOTE-002): a randomised, controlled, phase 2 trial. The Lancet Oncology. 2015;16(8):908–18.
61. Larkin J, Chiarion-Sileni V, Gonzalez R, Grob JJ, Cowey CL, Lao CD, et al. Combined nivolumab and ipilimumab or monotherapy in untreated melanoma. New England Journal of Medicine. 2015;373(1):23–34.
62. Siegel RL, Miller KD, Jemal A. Cancer statistics, 2015. CA Cancer J Clin. 2015;65(1):5–29.
63. Silverberg MJ, Lau B, Achenbach CJ, Jing Y, Althoff KN, D'Souza G, et al. Cumulative incidence of cancer among persons with HIV in North America: a cohort study. Ann Intern Med. 2015;163(7):507–18.
64. Carenco C, Faure S, Herrero A, Assenat E, Duny Y, Danan G, et al. Incidence of solid organ cancers after liver transplantation: comparison with regional cancer incidence rates and risk factors. Liver Int. 2015;35(6):1748–55.
65. Sigel K, Wisnivesky J, Gordon K, Dubrow R, Justice A, Brown ST, et al. HIV as an independent risk factor for incident lung cancer. AIDS. 2012;26(8):1017–25.
66. Ardizzoni A, Salvati F, Rosso R, Bruzzi P, Rubagotti A, Pennucci MC, et al. Combination of chemotherapy and recombinant alpha-interferon in advanced non-small cell lung cancer. Multicentric Randomized FONICAP Trial Report. The Italian Lung Cancer Task Force. Cancer. 1993;72(10):2929–35.

67. Ridolfi L, Bertetto O, Santo A, Naglieri E, Lopez M, Recchia F, et al. Chemotherapy with or without low-dose interleukin-2 in advanced non-small cell lung cancer: results from a phase III randomized multicentric trial. Int J Oncol. 2011;39(4):1011–7.
68. Thomas A, Giaccone G. Why has active immunotherapy not worked in lung cancer? Annals of Oncology. 2015;26(11):2213–20.
69. Lynch TJ, Bondarenko I, Luft A, Serwatowski P, Barlesi F, Chacko R, et al. Ipilimumab in combination with paclitaxel and carboplatin as first-line treatment in stage IIIB/IV non-small-cell lung cancer: results from a randomized, double-blind, multicenter phase II study. Journal of Clinical Oncology. 2012;30(17):2046–54.
70. O'Day SJ, Maio M, Chiarion-Sileni V, Gajewski TF, Pehamberger H, Bondarenko IN, et al. Efficacy and safety of ipilimumab monotherapy in patients with pretreated advanced melanoma: a multicenter single-arm phase II study. Annals of Oncology. 2010;21(8):1712–7.
71. Brahmer JR, Tykodi SS, Chow LQ, Hwu WJ, Topalian SL, Hwu P, et al. Safety and activity of anti-PD-L1 antibody in patients with advanced cancer. New England Journal of Medicine. 2012;366(26):2455–65.
72. Topalian SL, Hodi FS, Brahmer JR, Gettinger SN, Smith DC, McDermott DF, et al. Safety, activity, and immune correlates of anti-PD-1 antibody in cancer. New England Journal of Medicine. 2012;366(26):2443–54.
73. Brahmer J, Reckamp KL, Baas P, Crino L, Eberhardt WE, Poddubskaya E, et al. Nivolumab versus docetaxel in advanced squamous-cell non-small-cell lung cancer. New England Journal of Medicine. 2015;373(2):123–35.
74. Garon EB, Rizvi NA, Hui R, Leighl N, Balmanoukian AS, Eder JP, et al. Pembrolizumab for the treatment of non-small-cell lung cancer. New England Journal of Medicine. 2015;372(21):2018–28.
75. Gulley J, Spigel D, Kelly K, Chandler J, Rajan A, Hassan R, et al., editors. Avelumab (MSB0010718C), an anti-PD-L1 antibody, in advanced NSCLC patients: a phase 1b, open-label expansion trial in patients progressing after platinum-based chemotherapy. J Clin Oncol. 2015;33.
76. Rosenberg SA, Lotze MT, Muul LM, Chang AE, Avis FP, Leitman S, et al. A progress report on the treatment of 157 patients with advanced cancer using lymphokine-activated killer cells and interleukin-2 or high-dose interleukin-2 alone. New England Journal of Medicine. 1987;316(15):889–97.
77. Escudier B, Goupil MG, Massard C, Fizazi K. Sequential therapy in renal cell carcinoma. Cancer. 2009;115(10 Suppl):2321–6.
78. Motzer RJ, Barrios CH, Kim TM, Falcon S, Cosgriff T, Harker WG, et al. Phase II randomized trial comparing sequential first-line everolimus and second-line sunitinib versus first-line sunitinib and second-line everolimus in patients with metastatic renal cell carcinoma. Journal of Clinical Oncology. 2014;32(25):2765–72.
79. Motzer RJ, Rini BI, McDermott DF, Redman BG, Kuzel TM, Harrison MR, et al. Nivolumab for metastatic renal cell carcinoma: results of a randomized phase II trial. Journal of clinical Oncology. 2015;33(13):1430–7.
80. Motzer RJ, Bacik J, Schwartz LH, Reuter V, Russo P, Marion S, et al. Prognostic factors for survival in previously treated patients with metastatic renal cell carcinoma. Journal of Clinical Oncology. 2004;22(3):454–63.
81. Calabro L, Morra A, Fonsatti E, Cutaia O, Amato G, Giannarelli D, et al. Tremelimumab for patients with chemotherapy-resistant advanced malignant mesothelioma: an open-label, single-arm, phase 2 trial. The Lancet Oncology. 2013;14(11):1104–11.
82. Brancato SJ, Lewi K, Agarwal PK. Evolving immunotherapy strategies in urothelial cancer. American Society of Clinical Oncology educational book/ASCO meeting. 2015;35:e284–90.
83. Bisiaux A, Thiounn N, Timsit MO, Eladaoui A, Chang HH, Mapes J, et al. Molecular analyte profiling of the early events and tissue conditioning following intravesical bacillus Calmette-Guerin therapy in patients with superficial bladder cancer. Journal of Urology. 2009;181(4):1571–80.
84. Shintani Y, Sawada Y, Inagaki T, Kohjimoto Y, Uekado Y, Shinka T. Intravesical instillation therapy with bacillus Calmette-Guerin for superficial bladder cancer: study of the mechanism of bacillus Calmette-Guerin immunotherapy. International Journal of Urology. 2007;14(2):140–6.
85. Rosenberg J, Petrylak D, Abidoye O, Van der Heijden MS, Hofman-Censits J, Necchi A, et al. Atezolizumab in patients (pts) with locally-advanced or metastatic urothelial carcinoma (mUC): Results from a pivotal multicenter phase II study (IMvigor 210). Eur J Cancer. 2015;51:S720.
86. Powles T, Eder JP, Fine GD, Braiteh FS, Loriot Y, Cruz C, et al. MPDL3280A (anti-PD-L1) treatment leads to clinical activity in metastatic bladder cancer. Nature. 2014;515(7528):558–62.
87. Plimack ER, Bellmunt J, Gupta S, Berger R, Montgomery RB, Heath K, et al. Pembrolizumab (MK-3475) for advanced urothelial cancer: updated results and biomarker analysis from KEYNOTE-012. Journal of Clinical Oncology. 2015;33(15).
88. Andorsky DJ, Yamada RE, Said J, Pinkus GS, Betting DJ, Timmerman JM. Programmed death ligand 1 is expressed by non-Hodgkin lymphomas and inhibits the activity of tumor-associated T cells. Clinical Cancer Research. 2011;17(13):4232–44.
89. Armand P, Nagler A, Weller EA, Devine SM, Avigan DE, Chen YB, et al. Disabling immune tolerance by

programmed death-1 blockade with pidilizumab after autologous hematopoietic stem-cell transplantation for diffuse large B-cell lymphoma: results of an international phase II trial. Journal of Clinical Oncology. 2013;31(33):4199–206.

90. Berger R, Rotem-Yehudar R, Slama G, Landes S, Kneller A, Leiba M, et al. Phase I safety and pharmacokinetic study of CT-011, a humanized antibody interacting with PD-1, in patients with advanced hematologic malignancies. Clinical Cancer Research. 2008;14(10):3044–51.
91. Green MR, Monti S, Rodig SJ, Juszczynski P, Currie T, O'Donnell E, et al. Integrative analysis reveals selective 9p24.1 amplification, increased PD-1 ligand expression, and further induction via JAK2 in nodular sclerosing Hodgkin lymphoma and primary mediastinal large B-cell lymphoma. Blood. 2010;116(17):3268–77.
92. Juszczynski P, Ouyang J, Monti S, Rodig SJ, Takeyama K, Abramson J, et al. The AP1-dependent secretion of galectin-1 by Reed Sternberg cells fosters immune privilege in classical Hodgkin lymphoma. Proceedings of the National Academy of Sciences of the United States of America. 2007;104(32):13134–9.
93. Kuppers R, Rajewsky K, Zhao M, Simons G, Laumann R, Fischer R, et al. Hodgkin disease: Hodgkin and Reed-Sternberg cells picked from histological sections show clonal immunoglobulin gene rearrangements and appear to be derived from B cells at various stages of development. Proceedings of the National Academy of Sciences of the United States of America. 1994;91(23):10962–6.
94. Ansell SM, Lesokhin AM, Borrello I, Halwani A, Scott EC, Gutierrez M, et al. PD-1 blockade with nivolumab in relapsed or refractory Hodgkin's lymphoma. New England Journal of Medicine. 2015;372(4):311–9.
95. Moskowitz C, Ribrag V, Michot N, Martinelli G, Zinzani P, Gutierrez M, et al., editors. PD-1 blockade with the monoclonal antibody pembrolizumab (MK-3475) in patients with classical Hodgkin lymphoma after brentuximab vedotin failure: preliminary results from a phase 1b study (KEYNOTE-013). ASH; 2014; San Francisco, CA.
96. Barakat R, Berchuck A, Markman M, Randall M. Principles and Practice of Gynecologic Oncology, sixth ed. Lippincott Williams & Wilkins; 2013.
97. Herzog TJ. Recurrent ovarian cancer: how important is it to treat to disease progression? Clinical Cancer Research. 2004;10(22):7439–49.
98. Zhang L, Conejo-Garcia JR, Katsaros D, Gimotty PA, Massobrio M, Regnani G, et al. Intratumoral T cells, recurrence, and survival in epithelial ovarian cancer. New England Journal of Medicine. 2003;348(3):203–13.
99. Hwang WT, Adams SF, Tahirovic E, Hagemann IS, Coukos G. Prognostic significance of tumor-infiltrating T cells in ovarian cancer: a meta-analysis. Gynecologic Oncology. 2012;124(2):192–8.
100. Varga A, Piha-Paul S, Ott P, Mehnert J, Berton-Rigaud D, Johnson E, et al., editors. Antitumor activity and safety of pembrolizumab in patients (pts) with PD-L1 positive advanced ovarian cancer: interim results from a phase Ib study. ASCO; 2015; Chicago, IL.
101. Hamanishi J, Mandai M, Ikeda T, Minami M, Kawaguchi A, Murayama T, et al. Safety and antitumor activity of anti-PD-1 antibody, nivolumab, in patients with platinum-resistant ovarian cancer. Journal of Clinical Oncology. 2015;33(34):4015–22.
102. Disis M, Patel M, Pant S, Infante J, Lockhart A, Kelly K, et al., editors. Avelumab (MSB0010718C), an anti-PD-L1 antibody, in patients with previously treated, recurrent or refractory ovarian cancer: a phase Ib, open-label expansion trial. ASCO; 2015; Chicago, IL.
103. Koopman M, Kortman GA, Mekenkamp L, Ligtenberg MJ, Hoogerbrugge N, Antonini NF, et al. Deficient mismatch repair system in patients with sporadic advanced colorectal cancer. Br J Cancer. 2009;100(2):266–73.
104. Goldstein J, Tran B, Ensor J, Gibbs P, Wong HL, Wong SF, et al. Multicenter retrospective analysis of metastatic colorectal cancer (CRC) with high-level microsatellite instability (MSI-H). Annals of Oncology. 2014;25(5):1032–8.
105. Segal NH, Parsons DW, Peggs KS, Velculescu V, Kinzler KW, Vogelstein B, et al. Epitope landscape in breast and colorectal cancer. Cancer Research. 2008;68(3):889–92.
106. Le DT, Uram JN, Wang H, Bartlett BR, Kemberling H, Eyring AD, et al. PD-1 Blockade in tumors with mismatch-repair deficiency. New England Journal of Medicine. 2015;372(26):2509–20.
107. Muenst S, Schaerli AR, Gao F, Daster S, Trella E, Droeser RA, et al. Expression of programmed death ligand 1 (PD-L1) is associated with poor prognosis in human breast cancer. Breast Cancer Research and Treatment. 2014;146(1):15–24.
108. Sabatier R, Finetti P, Mamessier E, Adelaide J, Chaffanet M, Ali HR, et al. Prognostic and predictive value of PDL1 expression in breast cancer. Oncotarget. 2015;6(7):5449–64.
109. Denkert C, Loibl S, Noske A, Roller M, Muller BM, Komor M, et al. Tumor-associated lymphocytes as an independent predictor of response to neoadjuvant chemotherapy in breast cancer. Journal of Clinical Oncology. 2010;28(1):105–13.
110. Dieci MV, Criscitiello C, Goubar A, Viale G, Conte P, Guarneri V, et al. Prognostic value of tumor-infiltrating lymphocytes on residual disease after primary chemotherapy for triple-negative breast cancer: a retrospective multicenter study. Annals of Oncology. 2015;26(7):1518.
111. Dieci MV, Mathieu MC, Guarneri V, Conte P, Delaloge S, Andre F, et al. Prognostic and predictive value of tumor-infiltrating lymphocytes in two phase III

randomized adjuvant breast cancer trials. Annals of Oncology. 2015;26(8):1698–704.

112. Salgado R, Denkert C, Demaria S, Sirtaine N, Klauschen F, Pruneri G, et al. The evaluation of tumor-infiltrating lymphocytes (TILs) in breast cancer: recommendations by an international TILs working group 2014. Annals of Oncology. 2015;26(2):259–71.

113. Nanda R, Chow L, Dees E, Berger R, Gupta S, Geva R, et al., editors. A phase Ib study of pembrolizumab (MK-3475) in patients with advanced triple-negative breast cancer. San Antonio Breast Cancer Symposium; 2014; San Antonio, TX.

114. Rugo H, Delord J-P, Im S, Ott P, Piha-Paul S, Bedard P, et al., editors. Preliminary efficacy and safety of pembrolizumab (MK-3475) in patients with PD-L1–positive, estrogen receptor-positive (ER+)/HER2-negative advanced breast cancer enrolled in KEYNOTE-028. San Antonio Breast Cancer Symposium; 2015; San Antonio, TX.

115. Emens L, Braiteh F, Cassier P, Delord J, Eder J, Fasso M, et al., editors. Inhibition of PD-L1 by MPDL3280A leads to clinical activity in patients with metastatic triple-negative breast cancer (TNBC). AACR; 2015; Philadephia, PA.

116. Chow L, Weiss J, Eder. J., Gonzalez E, Pulini J, Johnson J, et al., editors. A phase Ib study of pembrolizumab (Pembro; MK-3475) in patients (Pts) with human papiilloma virus (HPV)-positive and negative head and neck cancer (HNC). ESMO; 2014; Madrid, Spain.

117. Seiwert T, Haddad R, Gupta S, Mehra R, Tahara M, Berger R, et al. Antitumor activity and safety of pembrolizumab in patients (pts) with advanced squamous cell carcinoma of the head and neck (SCCHN): preliminary results from KEYNOTE-012 expansion cohort. J Clin Oncol. 2015;33(suppl; abstr LBA6008).

118. Alley E, Molife L, Santoro A, Beckey K, Yuan S, Cheng J, et al., editors. Clinical safety and efficacy of pembrolizumab (MK-3475) in patients with malignant pleural mesothelioma: preliminary results from KEYNOTE-028. AACR; 2015; Philadelphia, PA.

119. Bang Y, Chung H, Shankaran V, Geva R, Catenacci D, Gupta S, et al., editors. Relationship between PD-L1 expression and clinical outcomes in patients with advanced gastric cancer treated with the anti-PD-1 monoclonal antibody pembrolizumab (MK-3475) in KEYNOTE-012. ASCO; 2015; Chicago, IL.

120. Muro. K, Bang Y, Shankaran V, Geva R, Catenacci D, Gupta S, et al., editors. A phase 1b study of pembrolizumab (Pembro; MK-3475) in patients (Pts) with advanced gastric cancer. ESMO; 2015; Madrid, Spain.

121. Doi T, Piha-Paul S, Ibrahim Jalal S, Dang H, Yuan S, Koshiji M, et al., editors. Pembrolizumab (MK-3475) for patients (pts) with advanced esophageal carcinoma: Preliminary results from KEYNOTE-028. ASCO; 2015; Chicago, IL.

122. Lesokhin A, Ansell S, Armand P, Scott E, Halwani A, Gutierrez M, et al., editors. Preliminary results of a phase I study of nivolumab (BMS-936558) in patients with relapsed or refractory lymphoid malignancies. ASH; 2014; San Francisco, CA.

123. Kwon ED, Drake CG, Scher HI, Fizazi K, Bossi A, van den Eertwegh AJ, et al. Ipilimumab versus placebo after radiotherapy in patients with metastatic castration-resistant prostate cancer that had progressed after docetaxel chemotherapy (CA184-043): a multicentre, randomised, double-blind, phase 3 trial. The Lancet Oncology. 2014;15(7):700–12.

124. Postow MA, Chesney J, Pavlick AC, Robert C, Grossmann K, McDermott D, et al. Nivolumab and ipilimumab versus ipilimumab in untreated melanoma. New England Journal of Medicine. 2015;372(21):2006–17.

125. Carthon BC, Wolchok JD, Yuan J, Kamat A, Ng Tang DS, Sun J, et al. Preoperative CTLA-4 blockade: tolerability and immune monitoring in the setting of a presurgical clinical trial. Clinical Cancer Research. 2010;16(10):2861–71.

126. Delyon J, Mateus C, Lefeuvre D, Lanoy E, Zitvogel L, Chaput N, et al. Experience in daily practice with ipilimumab for the treatment of patients with metastatic melanoma: an early increase in lymphocyte and eosinophil counts is associated with improved survival. Annals of Oncology. 2013;24(6):1697–703.

127. Ku GY, Yuan J, Page DB, Schroeder SE, Panageas KS, Carvajal RD, et al. Single-institution experience with ipilimumab in advanced melanoma patients in the compassionate use setting: lymphocyte count after 2 doses correlates with survival. Cancer. 2010; 116(7):1767–75.

128. Luke JJ, Callahan MK, Postow MA, Romano E, Ramaiya N, Bluth M, et al. Clinical activity of ipilimumab for metastatic uveal melanoma: a retrospective review of the Dana-Farber Cancer Institute, Massachusetts General Hospital, Memorial Sloan-Kettering Cancer Center, and University Hospital of Lausanne experience. Cancer. 2013;119(20):3687–95.

129. Ralph C, Elkord E, Burt DJ, O'Dwyer JF, Austin EB, Stern PL, et al. Modulation of lymphocyte regulation for cancer therapy: a phase II trial of tremelimumab in advanced gastric and esophageal adenocarcinoma. Clinical Cancer Research. 2010;16(5):1662–72.

130. Yuan J, Adamow M, Ginsberg BA, Rasalan TS, Ritter E, Gallardo HF, et al. Integrated NY-ESO-1 antibody and CD8+ T-cell responses correlate with clinical benefit in advanced melanoma patients treated with ipilimumab. Proceedings of the National Academy of Sciences of the United States of America. 2011;108(40):16723–8.

131. McLaughlin J, Han G, Schalper KA, Carvajal-Hausdorf D, Pelakanou V, Rehman J, et al. Quantitative assessment of the heterogeneity of PD-L1 expression in non-small-cell lung cancer. JAMA Oncol. 2015:1–9.
132. Robert C, Long GV, Brady B, Dutriaux C, Maio M, Mortier L, et al. Nivolumab in previously untreated melanoma without BRAF mutation. New England Journal of Medicine. 2015;372(4):320–30.
133. Weber JS, Kudchadkar RR, Yu B, Gallenstein D, Horak CE, Inzunza HD, et al. Safety, efficacy, and biomarkers of nivolumab with vaccine in ipilimumab-refractory or -naive melanoma. Journal of Clinical Oncology. 2013;31(34):4311–8.
134. Weber JS, D'Angelo SP, Minor D, Hodi FS, Gutzmer R, Neyns B, et al. Nivolumab versus chemotherapy in patients with advanced melanoma who progressed after anti-CTLA-4 treatment (CheckMate 037): a randomised, controlled, open-label, phase 3 trial. The Lancet Oncology. 2015;16(4):375–84.
135. Eggermont AM, Chiarion-Sileni V, Grob JJ, Dummer R, Wolchok JD, Schmidt H, et al. Adjuvant ipilimumab versus placebo after complete resection of high-risk stage III melanoma (EORTC 18071): a randomised, double-blind, phase 3 trial. The Lancet Oncology. 2015;16(5):522–30.
136. Borghaei H, Paz-Ares L, Horn L, Spigel DR, Steins M, Ready NE, et al. Nivolumab versus docetaxel in advanced nonsquamous non-small-cell lung cancer. New England Journal of Medicine. 2015;373(17):1627–39.
137. Robert C, Schachter J, Long GV, Arance A, Grob JJ, Mortier L, et al. Pembrolizumab versus ipilimumab in advanced melanoma. New England Journal of Medicine. 2015;372(26):2521–32.

CHAPTER 5

Myeloid Leukemia Vaccines

Paul M. Armistead and Jonathan S. Serody
Lineberger Comprehensive Cancer Center, University of North Carolina, Chapel Hill, NC, USA

Evidence for T-cell-mediated killing of myeloid leukemia

Acute myeloid leukemia (AML) and chronic myelogenous leukemia (CML) are the two most common forms of myeloid leukemia with an annual incidence of roughly 20,000 and 8,000 cases in the United States, respectively [1]. Several lines of evidence point to the fact that these diseases can be cured by T-cell-mediated therapies. However, current immunotherapy strategies aimed at both CML and AML are associated with significant morbidity and mortality.

CML is a hematopoietic stem cell disorder characterized by the t(9;22) translocation, which results in the generation of the BCR-ABL fusion protein [2–4]. While current treatment strategies involve the use of small molecule inhibitors that block the function of the mutant tyrosine kinase, BCR-ABL [5–12], treatment for CML before the development of these pharmaceuticals often involved immunotherapeutic approaches. Early clinical investigations in the 1980s showed that long-term treatment with interferon alpha (IFN-α) could induce complete hematological remissions in 30%–70% of patients with median overall survival of ~5 years—significantly better than prior therapies involving hydroxyurea or oral busulfan [13–19]. While IFN-α demonstrated clear survival advantages, its side effects often became intolerable with ~20% of patients discontinuing therapy in early IFN-α studies and 89% of patients crossing over from the IFN-α + cytarabine cohort to the imatinib cohort in the landmark IRIS trial [6, 13, 16]. While IFN-α is no longer commonly used in current practice for the treatment of patients with CML, correlative studies performed in association with the clinical trials investigating IFN-α showed that the treatment led to the expansion of $CD8^+$ T cells specific for leukemia-associated self-antigens. More importantly, the expansion of these T cells was associated with clinical response [20]. Beyond IFN-α, CML has also been treated with allogeneic stem cell transplantation (allo SCT) with good success. SCT outcomes starting from the late 1980s have shown continued improvements in long-term survival, with initial 2-year survival of ~50% increasing to ~60% by 2000 [21]. As supportive care and donor human leucocyte antigen (HLA) matching have improved, survival has continued to improve, with a recent report describing 3-year overall survival of 91% of CML patients who undergo allo SCT in chronic phase, and 59% overall survival in patients transplanted in advanced phase [22]. While allo

Immunotherapy in Translational Cancer Research, First Edition. Edited by Laurence J. N. Cooper, Elizabeth A. Mittendorf, Judy Moyes, and Sabitha Prabhakaran.

SCT is curative in many CML patients, roughly 30% of patients develop chronic graft-versus-host disease [22]. One of the striking features about CML susceptibility to T-cell-mediated therapy is the very high response rate of CML to donor lymphocyte infusion (DLI) for patients whose disease relapses following SCT. DLI can induce molecular remissions in 75%–95% of CML patients whose disease relapses post-SCT, depending upon the degree (molecular, cytogenetic, or hematologic) of relapse at the time of DLI [23]. These results strongly suggest that CML is more susceptible to T cell therapy than many other hematologic malignancies, including AML.

In contrast to CML, the only broadly used form of immunotherapy for AML is allo SCT. While some patients with AML (e.g., patients with t(15;17), inv(16), t(8;21), or diploid cytogenetics with isolated NPM1 mutations) can be cured with chemotherapy alone [24–29], the majority of AML patients will suffer disease relapse, which is associated with an extremely poor outcome [30]. As a result, allo SCT is recommended, if possible, for AML patients with relapsed disease (if brought back into remission) [31] and for patients with cytogenetic or mutational abnormalities associated with a high rate of relapse [24, 26]. For these high-risk patients, allo-SCT performed for patients in complete remission is associated with a long-term overall survival rate of 30%–40% [24, 31]. The importance of T-cell-mediated immunity for effecting cures in AML patients undergoing allo SCT was demonstrated in studies showing increased relapse rates and worse overall survival in patients who underwent allo SCT with donor T cell depletion or with identical sibling donors, which would eliminate the contribution of minor histocompatibility antigens in donor-derived T cell targeting of AML [32, 33]. While survival outcomes are better for high-risk AML patients who undergo allo SCT compared with similar patients who do not, the impact of donor T cell immunity in effecting cures is likely less for AML compared to CML, as outcomes from DLI for AML are significantly worse, with 2-year survival of only 15% for AML patients who undergo DLI for treatment of active disease [34].

Taken together, these data show that CML and AML can be cured by strategies aimed at enhancing T-cell-mediated targeting of the malignant cells; however, the current treatments are far from optimal due to limited efficacy and significant morbidity and mortality. Given these shortcomings, less-toxic vaccination strategies have been attempted.

Barriers to successful cancer vaccine strategies

Conventional antimicrobial vaccines typically involve the administration of the killed or denatured organism or selected recombinant microbial proteins designed to induce a robust and coordinated immune response [35]. The microbial proteins that are used in vaccines are foreign to the host immune system. These foreign microbial proteins typically elicit robust humoral responses with the generation of high-affinity antibodies against protein epitopes, which can be highly effective in producing strong immunity against primarily extracellular organisms. In addition, when microbial proteins are taken up by antigen-presenting cells, microbial antigens can be presented both by class II HLA to activate $CD4^+$ helper T cell (T_H) responses and by class I HLA, via cross-presentation, to activate $CD8^+$ cytotoxic T cells (T_C) as well (Figure 5.1). The activated T_H and T_C cells often possess T cell receptors with high affinity for their microbial peptide/HLA antigen because the host T cell repertoire has not been tolerized through either central or peripheral mechanisms to these antigens, resulting in high-avidity interactions with cells presenting these peptide/HLA antigens [36, 37]. Subsets of these high-avidity T cells can become memory T cells, which can rapidly respond to rechallenge with antigen. This coordinated T cell response is particularly relevant in the generation of immune responses against viruses and intracellular organisms such as *Mycobacterium tuberculosis*.

In contrast to the combined humoral and cellular adaptive immune responses that can be elicited from antimicrobial vaccines, antitumor, including antimyeloid leukemia, vaccines are often greatly hindered in their ability to induce robust, long-term immune responses [38–40]. The antigenic targets of most myeloid leukemia (ML) vaccines are typically peptides derived from

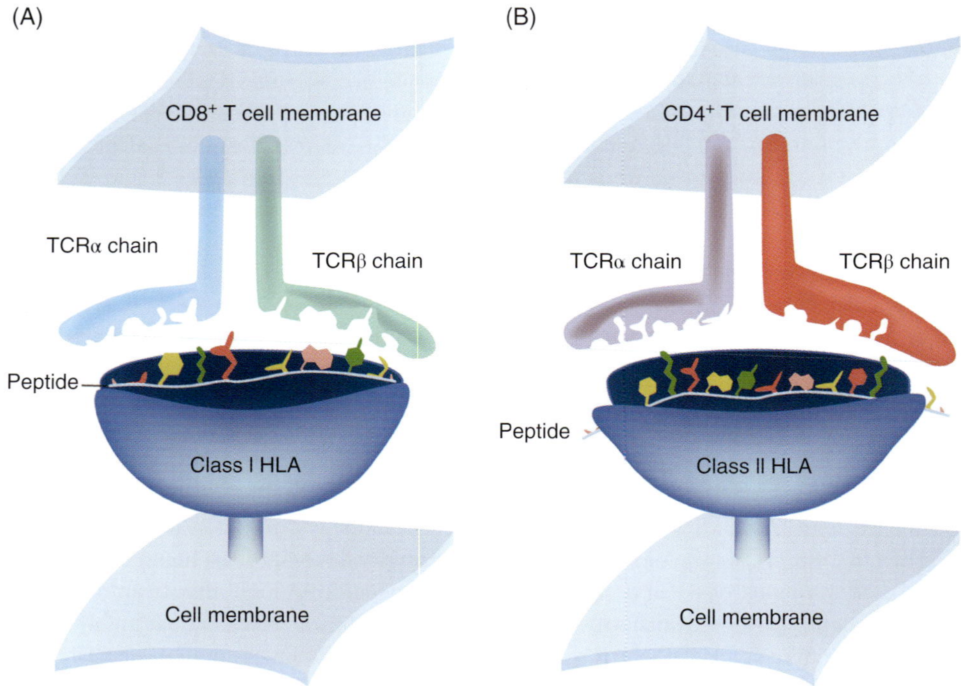

Figure 5.1 Class I and class II antigen presentation. **A.** All cells, apart from red blood cells, express class I human leucocyte antigen (HLA) molecules, which express endogenous peptide fragments. For class I HLA the first and last couple of residues of the presented peptide chain are primarily responsible for anchoring the peptide to the HLA, and a cognate T cell receptor expressed by a CD8+ T cell primarily interacts with the middle amino acids and, to some extent the HLA molecule itself. Different HLA molecules bind these amino acids with different affinities, which influences which peptides can be presented by which HLA molecules. **B.** Only professional antigen-presenting cells such as monocytes, macrophages, and B cells express class II HLA. For class II HLA, the presented peptides are typically longer than for class I restricted peptides, and they can extend beyond the actual binding cleft on the class II HLA molecule. T cell receptors expressed on CD4+ T cells recognize the peptide/HLA complex. *Source*: Courtesy of Molly Roth Creative LLC.

aberrantly or overexpressed intracellular proteins, which can be presented by class I HLA, or following uptake of the leukemia proteins by antigen-presenting cells (monocytes, macrophages, and B lymphocytes) class II HLA.

Because most ML vaccines target peptides derived from normal but aberrantly expressed proteins, the number of T cells with high-affinity TCRs that can recognize these antigens is greatly reduced as a result of central tolerance of high-avidity T cells specific for these antigens in the thymus [41, 42]. Furthermore, as ML vaccines are given after diagnosis (as opposed to most anti-infectious vaccines, which are given prophylactically), it is likely that additional peripheral tolerance mechanisms lead to further reductions in high-avidity T cell populations. This paucity of high-avidity T cells greatly hinders T_C cytotoxic potential and the ability of T_H cells to coordinate further adaptive responses [40]. Finally, because the ML vaccines often use peptides, B-cell responses are very difficult to induce.

Myeloid vaccine targets

In contrast for foreign pathogens, human tumors, including CML and AML, have genomes very similar to the patient's germline. Because of this genetic similarity, the number and diversity of antigenic targets for successful immunotherapy is quite limited. These antigens can be crudely divided into groups of leukemia-associated antigens (LAAs), which are preferentially expressed by leukemia but present to some degree in normal tissue, and leukemia-specific antigens, which are only expressed by leukemia cells because of a leukemia-specific genetic defect that yields a novel antigen, or neoantigen. The mechanism for presentation of antigens as peptides to class I MHC (major histocompatibility complex) is demonstrated in Figure 5.2.

LAAs typically are identified as proteins that are expressed on some normal tissues but are preferentially presented by class I HLA on leukemia. These proteins are self-antigens, and as such, they are expressed in the thymus, where central tolerance leads to the removal of high-avidity T cells toward these antigens (Figure 5.3). These types of proteins are usually expressed in very restricted tissues such as testis, ovary, and genitourinary tract [43, 44]. Alternatively, these proteins can be expressed in subcellular compartments that do not undergo processing through the typical class I HLA pathway such as PRTN3, which is normally

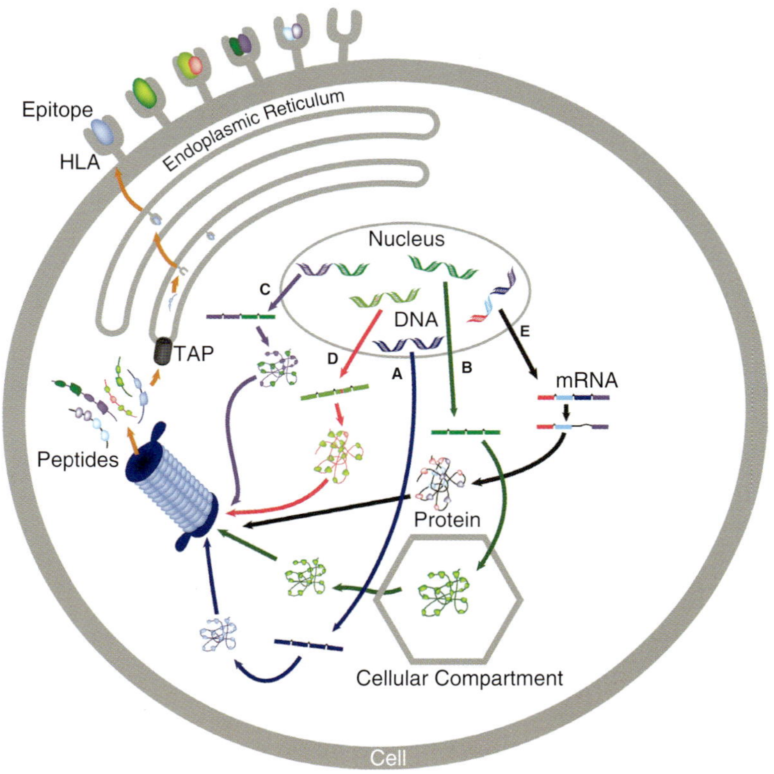

Figure 5.2 Types of presented cancer antigens. Many mechanisms can lead to the presentation of cancer peptide epitopes. **A.** The most commonly reported are cancer self-antigens derived from proteins overexpressed in the tumor and minimally expressed in normal tissue (blue arrows). These peptides are derived from proteins with a wild-type primary sequence and are best considered cancer (or leukemia)-associated self-antigens. **B.** A related form of cancer-associated self-antigen can arise from a wild-type protein that is aberrantly localized in the cancer cell facilitating presentation by class I HLA (green arrows). The best examples of these are the neutrophil granule proteins, which are present in high abundance in the cytosol of leukemia blasts. Neoantigens are distinct from self-antigens because they are derived from mutated proteins that are specific to the tumor cell. **C.** The best characterized leukemia neoantigen is derived from the t(9;22) translocation that generates a gene fusion product with a resulting peptide that can be presented by class I HLA (purple arrows). **D.** The development of genome sequencing has allowed for the prediction, and in a small number of cases, discovery of neoantigens the result from single-nucleotide variations between the patient's germline DNA sequence and the tumor genome (pink arrows). **E.** Neoantigens could also derive from aberrantly spliced mRNA molecules, leading to aberrant protein primary sequences (black arrows). This mechanism of neoantigen production could be important in acute myeloid leukemia and myelodysplastic syndrome, where mutations in spliceosome genes are common. All of these mechanisms yield proteins that ultimately undergo degradation through the proteasome and transportation via the TAP proteins into the endoplasmic reticulum, where they are bound to class I HLA molecules. *Source*: Courtesy of Molly Roth Creative LLC.

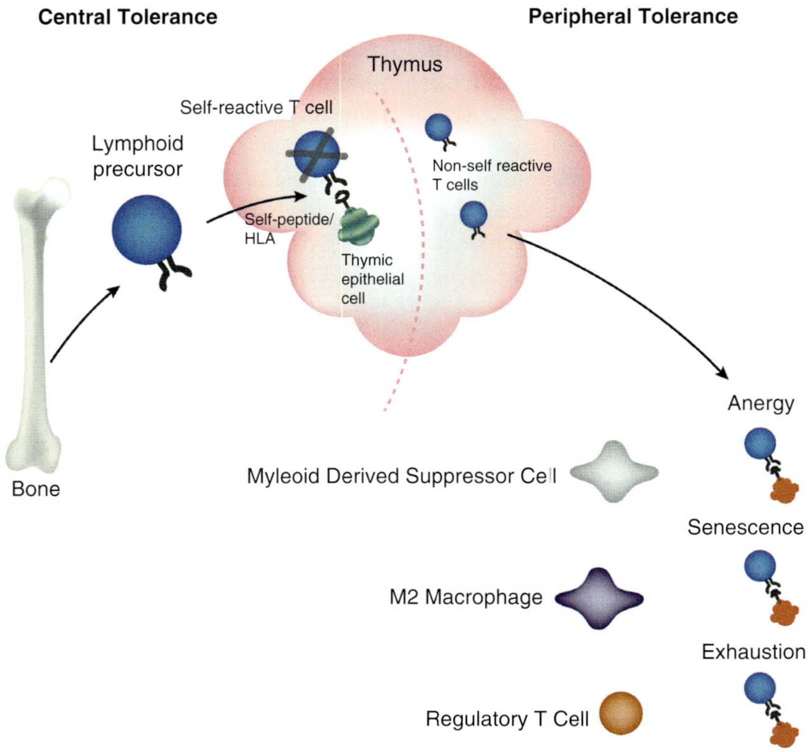

Figure 5.3 Tolerance mechanisms. Multiple mechanisms for the development of tolerance to cancer antigens exist. Lymphoid precursors exit the bone marrow and migrate to the thymus where they undergo both positive and negative selection mechanisms to eliminate T cells possessing T cell receptors that can bind to self-antigen/HLA complexes. This process of central tolerance is extremely effective and greatly reduces the frequency of T cells that can bind with high affinity to cancer self-antigens. Central tolerance should not influence T cell reactivity towards neoantigens; however, multiple other mechanisms of peripheral tolerance can dampen immune responses. T cells can lose function through lack of costimulation (anergy), upregulation of checkpoint inhibitory proteins (exhaustion), and long-term antigen stimulation (senescence). In addition to these direct interactions between effector T cells and target cells, other extrinsic cell types such as myeloid-derived suppressor cells, M2 macrophages, and regulatory T cells can also impact the antitumor effect of cancer. *Source*: Courtesy of Molly Roth Creative LLC.

expressed in neutrophil granules (and not susceptible to class I HLA presentation) but is aberrantly localized in the cytosol of leukemia blasts [45]. Despite central tolerance, T cells that can recognize and react against LAAs presented by the appropriate class I HLA have been observed in leukemia patients, which has led to the targeting of these antigens in vaccine trials, described in the following section [46].

Neo-antigens (or leukemia-specific antigens) occur as the result of specific mutational events that occur in the leukemia cell. Because these events are leukemia specific, the source proteins for the antigens are not expressed in the thymus, which would prevent central tolerance from eliminating high-avidity T cells from a patient's T cell repertoire [41, 42]. Peripheral tolerance mechanisms may still exist, however (Figure 5.3). Neo-antigens can arise from different genetic perturbations. Nonsynonymous single-nucleotide variants that induce an amino acid change in a protein antigen are likely the most common source of neoantigens [47, 48]; however, for myeloid leukemias, the most well-characterized neoantigen is the BCR-ABL fusion protein that is the driving mutation for CML [49]. This protein has a novel amino acid sequence at the fusion site, and various resulting peptides can be presented by class I HLA and elicit T cell responses. Vaccine studies against these antigens have been performed (see below). Finally, another potential source of neoantigens is proteins that have undergone aberrant splicing. During transcription, nascent RNA molecules undergo a highly regulated process of intron removal and exon splicing that is mediated by the spliceosome, a ribonucleoprotein macromolecular complex. Roughly 15% of AML and 50% of myelodysplastic syndrome (which can evolve into AML) cases have mutations in at least one spliceosome gene, which could lead to the synthesis of aberrantly spliced mRNA and protein molecules [50, 51]. These proteins could serve as a large source of neoantigens. Methodologies to confirm this type of neoantigen are under development.

Vaccine types

The simplest and most commonly used myeloid vaccines have been peptide vaccines. These vaccines are composed of an antigenic peptide or peptide mixture often administered with an adjuvant and granulocyte-macrophage colony stimulating factor (GM-CSF) [46]. Most peptides are derived from LAAs and are expected to stimulate $CD8^+$ T cell responses.

Dendritic cell (DC) vaccines are the second common type of vaccine. Whereas peptide vaccines rely on the addition of an adjuvant and endogenous antigen presenting cells, which can be deficient in cancer patients, to elicit T cell responses, DC vaccines involve the infusion of autologous, functional DCs that present a leukemia antigen, express costimulatory molecules, and secrete cytokines to enhance the antileukemia T cell response [52–56]. In most cases, patient-derived $CD14^+$ monocytes are induced to differentiate to DCs that present the leukemia vaccine with the DCs either infused, or more commonly, injected intradermally into the patient. Following infusion, the DCs home to regional lymph nodes and induce $CD8^+$ and $CD4^+$ T cell responses, which is an advantage over standard peptide-only vaccines. DCs and their antigen payload vaccines have been prepared in multiple different ways to present their tumor antigens. The most common method is peptide loading of the DCs. DCs have also been transduced with either DNA or RNA encoding the tumor antigen so that the antigen can be endogenously expressed. However, other investigators have generated DCs from leukemia cells [55] or fused leukemia cells with DCs to generate a vaccine [56]. In addition, DCs have been treated with apoptotic tumor cells so that multiple antigens can be presented both by class II HLA and class I HLA via cross-presentation [52–54].

Leukemia-associated antigen vaccines

The majority of ML vaccines have sought to elicit T cell responses to LAAs. These antigens are peptide/HLA complexes with the peptide being derived from proteins that are either aberrantly expressed or overexpressed by the leukemia cell. Because these peptides are derived from normal proteins, they are considered self-antigens.

WT1

The *WT1* gene is located on chromosome 11p13 and is an intracellular transcription factor. The protein has very limited expression in normal tissue, being only detectable in the developing urogenital system, testis, placenta, ovaries, kidney, mesenchymal cells, and $CD34^+$ hematopoietic cells [43, 44, 57]; however, it is overexpressed in many tumors, including lung, breast, colorectal cancer, and AML [58–62]. In cancer, the WT1 protein can function as either an oncogene or tumor suppressor based on the isoform expressed [63]. WT1 plays an important role in leukemogenesis, and its inhibition leads to growth inhibition and eventually apoptosis [64]. Because WT1-specific $CD8^+$ T cells can be expanded *in vitro* relatively easily, adoptive cellular therapy trials have been conducted to test this form of cellular therapy [65].

In addition to the adoptive cellular therapy trials, multiple WT1 vaccine trials have been conducted in AML. Oka *et al.* reported the first WT1 peptide vaccine trial in AML in 2004 [66]. In that study, 12 patients with AML who expressed HLA-A24, which is the MHC protein that presents the WT1 peptide, who had molecular evidence of disease but were in hematological complete remission, received the WT1p235-243 peptide (CMTWNQMNL) and a peptide, WT1p235 peptide (C<u>Y</u>TWNQMNL), with enhanced binding affinity, termed heteroclitic, with incomplete Freund's adjuvant (IFA) (for amino acid single letter terminology, see Figure 5.4). Of these 14 patients, 5 showed a reduction in their disease burden as measured by RT-PCR of WT1 transcripts and 2 showed a reduction of their leukemic blast percentage. Immune responses were measured using WT1/HLA-A24 tetramers, and 9 patients showed an increase in tetramer$^+$ CD8$^+$ T cells following vaccination. The tetramer reagent is generated by using avidin to link four of the same peptide/MHC complexes together. A fluorochrome is linked to the complex that allows for the detection of the tetramer complex using multiparameter flow cytometry. One remarkable finding in this study was the relatively high frequency of WT-1-specific CD8$^+$ T cells enumerated by tetramer before vaccine (0.09% to 0.98%) with patients who showed an immunologic response to tetramer-based enumeration, having post-vaccine WT-1-specific CD8$^+$ T cells ranging from 0.26% to 6.61% of total CD8$^+$ T cells. HLA-A24 is the most prevalent HLA type in the Japanese population, but it is rare in other ethnic groups, including Caucasians, where HLA-A2 is the most prevalent type.

Mailänder *et al.* reported the first HLA-A2 restricted WT-1 epitope (WT1p126-134, RMFPNAPYL) vaccine in one patient in 2004 [67]. The patient had detectable disease at the start of therapy, but after four vaccinations had <5% bone marrow blasts, a >1-log reduction in WT1

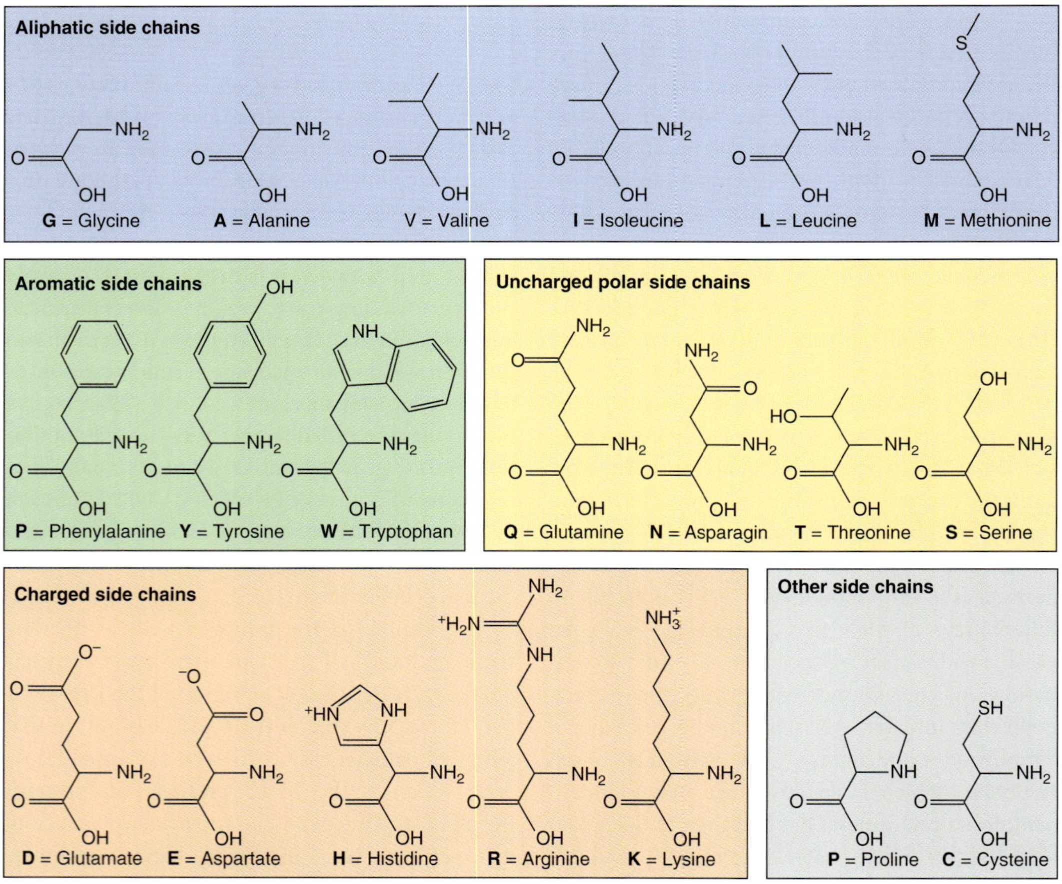

Figure 5.4 Amino acids. The 20 naturally occurring amino acids are shown. They can be classified generally by their side chain properties, with the majority possessing aliphatic side chains but others containing aromatic, polar, or charged side chains. In general, the amino acids at the HLA binding or "anchor" positions, located at the ends of the peptide epitope, are generally hydrophobic and small; however, multiple exceptions to this principle are known. *Source*: Courtesy of Molly Roth Creative LLC.

transcript levels, and achieved a hematologic remission after 16 weeks of therapy. A phase II study using the same epitope with GM-CSF and keyhole limpet hemocyanin adjuvant was subsequently performed in 19 HLA-A2 patients with measurable disease [68]. Following treatment, 10 patients had stable disease, with 2 more showing an improvement in neutrophil count. Immune responses were also observed with an increase in WT1-specific T cell count of 44%; 38% of subjects had a reduction in WT1 transcripts.

WT1 vaccination has also been performed for patients with CML. Two patients, reported separately, received the HLA-A24 restricted WT1p235-243 with IFA while also receiving imatinib [69, 70]. Both patients showed reductions in BCR-ABL transcript levels by RT-PCR, with 1 patient entering a complete molecular response. Both patients also had evidence of WT1-specific T cell expansion following vaccination.

Polyvalent WT1 vaccine approaches have also been investigated. Maslak *et al.* used a four-peptide pool with the aim of eliciting WT1 antigen specific to both $CD8^+$ and $CD4^+$ T cells [71]. The first peptide was a heteroclitic WT1p126 analog (<u>Y</u>MFPNAPYL, with Y substituted in position 1 instead of R). Two long peptides WT1p427 (RSDELVRHHNMHQRNMTKL) and WT1P331 (PGCNKRYFKLSHLQMHSRKHTG) were selected to bind to class I and class II HLA (HLA-DRB1). The final peptide, a heteroclitic WT1-p122 (SGQA<u>Y</u>MFPNAPYLPSCLES, with Y substituted in position 5 instead of R), was intended to be able to stimulate both $CD8^+$ and $CD4^+$ T cells. Of the 9 HLA-$A2^+$ AML patients in complete hematologic remission who received vaccination, 4 relapsed and 5 remained in complete remission, with WT1 transcript levels decreasing over time to either undetectable or at very low levels.

DC vaccines have also been used to target WT1 in AML patients. WT1 mRNA was electroporated into patient-derived DCs, which were subsequently infused into patients. Because the entire WT1 mRNA was electroporated into the patient-derived DCs, multiple class I WT1 epitopes could be produced, allowing enrollment of patients with multiple different HLA-types. In one study of 10 AML patients treated with WT1 mRNA electroporated DCs, 2 patients had their disease status convert from a partial remission after their salvage chemotherapy to a complete remission (CR), and 3 other patients who were in CR at the time of vaccination had reductions in the WT1 transcript level as measured by RT-PCR [72].

RHAMM

RHAMM (CD168) is a hyaluronan receptor whose gene is located on chromosome 5q33.2 [73, 74]. RHAMM overexpression in normal fibroblasts leads to increased cellular motility and anchorage-independent growth [75]. Its overexpression is necessary for H-ras-induced transformation [75]. RHAMM can also be secreted from cells and subsequently associates with the hyaluronan receptor (CD44) that is anchored to the cell's plasma membrane. There it can induce mitotic arrest [76]. Inside the cell, RHAMM interacts with microtubules and is involved in the regulation of mitosis and mitotic spindle integrity [77, 78]. Outside the cell, binding of hyaluronan to the RHAMM/hyaluronan receptor complex leads to activation of the MAP-kinase pathway through ERK1 and ERK2 [77]. Because of its function, RHAMM is maximally expressed during mitosis [79]. It has very low expression in normal tissues; however, it is overexpressed in many tumor types, including leukemia blasts [80–84]. To date, peptide vaccine trials against RHAMM have targeted the RHAMM-R3 epitope (p165-173, ILSLELMKL), which is endogenously processed and presented on HLA-A2 [79]. Because RHAMM is endogenously processed for presentation by class I HLA and is also present on the cell surface, it can elicit both cellular and humoral immune responses [85].

The first RHAMM vaccine trial using RHAMM-R3 peptide with the adjuvant ISA-51 and GM-CSF was performed in 10 patients, 6 of whom had AML or MDS [86]. Of these 6 patients, 4 showed evidence of an immune response as measured by expansion of $CD8^+$ T cells recognizing RHAMM-R3/HLA-A2 tetramer. Three of the 4 patients demonstrating a RHAMM-R3 T cell expansion response showed clinical improvement, with 2 patients demonstrating a reduction in bone marrow blast percentage and another patient becoming transfusion independent. A subsequent study on 6 AML and MDS patients demonstrated immune responses in 2 patients. One patient had a reduction in bone marrow blasts and another had normalization of blood counts [87].

PR1 (PRTN3 and ELANE)

Proteinase-3 (PRTN3) and neutrophil elastase (ELANE) are primary neutrophilic granule proteins that are aberrantly expressed in the cytoplasm of AML blasts [88]. When the proteins are present in the cytosol they undergo proteosomal digestion, and peptide epitopes can be presented by class I HLA on the cell surface. The best characterized epitope derived from is PR1 (VLQELNVTV), which is present in both proteinase-3 and neutrophil elastase [45]. PR1 vaccine was tested, with IFA-51 and GM-CSF, in 66 HLA-A2 AML, MDS, and CML patients, 53 of whom had measurable disease at the time of vaccination [89]. Immune responses, defined as a ≥2-fold increase in the percentage of PR1-specific CD8+ T cells measured by tetramer enumeration, were measured in 35 of the 66 patients (53%), with responses being associated with lower disease burden at vaccination and younger patient age. Of the 53 patients with measurable disease at the time of vaccination, 12 (24%) had a measurable clinical response, with 8 complete responses, and there was an association between the development of an immune response with a clinical response. The 10-year event free and overall survival rates were 20% and 38%, respectively [89].

In addition to vaccination with the single PR1 epitope, PR1 has been combined with HLA-A2-specific WT-1 epitopes in clinical trials for patients with acute and chronic myeloid leukemia. A study of 8 patients with myeloid leukemia, of whom 5 were in CR at the start of the study, involved one vaccination with WT1p126-134 and PR-1 with IFA-51 and GM-CSF. Following vaccination, 7 patients demonstrated $CD8^{+}$ T cells reactive to PR-1, and 5 had T cells reactive to WT-1p126-134, with all patients having a response to at least one epitope. Of the 5 patients in CR, 3 remained in CR, and 2 relapsed several months after discontinuation of the vaccine [90]. A subsequent study on 6 AML and 2 MDS patients was performed using a different vaccination schedule. Six patients completed the full vaccination protocol. All 6 demonstrated PR-1 and WT1p126-134-specific T cell responses after the first vaccination; however, repeat vaccination was associated with a decrease in PR-1 and WT1p126-134-specific T cells. By the end of the study, no patients had demonstrable PR-1 or WT1p126-130specific T cell populations [91]. A subsequent one-dose booster vaccination given three months after the original series was able to induce the expansion of PR-1 and WT1p126-134 -specific T cells; however, these T cells only had low avidity T cell receptors for their cognate antigens [91].

Leukemia-specific neoantigens

Neoantigens are derived most commonly from the driver or passenger somatic mutations that are present in tumor cells. There is strong correlation between the number of somatic mutations present in specific tumor cells and the generation of neoantigen peptides from those mutations that can bind to class I HLA proteins [48]. For patients with leukemia, this process is complicated, as the number of mutations/cells in patients with acute myeloid leukemia is much lower than for carcinogen-induced tumors such as melanoma, squamous or adenocarcinoma of the lung, or urothelial cancer [50, 92]. However, this approach is attractive as a vaccine candidate because the epitopes derived from these mutated proteins cannot be expressed in the thymus. Thus, central tolerance does not eliminate high-avidity T cells as it does in the case of leukemia-associated self-antigens. However, it is possible that neoantigens can be generated from processes that mediate translocations or splicing abnormalities, which are much more common in leukemia than are single-nucleotide variants.

To date, no AML neoantigen-specific vaccine studies have been performed; however, a vaccine study targeting gliomas with IDH1 mutations (which are common in AML) has been recently reported [93]. While AML neoantigen vaccine studies have not been undertaken, many different vaccine strategies have been employed to target one of the most well-characterized cancer-specific mutant proteins: the BCR-ABL fusion protein, which is the pathognomonic mutation associated with CML.

BCR-ABL

The BCR-ABL protein results from the t(9;22)(q34;q11) translocation [2–4]. The translocation breakpoint occurs either between exon 2 and 3 or 3 and 4 of bcr with subsequent joining to exon 2 of abl. The protein fusions are 210 kDa and are called b2a2 and b3a2 [94]. The b3a2 fusion results in the insertion of a novel lysine residue that is not present in either bcr or abl. Several peptides from this region of b3a2 (e.g., KQSSKALQR and GFKQSSKAL) can be endogenously processed and presented on relatively common class I HLA types: HLA-A3, HLA-A11, and HLA-B8 [95–97]. BCR-ABL fusion peptides can also be presented on class II HLA [98].

The first BCR-ABL vaccine used five b3a2 peptides, four of which were predicted to be presented by HLA-A3, HLA-A11, or HLA-B8 and one peptide predicted to be presented by HLA-DR1, HLA-DR4, or HLA-DR11 coadministered with QS-21 adjuvant. The study evaluated 12 CML patients in either complete or partial remission at the start of vaccination [99]. Importantly, the vaccine was administered concurrently with standard CML therapy at the time (IFN-α or hydroxyurea). T cell responses were observed in 50% of the patients ($n = 6$) who received the two highest doses, but conclusions about clinical efficacy could not be made because of the concurrent therapies. A similar follow-up study evaluating 14 CML patients in chronic phase treated with a similar six-peptide vaccine and IFN-α resulted in 5 patients achieving a complete cytogenetic remission; however, it is again unclear how much of the effect was a result of the vaccine or the concurrent IFN-α [100].

A similar vaccine using the same five b3a2 peptides was used in combination with QS-21 and GM-CSF on a six biweekly injection vaccine schedule in 16 patients who were either receiving concurrent IFN-α or imatinib therapy [101]. Three months after the completion of the vaccine series, 6 of the 12 patients whose disease was in partial cytogenetic remission at the start of the vaccine series were in complete cytogenetic remission. Thirteen of the 14 patients who expressed an appropriate HLA class II molecule demonstrated antigen-specific $CD4^+$ T cell expansion following vaccination. T cells from 5 patients receiving concurrent IFN-α showed increased numbers of vaccine-epitope-specific IFN-γ-secreting T cells following vaccination [101].

A three-peptide b3a2 vaccine was investigated in combination with GM-CSF and the pan class II binding epitope, PADRE, as adjuvants for 19 patients with CML in chronic phase or complete hematological response who had previously received imatinib therapy [102]. Stimulated PBMCs (peripheral blood mononuclear cells) from 11 of the 19 patients demonstrated peptide-specific T cell responses to a short peptide based upon ELISPOT analysis, and 14 of the 19 patients demonstrated longer peptide-specific responses. Of the 19 patients enrolled, 13 patients demonstrated a "molecular response" defined as a 1-log reduction in *BCR-ABL* transcripts. All 13 of the molecular responders entered the trial after having achieved a major cytogenetic response to their prior therapy. Five enrolled patients had not demonstrated a cytogenetic response to therapy prior to vaccination, and none of these patients demonstrated a molecular response. One patient's disease became undetectable by *BCR-ABL* nested PCR analysis.

To broaden the application of BCR-ABL vaccine strategies to more CML patients, Maslak *et al.* conducted a vaccine trial using peptides from both b3a2 and b2a2 junction sequences that were predicted to elicit $CD4^+$ responses, as well as three heteroclitic peptides encompassing the b3b2 and b2a2 junctions that were predicted to be presented by HLA-A2 [103]. Immune responses to the predicted HLA-A2 restricted peptide were detected, by IFN-γ ELISPOT, in 4 of the 7 HLA-A2 expressing patients, and 9 of the 13 patients demonstrated T cell responses to the long, predicted class II epitopes. Clinical effectiveness in this study was complicated because the patients had very low-burden disease: 3 had disease detectable by FISH, and the remainder only had disease that was detectable by nested PCR. Two of the 3 patients with FISH-detectable disease had disease that was undetectable by FISH following vaccination. All of the patients, however, had detectable *BCR-ABL* transcripts after the vaccine series [103].

A similar study using combinations of the heteroclitic HLA-A2 b2a2 and b3a2 peptides and the class II binding b2a2 and b3a2 peptides with

IFA-51 and GM-CSF as adjuvants was tested on 10 patients who were in complete cytogenetic response but had *BCR-ABL* transcripts detectable by PCR. Three patients had transient 1-log reductions in *BCR-ABL* transcripts after the vaccine series [104]. Please see Table 5.1 for a summary of the above trials.

Complex (undefined) antigen dendritic cell vaccine strategies

DC vaccines can be developed to stimulated immune responses to specific antigens. As described above, such an approach has been used to target WT1 in AML [72]; however, this is the only example of a DC vaccine presenting a specific epitope being evaluated for the treatment of a myeloid leukemia. Alternatively, DC vaccines intended to target multiple tumor-associated antigens at once have also been developed. While early antitumor DC vaccine approaches involved priming DCs with autologous tumor lysate (as a source of potential LAAs and neoantigens), this approach has not been actively pursued in myeloid malignancies [52]. Rather, several other approaches have been or are in the process of active investigation [52–54].

One approach has involved priming autologous DCs with apoptotic bodies derived from patient AML blasts based on evidence that apoptotic bodies possess antigen that can be taken up more efficiently by DCs compared to priming using tumor lysates. In one study, 4 AML patients were treated with apoptotic-body-primed autologous DC vaccine with coinjected *Streptococcus pyogenes* OK-432 as an adjuvant biweekly for five doses. Two patients were observed to have increases in the numbers of WT1 and hTERT epitope-specific T cells [105].

Several research groups have demonstrated that myeloid leukemia blasts can be driven to differentiate to have an antigen-presenting phenotype like DCs [55]. These DCs could be valuable vaccine reagents, as they should be able to present both class I and class II epitopes efficiently, with appropriate costimulatory molecules. Leukemia-derived DCs have been generated both from AML blasts and CML cells. Small clinical studies have been performed to investigate these cells' ability to induce responses to both CML and AML. In an early study of 3 CML patients, autologous PBMCs were differentiated into DCs and readministered to patients with keyhole limpet hemocyanin adjuvant. Autologous $CD4^+$ T cells showed enhanced IFN-γ secretion when coincubated with the CML-derived DCs *in vitro*; however, no hematologic responses were observed [106]. A similar phase I/II trial of 22 AML patients has also been performed. In this study, 5 patients entered a CR after initial chemotherapy and had blasts that were successfully differentiated into "dendritic-like leukemia cells." Of the 5 patients who underwent vaccination, 4 showed evidence of an immune response based on ELISPOT analysis; however, only 2 remained in remission one year after vaccination [107]. A pragmatic limitation to the broad application of this approach is that leukemia cells possessing a FLT3 mutation or lacking CD14 cannot mature into a DC phenotype [54, 108, 109].

More recently, an alternative approach to inducing leukemia-derived DCs is the actual synthesis of AML/DC fusion cells that result from the fusion of a patient's AML blasts with the patient's autologous DCs. The results of the first trial of 17 AML patients who received their personalized AML/DC fusion vaccines was recently reported [56]. All of the patients were in CR following induction chemotherapy and received vaccine ~6 months after entering CR. After median follow-up of 57 months, 12 of the 17 patients who received vaccine were alive and still in CR.

Conclusions

Myeloid leukemias can be effectively treated via T-cell-mediated immunotherapy. However, current treatments such as IFN-α and allo SCT are associated with significant morbidity and, in the case of allo SCT, mortality. AML and CML have a limited number of antigenic targets, most of them being LAAs. Several LAAs, such as WT1, RHAMM, and PR1, have been targeted in vaccine trials; however, the clinical efficacy of these studies has been limited. Peptide vaccines have also been developed against leukemia-specific neoantigens derived from the BCR-ABL fusion protein. Several different DC vaccine strategies for AML have been tested, but no large-scale studies, to date, show broad efficacy.

Table 5.1 Myeloid leukemia vaccine trials.

Peptide Sequence [ref]	*HLA Type*	*Dosing Schedule*	*Adjuvant*	*Myeloid Patients*	*Clinical Status*	*Clinical Outcome*
WT1						
CMTWNQMNL or C**<u>Y</u>**TWNQMNL [66]	A24	200 µg SC q2 weeks × 4 doses then q28d × 23 (or progression). Note: **bold underline** signifies heteroclitic amino acids.	IFA	12 AML, 2 MDS	2 active disease, 12 CR	5 decrease in WT1 transcripts, 2 decrease in blast percentage
RMFPNAPYL [68]	A2	200 µg SC q2 weeks × 4 doses then q28d × 23 (or progression)	KLH GM-CSF	17 AML, 2 MDS	18 active disease, 1 CR	2 erythroid response, 4 improved blast percentage
RMFPNAPYL [71], RSDELVRHHNMHQRNMTKL, PGCNKRYFKLSHLQMHSRKHTG, SGQAYMFPNAPYLPSCLES	A2, DR.B1	200 µg SC q2 weeks × 6 doses	IFA GM-CSF	9 AML	9 CR	5 continuous CR (4 relapse)
RHAMM						
ILSLELMKL (R3) [86]	A2	300 µg SC q2 weeks × 4 doses	IFA GM-CSF	3 AML, 3 MDS	Limited disease	1 CR (AML), 1 PR (MDS)
ILSLELMKL (R3) [87]	A2	1000 µg SC q2 weeks × 4 doses	IFA GM-CSF	1 AML, 5 MDS	Limited disease	1 blast reduction (MDS), 1 hematologic improvement (MDS)
PR1						
VLQELNVTV [89]	A2	250, 500, or 1000µg SC q3 weeks×3 doses (×6 doses for 12 patients)	IFA GM-CSF	42 AML, 13 CML, 9 MDS	53 measurable disease, 13 CR	8 CR, 1 PR, 3 hematologic improvement
WT1 + PR1						
RMFPNAPYL [90] VLQELNVTV	A2	200 µg WT1, 500 µg PR1 SC × 1 dose	IFA GM-CSF	5 AML, 1 CML, 2 MDS	5 CR, 1 CP	3 continuous CR (2 relapse), 1 molecular response
RMFPNAPYL [91] VLQELNVTV	A2	200 µg WT1, 500 µg PR1 SC q2 weeks × 6 doses followed by 1 after 12 weeks	IFA GM-CSF	6 AML, 2 MDS	6 CR	2 continuous CR (3 relapse), 2 SD
BCR-ABL						
IVHSATGFKQSSKALQRPVASDFEP [99] ATGFKQSSK KQSSKALQR HSATGFKQSSK GFKQSSKAL	All	10, 30, 100, 300 µg of the mixed b3a2 peptides SC on days 0, 14, 28, 42, 70	QS-21	12 CML	12 CR/PR	10 CP, 1 AP, 1 BC

(*Continued*)

Table 5.1 (*Continued*)

Peptide Sequence [ref]	*HLA Type*	*Dosing Schedule*	*Adjuvant*	*Myeloid Patients*	*Clinical Status*	*Clinical Outcome*
IVHSATGFKQSSKALQRPVASDFEP [100] ATGFKQSSK KQSSKALQR HSATGFKQSSK GFKQSSKAL SSKALQRPV	All	10, 30, 100, 300 μg of the mixed b3a2 peptides SC on days 0, 14, 28, 42, 70	QS-21	14 CML	6 CCR, 2 PCR, 5 MCR, 1 cytogenetic relapse s/p allo-SCT	5 CCR, 2 complete molecular remission, 5 SD, 2 PD
IVHSATGFKQSSKALQRPVASDFEP [101] ATGFKQSSK KQSSKALQR HSATGFKQSSK GFKQSSKAL	A11, A3, B8, DR1, DR4, DR11	100 μg of the mixed b3a2 peptides SC q2 weeks × 6 doses	Molgramostim QS-21 GM-CSF	16 CML	1 CCR, 12 PCR, 3 minimal cytogeneic remission	7 CCR, 6 PCR, 2 minimal cytogenetic remission
KQSSKALQR [102] GFKQSSKAL GFKQSSKALQRPV	All	100, 300, 1000 μg of the mixed b3a2 peptides ID on days 1, 8, 15, 22, 36	PADRE GM-CSF	19 CML	14 major cytogenetic response, 5 cytogenetic non-response	13 of 14 major cytogenetic response had 1 log reduction in bcr-abl. No response in cytogenetic non-response patients
IVHSATGFKQSSKALQRPVASDFE [103] KQSSKALQR GFKQSSKAL **YL**KALQRPV K**L**LQRPVAV VHSIPLTINKEEALQRPVASDFE **YL**INKEEAL	All	Either combined b3a2 or *b2a2* peptides SC q2 weeks × 5 doses, then q28 days × 4 doses, then at 9 and 12 months. Note: **bold underline** signifies heteroclitic amino acids.	IFA GM-CSF	13 CML	10 CCR, 2 PCR, 1 0.4% Ph + by FISH	13 with detectable bcr-abl in peripheral blood or marrow
IVHSATGFKQSSKALQRPVASDFE [104] KQSSKALQR GFKQSSKAL **YL**KALQRPV K**L**LQRPVAV VHSIPLTINKEEALQRPVASDFE **YL**INKEEAL (100)	All	100 μg of either combined b3a2 or *b2a2* peptides SC q2 weeks × 4 doses, then on week 9, then, q28 days × 10 doses. Note: **bold underline** signifies heteroclitic amino acids	IFA GM-CSF	10 CML	10 CCR	3 with transient 1 log reduction in bcr-abl transcripts

Note: AML = acute myeloid leukemia; MDS =; CR = complete remission; PR = partial remission; IFA = incomplete Freund's adjuvant; KLH = keyhole limpet hemocyanin; GM-CSF = granulocyte-macrophage colony stimulating factor; CML = chronic myelogenous leukemia.

As the fields of cancer genomics and computational immunology develop, it is likely that tumor-specific neoantigens will be identified more readily, which could lead to more personalized vaccine strategies with the goal of inducing high-avidity T cell responses to multiple tumor-specific epitopes.

Acknowledgement

Illustrations for this chapter were provided by Molly Roth Creative LLC.

References

1. Siegel RL, Miller KD, Jemal A. Cancer statistics, 2016. CA Cancer J Clin. 2016;66(1):7–30.
2. Bartram CR, de Klein A, Hagemeijer A, van Agthoven T, Geurts van Kessel A, Bootsma D, et al. Translocation of c-ab1 oncogene correlates with the presence of a Philadelphia chromosome in chronic myelocytic leukaemia. Nature. 1983;306(5940):277–80.
3. Nowell PC, Hungerford DA. A minute chromosome in human chronic granulocytic leukemia. Science. 1960;142: 1497–501.
4. Rowley JD. Letter: A new consistent chromosomal abnormality in chronic myelogenous leukaemia identified by quinacrine fluorescence and Giemsa staining. Nature. 1973;243(5405):290–3.
5. Druker BJ, Talpaz M, Resta DJ, Peng B, Buchdunger E, Ford JM, et al. Efficacy and safety of a specific inhibitor of the BCR-ABL tyrosine kinase in chronic myeloid leukemia. N Engl J Med. 2001;344(14):1031–7.
6. O'Brien SG, Guilhot F, Larson RA, Gathmann I, Baccarani M, Cervantes F, et al. Imatinib compared with interferon and low-dose cytarabine for newly diagnosed chronic-phase chronic myeloid leukemia. N Engl J Med. 2003;348(11):994–1004.
7. Talpaz M, Shah NP, Kantarjian H, Donato N, Nicoll J, Paquette R, et al. Dasatinib in imatinib-resistant Philadelphia chromosome-positive leukemias. N Engl J Med. 2006;354(24):2531–41.
8. Cortes JE, Jones D, O'Brien S, Jabbour E, Konopleva M, Ferrajoli A, et al. Nilotinib as front-line treatment for patients with chronic myeloid leukemia in early chronic phase. J Clin Oncol. 2010;28(3):392–7.
9. Kantarjian H, Shah NP, Hochhaus A, Cortes J, Shah S, Ayala M, et al. Dasatinib versus imatinib in newly diagnosed chronic-phase chronic myeloid leukemia. N Engl J Med. 2010;362(24):2260–70.
10. Saglio G, Kim DW, Issaragrisil S, le Coutre P, Etienne G, Lobo C, et al. Nilotinib versus imatinib for newly diagnosed chronic myeloid leukemia. N Engl J Med. 2010;362(24):2251–9.
11. Khoury HJ, Cortes JE, Kantarjian HM, Gambacorti-Passerini C, Baccarani M, Kim DW, et al. Bosutinib is active in chronic phase chronic myeloid leukemia after imatinib and dasatinib and/or nilotinib therapy failure. Blood. 2012;119(15):3403–12.
12. Cortes JE, Kim DW, Pinilla-Ibarz J, le Coutre P, Paquette R, Chuah C, et al. A phase 2 trial of ponatinib in Philadelphia chromosome-positive leukemias. N Engl J Med. 2013;369(19):1783–96.
13. Interferon alfa-2a as compared with conventional chemotherapy for the treatment of chronic myeloid leukemia. The Italian Cooperative Study Group on Chronic Myeloid Leukemia. N Engl J Med. 1994;330(12):820–5.
14. Hehlmann R, Heimpel H, Hasford J, Kolb HJ, Pralle H, Hossfeld DK, et al. Randomized comparison of interferon-alpha with busulfan and hydroxyurea in chronic myelogenous leukemia. The German CML Study Group. Blood. 1994;84(12):4064–77.
15. Talpaz M, McCredie KB, Mavligit GM, Gutterman JU. Leukocyte interferon-induced myeloid cytoreduction in chronic myelogenous leukemia. Blood. 1983;62(3): 689–92.
16. Ohnishi K, Ohno R, Tomonaga M, Kamada N, Onozawa K, Kuramoto A, et al. A randomized trial comparing interferon-alpha with busulfan for newly diagnosed chronic myelogenous leukemia in chronic phase. Blood. 1995;86(3):906–16.
17. Allan NC, Richards SM, Shepherd PC. UK Medical Research Council randomised, multicentre trial of interferon-alpha n1 for chronic myeloid leukaemia: improved survival irrespective of cytogenetic response. The UK Medical Research Council's Working Parties for Therapeutic Trials in Adult Leukaemia. Lancet. 1995;345(8962):1392–7.
18. Interferon alfa versus chemotherapy for chronic myeloid leukemia: a meta-analysis of seven randomized trials: Chronic Myeloid Leukemia Trialists' Collaborative Group. J Natl Cancer Inst. 1997;89(21):1616–20.
19. Hasford J, Pfirrmann M, Hehlmann R, Allan NC, Baccarani M, Kluin-Nelemans JC, et al. A new prognostic score for survival of patients with chronic myeloid leukemia treated with interferon alfa. Writing Committee for the Collaborative CML Prognostic Factors Project Group. J Natl Cancer Inst. 1998;90(11): 850–8.
20. Molldrem JJ, Lee PP, Wang C, Felio K, Kantarjian HM, Champlin RE, et al. Evidence that specific T lymphocytes may participate in the elimination of chronic myelogenous leukemia. Nat Med. 2000;6(9):1018–23.
21. Gratwohl A, Brand R, Apperley J, Crawley C, Ruutu T, Corradini P, et al. Allogeneic hematopoietic stem cell

transplantation for chronic myeloid leukemia in Europe 2006: transplant activity, long-term data and current results. An analysis by the Chronic Leukemia Working Party of the European Group for Blood and Marrow Transplantation (EBMT). Haematologica. 2006;91(4): 513–21.

22. Saussele S, Lauseker M, Gratwohl A, Beelen DW, Bunjes D, Schwerdtfeger R, et al. Allogeneic hematopoietic stem cell transplantation (allo SCT) for chronic myeloid leukemia in the imatinib era: evaluation of its impact within a subgroup of the randomized German CML Study IV. Blood. 2010;115(10):1880–5.
23. Simula MP, Marktel S, Fozza C, Kaeda J, Szydlo RM, Nadal E, et al. Response to donor lymphocyte infusions for chronic myeloid leukemia is dose-dependent: the importance of escalating the cell dose to maximize therapeutic efficacy. Leukemia. 2007;21(5):943–8.
24. Cornelissen JJ, van Putten WL, Verdonck LF, Theobald M, Jacky E, Daenen SM, et al. Results of a HOVON/SAKK donor versus no-donor analysis of myeloablative HLA-identical sibling stem cell transplantation in first remission acute myeloid leukemia in young and middle-aged adults: benefits for whom? Blood. 2007;109(9): 3658–66.
25. Grimwade D, Walker H, Oliver F, Wheatley K, Harrison C, Harrison G, et al. The importance of diagnostic cytogenetics on outcome in AML: analysis of 1,612 patients entered into the MRC AML 10 trial. The Medical Research Council Adult and Children's Leukaemia Working Parties. Blood. 1998;92(7):2322–33.
26. Koreth J, Schlenk R, Kopecky KJ, Honda S, Sierra J, Djulbegovic BJ, et al. Allogeneic stem cell transplantation for acute myeloid leukemia in first complete remission: systematic review and meta-analysis of prospective clinical trials. Jama. 2009;301(22):2349–61.
27. Lo-Coco F, Avvisati G, Vignetti M, Thiede C, Orlando SM, Iacobelli S, et al. Retinoic acid and arsenic trioxide for acute promyelocytic leukemia. N Engl J Med. 2013;369(2):111–21.
28. Ravandi F, Estey E, Jones D, Faderl S, O'Brien S, Fiorentino J, et al. Effective treatment of acute promyelocytic leukemia with all-trans-retinoic acid, arsenic trioxide, and gemtuzumab ozogamicin. J Clin Oncol. 2009;27(4):504–10.
29. Schlenk RF, Dohner K, Krauter J, Frohling S, Corbacioglu A, Bullinger L, et al. Mutations and treatment outcome in cytogenetically normal acute myeloid leukemia. N Engl J Med. 2008;358(18):1909–18.
30. Estey EH. Treatment of relapsed and refractory acute myelogenous leukemia. Leukemia. 2000;14(3):476–9.
31. Armistead PM, de Lima M, Pierce S, Qiao W, Wang X, Thall PF, et al. Quantifying the survival benefit for allogeneic hematopoietic stem cell transplantation in relapsed acute myelogenous leukemia. Biology of Blood and Marrow Transplantation. 2009;15(11):1431–8.
32. Gale RP, Horowitz MM, Ash RC, Champlin RE, Goldman JM, Rimm AA, et al. Identical-twin bone marrow transplants for leukemia. Ann Intern Med. 1994;120(8):646–52.
33. Horowitz MM, Gale RP, Sondel PM, Goldman JM, Kersey J, Kolb HJ, et al. Graft-versus-leukemia reactions after bone marrow transplantation. Blood. 1990;75(3): 555–62.
34. Schmid C, Labopin M, Nagler A, Bornhauser M, Finke J, Fassas A, et al. Donor lymphocyte infusion in the treatment of first hematological relapse after allogeneic stem-cell transplantation in adults with acute myeloid leukemia: a retrospective risk factors analysis and comparison with other strategies by the EBMT Acute Leukemia Working Party. Journal of Clinical Oncology. 2007;25(31):4938–45.
35. De Gregorio E, Rappuoli R. From empiricism to rational design: a personal perspective of the evolution of vaccine development. Nat Rev Immunol. 2014;14(7):505–14.
36. Walker LS, Abbas AK. The enemy within: keeping self-reactive T cells at bay in the periphery. Nat Rev Immunol. 2002;2(1):11–9.
37. Klein L, Hinterberger M, Wirnsberger G, Kyewski B. Antigen presentation in the thymus for positive selection and central tolerance induction. Nat Rev Immunol. 2009;9(12):833–44.
38. Melief CJ, van Hall T, Arens R, Ossendorp F, van der Burg SH. Therapeutic cancer vaccines. J Clin Invest. 2015;125(9):3401–12.
39. Romero P, Banchereau J, Bhardwaj N, Cockett M, Disis ML, Dranoff G, et al. The Human Vaccines Project: A roadmap for cancer vaccine development. Sci Transl Med. 2016;8(334):334ps9.
40. van der Burg SH, Arens R, Ossendorp F, van Hall T, Melief CJ. Vaccines for established cancer: overcoming the challenges posed by immune evasion. Nat Rev Cancer. 2016;16(4):219–33.
41. Bos R, van Duikeren S, van Hall T, Kaaijk P, Taubert R, Kyewski B, et al. Expression of a natural tumor antigen by thymic epithelial cells impairs the tumor-protective CD4+ T-cell repertoire. Cancer Res. 2005;65(14): 6443–9.
42. Pedersen SR, Sorensen MR, Buus S, Christensen JP, Thomsen AR. Comparison of vaccine-induced effector CD8 T cell responses directed against self- and non-self-tumor antigens: implications for cancer immunotherapy. J Immunol. 2013;191(7):3955–67.
43. Call KM, Glaser T, Ito CY, Buckler AJ, Pelletier J, Haber DA, et al. Isolation and characterization of a zinc finger polypeptide gene at the human chromosome 11 Wilms' tumor locus. Cell. 1990;60(3):509–20.

44. Haber DA, Buckler AJ, Glaser T, Call KM, Pelletier J, Sohn RL, et al. An internal deletion within an 11p13 zinc finger gene contributes to the development of Wilms' tumor. Cell. 1990;61(7):1257–69.
45. Molldrem J, Dermime S, Parker K, Jiang YZ, Mavroudis D, Hensel N, et al. Targeted T-cell therapy for human leukemia: cytotoxic T lymphocytes specific for a peptide derived from proteinase 3 preferentially lyse human myeloid leukemia cells. Blood. 1996;88(7):2450–7.
46. Casalegno-Garduno R, Schmitt A, Schmitt M. Clinical peptide vaccination trials for leukemia patients. Expert Rev Vaccines. 2011;10(6):785–99.
47. McGranahan N, Furness AJ, Rosenthal R, Ramskov S, Lyngaa R, Saini SK, et al. Clonal neoantigens elicit T cell immunoreactivity and sensitivity to immune checkpoint blockade. Science. 2016;351(6280):1463–9.
48. Rizvi NA, Hellmann MD, Snyder A, Kvistborg P, Makarov V, Havel JJ, et al. Cancer immunology. Mutational landscape determines sensitivity to PD-1 blockade in non-small cell lung cancer. Science. 2015;348(6230):124–8.
49. Vonka V, Petrackova M. Immunology of chronic myeloid leukemia: current concepts and future goals. Expert Rev Clin Immunol. 2015;11(4):511–22.
50. Genomic and epigenomic landscapes of adult de novo acute myeloid leukemia. The New England Journal of Medicine. 2013;368(22):2059–74.
51. Yoshida K, Sanada M, Shiraishi Y, Nowak D, Nagata Y, Yamamoto R, et al. Frequent pathway mutations of splicing machinery in myelodysplasia. Nature. 2011;478(7367):64–9.
52. Constantino J, Gomes C, Falcao A, Cruz MT, Neves BM. Antitumor dendritic cell-based vaccines: lessons from 20 years of clinical trials and future perspectives. Transl Res. 2016;168:74–95.
53. Ni M, Hoffmann JM, Schmitt M, Schmitt A. Progress of dendritic cell-based cancer vaccines for patients with hematological malignancies. Expert Opin Biol Ther. 2016.
54. Pyzer AR, Avigan DE, Rosenblatt J. Clinical trials of dendritic cell-based cancer vaccines in hematologic malignancies. Hum Vaccin Immunother. 2014;10(11):3125–31.
55. Kremser A, Dressig J, Grabrucker C, Liepert A, Kroell T, Scholl N, et al. Dendritic cells (DCs) can be successfully generated from leukemic blasts in individual patients with AML or MDS: an evaluation of different methods. Journal of Immunotherapy. 2010;33(2):185–99.
56. Rosenblatt J, Stone RM, Uhl L, Neuberg D, Joyce R, Levine JD, et al. Individualized vaccination of AML patients in remission is associated with induction of antileukemia immunity and prolonged remissions. Sci Transl Med. 2016;8(368):368ra171.
57. Menssen HD, Renkl HJ, Rodeck U, Maurer J, Notter M, Schwartz S, et al. Presence of Wilms' tumor gene (wt1) transcripts and the WT1 nuclear protein in the majority of human acute leukemias. Leukemia. 1995;9(6):1060–7.
58. Loeb DM, Evron E, Patel CB, Sharma PM, Niranjan B, Buluwela L, et al. Wilms' tumor suppressor gene (WT1) is expressed in primary breast tumors despite tumor-specific promoter methylation. Cancer Res. 2001;61(3):921–5.
59. Miyoshi Y, Ando A, Egawa C, Taguchi T, Tamaki Y, Tamaki H, et al. High expression of Wilms' tumor suppressor gene predicts poor prognosis in breast cancer patients. Clinical Cancer Research. 2002;8(5):1167–71.
60. Oji Y, Miyoshi S, Maeda H, Hayashi S, Tamaki H, Nakatsuka S, et al. Overexpression of the Wilms' tumor gene WT1 in de novo lung cancers. Int J Cancer. 2002;100(3):297–303.
61. Oji Y, Yamamoto H, Nomura M, Nakano Y, Ikeba A, Nakatsuka S, et al. Overexpression of the Wilms' tumor gene WT1 in colorectal adenocarcinoma. Cancer Sci. 2003;94(8):712–7.
62. Sugiyama H. Cancer immunotherapy targeting Wilms' tumor gene WT1 product. Expert Rev Vaccines. 2005;4(4):503–12.
63. Burwell EA, McCarty GP, Simpson LA, Thompson KA, Loeb DM. Isoforms of Wilms' tumor suppressor gene (WT1) have distinct effects on mammary epithelial cells. Oncogene. 2007;26(23):3423–30.
64. Inoue K, Tamaki H, Ogawa H, Oka Y, Soma T, Tatekawa T, et al. Wilms' tumor gene (WT1) competes with differentiation-inducing signal in hematopoietic progenitor cells. Blood. 1998;91(8):2969–76.
65. Chapuis AG, Ragnarsson GB, Nguyen HN, Chaney CN, Pufnock JS, Schmitt TM, et al. Transferred WT1-reactive CD8+ T cells can mediate antileukemic activity and persist in post-transplant patients. Sci Transl Med. 2013;5(174):174ra27.
66. Oka Y, Tsuboi A, Taguchi T, Osaki T, Kyo T, Nakajima H, et al. Induction of WT1 (Wilms' tumor gene)-specific cytotoxic T lymphocytes by WT1 peptide vaccine and the resultant cancer regression. Proc Natl Acad Sci U S A. 2004;101(38):13885–90.
67. Mailänder V, Scheibenbogen C, Thiel E, Letsch A, Blau IW, Keilholz U. Complete remission in a patient with recurrent acute myeloid leukemia induced by vaccination with WT1 peptide in the absence of hematological or renal toxicity. Leukemia. 2004;18(1):165–6.
68. Keilholz U, Letsch A, Busse A, Asemissen AM, Bauer S, Blau IW, et al. A clinical and immunologic phase 2 trial of Wilms tumor gene product 1 (WT1) peptide vaccination in patients with AML and MDS. Blood. 2009;113(26):6541–8.

69. Narita M, Masuko M, Kurasaki T, Kitajima T, Takenouchi S, Saitoh A, et al. WT1 peptide vaccination in combination with imatinib therapy for a patient with CML in the chronic phase. Int J Med Sci. 2010;7(2):72–81.
70. Oji Y, Oka Y, Nishida S, Tsuboi A, Kawakami M, Shirakata T, et al. WT1 peptide vaccine induces reduction in minimal residual disease in an Imatinib-treated CML patient. Eur J Haematol. 2010;85(4):358–60.
71. Maslak PG, Dao T, Krug LM, Chanel S, Korontsvit T, Zakhaleva V, et al. Vaccination with synthetic analog peptides derived from WT1 oncoprotein induces T-cell responses in patients with complete remission from acute myeloid leukemia. Blood. 2010;116(2):171–9.
72. Van Tendeloo VF, Van de Velde A, Van Driessche A, Cools N, Anguille S, Ladell K, et al. Induction of complete and molecular remissions in acute myeloid leukemia by Wilms' tumor 1 antigen-targeted dendritic cell vaccination. Proc Natl Acad Sci U S A. 2010;107(31):13824–9.
73. Spicer AP, Roller ML, Camper SA, McPherson JD, Wasmuth JJ, Hakim S, et al. The human and mouse receptors for hyaluronan-mediated motility, RHAMM, genes (HMMR) map to human chromosome 5q33.2-qter and mouse chromosome 11. Genomics. 1995;30(1):115–7.
74. Misra S, Hascall VC, Markwald RR, Ghatak S. Interactions between hyaluronan and its receptors (CD44, RHAMM) regulate the activities of inflammation and cancer. Front Immunol. 2015;6:201.
75. Hall CL, Yang B, Yang X, Zhang S, Turley M, Samuel S, et al. Overexpression of the hyaluronan receptor RHAMM is transforming and is also required for H-ras transformation. Cell. 1995;82(1):19–26.
76. Mohapatra S, Yang X, Wright JA, Turley EA, Greenberg AH. Soluble hyaluronan receptor RHAMM induces mitotic arrest by suppressing Cdc2 and cyclin B1 expression. J Exp Med. 1996;183(4):1663–8.
77. Hall CL, Lange LA, Prober DA, Zhang S, Turley EA. pp60(c-src) is required for cell locomotion regulated by the hyaluronanreceptor RHAMM. Oncogene. 1996;13(10):2213–24.
78. Joukov V, Groen AC, Prokhorova T, Gerson R, White E, Rodriguez A, et al. The BRCA1/BARD1 heterodimer modulates ran-dependent mitotic spindle assembly. Cell. 2006;127(3):539–52.
79. Greiner J, Li L, Ringhoffer M, Barth TF, Giannopoulos K, Guillaume P, et al. Identification and characterization of epitopes of the receptor for hyaluronic acid-mediated motility (RHAMM/CD168) recognized by CD8+ T cells of HLA-A2-positive patients with acute myeloid leukemia. Blood. 2005;106(3):938–45.
80. Greiner J, Ringhoffer M, Taniguchi M, Schmitt A, Kirchner D, Krahn G, et al. Receptor for hyaluronan acid-mediated motility (RHAMM) is a new immunogenic leukemia-associated antigen in acute and chronic myeloid leukemia. Exp Hematol. 2002;30(9):1029–35.
81. Assmann V, Marshall JF, Fieber C, Hofmann M, Hart IR. The human hyaluronan receptor RHAMM is expressed as an intracellular protein in breast cancer cells. J Cell Sci. 1998;111 (Pt 12):1685–94.
82. Abetamann V, Kern HF, Elsasser HP. Differential expression of the hyaluronan receptors CD44 and RHAMM in human pancreatic cancer cells. Clinical Cancer Research. 1996;2(9):1607–18.
83. Teder P, Bergh J, Heldin P. Functional hyaluronan receptors are expressed on a squamous cell lung carcinoma cell line but not on other lung carcinoma cell lines. Cancer Res. 1995;55(17):3908–14.
84. Crainie M, Belch AR, Mant MJ, Pilarski LM. Overexpression of the receptor for hyaluronan-mediated motility (RHAMM) characterizes the malignant clone in multiple myeloma: identification of three distinct RHAMM variants. Blood. 1999;93(5):1684–96.
85. Greiner J, Ringhoffer M, Taniguchi M, Hauser T, Schmitt A, Dohner H, et al. Characterization of several leukemia-associated antigens inducing humoral immune responses in acute and chronic myeloid leukemia. Int J Cancer. 2003;106(2):224–31.
86. Schmitt M, Schmitt A, Rojewski MT, Chen J, Giannopoulos K, Fei F, et al. RHAMM-R3 peptide vaccination in patients with acute myeloid leukemia, myelodysplastic syndrome, and multiple myeloma elicits immunologic and clinical responses. Blood. 2008;111(3):1357–65.
87. Greiner J, Schmitt A, Giannopoulos K, Rojewski MT, Gotz M, Funk I, et al. High-dose RHAMM-R3 peptide vaccination for patients with acute myeloid leukemia, myelodysplastic syndrome and multiple myeloma. Haematologica. 2010;95(7):1191–7.
88. Dengler R, Munstermann U, al-Batran S, Hausner I, Faderl S, Nerl C, et al. Immunocytochemical and flow cytometric detection of proteinase 3 (myeloblastin) in normal and leukaemic myeloid cells. British Journal of Haematology. 1995;89(2):250–7.
89. Qazilbash MH, Wieder E, Thall PF, Wang X, Rios R, Lu S, et al. PR1 peptide vaccine induces specific immunity with clinical responses in myeloid malignancies. Leukemia. 2017;31(3):697–704.
90. Rezvani K, Yong AS, Mielke S, Savani BN, Musse L, Superata J, et al. Leukemia-associated antigen-specific T-cell responses following combined PR1 and WT1 peptide vaccination in patients with myeloid malignancies. Blood. 2008;111(1):236–42.

91. Rezvani K, Yong AS, Mielke S, Jafarpour B, Savani BN, Le RQ, et al. Repeated PR1 and WT1 peptide vaccination in Montanide-adjuvant fails to induce sustained high-avidity, epitope-specific CD8+ T cells in myeloid malignancies. Haematologica. 2011;96(3):432–40.
92. Vogelstein B, Papadopoulos N, Velculescu VE, Zhou S, Diaz LA, Jr., Kinzler KW. Cancer genome landscapes. Science. 2013;339(6127):1546–58.
93. Schumacher T, Bunse L, Pusch S, Sahm F, Wiestler B, Quandt J, et al. A vaccine targeting mutant IDH1 induces antitumour immunity. Nature. 2014;512(7514): 324–7.
94. Shtivelman E, Lifshitz B, Gale RP, Canaani E. Fused transcript of abl and bcr genes in chronic myelogenous leukaemia. Nature. 1985;315(6020):550–4.
95. Bocchia M, Wentworth PA, Southwood S, Sidney J, McGraw K, Scheinberg DA, et al. Specific binding of leukemia oncogene fusion protein peptides to HLA class I molecules. Blood. 1995;85(10):2680–4.
96. Clark RE, Dodi IA, Hill SC, Lill JR, Aubert G, Macintyre AR, et al. Direct evidence that leukemic cells present HLA-associated immunogenic peptides derived from the BCR-ABL b3a2 fusion protein. Blood. 2001;98(10): 2887–93.
97. Norbury LC, Clark RE, Christmas SE. b3a2 BCR-ABL fusion peptides as targets for cytotoxic T cells in chronic myeloid leukaemia. British Journal of Haematology. 2000;109(3):616–21.
98. Pawelec G, Max H, Halder T, Bruserud O, Merl A, da Silva P, et al. BCR/ABL leukemia oncogene fusion peptides selectively bind to certain HLA-DR alleles and can be recognized by T cells found at low frequency in the repertoire of normal donors. Blood. 1996;88(6): 2118–24.
99. Pinilla-Ibarz J, Cathcart K, Korontsvit T, Soignet S, Bocchia M, Caggiano J, et al. Vaccination of patients with chronic myelogenous leukemia with BCR-ABL oncogene breakpoint fusion peptides generates specific immune responses. Blood. 2000;95(5):1781–7.
100. Cathcart K, Pinilla-Ibarz J, Korontsvit T, Schwartz J, Zakhaleva V, Papadopoulos EB, et al. A multivalent BCR-ABL fusion peptide vaccination trial in patients with chronic myeloid leukemia. Blood. 2004;103(3): 1037–42.
101. Bocchia M, Gentili S, Abruzzese E, Fanelli A, Iuliano F, Tabilio A, et al. Effect of a p210 multipeptide vaccine associated with imatinib or interferon in patients with chronic myeloid leukaemia and persistent residual disease: a multicentre observational trial. Lancet. 2005;365(9460):657–62.
102. Rojas JM, Knight K, Wang L, Clark RE. Clinical evaluation of BCR-ABL peptide immunisation in chronic myeloid leukaemia: results of the EPIC study. Leukemia. 2007;21(11):2287–95.
103. Maslak PG, Dao T, Gomez M, Chanel S, Packin J, Korontsvit T, et al. A pilot vaccination trial of synthetic analog peptides derived from the BCR-ABL breakpoints in CML patients with minimal disease. Leukemia. 2008;22(8):1613–6.
104. Jain N, Reuben JM, Kantarjian H, Li C, Gao H, Lee BN, et al. Synthetic tumor-specific breakpoint peptide vaccine in patients with chronic myeloid leukemia and minimal residual disease: a phase 2 trial. Cancer. 2009;115(17):3924–34.
105. Kitawaki T, Kadowaki N, Fukunaga K, Kasai Y, Maekawa T, Ohmori K, et al. Cross-priming of CD8(+) T cells in vivo by dendritic cells pulsed with autologous apoptotic leukemic cells in immunotherapy for elderly patients with acute myeloid leukemia. Exp Hematol. 2011;39(4):424–33 e2.
106. Ossenkoppele GJ, Stam AG, Westers TM, de Gruijl TD, Janssen JJ, van de Loosdrecht AA, et al. Vaccination of chronic myeloid leukemia patients with autologous in vitro cultured leukemic dendritic cells. Leukemia. 2003;17(7):1424–6.
107. Roddie H, Klammer M, Thomas C, Thomson R, Atkinson A, Sproul A, et al. Phase I/II study of vaccination with dendritic-like leukaemia cells for the immunotherapy of acute myeloid leukaemia. British Journal of Haematology. 2006;133(2):152–7.
108. Anguille S, Willemen Y, Lion E, Smits EL, Berneman ZN. Dendritic cell vaccination in acute myeloid leukemia. Cytotherapy. 2012;14(6):647–56.
109. Houtenbos I, Westers TM, Hess CJ, Waisfisz Q, Ossenkoppele GJ, van de Loosdrecht AA. Flt-3 internal tandem duplication hampers differentiation of AML blasts towards leukemic dendritic cells. Leukemia. 2006;20(10):1892–5.

6

CHAPTER 6

Cancer Vaccines for Solid Tumors

Timothy J. Vreeland[1], Garth S. Herbert[2], and George E. Peoples[3]

[1] Department of Surgery, Womack Army Medical Center, Fort Bragg, NC, USA

[2] Department of Surgery, San Antonio Military Medical Center, San Antonio, TX, USA

[3] Cancer Vaccine Development Program, San Antonio, TX, USA

Introduction

In the late 19th century, Dr. William Coley famously noted tumor regression in sarcoma patients after local infections. He hypothesized that the immune system, while fighting the infection, becomes primed to recognize tumor cells as pathogens and then lyses them. Dr. Coley deliberately inoculated cancer patients with streptococcus bacteria as well as various viruses; he again saw local regression of their tumors [1]. The field of cancer immunotherapy was born, but Dr. Coley's findings were met with great skepticism, relegating immunotherapy to a very minimal role in the treatment of cancer. Recent clinical successes in the form of monoclonal antibodies and checkpoint inhibitors (CPIs) have brought immunotherapy into the mainstream, renewing interest in the development of cancer vaccines. The appeal of cancer vaccines over classic chemotherapy, and even over other immunotherapies, is the ability to induce active immunity. A full, active immune response primed against tumor cells will not only lyse current tumor cells, but will also induce long-lasting immune memory, enabling the immune system to attack dormant tumor cells and decrease the chance of a future recurrence. Substantial progress towards this goal has been made recently, but the full realization remains elusive.

Cancer vaccine strategies

The basic formula to induce an active immune response involves presenting one or more tumor-associated antigens (TAAs) in the correct context. This typically requires that antigens are taken up, processed, and presented by antigen-presenting cells (APCs). In this chapter, we attempt to comprehensively review the strategies that have been developed to accomplish this goal and the examples of each strategy that have made it to phase III trials. We divide these vaccines by strategy, covering each of the following: dendritic cell (DC) vaccines, tumor cell vaccines, protein-based vaccines, viral vaccines, and an anti-idiotypic antibody vaccine. Tables 6.1–6.5 include a comprehensive list of these vaccines with pertinent details; the chapter follows these tables closely.

Dendritic cell vaccines

Dendritic cells are the body's most potent professional APCs, which uptake, process, and present antigens to naïve T cells in lymphoid organs [2].

Immunotherapy in Translational Cancer Research, First Edition. Edited by Laurence J. N. Cooper, Elizabeth A. Mittendorf, Judy Moyes, and Sabitha Prabhakaran.

Table 6.1 Dendritic cell vaccines.

Vaccine	*Disease*	*Strategy*	*Type Vaccine*	*Immuno-adjuvant*	*Phase*	*Patient Population*	*# Patients*	*Study Name*	*Result*	*Reference*	*NCT Number*
Sipuleucel-T (Provenge)	Prostate cancer	DC	Autologous DC primed with PAP		3	Metastatic	512	IMPACT	Median OS 25.8 vs 21.7, p=03; PFS: 14.6 vs 14.4wk p=.63	3	
DCVax	Prostate cancer	DC	Autologous DC primed with PSMA		1, 2		33		74% developed significant prolifererative responses to PSMA.	4	
					3	Unknown	612		Cleared by FDA for 612 pt trial, not started yet	5	
	GBM	DC	Autologous DC pulsed with autologous whole tumor lysate		2	New diagnosis/ recurrence	39		Median OS 30mo vs 14.6mo historical control; 33% of patients reached 4 years survival	6	
					3	New diagnosis	331		Estimated completion 2017	7	NCT 00045968
ICT-107	GBM	DC	Autologous DC pulsed with 6 peptides		2	HLA-A1/A2 resected, with <1 cm^3 residual tumor	124		Increased OS by 2mo (p=.58) Per protocol (PP) OS by 3mo (p=.40) Increased PFS by 2mos (p=.02) Increased PP PFS by 3mo (p=.01)	8	
					3	Resected, min residual disease	414		Starting Nov 2015, estimated completion Dec 2019	7	NCT 02546102
AGS-003	RCC	DC	Autologous DC w/ autologous tumor RNA & CD-40L RNA		2	Metastatic	25		OS twice expected rate; 24% survived >5 years	9	
					3	Metastatic or advanced disease	450	ADAPT	Estimated completion April 2017	10, 7	NCT 01582672

Note: DC=dendritic cell; PAP=prostatic acid phosphatase; OS=overall survival; PFS=progression-free survival; PSMA=prostate-specific membrane antigen; GBM=glioblastoma multiforme; RCC=renal cell carcinoma.

Table 6.2 Protein-based vaccines.

Vaccine	Disease	Strategy	Type Vaccine	Immuno-adjuvant	Phase	Patient Population	# Patients	Study Name	Result	Reference	NCT Number
Nelipepimut-S (Neuvax)	Breast cancer	Peptide	HER-2/neu peptide	GM-CSF	2	Disease free	187		5 yr DFS: 89.7 vs 80.2 ($p = .08$); Optimal dosing 5 yr DFS: 94.6% vs 80.2% ($p = .05$)	11	
					3	Disease free, node positive, HER2 1+,2+	700	PRESENT	Halted after interim review. Data being analyzed.	12, 7	NCT 01479244
gp100	Melanoma	Peptide	gp100:209-217 peptide	Montanide ISA-51	3	Stage III/IV unresectable melanoma	177		OS: 17.8 vs 11.1mo, $p = .06$ PFS: 2.2 vs 1.6mo, $p = .008$ Response rate 16% vs 6%, $p = .03$	14	
					3	Stage III/IV, progressed on SOC therapy	676		OS: gp100:6.4 vs ipi+gp100:10.0mo, $p < 0.001$ OS: gp100: 6.4 vs ipi alone: 10.1mo, $p = .003$	15	
Emepepimut (tecemotide)	NSCLC	Peptide	MUC1 lipopeptide	BSC	2	Stage IIIB/IV NSCLC	171		All pts 3 yr OS 31% vs 17%, $p = .035$; stg IIIB OS 49% vs 27%, $p = .07$	16	
				MPL	3	Unresectable Stage III	1513	START Trial	Median OS 25.6 vs 22.3mo $p = .123$; TTP: HR = 0.87, $p = .016$ Concurrent chemotherapy (chemo) grp: Median OS 30.8 vs 20.6mo, $p = .016$	17	
					3	Unresectable stage III, concurrent CRT	35	START 2 Trial	Terminated August 2014	18	NCT 02049151
					3	Unresectable stage III, stable after CRT	285	INSPIRE	Terminated August 2014	18	NCT 01015443
Elpamotide	Pancreatic cancer	Peptide	VEGFR2 peptide	Montanide ISA-51	Phase 2/3	Locally advanced or metastatic	153	PEGASUS-PC	OS HR=0.87, p=.897; Severe inj site reaction pts with better OS (15.67mo) compared to placebo (8.54), p=NS	19	

Vaccine	*Disease*	*Strategy*	*Type Vaccine*	*Immuno-adjuvant*	*Phase*	*Patient Population*	*# Patients*	*Study Name*	*Result*	*Reference*	*NCT Number*
GV1001	Pancreatic cancer	Peptide	Telomerase peptide	GM-CSF	3	Locally advanced or metastatic	1062		Median OS Chemo vs sequential chemo+vaccine (vax): 7.89 vs 6.94mo, *p*=.05 Median OS chemo vs concurrent chemo+vax: 7.89 vs 8.36, *p*=.11	21	
Rindopepimut (CDX-110)	GBM	Peptide	14-mer peptide of EGFRvIII with KLH	GM-CSF	2	EGFRvIII+w/o progression after SOC	82	ACT III	vs matched control from ACTIVATE: median OS 24.6 vs 15.2mo; PFS 12.3mo vs PFS 6.4mo	23	
					3	EGFRvIII+pts w/o progression after SOC	374	ACT IV	Discontinued. Vax vs control arms: HR=0.99	24	NCT 01480479
Vitespen (HSPPC-96)	Melanoma	Multiple peptides	Autologous tumor derived peptides complexed with gp96 (HSP)	N/A	3	Adjuvant; at least partially resectable stage IV disease (dz)	ITT 322 PT 219	C-100-21 study Group	ITT OS no diff HR1.16, *p*=.32; PerTreat M1a+M1b: HR=0.45, *p*=.03	26	
	RCC				3	Post-nephrectomy in non-metastatic, resectable RCC	818		ITT RFS HR=0.923, *p*=.506; Subset with stage I or II: RFS HR 0.576, *p*=.056	27	
IMA901	RCC	Multiple peptides	10 peptide vaccine	GM-CSF	2	Metastatic RCC, HLA-A2+	68		OS of immune responder+Cy vs -Cy HR=0.38, p=.04	28	
					3	Locally advanced or metastatic, HLA-A2+	339	IMPRINT	Sunitinib only vs sunitinib +vax: HR: 1.34, *p*=.087	29	NCT 01265901
Seviprotimut (POL-103A)	Melanoma	Multiple peptides	Shed peptides from 3 allogenic melanoma cell lines	Alum	2	Resected, high-risk stage III	38		Median OS: 3.8 vs 2.7 year (*p*=NS); TTP 1.6 vs 0.6 yr (*p*=.03)	31	
					2	Resected, stage II/III	116		Vaccine vs placebo RFS: Quadravalent HR=0.63, *p*=.095; Trivalent HR=0.407, *p*=.0018	30	
					3	Stage IIb-III postresection	1059	MAVIS	Est comp Oct 2018	7	NCT 01546571

(*Continued*)

Table 6.2 *(Continued)*

Vaccine	*Disease*	*Strategy*	*Type Vaccine*	*Immuno-adjuvant*	*Phase*	*Patient Population*	*# Patients*	*Study Name*	*Result*	*Reference*	*NCT Number*
Theratope (STn-KLH)	Breast cancer	Protein	STn (MUC1 epitope) + KLH	Enhanzyn	3	Metastatic; no dz progression after SOC	1028		OS: 23.1 vs 22 months, $p = .916$	33	
									Concomitant endocrine therapy OS 36.5 vs 30.7mo, $p = .03$; >median Ab response 41.3 vs25.4mo, $p = .009$	32	
CIMAvax-EGF	NSCLC	Protein	recEGF + recNeisseria protein	Montanide ISA-51	2	Stage IIIB/IV after SOC	80		Median OS 12.7 vs 8.5mo, p = NS ≤60 Median OS 11.57 vs 5.33, $p = .0124$	56	
					3	Stage IIIB/IV after SOC	579		UK trail	57	
MAGE-A3	NSCLC	Protein	recMAGE-A3	AS02B	2	Adjuvant - resected stage IB/II	182		OS HR 0.81, $p = .454$ DFS HR 0.76, $p = .248$	35	
				AS15	3	Completely MAGE-A3 positive, resected stage IB, II, IIIA NSCLC	2272	MAGRIT	DFS 60.5 vs 57.9mo, $p = .74$	36	
	Melanoma	Protein	recMAGE-A3	AS15 vs ASO2B	2	Unresectable metastatic melanoma	75		OS: 33mo AS15 vs 19.9mo AS02B 6mo PFS AS15 25% vs ASO2B 14%	34	
				AS15	3	dz free stage IIIB/C melanoma	1351	DERMA	Trial terminated after initial analysis showed no difference in DFS	38, 7	NCT 00796445

Note: DFS = disease-free survival; SOC = standard of care; RFS = recurrence-free survival; TTP = time to progression; CRT = chemoradiotherapy; ITT = intention to treat; MPL = monophosphoryl lipid A; KLH = keyhole limpet hemocyanin.

Table 6.3 Tumor cell vaccines.

Vaccine	*Disease*	*Strategy*	*Type Vaccine*	*Immuno-adjuvant*	*Phase*	*Patient Population*	*# Patients*	*Study Name*	*Result*	*Reference*	*NCT Number*
GVAX	Prostate cancer	Tumor cell	Allogenic tumor cell lines PC-3 and LNCaP expressing GM-CSF		2	Neoadjuvant, combined with docetaxel	6		4 had downstaging, 3 had undetectable PSA at 2mo post-op	58	
					3	Asymptomatic metastatic	626	VITAL-1	Stopped early after HR 1.01 less than 30% of achieving endpoint	39	NCT 00089856
					3	Symptomatic metastatic	408	VITAL-2	Terminated for safety concerns	39	NCT 00133224
	Pancreatic cancer	Tumor cell	2 irradiated allogenic PDA cell lines expressing GM-CSF		2	Metastatic pancreatic ductal carcinoma	93		Median OS 6.0 vs 3.4mo, $p = .006$, favored Gvax + CRS-207	40	
Algenpantucel-L (Hyperacute)	Pancreatic cancer	Tumor cell	Allogeneic tumor cell lines expressing αGal		2	Adjuvant stage I/II, after R0/R1 resection	70		Median DFS 14.1 vs expected 11.4mo; higher dose 12mo DFS 81% vs predicted <50%	41	
					3	Adjuvant, after R0/R1 resection	722	IMPRESS	No difference in OS: SOC 30.5mo vs SOC + vax 27.3mo	42	NCT 01072981
Belagenpumatecel-L (Lucanix)	NSCLC	Tumor cell	Allogenic tumor cell w/ antisense plasmid		3	Stage III/IV, stable dz after chemo	532	STOP Trial	No improvement overall, some in pts enrolled w/in 12wks	43, 44	NCT 01072981
OncoVAX	Colorectal cancer	Tumor cell	Autologous tumor cells + BCG		**3**	Adjuvant, stage II/III	412	ECOG 5283	Pts with immune response vs control OS: HR = 1.65, $p = .012$; stage II with immune response OS HR = 2.0, $p = .018$	45	
					3	Adjuvant, stage II/III	254	ECOG 8701	Overall reduced rate of recurrence by 44%, $p = .023$; stage II by 61%, $p = .011$	45	
					3	Adjuvant, stage II	550		Est completion July 2020	7	NCT 02448173

Note: PSA = prostate-specific antigen.

Table 6.4 Viral vaccines.

Vaccine	*Disease*	*Strategy*	*Type Vaccine*	*Immuno-adjuvant*	*Phase*	*Patient Population*	*# Patients*	*Study Name*	*Result*	*Reference*	*NCT Number*
ProstVac-VF	Prostate cancer	Viral	PROSTVAC Vaccinia virus (rV-PSA) and Fowlpox virus (rF-PSA)	recGM-CSF	2	Biochemical progression after local therapy	64	ECOG 7897	Median time to PSA Prog: rF-PASx4 9.2 months, rF-PSA then rV-PSA 9.2 months, rV-PSA then rF-PSA18.2 months, $p = .15$	47	
			rV-PSA-TRICOM prime, rF-PSA-TRICOM boost	recGM-CSF	2	Metastatic, adjuvant deprivation therapy resistant	125		Median OS 25.1 vs 16.6, HR = 0.56, $p = .006$	48	
			rV-PSA-TRICOM prime, rF-PSA-TRICOM boost	± recGM-CSF	3	Metastatic, castration resistant	1297		Est. completion date August 2017	49, 7	NCT 01322490
TG4010	NSCLC	Viral	Modified vaccinia Ankara encoding MUC1 and IL-2		2	Metastatic; first-line therapy	170	TIME	Overall PFS HR = 0.76, $p = \text{NS}$ Increased 6 months PFS in non-squamous, HR = 0.67, $p = .016$	50	
					3		1000		Phase III trial terminated	50	NCT 01383148
					2	Metastatic; dz progression after first-line therapy	33		Vax + nivolumab Est. completion date December 2018	7	
TroVax (MVA-5T4)	RCC	Viral	Modified vaccinia Ankara encoding 5T4		3	Locally advanced/ metastatic, after nephrectomy	732		Trovax + IL-2 vs placebo + IL-2: OS 20.1 vs 19.2 months, $p = .55$ Good prognosis subgroup, HR = 0.54, $p = .046$	52	

Table 6.5 Anti-idiotypic antibody vaccine.

Vaccine	*Disease*	*Strategy*	*Type Vaccine*	*Immuno-adjuvant*	*Phase*	*Patient Population*	*# Patients*	*Study Name*	*Result*	*Reference*	*NCT Number*
Racotumomab	NSCLC	Antibody	Anti-P3 anti-idiotypic monoclonal AB IEI0	Alum	2	Stage IIIb/IV dz, objective response or stable dz after SOC	176		Median OS 8.23 vs 6.8mo $p = .004$ Median PFS 5.33 vs 2.9 $p = .039$	55	
					3		1082		Est. completion early 2017	7	NCT 01460472

A DC vaccine exploits the function by enhancing presentation of TAAs, typically by loading the antigens directly into the DC. One way to accomplish this is to select a single antigen, synthetically produce it, and load it into autologous DCs (Provenge and DCVax-Prostate). Other DC vaccines are similar, but instead DCs are loaded with multiple synthetically produced peptides (ICT-107). Another strategy is to expose DCs to autologous tumor components and allow the DCs to select which epitopes are presented (DCVax-L). Finally, one vaccine loads the DCs with autologous tumor RNA (ASG-003). The primary advantage of this strategy is that investigators directly load DCs, instead of assuming that the patient's DCs will take up and process the selected cell or antigen *in vivo*. The disadvantage, however, is that the process of extracting, loading, and reinfusing these cells is rather expensive, potentially limiting the wide applicability of this technology. These vaccines are summarized in Table 6.1.

Sipuleucel-T (Provenge®, Dendreon)

In many ways the most successful cancer vaccine to date, Provenge remains the only Food and Drug Administration (FDA)-approved cancer vaccine. Provenge uses autologous peripheral-blood mononuclear cells and activates them against prostate cancer cells by loading a fusion protein of prostate-specific antigen and granulocyte macrophage colony-stimulating factor (GM-CSF). In the phase III trial that led to FDA approval, 512 patients with metastatic, castration-resistant prostate cancer were randomized to Provenge or placebo. After a median follow-up of 34.1 months, there was a 22% relative risk reduction of mortality in the Provenge group (HR = 0.78, $p = .03$), and median survival was increased (25.8 vs 21.7 months) [3].

DCVax® (Northwest Biotherapeutics)

DCVax is a family of vaccines consisting of autologous DCs pulsed with various TAAs. The two most advanced forms are DCVax-Prostate, in which DCs are pulsed with recombinant prostate-specific membrane antigen whole protein, and DCVax-L, in which DCs are pulsed with epitopes acid-eluted from autologous tumor cells [4]. Two small phase I/II studies have been completed with DCVax-Prostate, which showed the vaccine to be safe, immunogenic, and capable of inducing a high rate of disease stabilization in patients with metastatic androgen-independent prostate cancer [4]. The FDA has given approval for a phase III trial based on these early results, though at the time of publication of this chapter, the trial had yet to begin [5]. DCVax-L has completed phase I/II trials in 39 patients with newly diagnosed or recurrent glioblastoma multiforme (GBM). The median survival rate was 30 months—a vast improvement over historical controls with a typical median survival of 14.6 months [5]. A phase III trial is ongoing to measure progression-free survival (PFS) and overall survival (OS) in 331 patients with newly diagnosed GBMs. This trial has completed enrollment and it should reach completion in 2017 [6, 7].

ICT-107 (ImmunoCellular)

ICT-107 consists of autologous DCs pulsed with six synthetic class I peptides from a variety of TAAs known to be expressed on GBM tumor cells. The results of a phase II trial of ICT-107, in which patients with minimal residual disease ($n = 124$) were randomized after resection of a GBM to receive ICT-107 or unpulsed DCs, showed improved PFS in both intention to treat (HR = 0.56, $p = .02$) and per-protocol analysis (HR = 0.53, $p = .01$) [8]. Based on these impressive results, a phase III randomized, controlled, double-blinded study of ICT-107 in GBM has begun and is actively recruiting patients; this trial is estimated to reach completion in 2019 [7].

AGS-003 (Rocapuldencel-T)

AGS-003 is a vaccine against renal cell carcinoma (RCC) prepared *ex vivo* from autologous DCs co-electroporated with two types of RNA, the patient's amplified tumor RNA and synthetic CD40L RNA. After promising early studies in patients with metastatic RCC, a phase II trial was conducted in which 25 patients were given ASG-003 in addition to planned sunitinib therapy. Results of the trial indicated minimal toxicity, and roughly a doubling of expected survival, with 24% of patients surviving more than 5 years [9]. After these promising results, a phase III trial (the ADAPT trial) started, randomizing patients with advanced or metastatic RCC to sunitinib with or without AGS-003 [10].

The ADAPT trial completed enrollment with 462 patients randomized to standard therapy with Rocapuldencel-T versus standard therapy in 2:1 fashion. Although there was no significant difference between the groups with regard to overall survival (Hazard Ratio 1.10 (0.83, 1.46) for combination therapy vs. standard therapy), more than half of the subjects in both treatment groups were censored for survival. The study authors note the potential for delayed treatment effect, as the objective response rate and overall response rate trended toward improvement in the combination group. Longer-term follow-up will be necessary to determine whether Rocapuldencel-T in addition to standard therapy improves outcomes.

Protein-based vaccines

Protein-based vaccines rely on normal pathways of antigen uptake and presentation to facilitate immune response to one or more TAAs of the investigator's choosing, typically delivered through subcutaneous injection. Although the proteins or peptides selected are generally immunogenic, they often require an immunoadjuvant to increase the likelihood of generating full, active immunity. The major advantage of this strategy is that the same synthetically derived compound can be produced cheaply in large quantities and given to a large number of patients. The disadvantage, however, is that the patient's immune system must perform the crucial step of loading DCs with the administered antigen.

A protein-based vaccine can consist of a single immunogenic peptide, which allows the immune system to focus on one highly expressed TAA and makes assessing immune response to the vaccine more straightforward. Alternatively, multiple specific peptides can be given at the same time, allowing for more widespread application of the vaccine to patients with tumors expressing multiple TAAs and potentially attacking tumors on multiple fronts. Finally, an entire protein can be used as the inoculant, allowing the patient's APCs to select the most immunogenic epitopes within the larger complex to be presented. Here we discuss examples of each of the three separate strategies: single peptide vaccines, multiple peptide vaccines, and full protein vaccines. These vaccines are summarized in Table 6.2.

Single peptide vaccines

Nelipepimut-S (NeuVax™, Galena Biopharma)

Nelipepimut-S is a vaccine composed of GM-CSF and E75, a peptide from the transmembrane portion of HER2, a well-known breast cancer TAA. E75 was identified as the most immunodominant peptide from a number of HER2-derived peptides, and then studied in a large phase I/II trial, where patients receiving the vaccine had improved disease-free survival (DFS) over patients receiving GM-CSF alone (89.7% vs 80.2%, $p = .08$). Subset analysis showed that patients with HER2 low-expressing (IHC 1+ or 2+) tumors, a population with few current therapeutic options, also had improved DFS over placebo (88.1% vs 77.5%, $p = .16$) [11]. Based on these findings, the phase III PRESENT study, which began in 2014, compared nelipepimut-S vs GM-CSF in patients with node-positive, HER2 low-expressing breast cancer. In June 2016, the PRESENT trial was halted after interim review. Data from the study are currently being analyzed [12]. This vaccine is also being studied in combination with trastuzumab in two phase II trials [7].

Glycoprotein 100 (gp100)

Gp100 is a melanosomal protein that has been shown to induce a strong immune response. A vaccine was created based on a specific immunogenic peptide of gp100 (amino acids 209–217) and has been tested in clinical trials in combination with the immunoadjuvant Montanide ISA-51. In early clinical studies, gp100 was shown to induce a meaningful immune response against melanoma cells in HLA-A0201-positive patients. A phase II trial was performed administering gp100 with IL-2, which showed improved objective response rates compared to previous reports of IL-2 alone [13]. This prompted a phase III trial, which randomized 177 patients with stage III/IV melanoma to IL-2 alone or the gp100 vaccine plus IL-2. The vaccine group showed a higher clinical response rate (16% vs 6%, $p = .03$) and longer PFS (2.2 months vs 1.6 months, $p = .008$) [14]. This gp100 vaccine was then used as control in a landmark study that led to the FDA approval of ipilimumab, a CPI that blocks CTLA-4. The trial had three arms: gp100 alone, gp100 with ipilimumab, and ipilimumab alone. Patients treated with gp100 had the lowest median OS of the three groups, worse than those treated with ipilimumab and gp100 (6.4 months vs 10.0 months, $p < .001$) or ipilimumab alone (6.4 vs 10.1 months, $p = .003$) [15]. While the results of this trial favored ipilimumab over the vaccine, research continues with gp100, particularly in vaccines using gp100 as one of multiple peptides [7].

Emepepimut-S (Tecemotide, Cascadian Therapeutics)

Emepepimut-S, formerly known as Stimuvax or BLP25 liposomal vaccine, is a single-peptide vaccine but with a more complicated delivery system. The vaccine is composed of a MUC1-based peptide, tecemotide, which has been combined with an immunoadjuvant, monophosphoryl lipid A, and anchored into the membrane of a liposome. This liposomal formulation is designed to facilitate efficient uptake of the peptide into APCs. While MUC1 is overexpressed in multiple malignancies, the largest trials with emepepimut-S have been completed in non-small-cell lung cancer (NSCLC). A phase IIb trial was completed in patients with either stage IIIB or IV NSCLC and showed the vaccine to have the most promise in the subgroup of patients with loco-regional disease (stage IIIB) [16]. The first phase III trial, the START trial, was completed in 1513 patients with unresectable stage III NSCLC who did not progress on primary chemoradiotherapy. Median OS was not significantly different between groups (25.6 months vs 22.3 months, HR = 0.88, $p = .123$), but a secondary endpoint of time to symptom progression was improved in vaccinated patients (HR = 0.85, $p = .023$). Also, in predefined subgroup analysis, patients undergoing concurrent chemoradiotherapy showed a significant increase in median OS when receiving the vaccine (30.8 months vs 20.6 months, $p = .016$) [17]. Given the positive results in the subgroup analysis, two additional phase III trials, the START 2 and INSPIRE studies, were started. Following the disappointing results of an interim analysis of a phase I/II trial in Japanese patients (the EMR 63325-009 study), however, the two ongoing phase III trials were terminated, and there are currently no further trials of emepepimut-S [18].

Elpamotide

Elpamotide is a peptide derived from vascular endothelial growth factor receptor-2 (VEGFR2), given with Montanide ISA-51. The idea of pursuing a vaccine directed at VEGFR2 was based on the success of anti-VEGF therapies in a number of advanced malignancies [19]. A phase I study of elpamotide in combination with gemcitabine in patients with advanced pancreatic cancer showed prolonged survival (8.7 months) when compared to historical patients receiving gemcitabine. This positive result led to a phase II/III study (PEGASUS-PC), in which 159 patients with locally advanced or metastatic pancreatic adenocarcinoma who had received no prior chemoradiotherapy were randomized to the vaccine or Montanide ISA-51 alone; both arms were given standard of care (SOC) gemcitabine. The overall results of this study were largely disappointing, with no difference in OS ($p = .918$). In subgroup analysis, vaccinated patients having a strong injection site reaction had better OS (15.67 months) than those without severe reactions (8.28 months) and patients receiving Montanide only (8.54 months, p value not reported) [19]. The authors of this paper suggest a potential role for this vaccine in patients who are preselected based on reaction to a skin test, but there are no current ongoing trials using elpamotide.

GV1001

GV1001 is a subunit of human telomerase reverse transcriptase. The vaccine, GV1001 plus GM-CSF, targets telomerase, which is required to lengthen telomeres shortened by the repeated DNA replication required for tumor growth. After promising phase II results showing immunogenicity and a signal of efficacy [20], the vaccine was studied in a phase III trial (TeloVac) [21]. This phase III trial randomized 1062 patients with locally advanced or metastatic pancreatic adenocarcinoma to one of three arms: chemotherapy, sequential chemo-immunotherapy, or concurrent chemo-immunotherapy. Median OS was higher in the chemotherapy alone group than the sequential chemo-immunotherapy group (7.89 months vs 6.94 months, $p = .05$) and was similar between chemotherapy and concurrent chemo-immunotherapy groups (7.89 months vs 8.36 months, $p = .64$) [21].

Rindopepimut (Rintega®, Celldex Therapeutics)

Rindopepimut (CDX-110) is composed of an EGFRvIII peptide conjugated to the immune stimulant, keyhole limpet hemocyanin (KLH). Interestingly, this peptide was originally studied in phase I trials as a part of DC therapy composed of autologous DCs pulsed with rindopepimut [22]. The use of DCs was abandoned in later trials due to the expense and difficulty of culturing these cells. Instead, in phase II trials, it was given with GM-CSF as a peptide vaccine. Three small phase II trials were completed in patients with newly diagnosed GBM: the ACTIVATE, ACT II, and ACT III trials. The last of these trials (ACT III) showed an increase in PFS and OS in vaccinated patients over historical controls from the ACTIVATE trial [23]. This prompted a phase III trial (ACT IV), which was discontinued in March of 2016 after an interim analysis showed the treatment and control arms performed essentially the same (HR = 0.99; median OS: treatment arm 20.4 months vs control 21.1 months) [23, 24].

Multiple peptide vaccines

Vitespen® (HSPPC-96)

Vitespen (HSPPC-96), formerly known as Oncophage®, is a vaccine composed of heat shock protein (HSP)-derived peptide complexes purified from autologous tumor cells. This vaccine takes advantage of the natural immunogenicity of HSPs, which are known to have high uptake by DCs without need for an immunoadjuvant. Proof of principle was completed in phase I and II trials of patients with both melanoma and RCC [25]. The first phase III trial was completed in patients with untreated stage IV melanoma. In this trial, 322 patients were randomly assigned to Vitespen or physician's choice of standard melanoma therapy. Of note, 61 of 215 patients randomized to the Vitespen arm did not receive the vaccine because it could not be prepared for them, highlighting the downside of using autologous, instead of recombinant, proteins. Survival analysis showed no improvement in OS in vaccinated patients, whether intention-to-treat population (HR = 1.16, $p = .32$) or treated population (HR = 1.29, $p = .25$). Exploratory landmark analyses showed that patients with less disease burden (M1a and M1b) receiving full treatment with Vitespen (defined as 10 or more inoculations) had a significant increase in OS over similar patients in the physician's choice arm (HR = 0.45, $p = .03$) [26]. A second phase III trial of Vitespen was completed in which 728 patients with nonmetastatic RCC were randomized to either vaccine therapy or observation after undergoing nephrectomy. In this trial, only 8% of patients had vaccine production failure. At the time of initial analysis, there was no significant difference in recurrence-free survival (RFS) ($p = .506$) or OS ($p = .896$). A predefined exploratory analysis of patients with lower disease burden (stage I and II disease), however, showed a trend towards improved recurrence rates with vaccination over observation (HR = 0.576, $p = .056$) [27]. There are no ongoing trials of this vaccine in patients with RCC, but the platform is now being studied in phase I and II trials in patients with GBM [7].

IMA901

IMA901 is made up of 10 peptides (9 HLA-A2-restricted and 1 HLA-DR-restricted) that were selected based on immunogenicity and overexpression in primary tumor tissues using an antigen discovery platform, XPRESIDENT, given with GM-CSF [28]. The vaccine was tested in a phase II trial in which 68 HLA-A2-positive patients with metastatic RCC were randomized to the vaccine with or without cyclophosphamide pretreatment. This trial showed that patients who were immune responders to the vaccine and were pretreated with cyclophosphamide had prolonged survival over those without pretreatment (HR = 0.38, $p = .04$) [28]. A randomized, phase III trial (the IMPRINT trial) was completed in 2015. In this trial, 339 HLA-A2 positive patients with advanced or metastatic RCC were randomized to sunitinib (standard first-line treatment) with or without IMA901. Patients receiving combination therapy actually had a trend toward decreased OS (HR = 1.34, $p = .087$). T cell responses in the phase III trial were significantly diminished compared with those in the phase II trial, which may have explained the lack of clinical response [29].

Seviprotimut-L (POL-103A)

The Seviprotimut-L vaccine is composed of multiple surface peptides from three allogenic melanoma cell lines given with alum as the immunoadjuvant. This vaccine is generated using a variation of a proprietary technology that involves isolating and purifying shed proteins from three proprietary melanoma cell lines [30]. A similar polyvalent vaccine created using this technology was studied in a phase II trial in which 38 patients with resected stage III melanoma were randomized to vaccine or placebo. Vaccinated patients had significantly increased median time to progression (1.6 years vs 0.6 years, $p=.03$) and a nonsignificantly increased median OS (3.8 years vs 2.7 years) [31]. A more recent phase II trial compared a trivalent and a quadravalent vaccine, each produced in the same manner as Seviprotimut-L, to a null-vaccine used as a control. In this trial, 116 patients with stage II and III melanoma were randomized to either one of the vaccines or placebo. RFS was better among patients receiving the quadravalent vaccine (HR = 0.632, $p=.095$) and the trivalent vaccine (HR = 0.407, $p=.0018$) compared to null vaccine [30]. Based on these findings, the phase III MAVIS trial of Seviprotimut-L was started. This trial, which is currently active but not recruiting patients, enrolled patients with stage IIb-III melanoma after complete resection. Patients are randomized to the vaccine or placebo; the trial is estimated to reach completion in October 2018 [7].

Full-protein vaccines

Theratope (STn-KLH)

Theratope is a vaccine composed of a fusion protein made up of sialy-Tn (STn), a TAA found on cancer-associated mucins, and KLH [32] combined with Enhanzyn as the immunoadjuvant. Early trials in breast cancer showed the vaccine to be immunogenic and efficacious. A phase III trial randomized 1,028 women with metastatic breast cancer who had no evidence of disease or no progressive disease following first-line chemotherapy to either Theratope or KLH alone, with both arms receiving Enhanzyn. The overall results of this trial showed similar median time to progression (3.4 vs 3.0 months, $p=.305$) and median OS (23.1 vs 22. months, $p=.916$) between arms [33]. A post hoc analysis, however, showed a survival advantage for Theratope in the subgroup of patients receiving concomitant endocrine therapy (median OS 36.5 vs 30.7 months, $p=.0287$). Moreover, women in this subgroup with a median or higher antibody response had significantly longer median OS than those with lower antibody response (41.3 vs 25.4 months, $p=.009$) [32]. While the overall results for this trial were somewhat disappointing, this analysis offers hope for future use of Theratope in a subset of women.

MAGE-A3

The MAGE-A3 protein is expressed in very few normal adult tissues but is commonly expressed in tumor cells (up to 76% of melanomas) [34], making it an ideal target for a cancer vaccine. The MAGE-A3 vaccine is a recombinant protein combined with one of two immunoadjuvants. Small pilot studies showed MAGE-A3 to be immunogenic and induce antitumor activity in multiple malignancies [35], especially melanoma and NSCLC. A small phase II trial conducted in melanoma patients explored the best immunoadjuvant to accompany MAGE-A3, randomizing 75 patients to MAGE-A3 plus either AS15 or AS02. Patients receiving AS15 as the immunoadjuvant showed improved immunologic response, longer median OS, and higher PFS at six months [34]. Based on these results, MAGE-A3 was paired with AS15 in future trials. The first phase III trial with the MAGE-A3 vaccine (the MAGRIT trial) randomized 2272 patients with MAGE-A3 positive stage IB, II, or IIIA NSCLC tumors (after resection) to standard adjuvant therapy plus either the MAGE-A3 vaccine or placebo. The median DFS was similar between the two groups (60.5 months and 57.9 months, $p=.74$), and an overall treatment effect was not observed [36]. A second phase III trial in melanoma (the DERMA trial) enrolled 1351 patients with stage IIIB-C melanoma and randomized 2:1 to treatment with the vaccine or placebo [37]. Initial analysis of this trial in September of 2013 revealed a failure to meet the coprimary endpoint of improved DFS in the overall MAGE-A3 positive population. The DERMA trial was continued as investigators attempted to identify a subpopulation that might benefit from the vaccine, but it was terminated in September 2016 [7, 38].

Tumor cell vaccines

Tumor cell vaccines are conceptually the simplest vaccines, relying on the basic premise, which Dr. Coley exploited, that the immune system is primed against tumors following cell lysis, presentation of the encountered epitopes by APCs, and priming of T cells that interact with those APCs. In general, these vaccines consist of allogenic or autologous tumor cells that are irradiated and modified to increase immunogenicity. The patient's immune system will select the immunogenic epitopes from lysed cells *in vivo*, thus priming the immune system against tumor cells bearing the same epitopes. These vaccines are summarized in Table 6.3.

GVAX

The GVAX vaccine is more of a concept than a specific vaccine. It consists of irradiated allogenic tumor cell lines of one of many malignancies that have been genetically modified to secrete GM-CSF. Treatment with GVAX has reached phase III trials for use in one solid tumor cancer, prostate cancer, but has also shown success in pancreatic cancer and leukemia. GVAX for prostate cancer is composed of irradiated PC-3 and LNCaP allogenic tumor cells. Two phase III trials have been conducted in metastatic prostate cancer, the VITAL-1 and VITAL-2 studies. VITAL-1 enrolled men with asymptomatic prostate cancer and randomized them to receive either vaccine or SOC. VITAL-2 enrolled men with symptomatic prostate cancer and randomized them to treatment with the vaccine and docetaxel or to prednisone and docetaxel. In 2008, a routine safety review of VITAL-2 showed an increase in deaths in the treatment arm (67 vs 47 in control arm); the trial was terminated. A safety review of VITAL-1 showed no safety concerns, but efficacy concerns prompted a futility analysis. Based on this analysis, the trial was reported to have less than a 30% chance of meeting an improved survival end point, leading to termination of this trial [39]. Despite these results in prostate cancer, research is ongoing with GVAX in pancreatic cancer, where early studies showed the vaccine to effectively induce T cells against multiple pancreatic ductal adenocarcinoma antigens; multiple phase II trials are ongoing [7, 40].

Algenpantucel-L (Hyperacute)

Algenpantucel-L is a cancer vaccine that utilizes the mechanism of action of hyperacute rejection of xenotransplants, which is based on the presence of α(1,3)-galactosyl epitopes (αGal) on nonhuman mammalian cells. The vaccine is composed of two pancreatic ductal adenocarcinoma cell lines (HAPa-1 and HAPa-2) that have been genetically engineered to express αGal [41]. A phase II study was performed in the adjuvant setting after R0 or R1 resection of stage I or II pancreatic cancer in which 73 patients were enrolled and given one of two doses of the vaccine (100 million or 300 million cells/dose) in addition to SOC therapy. The overall median DFS compared favorably with historical controls (14.1 months vs 11.4 months). Furthermore, patients in the higher dose cohort had increased 12-month DFS over the lower dose cohort (81% vs 51%, $p = .02$), which led to the use of the higher dose for future trials [41]. Based on these results, the vaccine was studied in a phase III trial (the IMPRESS trial), which was recently completed. This trial enrolled 722 patients with pancreatic cancer following R0 or R1 resection and randomized them to SOC adjuvant therapy with or without algenpantucel-L. Final analysis of this trial showed no improvement in OS (SOC: 30.4 months vs SOC and vaccine: 27.3 months) or long-term survival (3 year survival: 41.4% vs 42.1%) [42].

Belagenpumatucel-L (Lucanix®, NovaRx)

Belagenpumatucel-L is a vaccine produced from irradiated allogeneic NSCLC cells transfected with a TGF-B2 antisense gene plasmid. TGF-B2 has been shown to have immunosuppressive effects in cancer patients and is inversely correlated with prognosis. Vaccinating with tumor cells and simultaneously decreasing local levels of TGF-B2 is thought to enhance the immune response to antigens from these tumor cells [43]. A phase II trial randomized 75 patients with stage II–IV NSCLC after conventional therapy to one of three doses of the vaccine (1.25, 2.5, or 5 × 10^7 cells/injection). Patients who received 2.5 or 5 × 10^7 cells/injection had increased survival compared to the lowest dose cohort (p=.0069) [43]. The phase III STOP trial was conducted in 532 patients with stage IIIA–IV NSCLC with stable disease after chemotherapy, randomizing them to vaccine or placebo. Median OS was 20.3 months for the vaccine group and 17.4 months for the placebo group (p=.594). A subgroup of patients with stage IIIB/IV disease randomized within 12 weeks of completion of chemotherapy had improved median OS over placebo (20.7 months vs 13.4 months; HR=0.75, p=.083). Stage IIIB/IV non-adenocarcinoma patients randomized within 12 weeks had a statistically significant improvement over placebo (19.9 months vs 12.3 months; HR=0.55, p=.036) [44]. Although the overall results were non-significant, the subgroups analyses support continued trials with this vaccine.

OncoVAX® (Vaccinogen, Inc.)

OncoVAX is composed of autologous tumor cells mixed with bacillus Calmette-Guérin. Multiple small phase III trials have been completed with this vaccine in patients with stage II or III colon cancer after curative resection. Two of these studies showed the vaccine to be beneficial, particularly in patients with stage II disease [45]. The trials were similar, though the most recent trial (ECOG 8701) was conducted with an additional booster inoculation at six months and used vaccine manufactured at a centralized lab (after quality control concerns during the previous trial, ECOG 5283, which did not utilize a centralized lab). A meta-analysis of these phase III trials has also been completed and showed increased RFS with the vaccine over placebo in patients who met quality control specifications (p = .024). Additionally, stage II patients receiving at least four doses of the vaccine showed improved RFS (p = .009) and OS (p = .018) compared with patients receiving placebo [46]. Based on these findings, a phase III trial has started, expecting to enroll 550 patients with stage II colon cancer after curative resection. The vaccine will again be produced in a centralized lab [7].

Viral vaccines

Viral vaccines are similar to tumor cell vaccines, but they are naturally immunogenic and are modified to contain TAAs. In general, a recombinant plasmid that codes for a TAA is inserted into the genome of a virus, sometimes along with a plasmid coding for an immunoadjuvant or cytokine. The virus is then injected into a patient, where the inherent viral proteins will induce a strong immune response, inducing the recruitment of APCs. The APCs that have been recruited and activated will then process and present the viral proteins, including the TAAs that have been selected by investigators and inserted into the virus. Thus, the immune system will be primed against these TAAs and the tumors that express them. These vaccines are summarized in Table 6.4.

ProstVac-VF (Bavarian Nordic)

ProstVac is composed of one of two viruses, each modified to express prostate-specific antigen (PSA) and used to treat prostate cancer. Two forms of the vaccine, fowlpox-PSA (rF-PSA) and vaccinia-PSA (rV-PSA), have been studied in phase II trials. The first trial tested the theory of prime/boost vaccination with combinations of these two vaccines and found the best results when patients were primed with rV-PSA and boosted with rF-PSA [47]. Based on this result, the vaccine became known as PROSTVAC-VF, priming patients with rV-PSA and boosting with rF-PSA. A triad of costimulatory molecules (referred to as TRICOM) was then added to the vaccine (along with GM-CSF). A phase II trial was conducted in which 125 patients were enrolled and randomized to the finalized form of the vaccine or placebo. Vaccinated patients showed improved OS compared with those randomized to placebo (HR=0.56, p=.006) [48]. These results inspired a three-arm phase III trial comparing PROSTVAC-VF plus GM-CSF, PROSTVAC-VF without GM-CSF, and placebo. The trial has completed enrollment of 1297 patients, and two interim analyses have confirmed that the study will continue as planned. Final results are expected in the second half of 2017 [7, 49].

TG4010 (Transgene)

TG4010 is created from modified vaccinia strain Ankara (MVA), to which plasmids for MUC-1 (a well-known TAA) and IL-2 have been added. This vaccine is being studied in a phase IIb/III trial (the TIME trial) in patients with NSCLC. In the phase IIb portion of this trial, 170 patients were randomized to standard first-line therapy plus either the vaccine or placebo. While the overall analysis of PFS showed a nonsignificant difference (HR = 0.76, p = NS), the subgroup with nonsquamous cell tumors did show an improved 6 months PFS (HR = 0.67, p = .016). Initially, a phase III continuation of this trial was planned, but this trial has since been terminated [7, 50]. Development of this vaccine will continue instead in the form of a phase II trial combining TG4010 and nivolumab in patients with metastatic NSCLC who have progressed after one line of systemic therapy [7].

TroVax® (MVA-5T4, Oxford Biomedica)

Trovax is also an MVA-based vaccine, modified instead to express 5T4, which is an oncofetal antigen expressed in >80% of carcinomas of the kidney, breast, colon/rectum, prostate, and ovary [51]. This vaccine underwent multiple phase I/II trials and was found not only to be well tolerated but also able to induce 5T4-specific immune responses, which correlated with clinical benefit [51]. The vaccine has been most successful in treatment of RCC, where a phase III trial randomized 732 patients who had undergone nephrectomy for locally advanced or metastatic disease to vaccine or placebo in addition to SOC therapy. Although the overall results of this trial showed no difference in OS, exploratory analyses of subgroups revealed that patients with high 5T4-specific antibodies had favorable survival outcomes (HR = 0.55, 95% CI 0.39–0.97) [52]. Trovax continues to be examined in multiple ongoing phase II trials studying patients who are predicted to have strong 5T4-specific immune responses based on an immune response surrogate, which has been developed by the manufacturers of Trovax [53].

Anti-idiotypic antibody vaccine

There is only one example of anti-idiotypic antibody vaccine that has reached a phase III trial. The strategy with this vaccine is to give an immunogenic antibody that mimics a TAA and induces an antigen-specific immune response against this TAA. This novel technique is similar to a peptide vaccine but instead uses a murine antibody, which should be more immunogenic. This vaccine is summarized in Table 6.5.

Racotumomab

Racotumomab, previously known as 1E10, is a murine anti-idiotype monoclonal antibody that mimics NeuGcGM3 given with alum. NeuGc glycolipids are not found on membranes of normal human cells but are found on multiple human tumors, including NSCLC. NeuGcGM3, one of these glycolipids, is known to be a potent immunosuppressive molecule, making it an attractive target for a cancer vaccine. After early studies showed the vaccine to be immunogenic and efficacious [54], a phase II/III trial was conducted in 176 patients with stage III or IV NSCLC who had stable disease or regression after SOC therapy. One hundred seventy-six patients were randomized to vaccine or placebo, and both median OS (HR = 0.63, p = .004) and median PFS (HR = 0.73, p = .039) were significantly improved in vaccinated patients [55]. Based on these results, a larger phase III trial was started in which 1082 patients with nonresectable stage III or IV NSCLC with stable disease or objective response after standard therapy were enrolled. This trial has reached target enrollment and is nearing completion [7].

Summary

While there is much promise in the field of cancer vaccines, only one vaccine, Provenge, has achieved the ultimate goal of FDA approval and clinical use. Each vaccine strategy has its merits and has found some level of success, so meaningful research should continue with each of these strategies. Overall, these vaccines are very well tolerated with minimal toxicity, which is part of what makes them attractive as definitive therapies for cancer. As demonstrated by the multiple trials with disappointing overall results but promising results in certain subsets of patients, identifying the correct patient population for these vaccines is paramount to future success. Multiple studies have shown increased efficacy in patients with minimal disease, which is not surprising based on the mechanism of these vaccines. Patients who are healthy enough to receive all doses of the vaccine will derive more benefit, and minimal disease burden is a more reasonable target for immune mechanisms, which may not be capable of overcoming a large tumor burden. Finally, multiple trials found vaccines to be more efficacious in patients with improved immune responses; thus, maximizing the immune response to vaccines is paramount to the success of future trials. One very promising way to improve the response to vaccine therapy is combination therapy with vaccines and CPIs. CPIs serve to unleash the full power of the immune system, while the vaccine directs the response toward the tumor. The hope is that this will not only increase the efficacy of vaccines but potentially decrease the toxicity of CPIs simultaneously. This new strategy is being investigated in multiple trials and holds great promise for the future.

References

1. Coley WB. The treatment of inoperable sarcoma by bacterial toxins (the mixed toxins of the Streptococcus erysipelas and the Bacillus prodigiosus). Proc R Soc Med. 1910;3(Surg Sect):1–48.
2. Banchereau J, Briere F, Caux C, Davoust J, Lebecque S, Liu YJ, et al. Immunobiology of dendritic cells. Annu Rev Immunol. 2000;18:767–811.
3. Kantoff PW, Higano CS, Shore ND, Berger ER, Small EJ, Penson DF, et al. Sipuleucel-T immunotherapy for castration-resistant prostate cancer. N Engl J Med. 2010;363(5): 411–22.
4. Knutson KL. Technology evaluation: DCVax, Northwest Biotherapeutics. Curr Opin Mol Ther. 2002;4(4):403–7.
5. Northwest Biotherapeutics Pipeline. Available from: http://www.nwio.com/clinical-trials. Accessed 5 January 2017.
6. Hdeib A, Sloan AE. Dendritic cell immunotherapy for solid tumors: evaluation of the DCVax(R) platform in the treatment of glioblastoma multiforme. CNS Oncol. 2015;4(2):63–9.
7. National Institute of Health ClinicalTrials.gov. Available from: http://clinicaltrials.gov. Accessed 10 January 2016.
8. Wen PY, Reardon DA, Phuphanich S, Aiken R, Landolfi JC, Curry WT, et al. A randomized, double-blind, placebo-controlled phase 2 trial of dendritic cell (DC) vaccination with ICT-107 in newly diagnosed glioblastoma (GBM) patients. Journal of Clinical Oncology. 2014;32(15 Suppl):2005.
9. Amin A, Dudek AZ, Logan TF, Lance RS, Holzbeierlein JM, Knox JJ, et al. Survival with AGS-003, an autologous dendritic cell-based immunotherapy, in combination with sunitinib in unfavorable risk patients with advanced renal cell carcinoma (RCC): phase 2 study results. J Immunother Cancer. 2015;3:14.
10. Daley A. Independent Data monitoring committee recommends continuation of pivotal adapt phase 3 clinical trial of AGS-003 for metastatic renal cell carcinoma Argos Therapeutics. Available from: ir.argostherapeutics.com [Cited 10 October 2015].
11. Mittendorf EA, Clifton GT, Holmes JP, Schneble E, van Echo D, Ponniah S, et al. Final report of the phase I/II clinical trial of the E75 (nelipepimut-S) vaccine with booster inoculations to prevent disease recurrence in high-risk breast cancer patients. Ann Oncol. 2014;25(9): 1735–42.
12. Galena Biopharma Discontinues NeuVax™ (nelipepimut-S) Phase 3, PRESENT interem analysis based on independent data monitoring committee recommendation. Available from: http://investors.galenabiopharma.com/. Accessed 10 January 2017.
13. Rosenberg SA, Yang JC, Schwartzentruber DJ, Hwu P, Marincola FM, Topalian SL, et al. Immunologic and therapeutic evaluation of a synthetic peptide vaccine for the treatment of patients with metastatic melanoma. Nat Med. 1998;4(3):321–7.
14. Schwartzentruber DJ, Lawson DH, Richards JM, Conry RM, Miller DM, Treisman J, et al. gp100 peptide vaccine and interleukin-2 in patients with advanced melanoma. N Engl J Med. 2011;364(22):2119–27.
15. Hodi FS, O'Day SJ, McDermott DF, Weber RW, Sosman JA, Haanen JB, et al. Improved survival with ipilimumab in patients with metastatic melanoma. N Engl J Med. 2010;363(8):711–23.
16. Butts C, Maksymiuk A, Goss G, Soulières D, Marshall E, Cormier Y, et al. Updated survival analysis in patients with stage IIIB or IV non-small-cell lung cancer receiving BLP25 liposome vaccine (L-BLP25): phase IIB randomized, multicenter, open-label trial. J Cancer Res Clin Oncol. 2011;137(9):1337–42.
17. Butts CA, Socinski MA, Mitchell P, Thatcher N, Havel L, Krzakowski MJ, et al. START: A phase III study of L-BLP25 (tecemotide) cancer immunotherapy for unresectable stage III non-small cell lung cancer. J Clin Oncol. 2013;31(Suppl):Abstract 7500.
18. Merck KGaA discontinues clinical development program of tecemotide as a monotherapy in stage III

non-small cell lung cancer. PR Newswire. Available from: http://www.prnewswire.com. Accessed 8 October 2015.

19. Yamaue H, Tsunoda T, Tani M, Miyazawa M, Yamao K, Mizuno N, et al. Randomized phase II/III clinical trial of elpamotide for patients with advanced pancreatic cancer: PEGASUS-PC Study. Cancer Sci. 2015;106(7): 883–90.
20. Bernhardt SL, Gjertsen MK, Trachsel S, Moller M, Eriksen JA, Meo M, et al. Telomerase peptide vaccination of patients with non-resectable pancreatic cancer: A dose escalating phase I/II study. Br J Cancer. 2006;95(11): 1474–82.
21. Middleton G, Silcocks P, Cox T, Valle J, Wadsley J, Propper D, et al. Gemcitabine and capecitabine with or without telomerase peptide vaccine GV1001 in patients with locally advanced or metastatic pancreatic cancer (TeloVac): an open-label, randomised, phase 3 trial. Lancet Oncol. 2014;15(8):829–40.
22. Wikstrand CJ, Hale LP, Batra SK, Hill ML, Humphrey PA, Kurpad SN, et al. Monoclonal antibodies against EGFRvIII are tumor specific and react with breast and lung carcinomas and malignant gliomas. Cancer Res. 1995;55(14):3140–8.
23. Swartz AM, Li QJ, Sampson JH. Rindopepimut: A promising immunotherapeutic for the treatment of glioblastoma multiforme. Immunotherapy. 2014;6(6):679–90.
24. Celldex Therapeutics. RINTEGA (rindopepimut): a phase 3 immunotherapy targeting EGFRvIII-expressing glioblastoma (GBM). Available from: www.celldex.com/pipeline/ Accessed 9 January 2017.
25. Srivastava P. Interaction of heat shock proteins with peptides and antigen presenting cells: chaperoning of the innate and adaptive immune responses. Annu Rev Immunol. 2002;20:395–425.
26. Testori A, Richards J, Whitman E, Mann GB, Lutzky J, Camacho L, et al. Phase III comparison of vitespen, an autologous tumor-derived heat shock protein gp96 peptide complex vaccine, with physician's choice of treatment for stage IV melanoma: the C-100-21 Study Group. J Clin Oncol. 2008;26(6): 955–62.
27. Wood C, Srivastava P, Bukowski R, Lacombe L, Gorelov AI, Gorelov S, et al. An adjuvant autologous therapeutic vaccine (HSPPC-96; vitespen) versus observation alone for patients at high risk of recurrence after nephrectomy for renal cell carcinoma: a multicentre, open-label, randomised phase III trial. Lancet. 2008;372(9633):145–54.
28. Walter S, Weinschenk T, Stenzl A, Zdrojowy R, Pluzanska A, Szczylik C, et al. Multipeptide immune response to cancer vaccine IMA901 after single-dose cyclophosphamide associates with longer patient survival. Nat Med. 2012;18(8):1254–61.
29. Rini BI, Stenzl A, Zdrojowy R, Kogan M, Shkolnik M, Oudard S, et al. IMA901, a multipeptide cancer vaccine, plus sunitinib versus sunitinib alone, as first-line therapy for advanced or metastatic renal cell carcinoma (IMPRINT): a multicentre, open-label, randomised, controlled, phase 3 trial. Lancet Oncol. 2016;17(11): 1599–611.
30. Prior clinical trials: seviprotimut-L phase II clinical trials. Available from: www.polynoma.com. Accessed 5 October 2015.
31. Bystryn JC, Zeleniuch-Jacquotte A, Oratz R, Shapiro RL, Harris MN, Roses DF. Double-blind trial of a polyvalent, shed-antigen, melanoma vaccine. Clin Cancer Res. 2001;7(7):1882–7.
32. Ibrahim NK, Murray JL, Zhou D, Mittendorf EA, Sample D, Tautchin M, et al. Survival advantage in patients with metastatic breast cancer receiving endocrine therapy plus sialyl Tn-KLH vaccine: post hoc analysis of a large randomized trial. J Cancer. 2013;4(7):577–84.
33. Miles D, Roche H, Martin M, Perren TJ, Cameron DA, Glaspy J, et al. Phase III multicenter clinical trial of the sialyl-TN (STn)-keyhole limpet hemocyanin (KLH) vaccine for metastatic breast cancer. Oncologist. 2011;16(8):1092–100.
34. Kruit WH, Suciu S, Dreno B, Mortier L, Robert C, Chiarion-Sileni V, et al. Selection of immunostimulant AS15 for active immunization with MAGE-A3 protein: results of a randomized phase II study of the European Organisation for Research and Treatment of Cancer Melanoma Group in Metastatic Melanoma. J Clin Oncol. 2013;31(19):2413–20.
35. Vansteenkiste J, Zielinski M, Linder A, Dahabreh J, Gonzalez EE, Malinowski W, et al. Adjuvant MAGE-A3 immunotherapy in resected non-small-cell lung cancer: phase II randomized study results. J Clin Oncol. 2013;31(19):2396–403.
36. Vansteenkiste JF, Cho B, Vanakesa T, De Pas T, Zielinski M, Kim MS, et al. 1173O MAGRIT, a double-blind, randomized, plaebo-controlled phase III study to assess the efficacy of the RECMAGE-A3 + AS15 cancer immunotherapeutic as adjuvant therapy in patients with resected MAGE-A3-positive non-small cell lung cancer (NSCLC). Ann Oncol. 2014;25(suppl_4):iv409–iv.
37. Kirkwood JM, Dreno B, Hauschild A, Schadendorf D, Testori A, Hersey P, et al. DERMA phase III trial of MAGE-A3 antigen-specific cancer immunotherapeutic (ASCI) as adjuvant therapy in patients with MAGE-A3-positive resected stage III melanoma. J Clin Oncol. 2011;29(15 Suppl):TPS232-TPS.
38. GlaxoSmithKline. Update on phase III clinical trial of investigational MAGE-A3 antigen-specific cancer immunotherapeutic in non-small cell lung cancer. Available from: http://us.gsk.com/en-us/media/press-releases/. Accessed 8 January 2017.

39. Drake CG. Immunotherapy for prostate cancer: walk, don't run. J Clin Oncol. 2009;27(25):4035–37.
40. Le DT, Wang-Gillam A, Picozzi V, Greten TF, Crocenzi T, Springett G, et al. Safety and survival with GVAX pancreas prime and Listeria monocytogenes–expressing mesothelin (CRS-207) boost vaccines for metastatic pancreatic cancer. J Clin Oncol. 2015;33(12):1325–33.
41. Hardacre JM, Mulcahy M, Small W, Talamonti M, Obel J, Krishnamurthi S, et al. Addition of algenpantucel-L immunotherapy to standard adjuvant therapy for pancreatic cancer: a phase 2 study. J Gastrointest Surg. 2013;17(1):94–100; discussion p. 1.
42. NewLink Genetics announces results from phase 3 IMPRESS trial of algenpantucel-l for patients with resected pancreatic cancer. Available from: http://investors.linkp.com/. Accessed 28 December 2016.
43. Nemunaitis J, Dillman RO, Schwarzenberger PO, Senzer N, Cunningham C, Cutler J, et al. Phase II study of belagenpumatucel-l, a transforming growth factor beta-2 antisense gene-modified allogenic tumor cell vaccine in non-small cell lung cancer. J Clin Oncol. 2006;24(29): 4721–30.
44. Giaccone G, Bazhenova LA, Nemunaitis J, Tan M, Juhasz E, Ramlau R, et al. A phase III study of belagenpumatucel-L, an allogeneic tumour cell vaccine, as maintenance therapy for non-small cell lung cancer. Eur J Cancer. 2015;51(16):2321–9.
45. Hoover HC, Jr., Brandhorst JS, Peters LC, Surdyke MG, Takeshita Y, Madariaga J, et al. Adjuvant active specific immunotherapy for human colorectal cancer: 6.5-year median follow-up of a phase III prospectively randomized trial. J Clin Oncol. 1993;11(3):390–9.
46. Hanna MG, Jr., Hoover HC, Jr., Vermorken JB, Harris JE, Pinedo HM. Adjuvant active specific immunotherapy of stage II and stage III colon cancer with an autologous tumor cell vaccine: first randomized phase III trials show promise. Vaccine. 2001;19(17–19):2576–82.
47. Kaufman H, Wang W, Manola J, Dipaola RS, Ko Y, Sweeney J, et al. Phase II prime/boost vaccination using poxviruses expressing PSA in hormone dependent prostate cancer: follow-up clinical results from ECOG 7897. J Clin Oncol. 2005;23(16S):Abstract 4501.
48. Kantoff PW, Schuetz TJ, Blumenstein BA, Glode LM, Bilhartz DL, Wyand M, et al. Overall survival analysis of a phase II randomized controlled trial of a Poxviral-based PSA-targeted immunotherapy in metastatic castration-resistant prostate cancer. J Clin Oncol. 2010;28(7):1099–105.
49. Bavarian Nordic provides update on anticipated timing of prospect study. Available from: http://www.bavarian-nordic.com/investor/news/. Accessed 8 January 2017.
50. Quoix E. Therapeutic vaccination with TG4010 and first-line chemotherapy in advanced NSCLC: a controlled phase 2B trial. Lancet Oncol. 2011;12.
51. Southall PJ, Boxer GM, Bagshawe KD, Hole N, Bromley M, Stern PL. Immunohistological distribution of 5T4 antigen in normal and malignant tissues. Br J Cancer. 1990;61:89–95.
52. Amato RJ, Hawkins RE, Kaufman HL, Thompson JA, Tomczak P, Szczylik C, et al. Vaccination of metastatic renal cancer patients with MVA-5T4: a randomized, double-blind, placebo-controlled phase III study. Clin Cancer Res. 2010;16(22):5539–47.
53. Oxford BioMedica announces publication of Trovax phase III analyses in cancer immunology, immunotherapy [press release]. Available from: oxfordbiomedica.co.uk. Accessed 1 October 2015.
54. Alfonso S, Díaz RM, de la Torre A, Santiesteban E, Aguirre F, Pérez K, et al. 1E10 anti-idiotype vaccine in non-small cell lung cancer: Experience in stage IIIb/IV patients. Cancer Biol Ther. 2007;6(12):1847–52.
55. Alfonso S, Valdés-Zayas A, Santiesteban ER, Flores YI, Areces F, Hernández M, et al. A randomized, multicenter, placebo-controlled clinical trial of racotumomab-alum vaccine as switch maintenance therapy in advanced non-small cell lung cancer patients. Clin Cancer Res. 2014;20(14):3660–71.

7

CHAPTER 7

Immunotherapy with Non–Genetically Modified T Cells

Cassian Yee

Department of Melanoma Medical Oncology, The University of Texas MD Anderson Cancer Center, Houston, TX, USA

Introduction

Immunotherapy represents a promising modality for the treatment of patients with cancer and has emerged as the standard of care for some cancer types. The basis for immune-based approaches stems from studies demonstrating a significant role for T cells as evidenced by studies where the transfer of T cells from tumor-immunized animals to tumor-bearing animals resulted in the transfer of antitumor immunity [1]. Significant advances in understanding and manipulating the immune response over the last decade have shown that tumor-associated antigens can be identified that elicit a robust T cell response in patients; thus, strategies to isolate and expand such T cells ex vivo would allow the adoptive transfer of an immune response capable of rejecting host tumor cells. For the purposes of this chapter, two sources of T cells will be considered: those derived from the tumor site, known as tumor-infiltrating lymphocytes (TILs), and those derived from the peripheral blood, known as endogenous T cells (ETCs) (Table 7.1).

Tumor-infiltrating lymphocyte therapy

The premise that tumor sites harbor a population of effector cells enriched for tumor reactivity was first demonstrated in murine studies where TILs were found to be 50–100 times more effective than lymphokine-activated killer cells derived from peripheral lymphocytes [2, 3]. In an approach pioneered by the Surgery Branch at the NCI, lymphocytes culled from tumor sites collected from patients with metastatic melanoma were expanded in vitro with high dose IL-2 and adoptively transferred into patients who then also received systemic high-dose IL-2 [3]. While the original study results were compelling, a significant difference over the use of high-dose IL-2 alone could not be conclusively demonstrated in the metastatic setting, although evidence of benefit was seen in a randomized trial when used as adjuvant therapy [4]. The subsequent advance in the use of TIL therapy as a therapeutic modality for patients with metastatic melanoma can be attributed to two important modifications to the original protocol: first, the use of a rapid-expansion

Immunotherapy in Translational Cancer Research, First Edition. Edited by Laurence J. N. Cooper, Elizabeth A. Mittendorf, Judy Moyes, and Sabitha Prabhakaran.

Table 7.1 A comparison of tumor-infiltrating lymphocyte (TIL) vs. endogenous T cell (ETC) therapy outlines distinguishing features in source, method, and use. Depending on the accessibility of tumor, knowledge of antigen, and tumor type, the approaches can be complementary and both can provide novel means of immune targeting.

	TIL Therapy	*ETC Therapy*
Source	Tumor	Peripheral blood
T cell repertoire	Tumor-site limited	Endogenous
In vitro generation	High-dose IL-2 → REP	Antigen-specific APC stimulation → Selection → REP
Cell product	CD8, CD4, NK cells	Antigen-specific CD8 or CD4 T cells
Conditioning	High-dose lymphodepletion	None or low-dose lymphodepletion
Clinical results	100s of patients, 40%+in metastatic melanoma. Ovarian, breast, colorectal cancers pending.	10s of patients, 20%–60% in metastatic melanoma. Breast, ovarian, sarcoma, Merkel cell, leukemia, colorectal, pancreatic cancer pending. Potential to target most solid tumors.
Advantages	Prior knowledge of tumor antigen not required. TIL can be a source of antigen discovery. Robust clinical data in melanoma.	Antigen-specific. Flexible and agile in targeting. Broad panel of potential tumors. ETC can validate discovered antigens. Outpatient therapy.

Note: REP = rapid-expansion protocol.

protocol initially developed at the Fred Hutchinson Cancer Research Center for cultivating antigen-specific T cells to very large numbers [5] and second, administration of a lymphodepletion regimen to patients prior to T cell infusion [6–8]. The first of these, the rapid expansion protocol method, enabled routine expansion of the IL-2 expanded population of lymphocytes at least 3 $\log_{10}$-fold over a period of 2 weeks using a T cell receptor (TCR) trigger (anti-CD3 antibody), irradiated feeder cells (peripheral blood mononuclear cells with or without Epstein-Barr virus–transformed lymphoblastoid cell lines), and relatively low-dose IL-2 (50 U/ml). Expansion to numbers (up to 150×10^9) not previously achievable in vitro with high-dose IL-2 alone now permitted investigators to consider larger scale studies with TIL therapy and lower dropout rates due to technical hurdles associated with cell expansion [9]. The second advance, the use of a lymphodepleting regimen, was intended to establish "space" for the incoming TIL cells, perhaps augmented by the homeostatic upregulation of lymphokines in the circulation such as IL-7 and IL-15 and elimination of regulatory cells sensitive to high-dose cyclophosphamide and fludarabine [10–13]. Additionally, breach of intestinal barriers secondary to high-dose chemotherapy leading to bacterial translocation and an increase in toll-like receptor activity via endotoxin provided a favorable milieu for T cell growth and inflammation [14]. A nonmyeloablative hematopoietic stem cell transplant conditioning regime [15] was repurposed for use in the TIL treatment protocol, comprising 5 days of fludarabine at 25–30 mg/m^2 and 2 days of high-dose cyclophosphamide [16]. Single-institution, nonrandomized studies yielded a response rate of 40% with 10%–12% durable complete responses, which was not significantly improved when low-dose total-body irradiation (2 Gy) was added. At the Surgery Branch, radiation was increased to a myeloablative 12 Gy, accompanied by G-CSF mobilized autologous stem cells to facilitate bone marrow recovery; although enhanced response rates (up to 70%) were initially observed, they were later found in a randomized study to be no different than that achievable using nonmyeloablative regimens, and myeloablative dosing was subsequently abandoned [16, 17].

Independent trials performed at other institutions including Sheba Medical Center, MD Anderson Cancer Center, and Moffitt Cancer Center confirmed an overall response rate of 40% in patients with metastatic melanoma, even among those who had failed prior immune-based therapies [18–20]. The serious toxicities, often requiring ICU-type monitoring and management-restricted TIL therapy to centers familiar with high-dose IL-2 regimens, contributed to patient selection bias [16].

Advances in TIL therapy

In an effort to enrich for a more "effective" population of infiltrating lymphocytes, and possibly decrease toxicities, the screening step for selecting reactive cultures prior to expansion was added. Those cultures demonstrating growth were assayed for recognition of autologous tumor cells and further expanded. However, such an approach required that sufficient numbers of autologous tumor cells be available for downstream testing, often leading to an increased time to cell product, and such "selection" did not appreciably increase response rates or time to progression. The finding that T cells upregulate the expression of CD137 on the surface following antigen engagement [21] was exploited by the MD Anderson group to enrich for tumor-reactive CD8+ T cells in TIL culture. By supplementing anti-CD137 antibody to TIL cultures, an effector population could be produced with enhanced antitumor properties and could lead to the application of TIL strategies to other nonmelanoma tumors such as ovarian and colorectal cancer [22]. A similar CD137-based strategy implemented at the University of Pennsylvania, involving in vitro selection of CD137+ T cells in TIL cultures, was also able to identify in preclinical studies, extant tumor-reactive T cells for adoptive therapy in patients with ovarian cancer and melanoma [23].

When it was discovered that the programmed death-1 receptor (PD-1) was also upregulated on the surface of T cells following activation, the subset of CD8+ PD-1+ populations among TIL samples was found to accurately identify a population of more clonally expanded T cells [24], a factor that may also be used to select for tumor-reactive cytotoxic T lymphocytes (CTLs) in TIL cultures [25]. The strategy of using surrogate markers of activation to select for antigen-specific T cells among TIL cultures was recently used to reveal immunogenicity of candidate-mutated neoantigens expressed by autologous tumor. In this study, tumor cells underwent whole exome and RNA sequencing to identify candidate-mutated targets that were expressed in tandem minigene constructs comprising up to 24 mutated gene products. Autologous dendritic cells engineered to express these minigene constructs were used to stimulate TILs and reactive T cells and were subsequently sorted on the basis of CD137 upregulation. When TCRs from these tumor-reactive T cells were sequenced, cloned, and expressed in lymphocytes, they were found to recognize 14 mutated neoantigens expressed by autologous tumor cells, demonstrating not only the feasibility of using CD137 to identify tumor-reactive T cells, but that such targets represented by mutated neoepitopes can be immunogenic and targeted for adoptive cellular therapy (ACT) [26]. Recent findings using TIL populations have further identified mutated epitopes for targeting the relatively elusive K-RAS mutation in colorectal cancer [27] and neoantigens in HPV+ cervical cancer (an unexpected immunodominant response [28]); these findings have extended the possibility of ACT for more common solid tumor malignancies.

The prospect of extending TIL therapy beyond melanoma is now tenable in light of these recent studies. Addressing obstacles to mount a program of TIL therapy for nonmelanoma solid tumor malignancies, such as ovarian and colorectal cancer, will require access to clinical-grade reagents (i.e., anti-CD137 and anti-PD-1) that will facilitate selection of tumor-reactive T cells in TIL cultures, a strategy to streamline the tumor cultivation and TIL expansion process, preferably in a closed system, and finally, a conditioning and postinfusion IL-2 regimen that does not require intensive medical care but is based on carefully designed studies to determine the degree of lymphodepletion (if necessary) and form of postinfusion immunomodulation. Finally, genetic modification of TILs to enhance efficacy (e.g., engineered expression of IL-12), undermine immune evasive mechanisms of resistance (i.e., dominant negative receptor II for transforming growth factor beta) [29–31], and enhance tumor trafficking (CXCR3) are already incorporated in ongoing studies and will likely contribute to the design of second- and third-generation TIL therapy trials.

Endogenous T cell therapy

Endogenous T cell therapy or ETC therapy involves the isolation and expansion of antigen-specific T cells *from the peripheral blood* for adoptive transfer [32]. Since a tumor source is not required, accessible tumor is not a prerequisite for ETC. Furthermore, unlike TIL therapy, the peripheral T cell repertoire is not limited to a skewed population of cells localized to the tumor site and is less likely to be clonally exhausted than TIL-derived T cells [33, 34]. As T cells from ETC are grown in an antigen-driven, cyclical manner, unlike TIL cells that are exposed to supraphysiologic doses of IL-2, minimal conditioning and low-dose IL-2 can be administered, rendering ETC appropriate to the outpatient setting [35–37]. Since no genetic engineering is required to redirect specificity, ETC therapy is not encumbered by regulatory obstacles, and to date, no serious toxicities from cytokine release syndrome or neurotoxicities have been observed [38, 39], nor potentially fatal autoimmune reaction to normal tissues due to epitope cross-reactivity or overexuberant on-target toxicities to normal tissues sharing a tumor-associated target antigen. Cases of fatal cytokine release syndrome or neurotoxicity have been observed with the use of CD19-specific CAR T cell therapy and may be mitigated by titrating the cell dose accordingly and designing studies with judicious dosing and dose escalation parameters [38, 39]. Examples of on-target toxicities resulting in fatal outcome include unintended recognition of MAGE-A12, expressed by neuronal tissues [40], and reactivity to titin antigen expressed by cardiac muscle [41], in both cases by cells engineered to express MAGE-A3 TCR and underline the dangers of using TCR that have either been mutated or escaped thymic selection.

Even when a nonmutated TCR is used, in this case recognizing MART-1, TCR overexpression or "unnaturally" regulated TCR expression in engineered lymphocytes leads to serious toxicity among tissues that express very low levels of the shared antigen, and unanticipated autoimmunity (i.e., uveitis, inner ear toxicity) [42]. Such toxicities were not observed when naturally occurring MART-1-specific CTLs were used, as in the case of ETC therapy, suggesting that manipulating TCR affinity and regulation of TCR expression can lead to unwanted consequences. The use of endogenous T cells from the extant peripheral repertoire may obviate these concerns, while retaining antitumor efficacy. However, because such tumor-associated antigen-specific CTLs are generally present in the peripheral blood at very low frequencies (1:100,000 or less), isolation of such naturally occurring T cells will require enabling technologies to extract and expand them to numbers sufficient for adoptive transfer. There have been two major obstacles in limiting the use of ETC therapy beyond melanoma and extending its use to becoming a treatment modality: (1) streamlining the generation of T cells, and (2) identification of immunogenic targets for nonmelanoma cancers.

Generating T cells for ETC (Figure 7.1)

The generation of antigen-specific T cells from peripheral blood first requires the use of an artificial or natural antigen-presenting cell (APC). The use of autologous dendritic cells (an example of a natural APC) derived from peripheral blood monocytes offers the advantage of having the requisite restricting allele available for epitope peptide presentation. While it may be possible to introduce more common alleles, such as HLA-A*0201 in an artificial APC (see below), it would be desirable to have an APC that already expresses the allele of interest as more and more epitopes are being discovered that are presented by non-A2 alleles. In addition to being a "professional" APC that expresses the desired costimulatory counterreceptors (e.g. CD80, CD86), an RNA or minigene plasmid expressing single or multiple antigen sequences can be introduced by direct transfection (RNA transfection) [43] or nonviral or viral vector approaches [44, 45], enabling the dendritic cells to process and present all epitopes of the target antigen. In this approach, the actual peptide epitope need not be known nor individually synthesized for antigen presentation. In addition, presentation of class II–restricted epitopes may also be achieved so as to generate CD4 T cells as well [46]. An artificial APC, such as an insect cell, K562 cell line, or even bead-based scaffolding, does not allow for robust antigen processing in this manner but does provide the advantage of ready availability (eliminating the 3–7 day culture period to enrich for autologous dendritic cell generation) and off-the-shelf capability [47–51]. The desired restricting allele(s) are engineered to be expressed

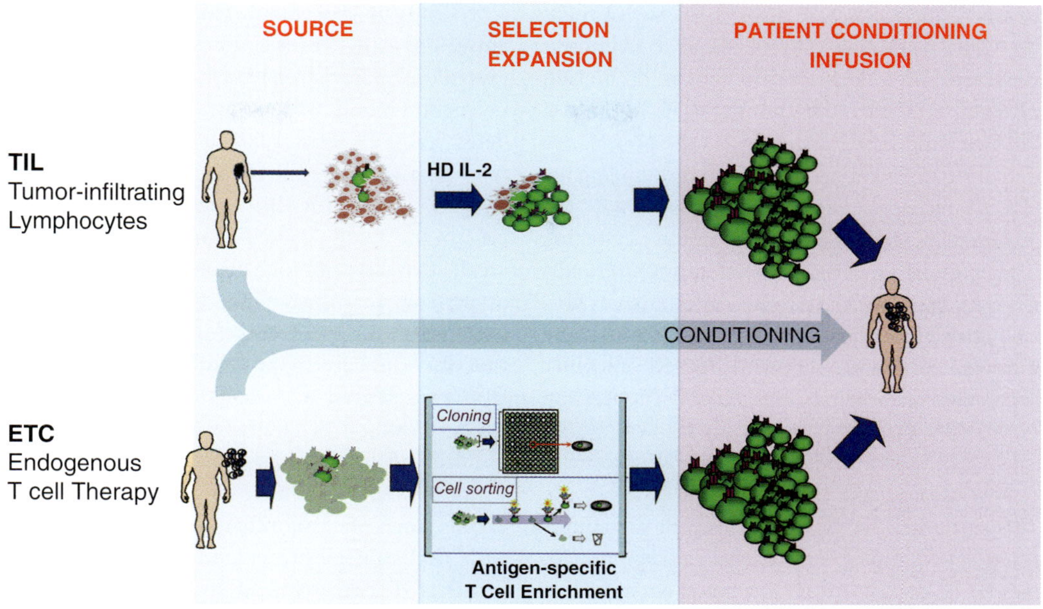

Figure 7.1 Generation of tumor-infiltrating lymphocyte (TIL) and endogenous T cell (ETC) products for adoptive cellular therapy. TIL are isolated from tumor samples, exposed *in vitro* to high-dose IL-2 and then expanded. ETC are isolated from peripheral blood lymphocytes and undergo selection for antigen-specific T cells after *in vitro* stimulation with antigen-presenting cells expressing target of interest. Antigen-specific T cells are selected and expanded. Patients undergo conditioning (e.g., lymphodepletion) prior to receiving T cells.

by such artificial APCs (aAPCs) and then pulsed with the known epitope peptide. Using this approach, greater control over the costimulatory profile and density of peptide major histocompatibility complexes (MHCs) is achieved, and scalability is vastly increased, as no human-derived source of peripheral blood mononuclear cells is required.

Whichever APC is used, artificial or natural, the option of using peptide to charge the APC provides a means to rapidly translate antigen discovery to clinical trials in a matter of a few weeks. After identifying/selecting the desired target antigen and its corresponding peptide epitope, all that is required is synthesis of good-manufacturing-practice- or GMP-grade peptide; there is no protracted engineering of plasmid, viral vector, or other delivery method encumbered by regulatory hurdles and often months of validation before use. Additionally, a bank of such aAPCs could be established prospectively and then made available for targeting known shared antigens and alleles.

In clinical trials, the majority of ETC protocols have used autologous dendritic cells to stimulate/expand antigen-specific CTLs from patient peripheral blood [35, 46, 52, 53]; however, a handful of studies have exploited the use of insect cells [49] as well as bead-based and K562-based APCs [48]. Clinical efficacy achieved by ETC in these trials, for the treatment of patients with metastatic melanoma, have been relatively modest and, until recently, have not extended to nonmelanoma solid tumor malignancies, in part because of the time- and labor-intensive nature of identifying and expanding rare antigen-specific T cells from the peripheral blood.

Extending targets, expanding indications

The fraction of antigen-specific T cells that are tumor reactive can range in frequency from <1:100,000 to more than 1%, depending on the epitope being evaluated and the assay used. Functional assays that measure antigen-driven release or production of cytokines such as IFN-α and TNF-α often underestimate the numeric frequency of antigen-specific T cells. This frequency may be best assessed using a structure-based assay, such as peptide-MHC multimer (tetramers) or quantitative assessment of CDR3-specific region of a TCR known to recognize the epitope/MHC of interest [54]. Tetramer-based assays reveal the presence of circulating MART-1-specific CTLs recognizing the HLA-A2-restricted dominant epitope (M27–35) with frequencies upwards of 1% in the circulating T cell population. The reason for this unusually high frequency, even among healthy donors, is possibly attributable to thymic misadventure [55]. However, for most tumor-associated antigens, frequencies are below the level of detection (<1:10,000 or 0.01%) and for known CDR3 sequences, $<10^{-5}$ to 10^{-6} based on the sensitivity of the polymerase chain reaction (PCR) assay.

When human T cells were primed in vitro in the presence of various gamma-chain receptor cytokines (IL-2, IL-7, IL-15, IL-21), it was observed that only IL-21 led to a greater than 10-fold enhancement in the frequency of tumor-associated antigen (TAA)-specific CD8 T cells that could be isolated [56], and when CD25 depletion was added, at least 100-fold increase, with a commensurate increase in absolute numbers of TAA-specific CTL to 300-fold or greater [57]. This was observed for the prototypic MART-1 epitope as well as other self- and cancer testis antigens. Using this strategy, it was possible to boost levels of TAA-specific CTL from undetectable levels in the peripheral blood to >0.2%, sufficient for tetramer-based cell sorting and expansion. Whereas it had previously been difficult or impossible to isolate NY-ESO-1-specific CTL from seronegative donors, it was now possible to routinely isolate such CTL from both healthy donors and cancer patients regardless of serologic status [58]. Furthermore, T cell responses to tumor-associated self-antigens such as WT1 and several cancer testis antigens could now be routinely generated, facilitated by tetramer-guided cell sorting [59]. One major limitation had been translating the use of tetramer-guided cell sorting into an investigational new drug–approved protocol, and this was finally achieved with the use of a clinical grade cell sorter, thus enabling investigators to design trials to treat patients with nonmelanoma solid tumor malignancies such as sarcoma, breast, and ovarian cancers for which TAAs such as the cancer-testis antigens have been identified in a subpopulation of tumors.

Recently it was discovered that the source of antigen-specific T cells generated by this approach was a very low frequency population in the peripheral blood, with an extant frequency below detection by PCR (<1:1,000,000) [54]. TCR clonotype analysis revealed that the majority of antigen-specific (in this case MART-1-specific) CTL in the T cell product comprised in large part T cells that were not found in the peripheral blood of patients preinfusion but that persisted long-term postinfusion. It was further demonstrated that the clinical response observed in patients who experienced a complete, partial, or stable response after ETC therapy correlated with the duration of in vivo persistence and more directly with the in vivo half-life of individual transferred T cell clones. The significance of this study suggests that strategies to extend the persistence, or to select T cells with an intrinsic capacity for extended persistence, could lead to improved clinical results. Additionally, the demonstration that highly robust antigen-specific CTLs could be isolated from very low frequency populations (likely naïve T cell pool), suggests that the ability to generate T cells against an increasingly relevant and expanding panel of tumor-associated, non-mutated self-antigens is greater than one might expect and supports the strategy of ETC in targeting new epitopes that are being mined using current strategies [60].

One outcome of these studies is the possibility of targeting multiple antigens to avoid the emergence of antigen-loss tumor variants. Another finding is that even though only a single antigen was targeted (that may be heterogeneously expressed and definitely not tumorigenic), complete and durable responses have been observed. It was discovered that under certain conditions, a broadening of T cell responses to nontargeted tumor-associated antigens (antigen-spreading) emerged that in some cases was greater in frequency even than that of the transferred T cell response to the targeted antigen [37, 46, 53]. Whether antigen-spreading to these measurable targets was a direct cause-effect or epiphenomenon representing antigen-spreading to tumor-rejection target antigens is unclear and deserving of further study; nevertheless, it would appear that strategies that enhance antigen spreading (for example, by lowering the threshold of activation with CTLA4 blockade) may improve clinical outcome.

Combination therapy

It is becoming increasingly apparent that combination strategies will be required to mount an effective campaign against solid tumor malignancies. For ACT, that can mean the use of immune checkpoint inhibitors, costimulatory agonists, or any number of immune- and nonimmune-based modalities, including vaccination, oncolytic virus, radiation therapy, and chemotherapy. While there has been anecdotal evidence for the benefit of adding an immune checkpoint inhibitor such as anti-CTLA4 therapy [48], one of the first prospective studies combining ACT with CTLA4 blockade was recently published [37]. Ten patients with refractory metastatic melanoma, 3 of whom had failed prior ipilimumab monotherapy, were treated with MART-1-specific CTLs followed immediately by a standard regimen of anti-CTLA4 antibody therapy (3 mg/kg ipilimumab, every three weeks for four doses). Two patients achieved a continuous complete response, 2 more experienced a durable and ongoing partial response (-70%+; by RECIST criteria), and 3 demonstrated evidence of stable disease, all by immune-related response criteria. T cell persistence was detected in all patients for as long as samples could be collected (>500 days), accompanied by upregulation of central memory markers (CD28, CD127, CD62L and CCR7) among all 7 responders. In this study, the emergence of antigen spreading, defined as the polyvalent antigen-specific response to two or more nontargeted (non-MART-1) antigens postinfusion, was associated with a clinical response [61]. Released tumor antigens presented by local APCs may have promoted activation of new responses to nontargeted melanoma-associated proteins [37, 53, 61, 62]. Whether T-cell responses directed toward nonmutated antigens or (nonevaluable) tumor-specific mutated antigens [63] contributed to tumor regression cannot be ascertained. Yet the combination may represent a strategy to specifically increase the number and strength of T-cells targeting multiple antigens of the patient's own tumor, which may be particularly relevant when targeting nononcogenic antigens such as MART-1 [64]. Patients experienced no additional toxicity beyond what was expected with ipilimumab alone, and the entire treatment regimen was outpatient based, with very low-dose cyclophosphamide conditioning (300 mg/m^2) followed by low-dose subcutaneous IL-2.

Conclusions

The recent emergence of gene-engineered CAR-T cell therapy targeting CD19 for the treatment of refractory B cell malignancies has led the charge in developing ACT as a treatment modality. However, general application of ACT for the treatment of solid tumor malignancies remains a major challenge. Consideration should be given to two other ACT modalities, TIL therapy and ETC therapy, which offer logistical and biological advantages. For TIL, knowledge of the tumor antigen target is not required, and mining the TIL population for relevant T cells and their TCRs may be useful for developing gene-engineered T cells in future studies. Serious toxicities and the prospect of treating only patients with TIL+ tumors, however, limit this strategy. ETC represents a potentially low-toxicity, high-accessibility approach, requiring only peripheral blood and knowledge of immunogenic epitopes to target, obviating the requirement for tumor access or genetic modification to redirect specificity. The promise of ETC lies in the ability to streamline this therapy, now tenable by leveraging a combination of activation marker– or TCR-based selection and microfluidic/microprocessor technologies as a means of providing a well-defined population of effector cells. In this fashion, ETC represents an agile platform to evaluate various combinations of immunomodulatory reagents that can favorably influence the tumor microenvironment (including, but not limited to, immune checkpoint inhibitors, costimulatory agonists, metabolic reagents, and other immune-based modalities such as oncolytic virotherapy and vaccination strategies). Investigators are now faced with the daunting prospect of deciding among dozens of possible combinations an optimal best regimen. In part, these decisions may be addressed by considering the relatively uniform bolus of well-characterized adoptively transferred antigen-specific CTLs as a transferrable cellular biomarker, upon which one can serially collect from the peripheral blood and tumor site postinfusion and examine, among the transferred population of cells, the influence of various immunomodulatory strategies, providing iterative insights into the design of future studies.

References

1. Greenberg PD. Adoptive T cell therapy of tumors: mechanisms operative in the recognition and elimination of tumor cells. Adv Immunol. 1991;49:281–355.
2. Rosenberg SA, Spiess P, Lafreniere R. A new approach to the adoptive immunotherapy of cancer with tumor-infiltrating lymphocytes. Science. 1986;233(4770):1318–21.
3. Rosenberg SA, Packard BS, Aebersold PM, Solomon D, Topalian SL, Toy ST, et al. Use of tumor-infiltrating lymphocytes and interleukin-2 in the immunotherapy of patients with metastatic melanoma. A preliminary report. New England Journal of Medicine. 1988;319(25): 1676–80.
4. Dreno B, Nguyen JM, Khammari A, Pandolfino MC, Tessier MH, Bercegeay S, et al. Randomized trial of adoptive transfer of melanoma tumor-infiltrating lymphocytes as adjuvant therapy for stage III melanoma. Cancer Immunology, Immunotherapy. 2002;51(10): 539–46.
5. Riddell SR, Greenberg PD. The use of anti-CD3 and anti-CD28 monoclonal antibodies to clone and expand human antigen-specific T cells. Journal of Immunological Methods. 1990;128(2):189–201.
6. North RJ. Cyclophosphamide-facilitated adoptive immunotherapy of an established tumor depends on elimination of tumor-induced suppressor T cells. Journal of Experimental Medicine. 1982;155(4):1063–74.
7. Awwad M, North RJ. Cyclophosphamide-induced immunologically mediated regression of a cyclophosphamide-resistant murine tumor: a consequence of eliminating precursor L3T4+ suppressor T-cells. Cancer Research. 1989;49(7):1649–54.
8. Dudley ME, Wunderlich JR, Robbins PF, Yang JC, Hwu P, Schwartzentruber DJ, et al. Cancer regression and autoimmunity in patients after clonal repopulation with antitumor lymphocytes. Science. 2002;298(5594):850–4.
9. Dudley ME, Yang JC, Sherry R, Hughes MS, Royal R, Kammula U, et al. Adoptive cell therapy for patients with metastatic melanoma: evaluation of intensive myeloablative chemoradiation preparative regimens. Journal of Clinical Oncolology. 2008;26(32):5233–9.
10. Gattinoni L, Finkelstein SE, Klebanoff CA, Antony PA, Palmer DC, Spiess PJ, et al. Removal of homeostatic cytokine sinks by lymphodepletion enhances the efficacy of adoptively transferred tumor-specific CD8+ T cells. Journal of Experimental Medicine. 2005; 202(7):907–12.
11. Tan JT, Ernst B, Kieper WC, LeRoy E, Sprent J, Surh CD. Interleukin (IL)-15 and IL-7 jointly regulate homeostatic proliferation of memory phenotype CD8+ cells but are not required for memory phenotype CD4+ cells. Journal of Experimental Medicine. 2002;195(12):1523–32.
12. Dummer W, Niethammer AG, Baccala R, Lawson BR, Wagner N, Reisfeld RA, et al. T cell homeostatic proliferation elicits effective antitumor autoimmunity. Journal of Clinical Investigation. 2002;110(2):185–92.
13. Tan JT, Dudl E, LeRoy E, Murray R, Sprent J, Weinberg KI, et al. IL-7 is critical for homeostatic proliferation and survival of naive T cells. Proceedings of the National Academy of Sciences of the United States of America. 2001;98(15):8732–7.
14. Paulos CM, Wrzesinski C, Kaiser A, Hinrichs CS, Chieppa M, Cassard L, et al. Microbial translocation augments the function of adoptively transferred self/tumor-specific CD8+ T cells via TLR4 signaling. Journal of Clinical Investigation. 2007;117(8):2197–204.
15. Feinstein L, Sandmaier B, Maloney D, McSweeney PA, Maris M, Flowers C, et al. Nonmyeloablative hematopoietic cell transplantation. Replacing high-dose cytotoxic therapy by the graft-versus-tumor effect. Annals of the New York Academy of Sciences. 2001;938:328–37; discussion 37-9.
16. Dudley ME, Wunderlich JR, Yang JC, Sherry RM, Topalian SL, Restifo NP, et al. Adoptive cell transfer therapy following non-myeloablative but lymphodepleting chemotherapy for the treatment of patients with refractory metastatic melanoma. Journal of Clinical Oncolology. 2005;23(10):2346–57.
17. Goff SL, Dudley ME, Citrin DE, Somerville RP, Wunderlich JR, Danforth DN, et al. Randomized, prospective evaluation comparing intensity of lymphodepletion before adoptive transfer of tumor-infiltrating lymphocytes for patients with metastatic melanoma. Journal of Clinical Oncology. 2016;34(20):2389–97.
18. Weber J, Atkins M, Hwu P, Radvanyi L, Sznol M, Yee C. White paper on adoptive cell therapy for cancer with tumor-infiltrating lymphocytes: a report of the CTEP subcommittee on adoptive cell therapy. Clinical Cancer Research. 2011;17(7):1664–73.
19. Besser MJ, Shapira-Frommer R, Itzhaki O, Treves AJ, Zippel DB, Levy D, et al. Adoptive transfer of tumor-infiltrating lymphocytes in patients with metastatic melanoma: intent-to-treat analysis and efficacy after failure to prior immunotherapies. Clinical Cancer Research. 2013;19(17):4792–800.
20. Wu R, Forget MA, Chacon J, Bernatchez C, Haymaker C, Chen JQ, et al. Adoptive T-cell therapy using autologous tumor-infiltrating lymphocytes for metastatic

melanoma: current status and future outlook. Cancer Journal. 2012;18(2):160–75.

21. Wolfl M, Kuball J, Ho WY, Nguyen H, Manley TJ, Bleakley M, et al. Activation-induced expression of CD137 permits detection, isolation, and expansion of the full repertoire of CD8+ T cells responding to antigen without requiring knowledge of epitope specificities. Blood. 2007;110(1):201–10.
22. Chacon JA, Wu RC, Sukhumalchandra P, Molldrem JJ, Sarnaik A, Pilon-Thomas S, et al. Co-stimulation through 4-1BB/CD137 improves the expansion and function of CD8(+) melanoma tumor-infiltrating lymphocytes for adoptive T-cell therapy. PloS One. 2013;8(4):e60031.
23. Ye Q, Song DG, Poussin M, Yamamoto T, Best A, Li C, et al. CD137 accurately identifies and enriches for naturally occurring tumor-reactive T cells in tumor. Clinical Cancer Research. 2014;20(1):44–55.
24. Gros A, Robbins PF, Yao X, Li YF, Turcotte S, Tran E, et al. PD-1 identifies the patient-specific CD8(+) tumor-reactive repertoire infiltrating human tumors. Journal of Clinical Investigation. 2014;124(5):2246–59.
25. Inozume T, Hanada K, Wang QJ, Ahmadzadeh M, Wunderlich JR, Rosenberg SA, et al. Selection of CD8+PD-1+ lymphocytes in fresh human melanomas enriches for tumor-reactive T cells. Journal of Immunotherapy. 2010;33(9):956–64.
26. Parkhurst M, Gros A, Pasetto A, Prickett T, Crystal JS, Robbins P, et al. Isolation of T-cell receptors specifically reactive with mutated tumor-associated antigens from tumor-infiltrating lymphocytes based on CD137 expression. Clinical Cancer Research. 2017;23(10):2491–505.
27. Tran E, Robbins PF, Lu YC, Prickett TD, Gartner JJ, Jia L, et al. T-Cell Transfer Therapy Targeting Mutant KRAS in Cancer. New England Journal of Medicine. 2016;375(23):2255–62.
28. Stevanovic S, Pasetto A, Helman SR, Gartner JJ, Prickett TD, Howie B, et al. Landscape of immunogenic tumor antigens in successful immunotherapy of virally induced epithelial cancer. Science. 2017;356(6334):200–5.
29. Bollard CM, Rossig C, Calonge MJ, Huls MH, Wagner HJ, Massague J, et al. Adapting a transforming growth factor beta-related tumor protection strategy to enhance antitumor immunity. Blood. 2002;99(9):3179–87.
30. Foster AE, Dotti G, Lu A, Khalil M, Brenner MK, Heslop HE, et al. Antitumor activity of EBV-specific T lymphocytes transduced with a dominant negative TGF-beta receptor. Journal of Immunotherapy. 2008;31(5):500–5.
31. Lacuesta K, Buza E, Hauser H, Granville L, Pule M, Corboy G, et al. Assessing the safety of cytotoxic T lymphocytes transduced with a dominant negative transforming growth factor-beta receptor. Journal of Immunotherapy. 2006;29(3):250–60.
32. Yee C. The use of endogenous T cells for adoptive transfer. Immunological Reviews. 2014;257(1):250–63.
33. Wang QJ, Hanada K, Robbins PF, Li YF, Yang JC. Distinctive features of the differentiated phenotype and infiltration of tumor-reactive lymphocytes in clear cell renal cell carcinoma. Cancer Research. 2012;72(23):6119–29.
34. Shao H, Ou Y, Wang T, Shen H, Wu F, Zhang W, et al. Differences in TCR-Vbeta repertoire and effector phenotype between tumor infiltrating lymphocytes and peripheral blood lymphocytes increase with age. PloS One. 2014;9(7):e102327.
35. Yee C, Thompson JA, Byrd D, Riddell SR, Roche P, Celis E, et al. Adoptive T cell therapy using antigen-specific CD8+ T cell clones for the treatment of patients with metastatic melanoma: in vivo persistence, migration, and antitumor effect of transferred T cells. Proceedings of the National Academy of Sciences of the United States of America. 2002;99(25):16168–73.
36. Yee C. Adoptive T-cell therapy of cancer. Hematology/Oncology Clinics of North America. 2006; 20(3):711–33.
37. Chapuis AG, Roberts IM, Thompson JA, Margolin KA, Bhatia S, Lee SM, et al. T-cell therapy using interleukin-21-primed cytotoxic T-cell lymphocytes combined with cytotoxic T-cell lymphocyte antigen-4 blockade results in long-term cell persistence and durable tumor regression. Journal of Clinical Oncology. 2016.
38. Davila ML, Brentjens RJ. CD19-Targeted CAR T cells as novel cancer immunotherapy for relapsed or refractory B-cell acute lymphoblastic leukemia. Clinical Advances in Hematology & Oncology. 2016;14(10):802–8.
39. Turtle CJ, Hanafi LA, Berger C, Gooley TA, Cherian S, Hudecek M, et al. CD19 CAR-T cells of defined CD4+:CD8+ composition in adult B cell ALL patients. Journal of Clinical Investigation. 2016;126(6):2123–38.
40. Morgan RA, Chinnasamy N, Abate-Daga D, Gros A, Robbins PF, Zheng Z, et al. Cancer regression and neurological toxicity following anti-MAGE-A3 TCR gene therapy. Journal of Immunotherapy. 2013;36(2):133–51.
41. Cameron BJ, Gerry AB, Dukes J, Harper JV, Kannan V, Bianchi FC, et al. Identification of a Titin-derived HLA-A1-presented peptide as a cross-reactive target for engineered MAGE A3-directed T cells. Science Translational Medicine. 2013;5(197):197ra03.
42. Seaman BJ, Guardiani EA, Brewer CC, Zalewski CK, King KA, Rudy S, et al. Audiovestibular dysfunction associated with adoptive cell immunotherapy for melanoma. Otolaryngology—Head and Neck Surgery. 2012;147(4):744–9.
43. Liao X, Li Y, Bonini C, Nair S, Gilboa E, Greenberg PD, et al. Transfection of RNA encoding tumor antigens

following maturation of dendritic cells leads to prolonged presentation of antigen and the generation of high-affinity tumor-reactive cytotoxic T lymphocytes. Molecular Therapy. 2004;9(5):757–64.
44. Kwok A, Eggimann GA, Reymond JL, Darbre T, Hollfelder F. Peptide dendrimer/lipid hybrid systems are efficient DNA transfection reagents: structure-activity relationships highlight the role of charge distribution across dendrimer generations. ACS Nano. 2013;7(5): 4668–82.
45. Chen YZ, Yao XL, Tabata Y, Nakagawa S, Gao JQ. Gene carriers and transfection systems used in the recombination of dendritic cells for effective cancer immunotherapy. Clinical & Developmental Immunology. 2010;2010: 565–643.
46. Hunder NN, Wallen H, Cao J, Hendricks DW, Reilly JZ, Rodmyre R, et al. Treatment of metastatic melanoma with autologous CD4+ T cells against NY-ESO-1. New England Journal of Medicine. 2008;358(25):2698–703.
47. Dupont J, Latouche JB, Ma C, Sadelain M. Artificial antigen-presenting cells transduced with telomerase efficiently expand epitope-specific, human leukocyte antigen-restricted cytotoxic T cells. Cancer Research. 2005;65(12):5417–27.
48. Butler MO, Lee JS, Ansen S, Neuberg D, Hodi FS, Murray AP, et al. Long-lived antitumor CD8+ lymphocytes for adoptive therapy generated using an artificial antigen-presenting cell. Clinical Cancer Research. 2007;13(6):1857–67.
49. Janetzki S, Song P, Gupta V, Lewis JJ, Houghton AN. Insect cells as HLA-restricted antigen-presenting cells for the IFN-gamma elispot assay. Journal of Immunological Methods. 2000;234(1–2):1–12.
50. Mitchell MS, Darrah D, Yeung D, Halpern S, Wallace A, Voland J, et al. Phase I trial of adoptive immunotherapy with cytolytic T lymphocytes immunized against a tyrosinase epitope. Journal of Clinical Oncology. 2002;20(4):1075–86.
51. Maus MV, Thomas AK, Leonard DG, Allman D, Addya K, Schlienger K, et al. Ex vivo expansion of polyclonal and antigen-specific cytotoxic T lymphocytes by artificial APCs expressing ligands for the T-cell receptor, CD28 and 4-1BB. Nature Biotechnology. 2002;20(2): 143–8.
52. Chapuis AG, Thompson JA, Margolin KA, Rodmyre R, Lai IP, Dowdy K, et al. Transferred melanoma-specific CD8+ T cells persist, mediate tumor regression, and acquire central memory phenotype. Proceedings of the National Academy of Sciences of the United States of America. 2012;109(12):4592–7.
53. Chapuis AG, Lee SM, Thompson JA, Roberts IM, Margolin KA, Bhatia S, et al. Combined IL-21-primed polyclonal CTL plus CTLA4 blockade controls refractory metastatic melanoma in a patient. Journal of Experimental Medicine. 2016;213(7):1133–9.
54. Chapuis AG, Desmarais C, Emerson R, Schmitt TM, Shibuya K, Lai I, et al. Tracking the fate and origin of clinically relevant adoptively transferred CD8+ T cells in vivo. Science Immunology. 2017;2(8).
55. Pinto S, Sommermeyer D, Michel C, Wilde S, Schendel D, Uckert W, et al. Misinitiation of intrathymic MART-1 transcription and biased TCR usage explain the high frequency of MART-1-specific T cells. European Journal of Immunology. 2014;44(9):2811–21.
56. Li Y, Bleakley M, Yee C. IL-21 influences the frequency, phenotype, and affinity of the antigen-specific CD8 T cell response. Journal of Immunology. 2005;175(4): 2261–9.
57. Li Y, Yee C. IL-21 mediated Foxp3 suppression leads to enhanced generation of antigen-specific CD8+ cytotoxic T lymphocytes. Blood. 2008;111(1):229–35.
58. Pollack SM, Jones RL, Farrar EA, Lai IP, Lee SM, Cao J, et al. Tetramer guided, cell sorter assisted production of clinical grade autologous NY-ESO-1 specific CD8(+) T cells. Journal for Immunotherapy of Cancer. 2014;2(1):36.
59. Chapuis AG, Ragnarsson GB, Nguyen HN, Chaney CN, Pufnock JS, Schmitt TM, et al. Transferred WT1-reactive CD8+ T cells can mediate antileukemic activity and persist in post-transplant patients. Science Translational Medicine. 2013;5(174):174ra27.
60. Yee C. From the guest editor. The Cancer Journal. 2017;23(2):95–6.
61. Kvistborg P, Philips D, Kelderman S, Hageman L, Ottensmeier C, Joseph-Pietras D, et al. Anti-CTLA-4 therapy broadens the melanoma-reactive CD8+ T cell response. Science Translational Medicine. 2014;6(254):254ra128.
62. Chapuis AG, Afanasiev OK, Iyer JG, Paulson KG, Parvathaneni U, Hwang JH, et al. Regression of metastatic Merkel cell carcinoma following transfer of polyomavirus-specific T cells and therapies capable of re-inducing HLA class-I. Cancer Immunology Research. 2014;2(1):27–36.
63. Schreiber RD, Old LJ, Smyth MJ. Cancer immunoediting: integrating immunity's roles in cancer suppression and promotion. Science. 2011;331(6024):1565–70.
64. Chandran SS, Paria BC, Srivastava AK, Rothermel LD, Stephens DJ, Dudley ME, et al. Persistence of CTL clones targeting melanocyte differentiation antigens was insufficient to mediate significant melanoma regression in humans. Clinical Cancer Research. 2015;21(3):534–43.

8

CHAPTER 8

Immunotherapy with Genetically Modified T Cells

Liora Schultz and Crystal Mackall

Division of Hematology/Oncology, Department of Pediatrics, Stanford University, Stanford, CA, USA

Introduction

T cells compose a critical component of our adaptive immune system. Cytotoxic T cells mediate directed immune responses and lasting immune memory targeting foreign entities. T cells are educated in the thymus to distinguish self from nonself and eradicate cells expressing antigens of nonself origin. Unlike foreign microbes, tumor cells originate from self and are armed with a host of mechanisms to evade the immune system. Immunotherapy with genetically modified T cells addresses innate mechanisms of tumor immune evasion by manipulating T cells to redirect specificity and harness their cytotoxic capacity to potentiate tumor eradication.

Methods of tumor immune evasion: Escaping the natural T cells

T cell activation

Antigen presentation via the major histocompatibility complex (MHC) permits T cell receptor (TCR) binding and induction of a necessary but insufficient primary activation signal mediated via TCR signaling. A secondary costimulatory signal, most commonly delivered via CD28 or 41BB, is required for full T cell activation. Upon simultaneous activation of both TCR and costimulatory signals, T cells undergo phenotypic and functional developmental programming that permits cellular proliferation and cytotoxicity. Following an initial T cell response, a subset of activated cells enters the long-term memory T cell pool, characterized by the potential for self-renewal and rapid expansion upon future target engagement [1]. In naive cells, TCR binding to cognate antigen/MHC complex in the absence of costimulation induces T cell anergy, whereupon the cell is unable to respond to further exposure to that antigen. Tumors often downregulate MHC and may lack costimulatory signals, thereby circumventing T cell recognition, activation and cytotoxicity and potentially inducing anergy. Adoptive immunotherapy using genetically engineered T cells seeks to leverage activation and expansion of T cells, combined with delivery of novel genes or gene editing prior to adoptive transfer to facilitate tumor recognition and enhance T cell activation, tumor specific cytotoxicity, and immune memory.

Immunotherapy in Translational Cancer Research, First Edition. Edited by Laurence J. N. Cooper, Elizabeth A. Mittendorf, Judy Moyes, and Sabitha Prabhakaran.

Methods of T cell modification

The two most common genetic modifications used in the context of adoptive immunotherapy are expression of transgenes encoding a tumor-specific TCR or a chimeric antigen receptor (CAR). Most commonly, to achieve stable, reliable, prolonged transgene expression, lentiviral or retroviral transduction methods are utilized [2, 3]. Electroporation-mediated delivery of transposon/transposases can also achieve stable prolonged transgene expression at a potentially lower cost [4, 5]. Alternatively, delivery of mRNA can be utilized if short-term transgene expression is desirable [6]. New platforms such as megaTAL [7] and CRISPR/CAS9 [8] are available to permit gene deletion, gene editing, or more precise gene integration. In contrast to past experiences with genetic manipulation of hematopoietic stem cells, retroviral-mediated insertional oncogenesis of T cells has not occurred [9], although it remains a theoretical risk.

Specific therapeutic strategies

TCR therapy involves engineering a T cell to express a T cell receptor specific to a tumor antigen to redirect T cell binding to tumor. CARs are artificial receptors that fuse an MHC-independent antigen binding domain (usually comprising a scFv derived from a mAb) to activation domains within a T cell, thereby linking tumor antigen binding to T cell activation. Distinctions between these approaches are depicted in Table 8.1. Both approaches are being developed in parallel and have undergone expansive preclinical testing and early clinical evaluation as described in this chapter.

Genetically modified TCRs for adoptive cellular therapy

The T cell has potent cytotoxic properties, and the TCR directs the specificity of this potent response. Binding of a specific TCR to its cognate antigen initiates T cell selection, activation, and function [10]. Every individual has a unique, diverse T cell repertoire composed of individual TCRs generated at random through somatic rearrangement of the V(D)J section of the TCR gene. The TCR is a multisubunit transmembrane complex constructed of alpha and beta chains linked by a disulfide bond, each composed of a constant region and a variable region dictating specificity. TCRs recognize short contiguous amino acid sequences presented within the target cell MHC complex. Native, nonengineered T cells express multiple copies of only one TCR.

Among the numerous factors limiting a T cell's capacity to unleash its cytotoxic potential against cancer cells is ineffective recognition of tumor due to insufficient binding of native TCRs to peptides presented by the tumor MHC. In some cases, this relates to the efficiency of tolerizing mechanisms during T cell development, wherein T cells bearing TCRs with high affinity for self-antigens, including cancer-testis antigens or tissue differentiation antigens overexpressed by many cancers, are deleted during thymic differentiation, leaving only TCRs with insufficient affinity for full activation. TCRs reactive with neoantigens that arise through nonsynonymous somatic mutations are not tolerized during development; however, such TCRs may be not be present in sufficient frequency to mediate potent antitumor effects.

Adoptive cellular immunotherapy with transgenic TCRs seeks to provide the host with a larger

Table 8.1 Distinctions between TCR and CAR therapeutics.

	TCR Therapy	*CAR Therapy*
MHC restricted	**Yes**	**No**
Targets intracellular antigens	**Yes**	**No**
Inclusion of endogenous costimulatory signals	**No**	**Yes**
Methods of tumor escape	**MHC downregulation, diminished antigen processing and presentation**	**Surface antigen loss**

pool of T cells capable of efficiently recognizing tumor specific antigens, thus potentially enhancing antitumor effects. Genetic engineering can efficiently express a transgenic TCR in T cells with high frequency. Such engineered T cells express a native TCR as well as the engineered TCR. Pairing of the transgenic TCR chains with endogenous TCR chains can diminish expression of the engineered TCR and poses a potential risk for off-target reactivity [11, 12]. Substantial work developed effective approaches to enhance pairing of the transgenic alpha and beta chains, thus diminishing the rate of pairing with endogenous chains, although a potential risk remains for off-target reactivity due to this phenomena. Genetic engineering also allows for expression of high-affinity variants of native tumor-reactive TCRs [13–15], predicted to increase the likelihood of tumor recognition. Finally, additional non-TCR elements can be coexpressed within the T cell to enhance functionality beyond that which could be accomplished by a nonengineered T cell.

One practical challenge of TCR therapy with clinical import is that TCRs are MHC restricted, since TCRs bind to protein-derived antigens presented within MHC. This permits targeting of intracellular antigens but also restricts binding of any particular TCR to a specific HLA allele. Most clinical trials to date have focused on antigens presented within HLA-A*02, an allele expressed in approximately 40% of Caucasians, to demonstrate proof of principle for the approach. From a practical standpoint, this means that many patients are ineligible for studies involving engineered TCRs due to the absence of the HLA-A*02 allele. Furthermore, each TCR represents a novel receptor, and targeting the same antigen in patients with different MHC alleles requires substantial additional preclinical and clinical development.

Clinical experience

MART-1

The first clinical trial that demonstrated efficacy of TCR therapy utilized a TCR targeting the melanoma-associated antigen MART-1 in patients with malignant melanoma. In 2006, 15 HLA-A*02 patients with melanoma were treated with T cells genetically modified to express a MART-1-specific TCR, isolated from tumor-infiltrating lymphocytes (TILs) of a patient with malignant melanoma [16]. Cells were administered following lymphodepletion. Engraftment was observed in 14 of 15 patients at one month after adoptive transfer, and 2 patients had prolonged persistence of modified cells for >1 year, accompanied by objective regressions of metastatic melanoma [16]. Interestingly, the response rate in 2 of 15 patients (13%) was inferior to response rates using TILs (see chapter 7). Nonetheless, this experience introduced the potential of TCR therapy in patients where TILs are not available [16].

NY-ESO-1 in hematologic and solid tumors

NY-ESO-1 is a cancer-testis antigen widely expressed on both hematologic and common solid tumors including malignant melanoma, synovial sarcoma, and multiple myeloma, and absent from healthy vital tissue. A human-derived affinity-enhanced TCR targeting the NY-ESO-derived antigen presented within HLA-A*02 was evaluated in patients with NY-ESO expressing melanoma and synovial sarcoma [17, 18]. Objective clinical responses were seen in 61% of patients (11/18) with synovial sarcoma and 55% of patients (11/20) with melanoma. This promising work in February 2016 led to the FDA's granting breakthrough therapy designation for affinity-enhanced TCR targeting NY-ESO1 in synovial sarcoma, supporting the potential of TCR therapy in solid tumors.

A phase I/II study evaluating the same TCR in advanced multiple myeloma following autologous stem cell transplantation yielded an 80% (16/20 patients) clinical response rate. Fourteen of 20 patients had near complete or complete remissions, 2 of 20 patients had very good partial remissions, and the median progression-free survival was 19.1 months [19]. This compares to historic responses of 40% or <40% in high-risk patients when treated with single or tandem autologous stem cell transplantation. T cells, lentivirally transduced to express TCR, expanded and persisted in vivo, trafficked to the bone marrow and exhibited tumor-specific cytotoxicity. Disease progression was shown to be associated with a loss of T cell persistence or antigen escape [19]. These results were among the first to demonstrate potential clinical benefit of the TCR platform.

Lessons on toxicity learned from MAGE

Important lessons regarding the potential for TCR-mediated toxicity came from early experience using affinity-enhanced TCRs targeting the melanoma-associated antigen family (MAGE). MAGE-A is a cancer-testis antigen widely expressed in common epithelial malignancies. A phase I/II study conducted in patients with melanoma, synovial sarcoma, and esophageal cancer using a MAGE-A3/A9-specific TCR derived from murine immunization with a MAGE A3/A9 shared peptide demonstrated cancer regression in 5 out of 9 patients. Unexpectedly, however, significant neurotoxicity occurred in 3 of 8 patients, 2 of whom rapidly became comatose and ultimately died. Radiographic imaging showed periventricular leukomalacia in 5 of 8 patients, and autopsy examination revealed necrotizing leukoencephalopathy and white matter defects accompanied by T cell infiltration [20]. The transgenic TCR was later found to broadly bind to peptides derived from MAGE A2, A6, and A12, and MAGE-A12 was found to be expressed on brain parenchyma [20].

Another study of MAGE-A1 targeting TCRs in patients with myeloma and melanoma revealed unanticipated cardiac toxicity [21, 22]. The first 2 patients treated developed fatal cardiac shock. Autopsy revealed gross myocardial damage and evidence of histopathologic T cell infiltration. Although MAGE-A1 expression was not found on cardiac myocytes, unanticipated cross-reactivity of the engineered TCR was found to peptides derived from titin, an unrelated protein found on striated muscle. These adverse events led to the implementation of sophisticated prediction models to assess peptide homology across proteins and to evaluate the potential for cross-reactivity of engineered TCRs with alternative peptide motifs, which thus far has proven sufficient to prevent similar adverse outcomes. Nonetheless, these experiences highlight the risks of first-in human targeted therapies and remind us of the experimental nature of the field.

TCRs under clinical development

Currently, several TCR product candidates directed at other tumor-associated antigens are under early stages of clinical development. TCRs targeting HLA-A*02:01 restricted epitopes of human papillomavirus (HPV)-16 E6 and E7 oncoproteins are being explored for the treatment of HPV-associated epithelial malignancies, including cervical, head and neck, and anogenital tumors [23]. Another promising antigen target is the preferentially induced antigen in melanoma (PRAME). Also a member of the cancer-testis antigen family, PRAME is overexpressed in acute myeloid leukemia (AML), a disease with poor survival outcomes and a clear unmet clinical need. High-affinity allogeneic T cells targeting PRAME can be isolated post–allogeneic stem cell transplant and are highly reactive against multiple PRAME$^+$ tumor cell lines and primary melanoma and AML patient samples, implicating PRAME as a candidate for targeted TCR therapy [24, 25]. Caution must be taken as preclinical data demonstrated that PRAME-specific allo-restricted T cells exerted limited mature dendritic cell and renal epithelial toxicity [15]. Clinical trials studying PRAME-specific T cells equipped with a suicide vector are ongoing.

CARs

Rationale and structure

Several features of engineered TCRs limit their applicability to mediate tumor eradication. Individual TCRs are restricted to a specific MHC allele, present on only a minority of the population. Tumors not infrequently downregulate MHC as a mechanism for immune evasion. The TCR does not directly mediate costimulation and is therefore reliant on an additional costimulatory signal that tumors often lack. Attempts to engineer costimulatory signals into a transgenic TCR have not yet been successful. A CAR is an artificial, engineered T cell receptor, designed to overcome these barriers. Importantly, however, standard methods of CAR transduction do not supplant a T cell's TCR, they rather induce CAR expression in addition to the T cell's endogenous TCR. Gene editing techniques to eliminate TCR expression are being developed with the goal to reduce the possibility of graft-versus-host disease, eliminate the potential for TCR activation to negatively impact CAR function, and permit an off-the-shelf CAR T cell product that can cross histocompatibility barriers [26]. To date, a single pediatric patient who had insufficient T cells to manufacture an autologous product was treated with and achieved remission from an allogeneic T cell product expressing a CD19 specific CART product that was gene edited to eliminate the endogenous TCR [27].

The CAR fuses an antigen binding domain to T cell activation domains. Antigen binding domains are most commonly derived from monoclonal antibodies (mAbs), which do not require antigen presentation from resident MHC, thus endowing the T cell with MHC independence. Antibody binding domains typically comprise variable heavy (Vh) and light (Vl) chains, which can be genetically expressed as a single chain by incorporating flexible linkers to preserve the antigenic specificity of the parental antibody. Theoretically, single-chain variable fragments (scFvs) can be generated from antibodies specific to any target of interest, thereby introducing the flexibility to design engineered CARs targeting any tumor antigen for which a specific antibody is available. In practice, the efficacy of CARs derived from mAbs varies significantly, and therefore substantial preclinical optimization is typically required to generate an effective CAR for a particular target. The addition of costimulatory domains to the CAR receptor eliminates the requirement for costimulatory signals to be provided within the tumor microenvironment, thus further enhancing potency.

CARs through the generations

The inception of the CAR dates to 1989 when experimental data demonstrated the potential for T cell activation following expression of an MHC-independent binding moiety and a T-cell-derived activation domain [28]. Eshhar and colleagues engineered T cells to express artificial receptors constructed of antibody-derived variable domains fused to TCR constant domains. Subsequent work demonstrated that receptors incorporating scFv binding domains provide superior antigen recognition, leading to the evolution of first-generation CAR constructs that fuse an scFv to a singular T cell activation domain. First-generation CARs remain dependent on tumor to provide costimulatory signals for therapeutic benefit [29]. Subsequently, a CD28 or 4-1BB costimulatory signal was integrated into the signaling domains, and this was termed a second-generation CAR. Clinical data with CD19-CARs in lymphoma provided definitive evidence that second-generation CARs show superior expansion and persistence *in vivo*, and the vast majority of clinical trials have utilized second-generation CARs [30–34]. It is now evident that different costimulatory signals are not equivalent and influence the persistence and efficacy of the CAR T cell product. Inclusion of CD28 potentially confers greater initial cytotoxicity; however, CARs incorporating CD28 signaling endodomains do not demonstrate long-term, high-level CAR persistence [35]. In contrast, CARs with 41BB costimulatory signals often demonstrate persistence, and such CARs are not infrequently found in patients >2 years following CAR infusion [30].

Third-generation CARs, which incorporate multiple costimulatory signals, have yet to confer superiority over second-generation CARs. The inclusion of more costimulation may in fact increase the likelihood of developing T cell exhaustion, thereby restricting maximal long-term immune effect. Numerous additional genetic modifications are undergoing testing in CAR T cells, including expression of modifiers designed to protect the T cell from the tumor inhibitory microenvironment, such as modifying CARs to express endogenous checkpoint blockade, chemokine receptors, or cytokine transgenes [36–38]. In particular, CAR T cells that enforce cytokine or cytokine receptors that induce signaling through the common gamma chain receptor (IL-2, IL-7, IL-15, IL-21) provide autocrinous proliferative and proinflammatory signals, enhance CAR function in vitro [39–43], and are being explored clinically. Innovative methods to transform cytokine-mediated inhibitory signals into activating signals by fusing the regulatory cytokine IL-4 receptor to a proinflammatory IL7R signaling domain have shown preclinical promise [44]. As the field of CARs expands and a deeper comprehension of mechanistic factors that influence T cell activation, inhibition, exhaustion, cytotoxicity, and persistence are elucidated, we anticipate the CAR construct can be tailored to further optimize CAR-mediated antitumor outcomes.

Clinical translation

Chronic lymphocytic leukemia (CLL), non-Hodgkin lymphoma (NHL)

Initial Phase I CD19-targeting CAR trials in patients with non-Hodgkin B cell lymphomas and CLL were critical in dose finding, identifying toxicities, and demonstrating the importance of a lymphodepleting preparative regimen. The first clinical report demonstrating CAR efficacy described the use of a second-generation CD19-specific CAR with a CD28 costimulatory domain in a patient with follicular lymphoma. Kochenderfer et al. described dramatic tumor regression in a patient with heavily pretreated advanced follicular lymphoma who experienced CAR-mediated B cell aplasia for a duration of 39 weeks and partial remission for 32 weeks [45]. Impressive results followed in 3 patients with CLL [46, 47] treated with CD19-BB.z-CARs. CAR T cells expanded over 1000-fold and patients expressed CARs for at least 6 months, some of which conferred a memory phenotype by flow cytometry [47, 48]. An additional 8 patients with CLL treated at Memorial Sloan Kettering provided data suggesting the importance of lymphodepletion prior to the adoptive transfer of CAR T cells. This study also concluded that disease response and persistence were inversely correlated with tumor burden [32]. The first pivotal multicenter study of CD19-specific CAR T cells in refractory aggressive NHL met primary endpoints of 76% overall response rate (ORR) and 47% complete remission (CR) ($p < .0001$), which is 6-fold higher than prior historical CR outcomes [49]. These results yield promise for CAR therapy for the treatment of refractory, aggressive lymphomas.

Acute lymphoblastic leukemia (ALL)

Despite the fact that patients with refractory acute leukemia are often pancytopenic or have high circulating blast counts, the phase I B-ALL experience has demonstrated not only the feasibility of CAR T cell therapy in this setting but also that B-ALL is uniquely sensitive to CD19-CAR T cell therapy. Several groups from different institutions have now demonstrated that CD19-targeting CARs can induce striking remissions in adults and children with relapsed/refractory B-ALL despite significant inter-institutional heterogeneity in CAR constructs, preparative regimen, and vector platform [30, 31, 33, 34, 50] (Table 8.2). All groups report remarkable complete remission rates ranging from 70% to 90% in B-ALL (NCI report included an NHL, so results were 70% in B-ALL), which are markedly superior to historic complete remission rates of 20%–30% using standard salvage chemotherapy in patients with relapsed/refractory ALL [50]. These unprecedented outcomes propagated early enthusiasm in the field.

Insights were gained from the parallel yet varying strategies pursued by the different institutions. The feasibility of cell production was supported by the NCI intent to treat analysis that showed that 100% of patients enrolled on their trial received CAR therapy [34]. The evaluated doses in all studies ranged from 0.03 to 21 × 10^6. We additionally learned that CAR T cell expansion correlated with response [34]. The UPenn experience introduced the first patient to relapse post-CAR therapy with CD19 negative disease, introducing the phenomenon of tumor antigen remodeling under the pressure of targeted CAR therapy [30, 31, 34, 51]. We have since seen that in

Table 8.2 Interinstitutional variability in CD19-CAR trials.

Center	*CAR Design*	*scFv*	*Method of Gene Transfer*	*Sample (n)*	*Complete Response (CR)*	*Cytokine Release Syndrome (CRS)*	*Prolonged B Cell Aplasia*
UPENN[30]	4-1BB, CD3ζ	FMC63	Lentiviral	30	90% (27/30)	Yes	Yes
NCI[34]	CD28, CD3ζ	FMC63	Retroviral	21 (20 w ALL)	70% (14/20) Intent to treat	Yes	No
MSKCC[73]	CD28, CD3ζ	SJ2SC1	Retroviral	45	80% (37/45)	Yes	No
FHCRC[74]	4-1BB, CD3ζ CD4:CD8, 1:1	FMC63	Lentiviral	29	93% (24/26)	Yes	Pending

Note: UPENN = University of Pennsylvania; NCI = National Cancer Institute; MSKCC = Memorial Sloan-Kettering Cancer Center; FHCRC = Fred Hutchinson Cancer Research Center.

addition to surface antigen remodeling, tumors can undergo lineage reprogramming and relapse with myeloid disease [52].

CAR persistence was identified as a vital determinant of long-term immune memory, and early clinical trials correlated CAR T cell loss with disease relapse [1]. The CAR costimulatory domain was shown to critically impact the T cell capacity for long-term persistence. CAR T cells with endogenous 4-1BB demonstrated long-term persistence, whereas CAR T cells with CD28 costimulation did not persist beyond 2–3 months [30, 50]. CD28-mediated cellular tonic signaling has since been shown to induce an exhaustive phenotype that is associated with reduced CAR T cell persistence *in vivo* [35]. The fundamental mechanisms that drive T cell exhaustion and persistence remain underexplored at this time and serve as drivers for future CAR T cell biology studies to empower strategies for optimized CAR design.

The United States Food and Drug Administration granted breakthrough therapy designation to CTL019, CD19-targeted CAR on July 1, 2014 and FDA approval on August 30, 2017, for the CD19-targeted CAR, Kymriah, for children and young adults <age 25 with relapsed/refractory B cell ALL. This landmark designation and approval arrived >25 years after the initial publication describing the CAR T cell therapy foundational work in 1989. Genetically modified T cell therapy is the first personalized cellular cancer therapy to be translated to the clinic, and its integration into practice is changing our approach to B cell tumors. The field is rapidly expanding, and we anticipate new biologic and clinical insights will support further optimization and guide successful translation to less immunogenic solid tumors.

Solid tumors

Despite several clinical trials targeting numerous antigens in a variety of cancers, outcomes using CAR therapy in solid tumors have been less encouraging than in hematologic tumors (Table 8.3). Some of the barriers implicated in restraining CAR outcomes in solid tumors include a dearth of antigens with high-level universal surface expression on tumor cells and absent expression on vital tissues, immunosuppression and impaired T cell trafficking within the tumor microenvironment [53], and challenges related to CAR engineering that impact the relative potency of some CARs versus others [35]. One innovative approach that permits CARs to target intracellular antigens is to design a CAR to mimic a TCR and bind to intracellular-derived peptides complexed with surface MHC. TCR-mimetic CARs have been generated targeting WT1 (Wilms Tumor 1 Antigen) and NY-ESO 1 and are being explored for other intracellular targets with the hope to expand CAR applicability to solid tumors that harbor specific intracellular tumor antigens.

Encouraging results were initially reported using a first-generation GD2-CAR in neuroblastoma (2 of 8 patients in initial cohort with objective responses, long-term complete responses in 2 of 11 patients treated) [54, 55]. Based on evidence that costimulation enhances expansion and persistence of CD19-CAR T cells [56], a subsequent trial used the same GD2-CAR scFv but incorporated CD28 and OX40 costimulatory domains. However, no objective responses were seen and the GD2-CAR.28.OX40.z T cells showed very limited expansion and persistence. Subsequent work demonstrated that the scFv incorporated into this GD2-CAR manifests antigen-independent clustering on the cell surface, which leads to tonic signaling and early CAR T-cell exhaustion in the presence of costimulatory domains [35]. CD28 costimulation potently enhanced exhaustion, whereas a 4-1BB costimulation provided anti-exhaustion signals. In the third-generation CAR incorporating CD28 and OX40, the exhaustion phenotype predominates [57]. This experience highlighted a critical role for T cell exhaustion in limiting CAR efficacy and provided evidence that costimulatory domains can both augment or adversely impact CAR function.

Recent work in xenograft models using the GD2-CAR also illustrate the impact of local myelosuppression on CAR T cells. In this study, myeloid-derived suppressor cells (MDSCs) in xenograft models were preferentially expanded in sarcoma models compared to neuroblastoma models, and this correlated with diminished antitumor efficacy against GD2+ sarcomas [57]. Incorporating agents to modulate MDSCs augments CAR efficacy. It is anticipated that future

Table 8.3 Published reports of clinical trials of CAR therapeutics for solid tumors*

Antigen Target	*Disease*	*CAR Design*	*Method of Gene Transfer*	*Sample (n)*	*Response*
CAIX[72]	Metastatic renal cell carcinoma	FcRγ	Retroviral	12	0/12 tumor responses; on-target off-tumor toxicity observed
HER-2[64]	Refractory colon cancer, metastatic to lungs and liver	4-1BB, CD28, CD3ζ	Retroviral	1	Death at 5 days postinfusion (elevated cytokines and respiratory failure in context of dose of 10^{10} CARs)
HER-2[58]	Recurrent/ refractory HER2$^+$ sarcoma	CD28, CD3ζ	Retroviral	17	4/17 SD
GD-2[55]	High-risk neuroblastoma	1st-generation CAR expressed on EBV-specific CTLs or activated T cells	Retroviral	19 (8 = remission, 11 = active disease)	3/11 CR in patients with active disease
Mesothelin[75]	Malignant pleural mesothelioma, pancreatic	4-1BB, CD3ζ	mRNA transduction	2	2 tumor responses
IL13Rα2 [60]	Glioblastoma	4-1BB, CD3ζ (intracavitary and intraventricular delivery)	Lentiviral	1	1 CR** sustained for 7.5 mo
CEA[76]	Adenocarcinoma with metastatic liver disease	CD28, CD3ζ (percutaneous hepatic artery delivery)	Retroviral	6	1 SD, 5 PD Increased necrosis or fibrosis of liver metastases in 4/6 biospies
MUC-1[77]	Seminal vesicle cancer	CD28, 4-1BB, CD3ζ (intratumoral injection)	Lentiviral	1	Local tumor necrosis

*Many additional clinical trials targeting listed and unlisted tumor antigens are recruiting and ongoing. Only results of published reports of clinical trials for solid tumors are summarized here.

**CR in IL13Ra2 CAR trial according to Response Assessment in Neuro-Oncology criteria.

Note: CAIX = carbonic anhydrase IX; HER-2 = human epidermal growth factor receptor 2; GD-2 = disialoganglioside; EBV = Epstein-Barr virus; CTLs = cytotoxic T lymphocytes; IL13Ra2 = interleukin-13 receptor subunit alpha-2; CEA = carcinoembryonic antigen; MUC-1 = mucin 1; FcRg = Fc receptor g; SD = stable disease; CR = complete remission; PD = progressive disease.

studies of CAR T cells in solid tumors will utilize combinatorial regimens designed to modulate tumor-associated immunosuppression as a step toward augmenting the efficacy of CAR therapies against solid tumors.

The initial experience with CARs targeting the Her2 antigen resulted in a severe fatal adverse event after infusion of 1 x 10^{10} third-generation Her2-targeted CAR T cells (CD28.4-1BB.CD3ζ) [64]. Based on knowledge that has emerged since this patient's treatment, it is now clear that the CAR T cell dose administered in this case far exceeds the maximally tolerated dose reported for other CARs, and the clinical deterioration was consistent with severe cytokine release syndrome. Furthermore, although some initially hypothesized that CAR T cells may have attacked the heart and lungs due to low-level expression of Her2 on these tissues, data now increasingly demonstrate that CARs do not recognize low-level antigen expression when compared to TCRs [65–68]. Her2-CAR T cells at appropriate doses have been well tolerated in subsequent studies introducing the possibility for a therapeutic window [58]. Of 17 patients with HER2+ sarcoma who received more than 3x106/m2 Her2.28.z-CAR T cells, 4 showed stable disease for 12 weeks to 14 months, and CAR T cells persisted for at least 6 weeks at low levels in the peripheral blood [58]. The basis for limited efficacy in this study was not clarified; however, in preclinical models using Her2-CARs to treat glioblastoma, rapid selection of antigen loss variants due to high levels of heterogeneity in antigen expression was observed [59]. This could be overcome by simultaneously targeting Her2 and an additional target, IL13Rα2, via a bispecific CAR. In this work, a bispecific Her2/IL13Rα2 CAR receptor was superior to coexpression of both CARs individually on the same T cell. A recent case report of a patient with metastatic glioblastoma multiforme who had a dramatic response to regional delivery of a CAR targeting IL13Rα2 [60] provides additional data suggesting that IL13Rα2 may be a promising target for CAR-based targeting of brain tumors [60]. These early successes support the potential of CARs to change outcomes in otherwise devastating solid tumors.

CAR toxicities

Cytokine release syndrome

The most common toxicity from CAR therapy is cytokine release syndrome (CRS). Patients can develop a clinical syndrome that mimics macrophage activation syndrome characterized by fever and hypotension in context of high levels of proinflammatory cytokines. Cytokines are released from T cells, resident immune cells such as macrophages, and tumor [61]. Symptoms typically develop within 1–2 weeks posttreatment and can range from a mild syndrome with constitutional symptoms to a severe life-threatening syndrome necessitating ICU-level circulatory and ventilator support. Dramatic cytokine elevations including IL-6, IL-10, IFN-γ, and TNF-α correlate with CRS severity [62]. IL-6 has been implicated in propagating the clinical syndrome and treatment with tocilizumab, an anti-IL6R monoclonal antibody that has been shown to effectively, promptly reverse the syndrome [61]. Studies are underway to determine whether preemptive therapy with IL-6R blockade can improve safety and tolerance without adversely impacting efficacy. Corticosteroids provide an alternative treatment for CRS, although uncontrolled trials suggest that they may mediate more adverse effects on the antitumor immune response than IL6 neutralizing strategies [63]. Established algorithms delineating the threshold for CRS treatment should be used to guide management of cytokine storm [61].

Neurotoxicity

Neurologic toxicities following CAR therapy most often follow CRS, however, the mechanisms may differ and cytokine dysregulation alone may not fully explain CAR-mediated neurotoxicity [61]. Symptoms do not localize to a defined anatomic area of the brain and can include headaches, confusion, delirium, hallucinations, facial nerve palsies, apraxia, ataxia, dysmetria, dysphagia, seizures, and altered consciousness that can require airway protection with ventilator support [69]. These symptoms are nearly always reversible. Neurotoxicity has not been shown to directly correlate with CNS disease, but CAR T cells and elevated cytokine levels have been identified in the CSF of patients experiencing neurotoxicity [69]. Recently, this syndrome was replicated in a primate model using a CD20-CAR, suggesting that the syndrome does not reflect an antigen-specific effect of CD19-CAR T cells [70].

Recently, several cases of fatal cerebral edema following CD19-CAR T cells were reported. The pathophysiology responsible for fatal neurotoxicity is not well understood, and it remains unclear whether this reflects a more severe version of the same pathophysiology that leads to reversible neurotoxicity, or reflects an alternative biology. Endothelial dysfunction has been implicated as an underlying trigger for CAR-mediated neurotoxicity and further efforts to mechanistically understand neurologic toxicities of CARs are in order so we can learn to avert this possibly devastating cause of morbidity and mortality.

On-target, off-tumor toxicities

B cell depletion is typically observed following CD19-CAR therapy and persists for the duration of T cell persistence. Notably, this has not been associated with significant morbidity and appears to be adequately managed with immunoglobulin replacement [71]. Hepatobiliary toxicity, presumably a manifestation of on-target, off-tumor toxicity, was observed following treatment with a CAR targeting carbonic anhydrase IX (CAIX) in patients with renal cell carcinoma [72]. Interestingly, the toxicity could be prevented by pretreatment with a mAb targeting the same antigen. On-target, off-tumor toxicity profiles will vary depending on the specific antigenic target. Clinical trials studying CARs targeting novel antigens will require close monitoring for on-target, off-tumor toxicities.

Future directions

Therapy with engineered T cells has shown clear signs of activity, and the full potential of this therapeutic approach remains untapped. Receptor-specific manipulations (e.g., enhancing TCR affinity, diminishing tonic signaling in CAR T cells), coexpression of additional modulators to enhance T cell function, modifying clinical aspects of treatment (e.g., timing of infusion, cell dose, and lymphodepletion regimen), and combining engineered T cells with other immunomodulators all hold promise for enhancing the activity of the emerging class of therapeutics. The emergence of antigen-negative relapse now well documented following CD19-CAR therapy illustrates the importance of crafting multispecific T cells to diminish the risk of antigen loss escape.

Additional focus has been on studying the reversal of T cell exhaustion and inhibition. T cells are inhibited by intrinsic regulatory mechanisms and their inhibitory tumor microenvironment. Efforts to reverse T cell inhibition and exhaustion using combinatorial approaches of engineered T cell and checkpoint blockade are being studied. Another approach under evaluation is to engineer the T cells to have intrinsic mechanisms to inhibit immune-regulatory checkpoints.

A major challenge has been the feasibility of large-scale production of adoptive T cell products. With improved technology methods, the production time has decreased, with many clinical trials reporting production times of less than 21 days. The process of apheresis, genetic modification in a sterile facility under good manufacturing, is a technically complex and expensive process. Many patients have underlying T cell dysfunction from prior therapies, and their T cells may not expand sufficiently to meet threshold doses. Not all patients who undergo apheresis successfully go on to receive the intended product. Efforts to reliably improve transduction efficiencies and enhance the precision and reliability of gene engineering are being explored with techniques such as CRISPR/cas9 gene editing.

Efforts to generate off-the-shelf T cell products are also underway. An initial patient was treated with a CAR T cell product from an HLA-mismatched donor that was modified to lack surface TCR expression so as to avoid alloreactivity. We anticipate that precise gene editing techniques, off the shelf adoptive T cell platforms, and combinatorial therapy will all contribute to developments that will enhance the precision, potency, persistence, and availability of this novel class of therapeutics.

References

1. Ghoneim HE, Zamora AE, Thomas PG, Youngblood BA. Cell-intrinsic barriers of T cell-based immunotherapy. Trends Mol Med. 2016.
2. Sadelain M, Riviere I, Brentjens R. Targeting tumours with genetically enhanced T lymphocytes. Nat Rev Cancer. 2003;3(1):35–45.
3. Thomas S, Hart DP, Xue SA, Cesco-Gaspere M, Stauss HJ. T-cell receptor gene therapy for cancer: the progress to date and future objectives. Expert Opin Biol Ther. 2007;7(8):1207–18.
4. Kebriaei P, Singh H, Huls MH, Figliola MJ, Bassett R, Olivares S, et al. Phase I trials using Sleeping Beauty to generate CD19-specific CAR T cells. J Clin Invest. 2016;126(9):3363–76.
5. Singh H, Huls H, Kebriaei P, Cooper LJ. A new approach to gene therapy using Sleeping Beauty to genetically modify clinical-grade T cells to target CD19. Immunol Rev. 2014;257(1):181–90.
6. Schutsky K, Song DG, Lynn R, Smith JB, Poussin M, Figini M, et al. Rigorous optimization and validation of potent RNA CAR T cell therapy for the treatment of common epithelial cancers expressing folate receptor. Oncotarget. 2015;6(30):28911–28.
7. Sather BD, Romano Ibarra GS, Sommer K, Curinga G, Hale M, Khan IF, et al. Efficient modification of CCR5 in primary human hematopoietic cells using a megaTAL nuclease and AAV donor template. Sci Transl Med. 2015;7(307):307ra156.
8. Ren J, Liu X, Fang C, Jiang S, June CH, Zhao Y. Multiplex genome editing to generate universal CAR T cells resistant to PD1 inhibition. Clin Cancer Res. 2016.
9. Scholler J, Brady TL, Binder-Scholl G, Hwang WT, Plesa G, Hege KM, et al. Decade-long safety and function of retroviral-modified chimeric antigen receptor T cells. Sci Transl Med. 2012;4(132):132ra53.
10. Han A, Glanville J, Hansmann L, Davis MM. Linking T-cell receptor sequence to functional phenotype at the single-cell level. Nat Biotechnol. 2014;32(7): 684–92.
11. Bialer G, Horovitz-Fried M, Ya'acobi S, Morgan RA, Cohen CJ. Selected murine residues endow human TCR with enhanced tumor recognition. J Immunol. 2010;184(11):6232–41.
12. Cohen CJ, Zhao Y, Zheng Z, Rosenberg SA, Morgan RA. Enhanced antitumor activity of murine-human hybrid T-cell receptor (TCR) in human lymphocytes is associated with improved pairing and TCR/CD3 stability. Cancer Res. 2006;66(17):8878–86.
13. Zhao Y, Bennett AD, Zheng Z, Wang QJ, Robbins PF, Yu LY, et al. High-affinity TCRs generated by phage display provide CD4+ T cells with the ability to recognize and kill tumor cell lines. J Immunol. 2007;179(9):5845–54.
14. Varela-Rohena A, Molloy PE, Dunn SM, Li Y, Suhoski MM, Carroll RG, et al. Control of HIV-1 immune escape by CD8 T cells expressing enhanced T-cell receptor. Nat Med. 2008;14(12):1390–5.
15. Amir AL, van der Steen DM, van Loenen MM, Hagedoorn RS, de Boer R, Kester MD, et al. PRAME-specific Allo-HLA-restricted T cells with potent antitumor reactivity useful for therapeutic T-cell receptor gene transfer. Clin Cancer Res. 2011;17(17):5615–25.
16. Morgan RA, Dudley ME, Wunderlich JR, Hughes MS, Yang JC, Sherry RM, et al. Cancer regression in patients after transfer of genetically engineered lymphocytes. Science. 2006;314(5796):126–9.
17. Robbins PF, Morgan RA, Feldman SA, Yang JC, Sherry RM, Dudley ME, et al. Tumor regression in patients with metastatic synovial cell sarcoma and melanoma using genetically engineered lymphocytes reactive with NY-ESO-1. J Clin Oncol. 2011;29(7):917–24.
18. Robbins PF, Kassim SH, Tran TL, Crystal JS, Morgan RA, Feldman SA, et al. A pilot trial using lymphocytes genetically engineered with an NY-ESO-1-reactive T-cell receptor: long-term follow-up and correlates with response. Clin Cancer Res. 2015;21(5):1019–27.
19. Rapoport AP, Stadtmauer EA, Binder-Scholl GK, Goloubeva O, Vogl DT, Lacey SF, et al. NY-ESO-1-specific TCR-engineered T cells mediate sustained antigen-specific antitumor effects in myeloma. Nat Med. 2015;21(8):914–21.
20. Morgan RA, Chinnasamy N, Abate-Daga D, Gros A, Robbins PF, Zheng Z, et al. Cancer regression and neurological toxicity following anti-MAGE-A3 TCR gene therapy. J Immunother. 2013;36(2):133–51.
21. Cameron BJ, Gerry AB, Dukes J, Harper JV, Kannan V, Bianchi FC, et al. Identification of a titin-derived HLA-A1-presented peptide as a cross-reactive target for engineered MAGE A3-directed T cells. Sci Transl Med. 2013;5(197):197ra03.
22. Linette GP, Stadtmauer EA, Maus MV, Rapoport AP, Levine BL, Emery L, et al. Cardiovascular toxicity and titin cross-reactivity of affinity-enhanced T cells in myeloma and melanoma. Blood. 2013;122(6):863–71.
23. Draper LM, Kwong ML, Gros A, Stevanovic S, Tran E, Kerkar S, et al. Targeting of HPV-16+ epithelial cancer cells by TCR gene engineered T cells directed against E6. Clin Cancer Res. 2015;21(19):4431–9.
24. Ding K, Wang XM, Fu R, Ruan EB, Liu H, Shao ZH. PRAME Gene expression in acute leukemia and its clinical significance. Cancer Biol Med. 2012;9(1): 73–6.
25. Goswami M, Hensel N, Smith BD, Prince GT, Qin L, Levitsky HI, et al. Expression of putative targets of immunotherapy in acute myeloid leukemia and healthy tissues. Leukemia. 2014;28(5):1167–70.

26. Torikai H, Cooper LJ. Translational implications for off-the-shelf immune cells expressing chimeric antigen receptors. Mol Ther. 2016;24(7):1178–86.
27. Ratner M. Off-the-shelf CAR-T therapy induces remission in child with ALL. Nat Biotechnol. 2016;34(1):12.
28. Gross G, Waks T, Eshhar Z. Expression of immunoglobulin-T-cell receptor chimeric molecules as functional receptors with antibody-type specificity. Proc Natl Acad Sci U S A. 1989;86(24):10024–8.
29. Brentjens RJ, Latouche JB, Santos E, Marti F, Gong MC, Lyddane C, et al. Eradication of systemic B-cell tumors by genetically targeted human T lymphocytes co-stimulated by CD80 and interleukin-15. Nat Med. 2003;9(3):279–86.
30. Maude SL, Frey N, Shaw PA, Aplenc R, Barrett DM, Bunin NJ, et al. Chimeric antigen receptor T cells for sustained remissions in leukemia. N Engl J Med. 2014;371(16):1507–17.
31. Grupp SA, Kalos M, Barrett D, Aplenc R, Porter DL, Rheingold SR, et al. Chimeric antigen receptor-modified T cells for acute lymphoid leukemia. N Engl J Med. 2013;368(16):1509–18.
32. Brentjens RJ, Riviere I, Park JH, Davila ML, Wang X, Stefanski J, et al. Safety and persistence of adoptively transferred autologous CD19-targeted T cells in patients with relapsed or chemotherapy refractory B-cell leukemias. Blood. 2011;118(18):4817–28.
33. Brentjens RJ, Santos E, Nikhamin Y, Yeh R, Matsushita M, La Perle K, et al. Genetically targeted T cells eradicate systemic acute lymphoblastic leukemia xenografts. Clin Cancer Res. 2007;13(18 Pt 1):5426–35.
34. Lee DW, Kochenderfer JN, Stetler-Stevenson M, Cui YK, Delbrook C, Feldman SA, et al. T cells expressing CD19 chimeric antigen receptors for acute lymphoblastic leukaemia in children and young adults: a phase 1 dose-escalation trial. Lancet. 2015;385(9967): 517–28.
35. Long AH, Haso WM, Shern JF, Wanhainen KM, Murgai M, Ingaramo M, et al. 4-1BB costimulation ameliorates T cell exhaustion induced by tonic signaling of chimeric antigen receptors. Nat Med. 2015;21(6): 581–90.
36. Pegram HJ, Park JH, Brentjens RJ. CD28z CARs and armored CARs. Cancer J. 2014;20(2):127–33.
37. Pegram HJ, Purdon TJ, van Leeuwen DG, Curran KJ, Giralt SA, Barker JN, et al. IL-12-secreting CD19-targeted cord blood-derived T cells for the immunotherapy of B-cell acute lymphoblastic leukemia. Leukemia. 2015;29(2):415–22.
38. Pegram HJ, Lee JC, Hayman EG, Imperato GH, Tedder TF, Sadelain M, et al. Tumor-targeted T cells modified to secrete IL-12 eradicate systemic tumors without need for prior conditioning. Blood. 2012;119(18):4133–41.
39. Jena B, Dotti G, Cooper LJ. Redirecting T-cell specificity by introducing a tumor-specific chimeric antigen receptor. Blood. 2010;116(7):1035–44.
40. Vera JF, Hoyos V, Savoldo B, Quintarelli C, Giordano Attianese GM, Leen AM, et al. Genetic manipulation of tumor-specific cytotoxic T lymphocytes to restore responsiveness to IL-7. Mol Ther. 2009;17(5):880–8.
41. Sogo T, Kawahara M, Tsumoto K, Kumagai I, Ueda H, Nagamune T. Selective expansion of genetically modified T cells using an antibody/interleukin-2 receptor chimera. J Immunol Methods. 2008;337(1):16–23.
42. Hoyos V, Savoldo B, Quintarelli C, Mahendravada A, Zhang M, Vera J, et al. Engineering CD19-specific T lymphocytes with interleukin-15 and a suicide gene to enhance their anti-lymphoma/leukemia effects and safety. Leukemia. 2010;24(6):1160–70.
43. Markley JC, Sadelain M. IL-7 and IL-21 are superior to IL-2 and IL-15 in promoting human T cell-mediated rejection of systemic lymphoma in immunodeficient mice. Blood. 2010;115(17):3508–19.
44. Mohammed S, Sukumaran S, Bajgain P, Watanabe N, Heslop HE, Rooney CM, et al. Improving chimeric antigen receptor-modified T cell function by reversing the immunosuppressive tumor microenvironment of pancreatic cancer. Mol Ther. 2017;25(1):249–58.
45. Kochenderfer JN, Wilson WH, Janik JE, Dudley ME, Stetler-Stevenson M, Feldman SA, et al. Eradication of B-lineage cells and regression of lymphoma in a patient treated with autologous T cells genetically engineered to recognize CD19. Blood. 2010;116(20):4099–102.
46. Porter DL, Levine BL, Kalos M, Bagg A, June CH. Chimeric antigen receptor-modified T cells in chronic lymphoid leukemia. N Engl J Med. 2011;365(8):725–33.
47. Kalos M, Levine BL, Porter DL, Katz S, Grupp SA, Bagg A, et al. T cells with chimeric antigen receptors have potent antitumor effects and can establish memory in patients with advanced leukemia. Sci Transl Med. 2011;3(95):95ra73.
48. Porter DL, Kalos M, Zheng Z, Levine B, June C. Chimeric antigen receptor therapy for B-cell malignancies. J Cancer. 2011;2:331–2.
49. Sattva S. Neelapu et al. LBA-6 Kte-C19 (anti-CD19 CAR T cells) induces complete remissions in patients with refractory diffuse large B-cell lymphoma (DLBCL): results from the pivotal phase 2 Zuma-1. ASH.; 12.6.2016; Sand Diego: Blood. Late Breaking Abstract LBA-6.
50. Davila ML, Sauter C, Brentjens R. CD19-targeted T cells for hematologic malignancies: clinical experience to date. Cancer J. 2015;21(6):470–4.
51. Sotillo E, Barrett DM, Black KL, Bagashev A, Oldridge D, Wu G, et al. Convergence of acquired mutations and alternative splicing of CD19 enables resistance to CART-19 immunotherapy. Cancer Discov. 2015;5(12):1282–95.

52. Jacoby E, Nguyen SM, Fountaine TJ, Welp K, Gryder B, Qin H, et al. CD19 CAR immune pressure induces B-precursor acute lymphoblastic leukaemia lineage switch exposing inherent leukaemic plasticity. Nat Commun. 2016;7:12320.
53. Newick K, Moon E, Albelda SM. Chimeric antigen receptor T-cell therapy for solid tumors. Mol Ther Oncolytics. 2016;3:16006.
54. Pule MA, Savoldo B, Myers GD, Rossig C, Russell HV, Dotti G, et al. Virus-specific T cells engineered to coexpress tumor-specific receptors: persistence and antitumor activity in individuals with neuroblastoma. Nat Med. 2008;14(11):1264–70.
55. Louis CU, Savoldo B, Dotti G, Pule M, Yvon E, Myers GD, et al. Antitumor activity and long-term fate of chimeric antigen receptor-positive T cells in patients with neuroblastoma. Blood. 2011;118(23):6050–6.
56. Savoldo B, Ramos CA, Liu E, Mims MP, Keating MJ, Carrum G, et al. CD28 costimulation improves expansion and persistence of chimeric antigen receptor-modified T cells in lymphoma patients. J Clin Invest. 2011;121(5):1822–6.
57. Long AH, Highfill SL, Cui Y, Smith JP, Walker AJ, Ramakrishna S, et al. Reduction of MDSCs with all-trans retinoic acid improves CAR therapy efficacy for sarcomas. Cancer Immunol Res. 2016;4(10): 869–80.
58. Ahmed N, Brawley VS, Hegde M, Robertson C, Ghazi A, Gerken C, et al. Human epidermal growth factor receptor 2 (HER2)-specific chimeric antigen receptor-modified T cells for the immunotherapy of HER2-positive sarcoma. J Clin Oncol. 2015;33(15): 1688–96.
59. Hegde M, Mukherjee M, Grada Z, Pignata A, Landi D, Navai SA, et al. Tandem CAR T cells targeting HER2 and IL13Ralpha2 mitigate tumor antigen escape. J Clin Invest. 2016;126(8):3036–52.
60. Brown CE, Alizadeh D, Starr R, Weng L, Wagner JR, Naranjo A, et al. Regression of glioblastoma after chimeric antigen receptor T-cell therapy. N Engl J Med. 2016;375(26):2561–9.
61. Lee DW, Gardner R, Porter DL, Louis CU, Ahmed N, Jensen M, et al. Current concepts in the diagnosis and management of cytokine release syndrome. Blood. 2014;124(2):188–95.
62. Bonifant CL, Jackson HJ, Brentjens RJ, Curran KJ. Toxicity and management in CAR T-cell therapy. Mol Ther Oncolytics. 2016;3:16011.
63. Davila ML, Riviere I, Wang X, Bartido S, Park J, Curran K, et al. Efficacy and toxicity management of 19-28z CAR T cell therapy in B cell acute lymphoblastic leukemia. Sci Transl Med. 2014;6(224):224ra25.
64. Morgan RA, Yang JC, Kitano M, Dudley ME, Laurencot CM, Rosenberg SA. Case report of a serious adverse event following the administration of T cells transduced with a chimeric antigen receptor recognizing ERBB2. Mol Ther. 2010;18(4):843–51.
65. Weijtens ME, Hart EH, Bolhuis RL. Functional balance between T cell chimeric receptor density and tumor associated antigen density: CTL mediated cytolysis and lymphokine production. Gene Ther. 2000;7(1): 35–42.
66. Turatti F, Figini M, Balladore E, Alberti P, Casalini P, Marks JD, et al. Redirected activity of human antitumor chimeric immune receptors is governed by antigen and receptor expression levels and affinity of interaction. J Immunother. 2007;30(7):684–93.
67. Anurathapan U, Chan RC, Hindi HF, Mucharla R, Bajgain P, Hayes BC, et al. Kinetics of tumor destruction by chimeric antigen receptor-modified T cells. Mol Ther. 2014;22(3):623–33.
68. Walker AJ, Majzner RG, zhang L, Wanhainen KM, Long AH, Nguyen SM, et al. Tumor antigen and receptor densities regulate efficacy of a novel chimeric antigen receptor targeting anaplastic lymphoma kinase. 2017.
69. Brudno JN, Kochenderfer JN. Toxicities of chimeric antigen receptor T cells: recognition and management. Blood. 2016;127(26):3321–30.
70. Taraseviciute A, Kean L, Jensen M, editors. Creation of the first non-human primate model that faithfully recapitulates chimeric antigen receptor (CAR) T cell-mediated cytokine release syndrome (CRS) and neurologic toxicity following B cell-directed CAR-T cell therapy. Blood; 2016 2016.
71. Bhoj VG, Arhontoulis D, Wertheim G, Capobianchi J, Callahan CA, Ellebrecht CT, et al. Persistence of long-lived plasma cells and humoral immunity in individuals responding to CD19-directed CAR T-cell therapy. Blood. 2016;128(3):360–70.
72. Lamers CH, Sleijfer S, van Steenbergen S, van Elzakker P, van Krimpen B, Groot C, et al. Treatment of metastatic renal cell carcinoma with CAIX CAR-engineered T cells: clinical evaluation and management of on-target toxicity. Mol Ther. 2013;21(4): 904–12.
73. Park J. et al., CD19-targeted CAR T-cell therapeutics for hematologic malignancies: interpreting clinical outcomes to date. ASH; 12.2016. San Diego. Blood, 2016. 127:3312–3320.
74. Turtle CJ, Riddell SR, Maloney DG. CD19-targeted chimeric antigen receptor-modified T-cell immunotherapy for B-cell malignancies. Clin Pharmacol Ther. 2016; 100(3):252–8.

75. Beatty GL, Haas AR, Maus MV, Torigian DA, Soulen MC, Plesa G, et al. Mesothelin-specific chimeric antigen receptor mRNA-engineered T cells induce anti-tumor activity in solid malignancies. Cancer Immunol Res. 2014;2(2):112–20.
76. Katz SC, Burga RA, McCormack E, Wang LJ, Mooring W, Point GR, et al. Phase I hepatic immunotherapy for metastases study of intra-arterial chimeric antigen receptor-modified T-cell therapy for CEA+ liver metastases. Clin Cancer Res. 2015;21(14):3149–59.
77. You F, Jiang L, Zhang B, Lu Q, Zhou Q, Liao X, et al. Phase 1 clinical trial demonstrated that MUC1 positive metastatic seminal vesicle cancer can be effectively eradicated by modified Anti-MUC1 chimeric antigen receptor transduced T cells. Sci China Life Sci. 2016;59(4):386–97.

9

CHAPTER 9

Immunomodulation with Adjuvants and Cytokines

Dae won Kim[1] *and Adi Diab*[2]

[1] Department of Gastrointestinal Oncology, Moffitt Cancer Center, Tampa, FL, USA
[2] Department of Melanoma Medical Oncology, The University of Texas MD Anderson Cancer Center, Houston, TX, USA

Introduction

Cancer immunotherapy recently gained attention with the remarkable success of checkpoint blockade therapy. However, only patients with specific cancers experience significant and durable clinical benefits. Several molecules and cytokines have been tested to improve the antitumor immunity and limited clinical benefits of checkpoint blockade therapy. Adjuvants are vaccine components that are able to enhance antigen-specific immune responses induced by the tumor and the tumor environment. They augment the potency and longevity of the antitumor immunity induced by the cancer vaccine, since the vaccine itself is not immunogenic enough to overcome the immune suppression characteristics of cancer. In general, adjuvants are divided into two categories: (1) vaccine delivery carriers, which facilitate vaccine antigen delivery into antigen presenting cells (APCs), and (2) immunostimulants, which mainly activate innate immune systems.

Ideal cancer vaccine adjuvants differ from traditional prophylactic vaccines. Cancer vaccines typically elicit type I T helper cell (Th1) immune responses in a tumor microenvironment composed of immune suppressive cytokines, molecules, and cells. Traditionally, peptide and protein vaccines have been administered with delivery carriers such as mineral adjuvants and oil adjuvants. With recent advancements in identifying and understanding the regulators and stimulators in cancer immunology, various adjuvants have been used locally and/or systemically in preclinical and clinical studies, including cytokines, checkpoint inhibitors, costimulatory molecules, radiation, and even chemotherapy. In this chapter, we summarize and discuss diverse adjuvants and cytokines to enhance antitumor immunity in cancer immunotherapy.

Carriers

Aluminum salts have been used as adjuvants in several prophylactic viral and bacterial vaccines due to their capacity to enhance innate immunity [1]. However, they are not ideal adjuvants for cancer vaccines since they fail to induce strong cellular immune responses [2].

Oil adjuvants are mixtures of oil and injectable surfactants. Oil adjuvants form a depot at the injection sites to release antigens slowly to APCs and protect the antigens from degradation [3]. Incomplete Freund's adjuvant (IFA) and Montanide ISA are the commonly used oil adjuvants. These

Immunotherapy in Translational Cancer Research, First Edition. Edited by Laurence J. N. Cooper, Elizabeth A. Mittendorf, Judy Moyes, and Sabitha Prabhakaran.

adjuvants have been shown to induce cytotoxic T cell activation in peripheral blood [4]. However, recent preclinical and clinical studies demonstrated that IFA induced retention and dysfunction of antigen-specific CD8 T cells at the injection sites with minimal interferon (IFN)-γ production in response to peptide stimulation [5, 6].

Toll-like receptors (TLRs)

The innate immune system is a first line of defense against microbial or viral infection, especially during the first several hours and days of the initial exposure, before activation and expansion of adaptive immune cells, such as B cells and T cells. In contrast to adaptive immune cells, innate immune cells have pattern-recognition receptors on their membranes or in their cytoplasms to recognize pathogen-associated molecular patterns (PAMPs) expressed by microorganisms. TLRs are essential pattern-recognition receptors. Upon recognition of microbial PAMPs, TLR signaling results in maturation of innate immune cells, upregulation of major histocompatibility complex (MHC) and costimulatory molecules (CD40, CD80, and CD86), and enhancement of cross-presentation of antigen, which drives the development of Th1, Th2, or Th17 immune response [7].

BCG

Bacille Calmette-Guérin (BCG) is a bacterial product that activates TLR2 and TLR4 (Figure 9.1) [8]. Although both TLR2 and TLR4 stimulate dendritic cells (DCs), they have different effects on the immune system. TLR2 signaling is associated with Th2 immune responses and induces tolerogenic DCs and regulatory T cells by forming a heterodimer with TLR6 [9]. Activating TLR2 through the MyD88 pathway increases myeloid-derived suppressor cells, enhancing the immune suppressive activity and promoting growth, invasion, and metastasis of tumors [9]. In contrast, TLR4 signaling leads to interleukin (IL)-12 production, secretion of type I interferons, and a Th1 cellular immune response [9]. BCG has been evaluated extensively as a cancer vaccine adjuvant and has been approved for local treatment of superficial bladder cancer. However, several randomized phase III studies with BCG adjuvant cancer vaccines failed to show clinical efficacy [10, 11]. In addition, since BCG is a live mycobacterial product, systemic infection is a risk. This is a significant limitation for its widespread use as an adjuvant for cancer vaccines.

Polyinosinic-polycytidylic acid (poly-IC)

Poly-IC, a synthetic viral dsRNA analog, is a potent TLR3 agonist (Figure 9.1) that induces the production of type I interferon and IL-12 and the upregulation of MHC and costimulatory molecules on APCs, which enhances cross-presentation. Since poly-IC is rapidly inactivated by naturally occurring enzymes in the blood, it is commonly stabilized with poly-lysine. The stabilized form is known as poly-ICLC. When used as vaccine adjuvants in preclinical studies, poly-IC and poly-ICLC were shown to enhance DC maturation, IL-12 secretion, and tumor-specific T cell response [12, 13]. After intratumoral injection of poly-ICLC, tumor inflammation followed by significant tumor regression and extended survival was reported in a patient with advanced facial rhabdomyosarcoma [14]. Currently, poly-ICLC is being tested in several clinical trials for patients with melanoma, prostate cancer, and breast cancer.

Lipopolysaccharide (LPS)

LPS, the major outer surface membrane component of Gram-negative bacteria, is a potent stimulator of TLR4 (Figure 9.1), which leads to activation of DCs, secretion of type I interferons, and IL-12, and induction of Th1 immune response [15]. Although LPS has shown significant antitumor effects in multiple preclinical and clinical studies [16–18], it is considered too toxic for clinical use because it is associated with severe toxicities, including cytokine storm [19].

Monophosphoryl lipid A is a detoxified form of LPS from *Salmonella minnesota* [20]. It is a TLR4 agonist and induces a potent Th1 cell response with secretion of proinflammatory cytokines [21]. Due to the strong immunostimulatory activity and the lack of significant toxicity, monophosphoryl lipid A is being used as an adjuvant in several ongoing

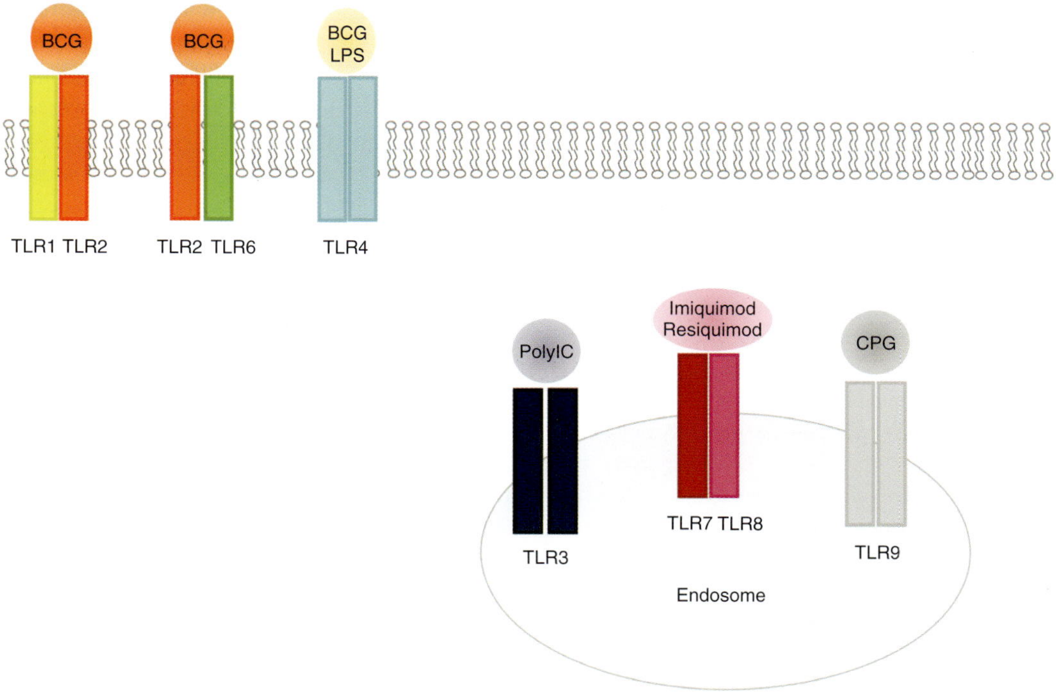

Figure 9.1 Toll-like receptors and their ligands that have been tested preclinically and clinically.

phase III cancer vaccine trials such as MAGE-A3 vaccine and MUC-1 antigen vaccine (Stimuvax®).

Imiquimod

Imiquimod, a TLR7 agonist (Figure 9.1), is a topical treatment for condylomata acuminate, actinic keratosis, and basal cell carcinoma. TLR7 is expressed in plasmocytoid DCs (pDCs) and to a lesser extend in myeloid DCs (mDCs), but not in natural killer (NK) cells or T cells [22]. Once TLR7 is activated by imiquimod, pDCs secrete IL12 and IFN-α, which activates effector cells such as NK cells and T cells, and enhances the expression of costimulatory molecules and the antigen-presenting ability by upregulating MHC class I and II on pDCs [23]. In addition, imiquimod treatment directly activates pDCs tumoricidal activity by upregulating TRAIL, granzyme, and perforin [23]. The immunoadjuvant activity of imiquimod was evaluated in metastatic melanoma patients treated with an FMS-like tyrosine kinase 3 (Flt3) ligand and peptide vaccines [24]. In the study, topical imiquimod induced more frequent cutaneous reactions to peptide vaccination and more frequent circulating peptide-specific CD8 T cells than controls. Several case reports and case series reports have demonstrated successful treatment of mucosal melanoma and metastatic skin disease of breast cancer with topical imiquimod [25, 26]. In a small prospective study, topical application of imiquimod showed two partial responses (20%) without grade 3/4 toxicities in patients with skin metastasis of breast cancer [27]. Another pilot study of the NY-ESO-1 peptide vaccine combined with imiquimod as a vaccine adjuvant has shown an excellent safety profile of topical imiquimod and successful humoral- and cellular-NY-ESO-1 specific immune responses in patients with resected melanoma [28].

Resiquimod

Resiquimod stimulates TLR8 as well as TLR7 (Figure 9.1). TLR8 is phylogenetically similar to TLR7 and is expressed in monocytes, neutrophils, and myeloid DCs, but not in pDCs. In pDCs TLR8 partially complements expression of TLR7 [23, 29]. While the TLR7 pathway is associated with activation of pDCs and secretion of IFN-α, TLR8 stimulation activates mDCs and secretion of IL-12 [30]. Similar to imiquimod, resiquimod induces secretion of IFN-α, tumor necrosis factor α (TNF-α), IL-6, and IL-12; upregulation of costimulatory molecule expression on DCs; enhancement of cross-presentation of DCs; and activation of cytotoxic T cells [9]. Resiquimod has been evaluated as an immunologic adjuvant for the NY-ESO-1 protein vaccine in combination with montanide in patients with resected, high-risk melanoma [31]. Although topical resiquimod with montanide induced both antibody-and CD4 T cell-responses to NY-ESO-1 in the majority of patients, NY-ESO-1-specific CD8 T cell responses were detected in only 3 of 12 patients [31].

CpG

CpG oligodeoxynucleotides are among the most potent cellular immune adjuvants to stimulate TLR9 (Figure 9.1). TLR9 is expressed primarily in pDCs and B cells [32]. TLR9 can induce both strong cellular and humoral immune responses by activating pDCs and memory B cells [32]. A number of preclinical studies have demonstrated that CpG can enhance tumor-antigen-specific immune responses against coadministered cancer vaccines with a significant decrease in tumor burden [32]. Given the immunostimulatory activity of CpG in murine studies, CpG has been studied extensively in multiple clinical studies. Continuous intratumoral CpG infusion as a single agent was evaluated in patients with recurrent glioblastoma in phase I and II studies [33, 34]. In these studies, CpG was well tolerated with mild fever and transient neurological worsening. Although they were small and uncontrolled studies, one-year survival rates of CpG-treated patients (24%) were higher than historic controls (15%). A phase I study of melanoma peptide vaccines in combination with CpG and IFA showed that the frequency of circulating-tumor-specific T cells in patients who received the peptide vaccine with CpG was 10 times higher than in patients who were vaccinated with IFA [35]. In addition, type I cytokine production (IFN-γ, TNF-α, and IL-2) and the expression of CD107a (degranulation marker) were increased up to 10-fold in CpG-vaccinated patients compared to these in patients receiving the same vaccine lacking CpG. In another clinical study, metastatic melanoma patients were treated with a multiepitope peptide vaccine including MART-1, gp100, and tyrosinase in montanide with CpG, IFA, and GM-CSF [36]. The treatment was well tolerated without significant toxicities; 10% (2 patients) had objective response rates, and 48% (10) of disease control rates were observed with median progression-free survival (PFS) of 1.9 months. The median overall survival (OS) was 13.4 at a median follow-up of 7.4 months.

CpG was incorporated in the immunogenic virus-like nanoparticle and Melan-A/MART-1 peptide (MelQbG10 vaccine) to enhance the antitumor immunity in several clinical studies. In a phase II study, 7 patients with resected undetectable melanoma and 15 with detectable metastatic melanoma were treated with MelQbG10 [37]. The vaccine was safe and generated detectable Melan-A/MART-1-specific T cell responses such as degranulation and production of IL-2, IFN-γ, and TNF-α in 14 patients (66%). Among the 14 evaluable patients with targetable disease, 1 had a partial response and 1 had stable disease. MelQbG10 in combination with IFA and/or topical imiquimod was also tested in patients with metastatic melanoma [38]. While MelQbG10 plus IFA induced a high frequency of T cells with predominant effector memory cells, the combination of MelQbG10 with imiquimod generated higher proportion of central memory cells with increased $CD127^+$ T cells. In the study, objective response was not observed. CpG was also evaluated as an immunostimulant in a phase I study of Wilms' tumor 1 peptide vaccine emulsified with IFA [39]. A total of 28 patients with refractory solid malignancy were treated with vaccine alone, vaccine plus GM-CSF, or vaccine plus CpG. The treatment was well tolerated without significant toxicities, and results in disease control rates of vaccine alone ($n = 10$), vaccine plus GM-CSF ($n = 8$), and vaccine plus CpG ($n = 10$) in the initial two months were 20%, 25%, and 60%, respectively.

Checkpoint inhibitors

Immune checkpoint inhibitors such as anti-CTLA-4/PD-1 have demonstrated remarkable clinical efficacy as a single agent for melanoma, non-small-cell lung cancer, and renal cell carcinoma. In several preclinical and clinical studies, these checkpoint inhibitors were used with cancer vaccines to enhance antitumor immunity. Since most of the studies with checkpoint inhibitors are extensively described in the accompanying chapters of this book, here we only discuss representative clinical studies briefly.

Ipilimumab (anti-CTLA-4)

In a phase III study, previously treated patients with advanced melanoma were randomized to receive gp100 vaccine, ipilimumab, or ipilimumab plus gp100 vaccine [40]. The objective response rate and median OS were 10.9% and 10.1 months for ipilimumab and 5.7% and 10.0 months for ipilimumab with gp100. Long-term survival data of the study showed survival rates at 2 and 3 years were 25% and 25% with ipilimumab alone and 19% and 15% with ipilimumab plus gp100 [41]. However, ipilimumab plus gp100 demonstrated shorter PFS (hazard ratio with ipilimumab plus gp100, 1.25; $p = .04$) and lower survival rates at 2 and 3 years than ipilimumab alone. Ipilimumab was also combined with PROSTVAC, recombinant poxviruses expressing PSA and TRICOM (LFA-3, ICAM-1, and B7.1), in a phase I study [42]. Patients with castration-resistant metastatic prostate cancer were treated with PROSTVAC plus escalating doses of ipilimumab. The median OS was 31.3 months for all dose cohorts and 37.2 months for highest dose (10 mg/kg), and 20% of patients at 10 mg/kg of ipilimumab were alive at 80 months.

Nivolumab (anti-PD-1)

In a phase I study, patients with ipilimumab-naïve or refractory advanced melanoma were treated with nivolumab plus multipeptide (gp100, MART-1, NY-ESO-1) vaccine emulsified in IFA [43]. The treatment was well tolerated and safe. Objective response rates were 24% (8 patients) for ipilimumab-naïve patients treated with nivolumab plus vaccine. Among ipilimumab refractory patients, 4 patients (27%) treated with nivolumab plus vaccine had objective response and 10 patients (26%) with nivolumab alone had objective response. Nivolumab with multipeptide vaccine was also studied as an adjuvant treatment in patients with resected stage IIIC or IV melanoma [44]. The treatment was well tolerated. At a median follow-up of 32.1 months, the estimated median PFS was 47.1 months, and the median OS was not reached.

Costimulatory molecules

Costimulatory molecules can potentiate antitumor immunity by directly targeting T cells. Thus, interest in the use of costimulatory molecules as immunoadjuvants is emerging.

CD28

CD28 is constitutively expressed on resting naïve T cells, and the ligation of CD28 by CD80 or CD86 results in the induction of Th1 and Th2 type cytokines, the expansion of T cells, and the increased resistance to apoptosis of T cells by upregulating antiapoptotic protein, Bcl-xL [45]. In a phase I study of TGN1412 (superagonist anti-CD28 antibody), which activates T cells without TCR engagement, all 6 healthy volunteers who received the antibody developed nearly fatal systemic inflammatory syndromes with multiorgan failure [46]. Due to the serious adverse events, use of the CD28 agonist is discouraged.

4-1BB

4-1BB (CD137) is expressed on activated T cells, activated NK cells, DCs, B cells, and myeloid cells, and the ligation of 4-1BB by the 4-1BB ligand on APCs leads to T cell proliferation, IL-2 production, granzyme B and perforin expression, and T cell longevity [47]. 4-1BB costimulation is essential for expansion of memory CD8 T cells, and is better than CD28 costimulation for the generation of cytotoxic T cells and enhancement of cytolytic activity [48]. Agonist anti-4-1BB antibodies have paradoxical immunosuppressive activity by depleting immune cells, including B, NK, and CD4 T cells, and upregulating indolemamine dioxygenase [49, 50]. In addition, several preclinical studies demonstrated that stimulation of 4-1BB suppressed the progression of autoimmune diseases [49, 51]. Interestingly, the combination of anti-CTLA-4 and agonist anti-4-1BB antibodies enhanced antitumor immunity while reducing anti-CTLA-4-treatment-related autoimmune disease by increasing the function of Tregs in mice [52]. Despite the immunosuppressive activity, 4-1BB costimulation is emerging as an attractive target for cancer immunotherapy due to the critical role of 4-1BB in the expansion and cytolytic function of memory CD8 T cells and the potent antitumor activity of agonist anti-4-1BB antibodies in murine studies [50, 52]. In preclinical studies, an agonist anti-4-1BB antibody with peptide tumor vaccine or DC vaccine is able to regress established, poorly immunogenic tumors by polarizing the T cell response toward a type 1, increasing survival and proliferation of activated T cells, and activating NK cells [53, 54]. In addition, another preclinical study demonstrated an agonist anti-4-1BB antibody with a peptide vaccine and CpG-induced eradiation of established melanoma by generating antigen-specific cytotoxic T cells and their subsequent infiltration into the tumor sites [55]. There are several ongoing clinical trials with agonist anti-4-1BB antibodies, including urelumab and PF-05082566, though one of clinical studies with urelumab was terminated due to unusually high incidence of grade 4 hepatic toxicities [56].

OX40

OX40 is a member of tumor necrosis factor receptor (TNFR) family expressed on activated T cells. Engagement of OX40 by its ligand, OX40L, expressed on activated APCs promotes survival and expansion of T cells by enhancing expression of prosurvival molecules and production of cytokines [57]. OX40 is also expressed constitutively in mice Tregs, whereas OX40 expression is upregulated upon activation in human Tregs [57]. An agonistic anti-OX40 antibody alone showed eradication of immunogenic tumors in mice, though OX40 monotherapy failed to show antitumor activity in poorly immunogenic tumors such as B16 melanoma [58]. Studies of OX40 agonists in combination with cancer vaccines demonstrated an improvement of established tumor control by enhancing proliferation and survival of effector T cells [59], reducing Tregs frequency, and inhibiting immune suppressive Treg function [60, 61]. In addition, OX40 stimulation induces unique CD4 T cells, which have tumoricidal function [62]. The first clinical study with a mouse IgG1 anti-human OX40 antibody showed acceptable toxicity profile without any objective responses [63]. Clinical trials with agonistic anti-OX40 antibodies are ongoing.

Glucocorticoid-induced TNFR-related protein (GITR)

GITR is expressed at low levels on resting T cells, and the expression of GITR is upregulated 24–72 hours after stimulation [64]. In contrast, Tregs constitutively express GITR. GITR ligation by the GITR ligand (GITRL), which is expressed on activated APCs, leads to the enhancement of T cell proliferation and effector function by upregulating CD25, IL-2, and IFN-γ, and protecting T cells from activation-induced cell death [65]. GITR ligation also disrupts tolerance to self and tumor antigens by abrogating Treg-mediated suppression [66, 67]. In multiple mouse tumor models including sarcoma, CT26, and small B16 tumors, stimulation of GITR using an agonist antimouse GITR antibody (DTA-1) has been shown to regress established tumors and protect mice from tumor rechallenge with long-lasting memory T cells [68–70]. DTA-1 treatment with DNA vaccination enhanced tumor-antigen-specific CD8 T cell response and survival and increased recall CD8 T cell response to a booster vaccination [71]. T cell vaccination combined with DTA-1 resulted in complete and permanent eradication of HPV oncogene-expressing tumors (TC1) compared to other combinations such as imiquimod, anti-CD4, and IFN-α [72]. The melanoma DC vaccine in combination with DCs transfected with mRNA encoding anti-CTLA-4 and agonistic anti-GITR antibodies improved antitumor immunity and survival of melanoma-bearing mice [73]. Currently, several clinical studies with a humanized agonist anti-GITR antibody and GITRL-expressing DCs plus a DC tumor vaccine are ongoing.

CD27

In contrast to other costimulatory molecules, CD27 is constitutively expressed on naïve T cells and Tregs, and its expression is upregulated upon activation [74]. CD70, the ligand for CD27, is transiently expressed on activated APCs and T cells. CD27 ligation by CD70 enhances proliferation, survival, and effector function of T cell and generation of memory T cells [75]. Constitutive expression of CD70 on several tumors including renal cell carcinoma, lymphoma, and head and neck cancer has been reported [76], and interaction of CD27 on effector cells with CD70 on tumors enhances NK-cell- and T-cell-mediated tumor rejection by perforin- and IFN-γ-dependent mechanisms in a CD70-expressing murine lymphoma model [77]. CD27 stimulation by an agonistic CD27 antibody is able to protect against lymphoma even without a DC maturation signal in a preclinical study [78]. However, CD27 stimulation has been reported to induce T cell dysfunction in chronic viral infection with prolonged expression of CD70 [79] and promote tumor progression with an increase in the frequency of Tregs in the tumor environment and tumor-draining lymph nodes [80]. Since CD27 signals can induce both antitumor immunity and immunosuppression, likely depending on the environment where the CD27 stimulation signals are delivered and the duration of CD27 stimulation, a precise stimulation of CD27 may be required to enhance antitumor immunity. Currently, varlilumab (fully humanized agonistic CD27 antibody) is being evaluated in several phase I studies, including a combination study with ONT-10 (MUC1 peptide vaccine) in patients with advanced breast or ovarian cancer.

CD40

CD40 is expressed on APCs including DCs and macrophages. CD40 interactions with its ligand (CD40L), which is mainly expressed on activated CD4 T cells, results in the activation and maturation of APCs with subsequent upregulation of costimulatory molecules (CD70, CD80, and CD86) as well as tumor necrosis factor superfamily members such as 4-1BBL, OX40L, and GITRL [81]. CD40 ligation also induces secretion of proinflammatory cytokines including IL-1β, IL-6, and IL-12 by DCs [82]. This process enhances the T cell activation and differentiation of naïve CD4 and CD8 T cells into helper T cells and cytotoxic T cells, respectively [81]. In addition, the proinflammatory cytokines secreted by activated DCs activate NK cells indirectly [83]. CD40 expression has been reported for several tumor cells such as B cell lymphoma, melanoma, and renal cell carcinoma, and CD40 ligation on tumor cells results in the recruitment of immune effector cells with tumoricidal effects into the tumor microenvironment by upregulated expression of ICAM-1 and Fas and secretion of IL-6, IL-8, GM-CSF, and TNF-α [84]. CD40 ligation of tumor cells also induces growth arrest by inhibiting entry into the S-phase [84].

An agonist CD40 antibody enhances the efficacy of peptide cancer vaccines, converts peripheral cytotoxic T cell tolerance induced by minimal epitope vaccine, and augments antitumor vaccine efficacy in tumor-bearing mice [85]. Several CD40 agonists, including agonistic CD40 antibodies and recombinant CD40L, have been tested in clinical trials. A phase I study of recombinant human CD40L in patients with solid tumor or high-grade non-Hodgkin lymphoma (NHL) showed a 6% (2 patients) objective response rate with one long-term complete remission [86]. The CP-870,893 agonistic CD40 antibody was evaluated in patients with advanced solid tumors [87]. In the study, 29 patients received single-dose treatment, and 4 patients (14%) with melanoma had objective responses. However, a subsequent study of CP-870,893 administered weekly failed to show any objective responses [88].

Dacetuzumab is another humanized agonistic CD40 antibody and is a weaker agonist than CP-870,893. Dacetuzumab monotherapy showed 12% (6 patients) objective response rates with manageable toxicity profiles in patients with refractory or recurrent NHL [89]. Several clinical trials of agonistic CD40 antibodies in combination with other therapies are underway.

Cytokines

The initial clinical success with IFN-α and IL-2 in renal cell carcinoma and melanoma attracted interest in the application of cytokines for cancer therapy. Although cytokines play an important role in developing innate and adaptive immune response, in certain environments they can enhance tumor growth instead of suppressing tumors. The biological relevance and clinical outcomes of extensively studied cytokines is reviewed below.

Interferon-α

IFN-α enhances maturation and cross-presentation of DCs and cytotoxicity and survival of NK cells. It also generates cytotoxic T cells and memory T cells. In addition, IFN-α has direct antitumor activity by upregulating MHC class I molecules on tumor cells, promoting tumor cell apoptosis and antiangiogenic effects on tumor neovasculature [90]. In initial clinical studies, single agent of IFN-α demonstrated approximately 16% of overall response rates in advanced melanoma patients [90, 91]. However, subsequent studies of IFN-α failed to show clinical efficacy in advanced melanoma [92]. In contrast to metastatic disease, IFN-α has proved clinical efficacy in patients with resected high-risk melanoma. In a randomized controlled study, 287 patients with resected stage IIb or stage III were randomly assigned to 1 year of high-dose IFN-α or close observation. At a median follow-up of 6.9 years, IFN-α prolonged the relapse-free survival (RFS) (median RFS: 1.7 vs 1 year, $p = .0023$) and overall survival (median OS: 3.8 vs 2.8 years, $p = .0237$) compared with controls [93]. Subsequent long-term follow-up data confirmed RFS benefit from IFN-α but did not demonstrate OS benefit [94]. Pegylated (PEG) IFN-α, which maintains maximum exposure to IFN-α with less frequent administration, was evaluated in a phase III trial [95, 96]. In the study, 1256 patients with resected stage III melanoma were randomly assigned to PEG IFN-α or observation. At a median follow-up of 7.6 years, the 7-year RFS rate was 39.1% vs 34.6% ($p = .055$) without any OS difference. Both IFN-α and PEG IFN-α have been approved as adjuvant therapy for patients with resected high-risk melanoma. IFN-α has been studied as a cancer vaccine adjuvant in several clinical studies since it can act as a bridge between the innate and acquired immune systems. In a pilot phase I-II study of MART-1 and gp100 peptide vaccination in combination with IFN-α, 5 patients (71.4%) with metastatic melanoma induced high level of CD8 T cells recognizing MART-1 and gp100 peptides with upregulation of CD40 and CD86 costimulatory molecules in monocytes [97]. IFN-α combined with a modified vaccinia virus Ankara encoding oncofetal antigen 5T4 (MVA-5T4/TroVax) vaccine mounted effective 5T4 specific antibody and cellular responses in metastatic renal cell carcinoma patients [98]. However, it failed to demonstrate clinical efficacy in a randomized phase III trial (Table 9.1) [99].

Several phase I and II studies of a survivin (anti-apoptotic protein) or TP53 peptide vaccine also showed IFN-α enhanced the peptide specific cytotoxic T cell response in metastatic colorectal cancer, pancreatic cancer, and urothelial cancer [100]. However, objective clinical responses were not observed. Several clinical trials combining IFN-α with checkpoint inhibitors as well as peptide vaccines are underway.

IL-2

IL-2 is a growth factor normally secreted by CD4 helper cells that can induce the expansion of T cells, promote the growth and differentiation of

Table 9.1 Clinical efficacy data of phase II and III studies of vaccine and cytokine therapy.

Regimen	n	*Cancer Type*	*Treatment Setting*	*Primary Endpoint*	*Hazard Ratio (95% CI)*	*p value*	*Ref*
MVA-5T4 plus inteferon α, IL-2, or sunitinib	365	Metastatic renal cell carcinoma	First line	Overall survival 20.1 months	1.07 (0.86–1.32)	.55	99
vs placebo plus inteferon α, IL-2, or sunitinib	367			19.2 months			
MVA-5T4 plus high dose IL-2	25	Metastatic renal cell carcinoma	First line	Objective response 0%			106
High dose IL-2 plus GP100 vs high dose IL-2 alone	91 94	Metastatic melanoma (HLA A0201)	First line	Objective response 16%, 6%		.03	107

activated B cells, and enhance the cytotoxicity and proliferation of NK cells [101]. It also works as an immune suppressant by activating the proliferation of Tregs [102] and elimination of overstimulated T cells using Fas-mediated apoptosis in CD4 T cells [103]. Once IL-2 binds to an IL-2 receptor, which comprises three subunits—IL-2Rα (CD25), IL-2Rβ (CD122), and IL-2Rγ (CD132)—it releases proinflammatory cytokines such as TNF-α, IL-1β, IL-6, and IFN-γ [90]. Several clinical studies demonstrated that high-dose IL-2 therapy achieved clinical responses in 15% of patients with metastatic melanoma or renal cell carcinoma, including 5% of complete responders [104]. The majority of complete responders remained disease-free for more than 10 years in long-term follow-up. However, severe toxicities, including capillary leak syndrome, which can cause hypotension, pulmonary edema, and renal failure, limit its widespread use.

IL-2 is also an essential component in adoptive T cell transfer therapy using autologous *ex vivo*–expanded tumor-infiltrating lymphocytes (TILs) in patients with metastatic melanoma. Isolated TILs from surgically resected tumor are expanded with IL-2 *ex vivo* and then the expanded TILs are infused after lymphodepletion. TIL infusion is followed by high-dose IL-2 for proliferation and survival of TILs. Overall, the clinical response rates of adoptive T cell transfer therapy are 40%–50% with durable response [105].

IL-2 has been evaluated to enhance efficacy of cancer vaccines in patients with metastatic melanoma and renal cell carcinoma. In a phase II clinical study of the Trovax (MVA-5T4) vaccine plus IL-2, the combination treatment was able to induce the 5T4-specific antibody and T cell responses in metastatic renal cell carcinoma (Table 9.1) [106]. However, no objective clinical responses were observed. A randomized multicenter phase III trial of high-dose IL-2 with or without gp100 cancer vaccine in 185 metastatic melanoma patients demonstrated that the addition of gp100 significantly improved overall response rate (16% vs 6%) and progression-free survival (2.2 vs 1.6 months, $p = .008$) (Table 9.1) [107]. Patients treated with the combination therapy also showed a trend of improved overall survival, but this did not reach statistical significance (17.8 versus 11.1 months, $p = .06$).

A recent study has demonstrated that an engineered IL-2 "superkine" has a higher binding affinity for IL-2Rβ and can activate naïve T cells, which are usually insensitive to IL-2 due to the lack of IL-2Rα expression. IL-2 superkine induces improved antitumor responses by enhancing the expansion of cytotoxic T cells, decreasing the expansion of Tregs, and reducing pulmonary edema in comparison to IL-2. A phase I/II study of CD122 (IL-2Rβ) biased agonist (NKTR-214) is recruiting patients with metastatic solid tumor.

IL-10

IL-10 is a well-known anti-inflammatory cytokine that inhibits CD4 T cell proliferation and Th1 immune response. Generally, IL-10 is thought to support tumor progression. In multiple preclinical studies, IL-10 signaling blockade plus other immunotherapeutic agents, such as CpG, and peptide vaccines induced strong effector T cell responses with tumor rejection and cytotoxic memory T cell responses with rejection of tumor rechallenge [108, 109]. This suggests IL-10 signaling blockade can enhance potent cytotoxic T cell responses at the priming stage. However, there is a growing body of evidence supporting that IL-10 induces potent antitumor immunity. Genetic ablation of IL-10 in mice promotes tumor development from chemical carcinogen, growth of transplanted tumor, and formation of metastasis with increased frequencies of MDSCs and Tregs in the tumor microenvironment and tumor draining lymph nodes [110]. While IL-10 injection before or soon after cancer vaccine treatment induces immune suppression and enhances tumor progression, IL-10 just after a booster vaccination significantly enhances antitumor immunity and vaccine efficacy by maintaining the number and function of effector T cells [111]. PEG IL-10 treatment results in the rejection of established tumors by activating and expanding intratumoral CD8 T cells with an increase in the expression of granzyme B and IFN-γ in CD8 T cells [112, 113]. Taken together, IL-10 may inhibit antitumor immunity at the priming stage, but IL-10 signaling is essential for the activation of intratumoral CD8 T cells. Therefore, IL-10 needs to be administered at a precise time point and site to enhance antitumor immunity and avoid immune suppression. Currently, a phase I study of PEG-IL-10 in patients with advanced solid tumors is ongoing.

IL-12

IL-12 is a potent Th1 cytokine that is mainly secreted from activated APCs in response to antigen stimulation. IL-12 induces activation and proliferation of T cells and NK cells and enhances their effector functions by producing IFN-γ, granzyme B, and perforin [114]. It also inhibits angiogenesis, IL-4-mediated suppression of IFN-γ synthesis, and the development of TGF-β-dependent Treg and Th17 development [114]. IL-12 has been shown to reduce tumor growth, increase survival, and prevent metastasis by cytotoxic T cells and NK/NKT cells in a variety of mouse tumors in a dose- and tumor model–dependent manner [115]. IL-12 has been reported to enhance antitumor efficacy when combined with other therapeutic modalities such as cytokines, cancer vaccines, monoclonal antibodies, and chemotherapies in mouse tumor models. The combination of IL-12 with other cytokines, including IL-2, IL-7, IL-15, IL-18, IL-21, GM-CSF, and IFN-α, is able to induce durable and effective antitumor immunity in preclinical studies [116]. However, it was associated with a considerable degree of toxicity due to the high level of systemic IFN-γ production.

IL-12 combined with allogenic tumor cell vaccination reduced tumor incidence by 90%, and increased survival in HER2/neu transgenic mice [117]. In the HER2/neu-expressing murine colon adenocarcinoma model, IL-12 enhanced antitumor efficacy of trastuzumab via NK cell IFN-γ production [118]. Previously, it was believed that chemotherapy was associated with significant immune suppression since it induces lymphopenia and apoptosis, which is less immunogenic cell death than necrosis. However, recent data have demonstrated that chemotherapy can enhance antitumor immunity by suppressing Treg, inducing immunologic cell death, and enhancing cross-presentation and tumor cytoreduction [119]. Interestingly, IL-12 treatment before or at the time of cyclophosphamide resulted in complete tumor eradication, but not late after cyclophosphamide treatment, which suggests the importance of timing for immunotherapy when combined with chemotherapy [120].

The antitumor activity of IL-12 has been evaluated in several clinical studies. Unfortunately, systemic administration of IL-12 demonstrated poor clinical response and severe adverse events, including toxicity-related deaths even after established maximum tolerated dose in patients with solid tumor [121]. In contrast to solid tumors, IL-12 demonstrated promising results in hematologic malignancies. Subcutaneous or intratumoral injection of IL-12 resulted in objective response rates of up to 56% in patients with cutaneous T cell lymphoma [122, 123]. Systemic IL-12 treatment demonstrated objective response rates of 21% (6 patients) with relapsed and refractory NHL [124]. When IL-12 was combined with rituximab, the response rates increased by up to 69% (29 patients) in NHL [125]. Intratumoral delivery of IL-12 has been tested to avoid severe systemic toxicities. A local injection of plasmid DNA coding for IL-12 with electroporation demonstrated marked tumor necrosis and lymphocyte infiltration with disease control rates of 52% (10 patients) including two complete responders in metastatic melanoma [126]. A local delivery of viral vectors expressing IL-12 was also evaluated in advanced digestive tumors and melanoma [127, 128]. However, it failed to show clinically significant clinical responses. Currently, several clinical trials of intratumoral delivery using IL-12 expressing plasmid, biopolymer, and adenovirus vector are underway in several solid and hematologic malignancy [121].

IL-15

IL-15, a member of the family of IL-2 cytokines, shares receptors (IL-2/IL-15Rβ (CD122) and γc(CD132)), signaling pathways, and biologic activity with IL-2. IL-15 is produced by monocytes, macrophages, and DCs upon stimulation with type I interferon and TLR agonists [101]. IL-15 plays an important role in the generation of CD8 memory T cells and proliferation and differentiation of CD8 T cells and NK cells [101]. It increases survival of naïve and memory CD8 T cells and NK cells by upregulation of antiapoptotic protein Bcl-2 [129]. In contrast to IL-2, IL-15 inhibits IL-2-mediated activation-induced cell death and has no effect on the survival of Tregs [130]. Several preclinical studies have demonstrated antitumor effects of IL-15 that were mediated by enhancing the cytolytic activity and ADCC function of NK cells as well as the cytotoxicity of tumor-antigen-specific CD8 T cells [130]. Interestingly, IL-15 has been reported to increase expression of PD-1 on CD8 T cells and IL-10 secretion. Combining IL-15 with anti-PD-L1 and anti-CTLA-4 antibodies resulted in a significant decrease in PD-1 expression on CD8 T cells and IL-10 secretion and prolongation of the survival of colon-cancer-bearing mice [131]. In a phase I study of IL-15 in metastatic melanoma or renal cell carcinoma, IL-15 treatment showed several grade 3 toxicities, including hypotension, thrombocytopenia, and transaminitis with no objective responses [132]. A number of clinical studies of IL-15 are underway.

IL-21

IL-21 is another member of the IL-2 family that shares the γc receptor with IL-2 and IL-15. It is predominately produced by CD4 T cells and has the capacity to regulate both innate and adoptive immune responses. IL-21 stimulates B cells, memory T cells, and bone marrow progenitor cells and enhances the cytotoxicity of CD8 T cells and NK cells [133]. It also promotes Th17 differentiation and IL-17 production and induces apoptosis of B cells and DCs [133]. Due to the IL-21 ability to enhance the cytotoxicity of CD8 T cells and NK cells, the antitumor activity of IL-21 has been evaluated in a number of preclinical studies. Systemic administration of plasma DNA encoding IL-21 inhibited growth of B16 melanoma and MCA205 fibrosarcoma by enhancing cytolytic activity of NK cells [134]. When the antitumor activity of IL-2, IL-15, and IL-21 was compared, IL-21 was the only cytokine to achieve durable cures in the thymoma murine model due to increased survival of CD8 memory T cells, as well as activation and expansion of effector T cells [135]. Combination of IL-21 with IL-2 induced better tumor-free survival and protection from tumor rechallenge with a 2–3-fold higher absolute number of circulating CD8 memory T cells than IL-2 or IL-21 alone in the B16 melanoma model [136]. Administration of IL-21 combined with IL-15 promoted the proliferation of naïve and memory CD8 T cells and led to significant tumor regression of established B16 melanomas [137]. Phase I and II studies of IL-21 in patients with metastatic melanoma and/or renal cell carcinoma demonstrated that IL-21 treatment was safe and well tolerated with modest clinical response rates (8%–22%) [138–140]. IL-21 has been combined with other therapeutic agents for synergistic antitumor effects. In a phase I trial of IL-21 with cituximab in metastatic colorectal cancer, the treatment was well tolerated, with disease control rate of 60% (9 patients) [141]. The combination of IL-21 with rituximab demonstrated promising results, with 42% of objective response rates in refractory low-grade B cell proliferative disorders [142]. Several trials of IL-21 with checkpoint inhibitors are ongoing.

Conclusion

Cancer immunotherapy has been extensively studied since William Coley used streptococcal organisms for the treatment of inoperable cancer in 1891. A number of molecules and cytokines have been tested as immunoadjuvants, and some of them have demonstrated significant antitumor activity in preclinical studies. However, only a few of them have shown limited success in clinical studies. Most of them have diverse immune effects, including immunostimulation and immunosuppression, depending on their environments. Better understanding of innate and adoptive immune responses in the tumor microenvironment may help find the precise and optimal time point, dose, and combination of these immunoadjuvants and cytokines to maximize antitumor activity and avoid immune suppression.

Acknowledgement

This work was supported by The University of Texas MD Anderson Cancer Center Melanoma Moon Shots Program.

References

1. Li H, Nookala S, Re F. Aluminum hydroxide adjuvants activate caspase-1 and induce IL-1beta and IL-18 release. J Immunol. 2007;178(8):5271–6.
2. Pashine A, Valiante NM, Ulmer JB. Targeting the innate immune response with improved vaccine adjuvants. Nat Med. 2005;11(4 Suppl):S63–8.
3. Freund J. The mode of action of immunologic adjuvants. Bibl Tuberc. 1956(10):130–48.
4. Iseki K, Matsunaga H, Komatsu N, Suekane S, Noguchi M, Itoh K, et al. Evaluation of a new oil adjuvant for use in peptide-based cancer vaccination. Cancer Sci. 2010;101(10):2110–4.
5. Hailemichael Y, Dai Z, Jaffarzad N, Ye Y, Medina MA, Huang XF, et al. Persistent antigen at vaccination sites induces tumor-specific CD8(+) T cell sequestration, dysfunction and deletion. Nat Med. 2013;19(4):465–72.
6. Hersey P, Menzies SW, Coventry B, Nguyen T, Farrelly M, Collins S, et al. Phase I/II study of immunotherapy with T-cell peptide epitopes in patients with stage IV melanoma. Cancer Immunol Immunother. 2005;54(3): 208–18.
7. Kaisho T, Akira S. Toll-like receptors as adjuvant receptors. Biochim Biophys Acta. 2002;1589(1):1–13.
8. Kumar H, Kawai T, Akira S. Pathogen recognition in the innate immune response. Biochem J. 2009;420(1):1–16.
9. Toussi DN, Massari P. Immune adjuvant effect of molecularly-defined toll-like receptor ligands. Vaccines (Basel). 2014;2(2):323–53.
10. Kirkwood JM, Ibrahim JG, Sosman JA, Sondak VK, Agarwala SS, Ernstoff MS, et al. High-dose interferon alfa-2b significantly prolongs relapse-free and overall survival compared with the GM2-KLH/QS-21 vaccine in patients with resected stage IIB-III melanoma: results of intergroup trial E1694/S9512/C509801. J Clin Oncol. 2001;19(9):2370–80.
11. Morton DL, Mozzillo N, Thompson JF, Kelley MC, Faries M, Wagner J, et al., editors. An international, randomized, phase III trial of bacillus Calmette-Guerin (BCG) plus allogeneic melanoma vaccine (MCV) or placebo after complete resection of melanoma metastatic to regional or distant sites. Journal of Clinical Oncology, 2007 ASCO Annual Meeting Proceedings; 2007.
12. Zhu X, Nishimura F, Sasaki K, Fujita M, Dusak JE, Eguchi J, et al. Toll like receptor-3 ligand poly-ICLC promotes the efficacy of peripheral vaccinations with tumor antigen-derived peptide epitopes in murine CNS tumor models. J Transl Med. 2007;5:10.
13. Pulko V, Liu X, Krco CJ, Harris KJ, Frigola X, Kwon ED, et al. TLR3-stimulated dendritic cells up-regulate B7-H1 expression and influence the magnitude of CD8 T cell responses to tumor vaccination. J Immunol. 2009;183(6):3634–41.
14. Salazar AM, Erlich RB, Mark A, Bhardwaj N, Herberman RB. Therapeutic in situ autovaccination against solid cancers with intratumoral poly-ICLC: case report, hypothesis, and clinical trial. Cancer Immunol Res. 2014;2(8):720–4.
15. Lu YC, Yeh WC, Ohashi PS. LPS/TLR4 signal transduction pathway. Cytokine. 2008;42(2):145–51.
16. Berendt MJ, North RJ, Kirstein DP. The immunological basis of endotoxin-induced tumor regression. Requirement for T-cell-mediated immunity. J Exp Med. 1978;148(6):1550–9.
17. Goto S, Sakai S, Kera J, Suma Y, Soma GI, Takeuchi S. Intradermal administration of lipopolysaccharide in treatment of human cancer. Cancer Immunol Immunother. 1996;42(4):255–61.
18. Otto F, Schmid P, Mackensen A, Wehr U, Seiz A, Braun M, et al. Phase II trial of intravenous endotoxin in patients with colorectal and non-small cell lung cancer. Eur J Cancer. 1996;32A(10):1712–8.
19. Engelhardt R, Mackensen A, Galanos C, Andreesen R. Biological response to intravenously administered endotoxin in patients with advanced cancer. J Biol Response Mod. 1990;9(5):480–91.
20. Thompson BS, Chilton PM, Ward JR, Evans JT, Mitchell TC. The low-toxicity versions of LPS, MPL adjuvant and RC529, are efficient adjuvants for CD4+ T cells. J Leukoc Biol. 2005;78(6):1273–80.
21. Kathaperumal K, Park SU, McDonough S, Stehman S, Akey B, Huntley J, et al. Vaccination with recombinant Mycobacterium avium subsp. paratuberculosis proteins induces differential immune responses and protects calves against infection by oral challenge. Vaccine. 2008;26(13):1652–63.
22. Gorden KB, Gorski KS, Gibson SJ, Kedl RM, Kieper WC, Qiu X, et al. Synthetic TLR agonists reveal functional differences between human TLR7 and TLR8. J Immunol. 2005;174(3):1259–68.
23. Kobold S, Wiedemann G, Rothenfusser S, Endres S. Modes of action of TLR7 agonists in cancer therapy. Immunotherapy. 2014;6(10):1085–95.
24. Shackleton M, Davis ID, Hopkins W, Jackson H, Dimopoulos N, Tai T, et al. The impact of imiquimod, a Toll-like receptor-7 ligand (TLR7L), on the immunogenicity of melanoma peptide vaccination with adjuvant Flt3 ligand. Cancer Immun. 2004;4:9.
25. Henriques L, Palumbo M, Guay MP, Bahoric B, Basik M, Kavan P, et al. Imiquimod in the treatment of breast cancer skin metastasis. J Clin Oncol. 2014;32(8): e22–5.
26. Smyth EC, Flavin M, Pulitzer MP, Gardner GJ, Costantino PD, Chi DS, et al. Treatment of locally recurrent mucosal melanoma with topical imiquimod. J Clin Oncol. 2011;29(33):e809–11.

27. Adams S, Kozhaya L, Martiniuk F, Meng TC, Chiriboga L, Liebes L, et al. Topical TLR7 agonist imiquimod can induce immune-mediated rejection of skin metastases in patients with breast cancer. Clin Cancer Res. 2012;18(24):6748–57.
28. Adams S, O'Neill DW, Nonaka D, Hardin E, Chiriboga L, Siu K, et al. Immunization of malignant melanoma patients with full-length NY-ESO-1 protein using TLR7 agonist imiquimod as vaccine adjuvant. J Immunol. 2008;181(1):776–84.
29. Cervantes JL, Weinerman B, Basole C, Salazar JC. TLR8: the forgotten relative revindicated. Cell Mol Immunol. 2012;9(6):434–8.
30. Ito T, Amakawa R, Kaisho T, Hemmi H, Tajima K, Uehira K, et al. Interferon-alpha and interleukin-12 are induced differentially by Toll-like receptor 7 ligands in human blood dendritic cell subsets. J Exp Med. 2002;195(11):1507–12.
31. Sabado RL, Pavlick A, Gnjatic S, Cruz CM, Vengco I, Hasan F, et al. Resiquimod as an immunologic adjuvant for NY-ESO-1 protein vaccination in patients with high-risk melanoma. Cancer Immunol Res. 2015;3(3):278–87.
32. Shirota H, Tross D, Klinman DM. CpG oligonucleotides as cancer vaccine adjuvants. Vaccines (Basel). 2015;3(2):390–407.
33. Carpentier A, Laigle-Donadey F, Zohar S, Capelle L, Behin A, Tibi A, et al. Phase 1 trial of a CpG oligodeoxynucleotide for patients with recurrent glioblastoma. Neuro Oncol. 2006;8(1):60–6.
34. Carpentier A, Metellus P, Ursu R, Zohar S, Lafitte F, Barrie M, et al. Intracerebral administration of CpG oligonucleotide for patients with recurrent glioblastoma: a phase II study. Neuro Oncol. 2010;12(4):401–8.
35. Baumgaertner P, Jandus C, Rivals JP, Derre L, Lovgren T, Baitsch L, et al. Vaccination-induced functional competence of circulating human tumor-specific CD8 T-cells. Int J Cancer. 2012;130(11):2607–17.
36. Tarhini AA, Leng S, Moschos SJ, Yin Y, Sander C, Lin Y, et al. Safety and immunogenicity of vaccination with MART-1 (26-35, 27L), gp100 (209–217, 210M), and tyrosinase (368–376, 370D) in adjuvant with PF-3512676 and GM-CSF in metastatic melanoma. J Immunother. 2012;35(4):359–66.
37. Speiser DE, Schwarz K, Baumgaertner P, Manolova V, Devevre E, Sterry W, et al. Memory and effector CD8 T-cell responses after nanoparticle vaccination of melanoma patients. J Immunother. 2010;33(8):848–58.
38. Goldinger SM, Dummer R, Baumgaertner P, Mihic-Probst D, Schwarz K, Hammann-Haenni A, et al. Nanoparticle vaccination combined with TLR-7 and -9 ligands triggers memory and effector CD8(+) T-cell responses in melanoma patients. Eur J Immunol. 2012;42(11):3049–61.
39. Ohno S, Okuyama R, Aruga A, Sugiyama H, Yamamoto M. Phase I trial of Wilms' Tumor 1 (WT1) peptide vaccine with GM-CSF or CpG in patients with solid malignancy. Anticancer Res. 2012;32(6):2263–9.
40. Hodi FS, O'Day SJ, McDermott DF, Weber RW, Sosman JA, Haanen JB, et al. Improved survival with ipilimumab in patients with metastatic melanoma. N Engl J Med. 2010;363(8):711–23.
41. McDermott D, Haanen J, Chen TT, Lorigan P, O'Day S, Investigators MDX. Efficacy and safety of ipilimumab in metastatic melanoma patients surviving more than 2 years following treatment in a phase III trial (MDX010-20). Ann Oncol. 2013;24(10):2694–8.
42. Singh H, Madan R, Dahut W, Coyne G, Rauckhorst M, McMahon S, et al., editors. Combining active immunotherapy and immune checkpoint inhibitors in prostate cancer. 2015 Genitourinary Cancer Symposium; 2015; Orlando, Florida, USA.
43. Weber JS, Kudchadkar RR, Yu B, Gallenstein D, Horak CE, Inzunza HD, et al. Safety, efficacy, and biomarkers of nivolumab with vaccine in ipilimumab-refractory or -naive melanoma. J Clin Oncol. 2013;31(34): 4311–8.
44. Gibney GT, Kudchadkar RR, DeConti RC, Thebeau MS, Czupryn MP, Tetteh L, et al. Safety, correlative markers, and clinical results of adjuvant nivolumab in combination with vaccine in resected high-risk metastatic melanoma. Clin Cancer Res. 2015;21(4):712–20.
45. Watts TH. Staying alive: T cell costimulation, CD28, and Bcl-xL. J Immunol. 2010;185(7):3785–7.
46. Suntharalingam G, Perry MR, Ward S, Brett SJ, Castello-Cortes A, Brunner MD, et al. Cytokine storm in a phase 1 trial of the anti-CD28 monoclonal antibody TGN1412. N Engl J Med. 2006;355(10):1018–28.
47. Karin M, Gallagher E. TNFR signaling: ubiquitin-conjugated TRAFfic signals control stop-and-go for MAPK signaling complexes. Immunol Rev. 2009;228(1):225–40.
48. Zhang H, Snyder KM, Suhoski MM, Maus MV, Kapoor V, June CH, et al. 4-1BB is superior to CD28 costimulation for generating CD8+ cytotoxic lymphocytes for adoptive immunotherapy. J Immunol. 2007;179(7): 4910–8.
49. Seo SK, Choi JH, Kim YH, Kang WJ, Park HY, Suh JH, et al. 4-1BB-mediated immunotherapy of rheumatoid arthritis. Nat Med. 2004;10(10):1088–94.
50. Vinay DS, Kwon BS. 4-1BB (CD137), an inducible costimulatory receptor, as a specific target for cancer therapy. BMB Rep. 2014;47(3):122–9.
51. Sun Y, Chen HM, Subudhi SK, Chen J, Koka R, Chen L, et al. Costimulatory molecule-targeted antibody therapy of a spontaneous autoimmune disease. Nat Med. 2002;8(12):1405–13.

52. Kocak E, Lute K, Chang X, May KF, Jr., Exten KR, Zhang H, et al. Combination therapy with anti-CTL antigen-4 and anti-4-1BB antibodies enhances cancer immunity and reduces autoimmunity. Cancer Res. 2006;66(14): 7276–84.
53. Wilcox RA, Flies DB, Zhu G, Johnson AJ, Tamada K, Chapoval AI, et al. Provision of antigen and CD137 signaling breaks immunological ignorance, promoting regression of poorly immunogenic tumors. J Clin Invest. 2002;109(5):651–9.
54. Ito F, Li Q, Shreiner AB, Okuyama R, Jure-Kunkel MN, Teitz-Tennenbaum S, et al. Anti-CD137 monoclonal antibody administration augments the antitumor efficacy of dendritic cell-based vaccines. Cancer Res. 2004;64(22):8411–9.
55. Sin JI, Kim H, Ahn E, Jeon YH, Park WS, Lee SY, et al. Combined stimulation of TLR9 and 4.1BB augments Trp2 peptide vaccine-mediated melanoma rejection by increasing Ag-specific CTL activity and infiltration into tumor sites. Cancer Lett. 2013;330(2):190–9.
56. Ascierto PA, Simeone E, Sznol M, Fu YX, Melero I. Clinical experiences with anti-CD137 and anti-PD1 therapeutic antibodies. Semin Oncol. 2010;37(5): 508–16.
57. Croft M. Control of immunity by the TNFR-related molecule OX40 (CD134). Annu Rev Immunol. 2010;28:57–78.
58. Weinberg AD, Morris NP, Kovacsovics-Bankowski M, Urba WJ, Curti BD. Science gone translational: the OX40 agonist story. Immunol Rev. 2011;244(1):218–31.
59. Linch SN, McNamara MJ, Redmond WL. OX40 agonists and combination immunotherapy: putting the pedal to the metal. Front Oncol. 2015;5:34.
60. Kitamura N, Murata S, Ueki T, Mekata E, Reilly RT, Jaffee EM, et al. OX40 costimulation can abrogate Foxp3+ regulatory T cell-mediated suppression of antitumor immunity. Int J Cancer. 2009;125(3):630–8.
61. Qian J, Zheng Y, Zheng C, Wang L, Qin H, Hong S, et al. Active vaccination with Dickkopf-1 induces protective and therapeutic antitumor immunity in murine multiple myeloma. Blood. 2012;119(1):161–9.
62. Hirschhorn-Cymerman D, Budhu S, Kitano S, Liu C, Zhao F, Zhong H, et al. Induction of tumoricidal function in CD4+ T cells is associated with concomitant memory and terminally differentiated phenotype. J Exp Med. 2012;209(11):2113–26.
63. Curti BD, Kovacsovics-Bankowski M, Morris N, Walker E, Chisholm L, Floyd K, et al. OX40 is a potent immune-stimulating target in late-stage cancer patients. Cancer Res. 2013;73(24):7189–98.
64. Schaer DA, Murphy JT, Wolchok JD. Modulation of GITR for cancer immunotherapy. Curr Opin Immunol. 2012;24(2):217–24.
65. Ronchetti S, Zollo O, Bruscoli S, Agostini M, Bianchini R, Nocentini G, et al. GITR, a member of the TNF receptor superfamily, is costimulatory to mouse T lymphocyte subpopulations. Eur J Immunol. 2004;34(3): 613–22.
66. Shimizu J, Yamazaki S, Takahashi T, Ishida Y, Sakaguchi S. Stimulation of CD25(+)CD4(+) regulatory T cells through GITR breaks immunological self-tolerance. Nat Immunol. 2002;3(2):135–42.
67. Turk MJ, Guevara-Patino JA, Rizzuto GA, Engelhorn ME, Sakaguchi S, Houghton AN. Concomitant tumor immunity to a poorly immunogenic melanoma is prevented by regulatory T cells. J Exp Med. 2004;200(6): 771–82.
68. Ko K, Yamazaki S, Nakamura K, Nishioka T, Hirota K, Yamaguchi T, et al. Treatment of advanced tumors with agonistic anti-GITR mAb and its effects on tumor-infiltrating Foxp3+CD25+CD4+ regulatory T cells. J Exp Med. 2005;202(7):885–91.
69. Zhou P, L'Italien L, Hodges D, Schebye XM. Pivotal roles of CD4+ effector T cells in mediating agonistic anti-GITR mAb-induced-immune activation and tumor immunity in CT26 tumors. J Immunol. 2007;179(11): 7365–75.
70. Cohen AD, Schaer DA, Liu C, Li Y, Hirschhorn-Cymmerman D, Kim SC, et al. Agonist anti-GITR monoclonal antibody induces melanoma tumor immunity in mice by altering regulatory T cell stability and intra-tumor accumulation. PLoS One. 2010;5(5):e10436.
71. Cohen AD, Diab A, Perales MA, Wolchok JD, Rizzuto G, Merghoub T, et al. Agonist anti-GITR antibody enhances vaccine-induced CD8(+) T-cell responses and tumor immunity. Cancer Res. 2006;66(9):4904–12.
72. Hoffmann C, Stanke J, Kaufmann AM, Loddenkemper C, Schneider A, Cichon G. Combining T-cell vaccination and application of agonistic anti-GITR mAb (DTA-1) induces complete eradication of HPV oncogene expressing tumors in mice. J Immunother. 2010;33(2):136–45.
73. Pruitt SK, Boczkowski D, de Rosa N, Haley NR, Morse MA, Tyler DS, et al. Enhancement of anti-tumor immunity through local modulation of CTLA-4 and GITR by dendritic cells. Eur J Immunol. 2011;41(12):3553–63.
74. Schaer DA, Hirschhorn-Cymerman D, Wolchok JD. Targeting tumor-necrosis factor receptor pathways for tumor immunotherapy. J Immunother Cancer. 2014;2:7.
75. van de Ven K, Borst J. Targeting the T-cell co-stimulatory CD27/CD70 pathway in cancer immunotherapy: rationale and potential. Immunotherapy. 2015;7(6): 655–67.
76. Jacobs J, Deschoolmeester V, Zwaenepoel K, Rolfo C, Silence K, Rottey S, et al. CD70: An emerging target in cancer immunotherapy. Pharmacol Ther. 2015; 155:1–10.

77. Kelly JM, Darcy PK, Markby JL, Godfrey DI, Takeda K, Yagita H, et al. Induction of tumor-specific T cell memory by NK cell-mediated tumor rejection. Nat Immunol. 2002;3(1):83–90.
78. French RR, Taraban VY, Crowther GR, Rowley TF, Gray JC, Johnson PW, et al. Eradication of lymphoma by CD8 T cells following anti-CD40 monoclonal antibody therapy is critically dependent on CD27 costimulation. Blood. 2007;109(11):4810–5.
79. Matter M, Odermatt B, Yagita H, Nuoffer JM, Ochsenbein AF. Elimination of chronic viral infection by blocking CD27 signaling. J Exp Med. 2006;203(9): 2145–55.
80. Claus C, Riether C, Schurch C, Matter MS, Hilmenyuk T, Ochsenbein AF. CD27 signaling increases the frequency of regulatory T cells and promotes tumor growth. Cancer Res. 2012;72(14):3664–76.
81. Fonsatti E, Maio M, Altomonte M, Hersey P. Biology and clinical applications of CD40 in cancer treatment. Semin Oncol. 2010;37(5):517–23.
82. Summers deLuca L, Gommerman JL. Fine-tuning of dendritic cell biology by the TNF superfamily. Nat Rev Immunol. 2012;12(5):339–51.
83. Turner JG, Rakhmilevich AL, Burdelya L, Neal Z, Imboden M, Sondel PM, et al. Anti-CD40 antibody induces antitumor and antimetastatic effects: the role of NK cells. J Immunol. 2001;166(1):89–94.
84. Hassan SB, Sorensen JF, Olsen BN, Pedersen AE. Anti-CD40-mediated cancer immunotherapy: an update of recent and ongoing clinical trials. Immunopharmacol Immunotoxicol. 2014;36(2):96–104.
85. Diehl L, den Boer AT, Schoenberger SP, van der Voort EI, Schumacher TN, Melief CJ, et al. CD40 activation in vivo overcomes peptide-induced peripheral cytotoxic T-lymphocyte tolerance and augments anti-tumor vaccine efficacy. Nat Med. 1999;5(7):774–9.
86. Vonderheide RH, Dutcher JP, Anderson JE, Eckhardt SG, Stephans KF, Razvillas B, et al. Phase I study of recombinant human CD40 ligand in cancer patients. J Clin Oncol. 2001;19(13):3280–7.
87. Vonderheide RH, Flaherty KT, Khalil M, Stumacher MS, Bajor DL, Hutnick NA, et al. Clinical activity and immune modulation in cancer patients treated with CP-870,893, a novel CD40 agonist monoclonal antibody. J Clin Oncol. 2007;25(7):876–83.
88. Ruter J, Antonia SJ, Burris HA, Huhn RD, Vonderheide RH. Immune modulation with weekly dosing of an agonist CD40 antibody in a phase I study of patients with advanced solid tumors. Cancer Biol Ther. 2010; 10(10):983–93.
89. Advani R, Forero-Torres A, Furman RR, Rosenblatt JD, Younes A, Ren H, et al. Phase I study of the humanized anti-CD40 monoclonal antibody dacetuzumab in refractory or recurrent non-Hodgkin's lymphoma. J Clin Oncol. 2009;27(26):4371–7.
90. Floros T, Tarhini AA. Anticancer cytokines: biology and clinical effects of interferon-alpha2, interleukin (IL)-2, IL-15, IL-21, and IL-12. Semin Oncol. 2015;42(4): 539–48.
91. Kim-Schulze S, Taback B, Kaufman HL. Cytokine therapy for cancer. Surg Oncol Clin N Am. 2007;16(4):793–818, viii.
92. Agarwala SS, Kirkwood JM. Interferons in melanoma. Curr Opin Oncol. 1996;8(2):167–74.
93. Kirkwood JM, Strawderman MH, Ernstoff MS, Smith TJ, Borden EC, Blum RH. Interferon alfa-2b adjuvant therapy of high-risk resected cutaneous melanoma: the Eastern Cooperative Oncology Group Trial EST 1684. J Clin Oncol. 1996;14(1):7–17.
94. Kirkwood JM, Manola J, Ibrahim J, Sondak V, Ernstoff MS, Rao U, et al. A pooled analysis of Eastern Cooperative Oncology Group and Intergroup trials of adjuvant high-dose interferon for melanoma. Clin Cancer Res. 2004;10(5):1670–7.
95. Eggermont AM, Suciu S, Santinami M, Testori A, Kruit WH, Marsden J, et al. Adjuvant therapy with pegylated interferon alfa-2b versus observation alone in resected stage III melanoma: final results of EORTC 18991, a randomised phase III trial. Lancet. 2008;372(9633):117–26.
96. Eggermont AM, Suciu S, Testori A, Santinami M, Kruit WH, Marsden J, et al. Long-term results of the randomized phase III trial EORTC 18991 of adjuvant therapy with pegylated interferon alfa-2b versus observation in resected stage III melanoma. J Clin Oncol. 2012;30(31):3810–8.
97. Di Pucchio T, Pilla L, Capone I, Ferrantini M, Montefiore E, Urbani F, et al. Immunization of stage IV melanoma patients with Melan-A/MART-1 and gp100 peptides plus IFN-alpha results in the activation of specific CD8(+) T cells and monocyte/dendritic cell precursors. Cancer Res. 2006;66(9):4943–51.
98. Kim DW, Krishnamurthy V, Bines SD, Kaufman HL. TroVax, a recombinant modified vaccinia Ankara virus encoding 5T4: lessons learned and future development. Hum Vaccin. 2010;6(10):784–91.
99. Amato RJ, Hawkins RE, Kaufman HL, Thompson JA, Tomczak P, Szczylik C, et al. Vaccination of metastatic renal cancer patients with MVA-5T4: a randomized, double-blind, placebo-controlled phase III study. Clin Cancer Res. 2010;16(22):5539–47.
100. Rizza P, Moretti F, Capone I, Belardelli F. Role of type I interferon in inducing a protective immune response: perspectives for clinical applications. Cytokine Growth Factor Rev. 2015;26(2):195–201.
101. Pulliam SR, Uzhachenko RV, Adunyah SE, Shanker A. Common gamma chain cytokines in combinatorial

immune strategies against cancer. Immunol Lett. 2015;169:61–72.
102. Ahmadzadeh M, Rosenberg SA. IL-2 administration increases CD4+ CD25(hi) Foxp3+ regulatory T cells in cancer patients. Blood. 2006;107(6):2409–14.
103. Refaeli Y, Van Parijs L, London CA, Tschopp J, Abbas AK. Biochemical mechanisms of IL-2-regulated Fas-mediated T cell apoptosis. Immunity. 1998;8(5):615–23.
104. Rosenberg SA. IL-2: the first effective immunotherapy for human cancer. J Immunol. 2014;192(12):5451–8.
105. Rosenberg SA, Yang JC, Sherry RM, Kammula US, Hughes MS, Phan GQ, et al. Durable complete responses in heavily pretreated patients with metastatic melanoma using T-cell transfer immunotherapy. Clin Cancer Res. 2011;17(13):4550–7.
106. Kaufman HL, Taback B, Sherman W, Kim DW, Shingler WH, Moroziewicz D, et al. Phase II trial of Modified Vaccinia Ankara (MVA) virus expressing 5T4 and high dose Interleukin-2 (IL-2) in patients with metastatic renal cell carcinoma. J Transl Med. 2009;7:2.
107. Schwartzentruber DJ, Lawson DH, Richards JM, Conry RM, Miller DM, Treisman J, et al. gp100 peptide vaccine and interleukin-2 in patients with advanced melanoma. N Engl J Med. 2011;364(22):2119–27.
108. Vicari AP, Chiodoni C, Vaure C, Ait-Yahia S, Dercamp C, Matsos F, et al. Reversal of tumor-induced dendritic cell paralysis by CpG immunostimulatory oligonucleotide and anti-interleukin 10 receptor antibody. J Exp Med. 2002;196(4):541–9.
109. Chen S, Wang X, Wu X, Wei MQ, Zhang B, Liu X, et al. IL-10 signalling blockade at the time of immunization inhibits Human papillomavirus 16 E7 transformed TC-1 tumour cells growth in mice. Cell Immunol. 2014;290(1):145–51.
110. Tanikawa T, Wilke CM, Kryczek I, Chen GY, Kao J, Nunez G, et al. Interleukin-10 ablation promotes tumor development, growth, and metastasis. Cancer Res. 2012;72(2):420–9.
111. Fujii S, Shimizu K, Shimizu T, Lotze MT. Interleukin-10 promotes the maintenance of antitumor CD8(+) T-cell effector function in situ. Blood. 2001;98(7):2143–51.
112. Emmerich J, Mumm JB, Chan IH, LaFace D, Truong H, McClanahan T, et al. IL-10 directly activates and expands tumor-resident CD8(+) T cells without de novo infiltration from secondary lymphoid organs. Cancer Res. 2012;72(14):3570–81.
113. Mumm JB, Emmerich J, Zhang X, Chan I, Wu L, Mauze S, et al. IL-10 elicits IFNgamma-dependent tumor immune surveillance. Cancer Cell. 2011;20(6):781–96.
114. Lasek W, Zagozdzon R, Jakobisiak M. Interleukin 12: still a promising candidate for tumor immunotherapy? Cancer Immunol Immunother. 2014;63(5):419–35.
115. Smyth MJ, Taniguchi M, Street SE. The anti-tumor activity of IL-12: mechanisms of innate immunity that are model and dose dependent. J Immunol. 2000;165(5):2665–70.
116. Weiss JM, Subleski JJ, Wigginton JM, Wiltrout RH. Immunotherapy of cancer by IL-12-based cytokine combinations. Expert Opin Biol Ther. 2007; 7(11):1705–21.
117. Nanni P, Nicoletti G, De Giovanni C, Landuzzi L, Di Carlo E, Cavallo F, et al. Combined allogeneic tumor cell vaccination and systemic interleukin 12 prevents mammary carcinogenesis in HER-2/neu transgenic mice. J Exp Med. 2001;194(9):1195–205.
118. Jaime-Ramirez AC, Mundy-Bosse BL, Kondadasula S, Jones NB, Roda JM, Mani A, et al. IL-12 enhances the antitumor actions of trastuzumab via NK cell IFN-gamma production. J Immunol. 2011;186(6):3401–9.
119. Bracci L, Schiavoni G, Sistigu A, Belardelli F. Immune-based mechanisms of cytotoxic chemotherapy: implications for the design of novel and rationale-based combined treatments against cancer. Cell Death Differ. 2014;21(1):15–25.
120. Zhang L, Feng D, Yu LX, Tsung K, Norton JA. Preexisting antitumor immunity augments the antitumor effects of chemotherapy. Cancer Immunol Immunother. 2013;62(6):1061–71.
121. Tugues S, Burkhard SH, Ohs I, Vrohlings M, Nussbaum K, Vom Berg J, et al. New insights into IL-12-mediated tumor suppression. Cell Death Differ. 2015;22(2):237–46.
122. Rook AH, Wood GS, Yoo EK, Elenitsas R, Kao DM, Sherman ML, et al. Interleukin-12 therapy of cutaneous T-cell lymphoma induces lesion regression and cytotoxic T-cell responses. Blood. 1999;94(3):902–8.
123. Duvic M, Sherman ML, Wood GS, Kuzel TM, Olsen E, Foss F, et al. A phase II open-label study of recombinant human interleukin-12 in patients with stage IA, IB, or IIA mycosis fungoides. J Am Acad Dermatol. 2006;55(5):807–13.
124. Younes A, Pro B, Robertson MJ, Flinn IW, Romaguera JE, Hagemeister F, et al. Phase II clinical trial of interleukin-12 in patients with relapsed and refractory non-Hodgkin's lymphoma and Hodgkin's disease. Clin Cancer Res. 2004;10(16):5432–8.
125. Ansell SM, Witzig TE, Kurtin PJ, Sloan JA, Jelinek DF, Howell KG, et al. Phase 1 study of interleukin-12 in combination with rituximab in patients with B-cell non-Hodgkin lymphoma. Blood. 2002;99(1):67–74.
126. Daud AI, DeConti RC, Andrews S, Urbas P, Riker AI, Sondak VK, et al. Phase I trial of interleukin-12 plasmid electroporation in patients with metastatic melanoma. J Clin Oncol. 2008;26(36):5896–903.

127. Triozzi PL, Allen KO, Carlisle RR, Craig M, LoBuglio AF, Conry RM. Phase I study of the intratumoral administration of recombinant canarypox viruses expressing B7.1 and interleukin 12 in patients with metastatic melanoma. Clin Cancer Res. 2005; 11(11): 4168–75.
128. Sangro B, Mazzolini G, Ruiz J, Herraiz M, Quiroga J, Herrero I, et al. Phase I trial of intratumoral injection of an adenovirus encoding interleukin-12 for advanced digestive tumors. J Clin Oncol. 2004;22(8):1389–97.
129. Waldmann TA. The shared and contrasting roles of IL2 and IL15 in the life and death of normal and neoplastic lymphocytes: implications for cancer therapy. Cancer Immunol Res. 2015;3(3):219–27.
130. Pagliari D, Cianci R, Frosali S, Landolfi R, Cammarota G, Newton EE, et al. The role of IL-15 in gastrointestinal diseases: a bridge between innate and adaptive immune response. Cytokine Growth Factor Rev. 2013;24(5):455–66.
131. Yu P, Steel JC, Zhang M, Morris JC, Waldmann TA. Simultaneous blockade of multiple immune system inhibitory checkpoints enhances antitumor activity mediated by interleukin-15 in a murine metastatic colon carcinoma model. Clin Cancer Res. 2010;16(24): 6019–28.
132. Conlon KC, Lugli E, Welles HC, Rosenberg SA, Fojo AT, Morris JC, et al. Redistribution, hyperproliferation, activation of natural killer cells and CD8 T cells, and cytokine production during first-in-human clinical trial of recombinant human interleukin-15 in patients with cancer. J Clin Oncol. 2015;33(1): 74–82.
133. Spolski R, Leonard WJ. Interleukin-21: a double-edged sword with therapeutic potential. Nat Rev Drug Discov. 2014;13(5):379–95.
134. Wang G, Tschoi M, Spolski R, Lou Y, Ozaki K, Feng C, et al. In vivo antitumor activity of interleukin 21 mediated by natural killer cells. Cancer Res. 2003; 63(24): 9016–22.
135. Moroz A, Eppolito C, Li Q, Tao J, Clegg CH, Shrikant PA. IL-21 enhances and sustains CD8+ T cell responses to achieve durable tumor immunity: comparative evaluation of IL-2, IL-15, and IL-21. J Immunol. 2004;173(2):900–9.
136. He H, Wisner P, Yang G, Hu HM, Haley D, Miller W, et al. Combined IL-21 and low-dose IL-2 therapy induces anti-tumor immunity and long-term curative effects in a murine melanoma tumor model. J Transl Med. 2006;4:24.
137. Zeng R, Spolski R, Finkelstein SE, Oh S, Kovanen PE, Hinrichs CS, et al. Synergy of IL-21 and IL-15 in regulating CD8+ T cell expansion and function. J Exp Med. 2005;201(1):139–48.
138. Petrella TM, Tozer R, Belanger K, Savage KJ, Wong R, Smylie M, et al. Interleukin-21 has activity in patients with metastatic melanoma: a phase II study. J Clin Oncol. 2012;30(27):3396–401.
139. Thompson JA, Curti BD, Redman BG, Bhatia S, Weber JS, Agarwala SS, et al. Phase I study of recombinant interleukin-21 in patients with metastatic melanoma and renal cell carcinoma. J Clin Oncol. 2008; 26(12):2034–9.
140. Davis ID, Brady B, Kefford RF, Millward M, Cebon J, Skrumsager BK, et al. Clinical and biological efficacy of recombinant human interleukin-21 in patients with stage IV malignant melanoma without prior treatment: a phase IIa trial. Clin Cancer Res. 2009;15(6):2123–9.
141. Steele N, Anthony A, Saunders M, Esmarck B, Ehrnrooth E, Kristjansen PE, et al. A phase 1 trial of recombinant human IL-21 in combination with cetuximab in patients with metastatic colorectal cancer. Br J Cancer. 2012;106(5):793–8.
142. Timmerman JM, Byrd JC, Andorsky DJ, Yamada RE, Kramer J, Muthusamy N, et al. A phase I dose-finding trial of recombinant interleukin-21 and rituximab in relapsed and refractory low grade B-cell lymphoproliferative disorders. Clin Cancer Res. 2012;18(20): 5752–60.

10

CHAPTER 10

Immune Cell Migration in Cancer and Immunotherapy

Timothy Murray and Daniel E. Speiser
Ludwig Cancer Research, Department of Oncology, University of Lausanne, Épalinges, Switzerland

Introduction

The immune contexture in cancer

The microenvironment of solid tumors comprises a complex network of tumor cells, stromal cells, lymphatic and vascular endothelial cells, extracellular matrix proteins, soluble factors, and immune cells. Many subpopulations of innate and adaptive immune cells are found within human tumors, including T and B lymphocytes, natural killer (NK) cells, macrophages, and dendritic cells (DCs). The nature, location, and functionality of tumor-infiltrating leukocytes has been termed the "immune contexture," and there is a growing appreciation that this has a significant impact on the clinical outcome for cancer patients [1].

Certain populations of immune cells, such as $CD8^+$ T lymphocytes and NK cells, have the capacity to recognize and eliminate tumor cells. As one would expect, the presence of these cells within solid tumors generally correlates with a more favorable prognosis [1–3]. In addition, mice with immunodeficiencies that affect T and NK cells are more susceptible to carcinogen-induced and spontaneous tumors.

However, the presence of immune cells in the tumor does not always correlate with better clinical outcome. The situation is rather more complex since several other types of immune cells can exert protumor, immunosuppressive effects within the microenvironment. T regulatory (T_{reg}) cells and M2 macrophages, for example, are typical immunosuppressive immune populations found within solid tumors.

Ultimately, disease outcome is determined by the complex interplay between tumor cells, tissue cells, soluble factors within the microenvironment, and the presence of pro- and anti-tumor components of the immune system. One branch of immunotherapy aims to target cancer by shifting this balance in favor of the host immune system by modulating the migratory behavior of pro- and anti-tumor immune cells.

Immune cell migration

Over the last 20 years, our understanding of the migration of many types of immune cells has expanded exponentially. While some aspects of the process of tissue and tumor infiltration remain unclear, many of the genes and mechanisms by which the immune contexture is formed have been unveiled.

Most immune cells originate from hematopoietic stem cells in the bone marrow. The first phase

Immunotherapy in Translational Cancer Research, First Edition. Edited by Laurence J. N. Cooper, Elizabeth A. Mittendorf, Judy Moyes, and Sabitha Prabhakaran.

of migration in the lifetime of an immune cell occurs following their development, upon which cells leave the bone marrow and enter the blood or lymphatic circulation. T lymphocytes are the exception to this rule, since they migrate initially to the thymus for completion of the development process before entry into the circulation.

Following development, the migratory behavior of different immune cell populations varies according to their function. Dendritic cells and macrophages, for example, provide front-line defense against infection and therefore migrate directly into peripheral tissues where they patrol in search of invading pathogens. Granulocytes, such as neutrophils and eosinophils, circulate in the blood until recruited to peripheral tissues upon infection. Naïve B and T lymphocytes, in contrast, circulate between secondary lymphatic organs and blood. This is because proper activation of the adaptive immune system requires interaction with other immune cell populations, a process that occurs most efficiently when the relevant cell types and cytokines are concentrated within specialized regions of a lymph node. In the case of B cells, antigen recognition is followed by interaction with $CD4^+$ T cells and subsequent differentiation within the lymph node. In the case of T cells, antigen recognition with appropriate costimulation is mediated by professional antigen-presenting cells, such as DCs, upon arrival in tissue-draining lymph nodes following activation in peripheral tissues. Finally, activated T and B lymphocytes migrate out of the lymphatic system and into sites of inflammation in peripheral tissues, where they are poised to exert effector functions on the front line. Figure 10.1 gives an overview of the migratory behavior of different immune cell subtypes.

Organ-specific "area codes"

The complex movements and interactions of leukocytes throughout the organs of the body require exquisite regulation. Defects in these processes can lead to autoimmunity or, conversely, susceptibility to infection. Tissue compartments are divided by epithelial and endothelial barriers that restrict immune cell migration. Entry into each tissue occurs by extravasation across the vascular endothelial barrier, a process that is dependent on the repertoire, abundance, and functionality of homing receptors expressed on the leukocyte cell surface, as well as the presence of cognate receptor ligands on the endothelial cell wall. These interactions can be considered as a "lock and key" system: leukocyte homing receptors

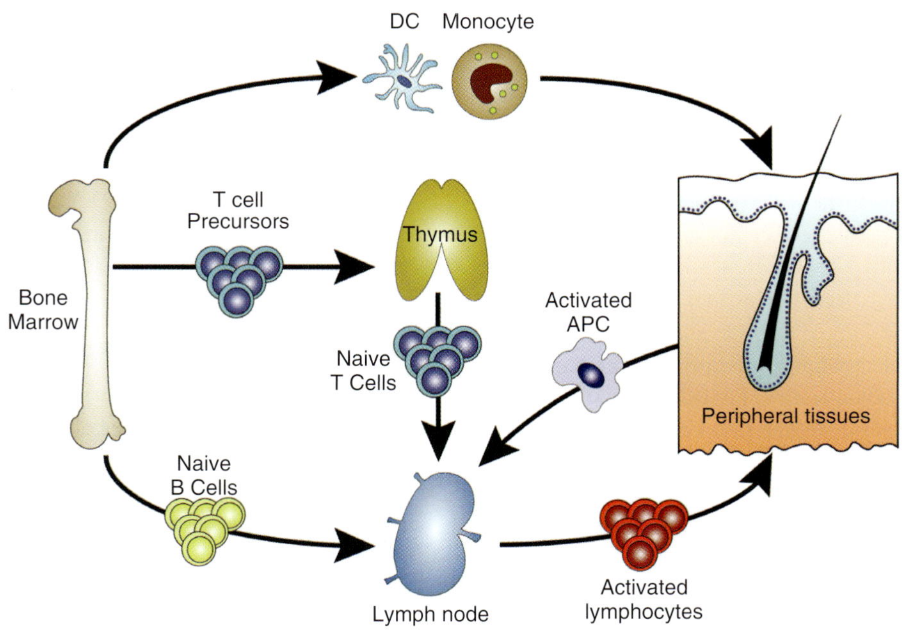

Figure 10.1 Overview of the migratory pathways of various immune cell types.

are the "keys" that allow entry to particular tissue compartments by unlocking the endothelial barrier when the corresponding "locks" are present. As an example, entry of naïve lymphocytes into lymph nodes requires both the expression of the lymphocyte homing receptors CD62L and CCR7 and the presence of their respective ligands, PNAd and CCL21, on the specialized endothelial vessels that feed the lymph node. Receptor-ligand engagement leads, ultimately, to transendothelial extravasation.

Distinct patterns of homing receptor expression are required for entry into each tissue. These expression profiles are collectively described by the hypothesis of organ-specific "area codes." In support of this concept, a wealth of literature has demonstrated that leukocyte migration to lymph node, gut, or skin, for example, requires strikingly different patterns of homing receptor expression. Skin tropism is typically conferred by E- and P-selectin ligands, CCR4, and/or CCR10, whereas gut homing, in contrast, requires a4b7 integrin and CCR9. Lymph tropism, as described above, is conferred by L-selectin and CCR7. These organ-specific area codes, combined with inflammation-induced expression of corresponding endothelial ligands, allows fine-tuning of leukocyte distribution such that appropriate immune effectors migrate to tissues where they are most needed for efficient immunity.

Molecular mechanisms of leukocyte migration

The vast majority of leukocyte homing receptors belong to one of four classes: the selectin, selectin ligand, integrin, and G-protein coupled receptor (often chemokine receptor) families. Members of each family play distinct roles in the cascade of events that occur when leukocytes migrate from one tissue compartment to another.

The selectin family comprises three highly conserved C-type lectins, L-, P-, and E-selectin. The selectins bind weakly to a variety of glycoprotein ligands on the surface of other cells. L-selectin is expressed on the surface of lymphocytes and binds to PNAd on lymph node endothelial vessels. E- and P-selectin, in contrast, are expressed by peripheral tissue endothelium, generally in response to inflammation. Leukocytes may express ligands for E- and P-selectin that facilitate weak adhesion to peripheral endothelium. The short-lived interactions between selectins and their ligands lead to "rolling" of leukocytes along endothelial cell beds, the first step in the extravasation cascade.

Chemokine receptors are a diverse family of G-protein coupled receptors expressed by leukocytes as well as many other cells. Their chemoattractant ligands (chemokines) are secreted and displayed on the surface of tissue cells in order to guide migration during homeostasis or in response to inflammatory stimuli. Leukocyte rolling on the endothelial cell surface allows for the binding of chemokine receptors to chemokines, should they be present. This interaction has diverse downstream effects on leukocytes, including the activation of integrin-mediated adhesion.

Integrins are a family of 24 heterodimers that mediate firm adhesion of leukocytes to both endothelial cells and components of the extracellular matrix. Each family member comprises an alpha and a beta subunit. The adhesive capacity of integrins is regulated by alterations in conformation, transcriptional control, and cell-surface organization. Firm adhesion by integrins is induced upon engagement of chemokine receptors. For T cells, ligation of the T cell receptor also plays a central role in modulating cellular adhesion by integrins.

Thus, leukocyte extravasation occurs by a multistep cascade of events, beginning with selectin-mediated rolling, followed by the triggering of chemokine receptors which, subsequently, induces integrin-mediated firm adhesion and extravasation. The schematic in Figure 10.2 summarizes these steps. Finally, chemotaxis within the tissue (interstitial migration) is much less well understood but certainly involves both chemokine receptors and integrins.

Targeting leukocyte migration by immunotherapy

Immune cell migration in cancer: Current knowledge and open questions

The primary objective of most immunotherapeutic strategies, such as adoptive cell transfer and cancer vaccines, is to efficiently induce and activate antitumor immune cells such as DCs, NK cells, and T lymphocytes. In many cases these approaches successfully amplify tumor immune responses in

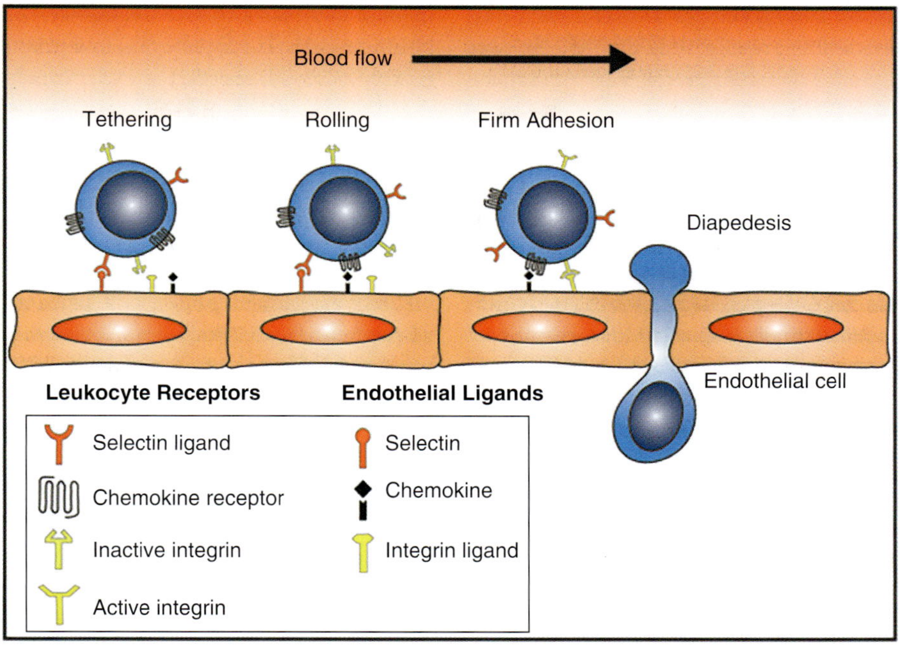

Figure 10.2 Molecular mechanisms of leukocyte extravasation. The initial tethering of leukocytes to the vascular endothelium is mediated by low-affinity selectin binding. This facilitates the engagement of chemokine receptors by endothelial-displayed chemokines. Finally, firm adhesion of leukocytes to the endothelial bed is mediated by integrins. Firm adhesion allows for leukocyte diapedesis into the interstitial space.

patients, and yet long-lasting clinical benefit or complete responses are reported in only a minority of cases. One potential explanation for this discrepancy is that, despite stimuli that boost the immune response, immune cells (i) do not efficiently interact with one another (for example, DCs and $CD8^+$ T cells) or (ii) do not migrate to and accumulate within the tumor mass (for example, $CD8^+$ T cells or NK cells). Indeed, several studies have demonstrated that only a small fraction of *ex vivo* expanded, adoptively transferred T cells actually home to the site of the tumor [4, 5]. Hence, even when large numbers of highly activated antitumor immune cells are available *in vivo*, clinical benefit is likely to be very limited if interaction and tumor homing of the relevant effector cells is inefficient.

Novel approaches to immunotherapy that overcome such immune migratory limitations are urgently needed, and this has become an area of intensive research over the past decade. Much of our current understanding has come from preclinical animal models, in which there is no shortage of success stories. Some strategies are now translating into the clinic, and there is great potential for clinical development in the future.

Immunotherapies that target the migration of immune cells can be broadly divided into the following three categories:

1 *Ex vivo* modification of immune cells
2 Delivery of homing stimuli directly to the tumor microenvironment
3 Systemic application of drugs and biologicals

Immunotherapy by *ex vivo* modification of immune migration

Recent advances in both tissue culture and genetics technologies have facilitated the isolation, expansion, and modification of antitumor immune cells for subsequent reinfusion to the host. Immune migratory properties can be modified by various means, such as cytokine treatment and viral transduction. The latter involves the use of engineered viruses that infect and integrate in the immune cell genome, forcing the expression of selected genes, such as chemokine receptors. These techniques are particularly aimed at modifying the homing properties of T lymphocytes and NK cells, two populations whose presence in human solid tumors has been shown to correlate with enhanced patient survival.

The efficacy of such approaches is dependent on the identification of discrepancies between immune cell homing receptor expression and the presence of chemotactic ligands at the tumor site. Several recent studies have addressed this question for various tumor types, demonstrating that cancers of distinct origin display unique chemokine secretion signatures for which antitumor immune cells often lack the corresponding homing receptors. First, human metastatic melanomas are characterized by secretion of CXCL1 and CXCL8 [6, 7], yet the receptors for these chemokines, CXCR1 and CXCR2, are rarely expressed on T cells. Second, human lung tumors frequently express CCL2 [8, 9], for which T cells generally lack the receptor, CCR2. Finally, numerous studies have demonstrated the expression of CXCR3 ligands within colorectal tumors [10], as well as the importance of these ligands for NK cell recruitment to tumors [11]. However, CXCR3 expression is restricted to a minority of mature NK cells, unlike activated T cells in which this receptor is broadly expressed.

Several groups have recently developed strategies to overcome these deficits. Moon *et al* [9] employed a xenograft mouse model of lung cancer in order to observe the impact of forced CCR2 expression in tumor-specific T cells on lung tumor growth. Human malignant pleural mesothelioma cells expressing the tumor-associated antigen mesothelin were engrafted subcutaneously into immunodeficient mice. Next, bulk CD4 and CD8 T cells were isolated from human blood, stimulated, and transduced with a lentivirus encoding a mesothelin-specific chimeric antigen receptor (MesoCAR) with or without a second lentivirus encoding the human chemokine receptor, CCR2. Finally, transduced cells (MesoCAR or Meso CAR-CCR2) were adoptively transferred into tumor-bearing mice and tumor growth was monitored over several weeks. T cells transduced with both MesoCAR and CCR2 were superior to those transduced with MesoCAR alone, both in terms of tumor infiltration and control of tumor growth. The schematic in Figure 10.3 illustrates the two main branches of adoptive cell transfer: expansion of tumor-derived lymphocytes, and genetic modification of blood-derived lymphocytes.

Studies of colorectal cancer patients have demonstrated that the chemokines CXCL9 and CXCL10 are frequently present within tumors. These chemokines are recognized by the receptor, CXCR3, the expression of which can be induced on subsets of both NK and T cells. Genetic manipulation of NK cells has proven more challenging than when working with T lymphocytes [12]; therefore, research has focused on alternative means of NK cell modification. Wennerberg *et al* [13] have developed a novel *in vitro* protocol for the expansion of NK cells that induces expression levels of CXCR3 greater than 10-fold relative to normal activated NK cells. This specialized expansion protocol involves coculture of purified NK cells with Epstein-Barr-transformed lymphoblastoid cells, together with the growth cytokine interleukin-2. Expanded NK cells were adoptively transferred into mice bearing subcutaneous melanoma tumors that were either CXCL10 positive or negative. NK cells with the modified homing profile (CXCR3 positive) migrated significantly more efficiently to CXCL10-positive tumors, resulting in a reduction of the tumor burden and prolonged survival.

An alternative means of modifying the migratory properties of NK cells is trogocytosis, a contact-dependent process in which patches of membrane (and the receptors contained therein) are transferred between cells such as antigen-presenting cells and lymphocytes [14]. Many cancer cells metastasize initially to local lymph nodes by gaining expression of the chemokine receptor CCR7 [15–18]. This receptor binds the ligands CCL19 and CCL21 that are highly expressed in lymph nodes, but cytotoxic NK cells do not express CCR7 and thus do not home to lymph node metastases [19]. Thus, Somanchi *et al* [20] engineered the transient expression of CCR7 on *in vitro* expanded human NK cells via trogocytosis-inducing coculture with a CCR7-expressing leukemia cell line. Acquired CCR7 expression on NK cells conferred enhanced migration to CCL19 and CCL21 *in vitro* as well as to lymph nodes in immunodeficient mice. This methodology presents a novel means for the modification of immune cell migration.

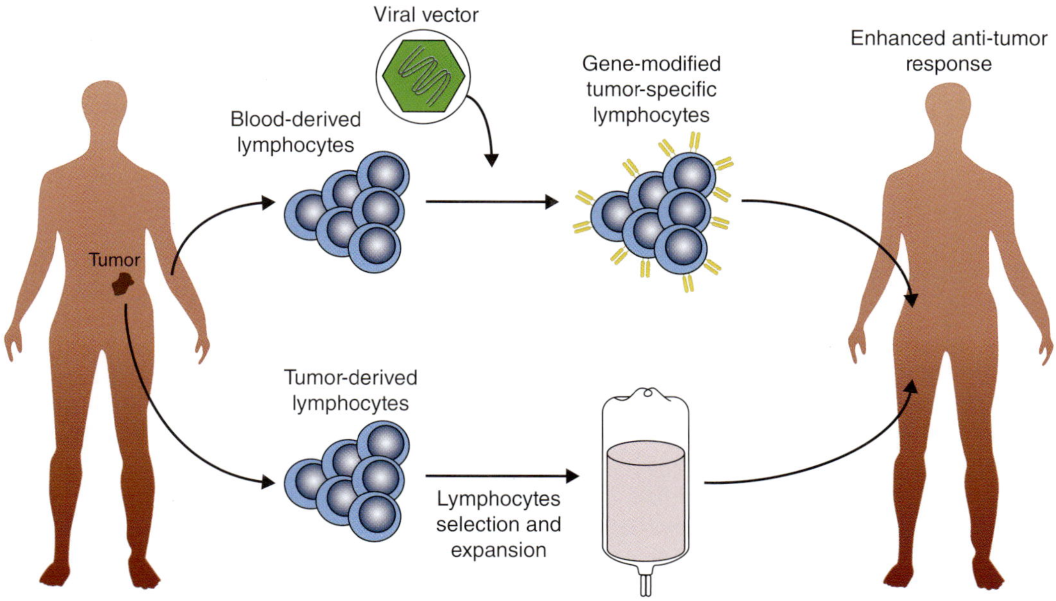

Figure 10.3 The two principal branches of adoptive cell transfer immunotherapy: *ex vivo* genetic modification of blood-derived lymphocytes, and selection and expansion of tumor-derived lymphocytes. In both cases, reinfusion of *ex vivo* modified cells may lead to enhanced antitumor immunity.

These studies, among others, demonstrate that enhanced migration and tumor homing of human immune cells can be engineered *in vitro*. Similar strategies are likely applicable for the modification of tumor-derived lymphocytes, in addition to blood-derived cells. Such approaches hold significant promise for the future of cancer immunotherapy.

Immunotherapy at the tumor site to enhance immune cell migration

Besides the direct modification of immune cells, recent research has also focused on the delivery of immune migratory stimuli to the tumor site—an alternative means to a similar end. There are multiple means to deliver chemoattractants to the tumor site, including intratumoral injection, *in vivo* transfection and transduction of tumor cells, and locally applied oncolytic viruses. Several examples of such approaches will be described in this section.

As discussed in the previous chapter, the CXCR3-CXCL10 axis is important for the infiltration of NK cells into subcutaneous tumors, such that adoptive transfer of CXCR3-enriched NK cells into tumor-bearing mice leads to longer survival. A simple approach to this problem from a different point of view is the injection of CXCL10 directly at the tumor site. Wendel *et al.* [11] engrafted mice subcutaneously with the lymphoma cell line RMA mixed with recombinant CXCL10 protein. Five days after engraftment tumors were analyzed for NK cell infiltration and it was observed that CXCL10 delivery to the tumor site led to a significant increase in the number of NK cells. Since engraftment of tumor cells mixed with recombinant chemokine is not a realistic therapeutic model, the authors then tested whether they could achieve similar results by injecting recombinant CXCL10 into established lymphoma tumors. Indeed, intratumoral injection of this chemokine at regular intervals led to significantly longer survival of tumor-bearing mice.

Numerous other groups have reported similar findings in other models. However, it is likely that exogenously applied chemoattractant proteins, like CXCL10, are rapidly degraded and diffuse widely within the interstitial space, leading to unstable chemotactic gradients. One study recently addressed this question by comparing the recruitment of T cells to subcutaneous tumors when chemokines were applied by intratumoral injection, or by transient transfection of tumor cells with a DNA expression vector. Briefly, the chemokine CCL21 is known to attract both T cells and antigen-presenting cells to subcutaneous B16 melanoma tumors in mice [21]. Igoucheva *et al.* [22] constructed viral vectors encoding the CCL21 gene and developed a method to introduce this plasmid DNA directly into tumor cells *in vivo* by intratumoral injection followed by electroporation. The phospholipid bilayer is disrupted when subjected to an electrical pulse, leading to pore formation. Charged molecules like DNA are then driven within the cell due to the membrane potential and are transiently expressed by the endogenous transcription and translation machinery. Using this approach, the authors demonstrate that *in vivo* electroporation leads to CCL21 expression by tumor cells for at least 72 hours, and to significantly superior recruitment of both CD4 and CD8 T cells when compared with intratumoral injection of protein. Hence, techniques that involve continued production of chemoattractants by tumor cells are likely more efficient for the recruitment of antitumor immune cells than direct injection (and rapid dispersion) of chemoattractant proteins.

An alternative means of gene therapy that targets the tumor is the use of engineered viral vectors. As briefly discussed in the previous section, certain viruses are highly specialized in the delivery of genetic material to mammalian cells. Modern techniques in molecular biology allow the insertion of a gene of interest into the viral genome while maintaining the ability of the virus to infect. Importantly, viral components required for replication can be removed, thus rendering viral particles that are infective but nonreplicative, a safe system for use in mammalian model systems and humans. Kanagawa *et al.* [23] have developed an adenovirus vector system for the delivery of chemokine genes to tumor cells. They generated viral particles encoding the chemokines CCL17, CCL19, CCL20, CCL21, CCL22, CCL27, XCL1, and CX3CL1, which are capable of infecting the murine colon carcinoma cell line, CT26. Mice bearing subcutaneous tumors were treated with an adenovirus encoding one chemokine by intratumoral injection and tumor growth was monitored. While the growth of tumors was comparable with controls in mice injected with CCL19, CCL20, CCL22, or XCL1-encoding viruses, those mice that received CCL17, CCL21, CCL27, or CX3CL1-encoding viruses showed significantly slower tumor growth, and even some complete tumor regressions. CCL17, the ligand for the T cell chemokine receptor CCR4, was the most effective chemokine for boosting the antitumor immune response. Importantly, mice that completely regressed from the initial tumor burden were subjected to a second tumor challenge three months later, and all mice that had received CCL17-encoding adenovirus (AdRGD-CCL17) were protected against rechallenge without the need for further treatment. Histological analysis of CT26 tumors revealed that AdRGD-CCL17 induced significantly greater infiltration of CD8 T cells (but not CD4 T cells) to subcutaneous tumors. Together these data demonstrate the efficacy of chemoattractant gene delivery by intratumoral injection of chemokine-encoding, replication-incompetent viruses. In contrast with the electroporation technique described above, viral transduction in this model led to gene expression by tumor cells for at least nine days and is thus likely superior in terms of continued immune cells recruitment.

A potential limitation of the two approaches already described in this chapter is that immune effector cells are only recruited to lesions that are directly targeted by injection, leaving metastases in other organs or less-accessible locations untreated.

Finally, gene delivery specifically to tumor cells can be achieved with the use of oncolytic viruses (OVs). Various OVs have been developed, including herpes, adenoviruses, and vaccinia. These were originally conceived as a method of specifically inducing the lysis of tumor cells, since viruses preferentially infect dividing cells, such as cancer cells. Typically, this is done by systemic infection, after which tumor cells are "specifically" infected. There are obvious safety concerns associated with any therapy involving an infective virus, but recent efforts have overcome many of these issues to yield highly tumor-specific viruses with minimal off-target infection. For example, the deletion of essential DNA replication components (the thymidine kinase gene, TK) from vaccinia leads to greater dependence on host cell replication, thus reducing successful propagation within resting cells. Alternatively, deletion of growth factors (such as vaccinia growth factor, VGF) prevents the division and subsequent infection of nearby resting cells, thus restricting infection to actively dividing cells. Indeed, these two modifications act synergistically, such that the $TK^{-}VGF^{-}$ strain of vaccinia (ddVV) displays enhanced tumor selectivity. Nonetheless, some degree of off-target infection and replication is to be expected with such approaches.

Li *et al.* [24] have recently extended the concept of OVs, to incorporate gene delivery to tumor cells. The authors engineered ddVV to incorporate the gene encoding the inflammatory chemokine, CCL5 (ddCCL5). This chemokine is recognized by several receptors on effector T cells, including CCR1, CCR3, and CCR5. Mice bearing subcutaneous colon adenocarcinomas (MC38) were systemically infected with ddCCL5 and the tumor growth monitored. Infection with ddCCL5 led to significantly better tumor control than ddVV, and this correlated with much higher recruitment of both CD4 T cells and DCs (but not CD8 T cells). Moreover, the effects of vvCCL5 were synergistic when combined with another immunotherapeutic modality, DC vaccination. DCs were loaded with MC38 cell lysate prior to subcutaneous injection. This was followed by systemic infection with ddVV or vvCCL5. The combination of DC vaccination and vvCCL5 induced the best tumor control, with superior infiltration of both CD4 and CD8 T cells as well as NK cells.

In summary, there are numerous options to deliver immunotherapies that boost the tumor infiltration of immune cells by directly targeting the tumor. Each of these has associated potential benefits and safety concerns. Intratumoral injection of either chemoattractant proteins or chemokine-encoding vectors represent low risk strategies, but they likely induce weaker, short-term effects. Targeting of tumor-specific viruses by intratumoral injection or by systemic infection are more robust strategies that impact the immune response over a longer period but have significant safety concerns.

Systemic application of drugs and biologicals

The two preceding sections discussed techniques for boosting the migration of anticancer immune cells either by *ex vivo* modification or by directly targeting the tumor microenvironment. In addition to those strategies already discussed, there are numerous means by which immune cell migration can be altered using drugs and biologicals that are applied systemically. Numerous studies have reported effects on T cell migratory behavior induced by therapeutics that were not originally designed for this objective. This includes both immunotherapeutic agents and standard chemotherapies.

CTLA-4 is a T cell inhibitory receptor. Its structure is similar to that of the costimulatory molecule CD28, and both receptors share the same ligands, CD80 and CD86, on antigen-presenting cells. However, while CD28 engagement activates stimulatory T cell signaling pathways, CTLA-4 engagement potently suppresses T cell immunity. Thus, monoclonal antibodies against CTLA-4, such as ipilimumab, prevent inhibitory receptor engagement and promote T cell activation (known as "checkpoint blockade").

The exact mechanism by which anti-CTLA-4 antibodies boost T cell function remains a subject of some controversy. Pentcheva-Hoang *et al.* [25] recently investigated whether CTLA-4 blockade may have any impact on T cell motility. The authors observed that in a mouse model of melanoma, chronic systemic treatment with anti-CTLA-4 antibodies led to increased mobility of intratumoral T cells, specific for a defined tumor antigen. This was not the case for T cells within tumor-draining lymph nodes. However, the mobility of T cells within these lymph nodes was increased upon acute treatment with anti-CTLA-4 antibodies. Hence, despite different effects, depending on the tissue context (lymph node or tumor), anti-CTLA-4 treatment increased the mobility of tumor-specific T cells in this model. Given the established success of anti-CTLA-4 treatment of melanoma patients, this effect likely promotes more efficient movement of antitumor T cells between antigen-presenting target cells. Thus, T cells within tumors of anti-CTLA-4-treated subjects are likely to successfully engage and lyse greater numbers of tumor cells.

Several chemotherapy drugs have also been reported to affect the infiltration of T lymphocytes into various solid tumors, including melanoma and breast cancer [26, 27]. Two recent studies have investigated the basis for this phenomenon. First, Nardin *et al.* [26] characterized molecular changes within the microenvironment of human melanoma lesions that were either refractory or responsive to therapy with the chemotherapeutic agent dacarbazine. Important changes associated with clinical response were increased infiltration of CD8 T cells and associated genes (such as TNF), as well as increased expression of genes associated with extracellular matrix remodeling, such as secreted protein acidic and rich in cysteine (SPARC). A subsequent study by Hong *et al.* [28] established that dacarbazine, as well as other chemotherapy agents including temozolomide and cisplatin, directly induce the expression of chemokines by human melanoma cells. Induced chemokines included CCL5, CXCL9, and CXCL10. Second, chemotherapy-induced expression of these chemokines was associated with better T cell infiltration and longer survival in melanoma patients. Thus, chemotherapy drugs appear to contribute to tumor control not only by blocking cell division but also by inducing local chemokine secretion and extracellular matrix remodeling that promotes immune cell infiltration.

Migration of immune effector cells, like T and NK cells, is an essential component of the antitumor immune response. However, not all immune cells exert antitumor effects. Indeed, many tumors evolve to specifically recruit immune cell subsets, such as T_{reg} cells and myeloid-derived suppressor cells (MDSCs), both of which create an immunosuppressive microenvironment, dampening the effector functions of antitumor immune cells, as well as enhancing tumor angiogenesis. The therapeutic models discussed so far in this chapter each aim to enhance the migration of antitumor immune cells. In contrast, blocking the migration of immunosuppressive cells presents an alternative approach to boosting the anticancer response.

Two recent studies have demonstrated this concept in different murine tumor models. First, Tan *et al.* [29] observed that in mice with pancreatic adenocarcinoma, the proportion of intratumoral T_{reg} cells expressing the chemokine receptor CCR5 was significantly higher than for effector CD4 T cells. This suggests that CCR5 may be involved in preferential recruitment of T_{reg} cells to this tumor type. A small molecule inhibitor, TAK-779, which specifically antagonizes CCR5, was given systemically to tumor-bearing mice during the early phase of tumor growth. This treatment resulted in a significant decrease in the rate of tumor growth, accompanied by a striking reduction in the proportion of T_{reg} cells infiltrating the tumor. Second, Priceman *et al.* [30] performed similar analyses in the context of MDSC infiltration of lung and prostate tumors. In this case, a small molecule inhibitor (GW2580) of colony-stimulating factor 1 receptor (CSF1R), a myeloid cell cytokine receptor with an established role in the recruitment of MDSCs to solid tumors, was given to tumor-bearing mice by oral gavage. CSF1R inhibition blocked the recruitment of MDSCs to tumors, resulting in a reduction in the intratumoral blood vessel density and expression of immunosuppressive molecules. When mice bearing lung carcinoma tumors were treated with GW2580 in combination with an antiangiogenic therapy (anti-VEGFR-2 mAb), a synergistic inhibition of tumor growth was observed. Hence, blockade of immunosuppressive and proangiogenic cell recruitment to the tumor in combination with existing therapies may hold significant potential for cancer treatment.

Conclusions and perspectives

This chapter illustrates the broad range of immunotherapy strategies that impact the migratory properties of immune cells. These approaches can be broadly divided into three categories:

1 *Ex vivo* modification and reinfusion of immune cells,
2 Delivery of chemoattractants directly to the tumor microenvironment,
3 Treatment with systemic agents that either enhance the recruitment of antitumor immune cells or inhibit the recruitment of protumor immune cells to the tumor microenvironment.

The examples cited throughout this chapter illustrate the variety of possible approaches within each of these three categories.

In the majority of cases, these studies were carried out in preclinical mouse models and have yet to be tested in the context of human clinical trials. However, intensive efforts to bring immunotherapies to the clinic in recent years will certainly facilitate the essential next steps. For example, as the availability of adoptive cell transfer immunotherapy becomes increasingly widespread, so too will opportunities to test variations of basic protocols that incorporate genetic modification of lymphocytes or that induce particular cellular phenotypes.

The importance of immune cell migration, both anti- and pro-tumorigenic, is now well established. Immunotherapies that influence these processes hold great promise for continued progress toward cures for metastatic disease.

References

1. Fridman WH, Pagès F, Sautès-Fridman C, Galon J. The immune contexture in human tumours: impact on clinical outcome. Nat Rev Cancer. 2012;12(4):298–306.
2. Takanami I, Takeuchi K, Giga M. The prognostic value of natural killer cell infiltration in resected pulmonary adenocarcinoma. J Thorac Cardiovasc Surg. 2001;121(6): 1058–63.
3. Coca S, Perez-Piqueras J, Martinez D, Colmenarejo A, Saez MA, Vallejo C, et al. The prognostic significance of intratumoral natural killer cells in patients with colorectal carcinoma. Cancer. 1997;79(12):2320–8.
4. Fisher B, Packard BS, Read EJ, Carrasquillo JA, Carter CS, Topalian SL, et al. Tumor localization of adoptively transferred indium-111 labeled tumor infiltrating lymphocytes in patients with metastatic melanoma. J Clin Oncol. 1989;7(2):250–61.
5. Pockaj BA, Sherry RM, Wei JP, Yannelli JR, Carter CS, Leitman SF, et al. Localization of ^{111}indium-labeled tumor infiltrating lymphocytes to tumor in patients receiving adoptive immunotherapy. Cancer. 1994;73(6):1731–7.
6. Sapoznik S, Ortenberg R, Galore-Haskel G, Kozlovski S, Levy D, Avivi C, et al. CXCR1 as a novel target for directing reactive T cells toward melanoma: implications for adoptive cell transfer immunotherapy. Cancer Immunol Immunother. 2012;61(10):1833–47.
7. Peng W, Ye Y, Rabinovich BA, Liu C, Lou Y, Zhang M, et al. Transduction of tumor-specific T cells with CXCR2 chemokine receptor improves migration to tumor and antitumor immune responses. Clin Cancer Res. 2010;16(22):5458–68.
8. Asai H, Fujiwara H, An J, Ochi T, Miyazaki Y, Nagai K, et al. Co-introduced functional CCR2 potentiates in vivo anti-lung cancer functionality mediated by T cells double gene-modified to express WT1-specific T-cell receptor. PLoS ONE. 2013;8(2):e56820.
9. Moon EK, Carpenito C, Sun J, Wang L-CS, Kapoor V, Predina J, et al. Expression of a functional CCR2 receptor enhances tumor localization and tumor eradication by retargeted human T cells expressing a mesothelin-specific chimeric antibody receptor. Clin Cancer Res. 2011;17(14):4719–30.
10. Mlecnik B, Tosolini M, Charoentong P, Kirilovsky A, Bindea G, Berger A, et al. Biomolecular network reconstruction identifies T-cell homing factors associated with survival in colorectal cancer. Gastroenterology. 2010;138(4):1429–40.
11. Wendel M, Galani IE, Suri-Payer E, Cerwenka A. Natural killer cell accumulation in tumors is dependent on IFN-gamma and CXCR3 ligands. Cancer Res. 2008;68(20):8437–45.
12. Carlsten M, Childs RW. Genetic manipulation of NK cells for cancer immunotherapy: techniques and clinical implications. Front Immunol. 2015;6:266.
13. Wennerberg E, Kremer V, Childs R, Lundqvist A. CXCL10-induced migration of adoptively transferred human natural killer cells toward solid tumors causes regression of tumor growth in vivo. Cancer Immunol Immunother. 2015;64(2):225–35.
14. Rosenits K, Keppler SJ, Vucikuja S, Aichele P. T cells acquire cell surface determinants of APC via in vivo trogocytosis during viral infections. Eur J Immunol. 2010;40(12):3450–7.
15. Pan M-R, Hou M-F, Chang H-C, Hung W-C. Cyclooxygenase-2 up-regulates CCR7 via EP2/EP4 receptor signaling pathways to enhance lymphatic invasion of breast cancer cells. J Biol Chem. 2008;283(17): 11155–63.
16. Nakata B, Fukunaga S, Noda E, Amano R, Yamada N, Hirakawa K. Chemokine receptor CCR7 expression correlates with lymph node metastasis in pancreatic cancer. Oncology. 2008;74(1-2):69–75.
17. Günther K, Leier J, Henning G, Dimmler A, Weissbach R, Hohenberger W, et al. Prediction of lymph node metastasis in colorectal carcinoma by expression of chemokine receptor CCR7. Int J Cancer. 2005;116(5): 726–33.
18. Fang L, Lee VC, Cha E, Zhang H, Hwang ST. CCR7 regulates B16 murine melanoma cell tumorigenesis in skin. J Leukoc Biol. 2008;84(4):965–72.
19. Berahovich RD, Lai NL, Wei Z, Lanier LL, Schall TJ. Evidence for NK cell subsets based on chemokine receptor expression. J Immunol. 2006;177(11):7833–40.
20. Somanchi SS, Somanchi A, Cooper LJN, Lee DA. Engineering lymph node homing of ex vivo-expanded human natural killer cells via trogocytosis of the chemokine receptor CCR7. Blood. 2012;119(22):5164–72.
21. Novak L, Igoucheva O, Cho S, Alexeev V. Characterization of the CCL21-mediated melanoma-specific immune responses and in situ melanoma eradication. Mol Cancer Ther. 2007;6(6):1755–64.
22. Igoucheva O, Grazzini M, Pidich A, Kemp DM, Larijani M, Farber M, et al. Immunotargeting and eradication of orthotopic melanoma using a chemokine-enhanced DNA vaccine. Gene Ther. 2013;20(9):939–48.

23. Kanagawa N, Niwa M, Hatanaka Y, Tani Y, Nakagawa S, Fujita T, et al. CC-chemokine ligand 17 gene therapy induces tumor regression through augmentation of tumor-infiltrating immune cells in a murine model of preexisting CT26 colon carcinoma. Int J Cancer. 2007;121(9):2013–22.
24. Li J, O'Malley M, Urban J, Sampath P, Guo ZS, Kalinski P, et al. Chemokine expression from oncolytic vaccinia virus enhances vaccine therapies of cancer. Mol Ther. 2011;19(4):650–7.
25. Pentcheva-Hoang T, Simpson TR, Montalvo-Ortiz W, Allison JP. Cytotoxic T lymphocyte antigen-4 blockade enhances antitumor immunity by stimulating melanoma-specific T-cell motility. Cancer Immunol Res. 2014; 2(10):970–80.
26. Nardin A, Wong W-C, Tow C, Molina TJ, Tissier F, Audebourg A, et al. Dacarbazine promotes stromal remodeling and lymphocyte infiltration in cutaneous melanoma lesions. J Invest Dermatol. 2011;131(9): 1896–905.
27. Demaria S, Volm MD, Shapiro RL, Yee HT, Oratz R, Formenti SC, et al. Development of tumor-infiltrating lymphocytes in breast cancer after neoadjuvant paclitaxel chemotherapy. Clin Cancer Res. 2001;7(10): 3025–30.
28. Hong M, Puaux A-L, Huang C, Loumagne L, Tow C, Mackay C, et al. Chemotherapy induces intratumoral expression of chemokines in cutaneous melanoma, favoring T-cell infiltration and tumor control. Cancer Res. 2011;71(22):6997–7009.
29. Tan MCB, Goedegebuure PS, Belt BA, Flaherty B, Sankpal N, Gillanders WE, et al. Disruption of CCR5-dependent homing of regulatory T cells inhibits tumor growth in a murine model of pancreatic cancer. J Immunol. 2009;182(3):1746–55.
30. Priceman SJ, Sung JL, Shaposhnik Z, Burton JB, Torres-Collado AX, Moughon DL, et al. Targeting distinct tumor-infiltrating myeloid cells by inhibiting CSF-1 receptor: combating tumor evasion of antiangiogenic therapy. Blood. 2010;115(7):1461–71.

11

CHAPTER 11

Repurposing of Drugs for Immunotherapy

Jyothishmathi Swaminathan and Vidya Gopalakrishnan

Departments of Pediatrics and Molecular and Cellular Oncology, The University of Texas MD Anderson Cancer Center, Houston, TX, USA

Background

The introduction of immunotherapy revolutionized the cancer treatment field with its potential for intelligent fighting against a multitude of different types of cancer. It takes advantage of immune cells to target the tumor both by suppressing tumor growth potential as well as by enhancing the host immune response to combat tumor initiation and growth. The normal function of the immune system is to identify abnormal cells that may cause cancer and destroy them. However, tumor cells evolve to hide their identity and remain unnoticed by immune cells, and this sustains their growth. Misregulation of the immune system can also contribute to tumor growth by production of ineffective T cells or by generation of suppressive regulatory T cells (Tregs) generated by the tumors to neutralize the host T cell defense mechanisms (M2 vs M1 etc.).

Traditional immunotherapy has yielded various drugs that contribute to boosting the cell's immunity against tumors or to suppress the tumor's ability to mask the antigens and go incognito. Several clinical trials currently underway have employed drugs that target the immune system with positive outcomes, but improvement is needed to make this approach more successful [1–3].

Adoptive cell therapy (ACT), in which the patient's own lymphocytes are collected from various tissues, expanded *ex vivo* and delivered back to the same patient, has seen dramatic induction of responses [4, 5]. T cells engineered to include antibody function and T cell-like recognition (CAR T cells), have been investigated in clinical trials and appear to have promise in melanoma, sarcoma, B-cell malignancies, and neuroblastoma [6–11].

Another aspect of immunotherapy with clinical promise is checkpoint blockade. This refers to the brake normally employed to prevent runaway immune responses but is hijacked by cancer cells in order to block their immune-mediated cytolysis [12]. Natural killer (NK) cells have also been investigated, with modest clinical success, following exciting results in preclinical studies [13].

Thus, despite their potential, each of these approaches has limitations, but combination therapy may circumvent these issues [14]. Repurposing or repositioning of orphan drugs, or clinically applicable agents, with immunotherapy could be a powerful tool to address this problem. This would reduce the cost of and the need for expensive testing that goes along with a new drug identification.

Immunotherapy in Translational Cancer Research, First Edition. Edited by Laurence J. N. Cooper, Elizabeth A. Mittendorf, Judy Moyes, and Sabitha Prabhakaran.

This review will focus on known epigenetic drugs, such as DNA methylation inhibitors, histone deacetylase inhibitors, nonsteroidal anti-inflammatory drugs, and chemotherapy/DNA intercalating drugs that have found new immune modulating functions and their repurposing towards more efficient cancer therapy.

DNMT inhibitors (Figure 11.1)

Historically, accumulation of mutations in tumor suppressors and oncogenes was thought of as a major cause of cancer initiation and progression [15]. Work from numerous groups has clearly shown that changes in chromatin architecture contribute to pathogenic states including cancer [16]. DNA methylation is one of the most studied modifications in mammalian cells. In normal cells DNA methylation, in coordination with other events such as histone modifications, is necessary for proper regulation of gene expression [17]. Carcinogenesis is associated with global DNA hypomethylation, leading to genomic instability, reactivation of transposons, and improper imprinting [18, 19]. On the other hand, hypermethylation of DNA is seen in a more targeted fashion at promoter regions of tumor suppressor genes, leading to their aberrant silencing and to the promotion of cancer growth [18]. Methylation on DNA is brought about by three different DNA methyl transferases (DNMTs): DNMT1, DNMT3A, and DNMT3B, which bind to and methylate cytosine at CpG islands. The DNMT inhibitors (DNMTIs), azacytidine (AZA) and decitabine (DAC), are prodrugs, a ribonucleoside and a deoxyribonucleoside, respectively, that incorporate as azacytosine-guanine pairs into DNA and trap DNMTs to form covalently linked adducts that cause cytotoxicity. They also elicit a DNA damage response to promote degradation of DNMTs and reactivate gene expression [20]. AZA and DAC have been successfully used in clinical trials for myelodysplastic syndrome,

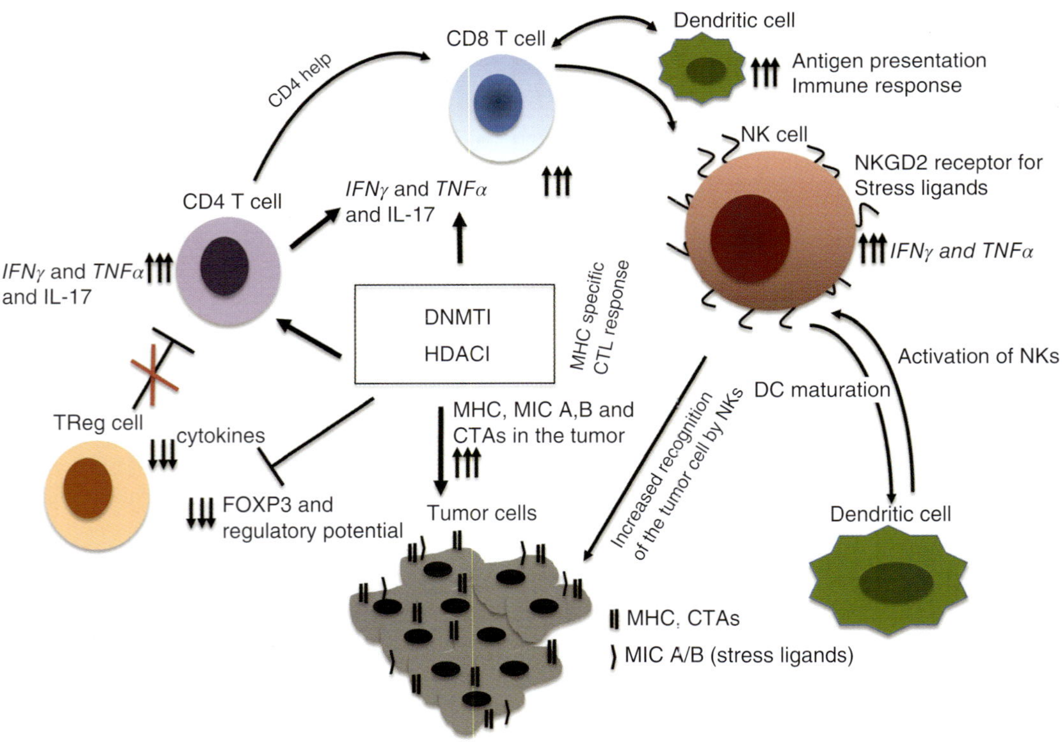

Figure 11.1 Pictorial representation of DNMTIs' and HDACIs' influence on immune cells and the tumor cell. DNMTIs and HDACIs increase MHC and antigen presentation in the tumor, making it more visible to T cells, and enhance cytotoxic effects of T cells and NK cells towards the tumor. HDACIs also efficiently downregulate cytokine release and decrease FOXP3 levels in Tregs.

acute myeloid leukemia, and chronic myelomonocytic leukemia [21].

AZA and DAC have been largely evaluated in the context of reactivating tumor suppressor genes in cancer cells. However, recent reports have suggested that these drugs may have potential for combination with immunotherapy because of their ability to modulate antigen expression on tumors and their presentation by major histocompatibility complex class I (MHC-I), which can impact their recognition by immune cells [22–24]. Of particular interest to this review is a class of molecules called cancer testis antigens, which are uniquely expressed in neoplastic cells and increase the visibility of tumor cells to cytotoxic T lymphocytes (CTLs) [25]. Examples of cancer testis antigens include NY-ESO1, nuclear RNA export factor (NXF2), synovial sarcoma X chromosome (SSX-2), preferentially expressed antigen in melanoma (PRAME), and melanoma-associated antigens (MAGE 1, 2, 3, and 4) that are downregulated in cancer cells. AZA has shown ability to upregulate expression of PRAME and SSX-2 and improve the lytic activity of CTLs against melanoma and myeloma cells in vitro. This was also observed in melanoma and myeloma patients treated with AZA [26]. In melanoma cells AZA not only increased MHC-I expression but also facilitated antigen presentation by MHCs to T cells by activating intercellular adhesion molecule 1 (ICAM-1) expression. ICAM-1 is important for cell-cell interaction and transmigration of monocytes for tumor infiltration. The increased expression of ICAM-1 was also seen in renal cell carcinoma lines. [27, 28]. Subsequently, other studies in chronic lymphocytic leukemia and acute myeloid leukemia showed similar effects of AZA on MHC-I expression and cancer testis antigen expression. Specifically, AZA treatment of chronic lymphocytic leukemia cell lines and patient-derived cells caused de novo expression of NY-ESO1, NXF2, and SSX-2, while elevated constitutive expression of MAGE-1, -2, and -4 were observed. In acute myeloid leukemia cell lines, expression of SSX-2 and PRAME were elevated. [26, 29]. DNMTIs are also able to influence tumor recognition by immune cells. MICA and MICB are stress response ligands expressed on tumor cells, which are recognized and bound by NK group cells member D (NKGD2) receptor present on NK cells and activated CD8 cells [19, 30]. DAC alone increased the expression of MICB in embryonic kidney cells (HEK293T cells), whereas in combination with the histone deacetylase inhibitor valproic acid, it upregulated MICA levels in myeloma cells [19, 30, 31].

Other studies have identified AZA- and DAC-dependent effects on immune cell activity, ranging from increased cytokine production by effector immune cells to enhanced immune infiltration of tumors and regulatory immune cells such as Tregs and myeloid-derived suppressive cells (MDSCs) [22–24]. Cytokines such as interferon gamma (IFNγ), tumor necrosis factor alpha (TNFα), and interleukin-2 (IL-2) regulate cytotoxic CD8 T cell activity. The levels of these cytokines were elevated following AZA or DAC treatment and were associated with superior cytolysis of ovarian and melanoma cells [23, 24, 32, 33]. Interestingly, this effect was specific to naïve CD8 T cells [34]. Production of IFNγ by T cells is tightly controlled by DNA methylation of CpG islands at its promoter, and DNA demethylation of the gene and its re-expression were shown to precede the activation of CD8 T cells. In mouse models of ovarian cancer, DAC treatment was associated with increased IFNγ and TNFα production by NK cells and either IFNγ or TNFα by CD8 T cells resulting in extended survival in mice bearing ovarian cancer [24]. Expression of the proinflammatory cytokine interleukin-17 (IL-17) is also regulated by DNA methylation, and consistent with this, an increase in its expression was seen in T-helper (Th) cells following treatment of peripheral blood mononuclear cells with AZA [35]. In patients with myelodysplastic syndrome (MDS), upregulated expression of IL-17 was noted upon treatment of CD4 T cells with AZA *in vitro* [36]. DAC also caused an increase in polarization towards a more Th1 phenotype and increased lytic activity, which correlated with increased demethylation of IL-17 and enhanced IL-17 production [37]. In a separate study, AZA treatment of CD4 T cells isolated from patients with MDS revealed similar increase in polarization towards the Th1 phenotype, which correlated with improved therapeutic response. [38]. DAC and AZA-mediated increase in IFNγ production resulted in increased NK cytolytic activity in vitro [39]. In an ovarian cancer mouse model, Wang *et al.* demonstrated that DAC induced higher numbers of infiltrating NK cells and CD8 T cells [24]. The expression of killer immunoglobulin-like receptors (KIRs) is regulated by DNA methylation, and its expression on NK cells is necessary for tumor recognition. KIR expression is downregulated in cancers and DAC has shown ability to increase KIR expression, thereby improving recognition of tumor cells by NK cells. [40].

Dampening of immune responses requires the activity of Tregs and MDSCs, which suppress antigen presentation and inhibit cytokine production. Blocking the unregulated activity of these cells is being explored as an alternate approach to improve immunotherapy. In a preclinical study of ovarian cancer and myeloma, AZA and DAC decreased proliferation of MDSCs, induced their differentiation, and finally inhibited their ability to infiltrate tumors [24, 41, 42]. These studies provide preclinical evidence in support of DNMTIs for combination with immunotherapy.

DAC and AZA, marketed under the trade names Vidaza (Celgene, 2004-FDA approved) and Dacogen (Eisai), respectively, are currently approved for the treatment of patients with all subtypes of MDS. In one of the first clinical studies to explore the use of these agents in an immunomodulatory capacity, patients with MDS were administered Vidaza subcutaneously at a dose of 75 mg/m^2/day for 7 days every 28 days. Peripheral blood from patients was collected and percentages and absolute numbers of Tregs were calculated. Vidaza administration correlated with a decline in proliferation of Tregs associated with downregulation of *FOXP3* expression and an increase in IL-17 expression. The latter also indicated a shift away from the classic Treg phenotype and therefore a possible relief from immunosuppression [38]. In a separate phase I/II trial, the use of low-dose Dacogen, either alone or mixed with a dose of approved chemotherapy drugs (R-COP, CHOP, COP or R-GEMOX) or low dose Dacogen followed by infusion of cytokine-induced killer cells was tested in patients with 14 different malignancies. [43]. A significant improvement in progression-free survival was noted in patients receiving cellular therapy in combination with low-dose Dacogen compared to the cohort receiving low-dose Dacogen alone with or without chemotherapy [43]. These findings suggest that low-dose DAC might have an effect on cytokine-induced killer cells. In a phase I trial of pediatric patients with relapsed neuroblastoma and sarcoma, the combination of Dacogen with DC peptide vaccine against the cancer testis antigens MAGE-A1, MAGE-A3, and NY-ESO1 was evaluated [44]. Peripheral blood was collected pre- and posttreatment and the number of activated T cells to peptide ratio was measured by flow cytometry. Two of the 10 patients showed an increase in CD4 and CD8 recruitment/response. Interestingly, 1 of these patients remained disease free for two years post therapy, although the other relapsed within 10 months [44]. A growing body of data emerging from laboratory studies suggests a tremendous potential for the combined use of epigenetic modulators with immunotherapy, and several clinical trials are underway in the United States, Canada, and Europe to examine if epigenetic drugs can enhance the efficacy of checkpoint inhibitors in solid tumors [45]. However, the downside to combining two drugs is that they each come with their own side effects and in combination may result in serious side effects in patients. [46]. Epigenetic drugs like DNMTIs generally show an increase in white blood cells, but immunotherapy drugs blocking checkpoint inhibitors, like ipilimumab, overstimulate the immune system and trigger an auto immune response that targets cancer and normal cells [45].

HDAC inhibitors (Figure 11.1 and Table 11.1)

The most intensely studied epigenetic modification is DNA methylation. However, the diversity of modifications that occur on histones is significantly larger and can increase or decrease the accessibility of DNA to various transcription complexes by changing chromatin architecture. Histone acetylation is an important modification catalyzed by a class of enzymes called histone acetyl transferases, leading to chromatin decompaction and upregulation of transcription [47]. The activity of histone acetyl transferases is countered by histone deacetylases (HDACs), which remove acetyl groups from histones and cause chromatin compaction and repression of gene expression [48]. HDACs are a family of zinc-containing enzymes

Table 11.1 Recent clinical trials with histone deacetylase (HDAC) inhibitors.

HDAC Inhibitor	*Target*	*Clinical Trial*	*Cancer Type*	*Clinical Trial Number*
Panobinostat (LBH-589)	Pan HDACs	Phase II	Cutaneous T cell lymphoma	Duvic *et al.* (2013) NCT00425555
Belinostat (PXD101)	HDAC1, HDAC2, HDAC6	Phase II	Thymoma	Giaccone G *et al.* (2011) NCT00589290
Entinostat (MS275)	HDAC1, HDAC2, HDAC3	Phase II	Melanoma	NCT02437136
Mocetinostat (MGCD01030)	HDAC1, HDAC2, HDAC3	Phase II	B-cell malignancies	NCT02282358
Givinostat (ITF2357)	HDAC1, HDAC2, HDAC3, HDAC4, HDAC5, HDAC7, HDAC9	Phase II	Myeloproliferative neoplasms	NCT00928707
Pracinostat (SB939)	HDAC1, HDAC2, HDAC3, HDAC4, HDAC5, HDAC7, HDAC9, HDAc6	Phase II	Prostate cancer	NCT01075308
Quisinostat (JNJ-26481585)	HDAC1, HDAC2, HDAC3, HDAC4, HDAC5, HDAC7, HDAC9	Phase II	Cutaneous T cell lymphoma	NCT01486277
Abexinostat (PCI-24781)	HDAC1, HDAC2, HDAC3, HDAC6, HDAC10	Phase II	B cell lymphoma	NCT00724984

that can be classified into class I (HDACs 1, 2, 3, and 8), class IIA (HDACs 4, 5, 7, and 9), class IIB (HDACs 6 and 10), class III (Sirtuins), and class IV (HDAC11) [49, 50]. HDACs are part of various cellular repressor complexes and a large portfolio of their activity influences histone acetylation. However, their ability to regulate acetylation of various nonhistone proteins in the nuclear and cellular compartment cannot be ignored.

Drugs that block the activity of HDACs first gained prominence in cancer therapeutics because of their ability to induce differentiation of cancer cells. Subsequent preclinical studies revealed their enormous potential for modulation of cellular process such as transcription, DNA replication, cellular differentiation, apoptosis, and DNA repair, which are frequently deregulated in various pathological conditions including cancers, inflammation, immunity, and neurological disorders [51]. As shown in Table 11.1, HDAC inhibitors (HDACIs) vary in their specificity and range from pan-inhibitors (panobinostat (LBH-589), vorinostat/suberanilohydroxamic acid (SAHA), sodium butyrate, valproic acid (VPA), and trichostatin-A) to others that are more specific to class I (depsipeptide, entinostat), class II (tubacin), or class IV (mocetinostat and quisinostat) HDACs [52]. Sirtuins are an exception because they have a catalytic mechanism that is distinct from other HDAC classes and hence are not targeted by drugs that block the activity of the remaining family members. To date, three HDAC inhibitors, vorinostat (Zolinza: Merck), romidepsin (Istodax: Celgene) and belinostat (Beleodaq: Spectrum Pharmaceuticals), have been approved for clinical application, all for the treatment of refractory cutaneous and peripheral T cell lymphomas [53–56]. In addition, VPA (FDA approved for neurological applications), butyrate, panobinostat, givinostat (ITF2357), mocetinostat (MGCD01030), belinostat (PXD101), pracinostat (SB939), and entinostat (MS275) have been evaluated in patients, with variable success [57–59].

Despite a series of studies that have underscored the importance of HDACs in the development of the immune system, the possibility of targeting HDACs for immune modulation or enhancing immunotherapy has only recently been explored [49, 51]. Several preclinical studies, described below, have provided interesting insights into HDACI-mediated effects on antigen presentation by tumor cells and their recognition by immune cells, differentiation of immune cells, and regulation of their activity (Table 11.1). These reports have set the stage for testing HDACIs in combination with immunotherapy in controlled clinical trial settings.

Gp100, a glycoprotein, is a tumor-associated antigen whose expression is elevated in melanomas [60]. It promotes improved tumor cell recognition by CTLs in the context of MHC-I [61] and has been tested as a peptide vaccine formulation in patients [62]. Unfortunately, clinical response was not robust for several reasons, including human leukocyte antigen restriction and gp100 peptide stability [63]. However, gp100 levels could be upregulated in human and murine melanoma cells by subcytotoxic doses of depsipeptide [64] *in vivo*, using depsipeptide-enhanced cytolysis by melanoma-antigen-specific CTLs, suggesting that this HDACI may have potential for synergy with T cell therapy of melanoma [64]. Tumor cells are able to escape immune responses mediated by CTLs by down-regulating MHC class-I molecules [65]. Treatment of MHC-class-I deficient murine lung epithelial cancers with tumor-specific antigen (TSA), reactivated its expression and cytolysis by CTLs [66]. Mechanistic studies linked MHC class-I re-expression and upregulated expression of a component of the antigen-processing machinery called transporter associated with antigen processing (TAP) to improved antigen presentation [66]. The effect was seen in both TAP-positive and -negative tumors, suggesting that epigenetic inactivation of TAP contributed to inefficient antigen presentation by MHC I [66, 67]. These effects were recapitulated in vivo in immunocompetent mice but not in animals lacking B and T cells, implicating one or both of these cells in preventing tumor growth [67]. A study assessing the use of panobinostat in mouse models of melanoma similarly concluded that HDACI-dependent upregulated expression of melanoma-specific antigens, MHC class-I molecules, as well as costimulatory molecules (CD40 and CD86) and proinflammatory cytokines (IL-2 and IFNγ) contributed to improved tumor recognition and antitumor activity of CTLs in mice [68]. A separate body of work demonstrated that hyperacetylation of histones occurred at the IFNγ and IL-2 loci in memory CD8 T cells and required CD4 T cell help for the enhanced responsiveness [69, 70]. Use of panobinostat following bone marrow transfer in a mouse model of graft-versus-host disease also uncovered HDACI-mediated improvement in cross talk between CD4 and CD8 T cells [71]. Superior T cell infiltration into tumors is known to strongly correlate with improved patient survival [72–74]. Indeed, the HDACI romidepsin enhanced the efficacy of checkpoint blockade inhibitors in mouse models of lung cancers by upregulating the expression of chemokines (CXCL5, CXCL9, CXCL10) in tumor cells and tumor macrophages. This was associated with significantly elevated T cell recruitment and infiltration into tumors [75].

While the above studies strongly support the use of HDACIs to augment immunotherapy, a growing body of evidence also suggests that these agents dampen immune response and therefore may be better suited for treating inflammatory diseases such as rheumatoid arthritis and colitis [76, 77]. An investigation comparing the pro- and anti-inflammatory properties of vorinostat and BML281 in a rat model of collagen-induced arthritis revealed that these drugs variably modulated lipopolysaccharide-induced cytokine release (IL12p40, IL6, TNF, IL1β) from macrophages, with lower doses causing an anti-inflammatory response and higher doses generating a proinflammatory reaction and exacerbating disease pathology [78]. These observations indicate that long-term safety of vorinostat and BML281 use for cancer treatment in patients may require a careful dose-response examination. Expression of the proinflammatory cyclooxygenase-2 (COX-2) could be suppressed by TSA treatment in an interleukin beta (ILβ1)-dependent manner in endometrial stromal cells [79]. Peroxisome proliferator-activated receptor-γ (PPAR-γ) also promotes the release of proinflammatory cytokines (RANTES-regulated upon activation normal T cell expressed and secreted); however, its upregulation by TSA treatment would argue for its application in modulating cancer immunotherapy [80]. TSA has also been shown to increase the thymic production of Foxp3+ CD4 Treg cells in mice [81]. TSA promoted Foxp3 protein acetylation leading to repression of IL-2 expression. In addition, TSA also increased the levels of immunosuppressive cytotoxic T lymphocyte antigen 4 (CTLA4) and glucocorticoid induced tumor necrosis factor family receptor (GITR), molecules with known immunosuppressive functions [82]. Consistent with this, both TSA- and VPA-enhanced Treg-dependent immunosuppression in a mouse model of dextran-sodium sulfate induced colitis [81]. These results were recapitulated with entinostat in a rat model of autoimmune prostatitis [83, 84]. Engagement of the programmed cell death protein 1 (PD-1) ligand and PD-1 axis promotes tolerance, and therapies targeting this interaction have been successfully used for the treatment of metastatic melanoma and non-small-cell lung cancer [85, 86]. Combining panobinostat with PD-1 blockade was more successful than either agent alone in slowing down melanoma progression and increasing survival in mice. Mechanistically, HDACI treatment promoted acetylation of histones at the PD-L1 gene and upregulated its expression [68]. In summary, there is conflicting information in the literature regarding the utility of HDACIs in enhancing immunotherapy. HDAC6 is a class IIB histone deacetylase and in complex with STAT3 and HDAC11 acts as a regulator of anti-inflammatory cytokine IL-10 [13]. Interestingly, HDAC11 acts as an inhibitor of this pathway and keeps HDAC6 activity in check [87]. In the absence of HDAC11, HDAC6 induces the tolerogenic STAT-3/IL-10 pathway activity in antigen-presenting cells. Genetic or pharmacological ablation of HDAC6 in a macrophage cell line activated antigen-presenting cells and naïve CD4 T cells concurrently [13]. In a follow-up study using a melanoma model, HDAC6 inhibitors, tubastatin-A, and nexturastat-A directly decreased cell proliferation and also enhanced MHC class I presentation of melanoma-specific antigens like, gp100, MART-1, tyrosinase related proteins, TYRP-1, and TYRP-2. In other studies, HDAC6 inhibition downregulated the expression of PD-L1, as well as other checkpoint molecules such as PD-L2, B7-H4 and TRAIL-R1 [88].

Clarification of the roles of HDACs in tumors will allow a more accurate determination of HDACIs as anticancer drugs. HDACs may have opposing roles at different stages of tumor progression and also in the subpopulations of cancer stem cells. While HDACIs alone have shown anticancer activity, when HDACIs are given in combination with other drugs there may be enhanced tumoricidal effects. However, the benefits of HDACIs will need to be weighed against their potential lack of specificity, which may sometimes contribute to their cytotoxicity. In summary, while HDACIs may augment or dampen the immune response, there is a need to develop more potent, narrow-spectrum HDACIs that result in superior cancer cell death in tandem with fewer negative cytotoxic side effects.

Nonsteroidal anti-inflammatory drugs (NSAIDs) (Figure 11.2, Table 11.2)

Chronic inflammation is a hallmark of gastric, esophageal, pancreatic, liver, and colorectal cancers and is characterized by elevation of proinflammatory cytokines, chemokines, and prostaglandins (PGs), accompanied by deregulated immune cell infiltration. Support for a role for inflammation in cancers has mostly come from studies that demonstrated a reduction in tumor incidence in response to use of NSAIDs, although the underlying mechanisms are not well understood. [89–91]. NSAIDs are pharmacologically similar to antipyretics and analgesics, and their application in suppressing inflammation stems mainly from their ability to decrease production of PGs by inhibiting the activity of cyclooxygenases COX-1 and COX-2 [92, 93]. COX-1 is constitutively expressed in most tissues, whereas COX-2 expression is rapidly upregulated during inflammation and cancer [91, 94]. Cyclooxygenase-mediated increase in PGs, specifically PGE2, is believed to act directly on tumor and stromal cells to promote tumor progression. A recent seminal study provided the first evidence that COX enzymes and PGE2 promote tumor growth by facilitating immune evasion [95]. This process is frequently characterized by a shift from Th1 to Th2 immune response, aberrant antigen-presenting cell migration and activity, impaired cytotoxic CD8 T cells and NK cell activity, and

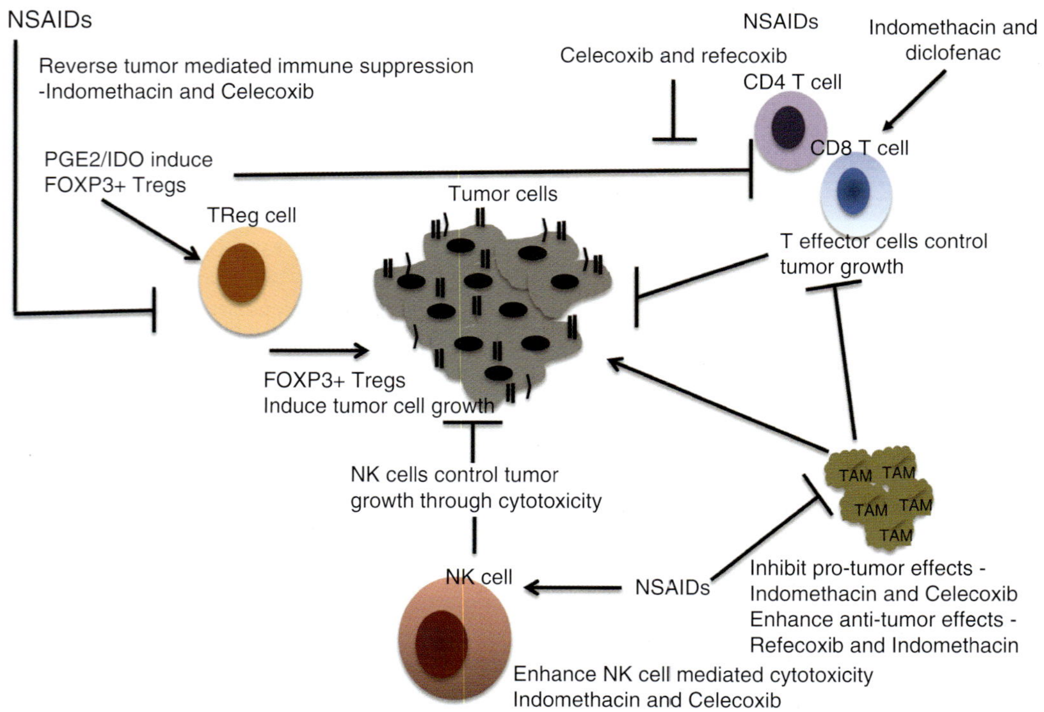

Figure 11.2 Schematic of NSAIDs' effects on variety of immune modulatory processes to aid in cancer therapy. NSAIDS act by reversing tumor-mediated immune suppression and by repressing FOXP3+ Tregs. They inhibit protumor effects mediated by tumor-associated macrophages. NSAIDs increase T cell proliferation and enhance NK cells' mediated cytotoxicity to the tumor.

Table 11.2 Clinical trials evaluating epigenetic drugs, NSAIDs, and chemotherapy with immunotherapy [141].

Clinical Trial ID	*Phase*	*Cancer*	*Epigenetic Modulator/NSAID/ Chemotherapy*	*Immune Agent*
NCT02453620	I	Breast cancer	Entinostat	Nivolumab Ipilimumab
NCT02032810	I	Melanoma	Panobinostat	Ipilimumab
NCT01928576	II	NSCLC	Entinostat and azacytidine	Nivolumab
NCT02437136	I/II	NSCLC and melanoma	Entinostat	Pembrolizumab
NCT02538510	I/II	HNSCC and SGC	Vorinostat	Pembrolizumab
NCT02638090	I/II	Stage IV NSCLC	Vorinostat	Pembrolizumab
NCT02619253	I/II	Advanced renal or urothelial carcinoma	Vorinostat	Pembrolizumab
NCT02395627	II	Hormone therapy resistant breast cancer	Vorinostat	Pembrolizumab
NCT02530463	II	MDS	Azacytidine	Nivolumab and/or ipilimumab
NCT02399917	II	AML	Azacytidine	Lirilumab
NCT02599649	II	MDS	Azacytidine	Lirilumab or nivolumab
NCT02397720	II	AML	Azacytidine	Nivolumab
NCT02260440	II	Metastatic CRC	Azacytidine	Pembrolizumab
NCT02546986	II	Advanced/metastatic NSCLC	Oral azacytidine	Pembrolizumab
NCT02512172	I	MSS advanced CRC	Romidepsin and/or azacytidine	Pembrolizumab
NCT02508870	I	MDS	Azacytidine	Atezolizumab
NCT02151448	I/II	Pancreatic cancer, peritoneal mesothelioma, peritoneal carcinomatosis	Celecoxib	DC vaccine, interferon alpha-2b,rintatolimod

Note: NSCLC=non-small cell lung cancer; HNSCC=head and neck squamous cell carcinoma; SGC=salivary gland cancer; AML=acute myeloid leukemia; CRC=colorectal cancer; MSS=microsatellite stable; MDS=myelodysplastic syndrome; DC=dendritic cell.

augmented activity of immunosuppressive cells such as MDSCs and Tregs. In a study by Zelenay *et al.*, it was observed that PGE2 secretion from mouse melanoma tumor cells promoted secretion of chemokines CXCL1 and IL6, and granulocyte-colony-stimulating factor by myeloid cells [96]. Polarization of macrophages from antitumor M1 (IL-12, TNFα, and MHCII positive) to the protumor M2 phenotype (IL-10, IL-4, and IL-13 positive) was also noted [95]. Genetic data from mouse models of breast cancer, colorectal cancer, and melanoma have also implicated PGE2 in promoting tumor growth by interfering with the differentiation and maturation of myeloid progenitors/monocytes into dendritic cells, and instead promoting their differentiation into MDSCs, which are immunosuppressive [24, 97, 98]. Finally, MDCSs can suppress effector T cell activation, proliferation, migration, and persistence; block NK cell activity; and support Treg activation and expansion. Despite the promise held by checkpoint inhibitors, the fact remains that very few patients with colorectal, breast, pancreatic, and gastric cancer, and less than 30% of patients with melanoma, renal cell carcinoma, or non-small-cell lung cancer have shown response to these agents [99, 100]. It has been suggested that tumor-infiltrating MDSCs and their effect on effector T cells, NK cells, and Tregs may contribute to this poor responsiveness, which has been supported by the enhanced efficacy of anti-PD1 therapies against mouse models of rhabdomyosarcoma when combined with blockade of MDSC activity [89].

Since PGs ultimately influence inflammation-mediated immune processes, it is not unreasonable to expect that NSAID-mediated inhibition of PG production will have immunomodulatory properties. NSAIDs, including nonselective (indomethacin) and selective COX-2 inhibitors (celecoxib, aspirin, rofecoxib and diclofenac), inhibit PGE2 secretion [101]. In probably one of the earliest studies to test this hypothesis, the combination of indomethacin with the immunosuppressive drug OK-432 reduced PGE2 synthesis and increased antitumor activity of monocytes and macrophages against uterine and cervical cancer cells [102]. Subsequently, indomethacin was shown to improve the lytic activity of macrophages isolated from patients with breast cancer against allogeneic/autologous tumors but had an inhibitory effect on the lytic activity of macrophages obtained from patients with head and neck cancers [103, 104]. A number of more recent studies with celecoxib and/or indomethacin identified enhancement of NK cell activity against breast cancer, hepatoma, and gastric cancers. [105–109].

Information regarding underlying mechanisms was obtained from two separate clinical studies of patients with head and neck cancer, where it was determined that rofecoxib increased the expression of ICAM1 on monocytes, which resulted in their improved migration and infiltration [110, 111]. Similarly, celecoxib also promoted an elevation in ICAM1 expression on lung cancer cells, which led to their augmented lysis by lymphokine-activated killer cells [112]. TNFα secretion by monocytes and lytic activity against tumors was significantly improved following irradiation or lipopolysaccharide stimulation of pelvic cancer patients, indicating that the inclusion of COX inhibitors during radiation therapy may enhance antitumor response [113, 114].

In other reports, effects on immune cell growth were observed following treatment with NSAIDs. For example, sulindac treatment offered a significant survival advantage in mouse models of breast cancer [115]. The effect was mediated by CD8 T cells and also correlated with a reduction in the number of M2 macrophages and proinflammatory cytokines like TNFα, IL1β, and IL6, as well as a reduction in tumor vasculature [115].

In clinical studies, indomethacin was shown to promote a substantial increase in T cell proliferation in lung cancer patients [116]. Celecoxib, rofecoxib, diclofenac, nimesulide, and indomethacin either alone or in combination with other vaccines improved survival in patients with cervical, colorectal, breast, and gastrointestinal cancers, which was associated with a significant increase in tumor infiltrating T cells [117–120].

Other nonselective COX inhibitors such as aspirin and the selective COX-2 inhibitor celecoxib have also shown ability to synergize with anti-PD1 therapy in mouse models of melanoma and colorectal cancer [95].

In conclusion, NSAIDs are the most frequently used medicines in the world and have been shown to have anticancer activities specifically regarding melanoma, renal cell carcinoma, non-small-cell lung cancer, colorectal, colon, breast, and pancreatic cancers; however, historically their efficacy is decreased when compared to current chemotherapy agents. The anticancer activity of NSAIDS may be improved by derivatization, but the subsequent different formulations will need to be studied in both preclinical and clinical trials before they can become part of standard immunotherapy.

Repurposing chemotherapy agents towards immunomodulatory functions

Chemotherapeutic drugs, while cytotoxic to tumor cells, also suffer from the disadvantage that they cause damage to normal cells and tissues. Recent interest in repurposing drugs for combination therapy has generated renewed interest in testing these agents at lower doses. Here, we review the application of some chemotherapeutic agents as immune modulators when used at metronomic doses.

Cyclophosphamide (CTX) (Figure 11.3)

CTX is an alkylating agent that is converted into its active metabolite, phosphoramide mustard, in the liver. This derivative inhibits DNA replication by forming interstrand and intrastrand DNA cross-links. Currently it is the best-known drug to be studied for its effects at metronomic doses in anti-angiogenesis and immune modulatory functions. [121]. Although the effect of chemotherapy on tumor vasculature has been described, cytotoxicity to normal tissue has impeded its use as an antiangiogenic agent. However, several studies described below have attributed immune modulatory capacity at low doses, which is more practical for clinical application.

In a study by Lutsiak *et al.*, low-dose CTX administration reduced Tregs and MDSCs found in abundance in the tumor microenvironment and to a smaller extent in peripheral blood. [119, 122]. In multiple myeloma, low-dose CTX administration at 45-day intervals prolonged survival and reduced recurrence, which was associated with diminished Treg cell renewal [123].

Using CTX in combination with doxorubicin decreased tumor growth in colon cancer cells and correlated with an elevation of IFN-γ-producing cells and suppression of FOXP3 and TGFβ expression in tumor cells [124]. A separate study showed that single administration of low-dose CTX in tumor-bearing mice significantly increased DC-mediated T cell proliferation, which alludes to increased antigen-presenting function of the DCs [125]. Low-dose CTX has also been tested in combination with DC-based immune therapy, which led to a synergistic increase in survival of

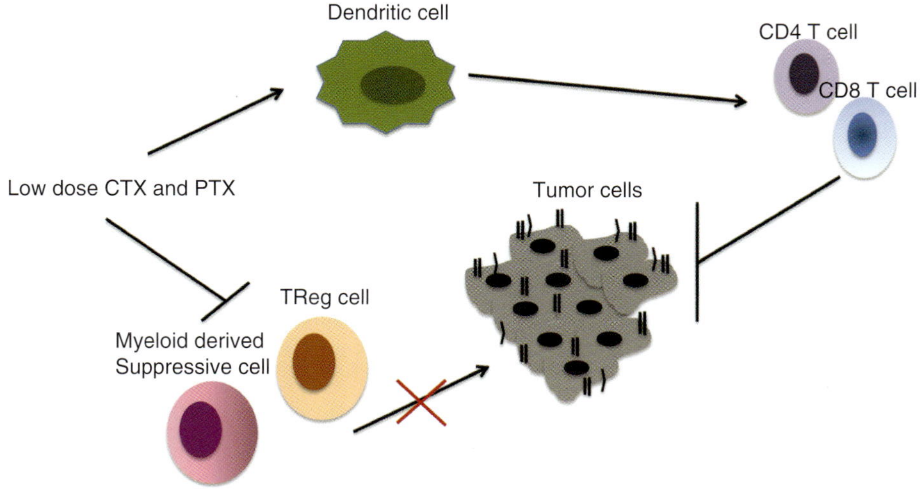

Figure 11.3 Effects of low-dose chemotherapy in cancer treatment.Low doses of CTX and PTX repress the inhibitory molecules such as Tregs and MDSC of the tumor microenvironment. Metronomic doses of CTX and PTX also enhance cytotoxicity to the tumor by upregulating DC- and T-cell-mediated killing of the tumor cells.

tumor-bearing mice compared to either treatment alone [126]. In addition, restoration of myelopoiesis and mobilization of early DC progenitors to the tumor site, their differentiation into functional DCs, increased presence of antigen-presenting cells, and recruitment of T cells were also observed. [127, 128].

Paclitaxel (PTX)

PTX is a mitotic inhibitor that causes cell cycle arrest by stabilizing tubulin in microtubules. Similar to CTX, combining low-dose PTX with DC vaccine was effective in inhibiting tumor growth and increasing tumor-infiltrating CD4+ and CD8+ T cell responses [129]. At these low doses, toxicity to bone marrow cells was avoided; in addition, a decrease in DC apoptosis as well as a direct effect on DC maturation and function were noted [127]. In murine and breast lung cancer models, the combination promoted improved survival, which correlated with increased IFN-γ secretion. [130, 131].

Other drugs such as 5-FU, gemcitabine, and oxaliplatin are also being evaluated and have been found to selectively reduce MDSCs and enhance antitumor resistance by stimulating CD8+ and NK cells, [132, 133]. Thus, the choice of drugs, the sequence of drugs being administered, and the type of cancer being treated should all be taken into account while deciding on combinations with immunotherapy [134].

Adoptive T cell therapy

Adoptive T cell therapy typically involves *ex vivo* expansion of autologous T cells that have been genetically modified to identify and attack tumors more effectively. The two most widely used techniques used in clinical testing involve activating the blood-derived T cells with tumor antigen, either transducing with high-affinity T cell receptor or transducing with chimeric antigen receptor (CAR) that has been artificially constructed to express the tumor antigen binding domain of an antibody fused to the T cell signaling domain. These engineered T cells possess superior recognition of cancer antigen with high avidity [135]. Initial testing with adoptive T cells has yielded very promising results in leukemia and some solid tumors. However, emerging data suggest that combinatorial treatment might have to be employed for it to be more effective on a number of other cancers.

The use of HDACIs as a potential adjuvant to T cell therapies has been described in a few preclinical studies. Romidepsin treatment and subsequent adoptive transfer of gp100 tumor-associated-antigen-specific T cells enhanced T-cell-mediated killing of B16/F10 murine melanoma cells and decreased tumor growth compared to either T cell transfer or Romidepsin alone. [64]. Similarly, panobinostat, when used with gp100-specific T cell immunotherapy, decreased tumor burden and created a proinflammatory environment *in vivo* in a B16 murine melanoma model [136].

HDACIs have also been used to improve CAR response of genetically modified T cells. Pretreatment with VPA enhanced the adoptive transfer of T cells in ovarian cancer cells and selectively sensitized cancer cells to T cells by inducing expression of the recognition ligand, NKG2D, on their surface [137]. Although combination therapy with HDACI seems promising, concerns regarding autoimmune toxicity and long-term effects exist and need to be better understood prior to clinical introduction.

Preconditioning host cells with chemotherapy- or radiation-induced lymphodepletion may improve survival and functionality of transferred T cells in adoptive T cell transfer [138]. Mechanisms include depletion of suppressive T cells (Tregs) or increased production proliferative cytokine production [139]. The alkylating agent cyclophosphamide has been used to precondition patients for adoptive T cell therapy. However, Ding *et al.* showed that in mice with lymphoma, while preconditioning with CTX caused a robust increase in antitumor response, it also increased immune suppressive myeloid monocytic cells [140]. These results indicate that a careful longitudinal evaluation of changes in immune cell population following chemotherapy administration and prior to immunotherapy needs to be performed. The outcomes may also vary depending on the cancer type and the chemotherapy agent under investigation.

References

1. Mellman I, Coukos G, Dranoff G. Cancer immunotherapy comes of age. Nature. 2011;480(7378):480–9.
2. Sharma P, Allison JP. Immune checkpoint targeting in cancer therapy: toward combination strategies with curative potential. Cell. 2015;161(2):205–14.
3. Topalian SL, Weiner GJ, Pardoll DM. Cancer immunotherapy comes of age. J Clin Oncol. 2011;29(36): 4828–36.
4. Gilham DE, Anderson J, Bridgeman JS, Hawkins RE, Exley MA, Stauss H, et al. Adoptive T cell therapy for cancer in the United kingdom: a review of activity for the British Society of Gene and Cell Therapy annual meeting 2015. Human Gene Therapy. 2015;26(5):276–85.
5. Hinrichs CS, Rosenberg SA. Exploiting the curative potential of adoptive T cell therapy for cancer. Immunol Rev. 2014;257(1):56–71.
6. Johnson LA, Morgan RA, Dudley ME, Cassard L, Yang JC, Hughes MS, et al. Gene therapy with human and mouse T cell receptors mediates cancer regression and targets normal tissues expressing cognate antigen. Blood. 2009;114(3):535–46.
7. Louis CU, Savoldo B, Dotti G, Pule M, Yvon E, Myers GD, et al. Antitumor activity and long-term fate of chimeric antigen receptor-positive T cells in patients with neuroblastoma. Blood. 2011;118(23):6050–6.
8. Maher J. Immunotherapy of malignant disease using chimeric antigen receptor engrafted T cells. ISRN Oncology. 2012;2012:278093.
9. Maude SL, Frey N, Shaw PA, Aplenc R, Barrett DM, Bunin NJ, et al. Chimeric antigen receptor T cells for sustained remissions in leukemia. New England Journal of Medicine. 2014;371(16):1507–17.
10. Maus MV, Grupp SA, Porter DL, June CH. Antibody-modified T cells: CARs take the front seat for hematologic malignancies. Blood. 2014;123(17):2625–35.
11. Robbins PF, Morgan RA, Feldman SA, Yang JC, Sherry RM, Dudley ME, et al. Tumor regression in patients with metastatic synovial cell sarcoma and melanoma using genetically engineered lymphocytes reactive with NY-ESO-1. J Clin Oncol. 2011;29(7): 917–24.
12. Pardoll DM, Topalian SL. The role of CD4+ T cell responses in antitumor immunity. Current Opinion in Immunology. 1998;10(5):588–94.
13. Cheng M, Chen Y, Xiao W, Sun R, Tian Z. NK cell-based immunotherapy for malignant diseases. Cellular & Molecular Immunology. 2013;10(3):230–52.
14. Webster RM. Combination therapies in oncology. Nature Reviews Drug Discovery. 2016;15(2):81–2.
15. Hanahan D, Weinberg RA. Hallmarks of cancer: the next generation. Cell. 2011;144(5):646–74.
16. Baylin SB, Jones PA. A decade of exploring the cancer epigenome: biological and translational implications. Nature Reviews Cancer. 2011;11(10):726–34.
17. Kulis M, Esteller M. DNA methylation and cancer. Advances in Genetics. 2010;70:27–56.
18. Esteller M. Epigenetics in cancer. New England Journal of Medicine. 2008;358(11):1148–59.
19. Rodriguez-Paredes M, Esteller M. Cancer epigenetics reaches mainstream oncology. Nature Medicine. 2011;17(3):330–9.
20. Stresemann C, Lyko F. Modes of action of the DNA methyltransferase inhibitors azacytidine and decitabine. International Journal of Cancer. 2008;123(1):8–13.
21. Derissen EJ, Beijnen JH, Schellens JH. Concise drug review: azacitidine and decitabine. The Oncologist. 2013;18(5):619–24.
22. Bubenik J. MHC class I down-regulation: tumour escape from immune surveillance? (review). International Journal of Oncology. 2004;25(2):487–91.
23. Fratta E, Coral S, Covre A, Parisi G, Colizzi F, Danielli R, et al. The biology of cancer testis antigens: putative function, regulation and therapeutic potential. Molecular Oncology. 2011;5(2):164–82.
24. Wang L, Amoozgar Z, Huang J, Saleh MH, Xing D, Orsulic S, et al. Decitabine enhances lymphocyte migration and function and synergizes with CTLA-4 blockade in a murine ovarian cancer model. Cancer Immunology Research. 2015;3(9):1030–41.
25. Salmaninejad A, Zamani MR, Pourvahedi M, Golchehre Z, Hosseini Bereshneh A, Rezaei N. Cancer/testis antigens: expression, regulation, tumor invasion, and use in immunotherapy of cancers. Immunological Investigations. 2016;45(7):619–40.
26. Atanackovic D, Luetkens T, Kloth B, Fuchs G, Cao Y, Hildebrandt Y, et al. Cancer-testis antigen expression and its epigenetic modulation in acute myeloid leukemia. American Journal of Hematology. 2011; 86(11):918–22.
27. Maio M, Coral S, Fratta E, Altomonte M, Sigalotti L. Epigenetic targets for immune intervention in human malignancies. Oncogene. 2003;22(42):6484–8.
28. Tomasi TB, Magner WJ, Khan AN. Epigenetic regulation of immune escape genes in cancer. Cancer Immunology, Immunotherapy: CII. 2006;55(10): 1159–84.
29. Dubovsky JA, McNeel DG, Powers JJ, Gordon J, Sotomayor EM, Pinilla-Ibarz JA. Treatment of chronic lymphocytic leukemia with a hypomethylating agent induces expression of NXF2, an immunogenic cancer testis antigen. Clinical Cancer Research. 2009;15(10): 3406–15.
30. Wu X, Tao Y, Hou J, Meng X, Shi J. Valproic acid upregulates NKG2D ligand expression through an ERK-dependent mechanism and potentially enhances

NK cell-mediated lysis of myeloma. Neoplasia. 2012;14(12):1178–89.
31. Tang KF, He CX, Zeng GL, Wu J, Song GB, Shi YS, et al. Induction of MHC class I-related chain B (MICB) by 5-aza-2'-deoxycytidine. Biochemical and Biophysical Research Communications. 2008;370(4):578–83.
32. Fonsatti E, Nicolay HJ, Sigalotti L, Calabro L, Pezzani L, Colizzi F, et al. Functional up-regulation of human leukocyte antigen class I antigens expression by 5-aza-2'-deoxycytidine in cutaneous melanoma: immunotherapeutic implications. Clinical Cancer Research. 2007;13(11): 3333–8.
33. Adair SJ, Hogan KT. Treatment of ovarian cancer cell lines with 5-aza-2'-deoxycytidine upregulates the expression of cancer-testis antigens and class I major histocompatibility complex-encoded molecules. Cancer Immunology, Immunotherapy. 2009;58(4):589–601.
34. Kersh EN, Fitzpatrick DR, Murali-Krishna K, Shires J, Speck SH, Boss JM, et al. Rapid demethylation of the IFN-gamma gene occurs in memory but not naive CD8 T cells. Journal of Immunology. 2006;176(7):4083–93.
35. Frikeche J, Clavert A, Delaunay J, Brissot E, Gregoire M, Gaugler B, et al. Impact of the hypomethylating agent 5-azacytidine on dendritic cells function. Experimental Hematology. 2011;39(11):1056–63.
36. Janson PC, Linton LB, Bergman EA, Marits P, Eberhardson M, Piehl F, et al. Profiling of CD4+ T cells with epigenetic immune lineage analysis. Journal of Immunology. 2011;186(1):92–102.
37. Dubovsky JA, Powers JJ, Gao Y, Mariusso LF, Sotomayor EM, Pinilla-Ibarz JA. Epigenetic repolarization of T lymphocytes from chronic lymphocytic leukemia patients using 5-aza-2'-deoxycytidine. Leukemia Research. 2011;35(9):1193–9.
38. Costantini B, Kordasti SY, Kulasekararaj AG, Jiang J, Seidl T, Abellan PP, et al. The effects of 5-azacytidine on the function and number of regulatory T cells and T-effectors in myelodysplastic syndrome. Haematologica. 2013;98(8):1196–205.
39. Schmiedel BJ, Arelin V, Gruenebach F, Krusch M, Schmidt SM, Salih HR. Azacytidine impairs NK cell reactivity while decitabine augments NK cell responsiveness toward stimulation. International Journal of Cancer. 2011;128(12):2911–22.
40. Chan HW, Kurago ZB, Stewart CA, Wilson MJ, Martin MP, Mace BE, et al. DNA methylation maintains allele-specific KIR gene expression in human natural killer cells. The Journal of Experimental Medicine. 2003;197(2):245–55.
41. Daurkin I, Eruslanov E, Vieweg J, Kusmartsev S. Generation of antigen-presenting cells from tumor-infiltrated CD11b myeloid cells with DNA demethylating agent 5-aza-2'-deoxycytidine. Cancer Immunology, Immunotherapy. 2010;59(5):697–706.
42. Triozzi PL, Aldrich W, Achberger S, Ponnazhagan S, Alcazar O, Saunthararajah Y. Differential effects of low-dose decitabine on immune effector and suppressor responses in melanoma-bearing mice. Cancer Immunology, Immunotherapy. 2012;61(9):1441–50.
43. Fan H, Lu X, Wang X, Liu Y, Guo B, Zhang Y, et al. Low-dose decitabine-based chemoimmunotherapy for patients with refractory advanced solid tumors: a phase I/II report. Journal of Immunology Research. 2014; 2014:371087.
44. Krishnadas DK, Shusterman S, Bai F, Diller L, Sullivan JE, Cheerva AC, et al. A phase I trial combining decitabine/dendritic cell vaccine targeting MAGE-A1, MAGE-A3 and NY-ESO-1 for children with relapsed or therapy-refractory neuroblastoma and sarcoma. Cancer Immunology, Immunotherapy. 2015;64(10):1251–60.
45. Weintraub K. Take two: combining immunotherapy with epigenetic drugs to tackle cancer. Nature Medicine. 2016;22(1):8–10.
46. Larkin J, Chiarion-Sileni V, Gonzalez R, Grob JJ, Cowey CL, Lao CD, et al. Combined nivolumab and ipilimumab or monotherapy in untreated melanoma. New England Journal of Medicine. 2015;373(1):23–34.
47. Bannister AJ, Kouzarides T. Regulation of chromatin by histone modifications. Cell Res. 2011;21(3):381–95.
48. Marks PA, Richon VM, Rifkind RA. Histone deacetylase inhibitors: inducers of differentiation or apoptosis of transformed cells. J Natl Cancer Inst. 2000;92(15): 1210–6.
49. Kroesen M, Gielen P, Brok IC, Armandari I, Hoogerbrugge PM, Adema GJ. HDAC inhibitors and immunotherapy: a double edged sword? Oncotarget. 2014;5(16):6558–72.
50. Mottamal M, Zheng S, Huang TL, Wang G. Histone deacetylase inhibitors in clinical studies as templates for new anticancer agents. Molecules. 2015;20(3): 3898–941.
51. Falkenberg KJ, Johnstone RW. Histone deacetylases and their inhibitors in cancer, neurological diseases and immune disorders. Nature Reviews Drug Discovery. 2014;13(9):673–91.
52. West AC, Johnstone RW. New and emerging HDAC inhibitors for cancer treatment. J Clin Invest. 2014; 124(1):30–9.
53. Akhtar MW, Raingo J, Nelson ED, Montgomery RL, Olson EN, Kavalali ET, et al. Histone deacetylases 1 and 2 form a developmental switch that controls excitatory synapse maturation and function. J Neurosci. 2009;29(25): 8288–97.
54. Graff J, Rei D, Guan JS, Wang WY, Seo J, Hennig KM, et al. An epigenetic blockade of cognitive functions in the neurodegenerating brain. Nature. 2012;483(7388): 222–6.

55. Majdzadeh N, Morrison BE, D'Mello SR. Class IIA HDACs in the regulation of neurodegeneration. Front Biosci. 2008;13:1072–82.
56. Montgomery RL, Hsieh J, Barbosa AC, Richardson JA, Olson EN. Histone deacetylases 1 and 2 control the progression of neural precursors to neurons during brain development. Proc Natl Acad Sci U S A. 2009;106(19): 7876–81.
57. Nebbioso A, Carafa V, Benedetti R, Altucci L. Trials with 'epigenetic' drugs: an update. Molecular Oncology. 2012;6(6):657–82.
58. New M, Olzscha H, La Thangue NB. HDAC inhibitor-based therapies: can we interpret the code? Molecular Oncology. 2012;6(6):637–56.
59. Qiu T, Zhou L, Zhu W, Wang T, Wang J, Shu Y, et al. Effects of treatment with histone deacetylase inhibitors in solid tumors: a review based on 30 clinical trials. Future Oncol. 2013;9(2):255–69.
60. Yang S, Kittlesen D, Slingluff CL, Jr., Vervaert CE, Seigler HF, Darrow TL. Dendritic cells infected with a vaccinia vector carrying the human gp100 gene simultaneously present multiple specificities and elicit high-affinity T cells reactive to multiple epitopes and restricted by HLA-A2 and -A3. Journal of Immunology. 2000;164(8): 4204–11.
61. Lapointe R, Royal RE, Reeves ME, Altomare I, Robbins PF, Hwu P. Retrovirally transduced human dendritic cells can generate T cells recognizing multiple MHC class I and class II epitopes from the melanoma antigen glycoprotein 100. Journal of Immunology (Baltimore, Md: 1950). 2001;167(8):4758–64.
62. Schwartzentruber DJ, Lawson DH, Richards JM, Conry RM, Miller DM, Treisman J, et al. gp100 peptide vaccine and interleukin-2 in patients with advanced melanoma. New England Journal of Medicine. 2011;364(22):2119–27.
63. Li W, Joshi MD, Singhania S, Ramsey KH, Murthy AK. Peptide vaccine: progress and challenges. Vaccines (Basel). 2014;2(3):515–36.
64. Murakami T, Sato A, Chun NA, Hara M, Naito Y, Kobayashi Y, et al. Transcriptional modulation using HDACi depsipeptide promotes immune cell-mediated tumor destruction of murine B16 melanoma. J Invest Dermatol. 2008;128(6):1506–16.
65. Garrido F, Ruiz-Cabello F, Cabrera T, Perez-Villar JJ, Lopez-Botet M, Duggan-Keen M, et al. Implications for immunosurveillance of altered HLA class I phenotypes in human tumours. Immunol Today. 1997;18(2):89–95.
66. Manning J, Indrova M, Lubyova B, Pribylova H, Bieblova J, Hejnar J, et al. Induction of MHC class I molecule cell surface expression and epigenetic activation of antigen-processing machinery components in a murine model for human papilloma virus 16-associated tumours. Immunology. 2008;123(2):218–27.
67. Setiadi AF, David MD, Seipp RP, Hartikainen JA, Gopaul R, Jefferies WA. Epigenetic control of the immune escape mechanisms in malignant carcinomas. Mol Cell Biol. 2007;27(22):7886–94.
68. Woods DM, Woan K, Cheng F, Wang H, Perez-Villarroel P, Lee C, et al. The antimelanoma activity of the histone deacetylase inhibitor panobinostat (LBH589) is mediated by direct tumor cytotoxicity and increased tumor immunogenicity. Melanoma Res. 2013;23(5):341–8.
69. Northrop JK, Thomas RM, Wells AD, Shen H. Epigenetic remodeling of the IL-2 and IFN-gamma loci in memory CD8 T cells is influenced by CD4 T cells. Journal of Immunology. 2006;177(2):1062–9.
70. Zhang F, Zhou X, DiSpirito JR, Wang C, Wang Y, Shen H. Epigenetic manipulation restores functions of defective CD8(+) T cells from chronic viral infection. Mol Ther. 2014;22(9):1698–706.
71. Wang D, Iclozan C, Liu C, Xia C, Anasetti C, Yu XZ. LBH589 enhances T cell activation in vivo and accelerates graft-versus-host disease in mice. Biol Blood Marrow Transplant. 2012;18(8):1182–90 e1.
72. Hopewell EL, Zhao W, Fulp WJ, Bronk CC, Lopez AS, Massengill M, et al. Lung tumor NF-kappaB signaling promotes T cell-mediated immune surveillance. J Clin Invest. 2013;123(6):2509–22.
73. Pages F, Berger A, Camus M, Sanchez-Cabo F, Costes A, Molidor R, et al. Effector memory T cells, early metastasis, and survival in colorectal cancer. New England Journal of Medicine. 2005;353(25):2654–66.
74. Zhang L, Conejo-Garcia JR, Katsaros D, Gimotty PA, Massobrio M, Regnani G, et al. Intratumoral T cells, recurrence, and survival in epithelial ovarian cancer. New England Journal of Medicine. 2003;348(3): 203–13.
75. Zheng H, Zhao W, Yan C, Watson CC, Massengill M, Xie M, et al. HDAC inhibitors enhance T-cell chemokine expression and augment response to PD-1 immunotherapy in lung adenocarcinoma. Clinical Cancer Research. 2016;22(16):4119–32.
76. Gupta P, Reid RC, Iyer A, Sweet MJ, Fairlie DP. Towards isozyme-selective HDAC inhibitors for interrogating disease. Curr Top Med Chem. 2012;12(14):1479–99.
77. Halili MA, Andrews MR, Sweet MJ, Fairlie DP. Histone deacetylase inhibitors in inflammatory disease. Curr Top Med Chem. 2009;9(3):309–19.
78. Lohman RJ, Iyer A, Fairlie TJ, Cotterell A, Gupta P, Reid RC, et al. Differential anti-inflammatory activity of HDAC inhibitors in human macrophages and rat arthritis. J Pharmacol Exp Ther. 2016;356(2):387–96.
79. Wu Y, Guo SW. Suppression of IL-1beta-induced COX-2 expression by trichostatin A (TSA) in human endometrial stromal cells. Eur J Obstet Gynecol Reprod Biol. 2007;135(1):88–93.

80. Wu Y, Guo SW. Peroxisome proliferator-activated receptor-gamma and retinoid X receptor agonists synergistically suppress proliferation of immortalized endometrial stromal cells. Fertil Steril. 2009;91(5 Suppl): 2142–7.
81. Tao R, de Zoeten EF, Ozkaynak E, Chen C, Wang L, Porrett PM, et al. Deacetylase inhibition promotes the generation and function of regulatory T cells. Nature Medicine. 2007;13(11):1299–307.
82. Avogadri F, Yuan J, Yang A, Schaer D, Wolchok JD. Modulation of CTLA-4 and GITR for cancer immunotherapy. Curr Top Microbiol Immunol. 2011;344: 211–44.
83. Lucas JL, Mirshahpanah P, Haas-Stapleton E, Asadullah K, Zollner TM, Numerof RP. Induction of Foxp3+ regulatory T cells with histone deacetylase inhibitors. Cell Immunol. 2009;257(1–2):97–104.
84. Zhang ZY, Schluesener HJ. Oral administration of histone deacetylase inhibitor MS-275 ameliorates neuroinflammation and cerebral amyloidosis and improves behavior in a mouse model. J Neuropathol Exp Neurol. 2013;72(3):178–85.
85. Hodi FS, O'Day SJ, McDermott DF, Weber RW, Sosman JA, Haanen JB, et al. Improved survival with ipilimumab in patients with metastatic melanoma. New England Journal of Medicine. 2010;363(8):711–23.
86. Iwai Y, Ishida M, Tanaka Y, Okazaki T, Honjo T, Minato N. Involvement of PD-L1 on tumor cells in the escape from host immune system and tumor immunotherapy by PD-L1 blockade. Proc Natl Acad Sci U S A. 2002;99(19):12293–7.
87. Cheng F, Lienlaf M, Perez-Villarroel P, Wang HW, Lee C, Woan K, et al. Divergent roles of histone deacetylase 6 (HDAC6) and histone deacetylase 11 (HDAC11) on the transcriptional regulation of IL10 in antigen presenting cells. Molecular Immunology. 2014;60(1):44–53.
88. Lienlaf M, Perez-Villarroel P, Knox T, Pabon M, Sahakian E, Powers J, et al. Essential role of HDAC6 in the regulation of PD-L1 in melanoma. Molecular Oncology. 2016;10(5):735–50.
89. Wang D, DuBois RN. The role of prostaglandin E_2 in tumor-associated immunosuppression. Trends in Molecular Medicine. 2016;22(1):1–3.
90. Harris RE. Cyclooxygenase-2 (COX-2) blockade in the chemoprevention of cancers of the colon, breast, prostate, and lung. Inflammopharmacology. 2009;17: 55–67.
91. Crusz SM, Balkwill FR. Inflammation and cancer: advances and new agents. Nat Rev Clin Oncol. 2015; 12(10):584–96.
92. Vane JR. Inhibition of prostaglandin synthesis as a mechanism of action for aspirin-like drugs. Nat New Biol. 1971;231(25):232–5.
93. Zha S, Yegnasubramanian V, Nelson WG, Isaacs WB, De Marzo AM. Cyclooxygenases in cancer: progress and perspective. Cancer Lett. 2004;215(1):1–20.
94. Wang D, Dubois RN. Eicosanoids and cancer. Nature Reviews Cancer. 2010;10(3):181–93.
95. Zelenay S, van der Veen AG, Bottcher JP, Snelgrove KJ, Rogers N, Acton SE, et al. Cyclooxygenase-dependent tumor growth through evasion of immunity. Cell. 2015;162(6):1257–70.
96. Becker MR, Siegelin MD, Rompel R, Enk AH, Gaiser T. COX-2 expression in malignant melanoma: a novel prognostic marker? Melanoma Res. 2009;19(1):8–16.
97. Broz ML, Binnewies M, Boldajipour B, Nelson AE, Pollack JL, Erle DJ, et al. Dissecting the tumor myeloid compartment reveals rare activating antigen-presenting cells critical for T cell immunity. Cancer Cell. 2014;26(5): 638–52.
98. Chen JH, Perry CJ, Tsui YC, Staron MM, Parish IA, Dominguez CX, et al. Prostaglandin E2 and programmed cell death 1 signaling coordinately impair CTL function and survival during chronic viral infection. Nature Medicine. 2015;21(4):327–34.
99. Wang D, DuBois RN. Immunosuppression associated with chronic inflammation in the tumor microenvironment. Carcinogenesis. 2015;36(10):1085–93.
100. Kyi C, Postow MA. Checkpoint blocking antibodies in cancer immunotherapy. FEBS Letters. 2014;588(2): 368–76.
101. Balch CM, Dougherty PA, Cloud GA, Tilden AB. Prostaglandin E2-mediated suppression of cellular immunity in colon cancer patients. Surgery. 1984;95(1):71–7.
102. Ohshika Y, Umesaki N, Sugawa T. Immunomodulating capacity of the monocyte-macrophage system in patients with uterine cervical cancer. Nihon Sanka Fujinka Gakkai Zasshi. 1988;40(5):601–8.
103. Cameron DJ, O'Brien P. Relationship of the suppression of macrophage mediated tumor cytotoxicity in conjunction with secretion of prostaglandin from the macrophages of breast cancer patients. Int J Immunopharmacol. 1982;4(5):445–50.
104. Cameron DJ, Stromberg BV. The ability of macrophages from head and neck cancer patients to kill tumor cells. Effect of prostaglandin inhibitors on cytotoxicity. Cancer. 1984;54(11):2403–8.
105. Baxevanis CN, Reclos GJ, Gritzapis AD, Dedousis GV, Missitzis I, Papamichail M. Elevated prostaglandin E2 production by monocytes is responsible for the depressed levels of natural killer and lymphokine-activated killer cell function in patients with breast cancer. Cancer. 1993;72(2):491–501.
106. Kundu N, Walser TC, Ma X, Fulton AM. Cyclooxygenase inhibitors modulate NK activities that control metastatic disease. Cancer Immunology, Immunotherapy. 2005;54(10):981–7.
107. Shparyk Ia V. [The dynamic indices of the natural killer cells in the chemotherapy of patients with digestive organ cancer]. Vrach Delo. 1990(7):14–6.

108. Tanaka N, Okamoto Y, Gotoh K, Hizuta A, Yunoki S, Orita K. Combined therapy with interleukin 2 and indomethacin in mice inoculated with MH134 hepatoma. Acta Med Okayama. 1995;49(5):241–5.
109. Zamai L, Ponti C, Mirandola P, Gobbi G, Papa S, Galeotti L, et al. NK cells and cancer. Journal of Immunology. 2007;178(7):4011–6.
110. Lang S, Lauffer L, Clausen C, Lohr I, Schmitt B, Holzel D, et al. Impaired monocyte function in cancer patients: restoration with a cyclooxygenase-2 inhibitor. FASEB J. 2003;17(2):286–8.
111. Lang S, Tiwari S, Andratschke M, Loehr I, Lauffer L, Bergmann C, et al. Immune restoration in head and neck cancer patients after in vivo COX-2 inhibition. Cancer Immunology, Immunotherapy. 2007;56(10):1645–52.
112. Schellhorn M, Haustein M, Frank M, Linnebacher M, Hinz B. Celecoxib increases lung cancer cell lysis by lymphokine-activated killer cells via upregulation of ICAM-1. Oncotarget. 2015;6(36):39342–56.
113. Ikemoto S, Kishimoto T, Iimori H, Morikawa Y, Hayahara N, Maekawa M. Defective interleukin-1 production of monocytes in patients with bladder cancer. Br J Urol. 1990;65(2):181–5.
114. Petrini B, Wolk G, Wasserman J, Vedin I, Strannegard O, Blomgren H, et al. Indomethacin modulation of monocyte cytokine release following pelvic irradiation for cancer. Eur J Cancer. 1991;27(5):591–4.
115. Yin T, Wang G, Ye T, Wang Y. Sulindac, a non-steroidal anti-inflammatory drug, mediates breast cancer inhibition as an immune modulator. Sci Rep. 2016;6:19534.
116. Han T, Takita H. Indomethacin-mediated enhancement of lymphocyte response to mitogens in healthy subjects and lung cancer patients. Cancer. 1980;46(11):2416–20.
117. Blomgren H, Rotstein S, Wasserman J, Petrini B, Hammarstrom S. In vitro capacity of various cyclooxygenase inhibitors to revert immune suppression caused by radiation therapy for breast cancer. Radiother Oncol. 1990;19(4):329–35.
118. Ferrandina G, Ranelletti FO, Legge F, Salutari V, Martinelli E, Fattorossi A, et al. Celecoxib up-regulates the expression of the zeta chain of T cell receptor complex in tumor-infiltrating lymphocytes in human cervical cancer. Clinical Cancer Research. 2006;12(7 Pt 1):2055–60.
119. Liu JY, Wu Y, Zhang XS, Yang JL, Li HL, Mao YQ, et al. Single administration of low dose cyclophosphamide augments the antitumor effect of dendritic cell vaccine. Cancer Immunology, Immunotherapy. 2007;56(10): 1597–604.
120. Walmesley AJ, Zweiri J, Christmas SE, Watson AJ. Rofecoxib has different effects on chemokine production in colorectal cancer cells and tumor immune splenocytes. J Immunother. 2007;30(6):614–23.
121. Kerbel RS, Kamen BA. The anti-angiogenic basis of metronomic chemotherapy. Nature Reviews Cancer. 2004;4(6):423–36.
122. Lutsiak ME, Semnani RT, De Pascalis R, Kashmiri SV, Schlom J, Sabzevari H. Inhibition of CD4(+)25+ T regulatory cell function implicated in enhanced immune response by low-dose cyclophosphamide. Blood. 2005;105(7):2862–8.
123. Ghiringhelli F, Larmonier N, Schmitt E, Parcellier A, Cathelin D, Garrido C, et al. CD4+CD25+ regulatory T cells suppress tumor immunity but are sensitive to cyclophosphamide which allows immunotherapy of established tumors to be curative. Eur J Immunol. 2004;34(2):336–44.
124. Tongu M, Harashima N, Yamada T, Harada T, Harada M. Immunogenic chemotherapy with cyclophosphamide and doxorubicin against established murine carcinoma. Cancer Immunology, Immunotherapy. 2010;59(5):769–77.
125. Kaneno R, Shurin GV, Tourkova IL, Shurin MR. Chemomodulation of human dendritic cell function by antineoplastic agents in low noncytotoxic concentrations. J Transl Med. 2009;7:58.
126. Veltman JD, Lambers ME, van Nimwegen M, de Jong S, Hendriks RW, Hoogsteden HC, et al. Low-dose cyclophosphamide synergizes with dendritic cell-based immunotherapy in antitumor activity. J Biomed Biotechnol. 2010;2010:798467.
127. Moschella F, Proietti E, Capone I, Belardelli F. Combination strategies for enhancing the efficacy of immunotherapy in cancer patients. Ann N Y Acad Sci. 2010;1194:169–78.
128. Radojcic V, Bezak KB, Skarica M, Pletneva MA, Yoshimura K, Schulick RD, et al. Cyclophosphamide resets dendritic cell homeostasis and enhances antitumor immunity through effects that extend beyond regulatory T cell elimination. Cancer Immunology, Immunotherapy. 2010;59(1):137–48.
129. Nars MS, Kaneno R. Immunomodulatory effects of low dose chemotherapy and perspectives of its combination with immunotherapy. International Journal of Cancer. 2013;132(11):2471–8.
130. Ramakrishnan R, Assudani D, Nagaraj S, Hunter T, Cho HI, Antonia S, et al. Chemotherapy enhances tumor cell susceptibility to CTL-mediated killing during cancer immunotherapy in mice. J Clin Invest. 2010;120(4):1111–24.
131. Zhong H, Han B, Tourkova IL, Lokshin A, Rosenbloom A, Shurin MR, et al. Low-dose paclitaxel prior to intratumoral dendritic cell vaccine modulates intratumoral cytokine network and lung cancer growth. Clinical Cancer Research. 2007;13(18 Pt 1):5455–62.

132. Ko HJ, Kim YJ, Kim YS, Chang WS, Ko SY, Chang SY, et al. A combination of chemoimmunotherapies can efficiently break self-tolerance and induce antitumor immunity in a tolerogenic murine tumor model. Cancer Res. 2007;67(15):7477–86.
133. Suzuki E, Kapoor V, Jassar AS, Kaiser LR, Albelda SM. Gemcitabine selectively eliminates splenic Gr-1+/CD11b+myeloid suppressor cells in tumor-bearing animals and enhances antitumor immune activity. Clinical Cancer Research. 2005;11(18):6713–21.
134. He Q, Li J, Yin W, Song Z, Zhang Z, Yi T, et al. Low-dose paclitaxel enhances the anti-tumor efficacy of GM-CSF surface-modified whole-tumor-cell vaccine in mouse model of prostate cancer. Cancer Immunology, Immunotherapy. 2011;60(5):715–30.
135. Fesnak AD, June CH, Levine BL. Engineered T cells: the promise and challenges of cancer immunotherapy. Nature Reviews Cancer. 2016;16(9):566–81.
136. Lisiero DN, Soto H, Everson RG, Liau LM, Prins RM. The histone deacetylase inhibitor, LBH589, promotes the systemic cytokine and effector responses of adoptively transferred CD8+ T cells. J Immunother Cancer. 2014;2:8.
137. Song DG, Ye Q, Santoro S, Fang C, Best A, Powell DJ, Jr. Chimeric NKG2D CAR-expressing T cell-mediated attack of human ovarian cancer is enhanced by histone deacetylase inhibition. Human Gene Therapy. 2013;24(3):295–305.
138. Salem ML, Kadima AN, El-Naggar SA, Rubinstein MP, Chen Y, Gillanders WE, et al. Defining the ability of cyclophosphamide preconditioning to enhance the antigen-specific CD8+ T-cell response to peptide vaccination: creation of a beneficial host microenvironment involving type I IFNs and myeloid cells. J Immunother. 2007;30(1):40–53.
139. Gattinoni L, Finkelstein SE, Klebanoff CA, Antony PA, Palmer DC, Spiess PJ, et al. Removal of homeostatic cytokine sinks by lymphodepletion enhances the efficacy of adoptively transferred tumor-specific CD8+ T cells. Journal of Experimental Medicine. 2005;202(7):907–12.
140. Ding ZC, Lu X, Yu M, Lemos H, Huang L, Chandler P, et al. Immunosuppressive myeloid cells induced by chemotherapy attenuate antitumor CD4+ T-cell responses through the PD-1-PD-L1 axis. Cancer Res. 2014;74(13):3441–53.
141. Terranova-Barberio M, Thomas S, Munster PN. Epigenetic modifiers in immunotherapy: a focus on checkpoint inhibitors. Immunotherapy. 2016;8(6):705–19.

12

CHAPTER 12

Immunomodulation with Radiation

Jonathan E. Schoenhals[1], Taylor R. Cushman[1], Alexandra P. Cadena[1], Sandra Demaria[2], and James W. Welsh[1]

[1] Radiation Oncology, University of Texas MD Anderson Cancer Center, Houston, TX, USA

[2] Radiation Oncology and Pathology and Laboratory Medicine, Weill Cornell Medical College, New York, NY, USA

Radiation therapy has long been a pillar of cancer treatment. Traditionally, the model describing the interaction of radiation with the tumor and its microenvironment has been based on four mechanisms, the "four Rs of radiation"—repair, redistribution, repopulation, and reoxygenation. This concept has driven the use of fractionated radiation in cancer therapy. However, numerous preclinical studies have shown that radiation also interacts with the immune system and in fact relies strongly on immune responses to drive tumor destruction [1, 2]. This evidence, together with the tremendous advances in the use of immunotherapy to treat cancer, has opened a new era in which radiation is being tested as an adjuvant to immunotherapy.

This chapter focuses on the effects of radiation on the antitumor immunity cycle, which describes the multistep process that drives T-cell-mediated immune responses [3]. Evidence is emerging that radiation can modulate all of the steps in this process and can help to shift the balance in immune system function toward tumor rejection. We discuss current preclinical findings that demonstrate immune activation after irradiation as well as ongoing clinical trials to explore the clinical translation of these concepts.

Radiation and the antitumor immunity cycle

Conceptually, the development of antitumor immunity can be divided into two phases, each of which comprises defined steps. During the *priming phase*, dying cancer cells release antigens that are taken up, processed, and presented by dendritic cells (DCs) to T cells. This usually takes place in tumor-draining lymph nodes, where the T cells are primed, proliferate, and develop into T effector cells. During the *effector phase*, the primed T cells travel to the tumor, infiltrate it, and recognize and kill the constituent tumor cells. This cyclic process becomes self-sustaining once immune activation overcomes the typically immune-suppressive state of the tumor microenvironment [3]. Thus, generating an effective antitumor immune response requires counteracting the immune-suppressive mechanisms present at each step in the process.

The interactions of radiation with the immune system are complex but generally result in immune activation. Radiation contributes to the antitumor immunity cycle by killing cancer cells and prompting the release of antigens from those cells (step 1; Figure 12.1), eliciting "danger signals" that promote the uptake and presentation of tumor antigen

Immunotherapy in Translational Cancer Research, First Edition. Edited by Laurence J. N. Cooper, Elizabeth A. Mittendorf, Judy Moyes, and Sabitha Prabhakaran.

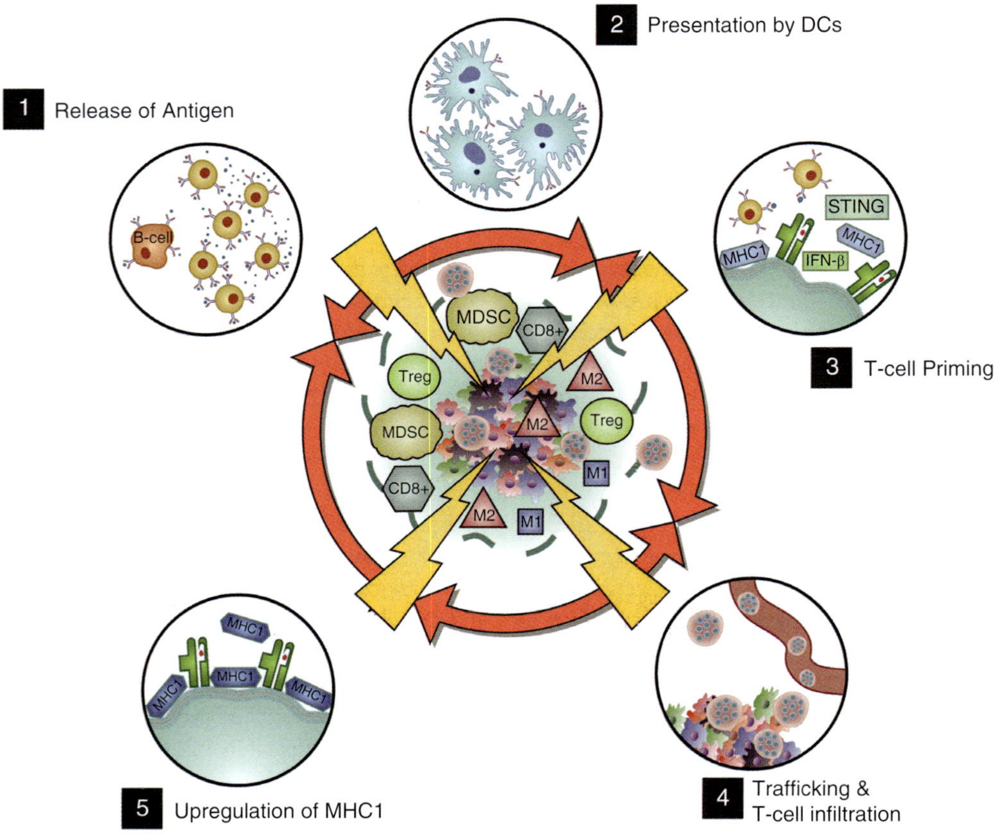

Figure 12.1 The effects of radiation on the tumor microenvironment. Radiation therapy results in (1) the release of tumor-specific antigens, (2) presentation of antigens to dendritic cells, (3) priming of T cells through increased IFN-β production and the STING pathway, (4) increasing T cell infiltration, and (5) upregulation of MHC1 in the tumor microenvironment.

by DCs (step 2) [4, 5], amplifying the activation of DCs, mediated by autocrine production of type I interferon (IFN) that promotes priming of T cells (step 3) [6], inducing chemokines and vascular adhesion molecules that facilitate trafficking to tumors (step 4) and infiltration of T cells into tumors (step 5) [7–9], and upregulating major histocompatibility complex (MHC) proteins and death receptors on the cancer cells, which enhances recognition and killing of cancer cells by T cells (steps 6 and 7) [10–13]. Thus, radiation can work in concert with a variety of immunotherapy agents that target different processes and steps in the cancer immunity cycle [3] (Table 12.1).

The number of investigations underway to determine if radiation enhances the effectiveness of various immunotherapies is increasing, which attests to the growing interest in the use of radiation as an immune adjuvant [14]. Below, we review combinations of radiation with immunotherapies that target different steps in the antitumor immune response.

Preclinical studies of radiation and immunotherapy

Combining radiation with immunotherapy agents that target tumor antigen presentation

The availability of sufficient numbers of DCs to cross-present antigens that are released by dying cancer cells is critical for the development of both natural and radiation-induced T-cell responses [15–17]. Growth factors that increase the generation

Table 12.1 Combinations of radiotherapy and immune response modifiers tested in preclinical tumor models.

Main Step of Antitumor Immune Response Targeted[a]	*Agent*	*Main Effect*	*RT Regimen Tested*	*Reference*
Tumor antigen presentation	Flt3-ligand	Growth factor for DCs, increased systemic availability of DCs	60 Gy × 1	[18]
			2 Gy × 1, 6 Gy × 1	[1]
	Exogenous DC s.c., i.v.	Increase local and systemic availability of DCs	10 Gy × 3-5	[19]
	Exogenous DC s.c., i.t.	Increase availability of DCs in irradiated tumor	8.5 Gy × 5	[20]
			15 Gy × 1	[21]
	CpG s.c. peritumorally and i.t.	TLR9 agonist, DCs activation	10-55 Gy × 1	[23]
	Imiquimod, topical	TLR7 agonist, local DCs activation	8 Gy × 3	[25]
	R848, i.v.	TLR7 agonist, systemic DCs activation	10 Gy × 1	[26]
	ECI301 (CCL3 variant) i.v.	Recruitment of DCs, T cells, NK cells	6 Gy × 1	[22]
	2′3′-cGAMP, i.t.	STING agonist, IFN-I production	20 Gy × 1	[6]
	Vaccinia and avipox recombinants expressing CEA and T-cell costimulatory molecules	Generation of tumor antigen–specific T cells	8 Gy × 1	[27]
	Autologous tumor cell vaccine expressing GM-CSF		4 Gy × 2	[28]
T cell priming and activation	Anti-CTLA-4 antibody, i.p.	Immune checkpoint inhibitor	12 Gy × 1-2	[32]
			6 Gy × 5, 8 Gy × 3, 20 Gy × 1	[33]
	Anti-CD137 antibody, i.v or i.p.	Costimulatory receptor agonist	5 Gy × 1, 10 Gy × 1, 15 Gy × 1	[40]
			4 Gy × 2	[41]
	Anti-OX40 antibody, i.p.	Costimulatory receptor agonist	20 Gy × 3	[42]
	IL-2, i.t.	T cell growth factor	2 Gy × 10	[44]
	NHS-IL-2 (fusion of antibody to necrotic DNA with modified IL-2), i.v.	Modified T cell growth factor, targeted to tumor	3.6 Gy × 5	[45]
	TGFβ neutralizing antibody, i.p	Blocks immunosuppressive effects of TGFβ on DC and T cells	6 Gy × 5	[46]
Killing of cancer cells	Anti-PD-1 antibody, i.p.	Immune checkpoint inhibitor	12 Gy × 1	[48]
			10 Gy × 1	[49]
	Anti-PDL-1 antibody, i.p.	Blocks PD-1 ligand on tumor cells/infiltrating myeloid cells	12 Gy × 1, 20 Gy × 1	[50]
			2 Gy × 5	[51]

(*Continued*)

Table 12.1 *(Continued)*

Main Step of Antitumor Immune Response Targeted[a]	*Agent*	*Main Effect*	*RT Regimen Tested*	*Reference*
	Adoptively transferred T cells	Activated tumor antigen–specific CD8 T cells	8 Gy × 1	[11]
			10 Gy × 1	[10]
			2 Gy × 1	[56]
	CSF1R inhibitor	Reduced post-RT recruitment of MDSC and TAM	3 Gy × 5	[55]

Note: CEA = carcinoembryonic antigen; CpG = C-G enriched, synthetic oligodeoxynucleotide; CTLA-4 = cytotoxic T lymphocyte–associated antigen 4; DC = dendritic cells; GM-CSF = granulocyte-macrophage colony-stimulating factor; i.p. = intraperitoneally; i.t. = intratumorally; i.v. = intravenously; MDSC = myeloid-derived suppressor cells; MHC = major histocompatibility complex; NK = natural killer cells; PD-1 = programmed death-1; s.c. = subcutaneously; TAM = tumor-associated macrophages; TLR = Toll-like receptor.

[a]See reference [3].

of DCs such as the Flt-3 ligand have been used in combination with local radiotherapy in mouse models of lung and breast cancer [1, 18]. In the relatively immunogenic 67NR breast cancer model, a small radiation dose of 2 Gy directed to a subcutaneous tumor was sufficient to induce antitumor T cells capable of mediating an abscopal effect (i.e., regression of a tumor outside of the field of radiation) against a synchronous, nonirradiated tumor when used in combination with Flt3-Ligand [1]. In the more aggressive and less immunogenic Lewis lung carcinoma, considerably larger radiation doses were used (60 Gy given in a single dose). Although a single dose of this size is not clinically relevant, this study provided the first proof of principle that adding a DC growth factor to local irradiation can induce T cells capable of inhibiting systemic metastases [18]. Other investigators have tested the inoculation of autologous DCs near or within irradiated tumors in mouse models of fibrosarcoma, melanoma, lymphoma, and colorectal cancer. In these studies, radiation was given either as a single dose or in 3–5 fractions, and in every case more powerful antitumor immune responses were generated from the combination of DC inoculation and irradiation [19–21]. Another strategy used to enhance the homing of DCs to the tumor is to administer a variant of the chemokine macrophage inflammatory protein-1 alpha, also known as CCL3 [22].

Other studies have tested the combination of radiation with immune response modifiers that increase the activation of DCs by stimulating toll-like receptors (TLRs), which are upstream of the NF-kβ and IFN type I pathways. Local injection of the TLR9 agonist C-G enriched synthetic oligodeoxynucleotide (CpG) improved the radiocurability of the tumor in mouse fibrosarcoma models treated with single-dose or fractionated radiation [23, 24]. The TLR7 agonist imiquimod, given topically in a mouse model of cutaneous breast cancer metastases, had modest effects on tumor growth when given alone, but when combined with fractionated radiation (in three 8-Gy fractions [8 Gy × 3]), it achieved complete rejection of the irradiated tumor and partial responses at nonirradiated abscopal tumor sites [25]. In mouse models of lymphoma, a single 10-Gy dose of radiation combined with the TLR7 agonist R848 administered intravenously extended the long-term survival of the mice relative to either treatment alone [26]. In addition to TLR agonists, STING agonists such as 2′3′-cGAMP (which also activates the NF-kβ and IFN type I pathways) have successfully enhanced the antitumor immune responses elicited by radiation [6].

Finally, radiation used with various tumor vaccines can markedly improve tumor rejection. In one study, the effects of radiation were mediated largely by upregulation of Fas/CD95 death receptor on the tumor cells, leading to improved killing by the vaccine-generated T cells. Interestingly, T-cell responses were also seen to tumor antigens that were not present in the vaccine, indicating that this combination primed a broader T-cell response [27]. In another study, complete cure of established GL261 glioma cells growing in the brain of mice was achieved only by the combination of whole-brain irradiation and peripheral vaccination with autologous tumor cells modified to produce granulocyte-macrophage colony-stimulating factor (GM-CSF). Radiation improved T cell infiltration into the tumor and upregulated MHC class I antigens on the invading glioma cells, rendering them better targets for CD8 T cells [28].

Combining radiation with immunotherapy agents that target T-cell priming and activation

The immune checkpoint receptors CTLA4 and PD1 regulate T cell responses via several mechanisms. However, CTLA4 is thought to have a central role during priming, whereas PD1 acts predominantly during the effector phase [29, 30]. Typically a response to anti-CTLA4 antibodies requires some degree of preexisting antitumor immunity, which means that many patients with cancer will not respond to this strategy without additional interventions that synergize with anti-CTLA4 in inducing antitumor T cells [31]. Radiation has been shown to be one such intervention, able to synergize with anti-CTLA4 to induce antitumor T cells that improve control of both irradiated tumors and distant metastases [32]. The synergy initially observed in a mouse model of poorly immunogenic triple-negative breast cancer refractory to immunotherapy alone has been confirmed in additional models of breast and colorectal cancer, and, more recently, melanoma

[32–34]. Notably, a side-by-side comparison of different radiation regimens demonstrated that not all regimens were equally effective: abscopal responses were achieved when radiation was given in 6-Gy fractions over five consecutive days or in 8-Gy fractions over three consecutive days, but a single 20-Gy dose was not effective [33]. The potential clinical relevance of this observation is supported by the achievement of abscopal effects in patients with melanoma or lung cancer who received radiotherapy and anti-CTLA4 antibody ipilimumab with similar hypofractionated radiation regimens [35–37].

In addition to inhibitory receptors, multiple costimulatory receptors regulate T cell activation, and therapeutic antibodies have been developed for some of those targets [38]. One such target is CD137 (4-1BB), a member of the tumor necrosis factor receptor family expressed on T cells after their activation that mediates signals that increase T cell proliferation, survival, and effector functions when bound to agonistic antibodies [39]. Anti-CD137 antibodies have enhanced the response of tumors to single-dose irradiation in mouse models of breast and lung carcinoma [40]. They were also effective in an orthotopic mouse model of glioma treated with whole-brain irradiation given as two 4-Gy fractions, leading to complete tumor eradication and long-term survival in most mice so treated [41]. Agonistic antibodies to OX40 (CD134), another costimulatory receptor, were shown to improve survival when used with radiation in a mouse model of lung cancer [42].

Use of the T cell growth factor interleukin-2 (IL-2) to achieve T-cell-mediated tumor rejection was the first immunotherapy to be used clinically [43]. In a mouse model of colorectal cancer, intratumoral IL-2 improved the regression of both a subcutaneous irradiated tumor and nonirradiated liver metastases [44]. In a recent study, a novel form of IL-2 (NHS-IL2+) was engineered in which a tumor-homing signal provided by an antibody specific for necrotic DNA was fused to genetically modified human IL-2 so as to selectively activate the high-affinity IL-2 receptor. Used in combination with radiation, this modified IL-2 was shown to induce antitumor immune responses and complete tumor regressions in 80%–100% of mice so treated, and this treatment showed promising clinical activity in a phase Ib trial of patients with metastatic lung cancer [45].

Finally, inhibition of the immunosuppressive cytokine transforming growth factor-beta (TGFβ) was shown to have synergistic effects with fractionated radiotherapy in two mouse models of breast cancer, inducing abscopal effects and improving survival mediated by the activation of T cells that recognized several endogenous tumor antigens [46].

Combining radiation with immunotherapy agents that improve T-cell-mediated killing of cancer cells

Upregulation of PDL1 in the tumor microenvironment is a major mechanism by which tumors escape from immune-mediated control [47]. Several preclinical studies have investigated combinations of antibodies targeting PDL1 or its receptor PD1 with radiotherapy. In one such study, PD1 blockade improved the response to radiotherapy and anti-CD137 in mouse models of breast cancer [48]. In another study, PD1 blockade improved the survival of mice with intracranial glioma treated with stereotactic radiation [49]. Anti-PDL1 antibodies were shown to improve local control and induce abscopal effects in mouse models of breast and colorectal cancer by reducing PDL1$^+$ myeloid-derived suppressor cells (MDSCs) in the tumor microenvironment [50]. Moreover, the optimal scheduling of giving anti-PDL1 monoclonal antibodies with radiation was addressed in a study which showed that concomitant administration with fractionated radiotherapy was required to achieve therapeutic benefit [51]. Anti-PD1 antibodies have also been shown to improve survival achieved with radiation and TGFβ blockade in a mouse model of metastatic breast cancer by overcoming induced resistance [46].

The combination of two immune checkpoint inhibitors targeting CTLA4 and PD1 has been shown to improve the responses achieved with either antibody alone in preclinical models of melanoma as well as in patients [52, 53]. In one preclinical study, local radiation of B16 mouse melanoma induced T cell responses and tumor rejection when given in combination with anti-CTLA4, effects that were significantly improved by the further addition of anti-PD1 [54]. Thus, *in situ* vaccination by *in vivo* tumor irradiation produced effects similar to vaccination with autologous tumor cells modified to express GM-CSF [53]. Importantly, abscopal effects were also improved with the combination approach, which was effective against B16 melanoma cells that stably expressed high levels of PDL1, because the anti-PD1 "reinvigorated" exhausted T cells [34].

Another strategy to improve tumor rejection is through reducing MDSC recruitment to the tumor after irradiation. One such study using agents that block CSFR1 signaling improved tumor responses [55]. Finally, radiation improved tumor rejection mediated by adoptively transferred tumor-specific T cells by enhancing the expression of Fas and/or MHC-I on cancer cells, resulting in enhanced killing of cancer cells by T cells [10, 11]. Another mechanism by which radiation improves tumor rejection is through normalization of the vasculature, which allows adoptively transferred T cells to infiltrate the tumor [56].

The next step: Clinical applications

The preclinical studies described above have helped pave the way for numerous trials testing immunotherapy in combination with radiation for nearly all types of cancer. Historically, most such trials have focused on melanoma; much pioneering work has been done with immunomodulatory agents such as IL-2, which expands active T cells and has led to tumor responses in patients with metastatic melanoma [57]. The recent approval by the U.S. Food and Drug Administration (FDA) of checkpoint inhibitors such as anti-CTLA4 and anti-PD1 has led to the rapid expansion of new trial concepts in which these agents are used with radiation. Such studies will be crucial not only for evaluating the safety of this strategy but also for identifying the optimal dose, timing, and sequencing of the radiation within it. The next steps will involve expanding the number of combination trials in which "cocktails" of immunotherapy agents are used to overcome several potential mechanisms of immune evasion. Although several new agents are now available to choose from, perhaps the most beneficial combinations will target the inhibitory immune effects associated with radiation, such as increases in TGFβ, MDSCs, or regulatory T cells (T_{regs}).

Enhancing tumor antigen presentation

As highlighted above, presentation of tumor-derived antigens by DCs is critical for generation of T-cell responses against tumors. Thus, strategies aimed at enhancing tumor antigen presentation have been tested for the ability to improve responses to radiation therapy. Fortunately, several therapeutics that have shown positive effects with radiation in mouse models are being developed for clinical use, including FLT3 ligand and TLR7 and TLR9 agonists. Some of the clinical trials now in progress to evaluate this approach in combination with radiation are described below.

Exogenous DC therapy

A completed phase I trial (NCT00365872) tested intratumoral injection of DCs with radiation before surgery for sarcoma. The 17 patients in this trial had large (>5 cm), high-grade soft tissue sarcoma treated with 50.4 Gy in 28 fractions in addition to intratumoral DC injections. The treatment was well tolerated, and 9 patients developed a tumor-specific immune response that lasted from 11 to 42 weeks. The authors reported a "dramatic accumulation of T cells in the tumor" and a progression-free survival rate of 70.6% at 1 year [58].

Another phase I/II trial (NCT00547144) tested the use of intratumoral DC with gemcitabine and radiation for unresectable pancreatic cancer. Initiated in October 2007, this trial was particularly interesting because pancreatic cancer has traditionally shown little or no response to immunotherapy. Although the desmoplastic stroma associated with pancreatic tumors has been thought to exclude lymphocytes from pancreatic tumors, the hypothesis was that injecting DCs directly into the tumors could help to overcome this barrier. Unfortunately, the financial cost of DC expansion and delivery proved to be too high, and this trial was terminated.

Another trial of DC therapy for resectable esophageal cancer (NCT01691664) is underway in China. Initiated in September 2012, this trial involves collecting DCs from patients after surgical resection but before radiation therapy; the DCs are then infused back into the patient at three different time points during the course of the radiation. The primary endpoint is disease-free survival. This trial is designed to accrue 40 patients.

TLR9/TLR7 agonists

Agonists to TLR9 and TLR7 are powerful immune activators that are too toxic to be administered systemically but have shown some efficacy when given locally to the tumor [59–62]. This approach is particularly attractive for combining such agents with local radiation.

In a study by Brody and colleagues, patients with lymphoma received local injections of CpG TLR9 agonists in combination with low-dose radiation [63]. This approach led to abscopal responses in nonirradiated lesions in almost one third of patients. TLR9 agonists activate plasmacytoid DCs, which then produce high local concentrations of type I IFN and activate antitumor CD8+ T cells to express PD1.

Another phase I/II trial evaluating a triple combination of a TLR9 agonist with the anti-CTLA4 antibody ipilimumab and X-ray therapy, NCT02254772, was opened in September 2014 for patients with recurrent low-grade B cell lymphoma. Both the TLR9 agonist and the ipilimumab are to be injected locally, with a short two-day course of radiation. This study is expected to accrue a total of 27 patients.

The first study of a TLR7 agonist with radiation is NCT01421017, a phase I/II trial for patients with metastatic or recurrent breast cancer involving the skin. Based on prior preclinical data supporting the efficacy of the combination [25] and on a clinical study supporting activity of topical TLR7 agonist imiquimod in breast cancer cutaneous metastases [59], this trial was designed to evaluate responses in irradiated and nonirradiated skin lesions treated with imiquimod as well as in untreated skin or visceral metastases. The study was modified to include the addition of low-dose cyclophosphamide as a strategy to reduce T_{regs}, and accrual is close to completion.

Granulocyte-macrophage colony-stimulating factor

Three trials have been undertaken to date to test GM-CSF in combination with radiation for patients with cancer. Results have been reported for NCT02474186, which began in 2003 and showed evidence of abscopal responses in 11 of 41 enrolled patients [64]. Radiation therapy was given as 35 Gy in 10 fractions, concurrent with systemic therapy and subcutaneous GM-CSF. The most common grade 3–4 toxicities were fatigue and hematological, and one patient experienced grade 4 pulmonary embolism. Importantly, patients with abscopal responses had significantly better overall survival with a median of 20.98 months versus 8.33 months in nonresponders [64].

A phase II trial, NCT00652860, at the Mayo Clinic evaluated a recombinant form of GM-CSF, sargramostim, with radiation before surgery for soft tissue sarcoma. Patients were given either subcutaneous GM-CSF or aerosolized GM-CSF before surgery, and aerosolized GM-CSF was begun again at four weeks after surgery. A total of 39 patients were enrolled between November 2001 and April 2006. When this study was completed in 2011, most patients (76%) had experienced grade 3–4 hematologic toxicity; however, 24 of the first 35 evaluable patients were free of pulmonary metastasis at two years, and 58% of patients were free of disease progression at three years. However, this trial failed to meet its primary endpoint of reducing the rate of pulmonary metastases at two years [65].

Another phase II trial of GM-CSF for stage IV non-small-cell lung cancer (NSCLC), NCT02623595, is one of the first to combine hypofractionated high-dose radiation with GM-CSF for patients for whom second-line chemotherapy had failed. The plan is to treat 40 patients with stage IV NSCLC with radiation to a total dose of 50 Gy in 5 fractions, given with concurrent GM-CSF. Abscopal responses will be evaluated at 1, 2, 3, 6, and 12 months. The study was opened in November 2015 and is currently accruing patients.

T-cell priming and activation

T cells are key players in antitumor immune response, and several therapeutics targeting T cells have been developed or are under development for use in the clinic. Activation of tumor-specific T cells requires that antigens be presented together with appropriate costimulatory signals and survival factors. Signaling pathways involved include major histocompatibility complex–T cell receptor interactions and CD28 costimulation on the T cells, with B7.1 and B7.2 expressed on the antigen-presenting cells. These signals activate T cells, which can then produce IL-2 and proliferate. Other signaling pathways involved in T cell proliferation and activation include costimulatory receptors OX40 (CD134) and 4-1BB (CD137). Inhibitory signals regulate T cell activation to prevent autoimmunity but are often overly active in the setting of cancer. One such signal is mediated by the inhibitory receptor CTLA4 (CD152), which binds with high-affinity to B7.1 and B7.2 and precludes the CD28 signal and T cell activation. Another immunosuppressive factor is TGFβ, which acts in multiple ways to blunt T cell responses [66]. Clinical trials of drugs that modulate these pathways in combination with radiation are discussed briefly below.

CTLA4

Numerous trials are now underway to test anti-CLTA4 antibodies in combination with radiation. Ipilimumab was the first immune checkpoint drug to be approved by the FDA, and it was the first such drug to be readily available for testing in combination with radiation. Early trials of this combination involved patients with melanoma and were then expanded to include patients with other types of tumors. Despite its potential for durable long-term control in some patients, most do not respond to ipilimumab, and even some who do respond later develop refractory disease. Thus, much interest has been expressed in evaluating whether radiation can increase response rates achieved with anti-CTLA4 alone.

Several clinical case reports support the effectiveness of radiation combined with immunotherapy. A patient with melanoma who was not responding to ipilimumab was given palliative radiotherapy to a paraspinal mass (three 9.5-Gy fractions, total dose 28.5 Gy), followed by additional ipilimumab [67]; this patient had a dramatic response with regression of nonirradiated metastases. A similar case was reported by Hiniker *et al.*, who treated a patient with melanoma with ipilimumab and concurrent radiation to 54 Gy (in 18-Gy fractions) and observed complete regression in all metastatic lesions [68]. In a retrospective analysis of melanoma patients receiving radiotherapy during ipilimumab, Grimaldi *et al.* found abscopal responses in 9 of 21 patients (43%), and 2 patients (10%) had stable disease (SD) [69]. Immune checkpoint blockade has also been combined with radiation for metastatic prostate cancer; Slovin *et al.* reported responses and declines in prostate-specific antigen in a phase I/II trial when treating 50 men with 3.5 or 10-mg/kg doses of ipilimumab with or without 8-Gy radiation fractions per metastatic lesion [70]. However, when comparing ipilimumab versus placebo with radiation, the resulting phase III trial failed to reach its endpoint of increased median overall survival with a p value of 0.053 between the two groups [71].

Recent results of a phase I study testing radiation and ipilimumab for 22 patients with metastatic melanoma showed that 18% of patients had a partial response as the best response, and another 18% had SD in nonirradiated lesions [54]. In that study, radiation was given in a dose-escalation protocol starting with two doses of 6 or 8 Gy and increasing to three doses. Encouragingly, combining radiation with ipilimumab did not increase toxicity. However, the response rate in this small group of patients was quite similar to response rates for ipilimumab alone [72]. On the basis of preclinical data indicating that anti-CTLA4 inhibits T_{regs} but promotes expansion of effector T cells (thereby increasing the CD8/T_{reg} ratio) and that radiation enhances the diversity of the TCR repertoire, these investigators proposed that an optimal response in melanoma and other types of cancer would require a triple combination of radiation, anti-CTLA4, and anti-PDL1/PD1.

A large, 100-patient phase I/II trial now underway at The University of Texas MD Anderson Cancer Center (NCT02239900) is open to patients with any type of solid tumor as long as metastatic lesions are present in the lung or liver to which stereotactic ablative radiotherapy (SABR) can be safely delivered. This trial is testing various sequences of anti-CLTA4 with radiation, different radiation doses (50 Gy in four fractions vs. 60 Gy in 10 fractions), and differences in T cell priming according to the location of the irradiated tumor (liver vs. lung). Initial findings have shown that this combination is safe and may show signs of immune activation [73].

As of February 2017, 45 trials were listed as testing anti-CTLA4 with radiation. Although most of those trials focus on melanoma, others are testing this combination for cancer of the head and neck, lung, prostate, colon, rectum, liver, and cervix, as well as non-Hodgkin lymphoma. The next several years should bring a much better understanding of not only the safety of combining anti-CTLA4 with radiation but also the most effective radiation dose and sequencing for clinical use.

OX40

The combination of the OX40 agonist MEDI6469 with radiation is currently being tested in two trials at the Providence Portland Medical Center in Oregon. The first (NCT01303705) is a phase I/II trial that is currently recruiting men with metastatic prostate cancer. The goal of that study is to find the maximum tolerated dose of cyclophosphamide in conjunction with one 8-Gy fraction of radiation and three 0.4-mg/kg doses of MEDI6469. Cyclophosphamide will be given first, followed by both radiation and OX40 on day 4, and OX40 will be given on days 4, 6, and 8. The sequencing in the study design was based on preclinical findings, and the radiation will be given as palliation to bone metastases. The rationale for this approach is the expectation that the combination of radiation and cyclophosphamide will act as an "*in situ*" vaccine, prompting the release of antigens that will be recognized by T cells; the OX40 serves as the catalyst to tip the scale in favor of tumor rejection.

The second study (NCT01862900), also a phase I/II trial, involves giving OX40 with SABR to lung or liver metastases from breast cancer. That study does not involve chemotherapy and will test single-fraction doses of 15 Gy, 20 Gy, or 25 Gy. The OX40 is to be given at 0.4 mg/kg on days 3 and 5 after the SABR. The objective of this trial of single-dose radiation (as opposed to standard fractionated radiation) is to establish the maximum tolerated dose of radiation with OX40; the secondary outcome is abscopal responses.

Interleukin-2

The combination of high dose IL-2 with SABR was tested in patients with metastatic melanoma and renal cell carcinoma in a phase I trial. Patients received 20Gy X-ray therapy in one, two, or three fractions. Eight of 12 patients had a clinical response according to RECIST in total tumor burden, and 1 had a complete response (CR) [74]. The same study reported a retrospective evaluation of patients who received SABR prior to high-dose IL-2 treated at their institution. Ten patients were identified for this analysis, 8 with melanoma and 2 with renal cell carcinoma. Five of 8 patients with melanoma had clinical responses outside of the irradiated field (3 CR) and both patients with renal cell carcinoma had partial responses (PR).

Preliminary findings from a separate trial [75] of IL-2 with three 6–12 Gy doses of radiation to a tumor site for melanoma and renal cell carcinoma (NCT01884961) demonstrated tumor control in 3 of 9 evaluable patients (1 CR, 1 PR, and 1 SD) [76]. Moreover, 4 of 7 evaluable patients had immune cells that recognized surviving and other tumor antigens, suggesting that radiation can activate tumor-specific T cells and that IL-2 can stimulate their survival and proliferation. This trial is ongoing and will aim to enroll 19 total patients; however, more patients will be needed to evaluate whether this combination is beneficial.

Transforming growth factor-beta (TGFβ)

Four clinical trials are currently testing TGFβ inhibition with radiation: two phase II trials for breast cancer (NCT01401062 and NCT02538471), one phase I/II trial for glioma (NCT01220271), and one phase I/II trial for NSCLC (NCT02581787). Currently, two TGFβ inhibitors are being tested, either as a small molecule (LY2157299) or an antibody (fresolimumab). In the trial testing fresolimumab with radiation for metastatic breast cancer (NCT01401062), patients are randomly assigned to receive either 1 or 10 mg/kg fresolimumab and radiation to two separate lesions, given in three fractions of 7.5 Gy each. The study has completed accrual and results are expected soon. The other breast cancer trial is testing a small molecule inhibitor of TGFβ, LY2157299, given at 300 mg/kg daily for two weeks on and two weeks off, with radiation to one disease site. The primary endpoint in both trials is the presence of an abscopal effect.

In the glioma trial, chemoradiation is being tested with LY2157299 given at 80 mg/kg or 150 mg/kg twice daily for two weeks on and two weeks off, a schedule similar to that in the breast cancer trials. Both radiation and chemotherapy will be given concurrently during the first portion of the study, with a radiation dose of 1.8–2 Gy per day for five days a week to a total dose of 60 Gy and the alkylator temozolomide given during and after the radiation. The primary objectives in this trial are to identify appropriate doses and evaluate changes in response biomarkers with evidence of clinical benefit. An interim analysis showed that the toxicity of this combination therapy was manageable [77].

The NSCLC trial, to be led by investigators at Stanford University, will test fresolimumab in combination with SABR to identify safe doses and document the incidence and severity of radiation pneumonitis (NCT02581787). The drug and radiation doses have yet to be specified, but the radiation will be given in four fractions.

It will be interesting to see which radiation dose and fractionation scheme will produce the best response in combination with anti-TGFβ therapy, and whether the antibody or small molecule approach will be more effective. Results from these trials will certainly shed light on the role of TGFβ release during radiation therapy and its effects on immune responses.

Killing cancer cells

Anti-PD1/Anti-PDL1

Combining radiation with agents that target the PD1/PDL1 pathway is currently of great interest, in part because anti-PD1/PDL1 agents have shown activity in multiple malignancies and are less toxic than anti-CLTA4. Numerous trials are now underway with these agents in combination with radiation for many types of cancer. Early trials were for patients with stage IV disease and evaluated the safety of this approach and its potential for producing abscopal responses; more recent trials are evaluating this approach for disease at earlier stages, with the hope that combining anti-PD1/PDL1 with radiation can address micrometastases. The rationale for giving radiation and immunotherapy before surgery is that this therapy may turn the tumor itself into an "*in-situ* vaccine" before resection, potentially improving both local and distant control. The following is a brief review of ongoing trials based on disease site.

Initial trials investigating immunotherapy plus radiation are largely performed in patients with solid tumors that have recurred or progressed after at least one type of systemic therapy or, for melanoma and NSCLC, after anti-PD1 therapy. Some ongoing phase I trials of the anti-PD1 antibody pembrolizumab include NCT02608385, which is examining pembrolizumab and SABR for advanced solid tumors at the University of Chicago; or NCT02303990 ("RADVAX"), a stratified trial of pembrolizumab with hypofractionated radiation for advanced and metastatic cancers at the University of Pennsylvania; or NCT02318771, which is examining pembrolizumab and hypofractionated radiation for recurrent or metastatic cancer of head and neck, renal cell carcinoma, lung cancer, or melanoma.

Lung cancer is one of the most thoroughly studied diseases at this time, and several new combination trial concepts have been proposed for virtually every stage of the disease. For stage I tumors, the Immunotherapy-STARS trial is being developed as a successor to the previous successful STARS trial, in which patients with surgically resectable lung cancer were randomly assigned to undergo SABR versus lobectomy [78]. Other trials are underway to evaluate induction immunotherapy before surgery for stage II lung cancer; although none of these trials currently include concurrent radiation, that would be a logical next step in their evolution. For patients with unresectable stage III lung cancer, several trials are underway in which immunotherapy is combined with radiation. One such trial, a phase I/II study at MD Anderson Cancer Center, evaluates concurrent immunotherapy with the anti-PDL1 drug atezolizumab (Genentech, Inc.) plus concurrent chemoradiation. Both the Southwest Oncology Group and the Radiation Therapy Oncology Group are also planning to test immunotherapy given after radiation has been delivered. Other trials for stage IV NSCLC include another study at MD Anderson in which patients with stage IV NSCLC will be randomly assigned to receive anti-PD1 with or without radiation (NCT02444741). Patients in the anti-PD1-only group who experience disease progression will be given radiation to see if the radiation can induce immune responses to refractory disease. The rationale for this design comes from recent work showing that response to anti-PD1 may depend on MHC I expression [79] and that radiation-induced

MHC I may resensitize tumors to anti-PD1-mediated T cell killing. The PEAR trial in the United Kingdom (NCT02587455) is also evaluating immunotherapy given with palliative radiation for NSCLC.

Immunotherapy is also being tested for the long-term local control of high-grade glial tumors. Ongoing trials for this purpose include a multicenter, open-label, nonrandomized phase II study of the anti-PDL1 checkpoint inhibitor durvalumab (MEDI4736) for patients with newly diagnosed, unmethylated MGMT glioblastoma; durvalumab is given every 2 weeks in combination with standard radiation (NCT02336165). A phase I trial of PD1 blockade with pembrolizumab plus bevacizumab with hypofractionated SABR in five days for recurrent high-grade glial tumors has been initiated by H. Lee Moffitt Cancer Center and Research Institute (NCT02313272).

The PD1 inhibitor pembrolizumab is being tested in phase II trials for patients with surgically resectable head and neck squamous cell carcinoma; it is given intravenously approximately two or three weeks before surgery, to be followed by intensity-modulated radiation therapy to 60 Gy (in daily 2-Gy fractions) to patients at high risk of recurrence (NCT02296684) or those with recurrent disease (NCT02318771) or as reirradiation for patients with inoperable locoregionally recurrent or second primary squamous cell carcinomas (NCT02289209). Pembrolizumab is also being tested in a phase I single-arm, open-label trial in combination with standard cisplatin-based definitive chemoradiation (70 Gy delivered in once-daily 2-Gy fractions) for patients with stage III-IVB squamous cell carcinoma of the head and neck; the accrual goal for this study is 39 patients (NCT02586207).

Colorectal cancer (CRC) is known to respond well to radiation, especially cancer of the rectum and anal canal. The question now is whether immunotherapy could enhance the antitumor effects of radiation and help to prevent recurrence and/or metastatic disease. Immune checkpoint drugs are largely ineffective in colorectal cancer (except for patients with high microsatellite instability) [80]. To determine if radiation may sensitize CRC to anti-PD1, a phase II trial evaluating pembrolizumab with radiation is currently ongoing, either in conventional fractions or as SABR, for patients with metastatic colorectal cancer (NCT02437071). Another trial, NCT02298946, is a phase I trial evaluating anti-PD1 with SABR to liver lesions for patients with metastatic CRC, regardless of microsatellite instability status. The starting dose is a single fraction of 8 Gy, which is then escalated to three fractions of 8 Gy each. The trial design also includes low-dose cyclophosphamide, which has been shown to reduce T_{regs} [81, 82], with the thought that this would further improve T-cell responses. Another phase II trial (NCT02586610) evaluates pathologic complete response rates among patients with rectal cancer after neoadjuvant pembrolizumab in combination with chemoradiation. The advantage of this trial design is the ability to analyze tumor tissue before and after treatment, which will provide insights into the modes of action of the combination treatment.

Because the induction of PDL1 expression in the tumor microenvironment is often associated with the presence of infiltrating T cells [83], in the future anti-PD1 therapy may become a component of many combinations that include radiation and other immune modulators.

Summary

Combinations of radiation with various types of immunotherapy are being vigorously tested in clinical trials. Preclinical data suggest that such combinations should be successful; however, several critical questions need to be addressed before the use of radiation to increase responses to immunotherapy can be incorporated into clinical care [84]. Future preclinical studies will test novel immunotherapies with radiation and will define the mechanisms to achieve optimal *in situ* vaccination by radiation, as well as define the timing of each given drug versus radiation delivery. Results of these preclinical studies and the many ongoing and future clinical trials are eagerly awaited and are expected to change the use of radiation in advanced disease from a largely local treatment to one that can improve systemic tumor control.

Acknowledgments

We thank Christine F. Wogan of MD Anderson's Division of Radiation Oncology for editorial assistance. We also thank Mr. Tamotsu Mabuchi and the family of Mr. Mohammed A. Hamed for generous funding support, and we are indebted to the resources of the Immunotherapy Platform at MD Anderson.

References

1. Demaria S, Ng B, Devitt ML, Babb JS, Kawashima N, Liebes L, et al. Ionizing radiation inhibition of distant untreated tumors (abscopal effect) is immune mediated. International Journal of Radiation Oncology, Biology, Physics. 2004;58(3):862–70.
2. Lee Y, Auh SL, Wang Y, Burnette B, Wang Y, Meng Y, et al. Therapeutic effects of ablative radiation on local tumor require CD8+ T cells: changing strategies for cancer treatment. Blood. 2009;114(3):589–95.
3. Chen DS, Mellman I. Oncology meets immunology: the cancer-immunity cycle. Immunity. 2013;39(1):1–10.
4. Obeid M, Panaretakis T, Joza N, Tufi R, Tesniere A, van Endert P, et al. Calreticulin exposure is required for the immunogenicity of gamma-irradiation and UVC light-induced apoptosis. Cell Death and Differentiation. 2007;14(10):1848–50.
5. Apetoh L, Ghiringhelli F, Tesniere A, Obeid M, Ortiz C, Criollo A, et al. Toll-like receptor 4-dependent contribution of the immune system to anticancer chemotherapy and radiotherapy. Nature Medicine. 2007;13:1050–9.
6. Deng L, Liang H, Xu M, Yang X, Burnette B, Arina A, et al. STING-dependent cytosolic DNA sensing promotes radiation-induced type I interferon-dependent antitumor immunity in immunogenic tumors. Immunity. 2014;41(5): 843–52.
7. Matsumura S, Wang B, Kawashima N, Braunstein S, Badura M, Cameron TO, et al. Radiation-induced CXCL16 release by breast cancer cells attracts effector T cells. Journal of Immunology. 2008;181:3099–107.
8. Lugade AA, Moran JP, Gerber SA, Rose RC, Frelinger JG, Lord EM. Local radiation therapy of B16 melanoma tumors increases the generation of tumor antigen-specific effector cells that traffic to the tumor. Journal of Immunology. 2005; 174:7516–23.
9. Lugade AA, Sorensen EW, Gerber SA, Moran JP, Frelinger JG, Lord EM. Radiation-induced IFN-gamma production within the tumor microenvironment influences antitumor immunity. Journal of Immunology. 2008;180(5): 3132–9.
10. Reits EA, Hodge JW, Herberts CA, Groothuis TA, Chakraborty M, Wansley EK, et al. Radiation modulates the peptide repertoire, enhances MHC class I expression, and induces successful antitumor immunotherapy. Journal of Experimental Medicine. 2006;203(5): 1259–71.
11. Chakraborty M, Abrams SI, Camphausen K, Liu K, Scott T, Coleman CN, et al. Irradiation of tumor cells up-regulates Fas and enhances CTL lytic activity and CTL adoptive immunotherapy. Journal of Immunology. 2003;170:6338–47.
12. Garnett CT, Palena C, Chakarborty M, Tsang KY, Schlom J, Hodge JW. Sublethal irradiation of human tumor cells modulates phenotype resulting in enhanced killing by cytotoxic T lymphocytes. Cancer Res. 2004;64:7985–94.
13. Ruocco MG, Pilones KA, Kawashima N, Cammer M, Huang J, Babb JS, et al. Suppressing T cell motility induced by anti-CTLA-4 monotherapy improves antitumor effects. J Clin Invest. 2012;122(10):3718–30.
14. Demaria S, Golden EB, Formenti SC. Role of local radiation therapy in cancer immunotherapy. JAMA Oncol. 2015;1(9):1325–32.
15. Diamond MS, Kinder M, Matsushita H, Mashayekhi M, Dunn GP, Archambault JM, et al. Type I interferon is selectively required by dendritic cells for immune rejection of tumors. Journal of Experimental Medicine. 2011;208(10):1989–2003.
16. Fuertes MB, Kacha AK, Kline J, Woo SR, Kranz DM, Murphy KM, et al. Host type I IFN signals are required for antitumor CD8+ T cell responses through CD8{alpha} + dendritic cells. Journal of Experimental Medicine. 2011;208(10):2005–16.
17. Pilones KA, Aryankalayil J, Babb JS, Demaria S. Invariant natural killer T cells regulate anti-tumor immunity by controlling the population of dendritic cells in tumor and draining lymph nodes. J Immunother Cancer. 2014;2:37.
18. Chakravarty PK, Alfieri A, Thomas EK, Beri V, Tanaka KE, Vikram B, et al. Flt3-Ligand administration after radiation therapy prolongs survival in a murine model of metastatic lung cancer. Cancer Res. 1999;59:6028–32.
19. Nikitina EY, Gabrilovich DI. Combination of gamma-irradiation and dendritic cell administration induces a potent antitumor response in tumor-bearing mice: approach to treatment of advanced stage cancer. International Journal of Cancer. 2001;94(6):825–33.
20. Teitz-Tennenbaum S, Li Q, Rynkiewicz S, Ito F, Davis MA, McGinn CJ, et al. Radiotherapy potentiates the therapeutic efficacy of intratumoral dendritic cell administration. Cancer Res. 2003;63:8466–75.
21. Kim KW, Kim SH, Shin JG, Kim GS, Son YO, Park SW, et al. Direct injection of immature dendritic cells into irradiated tumor induces efficient antitumor immunity. International Journal of Cancer. 2004;109:685–90.

22. Shiraishi K, Ishiwata Y, Nakagawa K, Yokochi S, Taruki C, Akuta T, et al. Enhancement of antitumor radiation efficacy and consistent induction of the abscopal effect in mice by ECI301, an active variant of macrophage inflammatory protein-1alpha. Clinical Cancer Research. 2008;14(4):1159–66.
23. Milas L, Mason KA, Ariga H, Hunter N, Neal R, Valdecanas D, et al. CpG oligodeoxynucleotide enhances tumor response to radiation. Cancer Res. 2004;64:5074–7.
24. Mason KA, Ariga H, Neal R, Valdecanas D, Hunter N, Krieg AM, et al. Targeting Toll-like receptor 9 with CpG oligodeoxynucleotides enhances tumor response to fractionated radiotherapy. Clinical cancer research. 2005;11: 361–9.
25. Dewan MZ, Vanpouille-Box C, Kawashima N, DiNapoli S, Babb JS, Formenti SC, et al. Synergy of topical Toll-like receptor 7 agonist with radiation and low-dose cyclophosphamide in a mouse model of cutaneous breast cancer. Clinical Cancer Research. 2012;18(24): 6668–78.
26. Dovedi SJ, Melis MH, Wilkinson RW, Adlard AL, Stratford IJ, Honeychurch J, et al. Systemic delivery of a TLR7 agonist in combination with radiation primes durable antitumor immune responses in mouse models of lymphoma. Blood. 2013;121(2):251–9.
27. Chakraborty M, Abrams SI, Coleman CN, Camphausen K, Schlom J, Hodge JW. External beam radiation of tumors alters phenotype of tumor cells to render them susceptible to vaccine-mediated T-cell killing. Cancer Res. 2004;64:4328–37.
28. Newcomb EW, Demaria S, Lukyanov Y, Shao Y, Schnee T, Kawashima N, et al. The combination of ionizing radiation and peripheral vaccination produces long-term survival of mice bearing established invasive GL261 gliomas. Clinical Cancer Research. 2006;12:4730–7.
29. Pardoll DM. The blockade of immune checkpoints in cancer immunotherapy. Nature Reviews Cancer. 2012;12(4): 252–64.
30. Sharma P, Allison JP. The future of immune checkpoint therapy. Science. 2015;348(6230):56–61.
31. Ji R-R, Chasalow SD, Wang L, Hamid O, Schmidt H, Cogswell J, et al. An immune-active tumor microenvironment favors clinical response to ipilimumab. Cancer Immunology, Immunotherapy. 2012;61(7):1019–31.
32. Demaria S, Kawashima N, Yang AM, Devitt M-L, Babb JS, Allison JP, et al. Immune-mediated inhibition of metastases following treatment with local radiation and CTLA-4 blockade in a mouse model of breast cancer. Clinical Cancer Research. 2005;11:728–34.
33. Dewan MZ, Galloway AE, Kawashima N, Dewyngaert JK, Babb JS, Formenti SC, et al. Fractionated but not single dose radiotherapy induces an immune-mediated abscopal effect when combined with anti-CTLA-4 antibody. Clin Cancer Res. 2009;15(17):5379–88.
34. Twyman-Saint Victor C, Rech AJ, Maity A, Rengan R, Pauken KE, Stelekati E, et al. Radiation and dual checkpoint blockade activate non-redundant immune mechanisms in cancer. Nature. 2015;520(7547):373–7.
35. Postow MA, Callahan MK, Barker CA, Yamada Y, Yuan J, Kitano S, et al. Immunologic correlates of the abscopal effect in a patient with melanoma. New England Journal of Medicine. 2012;366(10):925–31.
36. Golden EB, Demaria S, Schiff PB, Chachoua A, Formenti SC. An abscopal response to radiation and ipilimumab in a patient with metastatic non-small cell lung cancer. Cancer Immunology Research. 2013;1(6):365–72.
37. Golden EB, Chachoua A, Fenton-Kerimian MB, Demaria S, Formenti SC. Abscopla responses in metastatic non-small cell lung cancer (NSCLC) patients treatded on a phase 2 study of combined radiation therapy and ipilimumab: evidence for the in situ vaccination hypothesis of radiation. International Journal of Radiation Oncology, Biology, Physics. 2015;93(3S):S66–7.
38. Sanmamed MF, Pastor F, Rodriguez A, Perez-Gracia JL, Rodriguez-Ruiz ME, Jure-Kunkel M, et al. Agonists of co-stimulation in cancer immunotherapy directed against CD137, OX40, GITR, CD27, CD28, and ICOS. Semin Oncol. 2015;42(4):640–55.
39. Sanchez-Paulete AR, Labiano S, Rodriguez-Ruiz ME, Azpilikueta A, Etxeberria I, Bolaños E, et al. Deciphering CD137 (4-1BB) signaling in T-cell costimulation for translation into successful cancer immunotherapy. Eur J Immunol. 2016;46(3):513–22.
40. Shi W, Siemann DW. Augmented antitumor effects of radiation therapy by 4-1BB antibody (BMS-469492) treatment. Anticancer Res. 2006;26(5A):3445–53.
41. Newcomb EW, Lukyanov Y, Kawashima N, Alonso-Basanta M, Wang S-C, Liu M, et al. Radiotherapy enhances antitumor effect of anti-CD137 therapy in a mouse Glioma model. Radiat Res. 2010;173(4):426–32.
42. Gough MJ, Crittenden MR, Sarff M, Pang P, Seung SK, Vetto JT, et al. Adjuvant therapy with agonistic antibodies to CD134 (OX40) increases local control after surgical or radiation therapy of cancer in mice. J Immunother. 2010;33(8):798–809.
43. Rosenberg SA. IL-2: the first effective immunotherapy for human cancer. Journal of Immunology. 2014;192(12): 5451–8.
44. Yasuda K, Nirei T, Tsuno NH, Nagawa H, Kitayama J. Intratumoral injection of interleukin-2 augments the local and abscopal effects of radiotherapy in murine rectal cancer. Cancer Sci. 2011;102(7):1257–63.
45. van den Heuvel MM, Verheij M, Boshuizen R, Belderbos J, Dingemans AM, De Ruysscher D, et al. NHS-IL2 combined with radiotherapy: preclinical rationale and

phase Ib trial results in metastatic non-small cell lung cancer following first-line chemotherapy. J Transl Med. 2015;13:32.
46. Vanpouille-Box C, Diamond JM, Pilones KA, Zavadil J, Babb JS, Formenti SC, et al. TGFβ is a master regulator of radiation therapy-induced anti-tumor immunity. Cancer Res. 2015;75(11):2232–42.
47. Topalian SL, Drake CG, Pardoll DM. Immune checkpoint blockade: a common denominator approach to cancer therapy. Cancer Cell. 2015;27(4):450–61.
48. Verbrugge I, Hagekyriakou J, Sharp LL, Galli M, West A, McLaughlin NM, et al. Radiotherapy increases the permissiveness of established mammary tumors to rejection by immunomodulatory antibodies. Cancer Res. 2012;72(13):3163–74.
49. Zeng J, See AP, Phallen J, Jackson CM, Belcaid Z, Ruzevick J, et al. Anti-PD-1 blockade and stereotactic radiation produce long-term survival in mice with intracranial gliomas. International Journal of Radiation Oncology, Biology, Physics. 2013;86(2):343–9.
50. Deng L, Liang H, Burnette B, Beckett M, Darga T, Weichselbaum RR, et al. Irradiation and anti-PD-L1 treatment synergistically promote antitumor immunity in mice. J Clin Invest. 2014;124(2):687–95.
51. Dovedi SJ, Adlard AL, Lipowska-Bhalla G, McKenna C, Jones S, Cheadle EJ, et al. Acquired resistance to fractionated radiotherapy can be overcome by concurrent PD-L1 blockade. Cancer Res. 2014;74(19):5458–68.
52. Curran MA, Montalvo W, Yagita H, Allison JP. PD-1 and CTLA-4 combination blockade expands infiltrating T cells and reduces regulatory T and myeloid cells within B16 melanoma tumors. Proc Natl Acad Sci U S A. 2010;107(9):4275–80.
53. Wolchok JD, Kluger H, Callahan MK, Postow MA, Rizvi NA, Lesokhin AM, et al. Nivolumab plus ipilimumab in advanced melanoma. New England Journal of Medicine. 2013;369:122–33.
54. Twyman-Saint Victor C, Rech AJ, Maity A, Rengan R, Pauken KE, Stelekati E, et al. Radiation and dual checkpoint blockade activate non-redundant immune mechanisms in cancer. Nature. 2015;520(7547):373–7.
55. Xu J, Escamilla J, Mok S, David J, Priceman S, West B, et al. CSF1R signaling blockade stanches tumor-infiltrating myeloid cells and improves the efficacy of radiotherapy in prostate cancer. Cancer Res. 2013;73(9):2782–94.
56. Klug F, Prakash H, Huber PE, Seibel T, Bender C, Halama N, et al. Low-dose irradiation programs macrophage differentiation to an $iNOS^{+}$/M1 phenotype that orchestrates effective T cell immunotherapy. Cancer Cell. 2013;24(5):589–602.
57. Rosenberg SA. IL-2: the first effective immunotherapy for human cancer. Journal of Immunology. 2014;192(12):5451–8.
58. Finkelstein SE, Iclozan C, Bui MM, Cotter MJ, Ramakrishnan R, Ahmed J, et al. Combination of external beam radiotherapy (EBRT) with intratumoral injection of dendritic cells as neo-adjuvant treatment of high-risk soft tissue sarcoma patients. International Journal of Radiation Oncology, Biology, Physics. 2012;82(2):924–32.
59. Adams S, Kozhaya L, Martiniuk F, Meng TC, Chiriboga L, Liebes L, et al. Topical TLR7 agonist imiquimod can induce immune-mediated rejection of skin metastases in patients with breast cancer. Clinical Cancer Research. 2012;18(24):6748–57.
60. Hofmann MA, Kors C, Audring H, Walden P, Sterry W, Trefzer U. Phase 1 evaluation of intralesionally injected TLR9-agonist PF-3512676 in patients with basal cell carcinoma or metastatic melanoma. J Immunother. 2008;31(5):520–7.
61. Krieg AM. Toll-like receptor 9 (TLR9) agonists in the treatment of cancer. Oncogene. 2008;27(2):161–7.
62. Iribarren K, Bloy N, Buque A, Cremer I, Eggermont A, Fridman WH, et al. Trial watch: immunostimulation with Toll-like receptor agonists in cancer therapy. Oncoimmunology. 2016;5(3):e1088631.
63. Brody JD, Ai WZ, Czerwinski DK, Torchia JA, Levy M, Advani RH, et al. In situ vaccination with a TLR9 agonist induces systemic lymphoma regression: a phase I/II study. J Clin Oncol. 2010;28(28):4324–32.
64. Golden EB, Chhabra A, Chachoua A, Adams S, Donach M, Fenton-Kerimian M, et al. Local radiotherapy and granulocyte-macrophage colony-stimulating factor to generate abscopal responses in patients with metastatic solid tumours: a proof-of-principle trial. Lancet Oncol. 2015;16(7):795–803.
65. Okuno S, Petersen I, Shives T, Mahoney M, Haddock M, Sim F, et al. Chemotherapy, irradiation, and surgery for function-preserving curative therapy of primary extremity soft tissue sarcomas: initial treatment with I-MAP and inhalation GM-CSF during preoperative irradiation and postoperatively. Am J Clin Oncol. 2016;39(2):204–9.
66. Li MO, Flavell RA. TGF-beta: a master of all T cell trades. Cell. 2008;134(3):392–404.
67. Postow MA, Callahan MK, Barker CA, Yamada Y, Yuan J, Kitano S, et al. Immunologic correlates of the abscopal effect in a patient with melanoma. N Engl J Med. 2012;366(10):925–31.
68. Hiniker SM, Chen DS, Reddy S, Chang DT, Jones JC, Mollick JA, et al. A systemic complete response of metastatic melanoma to local radiation and immunotherapy. Translational Oncology. 2012;5(6):404–7.
69. Grimaldi AM, Simeone E, Giannarelli D, Muto P, Falivene S, Borzillo V, et al. Abscopal effects of radiotherapy on advanced melanoma patients who progressed

after ipilimumab immunotherapy. Oncoimmunology. 2014;3:e28780.
70. Slovin SF, Higano CS, Hamid O, Tejwani S, Harzstark A, Alumkal JJ, et al. Ipilimumab alone or in combination with radiotherapy in metastatic castration-resistant prostate cancer: results from an open-label, multicenter phase I/II study. Ann Oncol. 2013;24(7):1813–21.
71. Kwon ED, Drake CG, Scher HI, Fizazi K, Bossi A, van den Eertwegh AJ, et al. Ipilimumab versus placebo after radiotherapy in patients with metastatic castration-resistant prostate cancer that had progressed after docetaxel chemotherapy (CA184-043): a multicentre, randomised, double-blind, phase 3 trial. Lancet Oncol. 2014;15(7):700–12.
72. Robert C, Thomas L, Bondarenko I, O'Day S, Weber J, Garbe C, et al. Ipilimumab plus dacarbazine for previously untreated metastatic melanoma. New England Journal of Medicine. 2011;364(26):2517–26.
73. Tang C, Welsh JW, de Groot P, Masserelli E, Chang JY, Hess KR, et al. Phase I trial combining ipilimumab + high dose stereotactic radiation: Results and serum immune correlates. Journal of Clinical Oncology. 2016;34(suppl; abstr 3022).
74. Seung SK, Curti BD, Crittenden M, Walker E, Coffey T, Siebert JC, et al. Phase 1 study of stereotactic body radiotherapy and interleukin-2: tumor and immunological responses. Sci Transl Med. 2012;4(137):137ra74.
75. Ridolfi L, de Rosa F, Ridolfi R, Gentili G, Valmorri L, Scarpi E, et al. Radiotherapy as an immunological booster in patients with metastatic melanoma or renal cell carcinoma treated with high-dose Interleukin-2: evaluation of biomarkers of immunologic and therapeutic response. J Transl Med. 2014;12:262.
76. Ridolfi L, De Rosa F, Granato AM, Pancisi E, Bulgarelli J, Romeo A, et al. Radiotherapy as an immunological booster in patients with metastatic melanoma or renal cell carcinoma treated with high-dose interleukin-2: Interim analysis data. Journal of Clinical Oncology. 2015;33(Suppl; abstr e14007).
77. Wick W, Suarez C, Rodon J, Desjardins A, Forsyth P, Gueorguieva I, et al. Phase 1b/2a study evaluating safety, pharmacokinetics and pharmacodynamics responses of the oral transforming growth factor-beta (TGF-β) receptor I kinase inhibitor LY2157299 monohydrate combined with chemoradiotherapy in newly diagnosed malignant gliomas. Poster presented at: 18th Annual SNO Scientific Meeting and Education Day; November 22, 2013; San Francisco, CA: Society of Neurooncology; 2013.
78. Chang JY, Senan S, Paul MA, Mehran RJ, Louie AV, Balter P, et al. Stereotactic ablative radiotherapy versus lobectomy for operable stage I non-small-cell lung cancer: a pooled analysis of two randomised trials. Lancet Oncol. 2015;16(6):630–7.
79. Zaretsky JM, Garcia-Diaz A, Shin DS, Escuin-Ordinas H, Hugo W, Hu-Lieskovan S, et al. Mutations associated with acquired resistance to PD-1 blockade in melanoma. New England Journal of Medicine. 2016;375(9):819–29.
80. Le DT, Uram JN, Wang H, Bartlett BR, Kemberling H, Eyring AD, et al. PD-1 blockade in tumors with mismatch-repair deficiency. New England Journal of Medicine. 2015;372(26):2509–20.
81. Zhao J, Cao Y, Lei Z, Yang Z, Zhang B, Huang B. Selective depletion of CD4+CD25+Foxp3+ regulatory T cells by low-dose cyclophosphamide is explained by reduced intracellular ATP levels. Cancer Res. 2010;70(12): 4850–8.
82. Son CH, Bae JH, Shin DY, Lee HR, Jo WS, Yang K, et al. Combination effect of regulatory T-cell depletion and ionizing radiation in mouse models of lung and colon cancer. International Journal of Radiation Oncology, Biology, Physics. 2015;92(2):390–8.
83. Koirala P, Roth ME, Gill J, Piperdi S, Chinai JM, Geller DS, et al. Immune infiltration and PD-L1 expression in the tumor microenvironment are prognostic in osteosarcoma. Sci Rep. 2016;6:30093.
84. Demaria S, Coleman CN, Formenti S. Radiotherapy: changing the game in immunotherapy. Trends in Cancer. 2016;2(6):286–94.

13

CHAPTER 13

Good Manufacturing Practices Facilities for Cellular Therapy

Andrew D. Fesnak[1] *and Bruce L. Levine*[2]

[1] Department of Pathology and Laboratory Medicine, University of Pennsylvania Perelman School of Medicine, Philadelphia, PA, USA

[2] Department of Pathology and Laboratory Medicine and Center for Cellular Immunotherapies, University of Pennsylvania Perelman School of Medicine, Philadelphia, PA, USA

Introduction to current Good Manufacturing Practices

Current Good Manufacturing Practices (cGMP) are the minimum processes necessary to manufacture drug products administered to humans. GMPs were first developed in 1963 to help regulate the pharmaceutical industry shortly after thalidomide was found to cause phocomelia in approximately 10,000 children who were exposed to the drug *in utero* [1]. During the next several decades, updated cGMPs were established to help regulate increasing aspects of drug development and processing. Adherence to cGMPs is the first step in ensuring the production of safe products that contain the stated ingredients at the stated strength. Under cGMP, producers must adhere to the regulatory requirements described in Title 21 of the Code of Federal Regulations [2]. Operation within this regulatory framework carries the power of federal law, and compliance is assessed by the United States Food and Drug Administration (FDA). When required, nonadherence to cGMP standards could result in responses ranging from FDA warning letters to criminal prosecution. Therefore, understanding of and adherence to cGMP are of the utmost importance for facilities manufacturing clinical grade immunotherapies that fall under these regulations.

Cellular therapies may hold advantages over small molecule therapies for indications such as cancer and inflammation due to the selectivity, potency, migratory activity, and persistence of cells [3]. For cellular therapy products that are "more than minimally manipulated" in FDA terms, the regulatory burden is greater than for minimally manipulated cell products such as hematopoietic stem cell transplant. The "more than minimal manipulation" categorization applies to cell products including those that are used for a function that is not homologous to their tissue or cell type of origin, undergo a period of cell culture *ex vivo*, or are gene modified. Most hematopoietic stem cell laboratories operate under Good Laboratory Practices (GLP) but do not meet cGMP standards for more than minimal manipulation. While some laboratories process both hematopoietic stem cell products and more advanced, highly manipulated immunotherapies, it is crucial to ensure that appropriate standard operating procedures (SOPs) and workflows are in place to meet regulatory requirements.

SOPs apply to many aspects of operating a cGMP facility, including the validation, calibration,

Immunotherapy in Translational Cancer Research, First Edition. Edited by Laurence J. N. Cooper, Elizabeth A. Mittendorf, Judy Moyes, and Sabitha Prabhakaran.

operation, maintenance, and cleaning of the equipment, as well as the receipt, quarantine, labeling, and storage of materials. SOPs also cover the training and qualification of personnel, environmental monitoring, and cleaning of the facility. Complex processes, such as production of immunotherapies, leave opportunities for deviations and errors due to the requirement for human intervention and decision making. A robust quality system specifically identifies gaps and provides guidance to avoid error through SOPs. Nonetheless, catastrophic failures due to preventable errors may occur when quality standards are violated. Therefore, a quality management system and the team to implement it are essential components of cGMP immunotherapy laboratory operations. Extensive training of all personnel is required to reduce failure and bring quality products to patients. As compared with GLP, cGMP requires more rigorous documentation and verification, as well as a more robust quality system. Importantly, staff must know exactly what the standards are and be appropriately trained to meet those requirements.

Manufacture of cellular immunotherapies in the cGMP setting

While many promising discoveries may be made in the research laboratory, successful translation of these immunotherapeutics into the cGMP setting is not guaranteed. cGMP production presents several challenges not encountered in the research laboratory and may require modification of the protocol established at the research bench. These challenges touch on all aspects of immunotherapeutic development, from receipt of starting biomaterial, reagents, and supplies to the final disposition of the product.

cGMP manufacturing of cellular immunotherapies begins with obtaining biomaterial from the patient or donor. This can be achieved via leukapheresis, bone marrow aspiration, whole blood collection, cord blood collection, or excision of tissue. While procedures to obtain starting biomaterial must adhere to clinical standards, subsequent processing steps prior to seeding cultures are not standardized. Protocols will vary depending on both starting material and desired end product. Therefore, a cGMP laboratory must validate and document each specific intervention (e.g., cell washing, selection, culture, harvest, and formulation/storage) for a given protocol. Such validation should match the final process; however, this may not always be possible. For instance, patient cellular material may be unavailable and healthy donor tissue may have to substitute, although this carries risks in imperfect modeling of the behavior of cells derived from patient material.

Cell washing presents particular challenges in the cGMP setting. Many cell washing methods have been adapted from other clinical applications such as intraoperative blood recovery systems, including the CellSaver5 (Haemonetics, Braintree, MA, USA). These types of instruments were not originally designed for immunotherapy products, and so they often have limited capabilities. Recognizing the demand, new cell-therapy-specific cell washing instrumentation has been developed. Newer instruments offer immunotherapy-specific improvements such as closed systems, real-time monitoring of data, and greater degrees of automation.

Two centrifugal-based cell washers, the CytoMate (Baxter International, Deerfield, IL, USA) and the Lovo (Fenwal, Lake Zurich, IL, USA) have in the past or can now be used to demonstrate the importance of evolution and flexibility of cellular therapy-specific instruments for immunotherapy product manufacturing. The CytoMate, which has been discontinued, was a fully automated device designed for washing and concentrating leukocytes. While the CytoMate efficiently depleted platelets and some red blood cells through a spinning membrane filter, it had a limited flow rate. At volumes above 5 liters, long runs times meant that cell yield and viability may have been compromised during the several hours required for harvest. The CytoMate had been discontinued for several years when the technology was resurrected in the form of the Lovo, which was designed with modular cartridges for harvesting different volumes [4].

Cell separation and culture also provide cGMP-specific challenges. Ficoll gradient separation after apheresis can effectively enrich lymphocytes and monocytes and deplete red cells, platelets, and granulocytes. However, in our experience the highest yields are obtained with experienced technicians in open systems of centrifuge tubes, rather than closed automated systems, which require equipment and capital investment.

Elutriation separates cell populations based on centrifugal force and increasing buffer counter flow, and in our facility it is performed in a closed system using the Elutra (Terumo BCT, Lakewood, CO, USA) [5]. The advantage of this technology is that it can separate lymphocytes from monocytes and also can deplete red blood cells and platelets. Further cell separation of cells of similar size and density requires the use of antibody/ligand-based separation methods. Some, such as flow cytometry sorting, are open systems. Others, such as the Miltenyi CliniMACS and associated tubing kits, are closed systems. The availability of cGMP-grade reagents is the limiting factor in the use of any of these systems.

Culture of cells in the cGMP laboratory differs significantly from cell culture in the research environment. While ubiquitous in the research world, fetal bovine serum or fetal calf serum should be avoided in cGMP cell culture, because exposure to xeno-antigens can cause serious adverse reactions in patients [6, 7]. The amount of bovine serum currently available is predicted to support the development of 400,000 therapeutic doses of cellular therapy per year, according to one estimate [8]. Therefore, if cellular therapies become widely used across many indications in the near future, alternatives to bovine serum as well as human serum will be imperative. When adapting research protocols to the cGMP laboratory, human serum or serum mimics may replace xenogeneic serum; however, this may require alteration of the current protocols for cell culture. Certain preclinical studies should be carried out in a cGMP facility or with cGMP reagents to determine whether it is feasible to adapt the preclinical protocol to produce clinical-grade cellular therapies.

An additional concern when transitioning from preclinical experiments to clinical studies is the scale at which the cells need to be manufactured. Growing cells at a larger scale requires careful consideration of cell density, media exchange, and gas exchange requirements. Bioreactors have been developed to help streamline the process of scaling up cell manufacture and are currently used in many cGMP facilities to move beyond the problems inherent in generating very large numbers of cells in static cell culture [9].

Modification of cells for immunotherapy

Cell modifications, such as selective expansion or transduction, require particular cGMP considerations. Antibody-based reagents can be used to selectively expand or differentiate target cell populations. In the cGMP setting, each of these reagents must be individually controlled and certified as cGMP grade prior to addition to the culture. cGMP-grade antibody reagents may not be commercially available for every protocol, however.

Several gene delivery techniques for cellular therapies have been developed, including viral vectors [10–14], transposons [14–17], and RNA transfection [17–19]. Viral vectors, including gamma-retroviruses and -lentiviruses, are currently the most commonly used methods of modifying cells for clinical trials of cellular therapies. Gamma-retroviruses and -lentiviruses deliver RNA, which is reverse transcribed into DNA and permanently integrated into the genomic DNA of the host cell, resulting in a stable transduction and long-term expression of the gene of interest [20]. However, viral vectors must meet cGMP quality control standards, and one must assay for potential residual replication-competent retroviruses (RCR) in the vector lot and after cell transduction. Production and use of viral vectors for gene transfer is typically performed under biosafety level 2 conditions due to regulations regarding the use of viral vectors and recombinant products.

Transfection of RNA into cells via electroporation is a newer method of gene transfer that has also been used in the clinic [21]. In contrast to transduction with a viral vector, electroporation of RNA results in a transient expression of the gene product [22]. The model we have employed in clinical trial design using RNA-modified chimeric antigen receptor (CAR) T cells involves multiple cell infusions spread over two weeks. If toxicity to healthy tissues is observed in trials using CAR T cells transfected with RNA, the next scheduled infusion of CAR T cells can be cancelled, and the toxicity becomes self-limiting. This alleviates the potential concerns of toxicity arising from long-lived cellular therapies and the theoretic risk of genotoxicity. However, the shorter timeframe of transgene expression also limits the duration of therapeutic efficacy. Another advantage of the RNA transfection strategy is that RCR testing does not need to be performed on the final product, as with viral vector-transduced cellular therapies. Finally, RNA production and testing can be performed at a fraction of the cost and time needed for viral vector production [23, 24].

Criteria for use of cellular therapies generated in a cGMP facility

Products made in cGMP facilities must meet specified acceptance/rejection criteria necessary for determining whether a batch of product will meet regulatory specifications for the safety, purity, potency, and identity of the drug product. Specific assays for cellular therapy product release have been developed [25–27]. Potency tests for cellular therapies generally involve cytotoxicity or cytokine release assays *in vitro* to determine that the cells have the capacity to exert the desired effector functions. Sterility testing is another important release assay for cellular therapies. A Gram stain of the cells can rapidly identify bacteria in the product; however, this test is considered unreliable, of low sensitivity, and often results in false positive outcomes. Cellular therapy products are also tested for endotoxin and mycoplasma, and the purity and identity of the cells can be examined by flow cytometry or other phenotypic assays.

If the cells are cryopreserved prior to infusion into the patient, it is important to freeze the cells in several aliquots so that a small sample may be tested without thawing the entire product. Cells are typically cryopreserved in a cryoprotectant-supplemented media and stored in the vapor phase of liquid nitrogen. An important part of any cell processing facility involves the integrity of the liquid nitrogen tanks and freezers. Alarm systems can automatically alert facility personnel by phone or email of changes in temperature, ideally with enough time for transfer of the samples to a new storage location before the samples thaw. Therefore, backup freezers and liquid nitrogen tanks must be available and dutifully maintained at cGMP facilities.

Another aspect of cGMP cellular therapy to consider is the personal nature of the product. In most cases, cell therapies are manufactured using the patient's own cells, which have been obtained through an apheresis procedure. The patients who are treated with cellular therapies typically have very poor prognoses with available therapies and are receiving a cellular therapy product in a clinical trial as a last resort. Thus, in the cases where cell and gene therapy products fail to meet a release criterion apart from a sterility assay or RCR assay, additional consideration may be needed on a per patient basis before disposing of the product entirely. Current research is underway to develop "off-the-shelf" cellular therapies, which can be manufactured using cells from healthy donors and may result in cellular therapies becoming more readily available to patients [28]. This approach has had some activity in preclinical experiments, but results from clinical trials have not yet been reported.

Infrastructure considerations in cGMP manufacture

Organizational infrastructure and quality standards

Technical aspects of production are just one component of cGMP immunotherapy laboratory operation. The infrastructure of the laboratory, whether it is physical or organizational, is also crucial to maintaining a high-quality cGMP facility (Figure 13.1). cGMP laboratories for processing cellular immunotherapies typically have several different rooms, including separate rooms for sample staging, cell expansion, incoming material quarantine and release, waste removal, and personnel changing areas. If space is limited, then materials must be clearly labeled on separate cabinets or shelves, or in separate refrigerators and freezers. These distinct areas are very important for separating quarantined materials from quality assurance release materials. The personnel in the facility should ideally be able to move from room to room in one direction, so as to further avoid any cross-contamination between rooms of the facility. Airlock systems with differential air pressure can further aid in preventing cross-contamination.

The organizational infrastructure of a cGMP laboratory involves several levels of management

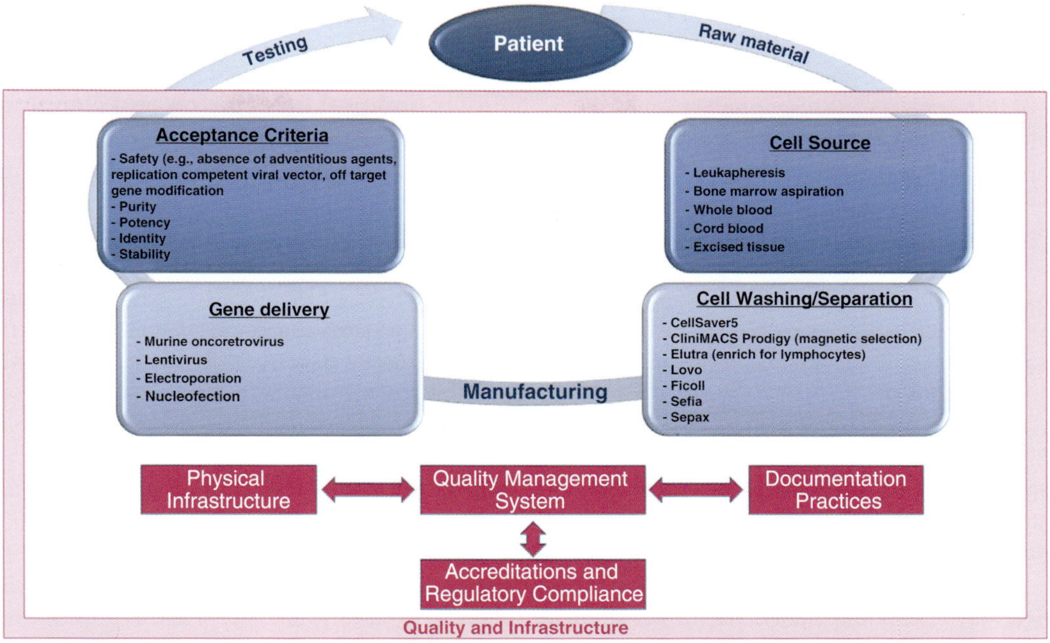

Figure 13.1 Clinical cell processing operational systems. Raw material for cellular immunotherapy products can be obtained from the patient from a number of sources depending on the application. Methods of cell washing, manufacturing, and gene delivery generate a cell product endowed with enhanced or novel functions that must then be tested according to FDA acceptance criteria for safety, purity, potency, identity, and stability. All manufacturing for clinical use and testing must occur within a system of quality and regulatory compliance that covers facilities, equipment, documentation, and quality operations.

and personnel. The head of the laboratory is responsible for determining that all of the key staff of the cGMP facility have been adequately trained and are appropriately supervised. The technical management personnel oversee the calibration of instruments, environmental monitoring, materials storage, and staff training programs. The technical staff must be qualified in the background and procedures relevant to the work required.

A cGMP laboratory must also include a quality team. This group's primary responsibility is to develop, enact, and monitor a comprehensive quality management system to ensure production and testing of reliably safe and defined products. This team is expected to be independent from the personnel involved in production within the facility. The quality team is responsible for any investigations and corrective actions that are taken in the event that a finished product is rejected. Products may be rejected for a variety of reasons, including failure of sterility tests, unexpected testing results, product degradation, unacceptable environmental or personnel monitoring results, and equipment malfunctions. The quality team ensures that each product has been tested properly and was produced under appropriate cGMP facility conditions.

A key quality standard that must be monitored by the quality team involves the documentation of all manufacturing and testing that occurs in cGMP facilities. This includes documents detailing the policies, SOPs, batch records, quality control test methods, and product specifications. Product specifications include tests on identity, content, purity, potency, and quality of the product, as well as any intermediates, water, solvents, or other reagents used in the manufacturing process. Documents describing the procedures used in the facility should be clearly written and thoroughly reviewed to prevent errors in communication. Any corrections made to a document should be signed and dated, and corrections must not obscure the original information present on the document.

In addition, the quality team must oversee the labeling of all equipment, packaging, directions, and manuals within the facility. The FDA considers any devices within a cGMP facility that are unlabeled or labeled improperly inappropriate for cGMP manufacturing. The product labels should include the name, concentration, date of manufacture, expiration date, storage condition, and control number of the product. Documents describing the procedures used in the facility should be clearly written and thoroughly reviewed to prevent errors in communication. Any corrections made to a document should be signed and dated, and corrections must not obscure the original information present on the document.

Physical infrastructure

Some infrastructure standards are encoded in regulations or guidelines for the production of cGMP-grade cell products for clinical use. These include unidirectional workflow, water, heating, ventilation, air conditioning, and electricity. The air input for the facility should pass through high-efficiency particulate air (HEPA) filters to reduce contaminating particles. Additionally, any processes that may generate aerosols or present a risk to the product during processing should be performed in biosafety cabinets.

Importantly, however, there are numerous unique and specific considerations for each individual program. For instance, the design, construction, and implementation of a brand new facility present different costs and benefits than retrofitting an existing laboratory. When adapting a cGMP facility for a new product, the unidirectional workflow of the existing facility must be considered and ideally will be used by the new facility. Additionally, in multiproduct facilities in academia, designing and building (let alone funding) a facility to industry standards can be problematic. Ultimately, effective use of physical infrastructure in the cGMP environment will evolve from the interaction of regulatory requirements and fulfillment of a programmatic need.

The equipment involved in processing the data generated by cGMP facilities should also be carefully monitored and controlled. This includes all automated equipment in the laboratory as well as computers and critical software used to document processing or release testing. The data generated by the equipment or calculated by software must be protected and retrievably backed up at regular intervals. Storage and integrity of the data are crucial in the event of an audit of the facility.

Environmental monitoring and cleaning

Monitoring of both viable and nonviable particles at various locations throughout the facility is important to ensure that the facility is operating within specifications [29]. The environment of a cGMP facility should be sampled during the normal operation of processes and with facility personnel present, in order to guarantee the collection of accurate data. Particle counts reflect both the design of the air handling system and personnel practices. Air cleanliness can be especially important during open processing steps, and the locations where these processes take place should be heavily monitored.

Environmental monitoring, gowning and personnel practices, cleaning within and just outside the cGMP facility, and pest control must all be covered in SOPs. The environmental monitoring SOPs should describe the required frequency of air sampling, the duration of sampling, the surface area or volume of air that must be sampled, the equipment and techniques utilized, and how to respond to readings that are outside of acceptable limits [30]. Contaminating air particles are typically quantified as the number of colony-forming units detectable on a culture plate. The gowns and gloves worn by the personnel in the facility should also be monitored for cleanliness. The cleaning SOPs should describe the methods and frequency of cleaning, including rotation of cleaning agents.

Global systems and organizations for cellular therapy cGMP facilities

A coding and labeling system for cellular therapy products, known as the International Society of Blood Transfusion (ISBT) 128, provides globally unique identification numbers for blood products [31, 32]. Using internationally applied definitions and codes to maintain the data for cellular therapies streamlines international transport of blood and cell products and reduces language barriers in the labeling of the products. Additionally, traceability is improved with the ISBT 128 system because each product has a unique number and the software used to track the products can be used worldwide [31].

Interlaboratory interaction can provide an important infrastructure for growth of the field as a whole. Standards organizations such as the Foundation for the Accreditation of Cellular Therapy (FACT) and the Joint Accreditation Committee of the International Society for Cellular Therapy (ISCT) and the European Society for Blood and Marrow Transplantation (EBMT)—(JACIE)—develop global standards and an internationally recognized system of accreditation. In addition, professional organizations such as the American Association of Blood Banks (AABB), the ISCT, the American Society of Gene & Cell Therapy (ASGCT), and the European Society of Gene & Cell Therapy (ESGCT) aim for collaboration between academia, regulatory bodies, industry partners, and patient advocates to promote research, clinical practice, and standards relating to cellular therapies. Professional advocacy organizations, including the Alliance for Regenerative Medicine (ARM), promote legislative, regulatory, investment, and technical initiatives to help the development and public understanding of novel medical technologies worldwide. At a national level, regional consortia such as the Cell Therapy Catapult in the UK, the Centre for Commercialization of Regenerative Medicine (CCRM) in Canada, and the National Heart, Lung, and Blood Institute (NHLBI) Production Assistance for Cellular Therapies (PACT) in the United States promote collaboration and efficiency within specific countries in bringing cellular therapies to the clinic. The successes of many of these organizations argue in favor of greater development of regional and national infrastructure to support cGMP laboratories.

Evolution of cGMP immunotherapies

Recent clinical success has invigorated the field of immunotherapy. One great need for the field is consideration of logistics and automation. Current costs for cGMP immunotherapy development and production are prohibitive for small- and medium-sized academic medical centers and even small biotechnology companies. Even for well-funded industry laboratories, failure to commit an adequate upfront investment could doom a clinically successful product to commercial failure. One example of this is Provenge, a cellular therapy manufactured by Dendreon that was approved by the FDA to treat patients with prostate cancer in 2010. The product that was approved by the FDA required a freshly collected apheresis product that was not cryopreserved and was formulated as three vaccines, each delivered as fresh product. This required highly orchestrated logistics to source and collect the apheresis product, schedule the manufacture and testing, and deliver the final products. Furthermore, the manufacturing process was almost entirely manual and dependent on highly trained personnel. In 2014, Dendreon filed for bankruptcy, followed a few months later by the purchase of the company by Valeant Pharmaceuticals International. However, in 2017 both Novartis and Kite filed Biologics License Applications with the FDA for chimeric antigen receptor T cells for leukemia and lymphoma.

Human trials with more than minimally manipulated cell therapy products will require cGMP-grade production. At this time, demand for these products is leading the supply of systems including facilities, materials, reagents, equipment, and trained personnel necessary for production. As the tools and devices for this industry improve, cGMP immunotherapy laboratories will enjoy even greater production capabilities. Much of this will derive from the development of immunotherapy-specific reagents and automated instruments. An example of a cell-therapy-specific automated product is the CliniMACS Prodigy (Miltenyi Biotec, Bergisch Gladbach, Germany). This instrument is designed to maintain cells in a closed system, automate the majority of processes, and automatically obtain and store quality metrics. While the CliniMACS Prodigy has limitations, it is an example of how cGMP elements can be incorporated into instrument design. As the field continues to progress, other well-designed instruments can be expected to make cGMP production a reality for laboratories that otherwise could not manufacture cGMP-grade products. Other considerations for cGMP cellular processing laboratories include how much demand is anticipated for new products. Because cell and gene therapies are relatively new types of therapies with rapidly increasing demand, the need for greater cell processing capability may increase dramatically within the next five years as therapies currently under investigation are used in larger clinical trials and for greater numbers of indications.

Concluding remarks

The use of cGMP facilities for cellular therapies is essential for bringing the highest quality cell products to patients. In this chapter, we have discussed some of the infrastructure, documentation, environmental monitoring, personnel, and other concerns that must be addressed when designing or using a cGMP facility. Because there are many cellular therapies currently in preclinical development, early-phase clinical trials, and multicenter clinical trials, many new cGMP facilities will be built in the near future or adapted from existing facilities. It is important for physicians and academic scientists as well as members of this growing industry to know the basics of cGMP manufacture when testing or administering these therapies. This will allow for an easier transition from therapies in preclinical development to clinical-grade drugs, and therefore greater efficiency in getting novel therapeutics to the patients who need treatment.

Acknowledgments

B.L. Levine has commercial research grants from Novartis Pharmaceuticals and has ownership interest (including patents) in the University of Pennsylvania, which holds patent applications. Financial support for medical editorial assistance was provided by Novartis Pharmaceuticals. We thank Judith Murphy, PhD, for assistance with this manuscript.

References

1. Vargesson N. Thalidomide-induced teratogenesis: history and mechanisms. Birth Defects Res C Embryo Today. 2015;105(2):140–56.
2. Code of Federal Regulations: Title 21, (2015).
3. Fischbach MA, Bluestone JA, Lim WA. Cell-based therapeutics: the next pillar of medicine. Sci Transl Med. 2013;5(179):179ps7.
4. Wegener C, Heber C, Min K. Novel cell washing device using spinning membrane filtration. Cytotherapy. 2013;14(4):Abstract 86.
5. Powell DJ, Jr., Brennan AL, Zheng Z, Huynh H, Cotte J, Levine BL. Efficient clinical-scale enrichment of lymphocytes for use in adoptive immunotherapy using a modified counterflow centrifugal elutriation program. Cytotherapy. 2009;11(7):923–35.
6. Mackensen A, Drager R, Schlesier M, Mertelsmann R, Lindemann A. Presence of IgE antibodies to bovine serum albumin in a patient developing anaphylaxis after vaccination with human peptide-pulsed dendritic cells. Cancer Immunol Immunother. 2000;49(3):152–6.
7. Selvaggi TA, Walker RE, Fleisher TA. Development of antibodies to fetal calf serum with arthus-like reactions in human immunodeficiency virus-infected patients given syngeneic lymphocyte infusions. Blood. 1997;89(3): 776–9.
8. Brindley DA, Davie NL, Culme-Seymour EJ, Mason C, Smith DW, Rowley JA. Peak serum: implications of serum supply for cell therapy manufacturing. Regen Med. 2012;7(1): 7–13.
9. Somerville RP, Dudley ME. Bioreactors get personal. Oncoimmunology. 2012;1(8):1435–7.
10. Frecha C, Levy C, Cosset FL, Verhoeyen E. Advances in the field of lentivector-based transduction of T and B lymphocytes for gene therapy. Mol Ther. 2010; 18(10):1748–57.
11. Verhoeyen E, Costa C, Cosset FL. Lentiviral vector gene transfer into human T cells. Methods Mol Biol. 2009;506:97–114.
12. Durand S, Cimarelli A. The inside out of lentiviral vectors. Viruses. 2011;3(2):132–59.
13. Levine BL, Humeau LM, Boyer J, MacGregor RR, Rebello T, Lu X, et al. Gene transfer in humans using a conditionally replicating lentiviral vector. Proc Natl Acad Sci U S A. 2006;103(46):17372–7.
14. Manuri PV, Wilson MH, Maiti SN, Mi T, Singh H, Olivares S, et al. piggyBac transposon/transposase system to generate CD19-specific T cells for the treatment of B-lineage malignancies. Hum Gene Ther. 2010;21(4):427–37.
15. Liu H, Visner GA. Applications of Sleeping Beauty transposons for nonviral gene therapy. IUBMB Life. 2007;59(6):374–9.
16. Geurts AM, Yang Y, Clark KJ, Liu G, Cui Z, Dupuy AJ, et al. Gene transfer into genomes of human cells by the sleeping beauty transposon system. Mol Ther. 2003;8(1):108–17.
17. Zhao Y, Zheng Z, Cohen CJ, Gattinoni L, Palmer DC, Restifo NP, et al. High-efficiency transfection of primary human and mouse T lymphocytes using RNA electroporation. Mol Ther. 2006;13(1):151–9.
18. Riet T, Holzinger A, Dorrie J, Schaft N, Schuler G, Abken H. Nonviral RNA transfection to transiently modify T cells with chimeric antigen receptors for adoptive therapy. Methods Mol Biol. 2013;969:187–201.

19. Birkholz K, Hombach A, Krug C, Reuter S, Kershaw M, Kampgen E, et al. Transfer of mRNA encoding recombinant immunoreceptors reprograms CD4+ and CD8+ T cells for use in the adoptive immunotherapy of cancer. Gene Ther. 2009;16(5):596–604.
20. Coffin JM, Hughes SH, Varmus HE. The interactions of retroviruses and their hosts. In: Coffin JM, Hughes SH, Varmus HE, editors. Retroviruses. Cold Spring Harbor, NY: 1997.
21. Beatty GL, Haas AR, Maus MV, Torigian DA, Soulen MC, Plesa G, et al. Mesothelin-specific chimeric antigen receptor mRNA-engineered T cells induce anti-tumor activity in solid malignancies. Cancer Immunol Res. 2014;2(2):112–20.
22. Zhao Y, Moon E, Carpenito C, Paulos CM, Liu X, Brennan AL, et al. Multiple injections of electroporated autologous T cells expressing a chimeric antigen receptor mediate regression of human disseminated tumor. Cancer Res. 2010;70(22):9053–61.
23. Cooper LJ, Ausubel L, Gutierrez M, Stephan S, Shakeley R, Olivares S, et al. Manufacturing of gene-modified cytotoxic T lymphocytes for autologous cellular therapy for lymphoma. Cytotherapy. 2006;8(2):105–17.
24. Singh H, Moyes JS, Huls MH, Cooper LJ. Manufacture of T cells using the Sleeping Beauty system to enforce expression of a CD19-specific chimeric antigen receptor. Cancer Gene Ther. 2015;22(2):95–100.
25. Gee A. Product Manufacturing. Springer Science + Business Media, LLC: 2009.
26. Cross PJ. Assays for the release of cellular gene therapy products. In: Concepts in Genetic Medicine [Internet]. John Wiley & Sons, Inc: 2006. Available from: http://onlinelibrary.wiley.com/doi/10.1002/9780470184585.fmatter/pdf.
27. Bravery CA, Carmen J, Fong T, Oprea W, Hoogendoorn KH, Woda J, et al. Potency assay development for cellular therapy products: an ISCT review of the requirements and experiences in the industry. Cytotherapy. 2013;15(1):9–19.
28. Poirot L, Philip B, Schiffer-Mannioui C, Le Clerre D, Chion-Sotinel I, Derniame S, et al. Multiplex genome-edited T-cell manufacturing platform for "off-the-shelf" adoptive T-cell immunotherapies. Cancer Res. 2015;75(18):3853–64.
29. U.S. Pharmacopeia. Microbiological evaluation of clean rooms and other controlled environments. Pharmacopeia forum. 211995. p. 440-1-61.
30. Sutton S. The environmental monitoring program in a GMP environment. Journal of GMP Compliance. 2010;14(3):22-3-30.
31. Slaper-Cortenbach I. ISBT 128 coding and labeling for cellular therapy products. Cell Tissue Bank. 2010;11(4):375–8.
32. Distler P. ISBT 128: A global information standard. Cell Tissue Bank. 2010;11(4):365–73.

14

CHAPTER 14
T Cell Receptor Mimic Antibodies

Gheath Alatrash and Jeffrey J. Molldrem
Department of Stem Cell Transplantation and Cellular Therapy, The University of Texas MD Anderson Cancer Center, Houston, TX, USA

The T cell receptor (TCR) is a complex structure that governs the recognition of the target cell or antigen-presenting cell (APC) by the T cell. Although the specificity of the TCR for its target is primarily determined by the affinity of the TCR for the peptide/major histocompatibility (MHC) antigen complex (pMHC), a number of additional molecules also play a critical role in the interaction between the target cell and the T cell, which could result in subsequent T cell activation. The contact between the T cell and the target cell or APC, known as the immune synapse, is composed of a multitude of receptor/ligand complexes in addition to the TCR/pMHC. There are three broad categories of molecules at the cell surface that are involved in the recognition and activation of the T cell by the target. These include the TCR coreceptors (i.e., CD3, CD4, and CD8), costimulatory/coinhibitory molecules (e.g., CD28, CTLA4, and PD1), and adhesion molecules (e.g., LFA-1).

TCR interactions with pMHC, coreceptors, and costimulatory molecules

The interaction of the TCR with the pMHC is characterized as being a low-affinity interaction, with a K_D of 1-90 μM, in contrast to antibody affinity, which can have a K_D in the low nM range, representing a high-affinity interaction. The low affinity of the TCR is a result of both its slow association rate (k_{on}) and fast dissociation rate (k_{off}) with the pMHC [1, 2]. This low-affinity, rapid interaction of the TCR/pMHC allows a T cell to efficiently screen a large number of peptides that are presented by the MHC on normal and diseased cells so that it can establish an activation-inducing immune synapse with the appropriate cells.

In addition to the contributions of the TCR/pMHC interaction to the activation of the T cell, the TCR is a multisubunit extracellular receptor that forms a complex with a number of coreceptors, including CD3 (composed of CD3γ, CD3δ, and CD3ε chains) and the ζ-chain [3]. These coreceptors compose what is commonly known as the TCR complex and are highly critical to the function of the TCR; indeed, in many publications this complex is termed the T cell "receptor." CD3 and the ζ-chain are critical for permitting the TCR to trigger T cell activation because the TCR lacks intrinsic signaling capacity. CD3 and the ζ-chain contain phosphorylation sites, known as immune receptor tyrosine-based activation motifs (ITAMs), which are phosphorylated by the Src family

Immunotherapy in Translational Cancer Research, First Edition. Edited by Laurence J. N. Cooper, Elizabeth A. Mittendorf, Judy Moyes, and Sabitha Prabhakaran.

tyrosine kinases LCK and FYN during T cell activation [3]. Following phosphorylation, signaling proteins with SH2 domains (e.g., ζ-chain-associated protein (ZAP-70)) are recruited to the TCR complex, and signaling cascades are propagated to activate the T cell [3, 4].

In addition to CD3 and ζ-chain, CD4 and CD8 are important TCR coreceptors that are expressed by helper T cells and cytotoxic T cells, respectively. Although structurally different, CD4 and CD8 have very similar functions in the context of T cell activation. CD4 and CD8 have two primary functions: (1) they bind appropriate MHC on the surface of the antigen-presenting cell or target cell, thereby stabilizing the TCR-pMHC and increasing the avidity of the TCR [5, 6]; and (2) they enhance phosphorylation of the ITAMs within the TCR complex [7–11].

In addition to the TCR and its coreceptors, a number of molecules that are expressed on the T cell surface play a major role in regulating T cell activation following TCR-pMHC binding. These immune checkpoint molecules regulate the activation state of the T cell by either amplifying or attenuating TCR signaling. Immune checkpoint receptors can be divided into two categories: coinhibitory molecules and costimulatory molecules. Examples of these molecules include cytotoxic T lymphocyte antigen 4 (CTLA4) and programmed cell death protein 1 (PD1), which are the two most well-characterized coinhibitory checkpoint molecules [12–15], and CD28, which is a costimulatory molecule that is primarily involved in T cell priming [16–18]. There is a growing list of immune checkpoint molecules, and some have been targeted clinically with promising efficacy results [19–26].

Although the complexities of the checks and balances system that are imparted on the T cell are essential for normal immune homeostasis, these factors often cause major obstacles in developing cancer immunotherapies. The complex interactions between the TCR, coreceptors, costimulatory/inhibitory molecules, and the pMHC determine whether a T cell can ultimately recognize and kill its target. This highlights the need to develop simple immunotherapies that can specifically bind the pMHC and initiate cytotoxic processes that emulate the T cell activity while circumventing the intricacies of coreceptor interactions with inhibitory components of the tumor microenvironment. TCR mimic (TCRm) antibodies, also known as TCR-like antibodies, provide a direct approach to target pMHC on the tumor cell surface with a higher affinity than T-cell-based immunotherapy that utilizes conventional TCRs. TCRm antibodies may prove to be a great tool in the armamentarium of cancer immunotherapies.

TCRm development

TCRm antibodies are antibodies that bind to the pMHC complex, similar to the TCR. The epitope of a TCRm is a conformational epitope composed of the peptide and the MHC complex. TCRm antibodies are structurally identical to conventional antibodies, containing two light chains and two heavy chains. The light and heavy chains are composed of a variable region that determines the binding of the antibody to the pMHC, while the constant region determines the binding of the antibody to the Fc receptor on immune cells as well as the ability of the antibody to fix complement. However, unlike conventional antibodies, which target cell surface molecules, TCRm antibodies target peptides derived from intracellular proteins and therefore provide an approach to target an entire class of tumor-associated or tumor-specific *intracellular* antigens.

Because the antigenic peptide (typically nine amino acids) is a very small component of the pMHC structure, which is dominated by the MHC molecule, generating TCRm antibodies can be a challenging task. The difficulties are due to the high likelihood that an antibody that binds the pMHC will have a high affinity for the MHC component of the pMHC, irrespective of the peptide that is found within the antigen-binding groove of the pMHC. In the following sections, we will discuss two main approaches to developing TCRm antibodies: antibody library and immunization/hybridoma approaches (Figure 14.1a and 14.1b), and we will highlight the most well-developed antitumor TCRm antibodies, which combine the complexity of tumor specificity with the efficiency of an antibody approach to cancer immunotherapy.

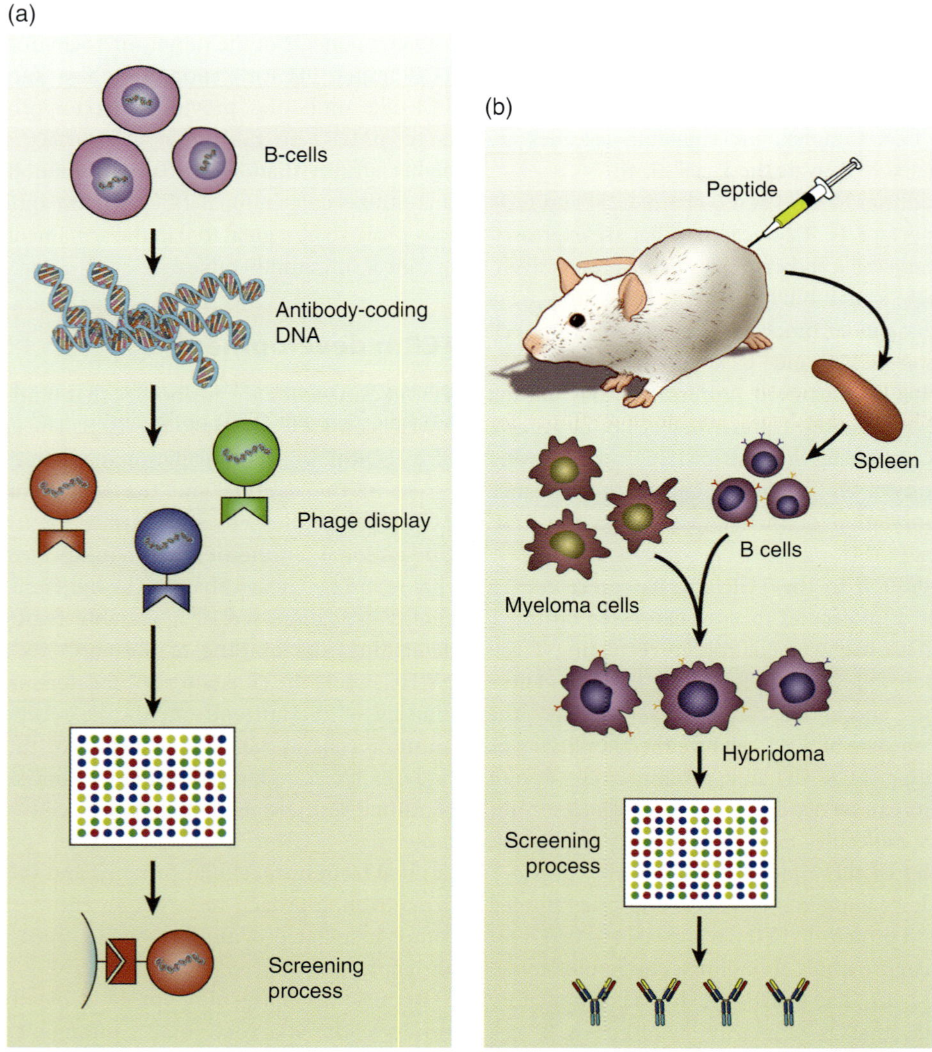

Figure 14.1 Approaches to generating TCRm antibodies. There are two main approaches to generating TCRm antibodies. (a) An antibody library is generated from a synthetic DNA library or from B cells. The antibody-coding nucleic acid sequence is packaged into a particle linked to the antibody for which the DNA codes. The particles are screened for reactivity with pMHC complexes. After identifying the antibodies that have high binding affinity for the pMHC, the genetic code for that antibody can then be used to generate the antibody for further validation. In the second approach (b), mice are immunized with peptide/MHC class I complexes. Mouse spleen cells (i.e., antibody-producing cells) are immortalized by fusion with myeloma cell lines. The hybridomas are selected for reactivity with pMHC complexes, and the reactive hybridomas are then used as the source of antibody for further validation. TCRm = T cell receptor-mimic; MHC = major histocompatibility; pMHC = peptide MHC. *Source*: Courtesy of David M. Aten (Sr. Medical Illustrator, Media Services, University of Texas MD Anderson Cancer Center).

Antibody library approach to generating TCRm

An antibody library is a tool that allows for the selection of antibodies based on their affinity for an antigen using an antibody that is linked to its nucleic acid coding sequence [27]. Antibody libraries are composed of a phenotype molecule (i.e., antibody) that is linked to its genotype (i.e., nucleic acid sequence that encodes that particular antibody) in a display particle. A variety of particles have been used to contain the antibody and its linked nucleic acid, including phage, yeast, mammalian cells, bacteria, and viruses. In addition, there are displays that use microbeads and direct protein linked to mRNA or DNA. The antibody genetic code in these systems is either cloned from B cell light-chain (V_L) and heavy-chain (V_H) variable domains or generated from synthetic DNA, providing a large pool of potential antibodies for screening [28, 29]. Once the antibodies are linked to their genotype and are packaged within the display system, they can be used to screen antigens. In the case of TCRm antibodies, the antigens are presented in the form of pMHC monomers or cells displaying the particular pMHC. After identifying the antibodies that have high binding affinity for the pMHC, the genetic code that is linked to that antibody can then be used to generate the antibody for further validation.

Immunization approach to generating TCRm

The immunization approach is a standard method for generating an antibody-mediated immune response against a target antigen. Using this approach, mice are vaccinated with either pMHC monomers or APCs that have high expression of the antigen of interest [30–32]. After generating a hybridoma using conventional methods, clones are screened for their ability to produce TCRm antibodies that target the pMHC using cells that are known to express the pMHC or pMHC monomers. Once clones are identified, they can be expanded and utilized to produce large amounts of the TCRm antibody. A modified approach that combines immunization with an antibody library also has been applied to generating TCRm antibodies with some success [33, 34]. Using this methodology, mice are immunized with pMHC complexes and phage display libraries are generated from the spleens of the mice and then screened for the antibody of interest by conventional methods.

Advantages and disadvantages to antibody display libraries and hybridomas

Several methods exist to optimize antibodies for clinical use to accelerate development in the clinical setting. Developing an antibody with a very high affinity for the antigen is critical for the therapeutic application of the antibody, since natural TCRs have a low affinity for their cognate pMHC. However, unlike the T cell—in which interactions of the TCR with its cognate pMHC on the target cell by themselves do not determine T cell activation and target killing, processes that are dependent on a number of factors in addition to the TCR affinity for the pMHC—the activity of the antibody against its target cell is driven primarily by its affinity for the antigen, with higher affinity correlating with improved activity.

In the physiologic setting, after an antigen binds to the B cell surface immunoglobulin, it stimulates B cells to undergo fine-tuning of the antigen-binding fragment (Fab) of the antibody through a process known as affinity maturation. Somatic hypermutation is the major mechanism of the affinity maturation process, whereby activation-induced cytidine deaminase introduces random mutations into the V_L and V_H regions of the antibody, thereby leading to the generation of antibodies with a range of affinities for the antigen. B cells containing mutations that enhance the affinity of the antibody for its antigen are positively selected and proliferate, whereas B cells with mutations that decrease the affinity of the antibody for the antigen undergo apoptosis. This process yields antibodies with a very high affinity for their antigens.

One advantage of using a vaccine methodology is that it allows normal immune processes to generate the antibody, and therefore many of the antibodies that are developed using antigen immunization and hybridoma generation naturally possess a higher affinity for the pMHC in comparison with antibody display libraries [32, 35]. However, technologies are available to increase the affinity of antibodies that are developed using antibody libraries that introduce mutations into the Fab of the antibody. These methodologies have proven to be effective in enhancing the binding affinity of the antibody for its antigen, including TCRm [36–39].

In addition to affinity maturation, humanizing antibodies is a major step that facilitates the development of an antibody clinically. Although chimeric monoclonal antibodies (e.g., rituximab, cetuximab, and trastuzumab) have been used in the clinic successfully and are the standard of care for a number of malignancies, antibodies that are not fully humanized run the risk of causing major immune complications in patients receiving them. Antibody humanization refers to the humanization not only of the constant region of the antibody that mediates the activity of the antibody in humans (i.e., antibody-dependent cell-mediated cytotoxicity (ADCC) or complement-dependent cytotoxicity (CDC)) but also of the Fab region. This is a major effort, especially in antibodies that were generated using murine hybridomas. Nevertheless, available technologies allow for the humanization of the antigen-binding portion of the antibody by grafting human complementary determining regions and framework residues into the Fab of the antibody [40–42]. These methodologies have proven effective in humanizing murine antibodies while retaining the affinity and function of the antibody.

One of the major advantages to antibody display libraries is that they provide an efficient and relatively rapid procedure to generate antibodies that target pMHC. This is not the case when vaccine approaches are used for antibody development, as they require a longer duration for effective mouse immunization and subsequent hybridoma generation. In addition, the immune response elicited following the immunization process requires that the immunogen (i.e., pMHC complex) be stable for a sufficient duration to interact with murine immune cells. However, unlike antibodies that are generated through immunization, which contain the full antibody structure, albeit of mouse background, antibody display libraries generate monovalent antibodies composed of the single chain variable fragments (scFv) or the Fab portion of the antibody. These monovalent forms can be conjugated to toxins or fluorophores and used as therapeutics or tools to detect cell surface pMHC, respectively. Further, this sequence can ultimately be cloned into immunoglobulin vectors to produce the bivalent secreted conventional antibodies that have various mechanisms of action (Figure 14.2). In the following sections, the designation *TCRm antibodies* will refer not only to bivalent conventional antibodies that target pMHC but also to scFv and Fab that target pMHC. Although a number of TCRm antibodies have been developed and hold promise as anticancer therapeutics, the following sections will focus on the TCRm antibodies that are closest to clinical development (Table 14.1).

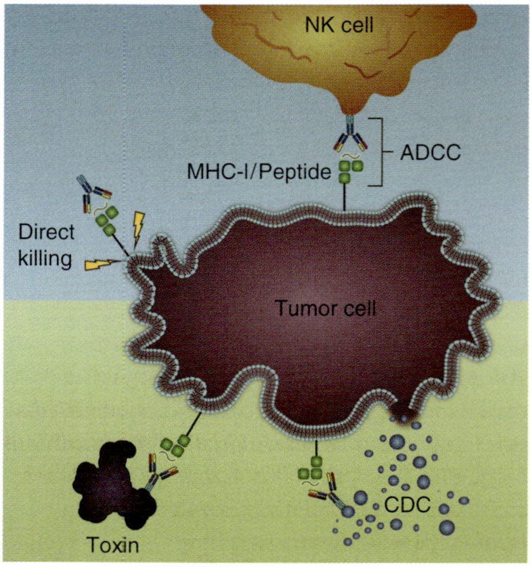

Figure 14.2 Mechanisms of action for TCRm antibodies.TCRm antibodies kill tumor cells by a number of mechanisms. These include direct killing by inducing tumor cell apoptosis after binding the pMHC, activating immune cells (e.g., NK cells) that mediate antibody-dependent cellular cytotoxicity (ADCC), or by fixing complement and activating complement-dependent cytotoxicity (CDC). The Fc region of the antibody is critical for determining ADCC- and CDC-mediated processes. In addition, TCRm antibodies can be directly linked to a toxin that mediates cell lysis. TCRm = T cell receptor-mimic; pMHC = peptide MHC; NK = natural killer; Fc = fragment crystallizable. *Source*: Courtesy of David M. Aten (Sr. Medical Illustrator, Media Services, University of Texas MD Anderson Cancer Center).

Leukemia

TCRm antibodies have been studied in the setting of leukemia, specifically acute myeloid leukemia (AML) and acute lymphoblastic leukemia (ALL). The targets in the setting of leukemia have focused on HLA class I peptides derived from leukemia-associated antigens: Wilms tumor antigen (WT1), neutrophil elastase, and proteinase-3. WT-1 is a tumor-associated antigen that plays an important role in cell survival and normal cellular development. WT-1 is a zinc finger transcription factor required for normal embryonic kidney development. In addition to its expression in kidney, low-level expression of WT-1 has been demonstrated in normal tissues, including ovary, testis, and hematopoietic tissue as well as peritoneal and pleural mesothelium [43, 44]. In malignant

Table 14.1 Cancer-targeting TCRm antibodies.

Antibody Designation	*Peptide*	*HLA Restriction*	*Tumor Type*	*Source Protein*	*Method*	*Reference*
RL1B	KIFGSLAFL	A*0201	Breast cancer and other HER2-expressing solid tumor malignancies	HER2	Immunization	[80]
RL6A	YLLPAIVHI	A*0201	Breast cancer	RNA helicase protein	Immunization	[82, 89]
RL4B	GVLPALPQV	A*0201	Breast cancer	hCGβ	Immunization	[35, 85]
8F4	VLQELNVTV	A*0201	Leukemia, breast cancer, melanoma	Proteinase 3 and neutrophil elastase	Immunization	[32]
G2D12	KTWGQYWQV	A*0201	Melanoma	gp100	Phage display	[33, 95, 96]
1A7 and G1	ITDQVPFSV	A*0201				
2F1	YLEPGPVTA	A*0201				
CAG10	EAAGIGILTV	A*0201	Melanoma	MART1	Phage display	[96]
CLA12	ELAGIGILTV					
G8	EADPTGHSY	A1	Melanoma and other solid tumors	MAG1-A1	Phage display	[36, 106, 107]

Note: hCG-β = human chorionic gonadotropin.

disease, WT-1 has been detected in solid tumors, including cancers of the lung, colon, breast, ovary, and kidney [45–49]. In addition, WT-1 is also expressed in hematologic malignancies, including acute and chronic myeloid and lymphoid malignancies, as well as myelodysplastic syndrome [50, 51]. WT-1 has been targeted in solid tumors and hematologic malignancies with vaccines and adoptive cellular therapy [52–57]. However, targeting WT-1 using a TCRm to date has been limited to AML and ALL [58, 59].

The anti-WT-1 TCRm antibody, ESK1, was developed using phage display technology to target the HLA-A2-restricted WT1-derived, 9-mer peptide RMF (amino acid (aa) sequence, RMFPNAPYL) [58]. Using this approach, single phage clones that were specific for HLA-A2/RMF monomers and that did not bind HLA-A2/irrelevant peptide complexes were first selected and then validated using binding assays with T2 cells that were pulsed with RMF or irrelevant peptide; the T2 cell line is an HLA-A2$^+$ B/T cell hybridoma that is deficient in the transporter associated with antigen processing (TAP) [60, 61]. HLA-A2/RMF-specific clones were then engineered into full-length human monoclonal IgG1. ESK1 showed high avidity (K_D = 0.1 nM) and mediated ADCC in a number of solid tumors, including ovarian cancer, mesothelioma, and colon cancer, as well as in leukemia *in vitro*. [62]. Further studies showed that ESK1 eliminated Philadelphia-positive ALL cell lines and synergized with tyrosine kinase inhibitors *in vivo* in a NOD/SCID gamma (NSG) mouse model [59, 62]. Moreover, a second-generation ESK1 was engineered by altering ESK1 Fc glycosylation [63]. This second-generation ESK1, ESKM, was up to 10-fold more potent *in vitro* in ADCC assays. *In vivo* data showed activity of ESKM against mesothelioma and AML cell lines, as well as primary ALL.

In addition to WT1, PR1 also has been targeted in leukemia using a TCRm. PR1 (VLQELNVTV) is an HLA-A2-specific peptide derived from the myeloid-restricted serine proteases neutrophil elastase and proteinase-3 [64–66].

After its discovery, a PR1 peptide vaccine was developed and was shown to induce PR1-specific cytotoxic T lymphocytes in a phase I/II study [67]. In that study, immune and clinical responses, including molecular remissions, were seen following PR1 vaccine administration in patients with AML, chronic myeloid leukemia (CML), and myelodysplastic syndrome. However, because most patients with AML present with a large leukemia burden and many are immunocompromised because of the direct effects of leukemia on the bone marrow, which limit the efficacy of vaccines, the anti-PR1/HLA-A2 TCRm antibody 8F4 was developed. 8F4 is a mouse monoclonal antibody that was engineered using immunization technology [32]. It showed potent specific cytolysis of leukemia, including leukemic stem cells but not normal hematopoietic cells, *in vitro* and *in vivo* [32, 68]. 8F4 was shown to mediate direct apoptosis as well as complement-dependent cytotoxicity. Since its initial development, a humanized IgG1 anti-PR1/HLA-A2 antibody has been engineered and will soon be tested in a phase I clinical study in patients with AML. In addition to its activity against myeloid leukemia, one study showed that through neutrophil elastase and proteinase-3 cross-presentation, PR1 is presented on the surface of breast cancer and melanoma, and as a result these tumor types become susceptible to 8F4. Although these data are promising, they have yet to be tested *in vivo*.

Breast cancer

Some of the most compelling data showing the activity of therapeutic monoclonal antibodies were revealed in the setting of breast cancer with the advent of trastuzumab, a humanized monoclonal antibody that targets the oncoprotein HER2 [69, 70]. HER2 is part of the epidermal growth factor (EGF) family of receptors. It is expressed on normal breast cells but is highly expressed (up to 100-fold) in approximately 30% of breast tumors [71, 72]. To date, there are no known ligands that bind the extracellular domain of HER2. However, HER2 has known signaling functions as a membrane-bound receptor tyrosine kinase that promotes cell proliferation, differentiation, and migration [73]. HER2 signaling ensues following HER2 homodimerization or heterodimerization with other members of the EGF family receptors [74, 75]. Trastuzumab has proven to be a cornerstone in the treatment of HER2$^+$ breast cancer because it targets the extracellular domain of the HER2 protein [69, 70]. Although antibodies in addition to trastuzumab have been developed to target HER2 [76], it is important to note that the following discussion will focus on TCRm antibodies that target breast cancer antigens presented on breast cancer cell surface HLA class I molecules.

A number of clinical trials have tested the efficacy of targeting HLA class I, HER2-derived peptides. E75 (KIFGSLAFL) is the best characterized of the HER2 peptides. Several clinical trials have evaluated E75 vaccine in breast cancer and have shown the efficacy of the vaccine approach [77–79]. Because the E75 peptide is known to be an effective immune target in breast cancer, RL1B, a TCRm antibody that targets this peptide, was developed and has shown antitumor activity in preclinical models [80]. RL1B was developed using immunization methodology, demonstrated staining of HLA-A2$^+$ primary human breast carcinomas, and suppressed breast cancer growth in mouse models. Furthermore, RL1B induced apoptosis in all HER2+ tumors, in contrast with trastuzumab, which induced apoptosis only in the high HER2-expressing tumor cell lines. E75 has also been targeted using the TCRm Fab, fE75 [81]. Unlike RL1B, fE75 lacks the Fc portion of the antibody. fE75 demonstrated specific binding to HER2-expressing tumor cells and accumulation in tumor tissues *in vivo*. Also, fE75 can be conjugated to molecules that enable it to be used as a diagnostic and therapeutic tool for HER2-expressing tumors.

In addition to HER2, a number of antigens have been targeted in breast cancer using TCRm antibodies. RL6A is a TCRm monoclonal antibody that targets the p68 RNA helicase protein, which is highly expressed in breast cancer and plays an important role in tumor cell growth and development [82–84]. RL6A eliminated breast cancer cell lines in *in vivo* experiments and was shown to stain breast tumor tissue that highly expressed p68 but not normal breast tissue [82].

RL4B is another TCRm monoclonal antibody. RL4B targets the peptide GVLPALPQV, derived from human chorionic gonadotropin (hCG)-β, which has been correlated with poor outcomes in a number of cancers, including breast cancer [35, 85–87]. RL4B was engineered using a mouse immunization approach with the hCG-β peptide [85, 88]. In *in vivo* studies, RL4B eliminated human breast cancer cell lines and, similar to RL6A, stained primary breast tumor tissues [35]. In addition, both RL6A and RL4B were shown to mediate direct tumor apoptosis, independently of immune-mediated mechanisms (e.g., CDC or ADCC) [89].

Melanoma

A number of TCRm Fabs have been developed in the setting of melanoma. The target for these antibodies is the melanoma antigen gp100, a membrane glycoprotein that is melanocyte lineage specific and is expressed on most melanoma cells [90]. Numerous studies have targeted gp100-derived HLA-A2 epitopes using peptide vaccines, with promising results [91, 92]. Furthermore, CD8 T cells that target gp100 HLA-A2 epitopes have been identified, correlated with tumor regression, and used clinically to treat patients with melanoma as part of an adoptive cellular immunotherapy approach [90, 93, 94]. Because of the clinical efficacy seen with immunotherapies that target gp100, a number of TCRm Fabs have been developed that target three gp100-derived HLA-A2-restricted peptides: one TCRm Fab (G2D12) that targets gp100-154 (aa: KTWGQYWQV), two TCRm Fabs (1A7 and G1) that target gp100-209 (aa: ITDQVPFSV), and one TCRm Fab (2 F1) that targets gp100-280 (aa: YLEPGPVTA) [33, 95, 96]. These antibodies were generated using a phage display approach. In addition to being used as tools in antigen presentation studies, the G1 scFv and 2 F1 Fab were conjugated to *Pseudomonas* exotoxin A and used as immunotherapies. G1 scFv-immunotoxin fusion protein demonstrated activity against peptide-loaded APCs *in vitro* [33], while the 2 F1 Fab-immunotoxin fusion protein inhibited melanoma growth in mice [96].

In addition to gp100, TCRm antibodies have also been developed against MART1, a signal anchor protein that is found in the endoplasmic reticulum and Golgi, is expressed in melanoma, and has been shown to elicit cytotoxic T lymphocyte immune responses [97]. A number of immunogenic peptides have been identified from the MART1 protein and targeted with immunotherapy [98–100]. In addition to vaccines, two

TCRm Fabs that target MART1 have been isolated using phage display libraries and conjugated to *Pseudomonas* exotoxin A. One of the Fab-immunotoxin conjugates, CAG10, targets the native HLA-A2-restricted MART1 peptide EAAGIGILTV, and the other Fab immunotoxin conjugate CLA12 targets the anchor modified MART1 peptide ELAGIGILTV. MART1-TCRm Fab-immunotoxin fusion proteins demonstrated activity against cell lines *in vitro* and in melanoma mouse models [96].

TCRm antibodies in the design of chimeric antigen receptor (CAR) T cells

CAR T cells are engineered T cells that express a CAR, which provides the T cell with specificity for its target. The CAR construct is engineered from the antigen-binding portion of the monoclonal antibody that is specific for an individual antigen, with scFv being the most commonly used molecules in CAR T cells [101]. The CAR is usually linked to secondary signaling molecules such as CD3ζ and costimulatory molecules that play a critical role in the activation of the T cell after the engagement of the CAR with its target antigen. The most commonly used CAR T cells have targeted the lymphoid leukemia–associated antigen CD19 [102–104].

As a natural extension of TCRm technology, a few studies have explored using TCRm to construct a CAR. In one study, a TCRm that targets the melanoma-associated antigen (MAGE), a cancer testis antigen that is expressed in a number of solid tumor malignancies, was used in a CAR construct in the setting of melanoma [36, 105–107]. A TCRm Fab (G8) that targets the HLA-A1-restricted MAGE antigen (MAGEA1; aa: EADPTGHSY) was identified using a phage display library. The G8 Fab was inserted into a retroviral expression cassette that also included the CD4 transmembrane domain and the intracellular domain of the Fc(ε)RIγ chain to increase membrane expression of the CAR [108]. This expression cassette was then introduced into CD4-depleted, OKT3 monoclonal antibody–activated human lymphocytes [106]. These Fab-G8 CAR T cells were then shown to recognize and lyse MAGE-expressing HLA-A1$^+$ melanoma cells *in vitro*.

Although native TCR has low avidity for antigens, which allows the T cell to establish rapid sequential contact with a number of pMHCs on the target cell surface, engineered CAR T cells with high pMHC affinities are favored for use in immunotherapy because they possess a higher affinity for the target and therefore have less nonspecific binding to normal cells. Modifications of the TCRm hence enable the engineering of TCRm-based CARs with high affinity for a target pMHC. Such alterations are more easily performed on TCRm-based CARs in contrast to native TCRs. As a proof of concept, using light chain shuffling and heavy chain site-directed mutagenesis, Chames *et al.* modified the G8 Fab and generated a TCRm Fab, Fab-Hyb3, that had 18-fold higher affinity for the MAGEA1 antigen than does G8 [36]. CAR T cells expressing the Fab-Hyb3 CAR demonstrated higher killing of the MAGE-A1-expressing melanoma cell line compared with the Fab-G8 CAR T cells. In addition to MAGE, TCRm-based CARs have been reported for the NY-ESO-1 antigen [37, 109], and ongoing work is currently investigating the feasibility of generating TCRm-based CAR T cells that target WT1 and PR1.

TCRm antibodies as tools for antigen presentation

Although TCRm antibodies are promising immunotherapies, they are also valuable tools to study antigen presentation. Peptide presentation by MHC on the cell surface does not always correlate with endogenous antigen expression. In fact, protein half-life and the subcellular localization of the antigen within the cell play very important roles in determining whether or not the intracellular proteins are presented [110–113]. TCRm antibodies are therefore useful in demonstrating whether tumor-associated antigens are presented on the cell surface and consequently if they are immunogenic targets for T cell–based therapies and TCRm antibodies. Additionally, TCRm antibodies could also be used to study immune evasion by tumors, as one mechanism of immune evasion involves the downregulation of peptide/MHC from the tumor cell surface [114–117]. When all these findings are considered, TCRm antibodies can provide important information regarding the basic biology of antigen processing and presentation, which also could be extrapolated to tailoring personalized immunotherapies that target distinct peptide/MHC complexes on the tumor cell surface.

Future directions

Although no TCRm antibodies to date have entered clinical trials, a number of the antibodies discussed in the previous sections are currently being developed for clinical use. Their applications will include the direct administration of the TCRm antibodies as part of a conventional antibody therapy, toxin conjugation, and in conjunction with other cancer therapies, including chemotherapy. The timing of the administration of these antibodies also will be critical, since antigen presentation may be enhanced by the administration of chemotherapy or other immunotherapy [118, 119]. It is therefore conceivable that TCRm antibodies could be more effective following chemotherapy when tumor cell damage leads to the release of intracellular antigens into the tumor microenvironment, where they can be cross-presented by APC and other tumor cells [110, 120]. Finally, because bispecific T cell engaging antibodies (BiTE) have demonstrated promising antitumor activity in preclinical studies and clinical trials [121–123], it could be feasible to link the Fab of the TCRm to the CD3 portion of the BiTE and hence allow for the targeting of intracellular antigens that are presented by HLA.

In conclusion, TCRm antibodies may in the near future provide a novel and effective tool in the armamentarium of cancer immunotherapies.

Acknowledgment

We are grateful to David M. Aten (Senior Medical Illustrator, Media Services, University of Texas MD Anderson Cancer Center), who created the illustrations for this chapter.

References

1. Davis SJ, Ikemizu S, Wild MK, van der Merwe PA. CD2 and the nature of protein interactions mediating cell-cell recognition. Immunol Rev. 1998;163:217–36.
2. Davis MM, Boniface JJ, Reich Z, Lyons D, Hampl J, Arden B, et al. Ligand recognition by alpha beta T cell receptors. Annu Rev Immunol. 1998;16:523–44.
3. van der Merwe PA, Dushek O. Mechanisms for T cell receptor triggering. Nat Rev Immunol. 2011;11(1):47–55.
4. Yokosuka T, Sakata-Sogawa K, Kobayashi W, Hiroshima M, Hashimoto-Tane A, Tokunaga M, et al. Newly generated T cell receptor microclusters initiate and sustain T cell activation by recruitment of Zap70 and SLP-76. Nat Immunol. 2005;6(12):1253–62.
5. Doyle C, Strominger JL. Interaction between CD4 and class II MHC molecules mediates cell adhesion. Nature. 1987;330(6145):256–9.
6. Norment AM, Salter RD, Parham P, Engelhard VH, Littman DR. Cell-cell adhesion mediated by CD8 and MHC class I molecules. Nature. 1988;336(6194):79–81.
7. Gaspar R, Jr., Bagossi P, Bene L, Matko J, Szollosi J, Tozser J, et al. Clustering of class I HLA oligomers with CD8 and TCR: three-dimensional models based on fluorescence resonance energy transfer and crystallographic data. J Immunol. 2001;166(8):5078–86.
8. Kim PW, Sun ZY, Blacklow SC, Wagner G, Eck MJ. A zinc clasp structure tethers Lck to T cell coreceptors CD4 and CD8. Science. 2003;301(5640):1725–8.
9. Li QJ, Dinner AR, Qi S, Irvine DJ, Huppa JB, Davis MM, et al. CD4 enhances T cell sensitivity to antigen by coordinating Lck accumulation at the immunological synapse. Nat Immunol. 2004;5(8):791–9.
10. Konig R. Interactions between MHC molecules and co-receptors of the TCR. Curr Opin Immunol. 2002;14(1):75–83.
11. Owens T, Fazekas de St Groth B, Miller JF. Coaggregation of the T cell receptor with CD4 and other T cell surface molecules enhances T cell activation. Proc Natl Acad Sci U S A. 1987;84(24):9209–13.
12. Krummel MF, Allison JP. CD28 and CTLA-4 have opposing effects on the response of T cells to stimulation. J Exp Med. 1995;182(2):459–65.
13. Walunas TL, Lenschow DJ, Bakker CY, Linsley PS, Freeman GJ, Green JM, et al. CTLA-4 can function as a negative regulator of T cell activation. Immunity. 1994;1(5):405–13.
14. Freeman GJ, Long AJ, Iwai Y, Bourque K, Chernova T, Nishimura H, et al. Engagement of the PD-1 immunoinhibitory receptor by a novel B7 family member leads to negative regulation of lymphocyte activation. J Exp Med. 2000;192(7):1027–34.
15. Latchman Y, Wood CR, Chernova T, Chaudhary D, Borde M, Chernova I, et al. PD-L2 is a second ligand for PD-1 and inhibits T cell activation. Nat Immunol. 2001;2(3):261–8.
16. Linsley PS, Greene JL, Brady W, Bajorath J, Ledbetter JA, Peach R. Human B7-1 (CD80) and B7-2 (CD86) bind with similar avidities but distinct kinetics to CD28 and CTLA-4 receptors. Immunity. 1994;1(9):793–801.
17. Boise LH, Minn AJ, Noel PJ, June CH, Accavitti MA, Lindsten T, et al. CD28 costimulation can promote T cell

survival by enhancing the expression of Bcl-XL. Immunity. 1995;3(1):87–98.
18. Parry RV, Rumbley CA, Vandenberghe LH, June CH, Riley JL. CD28 and inducible costimulatory protein Src homology 2 binding domains show distinct regulation of phosphatidylinositol 3-kinase, Bcl-xL, and IL-2 expression in primary human CD4 T lymphocytes. J Immunol. 2003;171(1):166–74.
19. Hodi FS, O'Day SJ, McDermott DF, Weber RW, Sosman JA, Haanen JB, et al. Improved survival with ipilimumab in patients with metastatic melanoma. N Engl J Med. 2010;363(8):711–23.
20. Larkin J, Chiarion-Sileni V, Gonzalez R, Grob JJ, Cowey CL, Lao CD, et al. Combined nivolumab and ipilimumab or monotherapy in untreated melanoma. N Engl J Med. 2015;373(1):23–34.
21. Postow MA, Chesney J, Pavlick AC, Robert C, Grossmann K, McDermott D, et al. Nivolumab and ipilimumab versus ipilimumab in untreated melanoma. N Engl J Med. 2015;372(21):2006–17.
22. Snyder A, Makarov V, Merghoub T, Yuan J, Zaretsky JM, Desrichard A, et al. Genetic basis for clinical response to CTLA-4 blockade in melanoma. N Engl J Med. 2014;371(23):2189–99.
23. Snyder A, Wolchok JD, Chan TA. Genetic basis for clinical response to CTLA-4 blockade. N Engl J Med. 2015;372(8):783.
24. Wolchok JD, Kluger H, Callahan MK, Postow MA, Rizvi NA, Lesokhin AM, et al. Nivolumab plus ipilimumab in advanced melanoma. N Engl J Med. 2013; 369(2):122–33.
25. Yao S, Zhu Y, Chen L. Advances in targeting cell surface signalling molecules for immune modulation. Nat Rev Drug Discov. 2013;12(2):130–46.
26. Pardoll DM. The blockade of immune checkpoints in cancer immunotherapy. Nat Rev Cancer. 2012; 12(4):252–64.
27. Hoogenboom HR. Selecting and screening recombinant antibody libraries. Nat Biotechnol. 2005;23(9):1105–16.
28. Hoogenboom HR, Winter G. By-passing immunisation. Human antibodies from synthetic repertoires of germline VH gene segments rearranged in vitro. J Mol Biol. 1992;227(2):381–8.
29. Sidhu SS, Li B, Chen Y, Fellouse FA, Eigenbrot C, Fuh G. Phage-displayed antibody libraries of synthetic heavy chain complementarity determining regions. J Mol Biol. 2004;338(2):299–310.
30. Dadaglio G, Nelson CA, Deck MB, Petzold SJ, Unanue ER. Characterization and quantitation of peptide-MHC complexes produced from hen egg lysozyme using a monoclonal antibody. Immunity. 1997;6(6):727–38.
31. Porgador A, Yewdell JW, Deng Y, Bennink JR, Germain RN. Localization, quantitation, and in situ detection of specific peptide-MHC class I complexes using a monoclonal antibody. Immunity. 1997;6(6):715–26.
32. Sergeeva A, Alatrash G, He H, Ruisaard K, Lu S, Wygant J, et al. An anti-PR1/HLA-A2 T cell receptor-like antibody mediates complement-dependent cytotoxicity against acute myeloid leukemia progenitor cells. Blood. 2011;117(16):4262–72.
33. Denkberg G, Lev A, Eisenbach L, Benhar I, Reiter Y. Selective targeting of melanoma and APCs using a recombinant antibody with TCR-like specificity directed toward a melanoma differentiation antigen. J Immunol. 2003;171(5):2197–207.
34. Krogsgaard M, Wucherpfennig KW, Cannella B, Hansen BE, Svejgaard A, Pyrdol J, et al. Visualization of myelin basic protein (MBP) T cell epitopes in multiple sclerosis lesions using a monoclonal antibody specific for the human histocompatibility leukocyte antigen (HLA)-DR2-MBP 85-99 complex. J Exp Med. 2000; 191(8): 1395–412.
35. Verma B, Neethling FA, Caseltine S, Fabrizio G, Largo S, Duty JA, et al. TCR mimic monoclonal antibody targets a specific peptide/HLA class I complex and significantly impedes tumor growth in vivo using breast cancer models. J Immunol. 2010;184(4):2156–65.
36. Chames P, Willemsen RA, Rojas G, Dieckmann D, Rem L, Schuler G, et al. TCR-like human antibodies expressed on human CTLs mediate antibody affinity-dependent cytolytic activity. J Immunol. 2002;169(2):1110–8.
37. Stewart-Jones G, Wadle A, Hombach A, Shenderov E, Held G, Fischer E, et al. Rational development of high-affinity T cell receptor-like antibodies. Proc Natl Acad Sci U S A. 2009;106(14):5784–8.
38. Ho M, Kreitman RJ, Onda M, Pastan I. In vitro antibody evolution targeting germline hot spots to increase activity of an anti-CD22 immunotoxin. J Biol Chem. 2005;280(1):607–17.
39. Pini A, Viti F, Santucci A, Carnemolla B, Zardi L, Neri P, et al. Design and use of a phage display library. Human antibodies with subnanomolar affinity against a marker of angiogenesis eluted from a two-dimensional gel. J Biol Chem. 1998;273(34):21769–76.
40. Baca M, Presta LG, O'Connor SJ, Wells JA. Antibody humanization using monovalent phage display. J Biol Chem. 1997;272(16):10678–84.
41. Dall'Acqua WF, Damschroder MM, Zhang J, Woods RM, Widjaja L, Yu J, et al. Antibody humanization by framework shuffling. Methods. 2005;36(1):43–60.
42. Wu H, Nie Y, Huse WD, Watkins JD. Humanization of a murine monoclonal antibody by simultaneous optimization of framework and CDR residues. J Mol Biol. 1999;294(1):151–62.
43. Hosen N, Sonoda Y, Oji Y, Kimura T, Minamiguchi H, Tamaki H, et al. Very low frequencies of human normal

CD34+ haematopoietic progenitor cells express the Wilms' tumour gene WT1 at levels similar to those in leukaemia cells. Br J Haematol. 2002;116(2):409–20.
44. Scharnhorst V, van der Eb AJ, Jochemsen AG. WT1 proteins: functions in growth and differentiation. Gene. 2001;273(2):141–61.
45. Campbell CE, Kuriyan NP, Rackley RR, Caulfield MJ, Tubbs R, Finke J, et al. Constitutive expression of the Wilms tumor suppressor gene (WT1) in renal cell carcinoma. Int J Cancer. 1998;78(2):182–8.
46. Miyoshi Y, Ando A, Egawa C, Taguchi T, Tamaki Y, Tamaki H, et al. High expression of Wilms' tumor suppressor gene predicts poor prognosis in breast cancer patients. Clin Cancer Res. 2002;8(5):1167–71.
47. Oji Y, Miyoshi S, Maeda H, Hayashi S, Tamaki H, Nakatsuka S, et al. Overexpression of the Wilms' tumor gene WT1 in de novo lung cancers. Int J Cancer. 2002;100(3):297–303.
48. Oji Y, Yamamoto H, Nomura M, Nakano Y, Ikeba A, Nakatsuka S, et al. Overexpression of the Wilms' tumor gene WT1 in colorectal adenocarcinoma. Cancer Sci. 2003;94(8):712–7.
49. Dohi S, Ohno S, Ohno Y, Soma G, Kyo S, Inoue M. Correlation between WT1 expression and cell proliferation in endometrial cancer. Anticancer Res. 2009;29(11):4887–91.
50. Miwa H, Beran M, Saunders GF. Expression of the Wilms' tumor gene (WT1) in human leukemias. Leukemia. 1992;6(5):405–9.
51. Inoue K, Ogawa H, Sonoda Y, Kimura T, Sakabe H, Oka Y, et al. Aberrant overexpression of the Wilms tumor gene (WT1) in human leukemia. Blood. 1997;89(4): 1405–12.
52. Hashii Y, Sato-Miyashita E, Matsumura R, Kusuki S, Yoshida H, Ohta H, et al. WT1 peptide vaccination following allogeneic stem cell transplantation in pediatric leukemic patients with high risk for relapse: successful maintenance of durable remission. Leukemia. 2012;26(3):530–2.
53. Rezvani K, Yong AS, Mielke S, Savani BN, Musse L, Superata J, et al. Leukemia-associated antigen-specific T cell responses following combined PR1 and WT1 peptide vaccination in patients with myeloid malignancies. Blood. 2008;111(1):236–42.
54. Oji Y, Oka Y, Nishida S, Tsuboi A, Kawakami M, Shirakata T, et al. WT1 peptide vaccine induces reduction in minimal residual disease in an Imatinib-treated CML patient. Eur J Haematol. 2010; 85(4):358–60.
55. Provasi E, Genovese P, Lombardo A, Magnani Z, Liu PQ, Reik A, et al. Editing T cell specificity towards leukemia by zinc finger nucleases and lentiviral gene transfer. Nat Med. 2012;18(5):807–15.
56. Chapuis AG, Ragnarsson GB, Nguyen HN, Chaney CN, Pufnock JS, Schmitt TM, et al. Transferred WT1-reactive CD8+ T cells can mediate antileukemic activity and persist in post-transplant patients. Sci Transl Med. 2013;5(174):174ra27.
57. Gao L, Bellantuono I, Elsasser A, Marley SB, Gordon MY, Goldman JM, et al. Selective elimination of leukemic CD34(+) progenitor cells by cytotoxic T lymphocytes specific for WT1. Blood. 2000;95(7):2198–203.
58. Dao T, Yan S, Veomett N, Pankov D, Zhou L, Korontsvit T, et al. Targeting the intracellular WT1 oncogene product with a therapeutic human antibody. Sci Transl Med. 2013;5(176):176ra33.
59. Dubrovsky L, Pankov D, Brea EJ, Dao T, Scott A, Yan S, et al. A TCR-mimic antibody to WT1 bypasses tyrosine kinase inhibitor resistance in human BCR-ABL+ leukemias. Blood. 2014;123(21):3296–304.
60. Henderson RA, Michel H, Sakaguchi K, Shabanowitz J, Appella E, Hunt DF, et al. HLA-A2.1-associated peptides from a mutant cell line: a second pathway of antigen presentation. Science. 1992;255(5049):1264–6.
61. Wei ML, Cresswell P. HLA-A2 molecules in an antigen-processing mutant cell contain signal sequence-derived peptides. Nature. 1992;356(6368):443–6.
62. Shultz LD, Schweitzer PA, Christianson SW, Gott B, Schweitzer IB, Tennent B, et al. Multiple defects in innate and adaptive immunologic function in NOD/LtSz-scid mice. J Immunol. 1995;154(1):180–91.
63. Veomett N, Dao T, Liu H, Xiang J, Pankov D, Dubrovsky L, et al. Therapeutic efficacy of an Fc-enhanced TCR-like antibody to the intracellular WT1 oncoprotein. Clin Cancer Res. 2014;20(15):4036–46.
64. Molldrem JJ, Lee PP, Kant S, Wieder E, Jiang W, Lu S, et al. Chronic myelogenous leukemia shapes host immunity by selective deletion of high-avidity leukemia-specific T cells. J Clin Invest. 2003;111(5):639–47.
65. Molldrem JJ, Lee PP, Wang C, Champlin RE, Davis MM. A PR1-human leukocyte antigen-A2 tetramer can be used to isolate low-frequency cytotoxic T lymphocytes from healthy donors that selectively lyse chronic myelogenous leukemia. Cancer Res. 1999;59(11): 2675–81.
66. Molldrem JJ, Lee PP, Wang C, Felio K, Kantarjian HM, Champlin RE, et al. Evidence that specific T lymphocytes may participate in the elimination of chronic myelogenous leukemia. Nat Med. 2000;6(9):1018–23.
67. Qazilbash MH, Wieder E, Thall PF, Wang X, Rios R, Lu S, et al. PR1 peptide vaccine induces specific immunity with clinical responses in myeloid malignancies. Leukemia. 2017;31(3):697–704.
68. Sergeeva A, He H, Ruisaard K, St John L, Alatrash G, Clise-Dwyer K, et al. Activity of 8 F4, a T cell receptor-like anti-PR1/HLA-A2 antibody, against primary human AML in vivo. Leukemia. 2016;30(7):1475–84.
69. Piccart-Gebhart MJ, Procter M, Leyland-Jones B, Goldhirsch A, Untch M, Smith I, et al. Trastuzumab

after adjuvant chemotherapy in HER2-positive breast cancer. N Engl J Med. 2005;353(16):1659–72.
70. Romond EH, Perez EA, Bryant J, Suman VJ, Geyer CE, Jr., Davidson NE, et al. Trastuzumab plus adjuvant chemotherapy for operable HER2-positive breast cancer. New Engl J Med. 2005;353(16):1673–84.
71. Slamon DJ, Clark GM, Wong SG, Levin WJ, Ullrich A, McGuire WL. Human breast cancer: correlation of relapse and survival with amplification of the HER-2/neu oncogene. Science. 1987;235(4785):177–82.
72. Burstein HJ. The distinctive nature of HER2-positive breast cancers. N Engl J Med. 2005;353(16):1652–4.
73. Yarden Y, Sliwkowski MX. Untangling the ErbB signalling network. Nat Rev Mol Cell Biol. 2001;2(2):127–37.
74. Ferguson KM, Berger MB, Mendrola JM, Cho HS, Leahy DJ, Lemmon MA. EGF activates its receptor by removing interactions that autoinhibit ectodomain dimerization. Mol Cell. 2003;11(2):507–17.
75. Zhang X, Gureasko J, Shen K, Cole PA, Kuriyan J. An allosteric mechanism for activation of the kinase domain of epidermal growth factor receptor. Cell. 2006;125(6):1137–49.
76. Gianni L, Llado A, Bianchi G, Cortes J, Kellokumpu-Lehtinen PL, Cameron DA, et al. Open-label, phase II, multicenter, randomized study of the efficacy and safety of two dose levels of Pertuzumab, a human epidermal growth factor receptor 2 dimerization inhibitor, in patients with human epidermal growth factor receptor 2-negative metastatic breast cancer. J Clin Oncol. 2010;28(7):1131–7.
77. Mittendorf EA, Clifton GT, Holmes JP, Clive KS, Patil R, Benavides LC, et al. Clinical trial results of the HER-2/neu (E75) vaccine to prevent breast cancer recurrence in high-risk patients: from US Military Cancer Institute Clinical Trials Group Study I-01 and I-02. Cancer. 2012;118(10):2594–602.
78. Peoples GE, Holmes JP, Hueman MT, Mittendorf EA, Amin A, Khoo S, et al. Combined clinical trial results of a HER2/neu (E75) vaccine for the prevention of recurrence in high-risk breast cancer patients: U.S. Military Cancer Institute Clinical Trials Group Study I-01 and I-02. Clin Cancer Res. 2008;14(3):797–803.
79. Mittendorf EA, Clifton GT, Holmes JP, Schneble E, van Echo D, Ponniah S, et al. Final report of the phase I/II clinical trial of the E75 (nelipepimut-S) vaccine with booster inoculations to prevent disease recurrence in high-risk breast cancer patients. Ann Oncol. 2014;25(9):1735–42.
80. Jain R, Rawat A, Verma B, Markiewski MM, Weidanz JA. Antitumor activity of a monoclonal antibody targeting major histocompatibility complex class I-Her2 peptide complexes. J Natl Cancer Inst. 2013;105(3):202–18.
81. Miller KR, Koide A, Leung B, Fitzsimmons J, Yoder B, Yuan H, et al. T cell receptor-like recognition of tumor in vivo by synthetic antibody fragment. PLoS One. 2012;7(8):e43746.
82. Verma B, Hawkins OE, Neethling FA, Caseltine SL, Largo SR, Hildebrand WH, et al. Direct discovery and validation of a peptide/MHC epitope expressed in primary human breast cancer cells using a TCRm monoclonal antibody with profound antitumor properties. Cancer Immunol Immunother. 2010;59(4):563–73.
83. Yang L, Lin C, Liu ZR. Phosphorylations of DEAD box p68 RNA helicase are associated with cancer development and cell proliferation. Mol Cancer Res. 2005;3(6):355–63.
84. Guturi KK, Sarkar M, Bhowmik A, Das N, Ghosh MK. DEAD-box protein p68 is regulated by beta-catenin/transcription factor 4 to maintain a positive feedback loop in control of breast cancer progression. Breast Cancer Res. 2014;16(6):496.
85. Wittman VP, Woodburn D, Nguyen T, Neethling FA, Wright S, Weidanz JA. Antibody targeting to a class I MHC-peptide epitope promotes tumor cell death. J Immunol. 2006;177(6):4187–95.
86. Bieche I, Lazar V, Nogues C, Poynard T, Giovangrandi Y, Bellet D, et al. Prognostic value of chorionic gonadotropin beta gene transcripts in human breast carcinoma. Clin Cancer Res. 1998;4(3):671–6.
87. Stenman UH. Standardization of assays for human chorionic gonadotropin. Clin Chem. 2004;50(5):798–800.
88. Siva AC, Kirkland RE, Lin B, Maruyama T, McWhirter J, Yantiri-Wernimont F, et al. Selection of anti-cancer antibodies from combinatorial libraries by whole-cell panning and stringent subtraction with human blood cells. J Immunol Methods. 2008;330(1–2):109–19.
89. Verma B, Jain R, Caseltine S, Rennels A, Bhattacharya R, Markiewski MM, et al. TCR mimic monoclonal antibodies induce apoptosis of tumor cells via immune effector-independent mechanisms. J Immunol. 2011;186(5):3265–76.
90. Kawakami Y, Eliyahu S, Delgado CH, Robbins PF, Sakaguchi K, Appella E, et al. Identification of a human melanoma antigen recognized by tumor-infiltrating lymphocytes associated with in vivo tumor rejection. Proc Natl Acad Sci U S A. 1994;91(14):6458–62.
91. Schwartzentruber DJ, Lawson DH, Richards JM, Conry RM, Miller DM, Treisman J, et al. gp100 peptide vaccine and interleukin-2 in patients with advanced melanoma. New Engl J Med. 2011;364(22):2119–27.
92. Rosenberg SA, Yang JC, Schwartzentruber DJ, Hwu P, Marincola FM, Topalian SL, et al. Immunologic and therapeutic evaluation of a synthetic peptide vaccine for the treatment of patients with metastatic melanoma. Nat Med. 1998;4(3):321–7.

93. Cox AL, Skipper J, Chen Y, Henderson RA, Darrow TL, Shabanowitz J, et al. Identification of a peptide recognized by five melanoma-specific human cytotoxic T cell lines. Science. 1994;264(5159):716–9.
94. Kawakami Y, Eliyahu S, Jennings C, Sakaguchi K, Kang X, Southwood S, et al. Recognition of multiple epitopes in the human melanoma antigen gp100 by tumor-infiltrating T lymphocytes associated with in vivo tumor regression. J Immunol. 1995;154(8):3961–8.
95. Denkberg G, Cohen CJ, Lev A, Chames P, Hoogenboom HR, Reiter Y. Direct visualization of distinct T cell epitopes derived from a melanoma tumor-associated antigen by using human recombinant antibodies with MHC-restricted T cell receptor-like specificity. Proc Natl Acad Sci U S A. 2002;99(14):9421–6.
96. Klechevsky E, Gallegos M, Denkberg G, Palucka K, Banchereau J, Cohen C, et al. Antitumor activity of immunotoxins with T cell receptor-like specificity against human melanoma xenografts. Cancer Res. 2008;68(15):6360–7.
97. Romero P, Valmori D, Pittet MJ, Zippelius A, Rimoldi D, Levy F, et al. Antigenicity and immunogenicity of Melan-A/MART-1 derived peptides as targets for tumor reactive CTL in human melanoma. Immunol Rev. 2002;188:81–96.
98. Kawakami Y, Eliyahu S, Sakaguchi K, Robbins PF, Rivoltini L, Yannelli JR, et al. Identification of the immunodominant peptides of the MART-1 human melanoma antigen recognized by the majority of HLA-A2-restricted tumor infiltrating lymphocytes. J Exp Med. 1994;180(1):347–52.
99. Weber J, Boswell W, Smith J, Hersh E, Snively J, Diaz M, et al. Phase 1 trial of intranodal injection of a Melan-A/MART-1 DNA plasmid vaccine in patients with stage IV melanoma. J Immunother. 2008;31(2):215–23.
100. Wang F, Bade E, Kuniyoshi C, Spears L, Jeffery G, Marty V, et al. Phase I trial of a MART-1 peptide vaccine with incomplete Freund's adjuvant for resected high-risk melanoma. Clin Cancer Res. 1999;5(10):2756–65.
101. Sadelain M, Brentjens R, Riviere I. The basic principles of chimeric antigen receptor design. Cancer Discov. 2013;3(4):388--98.
102. Grupp SA, Kalos M, Barrett D, Aplenc R, Porter DL, Rheingold SR, et al. Chimeric antigen receptor-modified T cells for acute lymphoid leukemia. N Engl J Med. 2013;368(16):1509–18.
103. Porter DL, Levine BL, Kalos M, Bagg A, June CH. Chimeric antigen receptor-modified T cells in chronic lymphoid leukemia. New Engl J Med. 2011;365(8):725–33.
104. Porter DL, Hwang WT, Frey NV, Lacey SF, Shaw PA, Loren AW, et al. Chimeric antigen receptor T cells persist and induce sustained remissions in relapsed refractory chronic lymphocytic leukemia. Sci Transl Med. 2015;7(303):303ra139.
105. Chaux P, Luiten R, Demotte N, Vantomme V, Stroobant V, Traversari C, et al. Identification of five MAGE-A1 epitopes recognized by cytolytic T lymphocytes obtained by in vitro stimulation with dendritic cells transduced with MAGE-A1. J Immunol. 1999;163(5):2928–36.
106. Willemsen RA, Debets R, Hart E, Hoogenboom HR, Bolhuis RL, Chames P. A phage display selected fab fragment with MHC class I-restricted specificity for MAGE-A1 allows for retargeting of primary human T lymphocytes. Gene Ther. 2001;8(21):1601–8.
107. Willemsen RA, Ronteltap C, Chames P, Debets R, Bolhuis RL. T cell retargeting with MHC class I-restricted antibodies: the CD28 costimulatory domain enhances antigen-specific cytotoxicity and cytokine production. J Immunol. 2005;174(12):7853–8.
108. Weijtens ME, Willemsen RA, Hart EH, Bolhuis RL. A retroviral vector system 'STITCH' in combination with an optimized single chain antibody chimeric receptor gene structure allows efficient gene transduction and expression in human T lymphocytes. Gene Ther. 1998;5(9):1195–203.
109. Held G, Matsuo M, Epel M, Gnjatic S, Ritter G, Lee SY, et al. Dissecting cytotoxic T cell responses towards the NY-ESO-1 protein by peptide/MHC-specific antibody fragments. Eur J Immunol. 2004;34(10):2919–29.
110. Alatrash G, Ono Y, Sergeeva A, Sukhumalchandra P, Zhang M, St John LS, et al. The role of antigen cross-presentation from leukemia blasts on immunity to the leukemia-associated antigen PR1. J Immunother. 2012;35(4):309–20.
111. Cohen CJ, Hoffmann N, Farago M, Hoogenboom HR, Eisenbach L, Reiter Y. Direct detection and quantitation of a distinct T cell epitope derived from tumor-specific epithelial cell-associated mucin using human recombinant antibodies endowed with the antigen-specific, major histocompatibility complex-restricted specificity of T cells. Cancer Res. 2002;62(20):5835–44.
112. Weidanz JA, Nguyen T, Woodburn T, Neethling FA, Chiriva-Internati M, Hildebrand WH, et al. Levels of specific peptide-HLA class I complex predicts tumor cell susceptibility to CTL killing. J Immunol. 2006;177(8):5088–97.
113. Neethling FA, Ramakrishna V, Keler T, Buchli R, Woodburn T, Weidanz JA. Assessing vaccine potency using TCRmimic antibodies. Vaccine. 2008;26(25):3092–102.
114. Kaklamanis L, Leek R, Koukourakis M, Gatter KC, Harris AL. Loss of transporter in antigen processing 1

transport protein and major histocompatibility complex class I molecules in metastatic versus primary breast cancer. Cancer Res. 1995;55(22):5191–4.

115. Kageshita T, Hirai S, Ono T, Hicklin DJ, Ferrone S. Down-regulation of HLA class I antigen-processing molecules in malignant melanoma: association with disease progression. American Journal of Pathology. 1999;154(3):745–54.

116. Campoli M, Chang CC, Ferrone S. HLA class I antigen loss, tumor immune escape and immune selection. Vaccine. 2002;20 Suppl 4:A40–5.

117. Ogino T, Shigyo H, Ishii H, Katayama A, Miyokawa N, Harabuchi Y, et al. HLA class I antigen down-regulation in primary laryngeal squamous cell carcinoma lesions as a poor prognostic marker. Cancer Res. 2006;66(18):9281–9.

118. Kono K, Sato E, Naganuma H, Takahashi A, Mimura K, Nukui H, et al. Trastuzumab (Herceptin) enhances class I-restricted antigen presentation recognized by HER-2/neu-specific T cytotoxic lymphocytes. Clin Cancer Res. 2004;10(7):2538–44.

119. Nowak AK, Lake RA, Marzo AL, Scott B, Heath WR, Collins EJ, et al. Induction of tumor cell apoptosis in vivo increases tumor antigen cross-presentation, cross-priming rather than cross-tolerizing host tumor-specific CD8 T cells. J Immunol. 2003; 170(10): 4905–13.

120. Alatrash G, Mittendorf EA, Sergeeva A, Sukhumalchandra P, Qiao N, Zhang M, et al. Broad cross-presentation of the hematopoietically derived PR1 antigen on solid tumors leads to susceptibility to PR1-targeted immunotherapy. J Immunol. 2012; 189(11):5476–84.

121. Klinger M, Brandl C, Zugmaier G, Hijazi Y, Bargou RC, Topp MS, et al. Immunopharmacologic response of patients with B-lineage acute lymphoblastic leukemia to continuous infusion of T cell-engaging CD19/CD3-bispecific BiTE antibody blinatumomab. Blood. 2012;119(26):6226–33.

122. Sun LL, Ellerman D, Mathieu M, Hristopoulos M, Chen X, Li Y, et al. Anti-CD20/CD3 T cell-dependent bispecific antibody for the treatment of B cell malignancies. Sci Transl Med. 2015;7(287):287ra70.

123. Laszlo GS, Gudgeon CJ, Harrington KH, Dell'Aringa J, Newhall KJ, Means GD, et al. Cellular determinants for preclinical activity of a novel CD33/CD3 bispecific T cell engager (BiTE) antibody, AMG 330, against human AML. Blood. 2014;123(4):554–61.

15

CHAPTER 15

Stem Cell Transplantation for Treatment of Malignancy

Lohith S. Bachegowda and Richard E. Champlin

Department of Stem Cell Transplantation and Cellular Therapy, The University of Texas, MD Anderson Cancer Center, Houston, TX, USA

Introduction

Hematopoietic stem-cell transplantation (HSCT) is a process wherein transfused donor pluripotent hematopoietic stem cells engraft and reconstitute hematopoiesis and immunity. Autologous or allogeneic (related or unrelated) cells can be used. Autologous HSCT (auto-HSCT) uses bone marrow or peripheral blood progenitor cells that have been collected from the patient and cryopreserved. The cells are reinfused after administration of a high-dose, myeloablative chemotherapy and/or radiation preparative regimen, given with the goal of eradicating the malignancy. The auto-HSCT is given to restore normal hematopoiesis.

Allogeneic transplantation involves infusion of hematopoietic cells from a normal donor. Allogeneic HSCT (allo-HSCT) can confer an additional immunologic graft-versus-malignancy (GVM) effect, where donor immunocompetent cells can eradicate neoplastic cells that survive the chemo-radiotherapy preparative regimen.

Process of allogeneic hematopoietic stem cell transplant

A typical scheme for hematopoietic transplantation is shown in Figure 15.1. A pretransplant chemotherapy and/or radiation preparative regimen (also termed "conditioning") is administered with a goal to eradicate the patient's malignancy as well as to suppress the recipient's T lymphocyte (T cells) and natural killer (NK) cell function to prevent rejection. This is followed by intravenous infusion of a source of hematopoietic stem cells; these cells briefly circulate and sufficient numbers home to the recipient's bone marrow where they grow and ultimately restore hematopoiesis and immunity. Donor-derived hematopoietic stem cells generate the myeloid and lymphoid lineages posttransplant, including granulocytes, erythrocytes, megakaryocytes, and macrophages, as well as T cells, B cells, and NK cells. Some T cells are also derived from mature T cells present in the graft. Osteoclasts are also of donor origin. The parenchymal cells of visceral organs and most mesenchymal cells remain host in origin.

Immunotherapy in Translational Cancer Research, First Edition. Edited by Laurence J. N. Cooper, Elizabeth A. Mittendorf, Judy Moyes, and Sabitha Prabhakaran.

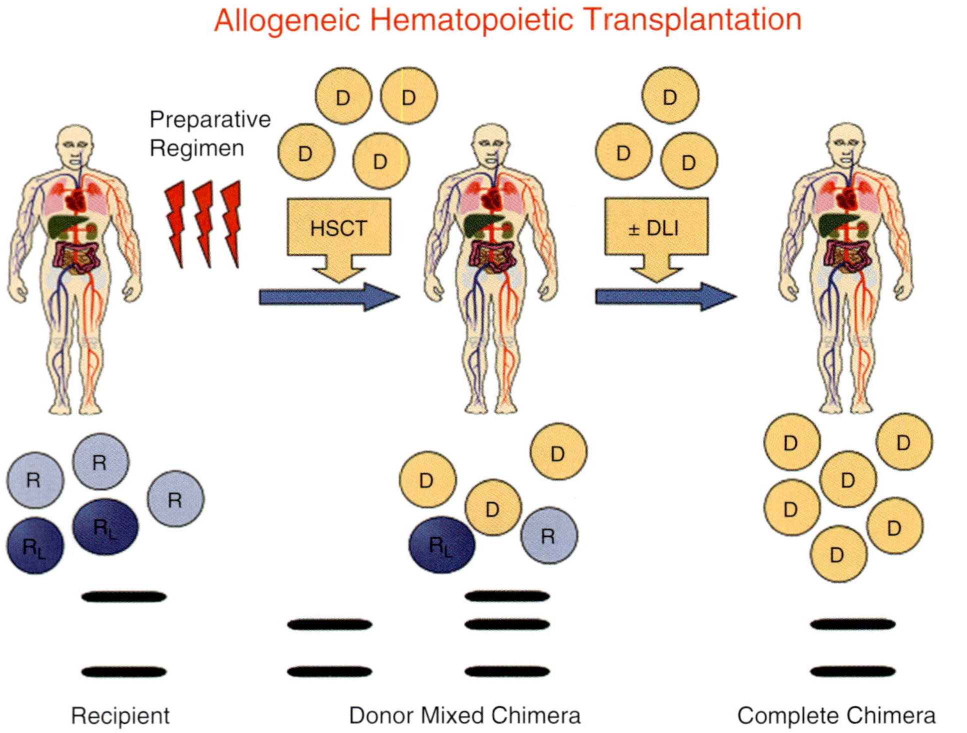

Figure 15.1 Hematopoietic stem-cell transplantation (HSCT) involves administration of a chemotherapy and/or radiotherapy preparative regimen to suppress the recipient's (R) immunity and cytoreduce recipient leukemia (R_L) cells. Hematopoietic stem cells are infused to restore hematopoiesis and immunity. Donor (D) immune cells act to eliminate residual malignant cells that may have survived the preparative regimen. Donor lymphocyte infusion (DLI) may be administered to augment the graft-versus-malignancy effects. The relative proportion of donor and recipient cells is assessed by chimerism assays.

Peripheral blood counts are profoundly suppressed due to the effects of the conditioning treatment. Myeloid cells generally recover within 3 to 4 weeks, while T cells, B cells, and the function of the immune system slowly recover over the first year posttransplant.

Hematopoietic stem cells can be collected for transplantation from bone marrow, peripheral blood, or umbilical cord blood. Post-HSCT, engraftment of donor cells can be documented by acquisition of donor type cell surface antigens, isoenzymes, chromosome markers, and DNA restriction endonuclease polymorphisms [1]. Following successful transplantation and engraftment, cells of the hematologic and immunologic systems are derived from the transplant donor; if all are donor derived, this is termed complete chimerism. In some patients mixed hematopoietic chimerism occurs, where some myeloid or lymphoid cells continue to be derived from the recipient.

Histocompatibility requirements

Major histocompatibility (MHC) antigens are the antigen-presenting molecules for the immune system. In humans, the human leucocyte antigen (HLA) complex is the MHC loci. Mismatched HLA antigens are the strongest stimuli for alloreactive immune reactions producing graft rejection and graft-versus-host disease (GVHD). The HLA antigen system is broadly divided into class I and class II molecules. HLA class I includes HLA-A, HLA-B, and HLA-C antigens and is present on all nucleated cells. HLA class II, which includes HLA-DP, HLA-DQ, and HLA-DR, is expressed on a more limited range of cells and increased with activation (B cells, T cells, monocytes, dendritic cells, and macrophages).

The best results of allo-HSCT for treatment of malignancy have occurred with an HLA-identical sibling donor (also called a matched sibling donor, MSD). Unfortunately, only about 20% of candidate recipients have an MSD available. Due to the tremendous polymorphism of the HLA gene complex, finding an HLA matched unrelated donor (MUD) can be challenging. Searching through a network of unrelated donor registries (over 20 million individuals registered) can identify a MUD for about half of the patients. Patients are most likely to match an individual from the same ethnic background, and those with rare alleles or linkages or from minority or mixed ethnicities are unlikely to have a MUD identified [2]. The best results with MUD transplants have been achieved with HLA A, B, C, and DR matched donors using high-resolution (allele level) typing, with recent reported outcomes similar to those achieved with MSD [3–6].

For patients with nonavailable MSD or MUD, umbilical cord blood (CB) is a potential alternative source of hematopoietic stem cells [7]. Immunologically naïve CB lymphocytes are less prone to produce GVHD than are cells from adult donors. Based on this concept, CB transplants can be successfully performed with a less stringent HLA match (HLA A, B, and DR antigens). However, a cord blood unit has a relatively low stem cell dose, which results in slower hematopoietic and immune recovery after HSCT [8]. Recent studies involving transplantation of two or more CB units to increase the stem cell dose have allowed use of CB transplants for adult recipients [9]. Centers focusing on CB transplantation have reported results similar to those obtained with adult MUD transplants.

Another option is the use of haploidentical related donors. Parents, children, and half siblings are haploidentical, so most patients will have a haploidentical donor available. Historically, haploidentical transplants were associated with a prohibitively high rate of rejection and GVHD. T-cell-depleted peripheral blood progenitor transplants have a low rate of GVHD, but these transplants are associated with a higher rate of rejection, slow immune recovery, and a substantial risk of treatment-related mortality [10]. This approach has been successful in children, but few centers actively pursue this strategy in adults. A major recent advance involves the use of unmodified haploidentical HSCT with posttransplant treatment with cyclophosphamide, tacrolimus, and mycophenolate. The cyclophosphamide is given on days 3 and 4 post-transplant to target and eliminate proliferating alloreactive T cells. This regimen produces a low rate of severe acute and chronic GVHD and treatment-related morbidity/mortality. Recent results are comparable to matched unrelated donor transplants [11, 12]. At this point, an acceptable related or unrelated donor can be identified for almost all patients in need of an allo-HSCT. Each donor source has a unique set of advantages and disadvantages (Table 15.1).

Historical perspective

By the mid-20th century, clinicians treating hematologic neoplasms understood that hematologic malignancies exhibit a dose response relationship to radiation and alkylating agent–based chemotherapy, with higher doses producing greater responses. However, irreversible marrow suppression was the dose-limiting toxicity; this could be overcome by autologous or allogeneic HSCT. Allogeneic HSCT can also mediate an immune GVM effect, where donor-derived immune cells react against recipient malignant cells [13]. Groundbreaking work by Medawar *et al.*, Thomas *et al.*, and others in demonstrating immune tolerance and mechanism of graft rejection by effector immune cells paved the way for clinical trials with hematopoietic stem cells in humans.

Early clinical trials explored the utility of myeloablative preparative regimens using a combination of drugs and/or total body radiation designed to eradicate the malignancy, knowing that it would also ablate the recipient's normal hematopoietic cells. The transplant was given to provide hematopoietic stem cells needed to restore hematopoiesis. High doses of alkylating agents (cyclophosphamide, busulfan, and melphalan) and/or total-body irradiation in different permutations were generally used as the preparative regimen [14, 15].

Hematologic malignancies are most common in older patients who cannot tolerate the toxicity of myeloablative preparative regimens. With the appreciation that much of the benefit of HSCT is derived from the immune donor–derived GVM

Table 15.1 Comparison of advantages and disadvantages with different donors.

Donor	*Likelihood of Availability of Donor Based on the Level of HLA Match*	*Access to Stem Cells and Donors*	*Cost*	*Time to Engraftment*	*GVHD Risk*	*Immune Reconstitution*
MRD	Caucasian - 75% African American - 19% Hispanic American - 34% South Asian - 33% Pacific Islander - 27% (8/8 match)	Fast and easy	Low	Quick	Small	Quick
MUD	Caucasian - 97% African American - 76% Hispanic American - 80% South Asian - 84% Pacific Islander - 72% (7/8 match)	Slow	High	Quick (slightly slower than MRD)	Moderate	Quick (slightly slower than MRD)
Cord blood	For adult patients (6/6 match): Caucasian - 17% African American- 2% Hispanic American - 5% South Asian - 3% Pacific Islander - 3% For adult patients (5/6 match): Caucasian - 66% African American - 24% Hispanic American - 43% South Asian - 37% Pacific Islander - 32%	Fast and easy	Very high	Slow	Small	Slower than MRD and MUD
Haplo-identical	Universal (>90%)	Fast and easy	Low to moderate	Quick	Small (posttransplant cytoxan era)	Slower than MRD, MUD, and cord blood

Note: MRD = matched related donor; MUD = matched unrelated donor; HLA = human leucocyte antigen; GVHD = graft-versus-host disease.

effect, lower dose nonmyeloablative or reduced-intensity conditioning regimens have been developed. This has allowed HSCT to be performed in older patients, up to age 75, and those with comorbidities that would preclude them receiving myeloablative conditioning. Although the relapse rate is higher with reduced intensity conditioning, the risk of transplant-related mortality is lower, and overall survival is generally comparable with the two approaches.

Improvements in supportive care involving treatments for infections and immunosuppressive therapies have decreased the risk for treatment-related mortality and have progressively improved survival over the last several decades [16]. Unfortunately, there has not been substantial improvement in the risk of relapse of malignancy posttransplant, and there is major interest to improve efficacy of the preparative regimen and augment GVM effects.

Mechanism of GVM effect

Alloreactive T cells can recognize disparate major and minor histocompatibility antigens on the malignant cells of recipient origin. NK cells also participate. A large International Bone Marrow Transplant Registry study ($n = 2{,}254$) comprising patients with acute myeloid leukemia (AML) and acute lymphoid leukemia in first complete remission (CR), and chronic myeloid leukemia (CML) in first chronic phase offered pivotal insights regarding the mechanism of GVM [17]. Allo-HSCT in this study was associated with a lower rate of relapse than were syngeneic transplants, indicating that alloantigens are likely the targets of GVM. T cell depleted transplants have a higher relapse rate in CML, lymphoma, and many other malignancies, showing that T cells are important effector cells in this process. Several studies show no increase in relapse with T cell depleted transplants for AML, and NK cells are believed to be the major mediators of GVM in this setting. Alloreactive cells may also react with recipient normal tissues and produce GVHD. Clinically, GVM is primarily associated with chronic GVHD. A major goal is to separate the benefits of GVM from the morbidity associated with GVHD.

The concept of GVM with allo-SCT has best been demonstrated for hematologic malignancies but has also been reported for renal cell carcinoma and selected other solid tumors. The risks of allogeneic transplantation currently outweigh the benefit for solid tumors, but this approach may be reconsidered as treatment-related complications become better controlled or prevented. The GVM effect and GVHD are intertwined, but the antineoplastic effects of HSCT are potentially independent of GVHD. Ongoing research is designed to induce GVM while simultaneously controlling GVHD.

Clinical evidence of increased relapse risk in recipients of HSCT from a twin donor and with T-cell-depleted transplants compared to T-cell-replete allogeneic grafts, suggests donor T cells play a critical role in mediating both the GVHD and GVT effects [17–19]. Donor T cell activation following HSCT requires recognition of major or minor histocompatibility antigens as a critical first step. This process is mediated by the highly polymorphic HLA antigens located on chromosome 6. In HLA-identical transplants, T cell response is mainly targeted against the minor histocompatibility antigens originating from polymorphism in the MHC region and is thought to be directed against peptide presented on the surface of HLA antigens (Figure 15.2). In contrast, with HLA mismatched stem cell transplantation (SCT), donor T cells can react against major and minor histocompatibility disparities [20, 21]. Once activated, T cells (CD 4+ and CD 8+) attack recipient neoplastic cells by either a direct cytolytic action or by a cytokine-derived cellular destruction. Cytolytic actions in CD8-positive T cells target leukemic cell destruction by perforin/granzyme-assisted degranulation, Fas–fas ligand interactions that ultimately culminate in apoptotic cell death and inflammatory cytokine release [22]. Other important mediators include NK cells, which have complementary effects to T cells, eliminating malignant cells that downregulate HLA molecules. Dendritic cells, macrophages, and antibodies may also play a role as discussed in other chapters in this book.

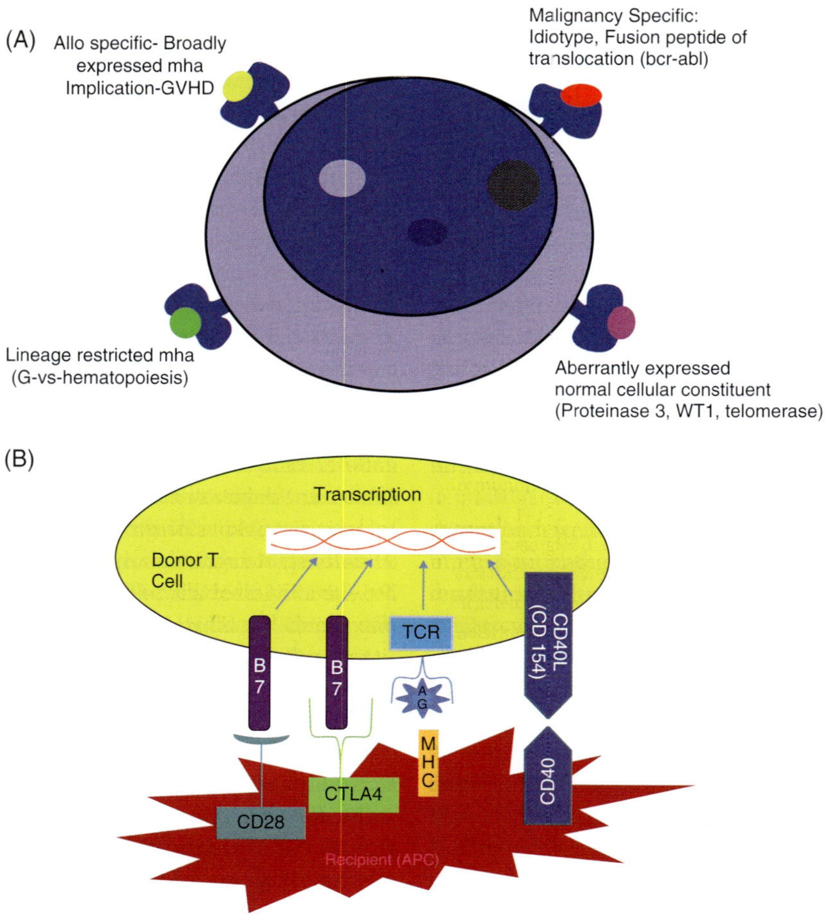

Figure 15.2 **A.** Targets for graft versus malignancy (GVM) could be broadly expressed allo-minor histocompatibility antigens (mha), lineage-restricted major histocompatibility complex (MHC) antigens, malignancy-specific peptides, or aberrantly expressed normal cellular constituents by antigen presenting cells. **B.** Donor T cell response to antigens (AG) presented by MHC on recipient's antigen-presenting cells (APC) is regulated either by the stimulatory interaction between the cluster of differentiation (CD)-28 and B7 molecules or an inhibitory response with the interaction of cytotoxic T lymphocyte associated (CTLA)-4 protein with the B7 molecule. Interaction between costimulatory CD40 molecule with its ligand CD40L (CD154) is also critical in initiating T cell downstream signaling pathways.

Indications for HSCT

Nonmalignant diseases

Allogeneic hematopoietic transplantation can be used to treat congenital and acquired diseases of the hematopoietic and immune systems. It is the standard of care for bone marrow failure states, such as aplastic anemia [23] and severe combined immune deficiency [24]. It is effective for sickle cell anemia and hemoglobinopathies, although the benefits of replacing the defective erythrocytes must be weighed against the risks of the transplant [25]. High-dose chemotherapy and autologous hematopoietic transplantation temporarily ablates and resets the immune system, and can provide remissions in a range of autoimmune diseases, including multiple sclerosis [26] and scleroderma [27].

Malignant diseases

Hematopoietic transplants are primarily used for treatment of cancer. Details about differences in clinical outcomes with reduced-intensity conditioning and myeloablative conditioning is beyond the purview of this chapter, as this has been extensively reviewed [28]. The main emphasis would remain on offering insights about the clinical benefits of allo-HSCT as an immunotherapeutic modality.

Acute myeloid leukemia (AML) [29]

AML is the commonest indication for allo-HSCT. Chemotherapy alone for AML can cure a minority of patients, and leukemia relapse occurs in most patients. By integrating cytogenetics and molecular data, AML patients are now broadly stratified into three risk groups with distinct survival patterns: (1) favorable, (2) intermediate, and (3) adverse [29, 30]. The favorable group has the best reported survival, ranging from 55% to 65%, and the adverse group has the least survival with reported outcomes in the range of 5%–15% [31, 32]. Allo-HSCT has been documented to reduce relapse rates and is considered a standard of care for patients with intermediate and high-risk cytogenetic and several molecular abnormalities [22, 32]. Allo-HSCT is not recommended in the favorable risk group unless the patient fails to achieve complete remission or has residual disease. In contrast, HSCT is considered the best consolidative strategy for patients in the adverse risk group [33]. There is controversy regarding management of patients with intermediate-risk AML. Some studies indicate that individuals with normal karyotype and nucleophosmin 1 (NPM1) mutation or CEBPA mutation without the presence of FLT-3 mutation may fare as well with chemotherapy. However, the presence of a mutant FLT3-ITD mutation confers a poor prognosis, and allo-HSCT has produced improved progression-free survival [34].

The intensity of the preparative regimen is important in preventing relapse. For most of the patients, if they are medically fit and or young, high-dose myeloablative conditioning that utilizes busulfan in combination with cyclophosphamide or fludarabine, or high-dose total-body radiation is recommended [35, 36].

A recent Blood and Marrow Transplant Clinical Trials Network study (BMT CTN #0901) (https://clinicaltrials.gov/ct2/show/NCT01339910) showed that myeloablative conditioning produced improved progression-free survival in patients up to age 60. Considering that the median age for AML diagnosis is over 67 years, myeloablative conditioning is feasible only for a minority of patients. Reduced-intensity conditioning (RIC) regimens have made SCT a feasible option for many elderly and medically infirm patients. In a large Center for International Blood and Marrow Transplant Research (CIBMTR) study (age 60–70 years), RIC was shown to have a lower risk of relapse (32% vs 81%, $p<.01$) and a longer leukemia-free survival (32% vs 15%, $p=.001$) compared with individuals receiving chemotherapy in first complete remission [37]. There is a higher rate of leukemia relapse with RIC regimens compared to myeloablative conditioning, but the rate of treatment related mortality is improved [37].

Myelodysplastic syndrome (MDS)

MDS is predominantly a disease of the elderly, with a median age of diagnosis of approximately 75 years. An international prognostic system built on percentage of bone marrow blasts, cytopenias, and karyotype stratifies patients into low, intermediate-1, intermediate-2, and high risk groups [38]. Based on this stratification, for low and intermediate-1 groups, long-term disease control can be achieved with upfront nontransplant options (hypomethylating agents, lenalidomide (Revlimid), etc.) with HSCT delayed until leukemic transformation or worsening disease features, such as transfusion dependence or failure of nontransplant options. In contrast, early HSCT is usually recommended for intermediate-2 and high risk groups [39, 40]. Since approximately 80% of patients diagnosed with MDS are >60 years of age, the impact of age on HSCT outcomes has been examined. CIBMTR performed a large registry-based study and noted two-year overall survival (OS) of 42%, 35%, 45%, and 38% for age groups 40–54, 55–59, 60–64, and ≥65 years of age, respectively [41]. In this analysis, age had no significant impact on survival. Based on this report, within its limitations, recipient age alone is not considered prohibitive for MDS patients seeking HSCT. For patients who cannot receive myeloablative conditioning, reduced intensity regimens can be offered with similar expected outcomes [42].

Myelofibrosis

Myelofibrosis is the advanced stage of myeloproliferative neoplasms and can occur as a primary clonal disorder or evolve from a pre-existing polycythemia vera or essential thrombocythemia. Although targeted agents like Jak2 inhibitors and cytokine therapy can control symptoms and reduce organomegaly, these treatments do not eradicate the disease. Allo-HSCT is considered a cornerstone option as a potentially curative treatment for myelofibrosis. Results are related to the stage of the disease at the time of transplant. Reported five-year survival is 37%, 30%, and 40%, and progression-free survival is 33%, 27%, and 22%, respectively, with MSD, MUD, and alternative donors in the CIBMTR analysis. Even with the application of RIC, similar progression-free survival (39% at five years) can be achieved [43].

Acute lymphoblastic leukemia (ALL)

GVM effects with allo-HSCT are less potent in ALL compared to other malignancies, but allo-HSCT is an effective strategy in patients with ALL at high risk of relapse or who recur [44, 45]. In one large multicenter prospective study, MSD allo-HSCT for ALL patients in first remission was associated with a survival benefit (53% vs 45%, $p = .01$) in comparison with patients who had no available MSD and received either consolidation chemotherapy or auto-transplantation. In contrast, allo-HSCT has shown improved outcomes for high-risk groups in most other studies and in a meta-analysis [46]. For patients who cannot tolerate full myeloablative conditioning, reduced intensity regimens offer an alternative with similar outcomes [47, 48].

In recent years, several practice-changing developments have significantly improved the management of patients with ALL without hematopoietic transplantation. Improved chemotherapy regimens have been developed using pediatric-inspired protocols with higher CR rates and improved survival compared to traditional chemotherapy [49]. Promising new agents are being evaluated, such as tyrosine kinase inhibitors, monoclonal antibodies, and bispecific agents including blinatumomab [50, 51]. There is also improvement in prognostic risk assessment, including recognition of high-risk forms of ALL and determination of the dominant prognostic impact of minimal residual disease detection [52]. An analysis of the Group for Research on Adult Acute Lymphoblastic Leukemia (GRAALL) multicenter studies found the presence of minimal residual disease as the major adverse risk factor justifying use of allo-HSCT for patients in first remission [53]. Allo-HSCT is also indicated for treatment of Philadelphia chromosome–positive ALL, early thymic precursor T ALL, and Philadelphia-like ALL, which have poor prognosis with chemotherapy alone [54].

Collectively, all these new developments emphasize the need for additional randomized studies that can address the optimal timing of allo-HSCT for ALL patients in the modern era.

Chronic myeloid leukemia (CML)

Allo-HSCT is a potentially curative treatment for CML and was considered the standard of care for this malignancy during the late 20th century [55]. CML is very sensitive to the immunologic GVM effects [56, 57]. This was demonstrated by the efficacy of donor lymphocyte infusions to reinduce durable molecular complete remissions in patients who relapse after an allo-SCT [58]. The introduction of imatinib to molecularly target the BCR-ABL tyrosine kinase has revolutionized the treatment of this disease and provided a safer and effective treatment for CML, providing durable disease control for most patients. After imatinib, multiple other oral tyrosine kinase inhibitors (TKIs) (dasatinib, ponatinib, nilotinib, and bosutinib) have also been effective in treatment of CML, and second-line TKI treatment can provide durable disease control in some patients resistant to imatinib. Allogeneic HSCT is now reserved for patients who are intolerant to TKIs, have failed to respond optimally to TKIs, or who have transformed to accelerated or blastic phase [59, 60]. A large CIBMTR analysis (approximately 50% received prior imatinib) showed prolonged disease-free survival (DFS) with allo-HSCT in patients with advanced CML in second chronic phase (35%–40%), accelerated phase (26%–27%), and blastic phase

(8%–11%) [61]. Improved DFS and OS was reported for allo-HSCT compared to TKI in accelerated phase CML [62]. There is also emerging evidence that suggest post-SCT TKI treatment may reduce the risk of relapse of CML, particularly for those with advanced disease [63, 64].

Lymphomas

Allo-HSCT is an effective treatment for selected patients with advanced lymphomas and Hodgkin disease. Allo-HSCT has been highly effective in advanced follicular lymphomas, with >80% DFS in several studies utilizing RIC. Indolent B-cell lymphomas are also susceptible to the GVM effect. Some patients with relapse post allo-HSCT have responded to withdrawal of immunosuppression or use of donor lymphocyte infusions [65, 66]. This observation has been further validated in large retrospective studies that compared outcomes of allo- versus auto-HSCT for non-Hodgkin lymphomas, impact of T-cell-depleted grafts on the potency of GVM and frequent association of GVHD, and protection from relapse [67, 68]. In general, the greatest GVM effects are seen in patients with chemotherapy-responsive, low-tumor-burden, indolent non-Hodgkin lymphoma [68, 69]. Allo-HSCT is also effective in patients with chemotherapy responsive Hodgkin's lymphoma that has recurred after autologous SCT (3 yr OS and DFS of 43% and 25%, respectively) [70].

Unfortunately, the GVM effect in lymphomas is offset by the risks of treatment-related morbidity and mortality [71, 72]. Since RIC has been highly effective and associated with less toxicity than myeloablative regimens, RIC regimens are generally recommended for indolent lymphomas [73, 74].

Diffuse large B-cell lymphomas are less susceptible to GVM than the indolent lymphomas. Allo-HSCT does not appear to have an advantage to auto-HSCT for these patients [75].

Multiple myeloma

There have been substantial improvements in the treatment of multiple myeloma, but it is still considered an incurable disease. Chemotherapy can achieve an initial response in most patients [76, 77]. Consolidation therapy using high-dose melphalan and auto-HSCT can increase the fraction achieving complete remission, prolong the time to progression, and increase survival [78]. Maintenance therapy, generally with lenalidomide, further prolongs remission duration [79]. Unfortunately, the majority of multiple myeloma patients relapse despite this treatment. Allo-HSCT has been evaluated in patients with myeloma. There is evidence of a GVM effect, as demonstrated by responses to donor lymphocyte infusion [80]. Multiple myeloma is generally a disease of older people. Myeloablative allo-HSCT can produce durable CR in some patients, but is associated with a high rate of treatment-related morbidity and mortality (34%–53%) [81–83]. Reduced intensity conditioning is better tolerated but has a higher rate of relapse than with myeloablative conditioning. A strategy of tandem transplants, using an auto-HSCT for initial cytoreduction, followed by a reduced-intensity allo-HSCT to induce the GVM effect has been extensively studied [84]. This approach results in complete remission in approximately 60%, with an 18% rate of treatment-related mortality [85]. There have been several randomized studies comparing tandem auto-allo transplants with chemotherapy; results are mixed. The largest study, conducted by the BMT CTN, did not show an advantage with the tandem auto-allogeneic transplant compared to tandem autologous transplants. At present, this approach is not recommended for initial treatment of multiple myeloma outside of a clinical trial. Despite these limitations, allo-HSCT retains a curative potential in a subset of patients with advanced multiple myeloma. Allo-HSCT is an appropriate option for patients with chemosensitive relapse of multiple myeloma, and about 20% of patients achieve a durable complete remission.

Solid organ tumors

Allo-HSCT may also produce a GVM effect against solid tumors, although this has generally not been as potent as with hematologic malignancies (Table 15.2) [86]. Several small case series of patients with concomitant breast cancer showing excellent tumor response post-HSCT were reported [87, 88]. Despite initial enthusiasm, concerns about immediate toxicity and limited

Table 15.2 Graft-versus-Malignancy Effects.

Level of Activity	*Diseases*
High	CML, CLL, low-grade lymphomas, mantle cell lymphoma
Intermediate	AML, intermediate grade lymphoma, Hodgkin lymphoma, plasma cell disorders
Low	ALL, high-grade lymphomas, and solid organ neoplasms

Source: Gragert *et al.*, 2014 [2].
Note: CML = chronic myeloid leukemia; CLL = chronic lymphocytic leukemia; AML = acute lymphoblastic leukemia.

efficacy of tumor regression with myeloablative conditioning allo-SCT for solid organ tumors hampered its widespread application [89]. Studies at the National Institutes of Health in Bethesda using RIC regimens examined allo-HSCT for a subset of tumors that are highly likely to respond to immunologic modifications. Based on this rationale, metastatic renal cell cancer, which had a track record of being sensitive to immunotherapy, was the first tumor studied; a high response rate (40%) was reported, with several patients attaining CR [90]. These findings were confirmed in data of another large registry, which demonstrated 28% tumor response and 30% OS at 2 years [91]. However, given the risks of GVHD and a 10%–20% risk of nonrelapse mortality, the overall survival of patients has not been improved, and this approach is not currently considered a standard of care for renal cell cancer.

Allo-HSCT has also been explored in other solid tumors with only modest response rates [92]. Allo-HSCT is not recommended for treatment of solid tumors, outside of the context of a clinical trial.

Conclusions

Allo-HSCT is an advanced form of adoptive immunotherapy. The donor-derived GVM effect can eradicate drug-resistant cells and produce durable complete remissions in a range of hematologic malignancies. Allo-HSCT is used for high-risk hematologic malignancies where it improves DFS and OS in selected categories of patients. The GVM effect occurs against solid tumors as well but appears much less potent.

Separation of the beneficial GVM effects from the toxicity of GVHD is the highest priority in hematopoietic transplantation. New approaches for conditioning regimens, GVHD prophylaxis, immunomodulatory treatments, and cellular immunotherapy are undergoing evaluation.

References

1. Khan F, Agarwal A, Agrawal S. Significance of chimerism in hematopoietic stem cell transplantation: new variations on an old theme. Bone Marrow Transplant. 2004;34(1):1–12.
2. Gragert L, Eapen M, Williams E, Freeman J, Spellman S, Baitty R, et al. HLA match likelihoods for hematopoietic stem-cell grafts in the U.S. registry. N Engl J Med. 2014;371(4):339–48.
3. Lee SJ, Klein J, Haagenson M, Baxter-Lowe LA, Confer DL, Eapen M, et al. High-resolution donor-recipient HLA matching contributes to the success of unrelated donor marrow transplantation. Blood. 2007;110(13):4576–83.
4. Flomenberg N, Baxter-Lowe LA, Confer D, Fernandez-Vina M, Filipovich A, Horowitz M, et al. Impact of HLA class I and class II high-resolution matching on outcomes of unrelated donor bone marrow transplantation: HLA-C mismatching is associated with a strong adverse effect on transplantation outcome. Blood. 2004;104(7):1923–30.
5. Valcarcel D, Sierra J, Wang T, Kan F, Gupta V, Hale GA, et al. One-antigen mismatched related versus HLA-matched unrelated donor hematopoietic stem cell transplantation in adults with acute leukemia: Center for International Blood and Marrow Transplant Research results in the era of molecular HLA typing. Biol Blood Marrow Transplant. 2011;17(5):640–8.
6. Weisdorf D, Spellman S, Haagenson M, Horowitz M, Lee S, Anasetti C, et al. Classification of HLA-matching for retrospective analysis of unrelated donor transplantation: revised definitions to predict survival. Biol Blood Marrow Transplant. 2008;14(7):748–58.
7. Laughlin MJ, Eapen M, Rubinstein P, Wagner JE, Zhang MJ, Champlin RE, et al. Outcomes after transplantation of cord blood or bone marrow from unrelated donors in adults with leukemia. N Engl J Med. 2004;351(22):2265–75.
8. Ballen KK, Gluckman E, Broxmeyer HE. Umbilical cord blood transplantation: the first 25 years and beyond. Blood. 2013;122(4):491–8.
9. Brunstein CG, Barker JN, Weisdorf DJ, DeFor TE, Miller JS, Blazar BR, et al. Umbilical cord blood transplantation after nonmyeloablative conditioning: impact on transplantation outcomes in 110 adults with hematologic disease. Blood. 2007;110(8):3064–70.

10. Aversa F, Terenzi A, Tabilio A, Falzetti F, Carotti A, Ballanti S, et al. Full haplotype-mismatched hematopoietic stem-cell transplantation: a phase II study in patients with acute leukemia at high risk of relapse. J Clin Oncol. 2005;23(15):3447–54.
11. Luznik L, O'Donnell PV, Symons HJ, Chen AR, Leffell MS, Zahurak M, et al. HLA-haploidentical bone marrow transplantation for hematologic malignancies using nonmyeloablative conditioning and high-dose, post-transplantation cyclophosphamide. Biol Blood Marrow Transplant. 2008;14(6):641–50.
12. Ciurea SO, Zhang MJ, Bacigalupo AA, Bashey A, Appelbaum FR, Aljitawi OS, et al. Haploidentical transplant with posttransplant cyclophosphamide vs matched unrelated donor transplant for acute myeloid leukemia. Blood. 2015;126(8):1033–40.
13. Barnes DW, Corp MJ, Loutit JF, Neal FE. Treatment of murine leukaemia with X rays and homologous bone marrow; preliminary communication. Br Med J. 1956;2(4993):626–7.
14. Graw RG, Jr., Lohrmann HP, Bull MI, Decter J, Herzig GP, Bull JM, et al. Bone-marrow transplantation following combination chemotherapy immunosuppression (B.A.C.T.) in patients with acute leukemia. Transplant Proc. 1974;6(4):349–54.
15. Santos GW, Tutschka PJ, Brookmeyer R, Saral R, Beschorner WE, Bias WB, et al. Marrow transplantation for acute nonlymphocytic leukemia after treatment with busulfan and cyclophosphamide. N Engl J Med. 1983;309(22):1347–53.
16. Remberger M, Ackefors M, Berglund S, Blennow O, Dahllof G, Dlugosz A, et al. Improved survival after allogeneic hematopoietic stem cell transplantation in recent years. A single-center study. Biol Blood Marrow Transplant. 2011;17(11):1688–97.
17. Horowitz MM, Gale RP, Sondel PM, Goldman JM, Kersey J, Kolb HJ, et al. Graft-versus-leukemia reactions after bone marrow transplantation. Blood. 1990;75(3): 555–62.
18. Saber W, Opie S, Rizzo JD, Zhang MJ, Horowitz MM, Schriber J. Outcomes after matched unrelated donor versus identical sibling hematopoietic cell transplantation in adults with acute myelogenous leukemia. Blood. 2012;119(17):3908–16.
19. Champlin RE, Passweg JR, Zhang MJ, Rowlings PA, Pelz CJ, Atkinson KA, et al. T-cell depletion of bone marrow transplants for leukemia from donors other than HLA-identical siblings: advantage of T-cell antibodies with narrow specificities. Blood. 2000;95(12):3996–4003.
20. Archbold JK, Macdonald WA, Miles JJ, Brennan RM, Kjer-Nielsen L, McCluskey J, et al. Alloreactivity between disparate cognate and allogeneic pMHC-I complexes is the result of highly focused, peptide-dependent structural mimicry. J Biol Chem. 2006;281(45): 34324–32.
21. Goulmy E, Schipper R, Pool J, Blokland E, Falkenburg JH, Vossen J, et al. Mismatches of minor histocompatibility antigens between HLA-identical donors and recipients and the development of graft-versus-host disease after bone marrow transplantation. N Engl J Med. 1996;334(5):281–5.
22. Ringden O, Karlsson H, Olsson R, Omazic B, Uhlin M. The allogeneic graft-versus-cancer effect. Br J Haematol. 2009;147(5):614–33.
23. Champlin RE, Perez WS, Passweg JR, Klein JP, Camitta BM, Gluckman E, et al. Bone marrow transplantation for severe aplastic anemia: a randomized controlled study of conditioning regimens. Blood. 2007;109(10):4582–5.
24. Rappeport JM, O'Reilly RJ, Kapoor N, Parkman R. Hematopoietic stem cell transplantation for severe combined immune deficiency or what the children have taught us. Hematology/Oncology Clinics of North America. 2011;25(1):17–30.
25. Anurathapan U, Hongeng S, Pakakasama S, Sirachainan N, Songdej D, Chuansumrit A, et al. Hematopoietic stem cell transplantation for homozygous beta-thalassemia and beta-thalassemia/hemoglobin E patients from haploidentical donors. Bone Marrow Transplant. 2016;51(6):813–8.
26. Nash RA, Hutton GJ, Racke MK, Popat U, Devine SM, Griffith LM, et al. High-dose immunosuppressive therapy and autologous hematopoietic cell transplantation for relapsing-remitting multiple sclerosis (HALT-MS): a 3-year interim report. JAMA Neurol. 2015;72(2): 159–69.
27. Sullivan KM, Shah A, Sarantopoulos S, Furst DE. Review: Hematopoietic stem cell transplantation for scleroderma: effective immunomodulatory therapy for patients with pulmonary involvement. Arthritis & Rheumatology. 2016;68(10):2361–71.
28. Pingali SR, Champlin RE. Pushing the envelope: nonmyeloablative and reduced intensity preparative regimens for allogeneic hematopoietic transplantation. Bone Marrow Transplant. 2015;50(9):1157–67.
29. Dohner H, Estey E, Grimwade D, Amadori S, Appelbaum FR, Buchner T, et al. Diagnosis and management of AML in adults: 2017 ELN recommendations from an international expert panel. Blood. 2017;129(4):424–47.
30. Mrozek K, Marcucci G, Nicolet D, Maharry KS, Becker H, Whitman SP, et al. Prognostic significance of the European LeukemiaNet standardized system for reporting cytogenetic and molecular alterations in adults with acute myeloid leukemia. J Clin Oncol. 2012;30(36): 4515–23.
31. Byrd JC, Mrozek K, Dodge RK, Carroll AJ, Edwards CG, Arthur DC, et al. Pretreatment cytogenetic abnormalities

are predictive of induction success, cumulative incidence of relapse, and overall survival in adult patients with de novo acute myeloid leukemia: results from Cancer and Leukemia Group B (CALGB 8461). Blood. 2002;100(13):4325–36.
32. Grimwade D, Hills RK, Moorman AV, Walker H, Chatters S, Goldstone AH, et al. Refinement of cytogenetic classification in acute myeloid leukemia: determination of prognostic significance of rare recurring chromosomal abnormalities among 5876 younger adult patients treated in the United Kingdom Medical Research Council trials. Blood. 2010;116(3):354–65.
33. Koreth J, Schlenk R, Kopecky KJ, Honda S, Sierra J, Djulbegovic BJ, et al. Allogeneic stem cell transplantation for acute myeloid leukemia in first complete remission: systematic review and meta-analysis of prospective clinical trials. JAMA. 2009;301(22):2349–61.
34. Schlenk RF, Dohner K, Krauter J, Frohling S, Corbacioglu A, Bullinger L, et al. Mutations and treatment outcome in cytogenetically normal acute myeloid leukemia. N Engl J Med. 2008;358(18):1909–18.
35. Copelan EA, Hamilton BK, Avalos B, Ahn KW, Bolwell BJ, Zhu X, et al. Better leukemia-free and overall survival in AML in first remission following cyclophosphamide in combination with busulfan compared with TBI. Blood. 2013;122(24):3863–70.
36. Bredeson C, LeRademacher J, Kato K, Dipersio JF, Agura E, Devine SM, et al. Prospective cohort study comparing intravenous busulfan to total body irradiation in hematopoietic cell transplantation. Blood. 2013;122(24): 3871–8.
37. Farag SS, Maharry K, Zhang MJ, Perez WS, George SL, Mrozek K, et al. Comparison of reduced-intensity hematopoietic cell transplantation with chemotherapy in patients age 60-70 years with acute myelogenous leukemia in first remission. Biol Blood Marrow Transplant. 2011;17(12):1796–803.
38. Greenberg PL, Tuechler H, Schanz J, Sanz G, Garcia-Manero G, Sole F, et al. Revised international prognostic scoring system for myelodysplastic syndromes. Blood. 2012;120(12):2454–65.
39. Bachegowda L, Gligich O, Mantzaris I, Schinke C, Wyville D, Carrillo T, et al. Signal transduction inhibitors in treatment of myelodysplastic syndromes. J Hematol Oncol. 2013;6:50.
40. Cutler C. Timing of allogeneic stem cell transplantation for myelodysplastic syndromes and aplastic anemia. Hematology Am Soc Hematol Educ Program. 2014;2014(1):77–81.
41. McClune BL, Weisdorf DJ, Pedersen TL, Tunes da Silva G, Tallman MS, Sierra J, et al. Effect of age on outcome of reduced-intensity hematopoietic cell transplantation for older patients with acute myeloid leukemia in first complete remission or with myelodysplastic syndrome. J Clin Oncol. 2010;28(11):1878–87.
42. Luger SM, Ringden O, Zhang MJ, Perez WS, Bishop MR, Bornhauser M, et al. Similar outcomes using myeloablative vs reduced-intensity allogeneic transplant preparative regimens for AML or MDS. Bone Marrow Transplant. 2012;47(2):203–11.
43. Ballen KK, Shrestha S, Sobocinski KA, Zhang MJ, Bashey A, Bolwell BJ, et al. Outcome of transplantation for myelofibrosis. Biol Blood Marrow Transplant. 2010;16(3):358–67.
44. Kahl C, Storer BE, Sandmaier BM, Mielcarek M, Maris MB, Blume KG, et al. Relapse risk in patients with malignant diseases given allogeneic hematopoietic cell transplantation after nonmyeloablative conditioning. Blood. 2007;110(7):2744–8.
45. Goldstone AH, Richards SM, Lazarus HM, Tallman MS, Buck G, Fielding AK, et al. In adults with standard-risk acute lymphoblastic leukemia, the greatest benefit is achieved from a matched sibling allogeneic transplantation in first complete remission, and an autologous transplantation is less effective than conventional consolidation/maintenance chemotherapy in all patients: final results of the International ALL Trial (MRC UKALL XII/ ECOG E2993). Blood. 2008;111(4): 1827–33.
46. Yanada M, Matsuo K, Suzuki T, Naoe T. Allogeneic hematopoietic stem cell transplantation as part of postremission therapy improves survival for adult patients with high-risk acute lymphoblastic leukemia: a meta-analysis. Cancer. 2006;106(12):2657–63.
47. Martino R, Giralt S, Caballero MD, Mackinnon S, Corradini P, Fernandez-Aviles F, et al. Allogeneic hematopoietic stem cell transplantation with reduced-intensity conditioning in acute lymphoblastic leukemia: a feasibility study. Haematologica. 2003;88(5):555–60.
48. Mohty M, Labopin M, Tabrizzi R, Theorin N, Fauser AA, Rambaldi A, et al. Reduced intensity conditioning allogeneic stem cell transplantation for adult patients with acute lymphoblastic leukemia: a retrospective study from the European Group for Blood and Marrow Transplantation. Haematologica. 2008;93(2):303–6.
49. Stock W. Adolescents and young adults with acute lymphoblastic leukemia. Hematology Am Soc Hematol Educ Program. 2010;2010:21–9.
50. Kantarjian HM, DeAngelo DJ, Stelljes M, Martinelli G, Liedtke M, Stock W, et al. Inotuzumab ozogamicin versus standard therapy for acute lymphoblastic leukemia. N Engl J Med. 2016;375(8):740–53.
51. Hunger SP, Mullighan CG. Acute lymphoblastic leukemia in children. N Engl J Med. 2015;373(16): 1541–52.
52. Bruggemann M, Raff T, Kneba M. Has MRD monitoring superseded other prognostic factors in adult ALL? Blood. 2012;120(23):4470–81.
53. Chalandon Y, Thomas X, Hayette S, Cayuela JM, Abbal C, Huguet F, et al. Randomized study of reduced-intensity

chemotherapy combined with imatinib in adults with Ph-positive acute lymphoblastic leukemia. Blood. 2015;125(24):3711–9.
54. Paul S, Kantarjian H, Jabbour EJ. Adult acute lymphoblastic leukemia. Mayo Clin Proc. 2016;91(11):1645–66.
55. Arora M, Weisdorf DJ, Spellman SR, Haagenson MD, Klein JP, Hurley CK, et al. HLA-identical sibling compared with 8/8 matched and mismatched unrelated donor bone marrow transplant for chronic phase chronic myeloid leukemia. J Clin Oncol. 2009;27(10):1644–52.
56. Clift RA, Buckner CD, Thomas ED, Doney K, Fefer A, Neiman PE, et al. Treatment of chronic granulocytic leukaemia in chronic phase by allogeneic marrow transplantation. Lancet. 1982;2(8299):621–3.
57. McGlave PB, Arthur DC, Kim TH, Ramsay NK, Hurd DD, Kersey J. Successful allogeneic bone-marrow transplantation for patients in the accelerated phase of chronic granulocytic leukaemia. Lancet. 1982;2(8299):625–7.
58. Kolb HJ, Schattenberg A, Goldman JM, Hertenstein B, Jacobsen N, Arcese W, et al. Graft-versus-leukemia effect of donor lymphocyte transfusions in marrow grafted patients. Blood. 1995;86(5):2041–50.
59. Caldemeyer L, Dugan M, Edwards J, Akard L. Long-term side effects of tyrosine kinase inhibitors in chronic myeloid leukemia. Current Hematologic Malignancy Reports. 2016;11(2):71–9.
60. Corbin AS, Agarwal A, Loriaux M, Cortes J, Deininger MW, Druker BJ. Human chronic myeloid leukemia stem cells are insensitive to imatinib despite inhibition of BCR-ABL activity. J Clin Invest. 2011;121(1):396–409.
61. Khoury HJ, Kukreja M, Goldman JM, Wang T, Halter J, Arora M, et al. Prognostic factors for outcomes in allogeneic transplantation for CML in the imatinib era: a CIBMTR analysis. Bone Marrow Transplant. 2012;47(6):810–6.
62. Jiang Q, Xu LP, Liu DH, Liu KY, Chen SS, Jiang B, et al. Imatinib mesylate versus allogeneic hematopoietic stem cell transplantation for patients with chronic myelogenous leukemia in the accelerated phase. Blood. 2011;117(11):3032–40.
63. Nakasone H, Kanda Y, Takasaki H, Nakaseko C, Sakura T, Fujisawa S, et al. Prophylactic impact of imatinib administration after allogeneic stem cell transplantation on the incidence and severity of chronic graft versus host disease in patients with Philadelphia chromosome-positive leukemia. Leukemia. 2010;24(6):1236–9.
64. Luo Y, Lai XY, Tan YM, Shi JM, Zhao YM, Han XY, et al. Reduced-intensity allogeneic transplantation combined with imatinib mesylate for chronic myeloid leukemia in first chronic phase. Leukemia. 2009;23(6):1171–4.
65. Grigg AP, Seymour JF. Graft versus Burkitt's lymphoma effect after allogeneic marrow transplantation. Leukemia & Lymphoma. 2002;43(4):889–92.
66. van Besien KW, de Lima M, Giralt SA, Moore DF, Jr., Khouri IF, Rondon G, et al. Management of lymphoma recurrence after allogeneic transplantation: the relevance of graft-versus-lymphoma effect. Bone Marrow Transplant. 1997;19(10):977–82.
67. Chopra R, Goldstone AH, Pearce R, Philip T, Petersen F, Appelbaum F, et al. Autologous versus allogeneic bone marrow transplantation for non-Hodgkin's lymphoma: a case-controlled analysis of the European Bone Marrow Transplant Group Registry data. J Clin Oncol. 1992;10(11):1690–5.
68. Hamadani M, Saber W, Ahn KW, Carreras J, Cairo MS, Fenske TS, et al. Allogeneic hematopoietic cell transplantation for chemotherapy-unresponsive mantle cell lymphoma: a cohort analysis from the center for international blood and marrow transplant research. Biol Blood Marrow Transplant. 2013;19(4):625–31.
69. Khouri IF, McLaughlin P, Saliba RM, Hosing C, Korbling M, Lee MS, et al. Eight-year experience with allogeneic stem cell transplantation for relapsed follicular lymphoma after nonmyeloablative conditioning with fludarabine, cyclophosphamide, and rituximab. Blood. 2008;111(12):5530–6.
70. Robinson SP, Sureda A, Canals C, Russell N, Caballero D, Bacigalupo A, et al. Reduced intensity conditioning allogeneic stem cell transplantation for Hodgkin's lymphoma: identification of prognostic factors predicting outcome. Haematologica. 2009;94(2):230–8.
71. van Besien K, Sobocinski KA, Rowlings PA, Murphy SC, Armitage JO, Bishop MR, et al. Allogeneic bone marrow transplantation for low-grade lymphoma. Blood. 1998;92(5):1832–6.
72. Peniket AJ, Ruiz de Elvira MC, Taghipour G, Cordonnier C, Gluckman E, de Witte T, et al. An EBMT registry matched study of allogeneic stem cell transplants for lymphoma: allogeneic transplantation is associated with a lower relapse rate but a higher procedure-related mortality rate than autologous transplantation. Bone Marrow Transplantation. 2003;31(8):667–78.
73. Khouri IF, Keating M, Korbling M, Przepiorka D, Anderlini P, O'Brien S, et al. Transplant-lite: induction of graft-versus-malignancy using fludarabine-based nonablative chemotherapy and allogeneic blood progenitor-cell transplantation as treatment for lymphoid malignancies. J Clin Oncol. 1998;16(8):2817–24.
74. Khouri IF, Lee MS, Saliba RM, Jun G, Fayad L, Younes A, et al. Nonablative allogeneic stem-cell transplantation for advanced/recurrent mantle-cell lymphoma. J Clin Oncol. 2003;21(23):4407–12.
75. Lazarus HM, Zhang MJ, Carreras J, Hayes-Lattin BM, Ataergin AS, Bitran JD, et al. A comparison of HLA-identical sibling allogeneic versus autologous transplantation

for diffuse large B cell lymphoma: a report from the CIBMTR. Biol Blood Marrow Transplant. 2010;16(1):35–45.
76. Jakubowiak AJ, Dytfeld D, Griffith KA, Lebovic D, Vesole DH, Jagannath S, et al. A phase 1/2 study of carfilzomib in combination with lenalidomide and low-dose dexamethasone as a frontline treatment for multiple myeloma. Blood. 2012;120(9):1801–9.
77. Durie BG, Hoering A, Abidi MH, Rajkumar SV, Epstein J, Kahanic SP, et al. Bortezomib with lenalidomide and dexamethasone versus lenalidomide and dexamethasone alone in patients with newly diagnosed myeloma without intent for immediate autologous stem-cell transplant (SWOG S0777): a randomised, open-label, phase 3 trial. Lancet. 2016.
78. Attal M, Harousseau JL, Stoppa AM, Sotto JJ, Fuzibet JG, Rossi JF, et al. A prospective, randomized trial of autologous bone marrow transplantation and chemotherapy in multiple myeloma. Intergroupe Francais du Myelome. N Engl J Med. 1996;335(2):91–7.
79. McCarthy PL, Owzar K, Hofmeister CC, Hurd DD, Hassoun H, Richardson PG, et al. Lenalidomide after stem-cell transplantation for multiple myeloma. N Engl J Med. 2012;366(19):1770–81.
80. Lokhorst HM, Schattenberg A, Cornelissen JJ, van Oers MH, Fibbe W, Russell I, et al. Donor lymphocyte infusions for relapsed multiple myeloma after allogeneic stem-cell transplantation: predictive factors for response and long-term outcome. J Clin Oncol. 2000;18(16): 3031–7.
81. Bensinger WI, Buckner CD, Anasetti C, Clift R, Storb R, Barnett T, et al. Allogeneic marrow transplantation for multiple myeloma: an analysis of risk factors on outcome. Blood. 1996;88(7):2787–93.
82. Gahrton G, Tura S, Ljungman P, Belanger C, Brandt L, Cavo M, et al. Allogeneic bone marrow transplantation in multiple myeloma. European Group for Bone Marrow Transplantation. N Engl J Med. 1991;325(18):1267–73.
83. Lokhorst HM, Segeren CM, Verdonck LF, van der Holt B, Raymakers R, van Oers MH, et al. Partially T-cell-depleted allogeneic stem-cell transplantation for first-line treatment of multiple myeloma: a prospective evaluation of patients treated in the phase III study HOVON 24 MM. J Clin Oncol. 2003;21(9):1728–33.
84. Kumar S, Zhang MJ, Li P, Dispenzieri A, Milone GA, Lonial S, et al. Trends in allogeneic stem cell transplantation for multiple myeloma: a CIBMTR analysis. Blood. 2011;118(7):1979–88.
85. Rotta M, Storer BE, Sahebi F, Shizuru JA, Bruno B, Lange T, et al. Long-term outcome of patients with multiple myeloma after autologous hematopoietic cell transplantation and nonmyeloablative allografting. Blood. 2009;113(14):3383–91.
86. Bay JO, Choufi B, Pomel C, Dauplat J, Durando X, Tournilhac O, et al. Potential allogeneic graft-versus-tumor effect in a patient with ovarian cancer. Bone Marrow Transplantation. 2000;25(6):681–2.
87. Ben-Yosef R, Or R, Nagler A, Slavin S. Graft-versus-tumour and graft-versus-leukaemia effect in patient with concurrent breast cancer and acute myelocytic leukaemia. Lancet. 1996;348(9036):1242–3.
88. Ueno NT, Rondon G, Mirza NQ, Geisler DK, Anderlini P, Giralt SA, et al. Allogeneic peripheral-blood progenitor-cell transplantation for poor-risk patients with metastatic breast cancer. J Clin Oncol. 1998;16(3):986–93.
89. Ueno NT, Rizzo JD, Demirer T, Cheng YC, Hegenbart U, Zhang MJ, et al. Allogeneic hematopoietic cell transplantation for metastatic breast cancer. Bone Marrow Transplant. 2008;41(6):537–45.
90. Childs R, Chernoff A, Contentin N, Bahceci E, Schrump D, Leitman S, et al. Regression of metastatic renal-cell carcinoma after nonmyeloablative allogeneic peripheral-blood stem-cell transplantation. N Engl J Med. 2000;343(11):750–8.
91. Barkholt L, Bregni M, Remberger M, Blaise D, Peccatori J, Massenkeil G, et al. Allogeneic haematopoietic stem cell transplantation for metastatic renal carcinoma in Europe. Annals of Oncology. 2006;17(7):1134–40.
92. Bay JO, Fleury J, Choufi B, Tournilhac O, Vincent C, Bailly C, et al. Allogeneic hematopoietic stem cell transplantation in ovarian carcinoma: results of five patients. Bone Marrow Transplant. 2002;30(2):95–102.

16

CHAPTER 16

Natural Killer Cell–Based Immunotherapy

Jennifer A. Foltz[1], *Jeffrey S. Miller* [2], *and Dean A. Lee*[1]

[1] Department of Hematology, Oncology, and Bone Marrow Transplantation, Nationwide Children's Hospital, Columbus, OH, USA

[2] Department of Medicine, University of Minnesota, Minneapolis, MN, USA

NK cell background and biology

Natural killer (NK) cells were originally described in the 1970s as null lymphocytes with natural cytotoxicity against mouse tumor cell lines distinct from T cell killing, which is antigen specific and class I major histocompatibility complex (class I MHC) dependent [1–5]. Decades later, we now understand that NK cells differ from T cells by their expression of a repertoire of germline-encoded activating and inhibitory receptors that bind to conserved cell-surface protein ligands (Table 16.1), in contrast with the recombined receptors of T cells that bind to peptide antigens. The activating receptors identify elements of stress or danger and are balanced by inhibitory receptors that recognize self. Through the balance of these activating and inhibitory receptors, NK cells determine which cells to kill, such that the engagement of more activating than inhibitory receptors results in signal activation and subsequent effector responses—cytotoxicity and cytokine release. Unlike T cells in which recognition of peptide and class I MHC leads to activation, NK cells are generally inhibited by recognition of class I MHC. Thus, activation is more likely to occur against cells that lack MHC expression, termed "missing self" [5, 6]. NK cells are highly important in the surveillance and destruction of virus- and parasite-infected cells and tumor cells [7] because they overexpress activating ligands and downregulate MHC.

Phenotypically, NK cells in humans are defined by their lack of CD3 (e.g., lacking a T cell receptor) and expression of CD56, CD16, or NKp46. NKp46 is part of a distinct family of activating receptors expressed by NK cells—the natural cytotoxicity receptors (NCRs)—which are implicated in NK-cell-mediated killing of tumors and also include NKp30 and NKp44. Higher expression levels of the NCRs are correlated with increased tumor killing [8, 9] and are often reduced in cancer patients compared to healthy individuals [10–13], thus predicting survival from some cancers [14]. NKp46 is unique among the NK cell receptors because it is nearly exclusively expressed on NK cells [15–17]. Contrariwise, NKp44 expression is limited to interleukin-2 (IL-2)-activated NK cells and NKp30 is expressed only on a subset of NK cells. Despite the importance of the NCRs in NK cell killing of tumors, the majority of their ligands on tumors remain unknown [6, 9].

The primary activating receptors on NK cells that mediate recognition of cancer cells include NKG2D, DNAM-1, 2B4, NKp80, and CD16 [6].

Immunotherapy in Translational Cancer Research, First Edition. Edited by Laurence J. N. Cooper, Elizabeth A. Mittendorf, Judy Moyes, and Sabitha Prabhakaran.

Table 16.1 Major NK cell receptors for which corresponding ligands are known.

Receptor	Ligand
Activating Receptors	
FcγRIII (CD16)	IgG1/IgG3 antibody
NKp30 (CD337)	BAG6, B7-H6
NKp44 (CD336)	PCNA
NKp46 (CD335)	Viral hemagglutinin
NKp80	AICL
NKG2D (CD314)	MICA, MICB, ULBP1-6
NKG2C/E (CD159c, e)	HLA-E
DNAM-1 (CD226)	PVR, Nectin-1
2B4 (CD244)	SLAMF2 (CD48)
Inhibitory Receptors	
KIR2DL1 (CD158a)	HLA-C group 2
KIR2DL2/DL3 (CD158b, b2)	HLA-C group 1
KIR3DL1/DL2 (CD158e, k)	HLA-Bw4 and some HLA-A
NKG2A (CD159a)	HLA-E

These activating receptors can act in synergy when the ligands for more than one activating receptor are present on the target cells [18].

NKG2D is a homodimeric lectin receptor that recognizes a variety of stress-induced ligands present on cancer cells. The ligands for NKG2D include MHC class I chain-related protein A and B and UL16 binding protein 1–6 [19], which are expressed on virtually all tumor types, including brain tumors, carcinomas, sarcomas, neuroectodermal cancers, lymphomas, and leukemias [20–26]. 2B4 recognizes stress ligands of the SLAM family, and DNAM-1 recognizes the viral receptors PVR and Nectin [6].

CD16 is the low-affinity immunoglobulin receptor (FcγRIII) responsible for mediating antibody-dependent cellular cytotoxicity (ADCC) in NK cells. ADCC augments NK cell killing through the binding of IgG antibodies to CD16 and a tumor cell ligand [6, 27]. Two examples of exploiting ADCC for increasing NK cell killing are rituximab (anti-CD20) and dinutuximab (anti-GD2) antibodies. NK-cell-dependent ADCC is a key mechanism of action for both rituximab and dinutuximab, and preclinical data support their combination with NK cell infusions. Rituximab is a chimeric monoclonal antibody (mAb) against CD20 expressed on B-cells. NK-cell-mediated ADCC is a major mechanism of action for rituximab therapeutic efficacy [28–30], and loss of ADCC through decreased CD16 affinity for IgG is a recognized mechanism of loss of clinical benefit [31]. GD2 is a disialoganglioside that is expressed on many solid tumor types. *In vitro* and *in vivo* mouse studies with both primary NK cells and activated, expanded NK cells demonstrate that the addition of anti-GD2 mAb improves NK cell cytotoxicity against neuroblastoma and survival of mice with neuroblastoma xenografts [23, 32]. Efficacy of anti-GD2 mAb in clinical trials is associated with NK cell function [33, 34].

NK cells possess several inhibitory receptors, which are used to distinguish between healthy cells and malignant or infected cells. The inhibitory receptors are largely made up of a family of receptors called killer immunoglobulin receptors (KIR) and NKG2A/CD94 receptor. However, some KIRs and the related NKG2C receptor are activating. The ligands for inhibitory KIR are classical class I MHC (mostly human leukocyte antigen (HLA)-B, C) and are grouped into specific receptor-ligand interaction groups (KIR2DL1 for HLA- C1, KIR2DL2/3 for HLA-C2, and KIR3DL1 for Bw4). While KIR2DS1 binds HLA-C2, resolving the ligands for other activating KIR ligands continues to evolve. The ligand for NKG2A and NKG2C is the non-classical HLA-E. Inhibitory receptor engagement results in an inhibitory signal indicating that the target cell is healthy self. Many cancers downregulate HLA expression, making them more susceptible to NK-mediated killing [35]. Through HLA typing, adoptive cellular immunotherapy, and hematopoietic stem cell transplantation (HSCT), can exploit the presence or absence of specific KIR-ligand groups—mimicking missing-self—to evade inhibition and improve outcome. Termed KIR mismatch, this requires identification of a donor who has an inhibitory KIR ligand (HLA group) that is not expressed in the recipient. This results in the donor's NK cells having less potential for inhibition in the recipient, and therefore increased killing of the recipient's cancer cells [36, 37].

The 15 KIR genes and 2 KIR pseudogenes can be inherited in many possible variations of gene content, and these are broadly grouped into KIR genotypes A and B, where type B individuals possess a greater number of activating KIRs. KIR type

B is significantly associated with better clinical outcomes that will be discussed in more detail later in this chapter [6, 18, 27].

NK cells have several mechanisms by which they can kill tumor cells. These include granzyme B and perforin, Fas, and tumor necrosis factor–related apoptosis inducing ligand- mediated killing (TRAIL). In addition, NK cells have indirect anti-tumor effects by stimulating other cells of the immune system through the release of proinflammatory cytokines, most notably interferon gamma (IFN-γ) and tumor necrosis factor alpha (TNF-α) [7]. These methods of killing have varying importance dependent on the tumor cell, with some tumors being resistant to one or more methods of killing [7, 38–42]. Immune-modulating drugs such as bortezomib and lenalidomide can overcome this resistance and sensitize cancer cells to NK cell killing in preclinical models, and they are currently being tested in clinical trials.

Clinical evidence for NK cell impact on cancer outcomes

Low NK cell numbers and deficient NK function are correlated with cancer risk [43, 44] and can be highly predictive of treatment outcome [44–47]. In patients with acute myeloid leukemia (AML), NK cells have reduced NKp30 and NKp46 expression compared to healthy individuals, and this reduced expression correlates with decreased cytotoxicity against leukemia cells. Expression of NKp46 and NKp30 is significantly increased in patients with AML upon achieving complete remission (CR) as compared to expression at the time of diagnosis, and increased expression correlated with overall survival [10, 11, 14]. In addition to phenotypic differences, NK cells from leukemia patients are deficient in their cytokine production, and cytokine production and cytolytic activity against autologous leukemic blasts are positively associated with relapse-free survival and CR, respectively. NK cell cytotoxicity against autologous leukemia cells above 12% significantly correlated with a 100% disease-free survival of greater than 8 years. Thus, NK cells play a significant role in the host antileukemic response [48, 49].

Similarly, in solid tumors, NK cell function and phenotype are implicated in disease prognosis and progression. In osteosarcoma, increased lymphocyte recovery following chemotherapy is significantly associated with improved 5-year overall survival (24). In both breast and prostate cancer, the number of activated NK cells in peripheral blood correlated with improved survival [47, 50]. In patients with melanoma, NK cells have lower expression of NK activating receptors and reduced NK functionality (cytotoxicity, cytokine secretion, and proliferation) compared to healthy controls. This dysfunction may be an immune-escape mechanism induced by cell-to-cell contact, as coculture of NK cells with melanoma results in decreased activating receptor expression and decreased cytotoxicity [12, 13, 51]. These dysfunctional changes are also seen in lung cancer and can be reversed *in vitro* with TIM-3 blockade [52, 53].

Manipulating the anti-tumor effect of NK cells

Hematopoietic stem cell transplantation

The influence of KIR and HLA genotypes on NK cell function can significantly impact survival following HSCT, particularly in HLA-mismatched transplants that aggressively deplete T cells and therefore remove the confounding impact of T-cell-mediated graft-versus-host disease (GVHD). In a landmark study, patients with leukemia who received an HLA haploidentical transplant had a significantly increased 5-year event-free survival (60% vs. 5% without mismatch) if there was a missing ligand in the recipient for at least one donor KIR (referred to as KIR-ligand mismatch). Importantly, KIR-ligand mismatched patients had no evidence of graft rejection or GVHD, while patients who received KIR-ligand matched transplants had a 15.5% and 13.7% risk of graft rejection and GVHD, respectively [54]. In addition, higher NK cell counts are positively correlated with increased event-free survival and decreased transplant-related mortality and relapse following allogeneic hematopoietic stem cell transplant in pediatric patients with leukemia or lymphoma and adult patients with AML [55, 56]. In a large retrospective study of more than 1500 HLA-mismatched unrelated transplants receiving mostly unmanipulated grafts (i.e., no T cell depletion), KIR mismatch was associated with increased mortality in myeloid leukemias [57].

In matched allogeneic transplants, missing ligand with respect to donor-recipient differences in HLA is not present. However, missing ligand may still be considered with respect to presence or absence of each KIR ligand group. In a retrospective study of T-depleted matched-sibling transplants [58], recipients missing at least one KIR ligand (C1, C2, or Bw4) had increased disease-free survival, overall survival, and relapse-free survival in AML, acute lymphoblastic leukemia (ALL), and myelodysplastic syndrome. Missing two KIR-ligands (C1 and Bw4, or C2 and Bw4) conferred the greatest survival. In a separate study of T-depleted matched-sibling transplants assessing KIR content rather than KIR ligand, presence of the KIR B haplotype genes KIR2DL5, KIR2DS1, and KIR3DS1 in the donor correlated with decreased relapse [59].

In contrast, when only antithymocyte globulin was used to deplete T cells for GVHD prophylaxis in patients who received haploidentical HSCT, KIR B haplotype donors had decreased overall and disease-free survival compared to patients who received NK cells from a KIR A haplotype donor [60]. Thus, the presence of more activating receptors when T cells are not depleted may be correlated with a worse outcome because of enhancing GVHD.

Similarly, when T cells are not depleted in matched-related-donor HSCT, the best survival occurs with donor KIR A haplotype in recipients of KIR B haplotype, and the reverse phenotypes are associated with the worst survival. The decreased survival with donor KIR B and recipient KIR A haplotypes was also correlated with increased relapse and acute GVHD but was only present when the donor and recipient were both homozygous for HLA-C1 [61]. In unrelated HSCT with T cells, donor KIR B was associated with increased overall survival and relapse-free survival regardless of KIR mismatch or HLA matching. Further, the greatest improvement in survival and decrease in relapse rate was seen in donor-recipient pairs that were HLA-C mismatched [62, 63]. It is clear that the extent of T cell depletion largely influences the outcome, such that when T cells are included the increase in activating KIRs has deleterious effects on outcome, presumably due to GVHD instead of graft versus leukemia.

With fewer patients receiving HSCT in the solid tumor setting, there are correspondingly fewer studies investigating the impact of KIR mismatch. Nonetheless, the results have been similar to transplants in patients with leukemia. In autologous transplants for neuroblastoma, patients who were missing at least one HLA ligand for one of their inhibitory KIRs had improved survival (9.5 years vs. 3.8 years) and decreased disease progression than patients who were not mismatched. Patients lacking HLA-C1 had the greatest survival (81% vs. 65%) [64]. For pediatric solid tumors, including Ewing's sarcoma, neuroblastoma, and rhabdomyosarcoma, patients receiving allogeneic HSCT from KIR mismatched donors had a trend to an improved response, but sample size was very small and recipients were highly diverse [65, 66].

Adoptive transfer of NK cells

The combination of *in vitro* findings of cancer sensitivity to NK cell lysis, *in vivo* evidence of reduced NK cell number and function in patients with cancer, and high sensitivity of NK cells to chemotherapy and radiation that further decreases NK cell numbers in these patients results in NK cell adoptive transfer having the potential to restore NK cell function and improve cancer treatment. To this end, several methods have been developed for producing an NK cell product for infusion. A lymphodepleting preconditioning regimen is typically included with the goal of making physiological "space" in the recipient, which in turn promotes NK cell expansion *in vivo* through increased availability of the homeostatic cytokine, IL-15 [67]. After the preconditioning regimen and NK cell infusion, IL-2 (aldesleukin) (or more recently, IL-15) administration can be given to further promote NK cell persistence and expansion *in vivo*.

The majority of completed studies have used primary NK cells derived from peripheral blood apheresis of a normal donor followed by depletion of T cells (CD3 depletion) to prevent GVHD, and in some cases B cells (CD19 depletion) to prevent passenger lymphocyte syndrome or reactivation of Epstein Barr virus [67, 68]. Other studies seeking to infuse an NK cell product of increased purity have utilized CD3 depletion followed by CD56-positive selection to isolate NK cells. However, this method reported reduced NK cell yield, which may be an issue especially in adult patients. After selection or depletion, the NK cell product can be administered immediately, activated with cytokines, or expanded *ex vivo* for generating greater NK cell doses.

Leukemias

Clinical studies of NK cell adoptive transfer have most commonly been done for patients with AML, based in part upon the results in transplant studies showing sensitivity of AML to NK cells [54].

Adoptive transfer of T-cell-depleted NK cells (approximately 20×10^6 total cells/kg; mean 8.5×10^6 NK cells/kg) from haploidentical, related donors in patients with poor-prognosis AML, non-Hogkin lymphoma, or metastatic solid tumors (melanoma and renal cell carcinoma) had variable results. In AML, 5 of 19 patients achieved CR and *in vivo* NK cell expansion. No improvement in survival, remission, or NK cell proliferation *in vivo* was seen in patients with melanoma or renal cell carcinoma; however, these patients received a lower dose conditioning regimen. This may account for the discrepancies between the results in patients with AML or solid tumors. Patients who achieved CR had significantly more circulating NK cells than patients who did not achieve CR [67].

Rubnitz *et al.* investigated the safety of infusing NK cells (median: 29×10^6/kg) from HLA-haploidentical donors in low- to intermediate-risk pediatric patients with AML in CR. The NK cells persisted in the recipient for a median of 10 days and expanded *in vivo*. Although designed as a phase I safety study, all 10 patients remained in CR with a median follow-up of over two years, suggesting potential benefit [69]. In a follow-up to that study, haploidentical NK cell infusions (median: 18.6×10^6/kg) were delivered to 29 pediatric patients with ALL or AML who had relapsed or refractory with relapsed disease. Ninety percent of donors were KIR-ligand or receptor mismatched with the recipient, and the study included 15 patients who had relapsed after HSCT. In contrast with the previous trial, all of the patients in this trial had detectable disease at the time of NK cell infusion. Twenty patients obtained either CR or partial remission (PR) after NK infusions, and 9 patients were alive and leukemia free at final follow-up [70]. In a similar study, KIR-ligand-mismatched NK cells (median 2.74×10^6/kg) were administered to 13 elderly adult patients with high-risk AML. Fifty percent were still in remission at 18–34 months post–NK infusion [71].

It is possible that IL-2 infusions administered to promote NK cell persistence and expansion may inadvertently promote the expansion of regulatory T cells (Tregs) resulting in suppressed NK cell function and proliferation. Denileukin diftitox (Ontak, Eisai Medical Research Inc.) is an IL-2-diptheria-toxin (IL2DT) conjugate that targets cells expressing the high-affinity IL-2 receptor, inducing cell death upon receptor binding. In a study assessing the potential benefit of Treg depletion with NK cell adoptive therapy, patients with AML who received haploidentical NK cells along with IL-2DT had significantly increased CR, disease-free remission, and NK cell proliferation compared to patients that received only NK cells. Further, NK cell proliferation was positively correlated with regulatory T cell depletion, providing indirect evidence for Treg inhibition of NK cell function [72].

To further augment NK cell function and *in vivo* survival, Romee *et al.* used cytokines (IL-12, IL-15, and IL-18) to precondition NK cells to acquire a memory-like state prior to infusion into 13 elderly patients with relapsed/refractory AML. Of the 9 evaluable patients, there were 4 CRs and 1 PR [73].

The above treatment regimens all included cyclophosphamide/fludarabine lymphodepletion prior to the NK cell infusion, and systemic IL-2 after the infusion (except the IL2DT study). Fewer studies have evaluated the infusion of NK cells as part of HSCT. In relapsed multiple myeloma, haploidentical KIR-mismatched IL-2 activated NK cells (range: $2.7–92 \times 10^6$/kg total NK infused) were given 14 days prior to autologous peripheral blood HSCT with high-dose melphalan. Donor NK cells were infused twice and persisted in 90% of recipients for at least 7 days. Of 10 patients treated, 2 achieved CR and 3 achieved near-CR [74].

In the matched allotransplant setting, third-party IL-2 activated haploidentical NK cells were infused into 21 patients with high-risk AML or chronic myeloid leukemia at day −8, in a 5-day window between the myeloablative busulfan/fludarabine conditioning and antithymocyte globulin (Figure 16.1). There was a significant correlation between relapse-free survival and the number of

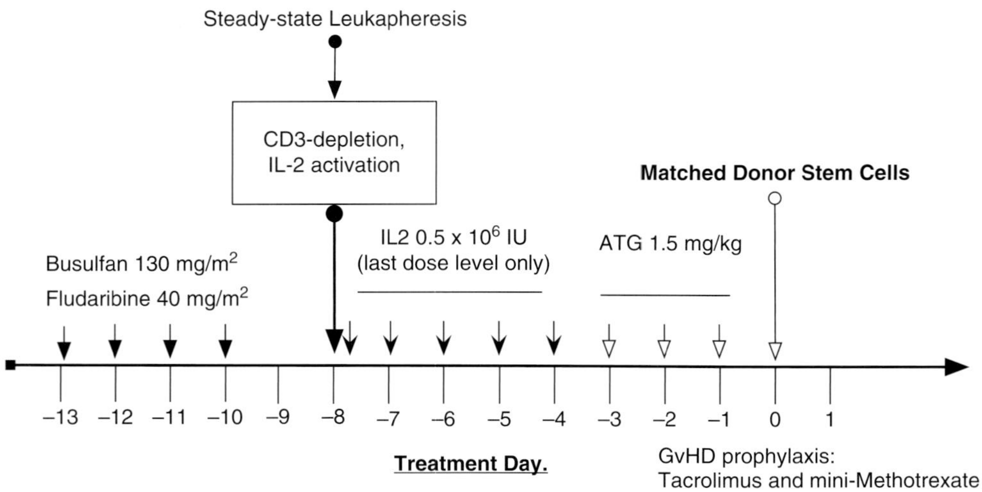

Figure 16.1 Schema for clinical trial delivering third-party IL-2-activated NK cells after chemotherapy and prior to infusion of matched allogeneic stem cells for myeloid leukemias (adapted from [75]).

$CD56^+$ cells administered. There was also a nonsignificant trend towards increased survival with KIR ligand mismatched donors or KIR B haplotype donors [75]. NK cells have been delivered to patients in remission after engraftment following HSCT in an effort to further consolidate remission and prevent relapse, but so far they have been limited to demonstrating safety and feasibility in this setting [76–79]. Importantly, none of the studies described in this section reported any significant toxicities associated with the NK cells adoptive transfer.

Solid tumors

In patients with refractory metastatic breast or ovarian cancer, haploidentical T-cell-depleted activated NK cells (median: 2.15×10^7/kg) were infused and persisted in 69% of recipients for seven days [80]. Similar to the results reported in patients with AML, Treg expansion was significantly increased following NK and IL-2 infusions, and may be a contributing factor for the lack of NK cell expansion or persistence. These findings were also observed in patients with advanced non-Hodgkin's lymphoma, where 4 out of 6 patients who received T-cell-depleted haploidentical activated NK cells (median: 21×10^6/kg) were in objective remission at the two-month follow-up [81].

Expanded NK cells

Since collection of primary NK cells by steady-state apheresis is not able to achieve large NK cell doses, *ex vivo* expansion of NK cells has been explored to enable higher NK cell numbers per infusion and repeated infusions. Expanded NK cells are also more activated than primary NK cells against tumor targets [82, 83]. In addition, NK cells in patients with cancer are often functionally impaired, and infusion of autologous NK cells in early trials were safe but showed no clear benefit. *Ex vivo* activated and expanded NK cells may correct that dysfunction.

Autologous T-cell-depleted NK cells from patients with metastatic melanoma or renal cell carcinoma with progressive disease were expanded with irradiated peripheral blood mononuclear cells and OKT3. These expanded NK cells persisted in the patient for at least one week; however, no clinical response was observed [84]. Autologous NK cells were also delivered after expansion with retronectin-activated T cells and lyophilized group A streptococcus (Picibanil, Chugai Pharmaceuticals), achieving a median 4702-fold NK cell expansion. Patients with advanced/metastatic digestive cancer received up to 2×10^9 NK cells/kg/infusion for three infusions in a dose-escalation study. NK cell infusions were well tolerated with 50% of patients achieving stable disease [85].

Using allogeneic NK cells derived from two relatives for advanced non-small-cell lung cancer, NK cells were expanded *in vitro* with IL-15 and hydrocortisone for three weeks. Median NK expansion was 23-fold, which allowed for 2–4 NK cell infusions (median 4.2×10^6/kg). At a median follow-up of 22 months, 27% of patients were still alive. A trend towards an increase in survival with increased number of NK cell infusions was observed [86].

Allogeneic NK cells expanded for two weeks with irradiated peripheral blood mononuclear cells, OKT3, and IL-2 were infused into patients with lymphoma or solid tumors at doses up to 3×10^7/kg/infusion for 3 infusions. In this study, postinfusion IL-2 was not given, and a decrease in TGF-β and Tregs was observed [87].

Expanded NK cells have been delivered after HSCT for leukemia/lymphoma or sarcoma. In the leukemia/lymphoma study, 41 patients received two infusions of cytokine-expanded NK cells starting two weeks after HSCT. Compared to a historical cohort receiving only HSCT, NK cell infusions after HSCT significantly reduced leukemia progression without increasing GvHD [78]. In the sarcoma study, donor NK cells were expanded for 9–11 days on feeder cells prior to infusion. Cell infusions were given on between day +8 and +36 (Figure 16.2). Surprisingly, 5 of 9 patients developed rapid onset of acute GVHD following the NK cell infusion [88]. The etiology of GVHD, distinct in this study from the lack of GVHD seen in all other studies, remains unclear.

NK cell lines

NK-92 is a cell line derived from a patient with NK lymphoma. NK-92 expresses the prototypic NK cell marker CD56 and is highly cytotoxic against NK cell-sensitive cell lines such as K562 [89]. NK-92 as a cellular therapeutic has the advantage of providing a uniform and reproducible population of NK-like cells for allogeneic infusion into patients, and eliminates the complex processes needed for generating NK cell products from peripheral blood or apheresis products, rendering it amenable to an "off-the-shelf" universal cell product. NK-92 is not inhibited by class I MHC due to its lack of expression of all KIRs (except KIR2DL4) [90]. Because the NK-92 cell line originates from a patient with lymphoma, the cells are irradiated prior to infusion. In a phase 1 dose-escalation clinical trial in patients with advanced renal cell carcinoma or melanoma, irradiated NK-92 cells were infused three times. Infusions up to 3×10^9 cells/m^2 were well tolerated with minimal severe toxicities observed; however, 11/12 patients died before the four-year follow-up [91]. Similarly, irradiated NK-92 infusions up to 1×10^9/m^2 were well tolerated in patients with chemotherapy-resistant solid tumors [92]. This off-the-shelf therapy is promising and warrants further study.

Agents to augment NK cell efficacy

Bortezomib is a proteasome inhibitor whose mechanism of action involves downregulation of HLA, thereby decreasing KIR-mediated inhibition. Bortezomib also augments TRAIL-, FasL-, and

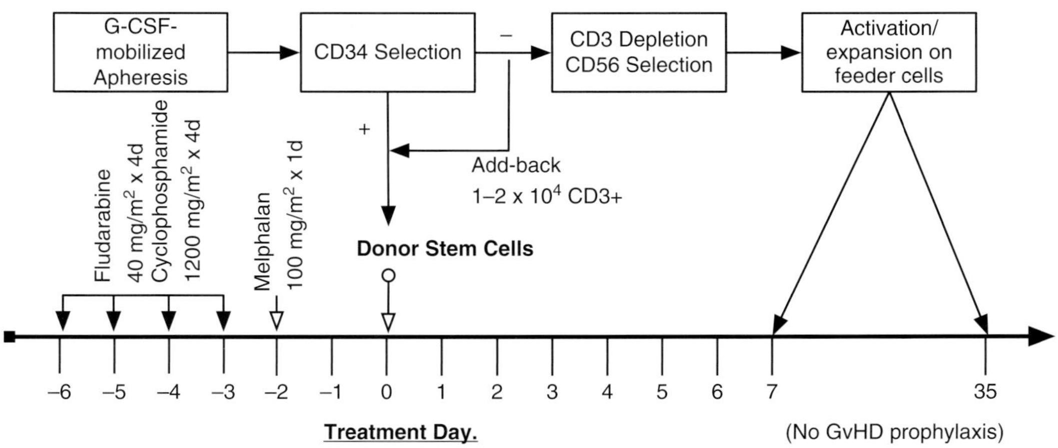

Figure 16.2 Schema for clinical trial delivering IL-15-activated donor NK cells after matched allogeneic stem cell transplant for solid tumors (adapted from [88]).

perforin/granzyme-mediated NK killing [93–95]. Bortezomib was found safe when administered along with autologous expanded NK cells at doses up to 1×10^8 NK cells/kg. This study also delivered pentostatin to deplete Tregs. [96].

Lenalidomide increases NK cell proliferation, IFN-γ secretion, inhibits NK cell suppression by IL-6 and TGF-β, and increases production of IL-2 CD4 T cells, thereby increasing NK cell activation [97–102]. Lenalidomide also synergizes with rituximab *in vitro* to increase NK cell killing of chronic lymphocytic leukemia and non-Hodgkin lymphoma by increasing expression of CD20, rituximab's target antigen [101, 102]. In multiple myeloma, lenalidomide administration increases NK cell activity, and NK cell activity was positively correlated with clinical outcome [103].

The anti-inhibitory pan-KIR mAb, lirilumab (IPH2101, Bristol-Myers Squibb), was developed to provide global blockade of inhibitory KIR on NK cells, thereby improving activation. Lirilumab has been administered both with and without lenalidomide in myeloma and is well tolerated [104, 105]. Unfortunately, recent reports from clinical trials report unexpected reduction in NK cell responsiveness after treatment with lirilumab [106].

IL-15 has been identified as a major cytokine for NK cell maturation, activation, and homeostatic expansion. Despite IL-15's effectiveness in increasing NK and CD8 T cell numbers in patients, as with IL-2 infusions, higher dosage levels may be limited by side effects [107]. Modifications of IL-15 that extend its half-life and permit proper transpresentation allow for less frequent dosing, which may improve tolerance while preserving the immune properties and benefits of IL-15 [108].

Conclusions

NK cells play an important role in anticancer immunity. NK cell function and number are often reduced in patients with cancer, and many anticancer agents synergize with NK cells to mediate their effect. Results from early-phase clinical trials of NK cell adoptive immunotherapy are encouraging. NK infusions in these studies have been well tolerated, and the development of expansion platforms that enable repeated infusions of highly pure, activated NK cells make it possible to further exploit their innate cancer-killing capacity. Preclinical work that will further improve the potency and specificity of NK cells includes stable genetic modification of NK cells (chimeric antigen receptors for tumor targeting [109]), cytokines for proliferation and persistence [110], studies using NK cells with properties of immune memory [111, 112], chemokine receptors for homing [113], transient genetic or nongenetic modification (mRNA electroporation [114, 115], trogocytosis [116], and bi- and trispecific antibodies [117] to redirect NK cells to specific tumor antigens. NK cell therapy promises to have great potential for improving outcomes in a wide variety of cancers.

References

1. Herberman RB, Nunn ME, Holden HT, Lavrin DH. Natural cytotoxic reactivity of mouse lymphoid cells against syngeneic and allogeneic tumors. II. Characterization of effector cells. Int J Cancer. 1975;16(2):230–9.
2. Herberman RB, Nunn ME, Lavrin DH. Natural cytotoxic reactivity of mouse lymphoid cells against syngeneic acid allogeneic tumors. I. Distribution of reactivity and specificity. Int J Cancer. 1975;16(2):216–29.
3. Kiessling R, Klein E, Pross H, Wigzell H. "Natural" killer cells in the mouse. II. Cytotoxic cells with specificity for mouse Moloney leukemia cells. Characteristics of the killer cell. Eur J Immunol. 1975;5(2):117–21.
4. Kiessling R, Klein E, Wigzell H. "Natural" killer cells in the mouse. I. Cytotoxic cells with specificity for mouse Moloney leukemia cells. Specificity and distribution according to genotype. Eur J Immunol. 1975;5(2): 112–7.
5. Ljunggren HG, Karre K. In search of the 'missing self': MHC molecules and NK cell recognition. Immunol Today. 1990;11(7):237–44.
6. Pegram HJ, Andrews DM, Smyth MJ, Darcy PK, Kershaw MH. Activating and inhibitory receptors of natural killer cells. Immunology and cell biology. 2011;89(2):216–24.
7. Smyth MJ, Hayakawa Y, Takeda K, Yagita H. New aspects of natural-killer-cell surveillance and therapy of cancer. Nat Rev Cancer. 2002;2(11):850–61.
8. Sivori S, Pende D, Bottino C, Marcenaro E, Pessino A, Biassoni R, et al. NKp46 is the major triggering receptor involved in the natural cytotoxicity of fresh or cultured human NK cells. Correlation between surface density of NKp46 and natural cytotoxicity against autologous, allogeneic or xenogeneic target cells. Eur J Immunol. 1999;29(5):1656–66.
9. Moretta A, Bottino C, Vitale M, Pende D, Cantoni C, Mingari MC, et al. Activating receptors and coreceptors

involved in human natural killer cell-mediated cytolysis. Annu Rev Immunol. 2001;19:197–223.

10. Costello RT, Sivori S, Marcenaro E, Lafage-Pochitaloff M, Mozziconacci MJ, Reviron D, et al. Defective expression and function of natural killer cell-triggering receptors in patients with acute myeloid leukemia. Blood. 2002;99(10):3661–7.
11. Fauriat C, Just-Landi S, Mallet F, Arnoulet C, Sainty D, Olive D, et al. Deficient expression of NCR in NK cells from acute myeloid leukemia: Evolution during leukemia treatment and impact of leukemia cells in NCRdull phenotype induction. Blood. 2007;109(1):323–30.
12. Fregni G, Perier A, Pittari G, Jacobelli S, Sastre X, Gervois N, et al. Unique functional status of natural killer cells in metastatic stage IV melanoma patients and its modulation by chemotherapy. Clin Cancer Res. 2011;17(9):2628–37.
13. Fregni G, Messaoudene M, Fourmentraux-Neves E, Mazouz-Dorval S, Chanal J, Maubec E, et al. Phenotypic and functional characteristics of blood natural killer cells from melanoma patients at different clinical stages. PLoS One. 2013;8(10):e76928.
14. Martner A, Rydstrom A, Riise RE, Aurelius J, Brune M, Foa R, et al. NK cell expression of natural cytotoxicity receptors may determine relapse risk in older AML patients undergoing immunotherapy for remission maintenance. Oncotarget. 2015;6(40):42569–74.
15. Narni-Mancinelli E, Chaix J, Fenis A, Kerdiles YM, Yessaad N, Reynders A, et al. Fate mapping analysis of lymphoid cells expressing the NKp46 cell surface receptor. Proc Natl Acad Sci U S A. 2011;108(45): 18324–9.
16. Walzer T, Blery M, Chaix J, Fuseri N, Chasson L, Robbins SH, et al. Identification, activation, and selective in vivo ablation of mouse NK cells via NKp46. Proc Natl Acad Sci U S A. 2007;104(9):3384–9.
17. Pessino A, Sivori S, Bottino C, Malaspina A, Morelli L, Moretta L, et al. Molecular cloning of NKp46: a novel member of the immunoglobulin superfamily involved in triggering of natural cytotoxicity. J Exp Med. 1998;188(5):953–60.
18. Watzl C, Urlaub D. Molecular mechanisms of natural killer cell regulation. Frontiers in bioscience. 2012;17:1418–32.
19. Bauer S, Groh V, Wu J, Steinle A, Phillips JH, Lanier LL, et al. Activation of NK cells and T cells by NKG2D, a receptor for stress-inducible MICA. Science. 1999;285(5428):727–9.
20. Fernandez L, Portugal R, Valentin J, Martin R, Maxwell H, Gonzalez-Vicent M, et al. In vitro natural killer cell immunotherapy for medulloblastoma. Frontiers in Oncology. 2013;3:94.
21. Mariani E, Tarozzi A, Meneghetti A, Cattini L, Facchini A. Human osteosarcoma cell susceptibility to natural killer cell lysis depends on CD54 and increases after TNF alpha incubation. FEBS letters. 1997;406(1–2):83–8.
22. Cho D, Shook DR, Shimasaki N, Chang YH, Fujisaki H, Campana D. Cytotoxicity of activated natural killer cells against pediatric solid tumors. Clin Cancer Res. 2010;16(15):3901–9.
23. Liu Y, Wu HW, Sheard MA, Sposto R, Somanchi SS, Cooper LJ, et al. Growth and activation of natural killer cells ex vivo from children with neuroblastoma for adoptive cell therapy. Clin Cancer Res. 2013;19(8):2132–43.
24. Groh V, Rhinehart R, Secrist H, Bauer S, Grabstein KH, Spies T. Broad tumor-associated expression and recognition by tumor-derived gamma delta T cells of MICA and MICB. Proc Natl Acad Sci U S A. 1999;96(12):6879–84.
25. Pende D, Cantoni C, Rivera P, Vitale M, Castriconi R, Marcenaro S, et al. Role of NKG2D in tumor cell lysis mediated by human NK cells: cooperation with natural cytotoxicity receptors and capability of recognizing tumors of nonepithelial origin. Eur J Immunol. 2001;31(4):1076–86.
26. Pende D, Rivera P, Marcenaro S, Chang CC, Biassoni R, Conte R, et al. Major histocompatibility complex class I-related chain A and UL16-binding protein expression on tumor cell lines of different histotypes: analysis of tumor susceptibility to NKG2D-dependent natural killer cell cytotoxicity. Cancer Res. 2002;62(21): 6178–86.
27. Watzl C, Long EO. Signal transduction during activation and inhibition of natural killer cells. In Current Protocols in Immunology, edited by John E Coligan et al. Hoboken, NJ: Wiley. 2010;chap 11:unit 11 9B.
28. Golay J, Manganini M, Facchinetti V, Gramigna R, Broady R, Borleri G, et al. Rituximab-mediated antibody-dependent cellular cytotoxicity against neoplastic B cells is stimulated strongly by interleukin-2. Haematologica. 2003;88(9):1002–12.
29. Cartron G, Dacheux L, Salles G, Solal-Celigny P, Bardos P, Colombat P, et al. Therapeutic activity of humanized anti-CD20 monoclonal antibody and polymorphism in IgG Fc receptor FcgammaRIIIa gene. Blood. 2002;99(3):754–8.
30. Clynes RA, Towers TL, Presta LG, Ravetch JV. Inhibitory Fc receptors modulate in vivo cytotoxicity against tumor targets. Nat Med. 2000;6(4):443–6.
31. Persky DO, Dornan D, Goldman BH, Braziel RM, Fisher RI, Leblanc M, et al. Fc gamma receptor 3a genotype predicts overall survival in follicular lymphoma patients treated on SWOG trials with combined monoclonal antibody plus chemotherapy but not chemotherapy alone. Haematologica. 2012;97(6):937–42.

32. Zeng Y, Fest S, Kunert R, Katinger H, Pistoia V, Michon J, et al. Anti-neuroblastoma effect of ch14.18 antibody produced in CHO cells is mediated by NK-cells in mice. Mol Immunol. 2005;42(11):1311–9.
33. Tarek N, Le Luduec JB, Gallagher MM, Zheng J, Venstrom JM, Chamberlain E, et al. Unlicensed NK cells target neuroblastoma following anti-GD2 antibody treatment. J Clin Invest. 2012;122(9):3260–70.
34. Delgado DC, Hank JA, Kolesar J, Lorentzen D, Gan J, Seo S, et al. Genotypes of NK cell KIR receptors, their ligands, and Fcgamma receptors in the response of neuroblastoma patients to Hu14.18-IL2 immunotherapy. Cancer Res. 2010;70(23):9554–61.
35. Bubenik J. MHC class I down-regulation: tumour escape from immune surveillance? (review). International Journal of Oncology. 2004;25(2):487–91.
36. Moretta A, Pende D, Locatelli F, Moretta L. Activating and inhibitory killer immunoglobulin-like receptors (KIR) in haploidentical haemopoietic stem cell transplantation to cure high-risk leukaemias. Clin Exp Immunol. 2009;157(3):325–31.
37. Benson DM, Jr., Caligiuri MA. Killer immunoglobulin-like receptors and tumor immunity. Cancer immunology research. 2014;2(2):99–104.
38. Browne KA, Blink E, Sutton VR, Froelich CJ, Jans DA, Trapani JA. Cytosolic delivery of granzyme B by bacterial toxins: evidence that endosomal disruption, in addition to transmembrane pore formation, is an important function of perforin. Molecular and Cellular Biology. 1999;19(12):8604–15.
39. Zamai L, Ahmad M, Bennett IM, Azzoni L, Alnemri ES, Perussia B. Natural killer (NK) cell-mediated cytotoxicity: differential use of TRAIL and Fas ligand by immature and mature primary human NK cells. J Exp Med. 1998;188(12):2375–80.
40. Kayagaki N, Yamaguchi N, Nakayama M, Takeda K, Akiba H, Tsutsui H, et al. Expression and function of TNF-related apoptosis-inducing ligand on murine activated NK cells. J Immunol. 1999;163(4):1906–13.
41. Smyth MJ, Cretney E, Takeda K, Wiltrout RH, Sedger LM, Kayagaki N, et al. Tumor necrosis factor-related apoptosis-inducing ligand (TRAIL) contributes to interferon gamma-dependent natural killer cell protection from tumor metastasis. J Exp Med. 2001;193(6):661–70.
42. Takeda K, Smyth MJ, Cretney E, Hayakawa Y, Yamaguchi N, Yagita H, et al. Involvement of tumor necrosis factor-related apoptosis-inducing ligand in NK cell-mediated and IFN-gamma-dependent suppression of subcutaneous tumor growth. Cell Immunol. 2001;214(2):194–200.
43. Imai K, Matsuyama S, Miyake S, Suga K, Nakachi K. Natural cytotoxic activity of peripheral-blood lymphocytes and cancer incidence: an 11-year follow-up study of a general population. Lancet. 2000;356(9244):1795–9.
44. Verma C, Kaewkangsadan V, Eremin JM, Cowley GP, Ilyas M, El-Sheemy MA, et al. Natural killer (NK) cell profiles in blood and tumour in women with large and locally advanced breast cancer (LLABC) and their contribution to a pathological complete response (PCR) in the tumour following neoadjuvant chemotherapy (NAC): differential restoration of blood profiles by NAC and surgery. J Transl Med. 2015;13:180.
45. Kim JK, Chung JS, Shin HJ, Song MK, Yi JW, Shin DH, et al. Influence of NK cell count on the survival of patients with diffuse large B-cell lymphoma treated with R-CHOP. Blood Research. 2014;49(3):162–9.
46. Hodge G, Barnawi J, Jurisevic C, Moffat D, Holmes M, Reynolds PN, et al. Lung cancer is associated with decreased expression of perforin, granzyme B and interferon (IFN)-gamma by infiltrating lung tissue T cells, natural killer (NK) T-like and NK cells. Clin Exp Immunol. 2014;178(1):79–85.
47. Pasero C, Gravis G, Granjeaud S, Guerin M, Thomassin-Piana J, Rocchi P, et al. Highly effective NK cells are associated with good prognosis in patients with metastatic prostate cancer. Oncotarget. 2015;6(16):14360–73.
48. Tajima F, Kawatani T, Endo A, Kawasaki H. Natural killer cell activity and cytokine production as prognostic factors in adult acute leukemia. Leukemia. 1996;10(3):478–82.
49. Lowdell MW, Craston R, Samuel D, Wood ME, O'Neill E, Saha V, et al. Evidence that continued remission in patients treated for acute leukaemia is dependent upon autologous natural killer cells. Br J Haematol. 2002;117(4):821–7.
50. Muraro E, Comaro E, Talamini R, Turchet E, Miolo G, Scalone S, et al. Improved natural killer cell activity and retained anti-tumor CD8(+) T cell responses contribute to the induction of a pathological complete response in HER2-positive breast cancer patients undergoing neoadjuvant chemotherapy. J Transl Med. 2015;13:204.
51. Pietra G, Manzini C, Rivara S, Vitale M, Cantoni C, Petretto A, et al. Melanoma cells inhibit natural killer cell function by modulating the expression of activating receptors and cytolytic activity. Cancer Res. 2012;72(6):1407–15.
52. da Silva IP, Gallois A, Jimenez-Baranda S, Khan S, Anderson AC, Kuchroo VK, et al. Reversal of NK-cell exhaustion in advanced melanoma by Tim-3 blockade. Cancer Immunology Research. 2014;2(5):410–22.
53. Xu L, Huang Y, Tan L, Yu W, Chen D, Lu C, et al. Increased Tim-3 expression in peripheral NK cells predicts a poorer prognosis and Tim-3 blockade improves NK cell-mediated cytotoxicity in human lung adenocarcinoma. International Immunopharmacology. 2015;29(2):635–41.
54. Ruggeri L, Capanni M, Urbani E, Perruccio K, Shlomchik WD, Tosti A, et al. Effectiveness of donor natural killer cell alloreactivity in mismatched hematopoietic transplants. Science. 2002;295(5562):2097–100.

55. Huttunen P, Taskinen M, Siitonen S, Saarinen-Pihkala UM. Impact of very early CD4(+)/CD8(+) T cell counts on the occurrence of acute graft-versus-host disease and NK cell counts on outcome after pediatric allogeneic hematopoietic stem cell transplantation. Pediatr Blood Cancer. 2015;62(3):522–8.
56. Savani BN, Mielke S, Adams S, Uribe M, Rezvani K, Yong AS, et al. Rapid natural killer cell recovery determines outcome after T-cell-depleted HLA-identical stem cell transplantation in patients with myeloid leukemias but not with acute lymphoblastic leukemia. Leukemia. 2007;21(10):2145–52.
57. Farag SS, Bacigalupo A, Eapen M, Hurley C, Dupont B, Caligiuri MA, et al. The effect of KIR ligand incompatibility on the outcome of unrelated donor transplantation: a report from the Center for International Blood and Marrow Transplant Research, the European Blood and Marrow Transplant Registry, and the Dutch Registry. Biol Blood Marrow Transplant. 2006;12(8):876–84.
58. Hsu KC, Keever-Taylor CA, Wilton A, Pinto C, Heller G, Arkun K, et al. Improved outcome in HLA-identical sibling hematopoietic stem-cell transplantation for acute myelogenous leukemia predicted by KIR and HLA genotypes. Blood. 2005;105(12):4878–84.
59. Stringaris K, Adams S, Uribe M, Eniafe R, Wu CO, Savani BN, et al. Donor KIR Genes 2DL5A, 2DS1 and 3DS1 are associated with a reduced rate of leukemia relapse after HLA-identical sibling stem cell transplantation for acute myeloid leukemia but not other hematologic malignancies. Biol Blood Marrow Transplant. 2010;16(9):1257–64.
60. Kroger N, Binder T, Zabelina T, Wolschke C, Schieder H, Renges H, et al. Low number of donor activating killer immunoglobulin-like receptors (KIR) genes but not KIR-ligand mismatch prevents relapse and improves disease-free survival in leukemia patients after in vivo T-cell depleted unrelated stem cell transplantation. Transplantation. 2006;82(8):1024–30.
61. McQueen KL, Dorighi KM, Guethlein LA, Wong R, Sanjanwala B, Parham P. Donor-recipient combinations of group A and B KIR haplotypes and HLA class I ligand affect the outcome of HLA-matched, sibling donor hematopoietic cell transplantation. Hum Immunol. 2007;68(5):309–23.
62. Cooley S, Trachtenberg E, Bergemann TL, Saeteurn K, Klein J, Le CT, et al. Donors with group B KIR haplotypes improve relapse-free survival after unrelated hematopoietic cell transplantation for acute myelogenous leukemia. Blood. 2009;113(3):726–32.
63. Cooley S, Weisdorf DJ, Guethlein LA, Klein JP, Wang T, Marsh SG, et al. Donor killer cell Ig-like receptor B haplotypes, recipient HLA-C1, and HLA-C mismatch enhance the clinical benefit of unrelated transplantation for acute myelogenous leukemia. J Immunol. 2014;192(10):4592–600.
64. Venstrom JM, Zheng J, Noor N, Danis KE, Yeh AW, Cheung IY, et al. KIR and HLA genotypes are associated with disease progression and survival following autologous hematopoietic stem cell transplantation for high-risk neuroblastoma. Clin Cancer Res. 2009;15(23):7330–4.
65. Perez-Martinez A, de Prada Vicente I, Fernandez L, Gonzalez-Vicent M, Valentin J, Martin R, et al. Natural killer cells can exert a graft-vs-tumor effect in haploidentical stem cell transplantation for pediatric solid tumors. Exp Hematol. 2012;40(11):882–91 e1.
66. Perez-Martinez A, Leung W, Munoz E, Iyengar R, Ramirez M, Vicario JL, et al. KIR-HLA receptor-ligand mismatch associated with a graft-versus-tumor effect in haploidentical stem cell transplantation for pediatric metastatic solid tumors. Pediatr Blood Cancer. 2009;53(1):120–4.
67. Miller JS, Soignier Y, Panoskaltsis-Mortari A, McNearney SA, Yun GH, Fautsch SK, et al. Successful adoptive transfer and in vivo expansion of human haploidentical NK cells in patients with cancer. Blood. 2005;105(8):3051–7.
68. Skeate R, Singh C, Cooley S, Geller M, Northouse J, Welbig J, et al. Hemolytic anemia due to passenger lymphocyte syndrome in solid malignancy patients treated with allogeneic natural killer cell products. Transfusion. 2013;53(2):419–23.
69. Rubnitz JE, Inaba H, Ribeiro RC, Pounds S, Rooney B, Bell T, et al. NKAML: a pilot study to determine the safety and feasibility of haploidentical natural killer cell transplantation in childhood acute myeloid leukemia. J Clin Oncol. 2010;28(6):955–9.
70. Rubnitz JE, Inaba H, Kang G, Gan K, Hartford C, Triplett BM, et al. Natural killer cell therapy in children with relapsed leukemia. Pediatr Blood Cancer. 2015;62(8):1468–72.
71. Curti A, Ruggeri L, D'Addio A, Bontadini A, Dan E, Motta MR, et al. Successful transfer of alloreactive haploidentical KIR ligand-mismatched natural killer cells after infusion in elderly high risk acute myeloid leukemia patients. Blood. 2011;118(12):3273–9.
72. Bachanova V, Cooley S, Defor TE, Verneris MR, Zhang B, McKenna DH, et al. Clearance of acute myeloid leukemia by haploidentical natural killer cells is improved using IL-2 diphtheria toxin fusion protein. Blood. 2014;123(25):3855–63.
73. Romee R, Rosario M, Berrien-Elliott MM, Wagner JA, Jewell BA, Schappe T, et al. Cytokine-induced memory-like natural killer cells exhibit enhanced responses against myeloid leukemia. Science Translational Medicine. 2016;8(357):357ra123.

74. Shi J, Tricot G, Szmania S, Rosen N, Garg TK, Malaviarachchi PA, et al. Infusion of haplo-identical killer immunoglobulin-like receptor ligand mismatched NK cells for relapsed myeloma in the setting of autologous stem cell transplantation. Br J Haematol. 2008;143(5):641–53.
75. Lee DA, Denman CJ, Rondon G, Woodworth G, Chen J, Fisher T, et al. Haploidentical natural killer cells infused before allogeneic stem cell transplantation for myeloid malignancies: a phase I trial. Biol Blood Marrow Transplant. 2016;22(7):1290–8.
76. Klingemann H, Grodman C, Cutler E, Duque M, Kadidlo D, Klein AK, et al. Autologous stem cell transplant recipients tolerate haploidentical related-donor natural killer cell-enriched infusions. Transfusion. 2013;53(2):412–8; quiz 1.
77. Rizzieri DA, Storms R, Chen DF, Long G, Yang Y, Nikcevich DA, et al. Natural killer cell-enriched donor lymphocyte infusions from a 3-6/6 HLA matched family member following nonmyeloablative allogeneic stem cell transplantation. Biol Blood Marrow Transplant. 2010;16(8):1107–14.
78. Choi I, Yoon SR, Park SY, Kim H, Jung SJ, Jang YJ, et al. Donor-derived natural killer cells infused after human leukocyte antigen-haploidentical hematopoietic cell transplantation: a dose-escalation study. Biol Blood Marrow Transplant. 2014;20(5):696–704.
79. Stern M, Passweg JR, Meyer-Monard S, Esser R, Tonn T, Soerensen J, et al. Pre-emptive immunotherapy with purified natural killer cells after haploidentical SCT: a prospective phase II study in two centers. Bone Marrow Transplant. 2013;48(3):433–8.
80. Geller MA, Cooley S, Judson PL, Ghebre R, Carson LF, Argenta PA, et al. A phase II study of allogeneic natural killer cell therapy to treat patients with recurrent ovarian and breast cancer. Cytotherapy. 2011;13(1):98–107.
81. Bachanova V, Burns LJ, McKenna DH, Curtsinger J, Panoskaltsis-Mortari A, Lindgren BR, et al. Allogeneic natural killer cells for refractory lymphoma. Cancer Immunol Immunother. 2010;59(11):1739–44.
82. Voskens CJ, Watanabe R, Rollins S, Campana D, Hasumi K, Mann DL. Ex-vivo expanded human NK cells express activating receptors that mediate cytotoxicity of allogeneic and autologous cancer cell lines by direct recognition and antibody directed cellular cytotoxicity. Journal of Experimental & Clinical Cancer Research. 2010;29:134.
83. Denman CJ, Senyukov VV, Somanchi SS, Phatarpekar PV, Kopp LM, Johnson JL, et al. Membrane-bound IL-21 promotes sustained ex vivo proliferation of human natural killer cells. PLoS One. 2012;7(1):e30264.
84. Parkhurst MR, Riley JP, Dudley ME, Rosenberg SA. Adoptive transfer of autologous natural killer cells leads to high levels of circulating natural killer cells but does not mediate tumor regression. Clin Cancer Res. 2011;17(19):6287–97.
85. Sakamoto N, Ishikawa T, Kokura S, Okayama T, Oka K, Ideno M, et al. Phase I clinical trial of autologous NK cell therapy using novel expansion method in patients with advanced digestive cancer. J Transl Med. 2015;13:277.
86. Iliopoulou EG, Kountourakis P, Karamouzis MV, Doufexis D, Ardavanis A, Baxevanis CN, et al. A phase I trial of adoptive transfer of allogeneic natural killer cells in patients with advanced non-small cell lung cancer. Cancer Immunol Immunother. 2010;59(12):1781–9.
87. Yang Y, Lim O, Kim TM, Ahn YO, Choi HN, Chung H, et al. Phase I study of random, healthy donor-derived allogeneic natural killer cell therapy in patients with malignant lymphoma or advanced solid tumors. Cancer Immunology Research. 2016.
88. Shah NN, Baird K, Delbrook CP, Fleisher TA, Kohler ME, Rampertaap S, et al. Acute GVHD in patients receiving IL-15/4-1BBL activated NK cells following T-cell-depleted stem cell transplantation. Blood. 2015;125(5):784–92.
89. Gong JH, Maki G, Klingemann HG. Characterization of a human cell line (NK-92) with phenotypical and functional characteristics of activated natural killer cells. Leukemia. 1994;8(4):652–8.
90. Tonn T, Becker S, Esser R, Schwabe D, Seifried E. Cellular immunotherapy of malignancies using the clonal natural killer cell line NK-92. J Hematother Stem Cell Res. 2001;10(4):535–44.
91. Arai S, Meagher R, Swearingen M, Myint H, Rich E, Martinson J, et al. Infusion of the allogeneic cell line NK-92 in patients with advanced renal cell cancer or melanoma: a phase I trial. Cytotherapy. 2008;10(6): 625–32.
92. Tonn T, Schwabe D, Klingemann HG, Becker S, Esser R, Koehl U, et al. Treatment of patients with advanced cancer with the natural killer cell line NK-92. Cytotherapy. 2013;15(12):1563–70.
93. Lundqvist A, Abrams SI, Schrump DS, Alvarez G, Suffredini D, Berg M, et al. Bortezomib and depsipeptide sensitize tumors to tumor necrosis factor-related apoptosis-inducing ligand: a novel method to potentiate natural killer cell tumor cytotoxicity. Cancer Res. 2006;66(14):7317–25.
94. Lundqvist A, Yokoyama H, Smith A, Berg M, Childs R. Bortezomib treatment and regulatory T-cell depletion enhance the antitumor effects of adoptively infused NK cells. Blood. 2009;113(24):6120–7.
95. Hallett WH, Ames E, Motarjemi M, Barao I, Shanker A, Tamang DL, et al. Sensitization of tumor cells to NK cell-mediated killing by proteasome inhibition. J Immunol. 2008;180(1):163–70.

96. Lundqvist A, Berg M, Smith A, Childs RW. Bortezomib treatment to potentiate the anti-tumor immunity of ex-vivo expanded adoptively infused autologous natural killer cells. Journal of Cancer. 2011;2:383–5.
97. Lagrue K, Carisey A, Morgan DJ, Chopra R, Davis DM. Lenalidomide augments actin remodeling and lowers NK-cell activation thresholds. Blood. 2015;126(1):50–60.
98. Hsu AK, Quach H, Tai T, Prince HM, Harrison SJ, Trapani JA, et al. The immunostimulatory effect of lenalidomide on NK-cell function is profoundly inhibited by concurrent dexamethasone therapy. Blood. 2011;117(5):1605–13.
99. Xu Y, Sun J, Sheard MA, Tran HC, Wan Z, Liu WY, et al. Lenalidomide overcomes suppression of human natural killer cell anti-tumor functions by neuroblastoma microenvironment-associated IL-6 and TGFbeta1. Cancer Immunol Immunother. 2013;62(10):1637–48.
100. Kronke J, Udeshi ND, Narla A, Grauman P, Hurst SN, McConkey M, et al. Lenalidomide causes selective degradation of IKZF1 and IKZF3 in multiple myeloma cells. Science. 2014;343(6168):301–5.
101. Acebes-Huerta A, Huergo-Zapico L, Gonzalez-Rodriguez AP, Fernandez-Guizan A, Payer AR, Lopez-Soto A, et al. Lenalidomide induces immunomodulation in chronic lymphocytic leukemia and enhances antitumor immune responses mediated by NK and CD4 T cells. BioMed Research International. 2014; 2014:265840.
102. Wu L, Adams M, Carter T, Chen R, Muller G, Stirling D, et al. lenalidomide enhances natural killer cell and monocyte-mediated antibody-dependent cellular cytotoxicity of rituximab-treated CD20+ tumor cells. Clin Cancer Res. 2008;14(14):4650–7.
103. Wolschke C, Stubig T, Hegenbart U, Schonland S, Heinzelmann M, Hildebrandt Y, et al. Postallograft lenalidomide induces strong NK cell-mediated antimyeloma activity and risk for T cell-mediated GvHD: Results from a phase I/II dose-finding study. Exp Hematol. 2013;41(2):134–42 e3.
104. Benson DM, Jr., Cohen AD, Jagannath S, Munshi NC, Spitzer G, Hofmeister CC, et al. A phase I trial of the anti-KIR antibody IPH2101 and lenalidomide in patients with relapsed/refractory multiple myeloma. Clin Cancer Res. 2015;21(18):4055–61.
105. Benson DM, Jr., Hofmeister CC, Padmanabhan S, Suvannasankha A, Jagannath S, Abonour R, et al. A phase 1 trial of the anti-KIR antibody IPH2101 in patients with relapsed/refractory multiple myeloma. Blood. 2012;120(22):4324–33.
106. Carlsten M, Korde N, Kotecha R, Reger R, Bor S, Kazandjian D, et al. Checkpoint inhibition of KIR2D with the monoclonal antibody IPH2101 induces contraction and hyporesponsiveness of NK cells in patients with myeloma. Clin Cancer Res. 2016;22(21):5211–22.
107. Conlon KC, Lugli E, Welles HC, Rosenberg SA, Fojo AT, Morris JC, et al. Redistribution, hyperproliferation, activation of natural killer cells and CD8 T cells, and cytokine production during first-in-human clinical trial of recombinant human interleukin-15 in patients with cancer. J Clin Oncol. 2015;33(1):74–82.
108. Kim PS, Kwilas AR, Xu W, Alter S, Jeng EK, Wong HC, et al. IL-15 superagonist/IL-15RalphaSushi-Fc fusion complex (IL-15SA/IL-15RalphaSu-Fc; ALT-803) markedly enhances specific subpopulations of NK and memory CD8+ T cells, and mediates potent anti-tumor activity against murine breast and colon carcinomas. Oncotarget. 2016;7(13):16130–45.
109. Imai C, Iwamoto S, Campana D. Genetic modification of primary natural killer cells overcomes inhibitory signals and induces specific killing of leukemic cells. Blood. 2005;106(1):376–83.
110. Kellner JN, Cruz CR, Bollard CM, Yvon ES. Gene modification of human natural killer cells using a retroviral vector. Methods Mol Biol. 2016;1441:203–13.
111. Lee J, Zhang T, Hwang I, Kim A, Nitschke L, Kim M, et al. Epigenetic modification and antibody-dependent expansion of memory-like NK cells in human cytomegalovirus-infected individuals. Immunity. 2015;42(3):431–42.
112. Schlums H, Cichocki F, Tesi B, Theorell J, Beziat V, Holmes TD, et al. Cytomegalovirus infection drives adaptive epigenetic diversification of NK cells with altered signaling and effector function. Immunity. 2015;42(3):443–56.
113. Carlsten M, Levy E, Karambelkar A, Li L, Reger R, Berg M, et al. Efficient mRNA-based genetic engineering of human NK cells with high-affinity CD16 and CCR7 augments rituximab-induced ADCC against lymphoma and targets NK cell migration toward the lymph node-associated chemokine CCL19. Frontiers in Immunology. 2016;7:105.
114. Shimasaki N, Fujisaki H, Cho D, Masselli M, Lockey T, Eldridge P, et al. A clinically adaptable method to enhance the cytotoxicity of natural killer cells against B-cell malignancies. Cytotherapy. 2012;14(7):830–40.
115. Li L, Liu LN, Feller S, Allen C, Shivakumar R, Fratantoni J, et al. Expression of chimeric antigen receptors in natural killer cells with a regulatory-compliant non-viral method. Cancer Gene Ther. 2010;17(3):147–54.
116. Somanchi SS, Somanchi A, Cooper LJ, Lee DA. Engineering lymph node homing of ex vivo-expanded human natural killer cells via trogocytosis of the chemokine receptor CCR7. Blood. 2012;119(22):5164–72.
117. Reiners KS, Kessler J, Sauer M, Rothe A, Hansen HP, Reusch U, et al. Rescue of impaired NK cell activity in hodgkin lymphoma with bispecific antibodies in vitro and in patients. Mol Ther. 2013;21(4):895–903.

17

CHAPTER 17

Immunologic Monitoring in Immuno-Oncology

William R. Gwin and Mary L. Disis

Tumor Vaccine Group, Center for Translational Medicine in Women's Health, University of Washington, Seattle, WA, USA

Introduction

Biomarkers in immuno-oncology

The evaluation and development of immune-oncology biomarkers and the application of biomarkers for immune monitoring are rapidly evolving fields driven by the clinical success of recently approved immune checkpoint inhibitor therapies. Identifying biomarkers that can predict the response to immune therapies will enable the selection of patients who are likely to benefit from immunotherapy treatment, while identification of immune pharmacodynamic and pharmacokinetic biomarkers will provide immune monitoring capabilities for clinical trials. Immune biomarkers can be divided into several categories: prognostic, predictive, pharmacodynamic, pharmacokinetic, and correlative or surrogate endpoints (Table 17.1). Prognostic biomarkers provide information about the likely course of the disease (cancer) in an untreated individual. An example is the evaluation of tumor-infiltrating T cell subtypes, as determined by the immunoscore. Predictive biomarkers can be used to identify subpopulations of patients most likely to respond to a given therapy. An example of a predictive biomarker is tumor expression of programmed death-ligand (PD-L1). The expression of PD-L1 predicts which patients are likely to respond to anti-PD-L1 or anti-PD-1 therapy. Pharmacodynamic biomarkers are molecular indicators of the effect of therapy on disease related targets. An example is increased T cell receptor clonality after anti-PD-1 or PD-L1 therapy. Pharmacokinetic biomarkers are biomarkers of a therapy's distribution, metabolism, and excretion. In chimeric antigen receptor (CAR) T cell therapy, the persistence of CAR T cells can be measured by flow cytometry. A correlative or surrogate endpoint is a marker that may correlate with a real clinical endpoint. Defining a surrogate endpoint is an area of active investigation, and none have been validated to date.

The evolution of immune monitoring from an antigen specific to a tumor microenvironment focus

The role of immune monitoring in immuno-oncology has evolved over time. Early in the development of the field, the focus of immune monitoring was on detecting tumor antigen-specific immune responses through interferon-gamma (IFN-γ) ELISPOT and flow-based assays, demonstrating the induction of antigen-specific

Immunotherapy in Translational Cancer Research, First Edition. Edited by Laurence J. N. Cooper, Elizabeth A. Mittendorf, Judy Moyes, and Sabitha Prabhakaran.

Table 17.1 Classes of immunologic biomarkers.

Category of Biomarker	*Definition*	*Example*
Prognostic	Evaluates overall outcome regardless of intervention	Immunoscore
Predictive	Evaluates the likelihood of response to treatment	PD-L1 expression
Pharmacodynamic	Measures drug effect on the target	TCR sequencing
Pharmacokinetic	Measures drug distribution, metabolism, and excretion	Persistence of CAR T cells
Correlative or surrogate endpoint	Acts as a substitute for clinically meaningful endpoint	Area of active investigation; none have been validated to date

Note: CAR = chimeric antigen receptor.

T cells [1]. This approach, however, did not account for the intricacies of the tumor microenvironment, and the role that additional immune cells and molecules play inhibiting and augmenting tumor-specific immune responses [2].

In this chapter, we review currently utilized prognostic, predictive, and pharmacokinetic/pharmacodynamic immune biomarker assays, focusing on their backgrounds, biologic tissues required, general assay methods, key examples of their use, and the future of each technology (Tables 17.2 and 17.3). We discuss current candidates for correlative and surrogate endpoints and the evidence supporting their use. Figure 17.1 illustrates a broad view of the immune cells, cytokines, immune modulatory molecules, and tumor cell properties that specific immune monitoring modalities interrogate. It is important to recognize that the majority of these immune monitoring modalities only capture data on a small number of components of the overall tumor immune microenvironment and/or systemic immune environment (Figure 17.1).

Immune prognostic biomarkers

Immunoscore

The "immunoscore" is an example of a prognostic immune biomarker that quantitates the immune cell composition, specifically CD8+ and CD45RO+ T cells in the tumor microenvironment, and associates the resulting immune score with clinical survival endpoints. Immunoscore was demonstrated to be more reliable in predicting disease-free survival (DFS) than TNM staging, which depends on three key factors (*T*umor, lymph *N*ode, and *M*etastasis) to determine the stage of cancer [3]. The development of the immunoscore for colorectal cancer was based on the observation that type, density, and location of immune cells within a tumor are a superior predictor of patient survival than the histopathological methods currently used to stage colorectal cancer [3, 4].

The immunoscore is obtained from pathologic interpretation of hematoxylin and eosin (H&E)-stained slides derived from paraffin-embedded tissue sections. Two tissue sections are analyzed from each region (center of tumor, CT, and invasive margin, IM). These tissue microarray sections are incubated (60 minutes at room temperature) with monoclonal antibodies to CD3, CD45RO, CD8, and cytokeratin-8. DAB-chromogen is applied and slides are counterstained with methylene blue to complete the immunohistochemistry. Slides are then analyzed using an image analysis workstation and results are recorded as the number of positive cells per tissue surface unit [5]. The immunoscore is calculated using densities and location (CT and IM) of memory T cells (CD3+/CD45RO+) and cytotoxic (CD3+/CD8+) T cells. Tissues are assigned points based on the high (Hi) (1 pt) or low (0 pt) density of either the CD8+ or CD45RO+ T cells in each region, and points are added to yield the final score: (0)-Hi (low immune score), (1-2)-Hi, (3)-Hi, and (4)-Hi (high immune score), resulting in four distinct prognostic groups [5].

One limitation of the immunoscore is that it cannot be performed on core needle or fine-needle aspiration biopsies due to the inability to precisely define the tumor center and invasive margin.

Table 17.2 Immune monitoring prognostic and predictive methods: tissue/blood required, limitations, and example of clinical trial use.

Analysis Method	*Tumor Tissue and Blood Required*	*Methods*	*Limitations*	*Key Examples*	*Future Directions*
Prognostic Biomarkers					
Immunoscore	Tumor tissue: FFPE Blood: N/A	- CD45RO+ and CD8+ T cell density at tumor center and inv. margin - Points assigned per cell type and location, then added for sum	- Cannot perform with core biopsy - Cannot perform post–chemo-radiation	Galon *et al.* [8]	- Application to multiple tumor types - Multicountry validation study
Neutrophil-to-lymphocyte ratio (NLR)	Tumor tissue: N/A Blood: fresh blood	- Absolute neutrophil count and absolute lymphocyte count used to calculate NLR	- Different cutoffs for (+) NLR - Coexisting conditions can affect NLR	Ferrucci *et al.* [10]	- NLR as a immunotherapy-predictive marker
Predictive Biomarkers					
PD-1/PD-L1 expression (IHC)	Tumor tissue: fresh, frozen, and FFPE Blood: N/A	- Percentage of tumor cells staining for PD-L1 is scored - Positivity generally defined as >5% staining	- Expression variable within tumors - No standard for positivity	Herbst *et al.* [25]	- *In-vivo* imaging of PD-L1 expression
Single-nucleotide polymorphism (SNP) analysis	Tumor tissue: fresh and frozen tissue Blood: PBMCs	- Genomic DNA isolated and sequenced - Sequencing reactions performed - Bidirectional resequencing of regions of interest (CTLA4, etc.) - Software identifies genotype callings	- Few patients in trials to date - Contradictory results from reported studies	Breunis *et al.* [35]	- New SNP analysis methods such as network phenotyping strategy
Neoantigens (HiSeq)	Tumor tissue: fresh and fresh frozen tissue Blood: N/A	- Genomic DNA obtained and Exon regions captured - Paired-end sequencing by Hi-Seq - Sequence data are then mapped to the reference human genome sequence and mutations identified	- Neoantigens do not necessarily overlap between patients - Not all neoantigens elicit T cell responses	McGranahan *et al.* [48]	- Identify neoantigen-specific T cells by immortal B cell presentation of neoantigens

Myeloid-derived supp. cells (flow cytometry)	Tumor tissue: fresh and frozen tissue Blood: fresh, frozen and cryopreserved PBMC	– Tumor tissue digested – Flow cytometry performed – M-MDSCs: $CD11b^{+}CD14^{+}CD15^{-}IL\text{-}4Ra^{+}MHC^{-/low}$ – Gr-MDSCs: $CD11b^{+}CD14^{-}CD15^{+}MHC^{-/low}$	– Heterogeneous immune population – No consensus on how to define MDSCs – Limitations in gating standards – Contradicting studies correlating MDSC levels and survival	Martens *et al.* [54]	– Consensus on MDSC flow cytometry identification
Immunosuppressive T cell populations (flow cytometry): – Treg CD4+ cells – Th2 CD4+ cells	Tumor tissue: fresh and frozen tissue Blood: fresh, frozen, and cryopreserved PBMC	– Tumor tissue digested – Flow cytometry performed – Tregs: CD4+CD39+CD25+ adenosine producing – Th2 CD4+ T cells: flow for cytokines IL-4, IL-6, and IL-10	– Tregs - small proportion of CD4+ T cells (5%) – No consensus on how to define Tregs, FOXP3 not reliable – Challenge of differentiating naive Tregs, inducible Tregs, and peripheral Tregs	Disis *et al.* [67] Kristensen *et al.* [128]	

Note: FFPE = formalin-fixed, paraffin-embedded; PBMCs = peripheral blood mononuclear cells; IHC = immunohistochemistry; M-MDSCs = monocytic myeloid-derived suppressor cells; Gr-MDSC = granulocytic myeloid-derived suppressor cells.

Table 17.3 Immune monitoring pharmacokinetic/pharmacodynamic methods: tissue/blood required, limitations, and example of clinical trial use.

Analysis Method	*Tumor Tissue and Blood Required*	*Methods*	*Limitations*	*Key Examples*	*Future Directions*
Pharmacokinetic and Pharmacodynamic Biomarkers					
TCR sequencing	Tumor tissue: fresh, frozen, and FFPE tissue Blood: fresh and cryopreserved PBMCs	– DNA or RNA isolation – V and J gene primers amplify rearranged V(D)J segments – Sequence of unique amplified CDR3 segments determined, identifying V, D, and J genes	– Limited by sequencing depth and accuracy – Depending on the stage of T cell activation, activated T cells might or might not synthesize TCRs.	Tumeh *et al.* [85]	– Linking specific TCR clones and their target epitope
Genomic immune analysis	Tumor tissue: fresh, frozen, and FFPE tissue Blood: PBMCs (RNA tubes)	– DNA or RNA isolation, genomic analysis performed – DNA or RNA quality assessed – Gene expression values analyzed	– Fluctuations in immune cell subtype frequency (macro-phages, Th2 cells, and Tregs)	Bedognetti *et al.* [93]	– Standardized gene expression panels
ELISPOT	Tumor tissue: N/A Blood: fresh and frozen PBMCs	– ELISPOT plates coated with an anticytokine capture Ab – PBMCs incubated w/ target antigen, detection Ab added serially to reveal spot formation	– Does not directly evaluate cell-mediated cytotoxicity – No consensus on how to analyze ELISPOT positive vs negative data	Datta *et al.* [129]	
ELISA	Tumor tissue: N/A Blood: fresh and frozen PBMCs	– Target antigen applied to ELISA plates – Serum added in serial dilutions – Anti-human 2° antibody is added – Absorbance is read and control signal is subtracted from protein signal	– Evaluation of immune response to only a single antigen at a time	Montgomery *et al.* [118]	– High-density programmable protein microarrays (NAPPA) allow >5000 tumor antigens

Cytokine flow cytometry	Tumor tissue: fresh tissue Blood: fresh, frozen, and cryopreserved PBMCs	– Mononuclear cells are isolated – T cells are fixed, permeabilized, and stained for cytokines of interest using the appropriate antibodies – Flow cytometry performed	– Gating remains highly subjective, resulting in interassay variability in flow cytometry.	Michelin *et al.* [103]	
MHC tetramers	Tumor tissue: fresh tissue Blood: fresh, frozen, and cryopreserved PBMCs	– Biotinylated HLA monomers loaded with the antigen of interest are tetramerized – T cells are incubated in dasatinib – T cells are stained with MHC tetramer – Flow cytometry performed	– TCR affinity required for T cell binding to the pMHC tetramers exceeds that required for T cell activation	Cohen *et al.* [109]	– MHC dextramers allowing for staining of low-affinity T cells and MHC class II specific T cells

Note: TCR = T cell receptor; FFPE = formalin-fixed, paraffin-embedded; PBMCs = peripheral blood mononuclear cells; MHC = major histocompatibility complex; HLA = human leukocyte antigen.

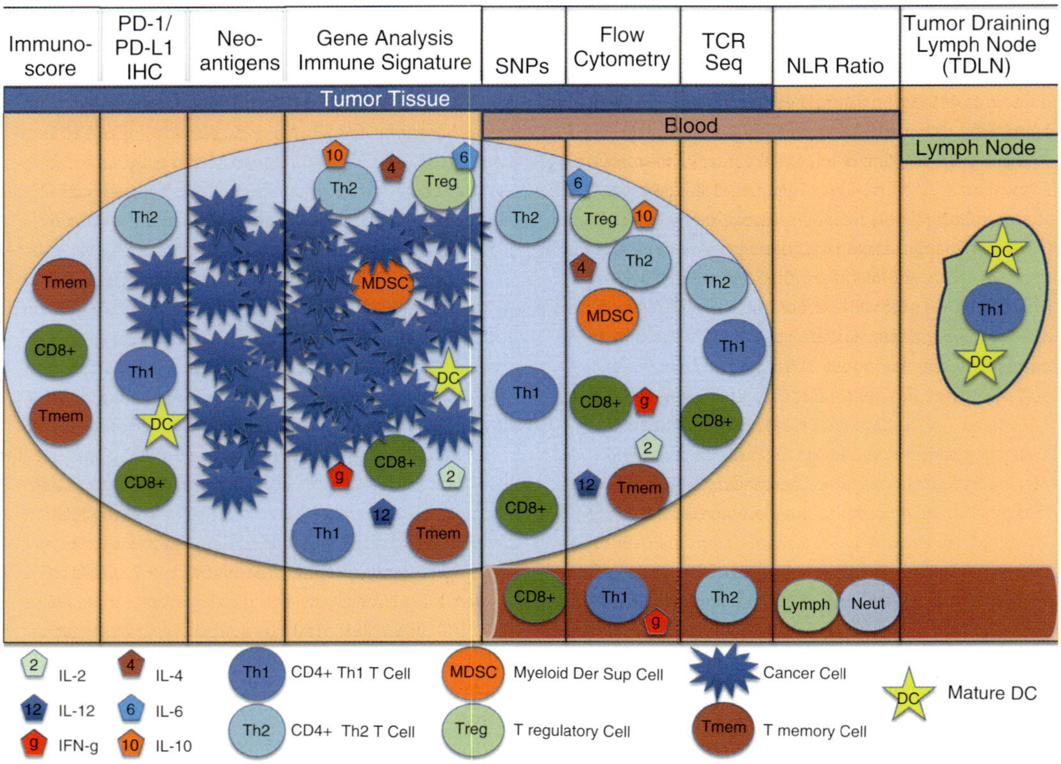

Figure 17.1 Immune monitoring assays and targets: (1) Tumor tissue–based assays and targets (blue bar only): immunoscore (tumor-based T memory cells and CD8+ T cells), immunohistochemistry (IHC) of PD-L1/PD-1 (tumor cells, T cell subtypes, and other immune cell subtypes), neoantigens (tumor cells), genetic analysis (tumor cells, immune cell subtypes, immune cell receptors, and cytokines). (2) Blood and tumor tissue–based assays and targets (blue and red bars): single nucleotide polymorphisms (SNPs) (CTLA-4 polymorphisms and other immune cell receptor polymorphisms), flow cytometry (immune cell subtypes, cytokines, and immune cell surface receptors), T cell receptor sequencing (tumor- and blood-based T cell subtypes). (3) Blood-based assays and targets (red bar only): neutrophil-to-lymphocyte ratio (NLR) (circulating neutrophils and lymphocytes). (4) Lymph node tissue–based assays and targets (green bar): tumor-draining lymph node assessment (tumor cells and lymph node–based immune cell subtypes).

Another limitation of the immunoscore is that it cannot be utilized on tumors treated with neoadjuvant chemo-radiation, as such therapies cause significant changes to the tumor histology [6]. An advantage of the immunoscore is its detection of tumor-infiltrating T cell subtypes, as the presence of certain T cell subtypes may predict which tumors are amenable to enhancement by immunotherapeutic approaches [7].

Galon *et al.* recently reported a study evaluating the immunoscore as a prognostic indicator for time to relapse in 1300 colon cancer patients. In this study, stage I/II/III colon cancer patients were split into a training set and an internal validation set. In the internal validation set (630 patients), time to relapse was shorter among 303 patients with low-immunoscore colon cancer versus 327 patients with high-immunoscore colon cancer (HR (95% CI), 0.54 (0.34–0.84); $p = .006$). In both groups, results were independent of patient age, sex, tumor stage, and location of the cancer in the left or right side of the colon [8].

Neutrophil-to-lymphocyte ratio

The neutrophil-to-lymphocyte ratio (NLR) is a generalized measure of systemic inflammation and has been utilized as a prognostic measure in many noncancer disease states. It has also been used extensively in various subtypes of cancer as a prognostic indicator of overall survival. A recent meta-analysis of 100 studies utilizing NLR demonstrated that an NLR greater than the cutoff (defined for each study) was associated with a hazard ratio for overall survival (OS) of 1.81 (95% CI = 1.67 to 1.97; $p < .001$), an effect observed in all cancer subgroups, disease sites, and stages. In this meta-analysis, hazard ratios for NLR greater than the cutoff for progression-free survival (PFS) and DFS were 1.63 and 2.27, respectively (all $p < .001$) [9].

In general, only peripheral blood has been used to calculate NLR. The ratio between absolute neutrophil counts and absolute lymphocyte counts are used to calculate NLR [10]. As the recognition of the predictive role of the tumor microenvironment has become increasingly accepted, the use of tumor tissue has also increased for NLR calculations.

One limitation in using the NLR is the inconsistency of the cutoffs for positive NLRs in different disease states. Another limitation of using NLR is that neutrophil and lymphocyte counts can be influenced by multiple coexisting conditions such as infections, inflammation, and medications. A benefit of using NLR is the ease of calculation from commonly available labs in the clinical setting.

As an indicator of an inflammatory state, several clinical trials have investigated whether NLR could be predictive of the response to immune checkpoint inhibitor therapy. In a retrospective analysis of three separate studies, Ferruci *et al.* evaluated the association of NLR with clinical outcome in metastatic melanoma patients treated with ipilimumab. This analysis demonstrated that in these studies, patients treated with ipilimumab with baseline NLR < 5 had a significantly improved PFS (HR = 0.38; 95% CI: 0.22–0.66; $p = .0006$) and OS (HR = 0.24; 95% CI: 0.13–0.46; $p = .0001$) compared with those with a baseline NLR ≥ 5 [10].

Additional studies have investigated the relationship between tumor expression of T cell checkpoint receptors, checkpoint ligands, and NLR. A recent analysis evaluated the relationship of NLR and the expression of PD-L1 and infiltration of PD-1^+ cells in primary tumors from 180 patients who had undergone surgery for gastric cancer. NLR was significantly increased above cutoff in the group of patients with PD-L1+ tumors compared with the PD-L1 negative group. However, the number of tumor-infiltrating PD-1+ cells was not correlated with NLR [11].

Immune predictive biomarkers

PD-L1 and PD-1 expression

One of the central drivers in the resurgence of interest in immuno-oncology has been the clinical benefit demonstrated by the immune checkpoint inhibitors. These therapies targeting cytotoxic T lymphocyte associated protein 4 (CTLA-4) and more recently, programmed cell death protein 1 (PD-1/PD-L1) signaling have received United States Food and Drug Administration (FDA) approval for several indications [12–14]. One ongoing challenge with this category of therapy has been the validation of reliable predictive biomarkers of response. PD-1 is a cell surface receptor expressed on T cells and pro-B cells, initially found to be upregulated on activated mouse T cells after T cell receptor engagement [15], and is a member of the extended CD28/CTLA-4 family of T cell regulators [16]. PD-L1 (B7-H1, CD274) and PD-L2 (B7-DC, CD273) are the ligands for PD-1 [17]. It is now recognized that PD-1 and PD-L1 are expressed by various cell populations [15], including antigen-presenting cells (APCs) [18–20] and tumor cells [21–23]. This signaling axis inhibits antitumor T cell immunity [24] through several potential mechanisms, including T cell apoptosis, anergy, exhaustion, and IL-10 expression [24]. A correlation has been made between increased expression of PD-L1 by tumor cells and an increased response rate to anti-PD-L1/PD-1 therapy in several tumor types, with the largest body of evidence found in melanoma trials [13].

Immunohistochemical analysis for PD-L1 and PD-1 is typically performed on archival or newly obtained formalin-fixed, paraffin-embedded (FFPE) tumor specimens with the use of the anti-human PD-L1 or PD-1 monoclonal antibodies. The percentage of tumor cells exhibiting cell-surface staining for PD-L1, for example, is subsequently scored, with positivity defined a variety of ways but most commonly as 5% expression per specimen. Patients with multiple specimens are considered PD-L1 positive if any specimen meets this criterion [16]. Increased expression of PD-L1 in tumor-infiltrating immune cells, such as APCs, has also been correlated with increased response to anti-PD-L1 therapy as demonstrated in non-small-cell lung cancer (NSCLC) [25]. It has also been demonstrated in metastatic bladder cancer that PD-L1 expression on tumor-infiltrating immune cells increases the likelihood of response to anti-PD-L1 therapy with an overall response rate of 43% (95% CI: 26%–63%) achieved in patients with PD-L1 IHC 2/3 tumors [26]. Additionally, in an analysis of colon cancers with microsatellite instability, the majority of PD-L1 expression was by myeloid cells while there was no discernable PD-L1 expression on tumor cells [27].

Limitations inherent in utilizing PD-L1 as a predictive marker include the fact that PD-L1 expression is inducible and that PD-L1 is not diffusely expressed throughout a tumor. Specifically, PD-L1 expression can be induced by cytokines, with effector T-cell-derived IFN-γ being the most potent inducer of PD-L1 expression [15]. Increased PD-L1 expression has also been linked to activation of oncogenic pathways including through the loss of PTEN [28] and by the oncogenic fusion protein NPM/ALK [29]. It has been demonstrated that PD-L1 expression is clustered where IFN-γ + T cells infiltrate [28, 30]. Due to the localized nature of PD-L1 expression, core needle tumor biopsies may miss areas of PD-L1 expression. Another limitation of using PD-L1 expression analysis by immunohistochemistry (IHC) is that many different anti-PD-L1 and anti-PD-1 antibodies have been used in studies, with various levels of validation of these antibodies. Further, though 5% PD-L1 staining of the membrane has been used for the cutoff of positivity due to the association with clinical response [14], the threshold for PD-L1 positivity has not been clearly defined [31].

A key study in the evaluation of PD-L1 expression in predicting response to anti-PD-1 therapy was reported by Herbst *et al.* In this study, 277 patients who received the anti-PD-L1 therapy MPDL3280A had pretreatment tumor tissue specimens stained for PD-L1 expression. The results demonstrated that across multiple tumor types, positive clinical responses were observed in patients whose tumor-infiltrating immune cell PD-L1 expression reached statistical significance (NSCLC, $p = .015$; all tumors, $p = .007$), while the association with tumor cell PD-L1 expression did not reach statistical significance (NSCLC, $p = .920$; all tumors, $p = .079$) [25].

Finally, a new technology in PD-L1 detection is the *in vivo* imaging of radiolabeled high-affinity PD-1 variants to evaluate for PD-L1 expression in the entire tumor, thus addressing the challenge of PD-L1 expression heterogeneity found in tumors [32].

Analysis of single nucleotide polymorphisms

In immuno-oncology the analysis of single-nucleotide polymorphisms (SNPs) has focused on polymorphisms found in immune-related molecules. In particular, SNPs in the CTLA-4 immune checkpoint molecule have been linked to an increased risk of multiple cancer types [33] and as a predictive measure for the clinical benefit of immunotherapies. SNPs from immune-related genes have been used to predict recurrence in patients receiving therapy with bacille Calmette-Guérin immunotherapy for non-muscle-invasive bladder cancer [34]. In predicting response to immunotherapy, studies have evaluated the association between clinical outcomes and the SNPs of CTLA-4 [35, 36], IRF5 [37], CCR5 [38], and CXCR3 [39].

SNP analysis is performed on isolated genomic DNA from collected peripheral blood samples. Using software-designed primer pairs, genotyping of selected SNPs is performed through bidirectional resequencing of regions of interest in the selected genes. A sequencer performs the sequencing reactions using variations under standard sequencing conditions [35]. Sequencing analysis software is then utilized to determine genotype alignment and consistency through both forward and reverse sequencing. Finally, statistical analysis is carried out to correlate SNP(s) with treatment response or outcome of interest [35].

Studies evaluating individual SNPs and their relationships to clinical responses after administration of immunotherapies is limited by the small sample sizes in previously designed trials. Large numbers of patients are needed (due to the number of SNPs analyzed) to fully appreciate the value of SNPs. Another limitation is that the relationships between individual SNPs and clinical responses to immunotherapies (IL-2, anti-CTLA-4 Abs) have been inconsistent among studies, even when evaluating the same SNP and therapy pairing [35, 40, 41]. Last, in the context of Calmette-Guérin immunotherapy, SNP evaluations have been retrospective, not prospective [34, 42].

In melanoma, three studies were conducted attempting to correlate similar CTLA-4 SNPs with clinical responses to anti-CTLA-4 mAb therapy (ipilimumab). These studies did not demonstrate a consistent association between selected SNPs and clinical responses to ipilimumab [35, 36]. Among these three studies was a study by Breunis *et al.* [35]. In this study, seven common SNPs were selected from the CTLA-4 gene in 152 Caucasian patients who underwent CTLA-4 blockade and were evaluated to determine correlations to treatment responses [35]. The results of this analysis demonstrated that three of the seven selected SNPs were associated with response to ipilimumab therapy. These SNPs included the proximal promoter SNP rs4553808 ($p=.002$), the proximal promoter SNP rs11571327 ($p=.02$), and the nonsynonymous SNP rs231775 ($p=.009$) [35].

New technology has been implemented in a recent reanalysis of data from a 2010 study evaluating the relationship between CTLA-4 SNPs and clinical benefit from high-dose interferon therapy in high-risk melanoma cases. In the original study, no statistically significant difference in relapse-free survival or OS was demonstrated among the melanoma patients with 6 CTLA-4 SNPs [40]. In the reanalysis, a new method called network phenotyping strategy was used for the SNP analysis. Network phenotyping strategy is a graph-theory–based method that captures allele relationship patterns for each patient into a six-partite mathematical graph. Using this method, the investigators were able to relate polymorphic SNP patterns (distances between PRP and RRP pairs) differentiating two survival groups (longer and shorter than five years), with statistical significance for these pairs ranging from $p=.002$ to $p=.043$ [41].

Estimation of neoantigenic load

As recent interest has focused on the role of neoantigens in provoking T-cell-mediated antitumor immune responses, studies have investigated methods for detecting neoantigens as well as neoantigen load. It has been noted that a mutational load of 10 somatic mutations per megabase of coding DNA results in the formation of a sufficient number of neoantigens to be recognized by autologous T cells. Tumors with a mutational load of 1 to 10 mutations per megabase regularly contain sufficient neoantigens as well. But it is felt that cancers with mutational loads of <1 mutation per megabase are less likely to carry sufficient neoantigens to elicit recognition by T cells [43].

The general protocol used to identify the presence of neoantigens is as follows. Fresh tumor is digested and tumor cell lines are generated by culture from the resulting cell suspension. Genomic DNA from tumor and normal samples is fragmented and used for genomic library construction. Exonic regions are then captured in solution using appropriate methods. Paired-end sequencing, sequencing in 100 bases from each end of each fragment, is performed using a HiSeq genome analyzer. Sequence data are then mapped to the reference human genome sequence and sequence alterations are determined by comparison of over 50 million bases of tumor and normal DNA. The tags are aligned to the reference human genome sequence using the appropriate software. A software filter allows for the selection of sequence reads for subsequent analyses. Appropriate software is then applied to identify point mutations and small insertions and deletions. Known polymorphisms are removed from analysis. Potential somatic mutations are filtered and visually inspected for the identification of nonsynonymous single-nucleotide and dinucleotide substitutions (neoantigens). Oligonucleotide primers are then designed to amplify fragments of gene products ranging between ~100 and ~600 nucleotides encompassing the identified mutated epitopes. These primer sets are used to carry out RT-PCR. Amplified cDNA transcripts are either directly sequenced after purification of the RT-PCR products by a DNA purification kit or cloned into an appropriate plasmid vector and then sequenced [44].

A limitation to the generalized applicability of neoantigen load evaluation is that a significant number of the mutations found in human tumors are not maintained between patients; thus, the identification and targeting of neoantigens would have to be patient specific. Further, when present, neoantigens may not induce an autologous T cell response and thus would be immunologically irrelevant [45]. Another limitation is that genomic analysis from core tumor biopsies may not fully represent the mutational and neoantigen load of an entire tumor [46].

A recent study by Giannakis *et al.* evaluated the relationship between the mutational composition of 619 colorectal cancers and tumor immunity, pathology, and survival data through whole-exome sequencing. This study demonstrated a significant association between higher neoantigen load and the increased presence of tumor-infiltrating lymphocytes (Spearman's rank correlation coefficient = 0.36, $p = 2.0 \times 10^{-19}$). The investigators also demonstrated that the neoantigen load significantly correlated with the density of CD45RO+ T cells, but not significantly with the density of CD8+, CD3+, or FOXP3+ T cells. Last, the investigators demonstrated that an elevated neoantigen load was associated with improved colorectal-cancer-specific survival (log rank test, $p = .004$; multivariate hazard ratio = 0.57 (95% confidence interval, 0.35–0.93)) [47].

A recent study by McGranahan *et al.* investigated the impact of tumor neoantigen heterogeneity (ITH) and neoantigen burden on overall survival in patients with lung carcinoma as well as on clinical response to checkpoint inhibitor blockade in both lung carcinoma and melanoma patients. In patients with lung adenocarcinoma, a high neoantigen burden, defined as the upper quartile of neoantigen load, was associated with significantly longer overall survival ($p = .025$). In patients with neoantigen homogeneous tumors (neoantigen ITH ≤ 1%) there was a trend toward longer overall survival times compared with heterogeneous tumors ($p = .061$). In melanoma patients who had received anti-CTLA-4 therapy, the investigators demonstrated a significantly improved OS in patients whose tumors exhibited a low neoantigen heterogeneity (ITH threshold = 0.01) along with a high clonal neoantigen burden ($p = .008$). But the relationship between neoantigen burden alone and survival outcome with anti-CTLA-4 therapy was not statistically significant in this patient population ($p = .083$) [48].

Myeloid-derived suppressor cells

Myeloid-derived suppressor cells (MDSCs) in the tumor microenvironment suppress T cell activity through the inhibition of T cell proliferation and activation. There is evidence that malignant cells elicit the intratumoral presence of MDSCs through secretion of cytokines that induce the localization of MDCSs into the tumor microenvironment [49]. It is recognized that there are two subclasses of MDSC of interest in cancer, monocytic MDSCs (M-MDSC) and granulocytic MDSCs (Gr-MDSCs).

MDSCs are typically tested for by flow cytometry from fresh peripheral blood samples or from fresh digested tissue samples [50]. As MDSCs are a heterogeneous group of cells, there is no flow cytometry standard for testing for their presence. There is evidence that cryopreservation of blood results in significantly reduced numbers of MDSCs as well as the loss of their immune-suppressive activities [51], thus limiting their *ex vivo* functional analysis. With regard to the generally accepted phenotypes of the two subclasses of MDSCs listed above, human M-MDSCs are phenotypically $CD11b^{+}CD14^{+}CD15^{-}IL\text{-}4Ra^{+}$ $MHC^{-/low}$ and Gr-MDSCs are $CD11b^{+}CD14^{-}CD15^{+}$ $MHC^{-/low}$ [52].

One of the limitations of utilizing MDSCs in clinical trial research is that classification and characterization of this group of heterogeneous immune cells remain unresolved, as there is no international consensus on how to define MDSCs [53]. Another limitation of utilizing MDSCs in clinical trial analysis is that studies to date are contradicting in regard to the clinical correlation between circulating/infiltrating MDSC levels and survival [49].

Immune monitoring of MDSC has several potential applications. A recent key study evaluated baseline circulating MDSCs as well as four other circulating immune cell populations (MDSCs, absolute monocytes, absolute eosinophils, lymphocytes, and Tregs) from patients with metastatic melanoma who had undergone therapy with ipilimumab. The study evaluated a combination model of these baseline biomarkers and whether this model could predict outcome in patients receiving ipilimumab for metastatic melanoma. The study demonstrated a 34.5% two-year survival probability after ipilimumab initiation among patients with $Lin^{-}CD14^{+}HLA\text{-}DR^{-/low}$ MDSC frequencies <5.1%, while there were no survivors among patients with higher baseline MDSC levels ($p = 6.73 \times 10^{11}$). In this study MDSCs were also the strongest stand-alone factor of the entire study to indicate long-term survival [54].

A study conducted by Gephardt *et al.* illustrating the potential role of MDSC in immune monitoring during immunotherapy was performed with melanoma patients receiving ipilimumab [55]. This study evaluated for changes in select myeloid cells (MDSCs and eosinophils) as well as related inflammatory factors could serve as predictive biomarkers for response to ipilimumab. In this study myeloid cells and selected immune biomarkers were checked at baseline and then at different time points during ipilimumab therapy. This study demonstrated that before treatment, nonresponders displayed a tendency for an increase in the frequency of monocytic MDSCs (moMDSCs) as compared with responders ($p > .05$). MoMDSCs in responders were also strongly reduced after the first ipilimumab infusion as compared with baseline levels, whereas in nonresponders, these values showed a pronounced elevation upon the second ipilimumab infusion ($p < .05$ and $p < .01$). Finally, ipilimumab nonresponders displayed elevated serum inflammatory factors S100A8/A9 and HMGB1, factors known to attract and activate MDSCs [55].

T regulatory and Th2 cells

CD4+ T cells differentiate into numerous lineages that perform distinct biological functions, including the ability to induce cytotoxic T lymphocyte (CTL) response (Th1), humoral immunity (Th2), immunosuppression (Treg), and proinflammatory signaling (Th17) [56]. T regulatory (Treg) cells and Th2 cells are CD4+ T cell subpopulations recognized to abrogate antitumor immune responses [57]. The accumulation of Tregs in human tumors and in the peripheral circulation has been extensively reported in cancer patients [58, 59]. In general, $CD4^{+}FOXP3^{+}CD25^{hi}$ Tregs are thought to correlate with a poor prognosis in oncology [58]. Th2 CD4+ T cells limit the acute inflammatory response and prevent the elaboration of CTL response through the secretion of immunosuppressive cytokines such as IL-4, IL-6, and IL-10 [60]. Several studies have investigated the ratio of Th1/Th2 T cells in cancer. One such study in colorectal patients demonstrated an increased CD4+ Th2 T cell population in colorectal cancer patients when compared to healthy adults [61].

Identification and quantification of Treg and Th2 CD4+ T cells is typically obtained through flow cytometry. No universally agreed-upon panel exists for Tregs, but it has been recommended that a flow cytometric panel include at minimum markers for CD3, CD4, CD25, CD127, and FOXP3 markers with Ki67 and CD45RA to identify Treg activation status [2]. However, recent data show that FOXP3 is actually not a reliable marker of human Tregs [62, 63]. A panel that is favored by some investigators includes CD4+CD39+CD25+ adenosine-producing Tregs [64]. In regard to Th2 CD4+ T cells, identification is typically obtained through flow cytometry of the cytokines secreted by Th2 CD4+ T cells: IL-4, IL-6, and IL-10 [65].

The limitation of using Tregs as a biomarker is that Tregs make up only a small proportion of CD4+ T cells (5%). As noted above, there is no universally agreed-upon flow panel for Treg identification. This limitation is in part due to the plasticity of Tregs and the challenge of differentiating naïve Tregs from inducible Tregs from peripheral Tregs. In cancer patients, it is felt that inducible Tregs are the predominant Treg subset in tumors as well as in peripheral circulation [2].

One study evaluated changes in Treg levels among other immune biomarkers in patients with advanced and metastatic melanoma treated with ipilimumab. Levels of Tregs as well as the other immune biomarkers were enumerated between baseline and post–12 weeks of therapy with ipilimumab in 92 patients. This study demonstrated that a decrease or no change in FoxP3/Treg cells between baseline and week 12 was significantly associated with survival, compared with an increase in FoxP3/Treg cells ($p = .03$). Additionally, patients with a decrease or no change in FoxP3/Treg cells between baseline and week 12 had a median OS of 15.8 months (95% CI: 12.5–19.1), while those patients with an increase in Tregs had a median OS of 5.3 months (95% CI: 4.7–5.8) [66].

We have previously evaluated the relationship between baseline Treg levels (as measured by flow cytometry) and clinical response to HER2 vaccine primed autologous T cell infusions in patients with advanced HER2+ cancers. In this study, higher baseline Treg levels were found in those patients who progressed after autologous T cell infusion ($p < .001$, $R2 = -0.989$). This study also demonstrated no association between clinical response to autologous T-cell infusion and Treg levels in the infused product or in the peripheral blood after therapy [67].

Development of specific T cell phenotypes; ICOS+ and polyfunctional T cells

T cell phenotypes associated with antitumor immune effects include ICOS+ and polyfunctional T cells. The ICOS (inducible T cell costimulator) molecule is expressed on activated T cells and has functional roles in cell signaling, immune response, and regulation of cell proliferation [68]. The role of ICOS+ T cells in immuno-oncology has been demonstrated with the increased incidence of CD4 + ICOS+ T cells after anti-CTLA-4 therapy in multiple tumor types [69–73]. Polyfunctional effector CD4+ T cells are defined by CD40L and by their ability to produce multiple proinflammatory cytokines [74]. Importantly, polyfunctional T cells are recognized to mediate more effective antitumor immunity than single cytokine-secreting T cell populations [75].

For the evaluation of ICOS+ T cells, flow cytometry of peripheral blood is typically performed on peripheral blood. Cells are stained with an ICOS antibody. This is followed by staining with antibodies to CD3, CD4, and CD25. For the analysis of polyfunctional T cells, peripheral blood mononuclear cells (PBMCs) from patients are collected and stimulated with the antigen of interest. The expanded T cells are then plated in cytokine (i.e., IL17 or IFN-γ) precoated ELISPOT plates. The cells are restimulated with antigen-loaded APCs. After 48 hours, for example, IFN-γ spots are developed and counted as previously described [76], and IL17 spots are developed and counted using a biotinylated IL17 antibody. One benefit of utilizing ICOS+ T cells is that there are not significant differences in ICOS expression on T cells from frozen samples versus fresh samples, allowing for flexibility in storage and batching of samples for flow analysis [77].

A preoperative clinical trial with ipilimumab in patients with localized urothelial carcinoma of the bladder evaluated the changes in ICOS+ T cell frequency in response to ipilimumab therapy. In this study, all patients who received ipilimumab had increased frequency of CD4 + ICOShi T cells in tumor tissue and systemic circulation post–ipilimumab therapy. These same investigators performed a subsequent retrospective analysis of metastatic melanoma patients who had received ipilimumab and demonstrated that the proportion of patients with a persistent increase in CD4 + ICOShi cell number who had clinical benefit after ipilimumab was significantly was higher than those without persistent CD4 + ICOShi increase ($p = .03$) [77].

Wimmers *et al.* analyzed monofunctional and multifunctional (polyfunctional) tumor-specific $CD8^+$ T cells in melanoma patients after dendritic cell vaccination. This study demonstrated a significant increase in the fraction of multifunctional T cells among tumor-specific $CD8^+$ T cell responses after one to three cycles of dendritic cell vaccination, while the relative contribution of monofunctional $CD8^+$ T cells to the overall tumor-specific T cell response declined. The investigators also demonstrated that they could repeatedly detect the multifunctional T cell responses in these patients up to 128 months after vaccination [78].

Immune pharmacodynamic and pharmacokinetic biomarkers

Evaluation of the evolution of the T cell receptor (TCR) repertoire

The adaptive immune system is able to produce 10^{12} unique T cells per individual, each with a unique TCR. Next-generation sequencing is utilized to assess the diversity of an individual's TCR repertoire, as well as provide greater depth of analysis for TCR clonality than previous technology [79]. This method allows for the identification of important aspects of T cell responsiveness, including clonality, diversity, and somatic allelic mutation.

TCR immunosequencing provides TCR sequences and their frequencies in a particular sample.

This assay can be performed on fresh, frozen, and FFPE tissue samples, as well as on peripheral blood samples. Selected tumor tissues are minced and DNA is extracted using standard DNA extraction methods. V and J gene primers are used to amplify rearranged V(D)J segments for high throughput sequencing at predetermined coverage. Next, sequencing errors in the raw sequence data are corrected via a clustering algorithm, and the primary nucleotide sequence of the amplified regions from the TCR's unique CDR3 segment is determined, quantified, and annotated according to the International ImMunoGeneTics collaboration [80], identifying which V, D, and J genes contributed to each rearrangement [81]. Once TCR sequencing is completed, the data are then evaluated by a number of analytic parameters of the T cell population, including diversity, clonality, richness, evenness, and entropy.

The sensitivity of sequence-based TCR repertoire profiling remains limited by sequencing depth and accuracy [82]. It is also reported that activated T cells might not synthesize TCRs, depending on what stage of cell activation the T cell is in [83]. Benefits of this technology allow identification of the presence and tracking of the frequency of a particular clone or group of clones over time in response to therapy, as well as the identification of clonal responses to immunotherapies such as cancer vaccines [81]. Another potential benefit of TCR sequencing is that studies have illustrated that TCR sequencing from several biopsies of the same tumor demonstrated a highly significant correlation and overlap [84].

Tumeh *et al.* provided a key example of the use of TCR sequencing in immunotherapy monitoring [85]. In this study of tissue samples pre- and post-anti-PD-1 therapy (pembrolizumab), the investigators demonstrated that patients with a more restricted TCR beta chain usage, reflecting a T-cell population that was less diverse in repertoire and more clonal in nature, significantly correlated with clinical response to pembrolizumab treatment ($p = .004$). In this study, patients who had progressive disease were demonstrated to have total T cell number and clonality below the median for the trial [85].

In our previously described study of patients with advanced HER2+ cancers infused with HER2 vaccine-primed autologous T cell infusions, we also evaluated for the development of TCR clones after T cell infusion. The median (range) number of clonal TCRs identified in preinfusion peripheral blood was 4 (1–14), while postinfusion, the median number was 10 (3–17). The development of new TCRVβ species demonstrating clonality post–autologous T cell infusion was associated with those patients who demonstrated tumor regression with therapy ($p < .001$, R2 = 0.967) [67].

Gene analysis of the tumor and peripheral blood in response to treatment

Gene expression analysis and high dimensional data analysis provide tools for comprehensive tumor and systemic immune analysis. This technology allows evaluation of all key immune components simultaneously from a given biologic sample [2]. Additionally, this technology provides a reasonable surrogate for the identification of the immune status of the tumor [86–88].

For genomic expression analyses of an immune profile, both blood and tumor tissue can be used. Fresh blood is the optimal choice for analysis due to RNA degradation, which is found with common blood storage methods; alternatively, collection of blood in RNA preservation tubes such as PAXgene RNA tubes is preferred. Genomic analyses can be performed on fresh, frozen, or FFPE tumor tissue. Types of tissue samples that can be used range from whole tumors to fine-needle aspirations of tumor tissues. The challenge with utilizing FFPE tissue for genomic analysis is the issue of RNA degradation. However, several technologies are capable of addressing this issue. The most frequently used technologies that compensate for RNA degradation in preserved tissues include digital PCR, single-cell real-time PCR, and whole-transcriptome RNA sequencing [89–91]. As the immune infiltrate can frequently compose only a small fraction of the overall tumor, the technique of laser microdissection allows for the isolation of cells of interest [2].

One benefit of gene analysis is in the detection of multiple immune cell types and immune molecules within a single experiment. Additionally, comprehensive immune gene expression analysis allows for the evaluation of the complex interplay of both the immune stimulatory and immunosuppressive components of the tumor microenvironment. One limitation of gene expression analysis is in the analysis of fluctuating levels of immune cells and related immune molecules, such as frequent changes in the tumor content of macrophages, Th2 cells, and Tregs in response to alterations in the tumor microenvironment.

A recent study investigated the relationship between the expressions, at the time of diagnosis, of a subnetwork of type I interferon-stimulated genes (ISGs) as well as subnetworks of T helper/T regulatory and NK/T cytotoxic cell genes in melanomas, and correlated expression of these genes with patient survival. The investigators observed a graded increase in survival according to ISG expression, with a median survival of 5106, 2184, and 813 days for ISG hi, ISG med, and ISG lo, respectively. The overall difference between the survival curves was significant for each ISG expression group ($p = 5.7 \times 10^{-3}$) [92].

Begdonetti *et al.* utilized gene expression to investigate the role of polymorphisms and overexpression of CXCR3/CCR5 chemokine ligands in immune-mediated tumor rejection in melanoma and clinical response to adoptive cell therapy. In this study, 142 metastatic melanoma patients enrolled in adoptive therapy trials with tumor-infiltrating lymphocytes were genotyped for *CXCR3* rs2280964 and *CCR5*-Δ32 deletion. This study demonstrated that underexpression of both CXCR3 and CCR5 according to gene expression and polymorphism data (protein prediction model) was associated with response to adoptive therapy (odds ratio = 6.16 and 2.32, for CR and OR, respectively) [93].

ELISPOT

Enzyme-linked immunospot assay (ELISPOT) is typically used for its ability to detect cytokines secreted by T cells specifically in response to the *in vitro* recognition of a particular antigen. ELISPOT assays can be used for quantification of either antibody-secreting B cells or cells secreting protein antigens (e.g., T cells secreting cytokines or macrophages secreting growth factors) [94]. Currently in immune-oncology, ELISPOT is used to evaluate the frequency and function of CD4+ and CTL T cells through the secretion of IFN-γ in response to cognate antigen [1]. Additional cytokines commonly evaluated by ELISPOT include IL-10 and TNFα [95, 96].

ELISPOT assays are performed using PBMCs isolated from whole blood. To reduce interassay variability, patient PBMC samples are cryopreserved and batched for ELISPOT analysis. ELISPOT plates are coated overnight with an anti-IFN-γ capture antibody (if detecting IFN-γ). The plates are then blocked, PBMCs are plated, and then PBMCs are stimulated with peptide pools of the antigen or antigens of interest as well as positive and negative controls. After antigen(s) stimulation overnight, the plates are washed and the PBMCs are incubated with a secondary biotin-conjugated anti-IFN-γ antibody. The plates are then developed to allow identification of spot-forming cells. Spots are quantified using automated readers, and the frequency of spot-forming cells is calculated based on the input cell numbers.

One limitation of the IFN-γ ELISPOT assay is that alone it is insufficient for the detection of antigen-specific CTLs vs CD4+ T cells. Additionally, CTLs with proven lytic activity do not always secrete IFN-γ [97]. Another limitation of IFN-γ ELISPOT is that it does not directly evaluate cell-mediated cytotoxicity. In addition, there is no consensus on how to analyze ELISPOT data to determine what constitutes a positive versus a negative response [1]. This being said, the ELISPOT assay is a very sensitive assay allowing for the detection of cytokines secreted from as few as 10–100 cells in a well [94].

In a recent exploratory analysis of 95 patients with HER2+ breast cancer who had completed systemic therapy, analysis for HER2-specific Th1 immunity was performed. Anti-HER2 Th1 responses were examined using PBMCs pulsed with 6 HER2-derived class II peptides via IFN-γ ELISPOT. In this study, Th1-nonresponsive patients, as defined by a negative IFN-γ ELISPOT, demonstrated a worse DFS (median, 47 vs 113 months; $p < .001$) compared with Th1-responsive patients ($p < .001$) [76].

Although the IFN-γ ELISPOT is the most commonly used ELISPOT for CTL detection in clinical trials, the granzyme B ELISPOT assay and perforin ELISPOT assay represent a more direct analysis of cell-mediated cytotoxicity, since granzyme B and perforin are the key mediators of CTL-targeted cell death via the granule-mediated pathway [98]. One caveat to the use of granzyme B and perforin ELISPOT assays is that there is rare expression of these proteins by CD4+ T cells [99].

Cytokine flow cytometry

Cytokine flow cytometry is a method that allows for the quantification of selected subsets of T cells based on cytokines produced in response to their cognate antigen. The most commonly used cytokine flow cytometry method for the quantification of cytokines of interest is intracellular cytokine staining (ICS) for flow cytometry.

Biologic samples utilized for cytokine flow cytometry include frozen whole blood, fresh whole blood, cryopreserved PBMCs, and fresh tissue. To perform cytokine flow cytometry, mononuclear cells are isolated from either peripheral blood or tumors. For T cell specific analysis, cells are fixed, permeabilized, and subjected to staining for cytokines of interest using the appropriate antibodies. Flow cytometry data acquisition is performed with gating, while analysis of this data is subsequently performed with the appropriate statistical software.

Intracellular cytokine analysis is a more comprehensive analysis of cell phenotype and cytokine production on a single cell level than achieved with ELISPOT or ELISA. Another benefit of this technology is that it allows for single cell cytokine analysis with a high throughput of up to 10^3 cells [100]. One limitation of cytokine flow cytometry is the interassay variability in flow cytometry-based assays, as gating remains highly subjective with gate placement largely based on the operator's visual assessment. To address this limitation, there are ongoing efforts to harmonize gating in intracellular cytokine staining [101]. Another limitation of intracellular cytokine staining is that peripheral blood collected in heparin versus EDTA tubes yields different levels of particular cytokines [102].

Michelin *et al.* conducted a prospective study of patients with cervical intraepithelial neoplasia II-III using immunotherapy with pegylated IFN-α subcutaneously weekly. In this study the investigators used flow cytometry to evaluate peripheral $CD4^+$ T lymphocyte populations. This study demonstrated by intracellular flow that the amount of $CD4^+$ T lymphocytes positive for IL-2, IL-4, IL-10, and TGF-β was significantly lower in patients with good clinical response, compared with patients without regression after IFN-α therapy [103].

MHC tetramers and pentamers

The major histocompatibility complex (MHC)-tetramer assay was originally developed to detect antigen-specific T cells. The MHC-tetramer assay quantifies the number of T cells that express a T cell receptor (TCR) specific for a particular antigen [104]. MHC peptide tetramers are made of four MHC molecules bound to the peptide antigen of interest, each tagged to a biotin molecule [1]. Higher order multimers (pentamers, octamers, etc.) have also been used and generally provide a longer interaction half-life with the antigen-specific T cells [105].

Biologic samples utilized for MHC tetramer analysis include frozen whole blood, fresh whole blood, cryopreserved PBMCs, and fresh tissue. Peptide-MHC (pMHC) multimers are most commonly linked to fluorochromes and are used to detect T cells by conventional flow cytometry [106]. Additionally, pMHC multimers can be detected via mass spectrometry when linked to rare metal ions (typically lanthanides) [107]. MHC tetramer assays are performed by initially constructing biotinylated human leucocyte antigen (HLA) monomers loaded with the antigen of interest. The peptide antigens utilized in such studies are typically synthesized. HLA-loaded peptide monomers are then tetramerized in the presence of fluorescent streptavidin. Prior to tetramer analysis, T cells are incubated in media containing dasatinib (50 nM) to enhance tetramer binding, as it is recognized that including a reversible protein kinase inhibitor (PKI) during pMHC multimer staining can also increase the range of TCR–pMHC interactions that can be detected with pMHC multimers without altering the TCR–pMHC or pMHC–CD8 interactions [108]. PBMC cells are then stained with the MHC tetramer and flow cytometry is performed [109].

One limitation of the MHC tetramer assay is that the TCR affinity required for T cell binding to the pMHC tetramers exceeds that required for T cell activation [110]. Failure to stain T cells that have a low-affinity TCR is a significant challenge when pMHC multimers are used to stain self-specific T cell populations. This is particularly relevant in the setting of cancer where T cells tend to express lower affinity TCRs [111]. Also, the tetramer assay does not necessarily equate to a cytotoxic T lymphocyte's functional activity [112]. Benefits of MHC-tetramer assays are in the ability to detect T cells regardless of their effector function and without the requirement for cellular activation. This feature enables phenotyping of T cells directly *ex vivo* using a spectrum of fluorochrome-conjugated antibodies specific for other T cell markers. For higher order MHC multimers, the advantage of longer multimer (pentamers etc.) dwell times is largely irrelevant to the amount of pMHC multimer binding at physiologic conditions [105].

Cohen *et al.* have utilized MHC tetramer assays for the identification of neoantigen-specific T cells. In this study, the investigators developed a strategy to isolate, expand, and study neoantigen-specific T cells utilizing neoantigens identified from whole-exome sequencing of metastatic melanoma tumors. The candidate mutated epitopes were used to generate panels of MHC tetramers that were evaluated for binding to autologous PBMCs. This study demonstrated that by using MHC-tetramer-bound neoantigens, it is possible to isolate neoantigen specific T Cells from autologous peripheral blood, where the T cells were detected at frequencies ranging between 0.4% and 0.002% [109].

MHC dextramers were developed as a superior method to MHC tetramers for the detection of lower affinity tumor-specific and MHC class II–specific T cells due to the greater pMHC density and fluorochrome load carried by pMHC dextramers. The use of pMHC dextramers in conjunction with 50 nM dasatinib allows robust staining of T cells even when the TCR–pMHC affinity is weak (KD > 250 μM) [112].

Assessment of antibody immunity

In the current immuno-oncology environment, the field focus has been directed toward eliciting and maximizing the tumor-specific cellular immune responses. Humoral immunity as represented by monoclonal antibodies, such as trastuzumab, also elicit antitumor response [113]. Clinical investigation of humoral immunity in oncology has focused on determining the presence of autoantibodies to tumor-associated antigens and in epitope spreading after antitumor therapy. Analyses have demonstrated a correlation between humoral immune response and clinical benefit in breast [114] and colorectal cancer [115]. The traditional method of evaluation and assessment of antibody immunity is through an enzyme-linked immunosorbent assay (ELISA). More recent methods of antibody assessment also include serologic proteome analysis (SERPA), serologic analysis of recombinant cDNA expression libraries (SEREX), and protein microarrays [2].

To perform ELISA, recombinant protein is applied at set concentrations in appropriate buffer to ELISA plates. Plates are then washed and blocked. Serum is added at predetermined dilutions in blocking buffer. After washing, an anti-human secondary antibody linked to a fluorescent probe is added and washed once more when the reaction is stopped. Absorbance is read at 450 nM, and the control signal is subtracted from protein signal.

One limitation of ELISAs is that the structure, quantity, and purity of the recombinant protein used in ELISAs can dramatically affect the detection of autoantibodies; thus, contaminating or misfolded proteins can lead to false-positive antibody detection [116]. Another limitation of this assay is that ELISAs allow identification of an immune response to only a single antigen at a time. Additional limitations include providing low to moderate throughput and requiring the expression and purification of every individual antigen to be tested, highlighting their antitumor activity [117].

In a study that our group previously performed in HER2+ breast cancer patients vaccinated with HER2 peptides, we demonstrated that vaccination successfully induced anti-HER2 antibodies in a minority of patients. This was documented by ELISA analysis of serum from these patients. These ELISA-identified anti-HER2 antibodies were subsequently used to effectively suppress downstream HER2 kinase activity and downstream signaling [118].

A developing technology in the area of autoantibody detection is based on microarray technology.

One example of this technology is the high-density programmable protein microarrays (NAPPA). The NAPPA microarray was recently demonstrated to accommodate the probing of >5000 candidate tumor antigens using serum from ovarian cancer patients. This analysis revealed that from this extensive group of tumor antigens, 12 potential autoantigens were identified with sensitivities ranging from 13% to 22% at >93% specificity [117].

Correlative and surrogate endpoint biomarkers

The identification of immune biomarker surrogates for clinical endpoints is an area of ongoing research in clinical trial immune monitoring. It has recently been reported from a retrospective analysis of serum samples from the Phase III IMPACT study of sipuleucel-T in metastatic castration-resistant prostate cancer (mCRPC), that IgG responses to PSA and LGALS3 were associated with improved OS in sipuleucel-T-treated patients ($p \leq .05$). These IgG responses were subsequently validated in an independent phase II study of sipuleucel-T (ProACT) [119]. Additional current candidates for correlative endpoints related to immunotherapy are best represented by the use of delayed-type hypersensitivity (DTH) reactions, tumor-draining lymph nodes, and epitope spreading.

DTH allows for the evaluation of an immunotherapy's ability to generate T cell memory responses following immunotherapy and has been shown to be predictive of clinical outcome [120]. DTH has been used as a measure of antigen recall or memory and has been shown to directly correlate with peripheral blood antigen-specific T cell responses [121]. DTH responses have been shown to correlate with OS in studies of autologous tumor cell lysate vaccines in melanoma, with both skin induration ($p < .0001$) and erythema ($p = .0004$) correlating with survival benefit [122]. In another study, stage III and IV melanoma patients injected with dendritic cell vaccine pulsed with tumor lysate, DTH-positive patients showed a greater OS (33 months) when compared with DTH-negative patients (11 months, $p = .0014$) [123]. Last, in melanoma patients immunized with a vaccine consisting of gp100 and tyrosinase peptide–loaded dendritic cells, a direct correlation was observed in the ability to detect vaccine-induced T cells in the DTH biopsy site and favorable clinical outcome ($p = .0012$) [124].

It has been demonstrated that significant changes in immune-cell populations arise within tumor-draining lymph nodes (TDLNs), and such immune cell population changes strongly correlated with clinical outcome. TDLNs are recognized as an early site of interaction between cancer cells and the immune system. An analysis that evaluated the immune content of TDLNs in breast cancer patients demonstrated that analysis of TDLNs for CD4+ T cells and CD1a + dendritic cells provided significant risk stratification into favorable and unfavorable prognostic groups and was superior to risk stratification based on clinicopathologic characteristics including tumor size, tumor extent, or size of nodal metastasis (CD4, $p < .001$ and CD1a, $p < .001$) [125]. In another study in breast cancer, clinical outcome analysis revealed that dendritic cell clustering in TDLNs correlated with the duration of disease-free survival [126].

Epitope spreading is the concept that anticancer therapy induces tumor cell lysis that in turn releases tumor-specific antigens, inducing additional antitumor immunity, which targets the released tumor-associated antigens. Several clinical trials have demonstrated a correlation between patients who develop epitope spreading and improved clinical response to immune therapies. Evaluation for epitope spreading in clinical trial analysis has been performed through IFN-γ ELISPOT analysis of T cell responses to selected tumor antigen peptide mixes not targeted by the immunotherapy under evaluation (vaccine, adoptive therapy, etc.). These additional tumor antigens are typically selected from known antigens associated with the tumor type being treated. One recent study that evaluated the relationship between epitope spreading and clinical endpoints was a study in Epstein-Barr virus (EBV)-associated lymphoma, where patients were reinfused autologous expanded EBV latent membrane protein–specific CTLs. Peripheral blood analysis after this therapy demonstrated that both T cells specific for latent membrane protein as well as nonviral tumor-associated antigens could be detected in the peripheral blood. In this study, more than 50% of patients achieving durable clinical responses produced T cells specific for the nonviral tumor-associated antigens within two months of T cell therapy, in contrast to a lack of epitope spreading in the nonresponding patients [127].

Conclusion

In summary, as immune therapies are becoming a standard component of cancer management for multiple tumor types, immune biomarkers will be critical in predicting which patients will respond to therapy while providing immune monitoring while on treatment for the detection of immune-mediated therapeutic resistance. Advances in assay technology (such as genomic analysis and antibody microarrays) have driven the detection and tracking of multiple immune biomarkers to new levels. These technologies provide the ability to use immune biomarkers in an increasingly comprehensive manner to interrogate both the tumor and systemic immune environments for clinical trial use. It will be critical to the success of the immuno-oncology field to fully characterize and statistically validate each immune biomarker to maximize their use in the ongoing development and clinical trial evaluation of current and future immunotherapies.

Acknowledgments

MLD was supported by NCI grant (U01 CA154967), a Komen Leadership Grant, an American Cancer Society Clinical Research Professorship, and the Athena Distinguished Professorship for Breast Cancer Research.

Conflict of interest

MLD is a stockholder in Epithany and VentiRx and receives grant support from Celgene, EMD Serono, VentiRx, Jansen, and Seattle Genetics.

References

1. Morse MA, Osada T, Hobeika A, Patel S, Lyerly HK. Biomarkers and correlative endpoints for immunotherapy trials. American Society of Clinical Oncology Educational Book; American Society of Clinical Oncology Meeting. 2013.
2. Yuan J, Hegde PS, Clynes R, Foukas PG, Harari A, Kleen TO, et al. Novel technologies and emerging biomarkers for personalized cancer immunotherapy. Journal for Immunotherapy of Cancer. 2016;4:3.
3. Galon J, Costes A, Sanchez-Cabo F, Kirilovsky A, Mlecnik B, Lagorce-Pages C, et al. Type, density, and location of immune cells within human colorectal tumors predict clinical outcome. Science. 2006;313(5795):1960–4.
4. Pages F, Berger A, Camus M, Sanchez-Cabo F, Costes A, Molidor R, et al. Effector memory T cells, early metastasis, and survival in colorectal cancer. New England Journal of Medicine. 2005;353(25):2654–66.
5. Pages F, Kirilovsky A, Mlecnik B, Asslaber M, Tosolini M, Bindea G, et al. In situ cytotoxic and memory T cells predict outcome in patients with early-stage colorectal cancer. Journal of Clinical Oncology. 2009;27(35):5944–51.
6. Galon J, Mlecnik B, Bindea G, Angell HK, Berger A, Lagorce C, et al. Towards the introduction of the 'Immunoscore' in the classification of malignant tumours. Journal of Pathology. 2014;232(2):199–209.
7. Mlecnik B, Bindea G, Angell HK, Maby P, Angelova M, Tougeron D, et al. Integrative analyses of colorectal cancer show immunoscore is a stronger predictor of patient survival than microsatellite instability. Immunity. 2016;44(3):698–711.
8. Galon J, Marliot F, Ou F-S, Bifulco CB. Validation of the Immunoscore (IM) as a prognostic marker in stage I/II/III colon cancer: results of a worldwide consortium-based analysis of 1,336 patients. Journal of Clinical Oncology. 2016;34(suppl; abstr 3500).
9. Templeton AJ, McNamara MG, Seruga B, Vera-Badillo FE, Aneja P, Ocana A, et al. Prognostic role of neutrophil-to-lymphocyte ratio in solid tumors: a systematic review and meta-analysis. Journal of the National Cancer Institute. 2014;106(6):dju124.
10. Ferrucci PF, Gandini S, Battaglia A, Alfieri S, Di Giacomo AM, Giannarelli D, et al. Baseline neutrophil-to-lymphocyte ratio is associated with outcome of ipilimumab-treated metastatic melanoma patients. British Journal of Cancer. 2015;112(12):1904–10.
11. Tanaka H TT, Kimura K, Sakurai K, Toyokawa T,et al. Association of the immune checkpoint molecule expression with neutrophil-lymphocyte ratio in patients with gastric cancer: a retrospective study. Journal of Clinical Oncology. 2016;34(suppl 4S; abstr 48).
12. Hodi FS, O'Day SJ, McDermott DF, Weber RW, Sosman JA, Haanen JB, et al. Improved survival with ipilimumab in patients with metastatic melanoma. New England Journal of Medicine. 2010;363(8):711–23.
13. Brahmer JR, Tykodi SS, Chow LQ, Hwu WJ, Topalian SL, Hwu P, et al. Safety and activity of anti-PD-L1 antibody in patients with advanced cancer. New England Journal of Medicine. 2012;366(26):2455–65.
14. Topalian SL, Hodi FS, Brahmer JR, Gettinger SN, Smith DC, McDermott DF, et al. Safety, activity, and immune correlates of anti-PD-1 antibody in cancer. New England Journal of Medicine. 2012;366(26): 2443–54.

15. Agata Y, Kawasaki A, Nishimura H, Ishida Y, Tsubata T, Yagita H, et al. Expression of the PD-1 antigen on the surface of stimulated mouse T and B lymphocytes. International Immunology. 1996;8(5):765–72.
16. Ishida Y, Agata Y, Shibahara K, Honjo T. Induced expression of PD-1, a novel member of the immunoglobulin gene superfamily, upon programmed cell death. EMBO Journal. 1992;11(11):3887–95.
17. Taube JM, Klein A, Brahmer JR, Xu H, Pan X, Kim JH, et al. Association of PD-1, PD-1 ligands, and other features of the tumor immune microenvironment with response to anti-PD-1 therapy. Clinical Cancer Research. 2014;20(19):5064–74.
18. Ishida M, Iwai Y, Tanaka Y, Okazaki T, Freeman GJ, Minato N, et al. Differential expression of PD-L1 and PD-L2, ligands for an inhibitory receptor PD-1, in the cells of lymphohematopoietic tissues. Immunology Letters. 2002;84(1):57–62.
19. Yamazaki T, Akiba H, Iwai H, Matsuda H, Aoki M, Tanno Y, et al. Expression of programmed death 1 ligands by murine T cells and APC. Journal of Immunology. 2002;169(10):5538–45.
20. Tseng SY, Otsuji M, Gorski K, Huang X, Slansky JE, Pai SI, et al. B7-DC, a new dendritic cell molecule with potent costimulatory properties for T cells. Journal of Experimental Medicine. 2001;193(7):839–46.
21. Zou W, Chen L. Inhibitory B7-family molecules in the tumour microenvironment. Nature Reviews Immunology. 2008;8(6):467–77.
22. Taube JM, Anders RA, Young GD, Xu H, Sharma R, McMiller TL, et al. Colocalization of inflammatory response with B7-H1 expression in human melanocytic lesions supports an adaptive resistance mechanism of immune escape. Science Translational Medicine. 2012;4(127):127ra37–ra37.
23. Lipson EJ, Vincent JG, Loyo M, Kagohara LT, Luber BS, Wang H, et al. PD-L1 expression in the Merkel cell carcinoma microenvironment: association with inflammation, Merkel cell polyomavirus and overall survival. Cancer Immunology Research. 2013;1(1):54–63.
24. Zou W, Wolchok JD, Chen L. PD-L1 (B7-H1) and PD-1 pathway blockade for cancer therapy: mechanisms, response biomarkers, and combinations. Sci Transl Med. 2016;8(328):328rv4.
25. Herbst RS, Soria JC, Kowanetz M, Fine GD, Hamid O, Gordon MS, et al. Predictive correlates of response to the anti-PD-L1 antibody MPDL3280A in cancer patients. Nature. 2014;515(7528):563–7.
26. Powles T, Eder JP, Fine GD, Braiteh FS, Loriot Y, Cruz C, et al. MPDL3280A (anti-PD-L1) treatment leads to clinical activity in metastatic bladder cancer. Nature. 2014;515(7528):558–62.
27. Llosa NJ, Cruise M, Tam A, Wicks EC, Hechenbleikner EM, Taube JM, et al. The vigorous immune microenvironment of microsatellite instable colon cancer is balanced by multiple counter-inhibitory checkpoints. Cancer Discovery. 2015;5(1):43–51.
28. Taube JM, Anders RA, Young GD, Xu H, Sharma R, McMiller TL, et al. Colocalization of inflammatory response with B7-h1 expression in human melanocytic lesions supports an adaptive resistance mechanism of immune escape. Sci Transl Med. 2012;4(127):127ra37.
29. Spranger S, Spaapen RM, Zha Y, Williams J, Meng Y, Ha TT, et al. Up-regulation of PD-L1, IDO, and T(regs) in the melanoma tumor microenvironment is driven by CD8(+) T cells. Sci Transl Med. 2013;5(200):200ra116.
30. Cui TX, Kryczek I, Zhao L, Zhao E, Kuick R, Roh MH, et al. Myeloid-derived suppressor cells enhance stemness of cancer cells by inducing microRNA101 and suppressing the corepressor CtBP2. Immunity. 2013;39(3):611–21.
31. Velcheti V, Schalper KA, Carvajal DE, Anagnostou VK, Syrigos KN, Sznol M, et al. Programmed death ligand-1 expression in non-small cell lung cancer. Laboratory Investigation. 2014;94(1):107–16.
32. Maute RL, Gordon SR, Mayer AT, McCracken MN, Natarajan A, Ring NG, et al. Engineering high-affinity PD-1 variants for optimized immunotherapy and immuno-PET imaging. Proceedings of the National Academy of Sciences of the United States of America. 2015;112(47):E6506–14.
33. Sun T, Hu Z, Shen H, Lin D. Genetic polymorphisms in cytotoxic T-lymphocyte antigen 4 and cancer: the dialectical nature of subtle human immune dysregulation. Cancer Research. 2009;69(15):6011–4.
34. Lima L, Oliveira D, Ferreira JA, Tavares A, Cruz R, Medeiros R, et al. The role of functional polymorphisms in immune response genes as biomarkers of bacille Calmette-Guerin (BCG) immunotherapy outcome in bladder cancer: establishment of a predictive profile in a Southern Europe population. BJU international. 2015;116(5):753–63.
35. Breunis WB, Tarazona-Santos E, Chen R, Kiley M, Rosenberg SA, Chanock SJ. Influence of cytotoxic T lymphocyte-associated antigen 4 (CTLA4) common polymorphisms on outcome in treatment of melanoma patients with CTLA-4 blockade. Journal of Immunotherapy (Hagerstown, Md: 1997). 2008;31(6):586–90.
36. Queirolo P, Morabito A, Laurent S, Lastraioli S, Piccioli P, Ascierto PA, et al. Association of CTLA-4 polymorphisms with improved overall survival in melanoma patients treated with CTLA-4 blockade: a pilot study. Cancer Investigation. 2013;31(5):336–45.
37. Lu S, Pardini B, Cheng B, Naccarati A, Huhn S, Vymetalkova V, et al. Single nucleotide polymorphisms within interferon signaling pathway genes are associated with colorectal cancer susceptibility and survival. PloS One. 2014;9(10):e111061.

38. Singh V, Jaiswal PK, Kapoor R, Kapoor R, Mittal RD. Impact of chemokines CCR532, CXCL12G801A, and CXCR2C1208T on bladder cancer susceptibility in north Indian population. Tumour Biology. 2014;35(5):4765–72.
39. Jafarzadeh A, Fooladseresht H, Nemati M, Assadollahi Z, Sheikhi A, Ghaderi A. Higher circulating levels of chemokine CXCL10 in patients with breast cancer: evaluation of the influences of tumor stage and chemokine gene polymorphism. Cancer Biomarkers. 2016;16(4):545–54.
40. Gogas H, Dafni U, Koon H, Spyropoulou-Vlachou M, Metaxas Y, Buchbinder E, et al. Evaluation of six CTLA-4 polymorphisms in high-risk melanoma patients receiving adjuvant interferon therapy in the He13A/98 multicenter trial. Journal of Translational Medicine. 2010;8:108.
41. Pancoska P, Kirkwood JM, Bouros S, Spyropoulou-Vlachou M, Pectasides E, Tsoutsos D, et al. A new mathematical model for the interpretation of translational research evaluating six CTLA-4 polymorphisms in high-risk melanoma patients receiving adjuvant interferon. PloS One. 2014;9(1):e86375.
42. Ahirwar DK, Mandhani A, Dharaskar A, Kesarwani P, Mittal RD. Association of tumour necrosis factor-alpha gene (T-1031C, C-863A, and C-857T) polymorphisms with bladder cancer susceptibility and outcome after bacille Calmette-Guerin immunotherapy. BJU International. 2009;104(6):867–73.
43. Schumacher TN, Schreiber RD. Neoantigens in cancer immunotherapy. Science. 2015;348(6230):69–74.
44. Robbins PF, Lu YC, El-Gamil M, Li YF, Gross C, Gartner J, et al. Mining exomic sequencing data to identify mutated antigens recognized by adoptively transferred tumor-reactive T cells. Nature Medicine. 2013;19(6):747–52.
45. Dudley ME, Roopenian DC. Loss of a unique tumor antigen by cytotoxic T lymphocyte immunoselection from a 3-methylcholanthrene-induced mouse sarcoma reveals secondary unique and shared antigens. Journal of Experimental Medicine. 1996;184(2):441–7.
46. Gerlinger M, Rowan AJ, Horswell S, Larkin J, Endesfelder D, Gronroos E, et al. Intratumor heterogeneity and branched evolution revealed by multiregion sequencing. New England Journal of Medicine. 2012;366(10):883–92.
47. Giannakis M, Mu XJ, Shukla SA, Qian ZR, Cohen O, Nishihara R, et al. Genomic correlates of immune-cell infiltrates in colorectal carcinoma. Cell Reports. 2016.
48. McGranahan N, Furness AJ, Rosenthal R, Ramskov S, Lyngaa R, Saini SK, et al. Clonal neoantigens elicit T cell immunoreactivity and sensitivity to immune checkpoint blockade. Science. 2016;351(6280):1463–9.
49. Khaled YS, Ammori BJ, Elkord E. Myeloid-derived suppressor cells in cancer: recent progress and prospects. Immunology and Cell Biology. 2013;91(8):493–502.
50. Sun HL, Zhou X, Xue YF, Wang K, Shen YF, Mao JJ, et al. Increased frequency and clinical significance of myeloid-derived suppressor cells in human colorectal carcinoma. World Journal of Gastroenterology. 2012;18(25):3303–9.
51. Kotsakis A, Harasymczuk M, Schilling B, Georgoulias V, Argiris A, Whiteside TL. Myeloid-derived suppressor cell measurements in fresh and cryopreserved blood samples. Journal of Immunological Methods. 2012;381(1–2):14–22.
52. Peranzoni E, Zilio S, Marigo I, Dolcetti L, Zanovello P, Mandruzzato S, et al. Myeloid-derived suppressor cell heterogeneity and subset definition. Current Opinion in Immunology. 2010;22(2):238–44.
53. Poschke I, Kiessling R. On the armament and appearances of human myeloid-derived suppressor cells. Clinical Immunology. 2012;144(3):250–68.
54. Martens A, Wistuba-Hamprecht K, Foppen MG, Yuan J, Postow MA, Wong P, et al. Baseline peripheral blood biomarkers associated with clinical outcome of advanced melanoma patients treated with ipilimumab. Clinical Cancer Research. 2016;22(12):2908–18.
55. Gebhardt C, Sevko A, Jiang H, Lichtenberger R, Reith M, Tarnanidis K, et al. Myeloid cells and related chronic inflammatory factors as novel predictive markers in melanoma treatment with ipilimumab. Clinical Cancer Research. 2015;21(24):5453–9.
56. Zhu J, Paul WE. CD4 T cells: fates, functions, and faults. Blood. 2008;112(5):1557–69.
57. Bettelli E, Carrier Y, Gao W, Korn T, Strom TB, Oukka M, et al. Reciprocal developmental pathways for the generation of pathogenic effector TH17 and regulatory T cells. Nature. 2006;441(7090):235–8.
58. Whiteside TL. Clinical impact of regulatory T cells (Treg) in cancer and HIV. Cancer Microenvironment. 2015;8(3):201–7.
59. Whiteside TL. Regulatory T cell subsets in human cancer: are they regulating for or against tumor progression? Cancer Immunology, Immunotherapy. 2014;63(1):67–72.
60. Disis ML, Stanton SE. Can immunity to breast cancer eliminate residual micrometastases? Clinical Cancer Research. 2013;19(23):6398–403.
61. Kanazawa M, Yoshihara K, Abe H, Iwadate M, Watanabe K, Suzuki S, et al. Effects of PSK on T and dendritic cells differentiation in gastric or colorectal cancer patients. Anticancer Research. 2005;25(1b):443–9.
62. deLeeuw RJ, Kost SE, Kakal JA, Nelson BH. The prognostic value of FoxP3+ tumor-infiltrating lymphocytes

in cancer: a critical review of the literature. Clinical Cancer Research. 2012;18(11):3022–9.
63. Whiteside TL. Induced regulatory T cells in inhibitory microenvironments created by cancer. Expert Opinion on Biological Therapy. 2014;14(10):1411–25.
64. Whiteside TL, Jackson EK. Adenosine and prostaglandin e2 production by human inducible regulatory T cells in health and disease. Frontiers in Immunology. 2013;4:212.
65. Disis ML. Immune regulation of cancer. Journal of Clinical Oncology. 2010;28(29):4531–8.
66. Simeone E, Gentilcore G, Giannarelli D, Grimaldi AM, Caraco C, Curvietto M, et al. Immunological and biological changes during ipilimumab treatment and their potential correlation with clinical response and survival in patients with advanced melanoma. Cancer Immunology, Immunotherapy. 2014;63(7):675–83.
67. Disis ML, Dang Y, Coveler AL, Marzbani E, Kou ZC, Childs JS, et al. HER-2/neu vaccine-primed autologous T-cell infusions for the treatment of advanced stage HER-2/neu expressing cancers. Cancer Immunology, Immunotherapy. 2014;63(2):101–9.
68. Ling V, Wu PW, Finnerty HF, Bean KM, Spaulding V, Fouser LA, et al. Cutting edge: identification of GL50, a novel B7-like protein that functionally binds to ICOS receptor. Journal of Immunology. 2000;164(4):1653–7.
69. Weber JS, Hamid O, Chasalow SD, Wu DY, Parker SM, Galbraith S, et al. Ipilimumab increases activated T cells and enhances humoral immunity in patients with advanced melanoma. Journal of Immunotherapy. 2012;35(1):89–97.
70. Liakou CI, Kamat A, Tang DN, Chen H, Sun J, Troncoso P, et al. CTLA-4 blockade increases IFNgamma-producing CD4 + ICOShi cells to shift the ratio of effector to regulatory T cells in cancer patients. Proceedings of the National Academy of Sciences of the United States of America. 2008;105(39):14987–92.
71. Vonderheide RH, LoRusso PM, Khalil M, Gartner EM, Khaira D, Soulieres D, et al. Tremelimumab in combination with exemestane in patients with advanced breast cancer and treatment-associated modulation of inducible costimulator expression on patient T cells. Clinical Cancer Research. 2010;16(13):3485–94.
72. Wang W, Yu D, Sarnaik AA, Yu B, Hall M, Morelli D, et al. Biomarkers on melanoma patient T cells associated with ipilimumab treatment. Journal of Translational Medicine. 2012;10:146.
73. Calabro L, Maio M. Immune checkpoint blockade in malignant mesothelioma: a novel therapeutic strategy against a deadly disease? Oncoimmunology. 2014;3(1): e27482.
74. Ding ZC, Huang L, Blazar BR, Yagita H, Mellor AL, Munn DH, et al. Polyfunctional CD4(+) T cells are essential for eradicating advanced B-cell lymphoma after chemotherapy. Blood. 2012;120(11):2229–39.
75. Phan-Lai V, Dang Y, Gad E, Childs J, Disis ML. The antitumor efficacy of IL2/IL21-cultured polyfunctional neu-specific T cells is TNFalpha/IL17 dependent. Clinical Cancer Research. 2016;22(9):2207–16.
76. Datta J, Fracol M, McMillan MT, Berk E, Xu S, Goodman N, et al. Association of depressed anti-HER2 T-helper type 1 response with recurrence in patients with completely treated HER2-positive breast cancer: role for immune monitoring. JAMA Oncology. 2016;2(2): 242–6.
77. Carthon BC, Wolchok JD, Yuan J, Kamat A, Ng Tang DS, Sun J, et al. Preoperative CTLA-4 blockade: tolerability and immune monitoring in the setting of a presurgical clinical trial. Clinical Cancer Research. 2010; 16(10):2861–71.
78. Wimmers F, Aarntzen EH, Duiveman-deBoer T, Figdor CG, Jacobs JF, Tel J, et al. Long-lasting multifunctional CD8 T cell responses in end-stage melanoma patients can be induced by dendritic cell vaccination. Oncoimmunology. 2016;5(1): e1067745.
79. Mori A, Deola S, Xumerle L, Mijatovic V, Malerba G, Monsurro V. Next generation sequencing: new tools in immunology and hematology. Blood Research. 2013;48(4):242–9.
80. Yousfi Monod M, Giudicelli V, Chaume D, Lefranc MP. IMGT/JunctionAnalysis: the first tool for the analysis of the immunoglobulin and T cell receptor complex V-J and V-D-J JUNCTIONs. Bioinformatics. 2004;20(Suppl 1):i379–85.
81. Kirsch I, Vignali M, Robins H. T-cell receptor profiling in cancer. Molecular Oncology. 2015;9(10):2063–70.
82. Warren RL, Freeman JD, Zeng T, Choe G, Munro S, Moore R, et al. Exhaustive T-cell repertoire sequencing of human peripheral blood samples reveals signatures of antigen selection and a directly measured repertoire size of at least 1 million clonotypes. Genome Research. 2011;21(5):790–7.
83. Benichou J, Ben-Hamo R, Louzoun Y, Efroni S. Rep-Seq: uncovering the immunological repertoire through next-generation sequencing. Immunology. 2012;135(3):183–91.
84. Emerson RO, Sherwood AM, Rieder MJ, Guenthoer J, Williamson DW, Carlson CS, et al. High-throughput sequencing of T-cell receptors reveals a homogeneous repertoire of tumour-infiltrating lymphocytes in ovarian cancer. Journal of Pathology. 2013;231(4):433–40.
85. Tumeh PC, Harview CL, Yearley JH, Shintaku IP, Taylor EJ, Robert L, et al. PD-1 blockade induces responses by inhibiting adaptive immune resistance. Nature. 2014;515(7528):568–71.
86. Bindea G, Mlecnik B, Tosolini M, Kirilovsky A, Waldner M, Obenauf AC, et al. Spatiotemporal dynamics of

intratumoral immune cells reveal the immune landscape in human cancer. Immunity. 2013;39(4):782–95.
87. Ulloa-Montoya F, Louahed J, Dizier B, Gruselle O, Spiessens B, Lehmann FF, et al. Predictive gene signature in MAGE-A3 antigen-specific cancer immunotherapy. Journal of Clinical Oncology. 2013;31(19):2388–95.
88. Harlin H, Meng Y, Peterson AC, Zha Y, Tretiakova M, Slingluff C, et al. Chemokine expression in melanoma metastases associated with CD8+ T-cell recruitment. Cancer Research. 2009;69(7):3077–85.
89. Wang C, Gong B, Bushel PR, Thierry-Mieg J, Thierry-Mieg D, Xu J, et al. The concordance between RNA-seq and microarray data depends on chemical treatment and transcript abundance. Nature Biotechnology. 2014; 32(9):926–32.
90. Richard AC, Lyons PA, Peters JE, Biasci D, Flint SM, Lee JC, et al. Comparison of gene expression microarray data with count-based RNA measurements informs microarray interpretation. BMC Genomics. 2014;15:649.
91. Fan HC, Fu GK, Fodor SP. Expression profiling. Combinatorial labeling of single cells for gene expression cytometry. Science. 2015;347(6222):1258367.
92. Linsley PS, Speake C, Whalen E, Chaussabel D. Copy number loss of the interferon gene cluster in melanomas is linked to reduced T cell infiltrate and poor patient prognosis. PloS One. 2014;9(10):e109760.
93. Bedognetti D, Spivey TL, Zhao Y, Uccellini L, Tomei S, Dudley ME, et al. CXCR3/CCR5 pathways in metastatic melanoma patients treated with adoptive therapy and interleukin-2. British Journal of Cancer. 2013;109(9): 2412–23.
94. Kalyuzhny AE. Membrane microplates for one- and two-color ELISPOT and FLUOROSPOT assays. Methods in Molecular Biology. 2015;1312:435–47.
95. Cecil DL, Holt GE, Park KH, Gad E, Rastetter L, Childs J, et al. Elimination of IL-10-inducing T-helper epitopes from an IGFBP-2 vaccine ensures potent antitumor activity. Cancer Research. 2014;74(10):2710–8.
96. Zisakis A, Piperi C, Themistocleous MS, Korkolopoulou P, Boviatsis EI, Sakas DE, et al. Comparative analysis of peripheral and localised cytokine secretion in glioblastoma patients. Cytokine. 2007;39(2):99–105.
97. Lehmann PV, Zhang W. Unique strengths of ELISPOT for T cell diagnostics. Methods in Molecular Biology. 2012;792:3–23.
98. Malyguine AM, Strobl S, Dunham K, Shurin MR, Sayers TJ. ELISPOT assay for monitoring cytotoxic T lymphocytes (CTL) activity in cancer vaccine clinical trials. Cells. 2012;1(2):111–26.
99. Brown DM. Cytolytic CD4 cells: Direct mediators in infectious disease and malignancy. Cellular Immunology. 2010;262(2):89–95.
100. Seder RA, Darrah PA, Roederer M. T-cell quality in memory and protection: implications for vaccine design. Nature Reviews Immunology. 2008; 8(4):247–58.
101. McNeil LK, Price L, Britten CM, Jaimes M, Maecker H, Odunsi K, et al. A harmonized approach to intracellular cytokine staining gating: Results from an international multiconsortia proficiency panel conducted by the Cancer Immunotherapy Consortium (CIC/CRI). Cytometry Part A. 2013;83(8):728–38.
102. Keustermans GC, Hoeks SB, Meerding JM, Prakken BJ, de Jager W. Cytokine assays: an assessment of the preparation and treatment of blood and tissue samples. Methods. 2013;61(1):10–7.
103. Michelin MA, Montes L, Nomelini RS, Trovo MA, Murta EF. Helper T lymphocyte response in the peripheral blood of patients with intraepithelial neoplasia submitted to immunotherapy with pegylated interferon-alpha. International Journal of Molecular Sciences. 2015;16(3):5497–509.
104. Altman JD, Moss PA, Goulder PJ, Barouch DH, McHeyzer-Williams MG, Bell JI, et al. Phenotypic analysis of antigen-specific T lymphocytes. Science. 1996;274(5284):94–6.
105. Wooldridge L, Lissina A, Cole DK, van den Berg HA, Price DA, Sewell AK. Tricks with tetramers: how to get the most from multimeric peptide-MHC. Immunology. 2009;126(2):147–64.
106. Klenerman P, Cerundolo V, Dunbar PR. Tracking T cells with tetramers: new tales from new tools. Nature Reviews Immunology. 2002;2(4):263–72.
107. Newell EW, Sigal N, Nair N, Kidd BA, Greenberg HB, Davis MM. Combinatorial tetramer staining and mass cytometry analysis facilitate T-cell epitope mapping and characterization. Nature Biotechnology. 2013;31(7): 623–9.
108. Lissina A, Ladell K, Skowera A, Clement M, Edwards E, Seggewiss R, et al. Protein kinase inhibitors substantially improve the physical detection of T-cells with peptide-MHC tetramers. Journal of Immunological Methods. 2009;340(1):11–24.
109. Cohen CJ, Gartner JJ, Horovitz-Fried M, Shamalov K, Trebska-McGowan K, Bliskovsky VV, et al. Isolation of neoantigen-specific T cells from tumor and peripheral lymphocytes. Journal of Clinical Investigation. 2015;125(10):3981–91.
110. Laugel B, van den Berg HA, Gostick E, Cole DK, Wooldridge L, Boulter J, et al. Different T cell receptor affinity thresholds and CD8 coreceptor dependence govern cytotoxic T lymphocyte activation and tetramer binding properties. Journal of Biological Chemistry. 2007;282(33):23799–810.

111. Aleksic M, Liddy N, Molloy PE, Pumphrey N, Vuidepot A, Chang KM, et al. Different affinity windows for virus and cancer-specific T-cell receptors: implications for therapeutic strategies. European Journal of Immunology. 2012;42(12):3174–9.
112. Dolton G, Lissina A, Skowera A, Ladell K, Tungatt K, Jones E, et al. Comparison of peptide-major histocompatibility complex tetramers and dextramers for the identification of antigen-specific T cells. Clinical and Experimental Immunology. 2014;177(1): 47–63.
113. Perez EA, Romond EH, Suman VJ, Jeong JH, Sledge G, Geyer CE, Jr., et al. Trastuzumab plus adjuvant chemotherapy for human epidermal growth factor receptor 2-positive breast cancer: planned joint analysis of overall survival from NSABP B-31 and NCCTG N9831. Journal of Clinical Oncology. 2014;32(33):3744–52.
114. Czerniecki BJ, Koski GK, Koldovsky U, Xu S, Cohen PA, Mick R, et al. Targeting HER-2/neu in early breast cancer development using dendritic cells with staged interleukin-12 burst secretion. Cancer Research. 2007;67(4):1842–52.
115. Ullenhag GJ, Frodin JE, Jeddi-Tehrani M, Strigard K, Eriksson E, Samanci A, et al. Durable carcinoembryonic antigen (CEA)-specific humoral and cellular immune responses in colorectal carcinoma patients vaccinated with recombinant CEA and granulocyte/macrophage colony-stimulating factor. Clinical Cancer Research. 2004;10(10):3273–81.
116. Schmetzer O, Moldenhauer G, Riesenberg R, Pires JR, Schlag P, Pezzutto A. Quality of recombinant protein determines the amount of autoreactivity detected against the tumor-associated epithelial cell adhesion molecule antigen: low frequency of antibodies against the natural protein. Journal of Immunology (Baltimore, Md: 1950). 2005;174(2):942–52.
117. Anderson KS, Cramer DW, Sibani S, Wallstrom G, Wong J, Park J, et al. Autoantibody signature for the serologic detection of ovarian cancer. Journal of Proteome Research. 2015;14(1):578–86.
118. Montgomery RB, Makary E, Schiffman K, Goodell V, Disis ML. Endogenous anti-HER2 antibodies block HER2 phosphorylation and signaling through extracellular signal-regulated kinase. Cancer Research. 2005;65(2):650–6.
119. GuhaThakurta D, Sheikh NA, Fan LQ, Kandadi H, Meagher TC, Hall SJ, et al. Humoral immune response against nontargeted tumor antigens after treatment with sipuleucel-T and its association with improved clinical outcome. Clinical Cancer Research. 2015; 21(16):3619–30.
120. Disis ML. Immunologic biomarkers as correlates of clinical response to cancer immunotherapy. Cancer Immunology, Immunotherapy. 2011;60(3):433–42.
121. Disis ML, Schiffman K, Gooley TA, McNeel DG, Rinn K, Knutson KL. Delayed-type hypersensitivity response is a predictor of peripheral blood T-cell immunity after HER-2/neu peptide immunization. Clinical Cancer Research. 2000;6(4):1347–50.
122. Baars A, Claessen AM, van den Eertwegh AJ, Gall HE, Stam AG, Meijer S, et al. Skin tests predict survival after autologous tumor cell vaccination in metastatic melanoma: experience in 81 patients. Annals of Oncology. 2000;11(8):965–70.
123. Lopez MN, Pereda C, Segal G, Munoz L, Aguilera R, Gonzalez FE, et al. Prolonged survival of dendritic cell-vaccinated melanoma patients correlates with tumor-specific delayed type IV hypersensitivity response and reduction of tumor growth factor beta-expressing T cells. Journal of Clinical Oncology. 2009;27(6):945–52.
124. de Vries IJ, Bernsen MR, Lesterhuis WJ, Scharenborg NM, Strijk SP, Gerritsen MJ, et al. Immunomonitoring tumor-specific T cells in delayed-type hypersensitivity skin biopsies after dendritic cell vaccination correlates with clinical outcome. Journal of Clinical Oncology. 2005;23(24):5779–87.
125. Kohrt HE, Nouri N, Nowels K, Johnson D, Holmes S, Lee PP. Profile of immune cells in axillary lymph nodes predicts disease-free survival in breast cancer. PLoS Medicine. 2005;2(9):e284.
126. Chang AY, Bhattacharya N, Mu J, Setiadi AF, Carcamo-Cavazos V, Lee GH, et al. Spatial organization of dendritic cells within tumor draining lymph nodes impacts clinical outcome in breast cancer patients. Journal of Translational Medicine. 2013;11:242.
127. Bollard CM, Gottschalk S, Torrano V, Diouf O, Ku S, Hazrat Y, et al. Sustained complete responses in patients with lymphoma receiving autologous cytotoxic T lymphocytes targeting Epstein-Barr virus latent membrane proteins. Journal of Clinical Oncology. 2014;32(8):798–808.
128. Kristensen VN, et al. Integrated molecular profiles of invasive breast tumors and ductal carcinoma in situ (DCIS) reveal differential vascular and interleukin signaling. Proceedings of the National Academy of Sciences of the United States of America. 2012;109:2802–7.
129. Datta J, et al. Anti-HER2 CD4(+) T-helper type 1 response is a novel immune correlate to pathologic response following neoadjuvant therapy in HER2-positive breast cancer. Breast Cancer Research. 2015;17:71.

18

CHAPTER 18

Cell-Based Therapies for Canine Cancer

Nicola J. Mason and M. Kazim Panjwani
School of Veterinary Medicine, University of Pennsylvania, Philadelphia, PA, USA

Introduction

Mouse models of cancer serve as the mainstay of studies in tumor biology and in evaluating response to novel therapies. Studies in tumor xenograft and patient-derived xenograft models using immune compromised mice have been performed to evaluate and prioritize the most promising therapeutics to advance into human clinical trials [1]. With the advent of powerful immunological strategies designed to promote antitumor immune responses capable of inducing remission and preventing relapse, more complex models involving genetically engineered mouse models and xenografts/patient-derived xenografts in humanized mice have been developed. While these models have played an important role in early studies of immune-based therapies, it is becoming increasingly evident that they fall short in their ability to accurately predict safety and clinical effectiveness in the human clinic [2].

Unlike cytotoxic agents, immune therapies exert their main influence on the patient's immune system rather than the tumor itself. Therefore, it follows that preclinical testing should be performed in tumor-bearing animals that accurately recapitulate the frequently abnormal immune status of human cancer patients and the hostile immunosuppressive tumor microenvironment (TME) that poses a formidable barrier to effective immune-mediated tumor destruction. Malignancies that arise spontaneously over time are immunologically edited, resulting in an accumulation of transformed cells that are increasingly invisible to the existing T cell repertoire [3]. Aberrant T cell signaling and exhaustion contribute to immune therapy failures in the human clinic [4]. Physical and functional barriers to cell-mediated cytotoxicity develop as malignancies evolve, leading to immunological resistance and disease progression. Furthermore, adverse events seen with potent immune activation are dependent upon intact cytokine networks. In order to predict more accurately the safety of immune therapies and their ability to eliminate tumors and prevent relapse in the clinic, additional models are now needed in which malignancies spontaneously develop in otherwise immunologically intact hosts.

The domestic dog shares a close phylogenetic relationship with man and spontaneously develops tumors that exhibit similar clinical, biological, and genetic features as their human counterparts [5–8]. Canine tumors develop over a compressed time span and their natural clinical course is to develop

Immunotherapy in Translational Cancer Research, First Edition. Edited by Laurence J. N. Cooper, Elizabeth A. Mittendorf, Judy Moyes, and Sabitha Prabhakaran.

chemoresistance and recur locally or metastasize following therapy. Environmental factors that influence cancer initiation, progression, and therapeutic response are also shared by humans and dogs. This is exemplified by the finding that pet dogs share similarities in their microbiome with human family members [9]. The microbiome influences host immune responses and therefore pet dogs and humans might be expected to respond more comparably to immunotherapies than specific pathogen-free mice [10, 11]. While the spontaneous development of tumors in pet dogs has cemented their role in the drug development pathway [12], the more recent recognition of comparable host immune system dysfunction, immunosuppressive TME, and emerging mutational burden of tumors between human and canine patients has invigorated interest in integrating dogs with cancer into early immunotherapy trials.

Relevance of the canine cancer patient in evaluating immunotherapies

Tumor immunogenicity

The ultimate goal of immune therapies is to generate potent tumor-specific cytotoxic T cell responses and amplify a self-propagating cycle of broadening antitumor immunity that will eliminate transformed cells [13]. Generation of an effective polyclonal antitumor immune response is largely dependent on the tumor harboring nonsynonymous somatic mutations that encode immunogenic neoepitopes, recognized by $CD4^+$ and $CD8^+$ T cells [14–18]. Advanced next-generation sequencing of multiple human tumor histologies has revealed that patients with cancers harboring a high mutational burden ("hot" tumors) are more likely to exhibit baseline tumor-specific T cell responses that can lead to tumor regression and prolonged overall survival if enabled, for example, through checkpoint blockade [19–22]. The number of somatic mutations is a predictor of neoepitope burden, which is the single most predictive indicator of response to immune therapy [20–22]. Extensive characterization of the mutational burden of different tumor histologies in dogs has yet to be reported. However, whole-exome sequencing of canine B and T cell lymphomas revealed the presence of an average of 18 nonsynonymous mutations per tumor (16 nonsynonymous mutations for B cell lymphoma) [23], which is comparable to that identified by whole-exome sequencing of human diffuse large B cell lymphoma [24, 25]. Complete transcriptome analysis using RNA sequencing (RNAseq) in canine invasive transitional cell carcinoma and targeted amplification of proto-oncogenes such as c-kit in canine mast cell tumors have also revealed the presence of nonsynonymous mutations that may serve as neoepitopes and targets for experimental immune therapies [23, 26, 27]. Indeed, the hypothesis that canine cancers will harbor nonsynonymous somatic mutations and that mutational load will correlate with indices of immune activity is currently being explored through federally funded whole-exome sequencing and RNAseq studies.

To predict whether identified, nonsynonymous mutations are immunogenic, the binding motifs for canine major histocompatibility complex (MHC) class I molecules (DLA) will need to be defined and algorithms for neoepitope prediction developed and validated. Four canine MHC class I genes that encode functional MHC complexes have been identified, only one of which is highly polymorphic (DLA-88). Efforts to identify the binding motifs of the commonly utilized DLA-88 alleles are underway and have already revealed remarkable similarity between the allele-specific peptide binding motifs of DLA-88*50101 and HLA-A*02:01 [28, 29]. These studies pave the way for tetramer development that will improve interrogation of canine $CD8^+$ T cell responses to different immunotherapies and exploration of correlative studies to identify predictors of immunological and clinical response.

The immune landscape of canine cancer patients

One of the main obstacles to achieving clinical responses to active and passive cell-based immunotherapies is the immunosuppressive TME that provides physical and functional barriers to effective T cell responses in human cancer patients. These functional barriers include immunosuppressive cell populations such as regulatory T cells, myeloid derived suppressor cells (MDSCs), and tumor-associated macrophages and their inhibitory cytokines and enzymes such as IL-10, TGF-β, arginase I, iNOS2, and IDO. Furthermore, expression of checkpoint regulators such as PD-L1, LAG-3, and TIM-3 on tumor-infiltrating immune cells and tumor cells substantially inhibit the proliferation and survival of tumor-specific T cells that frequently exhibit an exhausted phenotype.

Although a comprehensive assessment of the TME and immune status of canine cancer patients will require a greater arsenal of validated phenotypic markers and functional assays, reports are beginning to emerge indicating that canine cancer patients exhibit similar immune system aberrancies as human cancer patients and develop immunosuppressive TMEs that exhibit the same physical and functional barriers to effective immunotherapy as seen in human oncology patients. Regulatory T cells ($CD4^+$,$CD25^+FOXP3^+$) [30], MDSCs ($CD11b^+$, $CD14^-$, $MHCII^-$) [31, 32], and tumor-associated macrophages have been identified in the peripheral blood, draining lymph nodes, and tumors of canine patients with lymphoma, osteosarcoma, glioblastoma, and mammary carcinoma [33–41]. Furthermore, the checkpoint ligand PD-L1 has been identified on the surface of canine tumor cell lines and is upregulated by IFN-γ [42, 43]. In addition, T cell surface makers such as CD28, CTLA4 and PD-1 are being explored using species-specific and cross-reactive antibodies to reveal the presence of exhausted T cell phenotypes in canine cancer patients ([40], unpublished data). Defining the immune landscape of canine cancer patients is an active area of research and as more species-specific antibodies for identifying immune cell phenotypes and checkpoint molecules become available, additional comparative barriers to effective immunotherapies may be revealed.

Cell-based immunotherapies for passive adoptive transfer

Cell-based therapies designed to promote antitumor immunity can be broadly divided into two types: (1) passive, adoptive immunotherapy (AI) strategies in which *ex vivo* expanded native or genetically modified lymphocytes such as tumor-infiltrating lymphocytes, T cells, and NK cells are administered to eliminate tumor, and (2) active vaccination strategies that involve administration of autologous antigen-presenting cells (APCs) loaded with tumor antigen(s) to generate tumor-specific T cells *in vivo*.

Adoptive transfer of genetically redirected T cells that target tumor-associated antigens has produced unprecedented results in human patients with relapsed, refractory, hematological malignancies including chronic lymphocytic leukemia and acute lymphoblastic leukemia [44–47]. However, the response of solid tumors to chimeric antigen receptor (CAR) T cells in the clinic has been disappointing [48, 49]. This is in part due to the formidable immunosuppressive TME that presents both physical and functional barriers to CAR T cell efficacy [48]. In addition, CAR T cell therapies have been associated with significant morbidity and mortality due to anaphylaxis, dramatic cytokine release, neurotoxicity, and on-target, off-tumor cytotoxicity [50–54]. There are also significant challenges in making CAR T cell products from some human cancer patients and in ensuring their engraftment and persistence, necessary to achieve durable remissions [55]. As the field advances and efforts to produce the "best in class" autologous or allogeneic T cells are made, as combination approaches are explored and strategies to counter the potential life-threatening side effects are developed, the role that immunologically intact canine patients with spontaneous tumors may play becomes increasingly obvious. It is therefore not surprising that protocols for the production and use of cell-based therapies in canine cancer patients and results of early immunotherapy trials in dogs are starting to appear in the literature [56–58].

T cell expansion protocols

The earliest attempts to develop adoptive immunotherapy for dogs using *ex vivo* expanded lymphocytes occurred in the early 2000s, with several groups using solid-phase anti-canine CD3 plus recombinant human IL-2 (rhuIL-2) to generate autologous, polyclonal activated lymphocytes from healthy and tumor-bearing dogs [59–61]. Peripheral blood mononuclear cells (PBMCs) cultured with plate-bound anti-canine CD3 in the presence of rhuIL-2 underwent modest expansion (57-fold) over two weeks [59]. Increases in $CD8^+$

and $CD4^+CD8^+$ lymphocytes and cytotoxic activity were detected in cultured cells at the time of harvest [59]. Following the adoptive transfer of these lymphokine-activated killer cells to healthy or tumor-bearing dogs, the numbers of peripheral blood lymphocytes, total T cells, and $CD8^+$ T cells increased [59, 61]. No adverse effects were seen following adoptive transfer; however, the clinical response of tumor-bearing dogs to lymphokine-activated killer cells was not reported.

To achieve greater T cell expansion, the K562-based, artificial antigen-presenting cell (aAPC) system originally developed for human T cell expansion has been used for canine T cells [56–58, 62]. In this system, K562 cells genetically engineered to express costimulatory molecules are irradiated, loaded with agonistic anti-CD3 antibody, and cocultured with PBMCs in the presence of cytokines that promote T cell growth. Using K562 cells that express huCD32 and canine CD86 loaded with an anti-canine CD3 (clone CA17.2A12), Panjwani *et al.* achieved approximately 230-fold expansion of canine $CD5^+$ T cells over the course of two weeks in the presence of rhuIL-2 and rhuIL-21 [56]. The addition of rhuIL-21 heavily skewed the resulting T cell product toward a CD8 phenotype. O'Connor *et al.* employed an agonistic anti-human CD3 (clone OKT3) loaded onto K562 cells expressing human CD64, CD86, CD137L, and membrane-bound human IL-15 for canine T cell expansion [58]. Despite the presence of rhuIL-2, cells from healthy dogs failed to expand. However, addition of rhuIL-21 and restimulation with aAPCs every 7 days led to a 399-fold increase over the course of 36 days with a preferential outgrowth of $CD3^+CD8^+$ cells. Mata *et al.* used the lectin PHA in place of the anti-CD3 OKT3 clone, with irradiated K562 cells expressing human CD80, CD83, CD86, and CD137L with rhuIL-2 and rhuIL-21, resulting in an average 103-fold expansion of T cells over the course of two weeks [57].

In a comparable approach to human T cell expansion protocols currently used in AI clinical trials, magnetic beads conjugated to anti-canine CD3 (CA17.2A12) and anti-canine CD28 (5B8) have also been used to expand canine T cells [56]. In these cultures, rhuIL-2 and rhuIL-21 were employed to promote T cell expansion. Comparable expansion is seen when rhuIL-2 is replaced with rhuIL-7 and rhuIL-15, which aims to avoid the detrimental differentiating effects of IL-2 and maintain more "stemlike" canine T cells that exhibit improved engraftment and persistence *in vivo* (unpublished data). Further development and validation of phenotypic markers for canine T cells will be required to confirm these effects.

Interestingly, while anti-CD3/CD28 beads and anti-CD3-loaded aAPCs produce comparable T cell growth from most healthy individuals, anti-CD3/CD28 beads fail to expand T cells from some canine donors and patients with advanced hematological malignancies [56]. This is consistent with findings of intrinsic defects in T cell activation in human patients with advanced hematological malignancies and results in study dropout when a T cell product cannot be generated [63]. Interestingly, T cells from canine lymphoma patients that fail to expand with magnetic beads can be rescued using aAPCs, although they tend to expand less compared to T cells from healthy dogs [56, 58]. The ability to "rescue" T cell expansion is presumably attributable to soluble factors and/or contact dependent factors afforded by K562 cells, which require further investigation [56]. Nevertheless, the canine data suggest that revisiting the use of aAPCs in human T cell product development might be warranted.

Adoptive T cell immunotherapy

The efficacy of AI in canine cancer patients is just beginning to be explored. Using the OKT3/aAPC expansion protocol for dogs with B cell lymphoma, doses of up to 3×10^9 cells/m^2 were achieved from peripheral blood lymphocytes (approximately 124-fold expansion over 28 days). Adoptive transfer of these cells into canine patients in remission following induction chemotherapy prolonged tumor-free and overall survival times compared to matched controls and was associated with limited, transient gastrointestinal side effects [58].

The mechanisms responsible for improved survival following adoptive transfer of polyclonal activated cells may relate to correction of altered immune status and overall restoration of antitumor immunity [58, 61]. $CD8^+$ T cell counts are decreased in both human and canine cancer patients [37, 64, 65], a situation that might arise in part from an increased sensitivity of $CD8^+$

T cells to tumor-induced apoptosis [65]. Adoptive transfer of expanded cells led to an increase in circulating $CD8^+$ T cells and correction of altered CD4:CD8 ratios. Additionally, tumor-specific T cells may be expanded in the transferred population and provide temporary antitumor activity. Although CD40L expression has not been evaluated on expanded canine T cells, it is possible that administration of $CD40L^+$ T cells may temporarily enhance $CD40^+$ B cell target immunogenicity, which may account for the improved survival seen in this study. Indeed, constitutive expression of CD40L by CAR T cells is a strategy that is currently being explored to enhance the effectiveness of CD19 CAR T cells [66].

In general, although the techniques described to expand canine T cells provide sufficient cell numbers for adoptive therapy, the degree of expansion of T cells from healthy or tumor-bearing dogs in these systems falls short of that obtained in similar human culture systems. This may be due to suboptimal agonistic antibodies, intrinsic species differences, or the presence of contaminating immunosuppressive myeloid cells in starting cultures [67]. Indeed, unlike the generation of human T cell products from negatively selected peripheral T cells, canine T cell products have been generated from PBMCs, isolated from whole blood by density centrifugation [57]. In contrast to humans, canine neutrophils exhibit a comparable density to lymphocytes and monocytes, and separation over a 1.077 ficoll gradient frequently leads to considerable contamination of mononuclear cells with neutrophils and other granulocytes [68]. This leaves the possibility that contaminating myeloid cells might inhibit optimal T cell expansion, particularly in tumor-bearing dogs with increased numbers of circulating MDSCs that inhibit T cell expansion and function [31]. As such, improved canine T cell expansion may be achieved from leukapheresis products or negatively selected T cells. Indeed, purer canine mononuclear cell products can be obtained under good manufacturing practice conditions via leukapheresis using either the Cobe or Optia Spectra [69] (Figure 18.1). Furthermore, purification of canine T cells by negative selection can be achieved using cross-reactive antibodies with specificities for canine leukocyte subsets (Figure 18.2).

With established protocols now available for leukapheresis, negative T cell selection and aAPC and magnetic bead expansion in the canine system, the stage is set for dogs to play an integral role in advancing AI strategies.

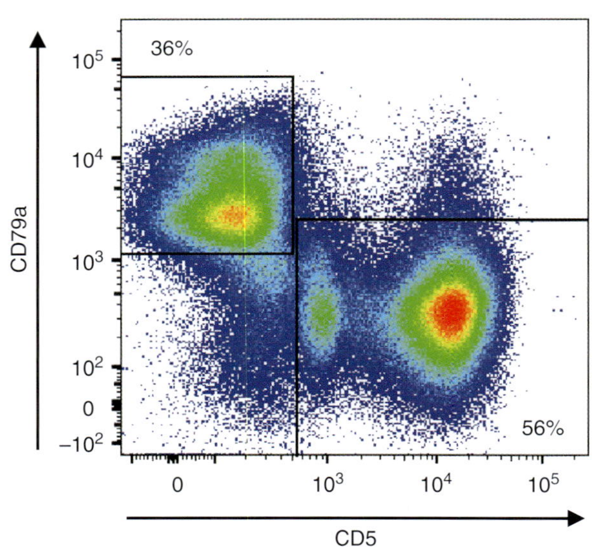

Figure 18.1 Typical canine leukapheresis product. Cells were collected from a lightly sedated healthy donor dog using an Optia Spectra apheresis unit. The product was evaluated for expression of the pan canine T cell marker CD5 and the cross-reactive B cell marker CD79a.

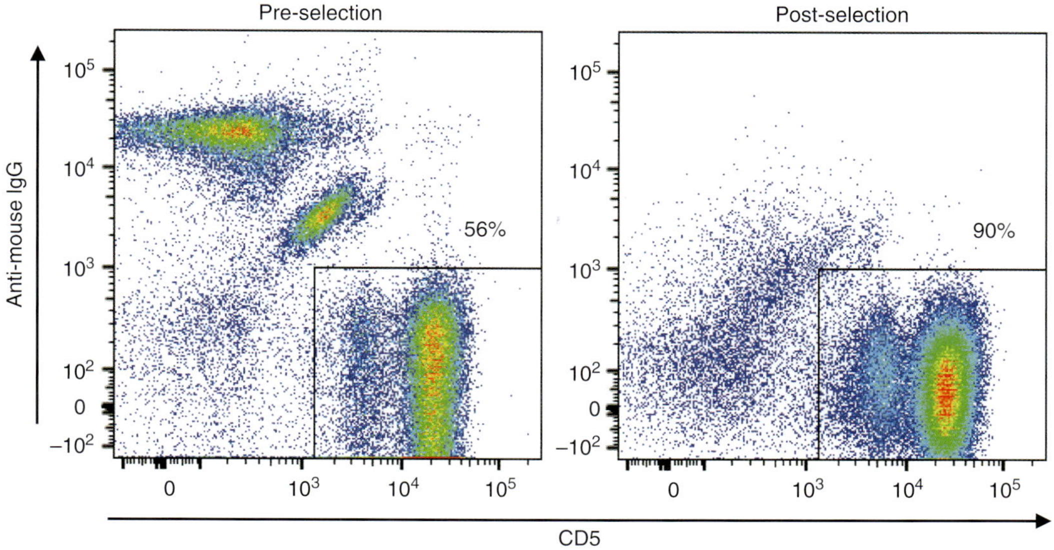

Figure 18.2 Purification of canine T cells by negative selection. Canine peripheral blood mononuclear cells isolated by density centrifugation were labeled with antibodies against CD11b, CD11c, CD14, and CD21. Goat anti-mouse IgG microbeads were incubated with cells, and labeled cells were removed using the MACS cell separator system (Miltenyi Biotec Inc., 2303 Lindbergh Street, Auburn, CA, USA 95602). Pre-selection and negatively selected cells are shown.

Genetic modification of lymphocytes

Many of the goals of cell therapy can be achieved or advanced through transient or permanent genetic modification of the cellular product. For example, T cells or NK cells can be modified to redirect their antigenic specificity via ectopic expression of tumor-targeting antigen receptors; clustered regularly interspaced short palindromic repeats (CRISPR) or transcription activator-like effector nuclease (TALEN) can be used to render them insensitive to inhibitory signals via removal of negative regulators or to enable the use of allogeneic or even xenogenic products following the removal of donor MHC and T cell receptor complexes. As strategies to improve cell-based cancer immunotherapies via genetic modification become more advanced, their safety and efficacy *in vivo* are likely to be evaluated in the canine system [70].

While most genetic modifications are designed to be permanent in nature, short-term gene expression in the form of mRNA electroporation can be appropriate for some aims. mRNA has been used to deliver an antigenic payload to APCs or a CAR to *ex vivo* expanded T cells immediately prior to their administration *in vivo*. This approach provides high-efficiency gene expression (albeit for a limited time) that is sufficient to evaluate safety and function *in vivo*. For example, in the case of CAR T cells, transient expression of a novel target CAR has an important safety implication when being evaluated in either human or canine patients for the first time.

Canine CAR T cells have been generated via electroporation of *ex vivo* expanded primary canine T cells with mRNA encoding a first-generation CD20-specific CAR. This approach led to high-efficiency, albeit transient, CAR expression and robust antitumor function *in vitro* [56]. Three infusions of CD20-RNA CAR T cells into a canine patient with relapsed B cell lymphoma led to transient, modest antitumor effects without adverse events, although antibodies developed against the murine scFv following the second infusion. This proof-of-principle study confirmed the feasibility of this platform to assess target safety in the dog prior to the administration of permanently redirected, CD20-specific CAR T cells.

An advantage of permanent genetic modification is that the modification is passed on into the genome of daughter cells, amplifying its effect over time; in the case of modifications that confer antigen-specificity, this mimics a quasi-clonal expansion. Much published work in the canine field has focused on the use of gammaretroviruses to permanently transduce cells of interest. A CAR targeting HER2 was introduced into primary canine T cells by gammaretrovirus and demonstrated *in vitro* function against osteosarcoma cell lines [57]. Additionally, gammaretroviruses have been used to encode the common gamma chain in hematopoietic stem cells (HSC) of dogs that naturally develop X-linked severe combined immunodeficiency (XSCID) as a model for human gene therapy [71]. However, one of the XSCID dogs treated with gammaretrovirus-transduced HSCs developed a therapy-attributed T cell lymphoma [72], highlighting the risk of oncogenic insertion with gammaretroviral vectors. Lentiviral vectors have an increased safety profile and efficiently modify human T cells. Lentiviral vectors have been used to modify canine HSCs [73, 74], and primary T cells (Figure 18.3) and a clinical trial evaluating lentiviral transduced CD20-specific CAR T cells in canine B-NHL (non-Hodgkin lymphoma) patients is ongoing [75].

Additional challenges and risks associated with permanent genetic modification of T cells exist. Self-amplification can be a double-edged sword, as the modification can unexpectedly target critical normal host tissues [52, 76, 77]; this can be mitigated by testing transient mRNA expression first, or the use of a suicide-gene system to ablate the cells [78]. If the introduced gene is xenogenic in origin, it may make the cells themselves immunogenic, as in the case of CARs using murine scFvs triggering a host-anti-mouse antibody response in both humans and canines [56, 79]; conversion of these genes to match the host species may be an important step in overcoming this barrier. Finally, permanent genetic modification is generally of a lower efficiency than transient modification, though it can take advantage of positive selection over time. As cell activation and proliferation is necessary or advantageous for transduction in the case of gammaretroviruses or lentiviruses, respectively, ongoing improvements in reagents and protocols for primary canine cell stimulation may increase the efficiency of these methods and the effectiveness of treatments utilizing them.

Other methods being explored for genetic modification of canine cells include foamy viruses [80], adeno-associated viruses, and the nonviral Sleeping Beauty transposon-transposase system [81]. Combined with the rapid translation of CRISPR technology into cancer immunotherapy in humans [82], the genetic modification of canine T cells is a rapidly evolving field with many exciting possibilities and advancements on the horizon.

Adoptive NK cell immunotherapy

Natural killer (NK) cells are an attractive option for AI due to their natural reactivity against transformed cells and intrinsic safety mechanism involving MHC-activated canonical inhibitory receptors. Without the need for MHC presentation, antigen specificity, or priming, NK cells can be an effective monotherapy, and their effects may be enhanced further through expression of a CAR. AI with autologous and allogeneic NK cells has been evaluated in clinical trials of human patients with hematological malignancies, including acute myeloid leukemia [83], multiple myeloma [84], and B-cell NHL [85], and solid tumors including carcinomas [86] and brain tumors [87]. CAR NK cells have been investigated *in vitro* and in mouse models [88, 89], and a phase I/II trial targeting B lymphoid malignancies with CD19-specific NK cells began subject recruitment in 2017 (NCT3056339).

While human NK cells are identified as $CD3^{-}CD56^{+}$ with additional phenotypic markers that include the activation receptors NKG2A, NKG2C, NKG2D, and NKp46, the identification and definition of canine NK cells are areas of ongoing exploration. Due to the limited number of specific, validated markers available, canine NK cells have been identified by the absence of markers that define other, better characterized immune cell subsets, and by their activity. Transcriptional profiling is confounded by the limited markers these cells can be sorted on, and drawing exact parallels to human markers may be misleading since they may not be shared across species (the presence of CD4 on canine granulocytes is an example of this). Furthermore, the existence of innate-like lymphoid populations that bridge T and NK cells in their functions and expression patterns, such as NK T cells, means that better tools will be needed to correctly refine these cell populations in dogs.

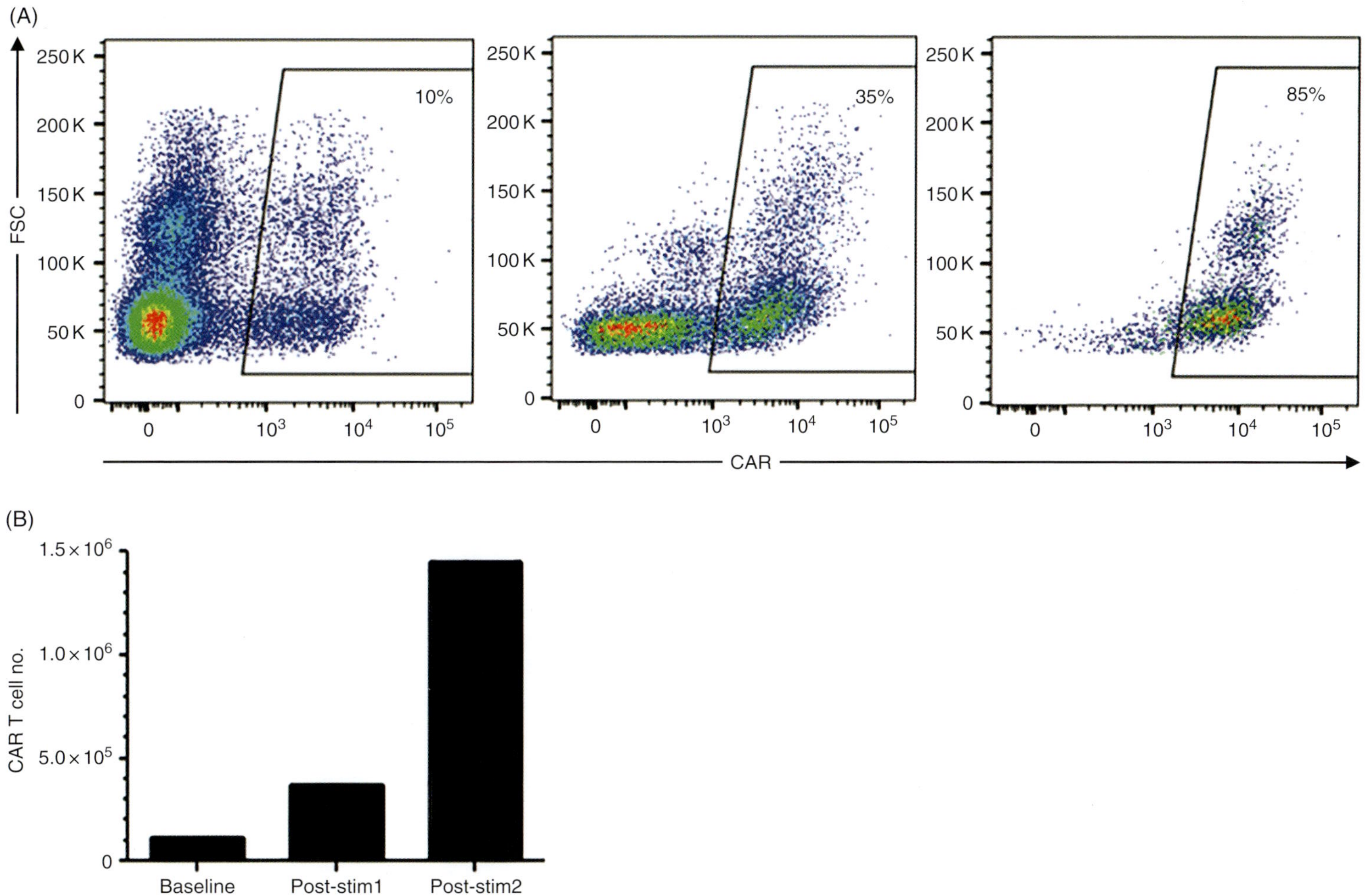

Figure 18.3 Functional canine chimeric antigen receptor (CAR) T cells generated by lentiviral transduction. **A.** Canine T cells expressing a CD20-CD28-ζ CAR prior to antigen stimulation (left panel), one week after stimulation with the CD20-expressing B cell line CLBL-1 (middle panel), and one week after a second stimulation with CLBL-1 (right panel). Plots are gated on $7AAD^{-}CD5^{+}$ cells. **B.** CAR T cell numbers calculated from total cell counts and flow cytometry at baseline and one week after each stimulation with CLBL-1 cells. FSC = forward scatter.

Markers most frequently investigated for canine NK cell identification are CD3, CD5, CD56, and NKp46. CD3 is typically used to identify T cells, although CD3ε, which the anti-canine antibody clone CA17.2A12 binds, is reported to be expressed in human NK cells [90]. CD5 marks a non-B lineage lymphoid population in healthy canine PBMCs, with positive cells splitting into high and low expressers. The CD5low population has been described as $CD3^+$, $CD3^-$, or only expressing intracellular CD3, a discrepancy that could be attributed to differences in staining technique; however, this subset is uniformly $CD8^+$ [91–94], larger than $CD3^+CD5hi$ cells and contains prominent cytoplasmic granules consistent with NK cell morphology [91]. Furthermore, these cells express high levels of NK cell–related receptors and demonstrate cytotoxic activity against MHC-negative canine thyroid adenocarcinoma cells [91–93]. While a cross-reactive mouse antihuman CD56 antibody (clone MOC-1) has been reported [95, 96], validation of its specificity is lacking [91–93, 97]. Canine NKp46 has been detected using a cross-reactive anti-bovine antibody (clone AKS6) [97] or a canine-specific antibody (clone 48a) [94]; in both cases, $CD3^+NKp46^+$ and $CD3^-NKp46^+$ populations were identified. $NKp46^+CD3^-$ cells identified by clone 48a showed cytolytic activity against osteosarcoma cell lines beyond that of donor-matched $CD3^+$ T cells. Interestingly, culture of a $CD3^-NKp46^-$ population showed that these can be converted to CD3-$NKp46^+$ cells, suggesting that NKp46 may mark only mature canine NK cells [94].

Although these different NK-like populations are still being identified, they can be successfully expanded *ex vivo* using a combination of MHC-negative feeder cells and cytokines. The canine cytotoxic large granular lymphocytes reported by Shin *et al.* expanded ~200-fold from PBMCs when cocultured with irradiated K562 feeder cells expressing human 4-1BBL and membrane-bound huIL-15 in the presence of rhuIL-2 and rhuIL-15 over two weeks [93]. Greater than 85% of cells in the final product were phenotypically $CD5^{lo}CD3^+CD8^+TCR\alpha\beta^-TCR\gamma\delta^-$ cells and displayed a large granular lymphocyte morphology. Similarly, CD3-$NKp46^+$ cells cocultured with irradiated K562 feeder cells expressing human 4-1BBL and membrane-bound huIL-21 in the presence of recombinant canine IL-2 for three weeks grew ~20,000-fold [94]. This sets the stage for canine NK-like cells to be used in AI for canine cancer patients, an endeavor that is already underway [98].

Preconditioning regimes for stem cell transplant and adoptive cell transfer

Studies to determine the optimal preconditioning regime for successful engraftment of bone marrow allotransplants were initially performed in research dogs and employed intensive myeloablative chemoradiation that was associated with significant morbidity and mortality in dogs and humans.

Unfortunately, the toxic effects of high-dose chemoradiation for myeloablation prevented elderly patients and those in critical condition from undergoing allogeneic transplant. Therefore, less toxic, nonmyeloablative regimes were developed and tested in dogs for their ability to support successful stem cell engraftment [99]. Clinically applicable preconditioning regimes that involve total-body irradiation (TBI) and/or the cytotoxic agents cyclophosphamide, busulfan, and pentostatin promote successful autologous and allogeneic hematopoietic stem cell transplant in healthy dogs and dogs with lymphoma [100–104]. Pentostatin, a purine analog that inhibits adenosine deaminase in lymphocytes improved allogeneic donor cell engraftment when used in combination with low dose 100 cGy TBI when compared to 100 cGy TBI alone. This suggests that it might be an agent to consider in the future for reducing the requirement of TBI [101]. Likewise, another purine analog, fludarabine, improved engraftment in human patients undergoing HSC transplant when used in combination with pretransplant TBI (200cGy) and reduced the need for donor leukocyte infusions to obtain graft versus tumor effect [105]. While TBI and cyclophosphamide preconditioning regimes have been widely utilized in dogs undergoing stem cell transplants, preconditioning regimes using fludarabine either alone or in combination with TBI or cyclophosphamide have not. However, given that fludarabine has been used safely in dogs (http://www.accessdata.fda.gov/drugsatfda_docs/

nda/2008/022273s000_PharmR.pdf), it is likely that combination cyclophosphamide/fludarabine (Cy/Flu) or chemoradiation (TBI/Flu) preconditioning will soon be explored to promote stem cell or adoptive T cell engraftment, mimicking current protocols in human adoptive T cell transfer. An alternative preconditioning regime that improved engraftment in dogs employed an anti-CD44 mAb (S5) in combination with 200 cGy TBI [106]. The CD44 antibody was reported to improve engraftment by eliminating marrow cells that survive irradiation and would otherwise mediate rejection.

Myelosuppressive preconditioning regimes have also been used in dogs to improve engraftment of genetically modified, autologous and haploidentical stem cell transplants. TBI with 200 cGy or 10mg/kg busulfan administered intravenously as a single agent with or without posttransplant immunosuppression allowed for long-term engraftment of genetically modified stem cell transplants in dogs [107]. In a head-to-head comparison of regimes, cyclophosphamide in combination with sublethal TBI led to the greatest engraftment of genetically modified stem cells in dogs [102].

Work in mouse models and in human patients has shown that optimal preconditioning is required to promote adoptively transferred T cell engraftment and prevent the formation of neutralizing antibody and cytotoxic T cell responses against genetically modified T cells that express foreign proteins [108]. The addition of fludarabine to cyclophosphamide (Cy/Flu) preconditioning prior to adoptive transfer of autologous CAR T cells led to higher levels of IL-7 and IL-15, greater expansion and persistence of $CD4^+$ and $CD8^+$ CAR-T cells in the peripheral blood, and improved outcomes in human patients with NHL compared with those receiving Cy alone [108]. Work still continues to identify the most optimal preconditioning regime for adoptive T and NK cell transfer in humans. As adoptive T and NK cell therapies are increasingly explored in the dog, it is likely that this species will play an important role in performing head-to-head comparisons of such non-myeloablative preconditioning regimes and inform future human clinical trial design.

Cell-based therapies for active immunization

Active immunization with antigen-loaded dendritic cells that aim to prime tumor-specific cytotoxic T cell responses and establish robust memory responses that will eliminate tumors and prevent their recurrence respectively has been an active area of investigation in many different cancer types. Similar challenges to the use of dendritic cells (DCs) in cancer therapy exist between humans and canines and include obtaining sufficient DC precursors for vaccine generation, standardization of protocols to generate DCs from peripheral blood or bone marrow, and difficulties in and optimal protocol for clinical use [109, 110]. In addition, a key limitation in investigating DC therapies in canine cancer patients is the lack of reliable markers to identify these cells and their various subsets.

Canine peripheral blood and bone marrow–derived DCs activated and loaded with tumor antigens have been investigated for their ability to induce antigen-specific T cell responses *in vitro* and *in vivo*. Autologous DCs pulsed with tumor cell lysates were shown to induce $CD4^+$ and $CD8^+$ T cell responses against tumor antigens when used in healthy beagle dogs [111]. Autologous DCs fused with allogeneic tumor cell lines induced cell-mediated responses against common antigens shared between allogeneic tumor cell lines in healthy dogs [112, 113], and promoted tumor regression in dogs with transmissible venereal tumor [114]. Adenoviral delivery of tumor antigens to *ex vivo* cultured autologous DCs induced tumor-specific immune responses in dogs with malignant melanoma [115]. More recently, the use of CD40 targeted adenoviral vectors to deliver tumor antigens has also been employed in dogs and acts to induce DC maturation at the time of antigen delivery [116]. In each case, no serious adverse events or induction of autoimmunity was observed; however, the effectiveness of this approach in canine patients has yet to be confirmed.

Given the technical challenges of producing sufficient numbers of DCs for recurrent immunizations, CD40-activated B cells have been explored as an alternative APC that can be readily activated, expanded, and loaded with an antigenic payload to induce tumor-specific immunity [117, 118].

Protocols to generate CD40-B cells from humans and dogs have been described, and these cells have been shown to stimulate antigen-specific T cell responses following transfection with RNA [117, 119]. CD40-activated B cells electroporated with autologous tumor RNA were shown to induce tumor-specific immune responses in dogs in remission from B and T cell lymphoma [120]. While this strategy did not prevent relapse in these canine patients, overall survival was improved when vaccinated patients were treated with rescue chemotherapy, suggesting synergism between vaccine-induced immune responses and chemotherapy [120].

Regulatory guidelines for cell-based products for animal use

With increasing use of cell-based therapies in animals, the FDA has provided guidelines for the development, manufacture, and marketing of cell-based products that "intend to diagnose, cure, mitigate, treat, or prevent disease in animals." The same statutory and regulatory requirements for other animal drugs apply to cell-based products for animal use. To be legally marketed, these products will require an approved or conditionally approved New Animal Drug Application (NADA) that assesses safety, effectiveness, and manufacturing quality. Genetically engineered cell-based products such as CAR T cells, APCs, and animal stem cell products (ASCPs) will likely require additional risk-based assessments by the Center for Veterinary Medicine before development and production. In most current situations, ASCPs are autologous, more than minimally manipulated (type I) products. However, with the advent of CRISPR and TALEN technologies, it is likely that canines will be employed to advance the use of allogeneic and even xenogenic ASCPs in the future.

Investigational use of cell-based products used solely for research purposes is allowed by the FDA, provided the requirements set forth in 21 CFR 511 are met. *In vivo* testing of cell-based products in laboratory research animals or in client-owned animal clinical trials performed in a research setting may, however, be subject to an investigational exemption. Prior to beginning trials in client-owned animals, sponsors should establish an Investigational New Animal Drug file with the FDA and submit a Notice of Claimed Investigational Exemption. More information regarding the regulatory requirements for cell-based therapies in veterinary species can be found athttp://www.fda.gov/downloads/AnimalVeterinary/GuidanceComplianceEnforcement/Guidancefor-Industry/UCM405679.pdf.

References

1. Richmond A, Su Y. Mouse xenograft models vs GEM models for human cancer therapeutics. Dis Model Mech. 2008;1(2–3):78–82.
2. Mak IW, Evaniew N, Ghert M. Lost in translation: animal models and clinical trials in cancer treatment. Am J Transl Res. 2014;6(2):114–8.
3. Dunn GP, Bruce AT, Ikeda H, Old LJ, Schreiber RD. Cancer immunoediting: from immunosurveillance to tumor escape. Nat Immunol. 2002;3(11):991–8.
4. Zarour HM. Reversing T-cell Dysfunction and Exhaustion in Cancer. Clin Cancer Res. 2016;22(8): 1856–64.
5. Gordon I, Paoloni M, Mazcko C, Khanna C. The Comparative Oncology Trials Consortium: using spontaneously occurring cancers in dogs to inform the cancer drug development pathway. PLoS Med. 2009;6(10): e1000161.
6. Knapp DW, Waters DJ. Naturally occurring cancer in pet dogs: important models for developing improved cancer therapy for humans. Mol Med Today. 1997;3(1):8–11.
7. Paoloni M, Khanna C. Translation of new cancer treatments from pet dogs to humans. Nat Rev Cancer. 2008;8(2):147–56.
8. Breen M, Modiano JF. Evolutionarily conserved cytogenetic changes in hematological malignancies of dogs and humans: man and his best friend share more than companionship. Chromosome Res. 2008;16(1):145–54.
9. Song SJ, Lauber C, Costello EK, Lozupone CA, Humphrey G, Berg-Lyons D, et al. Cohabiting family members share microbiota with one another and with their dogs. Elife. 2013;2:e00458.
10. Sivan A, Corrales L, Hubert N, Williams JB, Aquino-Michaels K, Earley ZM, et al. Commensal Bifidobacterium promotes antitumor immunity and facilitates anti-PD-L1 efficacy. Science. 2015;350(6264): 1084–9.
11. Ivanov, II, Honda K. Intestinal commensal microbes as immune modulators. Cell Host Microbe. 2012;12(4): 496–508.
12. Khanna C, Fan TM, Gorlick R, Helman LJ, Kleinerman ES, Adamson PC, et al. Toward a drug development path

that targets metastatic progression in osteosarcoma. Clin Cancer Res. 2014;20(16):4200–9.
13. Chen DS, Mellman I. Oncology meets immunology: the cancer-immunity cycle. Immunity. 2013;39(1):1–10.
14. Castle JC, Kreiter S, Diekmann J, Lower M, van de Roemer N, de Graaf J, et al. Exploiting the mutanome for tumor vaccination. Cancer Res. 2012;72(5):1081–91.
15. Engelhorn ME, Guevara-Patino JA, Noffz G, Hooper AT, Lou O, Gold JS, et al. Autoimmunity and tumor immunity induced by immune responses to mutations in self. Nat Med. 2006;12(2):198–206.
16. Kreiter S, Vormehr M, van de Roemer N, Diken M, Lower M, Diekmann J, et al. Mutant MHC class II epitopes drive therapeutic immune responses to cancer. Nature. 2015;520(7549):692–6.
17. Matsushita H, Vesely MD, Koboldt DC, Rickert CG, Uppaluri R, Magrini VJ, et al. Cancer exome analysis reveals a T-cell-dependent mechanism of cancer immunoediting. Nature. 2012;482(7385):400–4.
18. Tran E, Turcotte S, Gros A, Robbins PF, Lu YC, Dudley ME, et al. Cancer immunotherapy based on mutation-specific CD4+ T cells in a patient with epithelial cancer. Science. 2014;344(6184):641–5.
19. Gubin MM, Zhang X, Schuster H, Caron E, Ward JP, Noguchi T, et al. Checkpoint blockade cancer immunotherapy targets tumour-specific mutant antigens. Nature. 2014;515(7528):577–81.
20. Rizvi NA, Hellmann MD, Snyder A, Kvistborg P, Makarov V, Havel JJ, et al. Cancer immunology. Mutational landscape determines sensitivity to PD-1 blockade in non-small cell lung cancer. Science. 2015;348(6230):124–8.
21. Snyder A, Makarov V, Merghoub T, Yuan J, Zaretsky JM, Desrichard A, et al. Genetic basis for clinical response to CTLA-4 blockade in melanoma. New England Journal of Medicine. 2014;371(23):2189–99.
22. Van Allen EM, Miao D, Schilling B, Shukla SA, Blank C, Zimmer L, et al. Genomic correlates of response to CTLA-4 blockade in metastatic melanoma. Science. 2015;350(6257):207–11.
23. Elvers I, Turner-Maier J, Swofford R, Koltookian M, Johnson J, Stewart C, et al. Exome sequencing of lymphomas from three dog breeds reveals somatic mutation patterns reflecting genetic background. Genome Res. 2015;25(11):1634–45.
24. de Miranda NF, Georgiou K, Chen L, Wu C, Gao Z, Zaravinos A, et al. Exome sequencing reveals novel mutation targets in diffuse large B-cell lymphomas derived from Chinese patients. Blood. 2014;124(16):2544–53.
25. Lohr JG, Stojanov P, Lawrence MS, Auclair D, Chapuy B, Sougnez C, et al. Discovery and prioritization of somatic mutations in diffuse large B-cell lymphoma (DLBCL) by whole-exome sequencing. Proc Natl Acad Sci U S A. 2012;109(10):3879–84.
26. Decker B, Parker HG, Dhawan D, Kwon EM, Karlins E, Davis BW, et al. Homologous mutation to human BRAF V600E Is common in naturally occurring canine bladder cancer: evidence for a relevant model system and urine-based diagnostic test. Mol Cancer Res. 2015;13(6):993–1002.
27. London CA, Galli SJ, Yuuki T, Hu ZQ, Helfand SC, Geissler EN. Spontaneous canine mast cell tumors express tandem duplications in the proto-oncogene c-kit. Exp Hematol. 1999;27(4):689–97.
28. Barth SM, Schreitmuller CM, Proehl F, Oehl K, Lumpp LM, Kowalewski DJ, et al. Characterization of the canine MHC class I DLA-88*50101 peptide binding motif as a prerequisite for canine T cell immunotherapy. PLoS One. 2016;11(11):e0167017.
29. Pinho SS, Carvalho S, Cabral J, Reis CA, Gartner F. Canine tumors: a spontaneous animal model of human carcinogenesis. Transl Res. 2012;159(3):165–72.
30. Mitchell L, Dow SW, Slansky JE, Biller BJ. Induction of remission results in spontaneous enhancement of anti-tumor cytotoxic T-lymphocyte activity in dogs with B cell lymphoma. Vet Immunol Immunopathol. 2012;145(3–4):597–603.
31. Goulart MR, Pluhar GE, Ohlfest JR. Identification of myeloid derived suppressor cells in dogs with naturally occurring cancer. PLoS One. 2012;7(3):e33274.
32. Sherger M, Kisseberth W, London C, Olivo-Marston S, Papenfuss TL. Identification of myeloid derived suppressor cells in the peripheral blood of tumor bearing dogs. BMC Vet Res. 2012;8:209.
33. Estrela-Lima A, Araujo MS, Costa-Neto JM, Teixeira-Carvalho A, Barrouin-Melo SM, Cardoso SV, et al. Immunophenotypic features of tumor infiltrating lymphocytes from mammary carcinomas in female dogs associated with prognostic factors and survival rates. BMC Cancer. 2010;10:256.
34. Fortuna L, Relf J, Chang YM, Hibbert A, Martineau HM, Garden OA. Prevalence of FoxP3(+) cells in canine tumours and lymph nodes correlates positively with glucose transporter 1 expression. J Comp Pathol. 2016;155(2–3):171–80.
35. Itoh H, Horiuchi Y, Nagasaki T, Sakonju I, Kakuta T, Fukushima U, et al. Evaluation of immunological status in tumor-bearing dogs. Vet Immunol Immunopathol. 2009;132(2–4):85–90.
36. Mucha J, Majchrzak K, Taciak B, Hellmen E, Krol M. MDSCs mediate angiogenesis and predispose canine mammary tumor cells for metastasis via IL-28/IL-28RA (IFN-lambda) signaling. PLoS One. 2014;9(7):e103249.
37. O'Neill K, Guth A, Biller B, Elmslie R, Dow S. Changes in regulatory T cells in dogs with cancer and associations with tumor type. J Vet Intern Med. 2009;23(4):875–81.
38. Pinheiro D, Chang YM, Bryant H, Szladovits B, Dalessandri T, Davison LJ, et al. Dissecting the regulatory

microenvironment of a large animal model of non-Hodgkin lymphoma: evidence of a negative prognostic impact of FOXP3+ T cells in canine B cell lymphoma. PLoS One. 2014;9(8):e105027.
39. Raposo T, Gregorio H, Pires I, Prada J, Queiroga FL. Prognostic value of tumour-associated macrophages in canine mammary tumours. Vet Comp Oncol. 2014;12(1):10–9.
40. Tagawa M, Maekawa N, Konnai S, Takagi S. Evaluation of costimulatory molecules in peripheral blood lymphocytes of canine patients with histiocytic sarcoma. PLoS One. 2016;11(2):e0150030.
41. Watabe A, Fukumoto S, Komatsu T, Endo Y, Kadosawa T. Alterations of lymphocyte subpopulations in healthy dogs with aging and in dogs with cancer. Vet Immunol Immunopathol. 2011;142(3–4):189–200.
42. Hartley G, Faulhaber E, Caldwell A, Coy J, Kurihara J, Guth A, et al. Immune regulation of canine tumour and macrophage PD-L1 expression. Vet Comp Oncol. 2016.
43. Maekawa N, Konnai S, Ikebuchi R, Okagawa T, Adachi M, Takagi S, et al. Expression of PD-L1 on canine tumor cells and enhancement of IFN-gamma production from tumor-infiltrating cells by PD-L1 blockade. PLoS One. 2014;9(6):e98415.
44. Kalos M, Levine BL, Porter DL, Katz S, Grupp SA, Bagg A, et al. T cells with chimeric antigen receptors have potent antitumor effects and can establish memory in patients with advanced leukemia. Sci Transl Med. 2011;3(95):95ra73.
45. Porter DL, Levine BL, Kalos M, Bagg A, June CH. Chimeric antigen receptor-modified T cells in chronic lymphoid leukemia. N Engl J Med. 2011;365(8):725–33.
46. Grupp SA, Kalos M, Barrett D, Aplenc R, Porter DL, Rheingold SR, et al. Chimeric antigen receptor-modified T cells for acute lymphoid leukemia. N Engl J Med. 2013;368(16):1509–18.
47. Brentjens RJ, Davila ML, Riviere I, Park J, Wang X, Cowell LG, et al. CD19-targeted T cells rapidly induce molecular remissions in adults with chemotherapy-refractory acute lymphoblastic leukemia. Sci Transl Med. 2013;5(177):177ra38.
48. Newick K, O'Brien S, Moon E, Albelda SM. CAR T cell therapy for solid tumors. Annu Rev Med. 2016.
49. Abken H. Adoptive therapy with CAR redirected T cells: the challenges in targeting solid tumors. Immunotherapy. 2015;7(5):535–44.
50. Lamers CH, Sleijfer S, Vulto AG, Kruit WH, Kliffen M, Debets R, et al. Treatment of metastatic renal cell carcinoma with autologous T-lymphocytes genetically retargeted against carbonic anhydrase IX: first clinical experience. J Clin Oncol. 2006;24(13):e20–2.
51. Maus MV, Haas AR, Beatty GL, Albelda SM, Levine BL, Liu X, et al. T cells expressing chimeric antigen receptors can cause anaphylaxis in humans. Cancer Immunol Res. 2013;1:26–31.
52. Morgan RA, Yang JC, Kitano M, Dudley ME, Laurencot CM, Rosenberg SA. Case report of a serious adverse event following the administration of T cells transduced with a chimeric antigen receptor recognizing ERBB2. Mol Ther. 2010;18(4):843–51.
53. Maude SL, Frey N, Shaw PA, Aplenc R, Barrett DM, Bunin NJ, et al. Chimeric antigen receptor T cells for sustained remissions in leukemia. N Engl J Med. 2014;371(16):1507–17.
54. Davila ML, Riviere I, Wang X, Bartido S, Park J, Curran K, et al. Efficacy and toxicity management of 19-28z CAR T cell therapy in B cell acute lymphoblastic leukemia. Sci Transl Med. 2014;6(224):224ra25.
55. Porter DL, Hwang WT, Frey NV, Lacey SF, Shaw PA, Loren AW, et al. Chimeric antigen receptor T cells persist and induce sustained remissions in relapsed refractory chronic lymphocytic leukemia. Sci Transl Med. 2015;7(303):303ra139.
56. Panjwani MK, Smith JB, Schutsky K, Gnanandarajah J, O'Connor CM, Powell DJ, Jr., et al. Feasibility and Safety of RNA-transfected CD20-specific Chimeric Antigen Receptor T Cells in Dogs with Spontaneous B Cell Lymphoma. Mol Ther. 2016;24(9):1602–14.
57. Mata M, Vera JF, Gerken C, Rooney CM, Miller T, Pfent C, et al. Toward immunotherapy with redirected T cells in a large animal model: ex vivo activation, expansion, and genetic modification of canine T cells. J Immunother. 2014;37(8):407–15.
58. O'Connor CM, Sheppard S, Hartline CA, Huls H, Johnson M, Palla SL, et al. Adoptive T-cell therapy improves treatment of canine non-Hodgkin lymphoma post chemotherapy. Sci Rep. 2012;2:249.
59. Hoshino Y, Takagi S, Osaki T, Okumura M, Fujinaga T. Phenotypic analysis and effects of sequential administration of activated canine lymphocytes on healthy beagles. J Vet Med Sci. 2008;70(6):581–8.
60. Itoh H, Kakuta T, Kudo T, Sakonju I, Hohdatsu T, Ebina T, et al. Bulk cultures of canine peripheral blood lymphocytes with solid phase anti-CD3 antibody and recombinant interleukin-2 for use in immunotherapy. J Vet Med Sci. 2003;65(3):329–33.
61. Mie K, Shimada T, Akiyoshi H, Hayashi A, Ohashi F. Change in peripheral blood lymphocyte count in dogs following adoptive immunotherapy using lymphokine-activated T killer cells combined with palliative tumor resection. Vet Immunol Immunopathol. 2016;177:58–63.
62. Suhoski MM, Golovina TN, Aqui NA, Tai VC, Varela-Rohena A, Milone MC, et al. Engineering artificial antigen-presenting cells to express a diverse array of co-stimulatory molecules. Mol Ther. 2007;15(5):981–8.
63. Fraietta JA, Beckwith KA, Patel PR, Ruella M, Zheng Z, Barrett DM, et al. Ibrutinib enhances chimeric antigen receptor T-cell engraftment and efficacy in leukemia. Blood. 2016;127(9):1117–27.

64. Biller BJ, Guth A, Burton JH, Dow SW. Decreased ratio of CD8+ T cells to regulatory T cells associated with decreased survival in dogs with osteosarcoma. J Vet Intern Med. 2010;24(5):1118–23.
65. Whiteside TL. Apoptosis of immune cells in the tumor microenvironment and peripheral circulation of patients with cancer: implications for immunotherapy. Vaccine. 2002;20 Suppl 4:A46–51.
66. Curran KJ, Seinstra BA, Nikhamin Y, Yeh R, Usachenko Y, van Leeuwen DG, et al. Enhancing antitumor efficacy of chimeric antigen receptor T cells through constitutive CD40L expression. Mol Ther. 2015;23(4):769–78.
67. Stroncek DF, Ren J, Lee DW, Tran M, Frodigh SE, Sabatino M, et al. Myeloid cells in peripheral blood mononuclear cell concentrates inhibit the expansion of chimeric antigen receptor T cells. Cytotherapy. 2016;18(7):893–901.
68. Wunderli PS, Felsburg PJ. An improved method for the isolation of enriched canine peripheral blood mononuclear cell and peripheral blood lymphocyte preparations. Vet Immunol Immunopathol. 1989;20(4): 335–44.
69. Lupu M, Gooley T, Zellmer E, Graves SS, Storb R. Principles of peripheral blood mononuclear cell apheresis in a preclinical canine model of hematopoietic cell transplantation. J Vet Intern Med. 2008;22(1):74–82.
70. Mata M, Gottschalk S. Man's best friend: utilizing naturally occurring tumors in dogs to improve chimeric antigen receptor T-cell therapy for human cancers. Mol Ther. 2016;24(9):1511–2.
71. Ting-De Ravin SS, Kennedy DR, Naumann N, Kennedy JS, Choi U, Hartnett BJ, et al. Correction of canine X-linked severe combined immunodeficiency by in vivo retroviral gene therapy. Blood. 2006;107(8):3091–7.
72. Kennedy DR, Hartnett BJ, Kennedy JS, Vernau W, Moore PF, O'Malley T, et al. Ex vivo gamma-retroviral gene therapy of dogs with X-linked severe combined immunodeficiency and the development of a thymic T cell lymphoma. Vet Immunol Immunopathol. 2011;142(1–2):36–48.
73. Horn PA, Keyser KA, Peterson LJ, Neff T, Thomasson BM, Thompson J, et al. Efficient lentiviral gene transfer to canine repopulating cells using an overnight transduction protocol. Blood. 2004;103(10):3710–6.
74. Neff T, Gerull S, Peterson LJ, Kiem HP. Improved short-term engraftment of lentivirally versus gammaretrovirally transduced allogeneic canine repopulating cells. J Gene Med. 2007;9(5):357–61.
75. Panjwani MK. Modeling anti-CD20 chimeric antigen receptor therapy in canine B cell lymphoma patients. Seattle, WA: American Association of Immunologists; 2016.
76. Lamers CH, Sleijfer S, van Steenbergen S, van Elzakker P, van Krimpen B, Groot C, et al. Treatment of metastatic renal cell carcinoma with CAIX CAR-engineered T cells: clinical evaluation and management of on-target toxicity. Mol Ther. 2013;21(4):904–12.
77. Linette GP, Stadtmauer EA, Maus MV, Rapoport AP, Levine BL, Emery L, et al. Cardiovascular toxicity and titin cross-reactivity of affinity-enhanced T cells in myeloma and melanoma. Blood. 2013;122(6):863–71.
78. Hoyos V, Savoldo B, Quintarelli C, Mahendravada A, Zhang M, Vera J, et al. Engineering CD19-specific T lymphocytes with interleukin-15 and a suicide gene to enhance their anti-lymphoma/leukemia effects and safety. Leukemia. 2010;24(6):1160–70.
79. Maus MV, Haas AR, Beatty GL, Albelda SM, Levine BL, Liu X, et al. T cells expressing chimeric antigen receptors can cause anaphylaxis in humans. Cancer Immunol Res. 2013;1(1):26–31.
80. Kiem HP, Allen J, Trobridge G, Olson E, Keyser K, Peterson L, et al. Foamy-virus-mediated gene transfer to canine repopulating cells. Blood. 2007;109(1): 65–70.
81. O'Connor CM. Chimeric antigen receptor T-cell therapy for companion canines with spontaneous B-cell non-Hodgkin lymphoma. Mol Ther. 2013;21:S249.
82. Ren J, Liu X, Fang C, Jiang S, June CH, Zhao Y. Multiplex genome editing to generate universal CAR T cells resistant to PD1 inhibition. Clin Cancer Res. 2016.
83. Miller JS, Soignier Y, Panoskaltsis-Mortari A, McNearney SA, Yun GH, Fautsch SK, et al. Successful adoptive transfer and in vivo expansion of human haploidentical NK cells in patients with cancer. Blood. 2005;105(8):3051–7.
84. Szmania S, Lapteva N, Garg T, Greenway A, Lingo J, Nair B, et al. Ex vivo-expanded natural killer cells demonstrate robust proliferation in vivo in high-risk relapsed multiple myeloma patients. J Immunother. 2015;38(1): 24–36.
85. Bachanova V, Burns LJ, McKenna DH, Curtsinger J, Panoskaltsis-Mortari A, Lindgren BR, et al. Allogeneic natural killer cells for refractory lymphoma. Cancer Immunol Immunother. 2010;59(11):1739–44.
86. Iliopoulou EG, Kountourakis P, Karamouzis MV, Doufexis D, Ardavanis A, Baxevanis CN, et al. A phase I trial of adoptive transfer of allogeneic natural killer cells in patients with advanced non-small cell lung cancer. Cancer Immunol Immunother. 2010;59(12): 1781–9.
87. Dillman RO, Duma CM, Ellis RA, Cornforth AN, Schiltz PM, Sharp SL, et al. Intralesional lymphokine-activated killer cells as adjuvant therapy for primary glioblastoma. J Immunother. 2009;32(9):914–9.
88. Chang YH, Connolly J, Shimasaki N, Mimura K, Kono K, Campana D. A chimeric receptor with NKG2D specificity enhances natural killer cell activation and killing of tumor cells. Cancer Res. 2013;73(6):1777–86.

89. Topfer K, Cartellieri M, Michen S, Wiedemuth R, Muller N, Lindemann D, et al. DAP12-based activating chimeric antigen receptor for NK cell tumor immunotherapy. J Immunol. 2015;194(7):3201–12.
90. Phillips JH, Hori T, Nagler A, Bhat N, Spits H, Lanier LL. Ontogeny of human natural killer (NK) cells: fetal NK cells mediate cytolytic function and express cytoplasmic CD3 epsilon,delta proteins. J Exp Med. 1992;175(4):1055–66.
91. Huang YC, Hung SW, Jan TR, Liao KW, Cheng CH, Wang YS, et al. CD5-low expression lymphocytes in canine peripheral blood show characteristics of natural killer cells. J Leukoc Biol. 2008;84(6):1501–10.
92. Lin YC, Huang YC, Wang YS, Juang RH, Liao KW, Chu RM. Canine CD8 T cells showing NK cytotoxic activity express mRNAs for NK cell-associated surface molecules. Vet Immunol Immunopathol. 2010; 133(2–4):144–53.
93. Shin DJ, Park JY, Jang YY, Lee JJ, Lee YK, Shin MG, et al. Ex vivo expansion of canine cytotoxic large granular lymphocytes exhibiting characteristics of natural killer cells. Vet Immunol Immunopathol. 2013;153 (3–4): 249–59.
94. Foltz JA, Somanchi SS, Yang Y, Aquino-Lopez A, Bishop EE, Lee DA. NCR1 Expression identifies canine natural killer cell subsets with phenotypic similarity to human natural killer cells. Front Immunol. 2016;7:521.
95. Rutgen BC, Konig R, Hammer SE, Groiss S, Saalmuller A, Schwendenwein I. Composition of lymphocyte subpopulations in normal canine lymph nodes. Vet Clin Pathol. 2015;44(1):58–69.
96. Saalmuller A, Lunney JK, Daubenberger C, Davis W, Fischer U, Gobel TW, et al. Summary of the animal homologue section of HLDA8. Cell Immunol. 2005;236(1–2):51–8.
97. Grondahl-Rosado C, Bonsdorff TB, Brun-Hansen HC, Storset AK. NCR1+ cells in dogs show phenotypic characteristics of natural killer cells. Vet Res Commun. 2015;39(1):19–30.
98. Canter RJ. Combination radioimmunotherapy with adoptive NK transfer targets cancer stem cells in canine models of bone and soft tissue sarcoma. J Immunother Cancer. 2015;3(Suppl2):P4.
99. Mielcarek M, Sandmaier BM, Maloney DG, Maris M, McSweeney PA, Woolfrey A, et al. Nonmyeloablative hematopoietic cell transplantation: status quo and future perspectives. J Clin Immunol. 2002;22(2):70–4.
100. Sokolic RA, Bauer TR, Gu YC, Hai M, Tuschong LM, Burkholder T, et al. Nonmyeloablative conditioning with busulfan before matched littermate bone marrow transplantation results in reversal of the disease phenotype in canine leukocyte adhesion deficiency. Biol Blood Marrow Transplant. 2005;11(10):755–63.
101. Panse JP, Storb R, Storer B, Santos EB, Wentzel C, Sandmaier BM. Prolonged allogeneic marrow engraftment following nonmyeloablative conditioning using 100 cGy total body irradiation and pentostatin before and pharmacological immunosuppression after transplantation. Transplantation. 2005;80(10):1518–21.
102. Barquinero J, Kiem HP, von Kalle C, Darovsky B, Goehle S, Graham T, et al. Myelosuppressive conditioning improves autologous engraftment of genetically marked hematopoietic repopulating cells in dogs. Blood. 1995;85(5):1195–201.
103. Appelbaum FR, Deeg HJ, Storb R, Graham TC, Charrier K, Bensinger W. Cure of malignant lymphoma in dogs with peripheral blood stem cell transplantation. Transplantation. 1986;42(1):19–22.
104. Willcox JL, Pruitt A, Suter SE. Autologous peripheral blood hematopoietic cell transplantation in dogs with B-cell lymphoma. J Vet Intern Med. 2012;26(5): 1155–63.
105. Feinstein L, Sandmaier B, Maloney D, McSweeney PA, Maris M, Flowers C, et al. Nonmyeloablative hematopoietic cell transplantation. Replacing high-dose cytotoxic therapy by the graft-versus-tumor effect. Ann N Y Acad Sci. 2001;938:328–37; discussion 37–9.
106. Schuening F, Storb R, Goehle S, Meyer J, Graham TC, Deeg HJ, et al. Facilitation of engraftment of DLA-nonidentical marrow by treatment of recipients with monoclonal antibody directed against marrow cells surviving radiation. Transplantation. 1987; 44(5): 607–13.
107. Bauer TR, Jr., Hai M, Tuschong LM, Burkholder TH, Gu YC, Sokolic RA, et al. Correction of the disease phenotype in canine leukocyte adhesion deficiency using ex vivo hematopoietic stem cell gene therapy. Blood. 2006;108(10):3313–20.
108. Turtle CJ, Hanafi LA, Berger C, Hudecek M, Pender B, Robinson E, et al. Immunotherapy of non-Hodgkin's lymphoma with a defined ratio of CD8+ and CD4+ CD19-specific chimeric antigen receptor-modified T cells. Sci Transl Med. 2016;8(355):355ra116.
109. Xiong W, Candolfi M, Liu C, Muhammad AK, Yagiz K, Puntel M, et al. Human Flt3L generates dendritic cells from canine peripheral blood precursors: implications for a dog glioma clinical trial. PLoS One. 2010;5(6): e11074.
110. Mito K, Sugiura K, Ueda K, Hori T, Akazawa T, Yamate J, et al. IFN{gamma} markedly cooperates with intratumoral dendritic cell vaccine in dog tumor models. Cancer Res. 2010;70(18):7093–101.
111. Tamura K, Arai H, Ueno E, Saito C, Yagihara H, Isotani M, et al. Comparison of dendritic cell-mediated immune responses among canine malignant cells. J Vet Med Sci. 2007;69(9):925–30.

112. Bird RC, Deinnocentes P, Lenz S, Thacker EE, Curiel DT, Smith BF. An allogeneic hybrid-cell fusion vaccine against canine mammary cancer. Vet Immunol Immunopathol. 2008;123(3–4):289–304.
113. Bird RC, Deinnocentes P, Church Bird AE, van Ginkel FW, Lindquist J, Smith BF. An autologous dendritic cell canine mammary tumor hybrid-cell fusion vaccine. Cancer Immunol Immunother. 2011;60(1):87–97.
114. Pai CC, Kuo TF, Mao SJ, Chuang TF, Lin CS, Chu RM. Immunopathogenic behaviors of canine transmissible venereal tumor in dogs following an immunotherapy using dendritic/tumor cell hybrid. Vet Immunol Immunopathol. 2011;139(2–4):187–99.
115. Gyorffy S, Rodriguez-Lecompte JC, Woods JP, Foley R, Kruth S, Liaw PC, et al. Bone marrow-derived dendritic cell vaccination of dogs with naturally occurring melanoma by using human gp100 antigen. J Vet Intern Med. 2005;19(1):56–63.
116. Thacker EE, Nakayama M, Smith BF, Bird RC, Muminova Z, Strong TV, et al. A genetically engineered adenovirus vector targeted to CD40 mediates transduction of canine dendritic cells and promotes antigen-specific immune responses in vivo. Vaccine. 2009; 27(50):7116–24.
117. Coughlin CM, Vance BA, Grupp SA, Vonderheide RH. RNA-transfected CD40-activated B cells induce functional T-cell responses against viral and tumor antigen targets: implications for pediatric immunotherapy. Blood. 2004;103(6):2046–54.
118. Schultze JL, Michalak S, Seamon MJ, Dranoff G, Jung K, Daley J, et al. CD40-activated human B cells: an alternative source of highly efficient antigen presenting cells to generate autologous antigen-specific T cells for adoptive immunotherapy. J Clin Invest. 1997;100(11):2757–65.
119. Mason NJ, Coughlin CM, Overley B, Cohen JN, Mitchell EL, Colligon TA, et al. RNA-loaded CD40-activated B cells stimulate antigen-specific T-cell responses in dogs with spontaneous lymphoma. Gene Ther. 2008;15(13):955–65.
120. Sorenmo KU, Krick E, Coughlin CM, Overley B, Gregor TP, Vonderheide RH, et al. CD40-activated B cell cancer vaccine improves second clinical remission and survival in privately owned dogs with non-Hodgkin's lymphoma. PLoS One. 2011;6(8):e24167.

19

CHAPTER 19

Interaction between Targeted Therapy and Immunotherapy

Peter A. Prieto[1], Miles C. Andrews[2], Alexandria P. Cogdill[2], and Jennifer A. Wargo[2,3]

[1] Department of Surgery, Surgical Oncology, University of Rochester Medical Center, School of Medicine and Dentistry, Rochester, NY, USA

[2] Department of Surgical Oncology, The University of Texas MD Anderson Cancer Center, Houston, TX, USA

[3] Department of Genomic Medicine, The University of Texas MD Anderson Cancer Center, Houston, TX, USA

Clinical rationale for combining targeted therapy and immunotherapy

Unprecedented advances in cancer treatment have been made over the last decade and melanoma is a prime example. Before 2011, there were only two FDA-approved regimens for the treatment of metastatic melanoma. Neither of these agents—dacarbazine, an alkylating agent, and aldesleukin, a cytokine-based immunotherapy—was ever shown to improve overall survival over best supportive care, although treatment with aldesleukin was associated with durable complete responses in a small subset of treated patients (6%) [1]. Numerous strategies were tested in clinical trials during the late 20th century, including newer cytotoxic chemotherapy agents and combination regimens, vaccine strategies, cytokine-based therapies, combination biochemotherapy, and adoptive cell transfer; unfortunately, none of these treatment strategies demonstrated a clear survival advantage over then-standard-of-care dacarbazine [2–4]. However, over the past decade, eight new therapeutic regimens have been FDA approved for the treatment of metastatic melanoma, including several different molecularly targeted agents as well as immunotherapeutic approaches (Figure 19.1).

The basis for these advances hinges on a deeper understanding of tumor genomics and antitumor immune responses. With the advent of next-generation sequencing, significant insights have been made into carcinogenesis and potential targets for therapy. A prime example of this is the *BRAF* gene, which is mutated in over half of melanomas [5], with a single point mutation present in the vast majority of cases (V600E/K). This single point mutation leads to constitutive signaling down the mitogen-activated protein kinase (MAPK) signaling pathway, with several resultant deleterious effects, including increased proliferation and resistance to apoptosis [6]. Therapeutic agents were developed to specifically target this mutation and were tested in clinical trials with groundbreaking results. The first of these agents to be FDA approved was vemurafenib in 2011, after a phase III trial showed a higher response rate (48% vs. 5%) and improved overall survival (84% vs. 64% at six months) when compared to treatment with dacarbazine [7]. A second inhibitor of *BRAF*-V600 (dabrafenib) was FDA approved in 2013 after

Immunotherapy in Translational Cancer Research, First Edition. Edited by Laurence J. N. Cooper, Elizabeth A. Mittendorf, Judy Moyes, and Sabitha Prabhakaran.

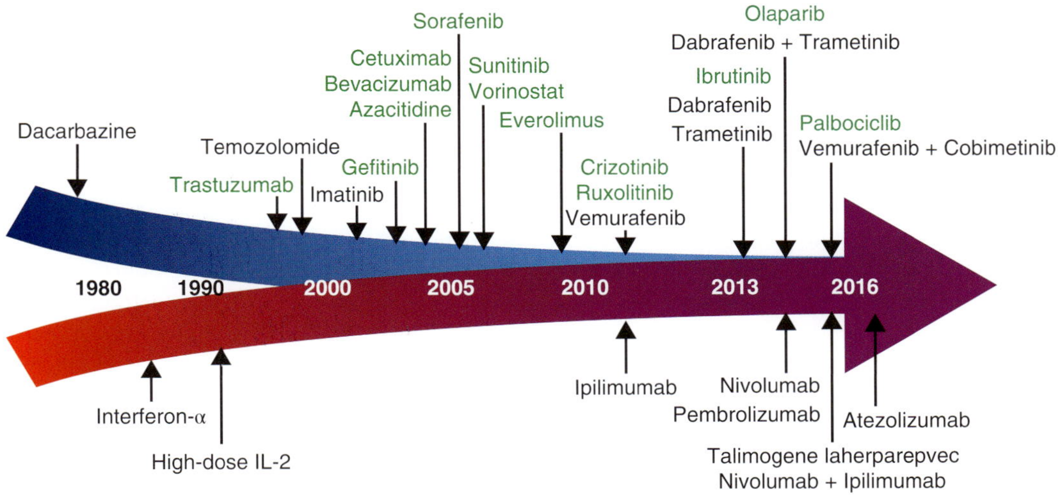

Figure 19.1 Timeline of major initial FDA drug approvals for cytotoxic or targeted therapies (top) and immunotherapies (bottom) focusing on agents with labeled or common off-label uses in melanoma (black text) or in other cancer types (green text) representing classes of agent for which emerging combination targeted + immunotherapy roles are under active clinical investigation.

demonstrating similar efficacy [8]; however, limitations of this monotherapy approach were apparent with a progression-free survival (PFS) of less than six months for each of these agents due to the development of therapeutic resistance via multiple mechanisms [9–16]. Many of these resistance mechanisms involve reactivation of the MAPK pathway and substantiated the addition of mitogen-activated protein kinase kinase (MEK) inhibitors to a backbone of *BRAF* inhibitor monotherapy, and this combination was tested in clinical trials demonstrating substantial improvements in PFS [17, 18] and overall survival (OS) [19, 20]; however, resistance to therapy remains a significant issue. This phenomenon of robust responses with limited durability in the setting of *BRAF*/MEK-targeted therapy is reminiscent of those seen with other molecularly targeted agents [21–24], thus it is an unfortunate unifying characteristic of this class of agents in the current state.

Concurrent with the development of molecularly targeted therapy for the treatment of melanoma was the use of a new class of immunotherapeutic agents termed immune checkpoint inhibitors, which function by blocking key inhibitory molecules acting upon cytotoxic T cells. The first of these checkpoint inhibitors studied in patients with advanced melanoma were tremelimumab and ipilimumab, both of which are monoclonal antibodies directed against cytotoxic T-lymphocyte antigen 4 (CTLA-4) [25–27]. CTLA-4 is a member of the immunoglobulin superfamily expressed on the T cell surface similarly to the T cell costimulatory protein CD28 that regulates T cell activation. CTLA-4 and CD28 competitively bind to B7-1/B7-2 on antigen-presenting cells to determine T cell fate, with CD28 providing the key costimulatory signal while CTLA-4 contributes an inhibitory signal [28]. Work in the late 1990s by multiple groups, including Allison and colleagues revealed that blockade of CTLA-4 binding could facilitate and potentiate effective immune responses against tumor cells [29]. Two large phase III trials showed a survival benefit in patients with metastatic melanoma treated with ipilimumab [30, 31]. In a placebo-controlled trial by Hodi *et al.*, 676 patients were randomly assigned to ipilimumab plus a glycoprotein 100 (gp100) vaccine, ipilimumab alone, or gp100 vaccine alone. Overall survival was highest in the ipilimumab-alone cohort at 10.1 months, with an overall objective response rate of 10.9% and disease control rate of 28.5%; importantly, 60% of patients who responded to ipilimumab alone maintained a significant response at two years. It was based on this first demonstration of a significant survival benefit that ipilimumab received FDA approval in 2011 for the treatment of unresectable or metastatic melanoma. In a randomized phase III clinical trial of 502 metastatic melanoma patients treated with dacarbazine plus ipilimumab or placebo, the addition of ipilimumab led to a significantly higher overall survival than placebo (11.2 months vs. 9.1 months) and durable response (19.3 months vs. 8.3 months) [32].

The next major group of immune checkpoint blockade agents to demonstrate significant clinical benefit was antibodies targeting the programmed cell death protein-1 (PD-1) axis. PD-1 interacts with two ligands—PD-L1 and PD-L2—that are members of the B7-like family of molecules [33, 34]. Anti-PD-1 agents have been tested in numerous clinical trials, including in a phase I trial of 296 patients with either advanced melanoma or other solid tumors, which included non-small-cell lung cancer, prostate cancer, renal cell carcinoma, and colorectal cancer. Treatment with the monoclonal anti-PD-1 antibody nivolumab was associated with a 28% response rate in patients with metastatic melanoma, with responses lasting longer than one year in 50% of responding patients [35]. Additional clinical trials of anti-PD-1 agents have been performed (NCT01295827/NCT01704287) [36, 37], in general finding that anti-PD-1 based therapy was associated with a lower rate of grade 3 or 4 adverse events than is typically seen with ipilimumab. In the large phase II KEYNOTE-002 trial, over 500 patients with ipilimumab-refractory metastatic melanoma were randomized to treatment with low-dose pembrolizumab (2 mg/kg every three weeks), high-dose pembrolizumab (10 mg/kg every three weeks), or investigator-choice chemotherapy (carboplatin plus paclitaxel, paclitaxel, carboplatin, dacarbazine, or temozolomide) [38]. The primary endpoint of PFS was significantly improved in both pembrolizumab arms compared with chemotherapy (six-month PFS rates 34%, 38%, and 16% for pembrolizumab 2 mg/kg, pembrolizumab 10 mg/kg, and chemotherapy, respectively) [38]. Toxicity was limited in this trial, with the most common adverse events including fatigue, pruritus, and rash. Nivolumab and pembrolizumab received FDA approval for use in advanced melanoma in 2014, and pembrolizumab is now also approved for use in pretreated lung cancer (2015), untreated lung cancer (2016), and head and neck squamous cell cancer (2016).

Given the nonoverlapping and potentially complementary mechanisms of action of CTLA-4 blockade and PD-1 blockade [39, 40], their use together has been explored both preclinically [41] as well as in clinical trials [42–44], demonstrating enhanced antitumor activity in combination compared with either monotherapy. In the phase III CheckMate 067 trial, over 900 treatment-naïve metastatic melanoma patients were randomly assigned to combined nivolumab (1 mg/kg every three weeks) plus ipilimumab (3 mg/kg every three weeks) for four doses followed by maintenance nivolumab (3 mg/kg every two weeks), nivolumab monotherapy (3 mg/kg every two weeks), or ipilimumab monotherapy (3 mg/kg every three weeks for four doses). The coprimary endpoints of this trial were PFS and OS. At just over 12 months median follow-up, the median PFS with either the combination regimen (nivolumab plus ipilimumab) or nivolumab alone was superior to that with ipilimumab alone (11.5, 6.9, and 2.9 months, respectively). The combination of these agents was FDA approved in 2015, based on these results. However, consistent with clinical experience across reported cohorts, serious toxicities are more frequent with combined anti-PD-1 and anti-CTLA4 therapies than with either monotherapy [42, 44]. Given these toxicities, additional combinations are being explored, including combinations with novel checkpoint inhibitors and cross-modality regimens.

Mature data on CTLA-4 blockade suggests that although overall response rates are low, these responses tend to be durable [30, 32]. This also seems to be the case with PD-1 blockade [35], with durable responses observed in a high proportion of responders leading to a favorable "tail of the survival curve." Mature data for combined CTLA-4 and PD-1 blockade is not yet available, though it is anticipated that the durability of responses to combination treatment will at least be additive when compared to either monotherapy. This is in stark contrast to the high response rate and limited durability in the context of treatment with molecularly targeted therapy, and for patients eligible to receive either option, many practicing clinicians now chose immunotherapy over targeted therapy in light of these differences. Therapeutic strategies targeting additional immune checkpoints and immunostimulatory molecules are currently in development and are also being tested in clinical trials (e.g., anti-LAG3—NCT01968109; anti-GITR—NCT02697591; anti-OX40—NCT02318394, NCT02315066 ± anti-4-1BB).

Significant advances have also been made through other immunotherapy approaches, including the use of agents that can modify the tumor microenvironment to make it more immunogenic. An example of this is talimogene laherparepvec (TVEC), a formulation composed of a genetically engineered oncolytic herpes virus expressing human granulocyte-monocyte colony stimulating factor (GM-CSF). This agent has been used via intratumoral injection in melanoma and also in other solid tumors and was FDA approved for the treatment of metastatic melanoma in 2015, based on evidence of improvement in durable responses in the phase III OPTIM trial [45]. Importantly, responses can be seen in synchronous metastatic tumors not injected with TVEC, suggesting a potential abscopal effect. This and other intralesional therapies are currently being tested across multiple tumor types—both as monotherapy and in combination with strategies such as checkpoint blockade (e.g., TVEC combinations—NCT02263508, NCT02978625, NCT02965716; PV-10 (Rose Bengal) vs. TVEC—NCT02288897; and CAVATAK™ combinations—NCT02307149, NCT02565992).

A promising form of immunotherapy in clinical trials for melanoma and other cancers is adoptive cell therapy. It involves the *in vitro* expansion of cytotoxic T cells with antitumor reactivity procured either from the tumor or from circulating lymphocytes, with or without gene modification. This work in melanoma was pioneered by Steve Rosenberg and has been optimized over several decades [46–49], with initial trials in melanoma and recent efforts focusing on other cancer types [50, 51]. The success of unmodified cellular therapies relies on enrichment of functionally activated antitumor lymphocytes from either bulk tumor-infiltrating lymphocytes (TIL) or peripheral blood; evidence suggests that these may largely recognize neoantigens, and research continues to better characterize these antigenic targets [52]. Large-scale TIL or autologous lymphocyte culture is labor and resource intensive, requires specialized facilities and expertise, and in the case of TIL, requires a suitably "resectable" lesion from which to extract starting material. The gene modification of T cells or fabrication of chimeric antigen receptors mitigates some of these logistical limitations through the rational design of an army of tumor-reactive, autologous T cells without need for surgery or the unpredictable success of TIL culture [53].

Given the high response rates but overall limited durability of responses to targeted therapy coupled with the lower response rates but more durable responses to immunotherapy, there was interest early on in empirically combining these treatment strategies in hopes of maintaining the high response rates of targeted therapy but adding the durability of response observed with immunotherapeutic approaches. Several trials were designed and initiated (e.g., vemurafenib plus IL-2—NCT01754376, NCT01603212, NCT01683188; vemurafenib plus ipilimumab—NCT01400451), while the scientific rationale for combining these approaches was being deeply studied.

Effects of targeted therapy on immune responses

Though the early impetus to combine molecularly targeted approaches with immunotherapy was largely empiric, there is now a growing scientific rationale for this approach. The immune effects of molecularly targeted agents are now being elucidated across several cancer types, which in many cases may induce immunotherapy-favorable changes within tumor cells, the stroma/microenvironment, immune cells, or have overlapping effects on more than one compartment *in vivo*. This knowledge is providing valuable insights into the appropriateness and potential nuances in combining different targeted agents with immunotherapeutic approaches.

Thus far, this concept has been most thoroughly studied in the setting of treatment with small-molecule kinase inhibitors (KIs), particularly for melanoma. One of the first papers supporting the potential application of KIs in modulating antitumor immunity was published in 2006 [54], suggesting that oncogenic *BRAF* mutations were associated with immune escape in melanoma. This was complemented by studies published in 2010, demonstrating that MAPK pathway inhibition by *BRAF* inhibitors in *BRAF*-mutant tumors and by MEK inhibitors in *BRAF* wild-type tumors were associated with a significant increase in tumor cell melanoma antigen expression and enhanced immune recognition by antigen-specific CD8+ T cells [55]. Although initial studies were performed *in vitro* and/or preclinical models, these findings were also validated in translational studies of longitudinal tumor samples obtained on clinical trials of MAPK pathway inhibitors [56, 57]. These studies also revealed other favorable immune effects of *BRAF* ± MEK inhibitor therapy in treated patients, with a dense CD8+ T cell infiltrate observed within two weeks of initiation of therapy, and reduced levels of immunosuppressive cytokines and VEGF in the tumor microenvironment [57]. Other studies also demonstrated immune-stimulatory effects of *BRAF* inhibitors on T cells themselves [58]. Treatment with *BRAF* inhibitors may also improve immune recognition of tumor cells by altering antigen processing and presentation machinery [59]. Immune effects of multiple KIs are now being studied across a range of cancer types, including both solid and liquid tumors, and clinical trials are underway combining KI therapy with immunotherapy (Table 19.1).

In addition to KIs, other molecularly targeted agents are being studied to better understand their potential impact on antitumor immunity, including epigenetic regulators. Diverse molecular mechanisms conveying tumor cell autonomous growth and survival and avoidance of immune recognition may be influenced by epigenetic mechanisms [60, 61]. A prime example of epigenetically regulated genes relevant to cancer immunotherapy are the heterogeneous group of cancer testis antigens found aberrantly expressed across a wide variety of cancer types, including melanoma, non-small-cell lung cancer, and prostate cancer [62]. Cancer testis antigens are largely epigenetically regulated by methylation and are potentially highly immunogenic [63], but they have not yielded significant clinical improvements when targeted alone by antigen-specific immunotherapeutic strategies [64, 65]. Similarly, despite success in hematological neoplasms, epigenetic modifying agents are of currently limited use as single-modality therapies in solid cancers. However, the use of epigenetic modifying agents to increase cancer testis antigen expression has been investigated as a potential means of augmenting tumor-cell reactivity to cell-based immunotherapy [66, 67]. With the advent of immune checkpoint blockade therapies, numerous combinations of immunotherapies with demethylating agents or histone deacetylase inhibitors are now in progress to determine the potential synergies between these treatment modalities (Table 19.1).

VEGF/VEGFR-targeted agents have a particularly promising role as adjunctive agents in cancer immunotherapy by virtue of the pleiotropic effects of VEGF/VEGFR signaling on all cellular components of the tumor microenvironment. Dysregulated angiogenesis producing immature, leaky vasculature and aberrant patterns of endothelial cell adhesion molecules such as ICAM-1, VCAM-1, and E-selectin may lead to a physical microenvironment that is both unfavorable to immune cell infiltration and favorable to tumor cell dissemination [68]. Numerous studies have described adverse changes to regulatory T cell, myeloid-derived suppressor cell, and dendritic cell populations as a consequence of overactivation of the VEGF-VEGFR pathway in cancer [69]. Importantly, inhibitors of VEGF/VEGFR pathway signaling have been shown to induce a beneficial immune infiltrate, reduce activity of immunosuppressive cell populations, and produce enhanced tumor control in preclinical models [70–73]. Limited human clinical data of combination antiangiogenic agents with immune checkpoint blockade in melanoma patients supports the rationale of this combination, demonstrating both tolerability and beneficial immune modulation of the tumor microenvironment [74, 75].

While it is increasingly evident that targeted therapies may have beneficial modulatory effects on tumor cells and the tumor microenvironment, consideration must be made for the potential deleterious effects of these same agents on admixed immune effector and regulatory cell subsets. In melanoma, diverse effects of MAPK targeted agents on immune cells have been reported. In general, the effects of V600-mutation-specific *BRAF*

Table 19.1 Currently recruiting clinical trials of the FDA-approved immunotherapy agents ipilimumab, nivolumab, pembrolizumab, and atezolizumab in combination with various classes of targeted therapies, excluding combinations of strictly immunotherapeutic agents (e.g., novel checkpoint inhibitors, vaccines, cell therapies, oncolytic viruses), antibody-drug conjugates, bispecific T cell engager molecules, or agents not known to have anticancer effects in addition to potential immunomodulatory synergy. Cytotoxic-immunotherapy combinations are not included for brevity; however, immunogenic effects of traditional cytotoxic agents are known.

Targeted Agent	*Targeted Therapy Class*	*Immunotherapy*	*NCT Clinical TriaL ID# (Phase)*	*Tumor Type*
Kinase Inhibitors				
MAPK pathway inhibitors				
Vemurafenib	BRAFi	Pembrolizumab	NCT02818023 (I)	Melanoma
Dabrafenib + trametinib	BRAFi + MEKi	Ipilimumab + nivolumab; pembrolizumab; ipilimumab and/or nivolumab; nivolumab; pembrolizumab	NCT02224781 (III); NCT02130466 (I/II); NCT01940809 (I); NCT02910700 (II); NCT02625337 (II)	Melanoma
Vemurafenib + cobimetinib	BRAFi, MEKi	Atezolizumab	NCT02902029 (II); NCT01656642 (Ib)	Melanoma
Encorafenib (LGX818) + binimetinib (MEK162)	RAFi, MEKi	Ipilimumab + nivolumab	NCT02631447 (II)	Melanoma
Cobimetinib	MEKi	Atezolizumab	NCT02788279 (III)	Colorectal
ALK inhibitors				
Crizotinib	ALK/METi	Pembrolizumab	NCT02511184 (I)	Lung
Ceritinib	ALKi	Nivolumab	NCT02393625 (I)	Lung
Alectinib or erlotinib	ALKi, EGFRi	Atezolizumab	NCT02013219 (Ib)	Lung
BTK inhibitors				
Acalabrutinib (ACP196)	BTKi	Pembrolizumab	NCT02362035 (I/II)	Various
Ibrutinib	BTKi	Nivolumab	NCT02420912 (II); NCT02899078 (I/II); NCT02329847 (I/II); NCT02940301 (II)	Hematological, renal
Ibrutinib or idelalisib	BTKi, PI3Kδi	Pembrolizumab	NCT02332980 (II)	Hematological
Other Kinase Inhibitors				
Defactinib	FAKi	Pembrolizumab	NCT02546531 (I)	Various
INCB054828	FGFR1/2/3i	Pembrolizumab	NCT02393248 (I/II)	Various
INCB039110 and/or INCB050465	JAK1i, PI3Kδi	Pembrolizumab	NCT02646748 (I)	Various
Glesatinib or sitravatinib or mocetinostat	METi, multiKi, HDACi (class I/IV)	Nivolumab	NCT02954991 (II)	Lung

(*Continued*)

Table 19.1 *(Continued)*

Targeted Agent	*Targeted Therapy Class*	*Immunotherapy*	*NCT Clinical TriaL ID# (Phase)*	*Tumor Type*
nintedanib	multiKi	Pembrolizumab	NCT02856425 (I)	Various
TG02	multiKi of CDKs, JAK2, FLT3	Pembrolizumab	NCT02933944 (I)	Rectal
Cabozantinib	Multikinase inhibitor, MET inhibitor	Nivolumab ± ipilimumab	NCT02496208 (I)	GU
TAK-580 or TAK-202 or vedolizumab	Pan-RAFi, anti-CCR2 mAb, anti-integrin α4β7 mAb	Nivolumab ± ipilimumab	NCT02723006 (I)	Melanoma
Imatinib	PDGFR/cKIT/BCR-ABLi	Ipilimumab; pembrolizumab	NCT01738139 (I); NCT02812693 (I/II)	Various, melanoma
Dasatinib	SRCi	Nivolumab	NCT02819804 (I); NCT02750514 (II)	Haematological, lung
Napabucasin (BBI608)	STAT3i	Ipilimumab or nivolumab or pembrolizumab; pembrolizumab	NCT02467361 (I/II); NCT02851004 (I/II)	Various, colorectal
TAK-659	SYK/FLT3i	Nivolumab	NCT02834247 (I)	Various
Galunisertib	TGFBR1i	Nivolumab	NCT02423343 (I/II)	Various
ERBB Family Inhibitors/Blockers				
Cetuximab	Anti-EGFR mAb	Ipilimumab; pembrolizumab	NCT01860430 (Ib); NCT02713373 (I/II)	HN, colorectal
Necitumumab	Anti-EGFR mAb	Pembrolizumab	NCT02451930 (I)	Lung
Sym004	Anti-EGFR mAb	Nivolumab	NCT02924233 (I/II)	Lung
Margetuximab	Anti-HER2 mAb	Pembrolizumab	NCT02689284 (I/II)	Gastric
Trastuzumab	Anti-HER2 mAb	Pembrolizumab	NCT02954536 (II); NCT02901301 (I/II)	Gastric
Trastuzumab + pertuzumab	Anti-HER2 mAb	Atezolizumab	NCT02605915 (I)	Breast
EGF816 or INC280	EGFRi, METi	Nivolumab	NCT02323126 (II)	Lung
Afatinib	ErbB1/2/4i	Pembrolizumab	NCT02364609 (I)	Lung
Antiangiogenic Agents				
Vanucizumab (RO5520985)	Angiopoietin2/VEGFA mAb	Atezolizumab	NCT01688206 (I)	Various
Bevacizumab	Anti-VEGF mAb	Ipilimumab	NCT01950390 (II)	Melanoma
Bevacizumab	Anti-VEGF mAb	Pembrolizumab	NCT02313272 (I); NCT02681549 (II)	Brain, lung, melanoma
Bevacizumab	Anti-VEGF mAb	Atezolizumab	NCT02724878 (II); NCT02420821 (III); NCT02659384 (I); NCT01633970 (I); NCT02715531 (I)	Renal, ovarian, various

Bevacizumab, gefitinib, erlotinib	Anti-VEGF mAb, EGFRi	Pembrolizumab	NCT02039674 (I/II)	Lung
Bevacizumab + cobimetinib	Anti-VEGF mAb, MEKi	Atezolizumab	NCT02876224 (I)	Various
Ramucirumab	Anti-VEGFR2 mAb	Pembrolizumab	NCT02443324 (I)	Various
Ziv-aflibercept	VEGF trap	Pembrolizumab	NCT02298959 (I)	Various
Axitinib	VEGF/PDGFi	Pembrolizumab	NCT02636725 (II); NCT02853331 (III)	Sarcoma, renal
Pazopanib	VEGFR/PDGFR/cKITi	Pembrolizumab	NCT02014636 (I)	Renal
Lenvatinib	VEGFR1/2/3i	Pembrolizumab	NCT02501096 (Ib/II); NCT02811861 (III)	Various, renal
Sunitinib	VEGFR2/PDGFRB/cKIT/ FLT3i	Nivolumab	NCT02400385 (II)	Melanoma
Cancer Stem Cell Inhibitors				
Enoblituzumab	Anticancer stem cell mAb	Ipilimumab; pembrolizumab	NCT02381314 (I); NCT02475213 (I)	Various
BBI503	Cancer stemness inhibitor	Nivolumab or pembrolizumab	NCT02483247 (I/II)	Various
Tumor Cell Enriched Targets (+immunomodulatory effects)				
Rituximab	Anti-CD20 mAb	Pembrolizumab	NCT02446457 (II)	Hematological
ublituximab + TGR-1202	Anti-CD20 mAb, PI3Kδi	Pembrolizumab	NCT02535286 (I/II)	Hematological
Varlilumab	Anti-CD27 mAb	Nivolumab; atezolizumab	NCT02335918 (I/II); NCT02543645 (I/II)	Various
Elotuzumab + pomalidomide	Anti-CS1 mAb, immunomodulatory/ antiangiogenic	Nivolumab	NCT02726581 (III)	Hematological
GR-MD-02	Galectin binding	Pembrolizumab; ipilimumab	NCT02575404 (I); NCT02117362 (I)	Melanoma
CB-839	Glutaminase inhibitor	Nivolumab	NCT02771626 (I/II)	Various
Cell Cycle Targets				
Dinaciclib	CDK1/2/5/9i	Pembrolizumab	NCT02684617 (I)	Hematological
Abemaciclib	CDK4/6i	Pembrolizumab	NCT02779751 (II); NCT02079636 (I)	Lung, breast
Palbociclib	CDK4/6i	Pembrolizumab	NCT02778685 (II)	Breast
DNA Repair Targets				
Niraparib	PARPi	Pembrolizumab	NCT02657889 (I/II)	Breast, ovarian
Olaparib	PARPi	Pembrolizumab	NCT02861573 (I)	Prostate
Veliparib	PARPi	Nivolumab; atezolizumab	NCT02944396 (II); NCT02849496 (II)	Lung, breast

(*Continued*)

Table 19.1 *(Continued)*

Targeted Agent	*Targeted Therapy Class*	*Immunotherapy*	*NCT Clinical TriaL ID# (Phase)*	*Tumor Type*
Epigenetic Modifiers				
Azacitidine	DNMTi	Ipilimumab and/or nivolumab; nivolumab; pembrolizumab; atezolizumab	NCT02530463 (II); NCT02397720 (II); NCT02845297 (II); NCT02508870 (I)	Hematological
CC-486	DNMTi	Pembrolizumab	NCT02900560 (II)	Ovarian
Guadecitabine	DNMTi	Atezolizumab; pembrolizumab	NCT02892318 (I); NCT02901899 (II)	Haematological, gynecological
SGI-110	DNMTi	Ipilimumab	NCT02608437 (I)	Melanoma
Azacitidine + entinostat	DNMTi, HDACi	Nivolumab	NCT01928576 (II)	Lung
CC-486, romidepsin	DNMTi, HDACi	Pembrolizumab	NCT02512172 (I)	Colorectal
ACY-241	HDAC6i	Ipilimumab + nivolumab	NCT02935790 (I)	
Entinostat	HDACi	Ipilimumab + nivolumab; atezolizumab; pembrolizumab; pembrolizumab	NCT02453620 (I); NCT02708680 (II); NCT02909452 (I); NCT02437136 (Ib/II)	Various, breast, lung, melanoma
Epacadostat (INCB024360)	HDACi	Nivolumab; atezolizumab; pembrolizumab; pembrolizumab; pembrolizumab	NCT02327078 (I/II); NCT02298153 (I); NCT02752074 (III); NCT02862457 (I); NCT02178722 (I/II)	Various, lung, melanoma
Panobinostat	HDACi	Ipilimumab	NCT02032810 (I)	Melanoma
Vorinostat	HDACi	Pembrolizumab	NCT02619253 (I/Ib); NCT02538510 (I/II); NCT02638090 (I/II); NCT02395627 (II)	Renal, GU, HN, lung, breast
HBI-8000	HDACi (class I)	Nivolumab	NCT02718066 (I/II)	Renal, melanoma, lung
RRx-001	ROS-generator, DNMTi	Nivolumab	NCT02518958 (I)	Various
Immunomodulatory Agents (diverse mechanisms)				
Daratumumab + lenalidomide or pomalidomide	Anti-CD38 mAb, immunomodulatory/ antiangiogenic	Atezolizumab	NCT02431208 (I)	Hematological
DS-8273a	Anti-TRAIL-DR5 mAb	Nivolumab	NCT02983006 (I); NCT02991196 (I)	Melanoma, colorectal
CB-1158	Arginase inhibitor	Nivolumab	NCT02903914 (I)	Various
GDC-0919	IDOi	Atezolizumab	NCT02471846 (I)	Various
Indoximod	IDOi	Ipilimumab or nivolumab or pembrolizumab	NCT02073123 (I/II)	Melanoma
ALT-803	IL15 superagonist	Nivolumab	NCT02523469 (I/II)	Lung

Lenalidomide	Immunomodulatory/ antiangiogenic	Pembrolizumab; pembrolizumab; nivolumab; pembrolizumab	NCT02875067 (I/II); NCT02906332 (II); NCT02903381 (II); NCT02579863 (III)	Hematological
Pomalidomide	Immunomodulatory/ antiangiogenic	Pembrolizumab	NCT02576977 (III)	Hematological
Motolimod + cetuximab	TLR8 agonist, anti-EGFR mAb	Nivolumab	NCT02124850 (Ib)	HN
IMO-2125	TLR9 agonist	Ipilimumab or pembrolizumab	NCT02644967 (I/II)	Melanoma
CSF1R Antagonists/Tumor-Associated Macrophage Inhibitors				
AMG820	Anti-CSF1R mAb	Pembrolizumab	NCT02713529 (I/II)	Various
Cabiralizumab (FPA008)	Anti-CSF1R mAb	Nivolumab	NCT02526017 (I)	Various
Emactuzumab (RO5509554)	Anti-CSF1R mAb	Atezolizumab	NCT02323191 (I)	Various
ARRY-382	CSF1Ri	Pembrolizumab	NCT02880371 (I/II)	Various
PLX3397	CSF1Ri, KITi, FLT3i	Pembrolizumab	NCT02452424 (I/II)	Various
Cytokine/Chemokine Targets				
Mogamulizumab (KW-0761)	Anti-CCR4 mAb	Nivolumab	NCT02705105 (I/II); NCT02476123 (I); NCT02946671 (I)	Various
Ulocuplumab	Anti-CXCR4 mAb	Nivolumab	NCT02472977 (I/II)	Various
NKTR-214	CD122-biased cytokine	Nivolumab	NCT02983045 (I/II)	Various
X4P-001	CXCR4 antagonist	Pembrolizumab; nivolumab	NCT02823405 (I); NCT02923531 (I/II)	Melanoma, renal
BL-8040	Peptide CXCR4 antagonist	Pembrolizumab	NCT02907099 (II); NCT02826486 (II)	Pancreatic
Miscellaneous Agents				
CPI-444	Adenosine A2A receptor antagonist	Atezolizumab	NCT02655822 (I/Ib)	Various
Demcizumab	Anti-delta-like-4 mAb (Notch ligand inhibitor)	Pembrolizumab	NCT02722954 (Ib)	Various
B-701	Anti-FGFR3 mAb	Pembrolizumab	NCT02925533 (Ib)	GU
BMS-986012	Anti-fucosyl-GM1 mAb	Nivolumab	NCT02247349 (I/II)	Lung
GS-5745	Anti-MMP9 mAb	Nivolumab	NCT02864381 (II)	Gastric
ATRA	Differentiation agent	Ipilimumab	NCT02403778 (II)	Melanoma
Vismodegib	Hedgehog antagonist	Pembrolizumab	NCT02690948 (II)	Skin
PT2385	HIF2α antagonist	Nivolumab	NCT02293980 (I)	Renal
CC-122	Pleiotropic pathway modifier	Nivolumab	NCT02859324 (I/II)	Liver
Selinexor	Selective inhibitor of nuclear export (SINE)	Pembrolizumab	NCT02419495 (Ib)	Various
Omaveloxolone (RT 408)	Triterpenoid derivative; modulates ROS, MDSCs	Ipilimumab or nivolumab	NCT02259231 (I/II)	Melanoma

inhibitors on immune cells appears small, while MEK inhibition—which is not specific for tumor cell MEK—may have suppressive effects on proliferation, cytokine production, and antigen-specific expansion of normal T lymphocytes [55, 76–78]. Conversely, MAPK activation acts to maintain a less differentiated state of dendritic cell precursors; thus, MAPK inhibition has been observed to promote dendritic cell maturation, which could be predicted to improve antigen presentation [76].

A number of novel or repurposed targeted agents are under active clinical investigation in multiple cancer types, combined with established checkpoint inhibitors such as ipilimumab, nivolumab, pembrolizumab, and atezolizumab. Of the numerous registered trials on clinicaltrials.gov combining targeted agents with FDA-approved checkpoint inhibitor agents (Table 19.1), targeted agent classes include MAPK pathway inhibitors; epigenetic modifiers such as HDAC inhibitors and demethylating agents; VEGF-family ligand, receptor, and kinase inhibitors; DNA repair mechanism inhibitors such as PARP inhibitors; cyclin-disrupting agents; multiple signaling kinase inhibitors with targets including FAK, PI3K, ALK, JAK, STAT, BTK, MET, and HIF2a; ErB receptor family antagonists (e.g., EGFR, HER2); inhibitors of multiple growth factor ligands and receptors (e.g., CSF1R, FGFR3); lineage, EMT, and "stemness" modulators (AXL, NANOG); modulators of apoptotic regulators (SMAC-mimetic); cytokine antagonists (TGF-β); and multitargeted kinase inhibitors.

Not only do questions remain regarding the optimal types of combination targeted and immune therapies, but the most tolerable and efficacious combinations will likely vary between immunotherapy modality (e.g., checkpoint blockade versus TIL therapy versus CAR T cell therapy, etc.). Given each targeted therapy's unique mechanistic basis for potential synergy, clinical evaluation will need to include methods to assess the optimal sequencing of combination treatments. Although to date minimal clinical outcome data are available for combination targeted and immune therapy, important lessons have already been learned from combination toxicities. For example, the combination of vemurafenib with ipilimumab in a small cohort of patients with metastatic melanoma led to a high rate of significant hepatotoxicity, apparently reflecting an immune-potentiation of hepatotoxicity seen relatively commonly with vemurafenib [79]. In addition to issues of toxicity, the timing of targeted and immune therapy may have clear implications for the realization of biological synergy, in that the kinetics of tumor or immune modulation induced by the targeted therapy component may not coincide with those of the immunotherapy modality applied.

Molecular targets of immunotherapy resistance

Although treatment responses to immunotherapeutic approaches are typically long lived, a significant proportion of patients who initially respond to treatment go on to experience disease relapse or progression. Furthermore, the lower objective response rates to immunotherapy up front compared with the dramatically high response rates seen for many targeted therapies used in equivalent clinical settings in appropriately selected patients implies that a relatively high proportion of tumors possess mechanisms of resistance to current immunotherapies even before treatment begins. Significant research efforts to understand the molecular mechanisms underlying both primary and secondary resistance to immunotherapy have revealed several highly recurrent intratumoral cellular adaptations to immune attack. Importantly, many of these offer the promise of defined, actionable molecular targets for which the rationale behind combined immunotherapy and targeted therapy regimens is strong.

The potential for tumor cells to essentially hide from immune surveillance is well established and arguably contributes to the historically low rates of success with immunotherapy treatments across most cancer types. Poorly immunogenic tumors may be a simple selective consequence of an initially effective—including spontaneous—antitumor response, such that the most immunogenic subclones of a tumor are eliminated first, leaving progressively less immunogenic tumor cells surviving. In this challenging scenario, the antitumor immune reaction may directly contribute to its own ultimate failure; however, more active methods of immune evasion may prove more amenable to therapeutic intervention (Figure 19.2). Microenvironmental stimuli within inflamed tumors, driven by interferon (IFN) signaling, may lead to altered peptide processing machinery and consequent disrupted antigen presentation, or skewed presentation of a less immunogenic epitope repertoire (Figure 19.2). Major histocompatibility complex class I loss is a well-recognized phenomenon in preclinical and patient studies [80–82]; however, innate immune surveillance of class I–deficient cells may combat any survival advantage conferred by this mechanism; further study of this phenomenon in patient samples is needed to clarify its broader relevance. Defects in associated antigen processing and presentation machinery, including β-2 microglobulin (B2M) and TAP (transporter (1/2) ATP binding cassette subfamily B member) (Figure 19.2), have also been shown to contribute to immunotherapy resistance but are likely uncommon as independent resistance mechanisms [83].

Distinct from immune evasion is the more active concept of immune exclusion, producing tumors that are often referred to as cold or noninflamed due to their lack of lymphocytic infiltration. Several key mechanisms of immune exclusion are of general significance due to their broad potential to contribute to treatment failure across immunotherapy modalities (Figure 19.2). Excessive tumor cell β-catenin-Wnt signaling in melanoma [84] and together with PPAR-γ and FGFR3 pathway activation in urothelial cancer [85] induce immune-unfavorable environments inherently resistant to the entry and function of cellular immune elements. Vascular remodeling and disorganized angiogenesis have the potential to impact both antigen-presenting cell efflux to secondary lymphoid organs, and effector cell influx into the tumor. Angiogenic growth factors and their receptors are increasingly being recognized to have an even more diverse range of effects on all components of the tumor microenvironment, many of which may be profitably targeted with molecular therapies to modulate and redirect the immune response. Immune-unfavorable environments have also been demonstrated to result from loss of PTEN within tumor cells, mediated by increased expression of immunosuppressive cytokines and consequent reduction in T cell entry and antitumor function, which could be restored by pharmacological blockade of the PI3K-AKT pathway [86].

Beyond the traditional focus on effector T cell functions in intratumoral dynamics, our understanding of the roles played by multiple other cellular subsets in dampening antitumor responses is emerging (Figure 19.2). Immunosuppressive regulatory T cell populations are frequently identified, typified by expression of the key regulatory transcription factor FOXP3, and recruited at least in part by chemokine ligands of CCR4 [87]. Cellular constituents of the innate immune system also play immunosuppressive roles in the tumor microenvironment, including tumor-associated macrophages and myeloid-derived suppressor cells [88, 89]. By reducing the immunosuppressive skewing of macrophage phenotypes, blockade of the CSF1R has been shown to enhance checkpoint inhibitor immunotherapy responses in pancreatic adenocarcinoma models [90]. Other potential drivers of the M2-macrophage phenotype, including eotaxin and oncostatin M [91], particularly in the hypoxic tumor environment, and moderators of the cancer stem cell–macrophage interaction such as milk-fat globule–epidermal growth factor VIII (MFG-E8), STAT3, and IL-6 [92] may represent additional modifiable molecular targets to sculpt an immunotherapy-permissive microenvironment. The metabolic immune checkpoint indoleamine 2,3-dioxygenase (IDO) may also contribute to immune exclusion and immunotherapy resistance through diverse effects on effector T cells, regulatory T cells, and other suppressive cell populations in multiple cancer types [93].

Of particular relevance to the concept of the non–T cell inflamed tumor microenvironment is the role played by interferon signaling in immunotherapy resistance. Importantly, the effects of IFN-γ, derived principally from activated T cells, depends sensitively on the intensity and duration of exposure, with an extended IFN-γ stimulus promoting expression of immunosuppressive molecules such as PD-L1 itself, among more widespread epigenetic changes [94]. Several studies have demonstrated tumor cell resistance to immunotherapy resulting from IFN-signaling defects, including JAK1/2 mutations [83, 95]. The IFN

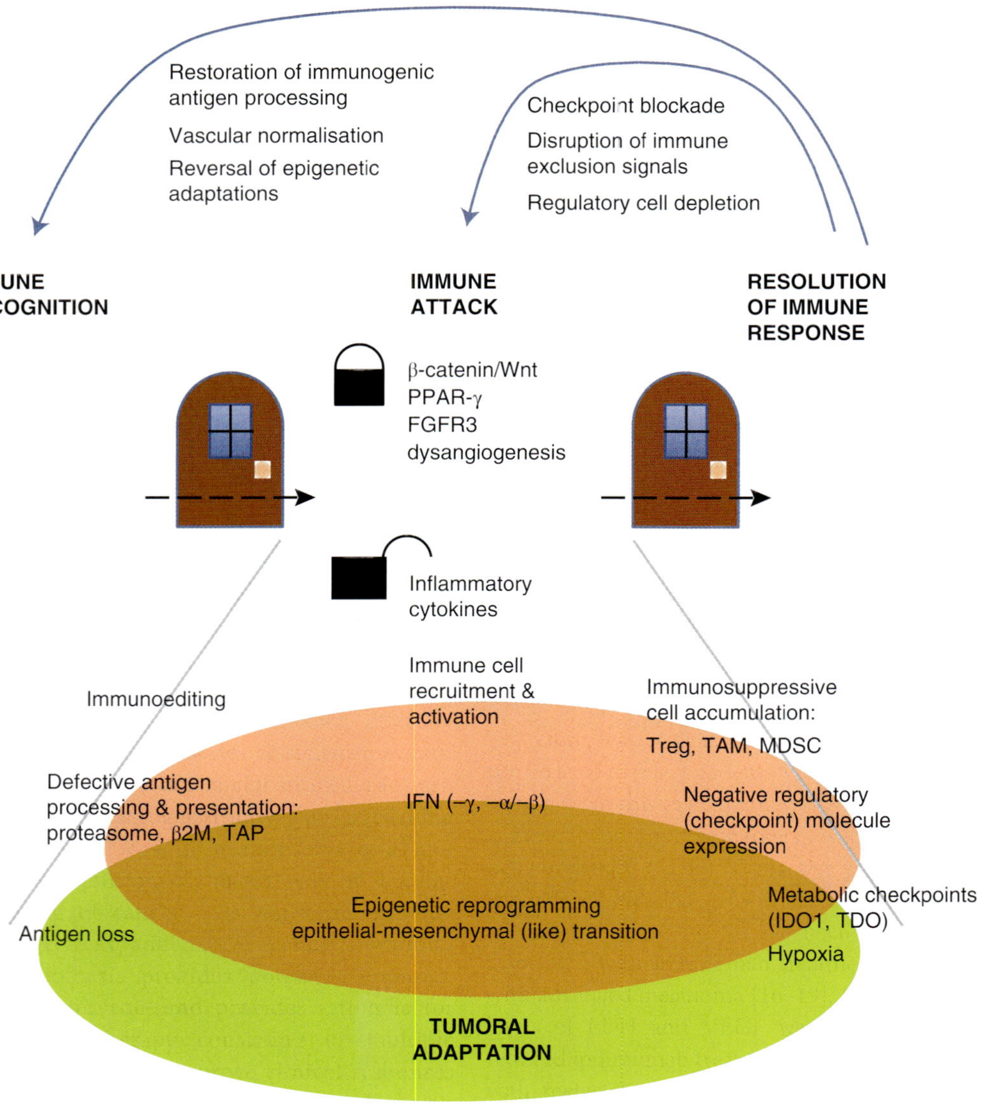

Figure 19.2 Schematic representation of key molecular resistance mechanisms identified or implicated in resistance to cancer immunotherapy, showing three principal phases of antitumor immunity modeled on a basic inflammatory response. Indicated by location are classic but nonexclusive points at which resistance mechanisms emerge and/or act. Interferon responses (red shading) effect diverse changes in immune, tumor, and stromal cells that may drive selection for or directly contribute to multiple resistance-causing tumoral adaptations (yellow shading). β2M = beta-2-microglobulin; FGFR3 = fibroblast growth factor receptor 3; IDO = indoleamine-2,3-dioxygenase; IFN = interferon; MDSC = myeloid-derived suppressor cell; PPAR-γ = peroxisome proliferator activator gamma; TAM = tumor-associated macrophage; TAP = transporter (1/2) ATP binding cassette subfamily B member; TDO = tryptophan dioxygenase; Treg = regulatory T cell.

insensitivity that results from such mutations facilitates tumor cell avoidance of IFN-induced apoptosis and growth suppression, although it is not yet clear how frequently such defined mutational resistance mechanisms occur.

Increasing evidence also implicates large-scale rewiring of gene expression, leading to broad but apparently coordinate transcriptomic and phenotypic alterations contributing to immunotherapy resistance (Figure 19.2) [96]. Analysis of gene expression profiles in melanoma samples resistant to PD-1 blockade revealed signatures resembling those also seen in melanoma samples resistant to targeted therapy, and across multiple other tumor types within the Cancer Genome Atlas dataset. Highly represented elements in such signatures include genes involved in epithelial-to-mesenchymal (-like) transition. While such genomic changes are by definition multiple and summative, they may be targetable by similarly broad strategies such as small-molecule epigenomic modifiers targeting histone acetylation and DNA methylation.

Combining targeted therapy with immunotherapy: Early clinical results and caveats

As noted, early interest in empirically combining molecularly targeted therapy and immunotherapy was driven by the desire to unify the high response rates of the former with the enhanced durability of responses in the latter. Two of the first clinical trials initiated included vemurafenib (a *BRAF* inhibitor) in combination with ipilimumab (an anti-CTLA-4 antibody; NCT01400451) and in combination with interleukin-2 (NCT01683188), respectively. In each of these trials, immunotherapy was administered after a lead-in with targeted therapy. In the trial combining vemurafenib with ipilimumab, significant dose-limiting toxicity was noted with the development of hepatotoxicity in many of the treated patients, substantiating early closure of the trial [79]. The trial combining vemurafenib with interleukin-2 was also closed early due to poor accrual, largely owing to the emergence of improved therapeutic options for patients with metastatic melanoma.

Since these initial trials were performed, additional trials have been designed based on insights gained from these trials, from therapeutic advances in the field, and from scientific insights in preclinical models and translational research studies. An example of this is a trial combining the *BRAF* and MEK inhibitors dabrafenib and trametinib with the immune checkpoint inhibitor ipilimumab (NCT01767454) for patients with *BRAF*-mutant metastatic melanoma. Early results reported less of an issue with hepatotoxicity (likely related to the use of dabrafenib rather than vemurafenib). Of note in the triplet cohort, several patients developed colitis with colon perforation, with one requiring surgery, and accrual to this cohort was suspended [97], highlighting the complexity as well as unexpected toxicity observed in combination strategies.

Another poignant combination approach involves the use of *BRAF*-targeted therapy in combination with PD-1 blockade. This stems not only from the improved tolerability and safety profile of PD-1 blockade compared to CTLA-4 blockade, but also from evidence regarding the emergence of adaptive immune resistance in the setting of treatment with *BRAF*-targeted therapy such that the immunomodulatory molecule PD-L1 becomes highly expressed in the tumor microenvironment within two weeks of initiation of therapy [57]. Early results from such trials demonstrate encouraging results with a manageable toxicity profile and evidence of strong clinical activity [98].

Numerous other clinical trials are currently underway combining molecularly targeted therapy with immunotherapy for melanoma as well as other cancers, based on signals of synergy from preclinical studies (Table 19.1). Mature data are not available, although caveats clearly exist. One major issue with these types of approaches is the sheer number of available therapies that could be used in combination, generating both scientific and logistical difficulties in prioritizing which combinations to study first, and with limited resources. Additionally, novel agents in each class are brought forth on a regular basis, each demanding a chance to prove their worth in combination trials. It remains unclear if current preclinical models will be useful in predicting the efficacy of various combination strategies, yet given the bottleneck of translation to human trials, this is exactly what is needed. Another caveat pertains to timing and schedule of different therapeutic agents—should treatment be given concurrently or in sequence? And a key nuance to combination strategies (and to these strategies in isolation) is a relative paucity of strong predictive biomarkers of response and resistance. Nonetheless, combination strategies are now becoming a standard, and it is paramount for us to understand the molecular and immune mechanisms of targeted and immunotherapeutic agents alone as well as in combination in order to define optimal therapeutic strategies.

References

1. Atkins MB, Lotze MT, Dutcher JP, Fisher RI, Weiss G, Margolin K, et al. High-dose recombinant interleukin 2 therapy for patients with metastatic melanoma: analysis of 270 patients treated between 1985 and 1993. J Clin Oncol. 1999;17(7):2105–16.
2. Chapman PB, Einhorn LH, Meyers ML, Saxman S, Destro AN, Panageas KS, et al. Phase III multicenter randomized trial of the Dartmouth regimen versus dacarbazine in patients with metastatic melanoma. J Clin Oncol. 1999;17(9):2745–51.
3. Hersh EM, Del Vecchio M, Brown MP, Kefford R, Loquai C, Testori A, et al. A randomized, controlled phase III trial of nab-Paclitaxel versus dacarbazine in chemotherapy-naive patients with metastatic melanoma. Ann Oncol. 2015;26(11):2267–74.
4. Lui P, Cashin R, Machado M, Hemels M, Corey-Lisle PK, Einarson TR. Treatments for metastatic melanoma: synthesis of evidence from randomized trials. Cancer Treat Rev. 2007;33(8):665–80.
5. Davies H, Bignell GR, Cox C, Stephens P, Edkins S, Clegg S, et al. Mutations of the BRAF gene in human cancer. Nature. 2002;417(6892):949–54.
6. Hingorani SR, Jacobetz MA, Robertson GP, Herlyn M, Tuveson DA. Suppression of BRAF(V599E) in human melanoma abrogates transformation. Cancer Res. 2003;63(17):5198–202.
7. Chapman PB, Hauschild A, Robert C, Haanen JB, Ascierto P, Larkin J, et al. Improved survival with vemurafenib in melanoma with BRAF V600E mutation. N Engl J Med. 2011;364(26):2507–16.
8. Hauschild A, Grob JJ, Demidov LV, Jouary T, Gutzmer R, Millward M, et al. Dabrafenib in BRAF-mutated metastatic melanoma: a multicentre, open-label, phase 3 randomised controlled trial. Lancet. 2012;380(9839):358–65.
9. Corcoran RB, Dias-Santagata D, Bergethon K, Iafrate AJ, Settleman J, Engelman JA. BRAF gene amplification can promote acquired resistance to MEK inhibitors in cancer cells harboring the BRAF V600E mutation. Sci Signal. 2010;3(149):ra84.
10. Johannessen CM, Johnson LA, Piccioni F, Townes A, Frederick DT, Donahue MK, et al. A melanocyte lineage program confers resistance to MAP kinase pathway inhibition. Nature. 2013;504(7478):138–42.
11. Nazarian R, Shi H, Wang Q, Kong X, Koya RC, Lee H, et al. Melanomas acquire resistance to B-RAF(V600E) inhibition by RTK or N-RAS upregulation. Nature. 2010;468(7326):973–7.
12. Villanueva J, Vultur A, Lee JT, Somasundaram R, Fukunaga-Kalabis M, Cipolla AK, et al. Acquired resistance to BRAF inhibitors mediated by a RAF kinase switch in melanoma can be overcome by cotargeting MEK and IGF-1R/PI3K. Cancer Cell. 2010;18(6):683–95.
13. Kwong LN, Boland GM, Frederick DT, Helms TL, Akid AT, Miller JP, et al. Co-clinical assessment identifies patterns of BRAF inhibitor resistance in melanoma. J Clin Invest. 2015;125(4):1459–70.
14. Poulikakos PI, Persaud Y, Janakiraman M, Kong X, Ng C, Moriceau G, et al. RAF inhibitor resistance is mediated by dimerization of aberrantly spliced BRAF(V600E). Nature. 2011;480(7377):387–90.
15. Parmenter TJ, Kleinschmidt M, Kinross KM, Bond ST, Li J, Kaadige MR, et al. Response of BRAF-mutant melanoma to BRAF inhibition is mediated by a network of transcriptional regulators of glycolysis. Cancer Discov. 2014;4(4):423–33.
16. Hugo W, Shi H, Sun L, Piva M, Song C, Kong X, et al. Non-genomic and immune evolution of melanoma acquiring MAPKi resistance. Cell. 2015;162(6):1271–85.
17. Larkin J, Ascierto PA, Dreno B, Atkinson V, Liszkay G, Maio M, et al. Combined vemurafenib and cobimetinib in BRAF-mutated melanoma. N Engl J Med. 2014;371(20): 1867–76.
18. Long GV, Stroyakovskiy D, Gogas H, Levchenko E, de Braud F, Larkin J, et al. Combined BRAF and MEK inhibition versus BRAF inhibition alone in melanoma. N Engl J Med. 2014;371(20):1877–88.
19. Ascierto PA, McArthur GA, Dreno B, Atkinson V, Liszkay G, Di Giacomo AM, et al. Cobimetinib combined with vemurafenib in advanced BRAF(V600)-mutant melanoma (coBRIM): updated efficacy results from a randomised, double-blind, phase 3 trial. Lancet Oncol. 2016;17(9):1248–60.
20. Long GV, Stroyakovskiy D, Gogas H, Levchenko E, de Braud F, Larkin J, et al. Dabrafenib and trametinib versus dabrafenib and placebo for Val600 BRAF-mutant melanoma: a multicentre, double-blind, phase 3 randomised controlled trial. Lancet. 2015;386(9992):444–51.
21. Kobayashi S, Boggon TJ, Dayaram T, Janne PA, Kocher O, Meyerson M, et al. EGFR mutation and resistance of non-small-cell lung cancer to gefitinib. N Engl J Med. 2005;352(8):786–92.
22. Pao W, Miller VA, Politi KA, Riely GJ, Somwar R, Zakowski MF, et al. Acquired resistance of lung adenocarcinomas to gefitinib or erlotinib is associated with a second mutation in the EGFR kinase domain. PLoS Med. 2005;2(3):e73.
23. Xia W, Bacus S, Hegde P, Husain I, Strum J, Liu L, et al. A model of acquired autoresistance to a potent ErbB2 tyrosine kinase inhibitor and a therapeutic strategy to prevent its onset in breast cancer. Proc Natl Acad Sci U S A. 2006;103(20):7795–800.
24. Qi J, McTigue MA, Rogers A, Lifshits E, Christensen JG, Janne PA, et al. Multiple mutations and bypass mechanisms can contribute to development of acquired resistance to MET inhibitors. Cancer Res. 2011;71(3): 1081–91.

25. Phan GQ, Yang JC, Sherry RM, Hwu P, Topalian SL, Schwartzentruber DJ, et al. Cancer regression and autoimmunity induced by cytotoxic T lymphocyte-associated antigen 4 blockade in patients with metastatic melanoma. Proc Natl Acad Sci U S A. 2003;100(14):8372–7.
26. Camacho LH, Antonia S, Sosman J, Kirkwood JM, Gajewski TF, Redman B, et al. Phase I/II trial of tremelimumab in patients with metastatic melanoma. J Clin Oncol. 2009;27(7):1075–81.
27. Ribas A, Kefford R, Marshall MA, Punt CJ, Haanen JB, Marmol M, et al. Phase III randomized clinical trial comparing tremelimumab with standard-of-care chemotherapy in patients with advanced melanoma. J Clin Oncol. 2013;31(5):616–22.
28. Krummel MF, Allison JP. CD28 and CTLA-4 have opposing effects on the response of T cells to stimulation. Journal of Experimental Medicine. 1995;182(2):459–65.
29. Leach DR, Krummel MF, Allison JP. Enhancement of antitumor immunity by CTLA-4 blockade. Science. 1996;271(5256):1734–6.
30. Hodi FS, O'Day SJ, McDermott DF, Weber RW, Sosman JA, Haanen JB, et al. Improved survival with ipilimumab in patients with metastatic melanoma. N Engl J Med. 2010;363(8):711–23.
31. Robert C, Long GV, Brady B, Dutriaux C, Maio M, Mortier L, et al. Nivolumab in previously untreated melanoma without BRAF mutation. N Engl J Med. 2015;372(4):320–30.
32. Robert C, Thomas L, Bondarenko I, O'Day S, Weber J, Garbe C, et al. Ipilimumab plus dacarbazine for previously untreated metastatic melanoma. N Engl J Med. 2011;364(26):2517–26.
33. Freeman GJ, Long AJ, Iwai Y, Bourque K, Chernova T, Nishimura H, et al. Engagement of the PD-1 immunoinhibitory receptor by a novel B7 family member leads to negative regulation of lymphocyte activation. Journal of Experimental Medicine. 2000;192(7):1027–34.
34. Carreno BM, Collins M. The B7 family of ligands and its receptors: new pathways for costimulation and inhibition of immune responses. Annu Rev Immunol. 2002; 20:29–53.
35. Topalian SL, Hodi FS, Brahmer JR, Gettinger SN, Smith DC, McDermott DF, et al. Safety, activity, and immune correlates of anti-PD-1 antibody in cancer. N Engl J Med. 2012;366(26):2443–54.
36. Robert C, Schachter J, Long GV, Arance A, Grob JJ, Mortier L, et al. Pembrolizumab versus ipilimumab in advanced melanoma. N Engl J Med. 2015; 372(26): 2521–32.
37. Weber JS, D'Angelo SP, Minor D, Hodi FS, Gutzmer R, Neyns B, et al. Nivolumab versus chemotherapy in patients with advanced melanoma who progressed after anti-CTLA-4 treatment (CheckMate 037): a randomised, controlled, open-label, phase 3 trial. Lancet Oncol. 2015;16(4):375–84.
38. Ribas A, Puzanov I, Dummer R, Schadendorf D, Hamid O, Robert C, et al. Pembrolizumab versus investigator-choice chemotherapy for ipilimumab-refractory melanoma (KEYNOTE-002): a randomised, controlled, phase 2 trial. Lancet Oncol. 2015;16(8):908–18.
39. Das R, Verma R, Sznol M, Boddupalli CS, Gettinger SN, Kluger H, et al. Combination therapy with anti-CTLA-4 and anti-PD-1 leads to distinct immunologic changes in vivo. J Immunol. 2015;194(3):950–9.
40. Gubin MM, Zhang X, Schuster H, Caron E, Ward JP, Noguchi T, et al. Checkpoint blockade cancer immunotherapy targets tumour-specific mutant antigens. Nature. 2014;515(7528):577–81.
41. Curran MA, Montalvo W, Yagita H, Allison JP. PD-1 and CTLA-4 combination blockade expands infiltrating T cells and reduces regulatory T and myeloid cells within B16 melanoma tumors. Proceedings of the National Academy of Sciences. 2010;107(9):4275–80.
42. Wolchok JD, Kluger H, Callahan MK, Postow MA, Rizvi NA, Lesokhin AM, et al. Nivolumab plus ipilimumab in advanced melanoma. N Engl J Med. 2013;369(2): 122–33.
43. Postow MA, Chesney J, Pavlick AC, Robert C, Grossmann K, McDermott D, et al. Nivolumab and ipilimumab versus ipilimumab in untreated melanoma. N Engl J Med. 2015;372(21):2006–17.
44. Larkin J, Chiarion-Sileni V, Gonzalez R, Grob JJ, Cowey CL, Lao CD, et al. Combined nivolumab and ipilimumab or monotherapy in untreated melanoma. N Engl J Med. 2015;373(1):23–34.
45. Andtbacka RH, Kaufman HL, Collichio F, Amatruda T, Senzer N, Chesney J, et al. Talimogene laherparepvec improves durable response rate in patients with advanced melanoma. J Clin Oncol. 2015;33(25):2780–8.
46. Dudley ME, Wunderlich J, Nishimura MI, Yu D, Yang JC, Topalian SL, et al. Adoptive transfer of cloned melanoma-reactive T lymphocytes for the treatment of patients with metastatic melanoma. J Immunother. 2001;24(4):363–73.
47. Dudley ME, Wunderlich JR, Robbins PF, Yang JC, Hwu P, Schwartzentruber DJ, et al. Cancer regression and autoimmunity in patients after clonal repopulation with antitumor lymphocytes. Science. 2002;298(5594):850–4.
48. Morgan RA, Dudley ME, Wunderlich JR, Hughes MS, Yang JC, Sherry RM, et al. Cancer regression in patients after transfer of genetically engineered lymphocytes. Science. 2006;314(5796):126–9.
49. Robbins PF, Morgan RA, Feldman SA, Yang JC, Sherry RM, Dudley ME, et al. Tumor regression in patients with metastatic synovial cell sarcoma and melanoma using genetically engineered lymphocytes reactive with NY-ESO-1. J Clin Oncol. 2011;29(7):917–24.

50. Tran E, Robbins PF, Lu YC, Prickett TD, Gartner JJ, Jia L, et al. T-cell transfer therapy targeting mutant KRAS in cancer. N Engl J Med. 2016;375(23):2255–62.
51. Kochenderfer JN, Dudley ME, Kassim SH, Somerville RP, Carpenter RO, Stetler-Stevenson M, et al. Chemotherapy-refractory diffuse large B-cell lymphoma and indolent B-cell malignancies can be effectively treated with autologous T cells expressing an anti-CD19 chimeric antigen receptor. J Clin Oncol. 2015;33(6):540–9.
52. Robbins PF, Lu YC, El-Gamil M, Li YF, Gross C, Gartner J, et al. Mining exomic sequencing data to identify mutated antigens recognized by adoptively transferred tumor-reactive T cells. Nat Med. 2013;19(6):747–52.
53. Weber J, Atkins M, Hwu P, Radvanyi L, Sznol M, Yee C, et al. White paper on adoptive cell therapy for cancer with tumor-infiltrating lymphocytes: a report of the CTEP subcommittee on adoptive cell therapy. Clin Cancer Res. 2011;17(7):1664–73.
54. Sumimoto H, Imabayashi F, Iwata T, Kawakami Y. The BRAF-MAPK signaling pathway is essential for cancer-immune evasion in human melanoma cells. Journal of Experimental Medicine. 2006;203(7):1651–6.
55. Boni A, Cogdill AP, Dang P, Udayakumar D, Njauw CN, Sloss CM, et al. Selective BRAFV600E inhibition enhances T-cell recognition of melanoma without affecting lymphocyte function. Cancer Res. 2010;70(13):5213–9.
56. Wilmott JS, Long GV, Howle JR, Haydu LE, Sharma RN, Thompson JF, et al. Selective BRAF inhibitors induce marked T-cell infiltration into human metastatic melanoma. Clin Cancer Res. 2012;18(5):1386–94.
57. Frederick DT, Piris A, Cogdill AP, Cooper ZA, Lezcano C, Ferrone CR, et al. BRAF inhibition is associated with enhanced melanoma antigen expression and a more favorable tumor microenvironment in patients with metastatic melanoma. Clin Cancer Res. 2013;19(5):1225–31.
58. Callahan MK, Masters G, Pratilas CA, Ariyan C, Katz J, Kitano S, et al. Paradoxical activation of T cells via augmented ERK signaling mediated by a RAF inhibitor. Cancer Immunol Res. 2014;2(1):70–9.
59. Donia M, Fagone P, Nicoletti F, Andersen RS, Hogdall E, Straten PT, et al. BRAF inhibition improves tumor recognition by the immune system: Potential implications for combinatorial therapies against melanoma involving adoptive T-cell transfer. Oncoimmunology. 2012;1(9):1476–83.
60. Besaratinia A, Tommasi S. Epigenetics of human melanoma: promises and challenges. J Mol Cell Biol. 2014;6(5):356–67.
61. Esteller M. Epigenetics in cancer. N Engl J Med. 2008;358(11):1148–59.
62. Zendman AJ, Ruiter DJ, Van Muijen GN. Cancer/testis-associated genes: identification, expression profile, and putative function. J Cell Physiol. 2003;194(3):272–88.
63. Sigalotti L, Fratta E, Coral S, Tanzarella S, Danielli R, Colizzi F, et al. Intratumor heterogeneity of cancer/testis antigens expression in human cutaneous melanoma is methylation-regulated and functionally reverted by 5-aza-2'-deoxycytidine. Cancer Res. 2004;64(24):9167–71.
64. Vansteenkiste JF, Cho BC, Vanakesa T, De Pas T, Zielinski M, Kim MS, et al. Efficacy of the MAGE-A3 cancer immunotherapeutic as adjuvant therapy in patients with resected MAGE-A3-positive non-small-cell lung cancer (MAGRIT): a randomised, double-blind, placebo-controlled, phase 3 trial. Lancet Oncol. 2016;17(6):822–35.
65. Andrews MC, Woods K, Cebon J, Behren A. Evolving role of tumor antigens for future melanoma therapies. Future Oncol. 2014;10(8):1457–68.
66. Wargo JA, Robbins PF, Li Y, Zhao Y, El-Gamil M, Caragacianu D, et al. Recognition of NY-ESO-1+ tumor cells by engineered lymphocytes is enhanced by improved vector design and epigenetic modulation of tumor antigen expression. Cancer Immunol Immunother. 2009;58(3):383–94.
67. Karpf AR. A potential role for epigenetic modulatory drugs in the enhancement of cancer/germ-line antigen vaccine efficacy. Epigenetics. 2006;1(3):116–20.
68. Hendry SA, Farnsworth RH, Solomon B, Achen MG, Stacker SA, Fox SB. The role of the tumor vasculature in the host immune response: implications for therapeutic strategies targeting the tumor microenvironment. Front Immunol. 2016;7:621.
69. Johnson BF, Clay TM, Hobeika AC, Lyerly HK, Morse MA. Vascular endothelial growth factor and immunosuppression in cancer: current knowledge and potential for new therapy. Expert Opin Biol Ther. 2007;7(4): 449–60.
70. Du Four S, Maenhout SK, Niclou SP, Thielemans K, Neyns B, Aerts JL. Combined VEGFR and CTLA-4 blockade increases the antigen-presenting function of intratumoral DCs and reduces the suppressive capacity of intratumoral MDSCs. Am J Cancer Res. 2016;6(11):2514–31.
71. Shrimali RK, Yu Z, Theoret MR, Chinnasamy D, Restifo NP, Rosenberg SA. Antiangiogenic agents can increase lymphocyte infiltration into tumor and enhance the effectiveness of adoptive immunotherapy of cancer. Cancer Res. 2010;70(15):6171–80.
72. Osada T, Chong G, Tansik R, Hong T, Spector N, Kumar R, et al. The effect of anti-VEGF therapy on immature myeloid cell and dendritic cells in cancer patients. Cancer Immunol Immunother. 2008;57(8):1115–24.
73. Dirkx AE, oude Egbrink MG, Castermans K, van der Schaft DW, Thijssen VL, Dings RP, et al. Anti-angiogenesis therapy can overcome endothelial cell anergy and promote leukocyte-endothelium interactions and infiltration in tumors. FASEB J. 2006;20(6):621–30.

74. Hodi FS, Lawrence D, Lezcano C, Wu X, Zhou J, Sasada T, et al. Bevacizumab plus ipilimumab in patients with metastatic melanoma. Cancer Immunol Res. 2014;2(7): 632–42.
75. Wu X, Giobbie-Hurder A, Liao X, Lawrence D, McDermott D, Zhou J, et al. VEGF neutralization plus CTLA-4 blockade alters soluble and cellular factors associated with enhancing lymphocyte infiltration and humoral recognition in melanoma. Cancer Immunol Res. 2016;4(10):858–68.
76. Vella LJ, Pasam A, Dimopoulos N, Andrews M, Knights A, Puaux AL, et al. MEK inhibition, alone or in combination with BRAF inhibition, affects multiple functions of isolated normal human lymphocytes and dendritic cells. Cancer Immunol Res. 2014;2(4):351–60.
77. Comin-Anduix B, Chodon T, Sazegar H, Matsunaga D, Mock S, Jalil J, et al. The oncogenic BRAF kinase inhibitor PLX4032/RG7204 does not affect the viability or function of human lymphocytes across a wide range of concentrations. Clin Cancer Res. 2010; 16(24):6040–8.
78. Hong DS, Vence L, Falchook G, Radvanyi LG, Liu C, Goodman V, et al. BRAF(V600) inhibitor GSK2118436 targeted inhibition of mutant BRAF in cancer patients does not impair overall immune competency. Clin Cancer Res. 2012;18(8):2326–35.
79. Ribas A, Hodi FS, Callahan M, Konto C, Wolchok J. Hepatotoxicity with combination of vemurafenib and ipilimumab. N Engl J Med. 2013;368(14):1365–6.
80. Restifo NP, Marincola FM, Kawakami Y, Taubenberger J, Yannelli JR, Rosenberg SA. Loss of functional beta 2-microglobulin in metastatic melanomas from five patients receiving immunotherapy. J Natl Cancer Inst. 1996;88(2):100–8.
81. D'Urso CM, Wang ZG, Cao Y, Tatake R, Zeff RA, Ferrone S. Lack of HLA class I antigen expression by cultured melanoma cells FO-1 due to a defect in B2m gene expression. J Clin Invest. 1991;87(1):284–92.
82. Sucker A, Zhao F, Real B, Heeke C, Bielefeld N, Mabetaen S, et al. Genetic evolution of T-cell resistance in the course of melanoma progression. Clin Cancer Res. 2014;20(24):6593–604.
83. Zaretsky JM, Garcia-Diaz A, Shin DS, Escuin-Ordinas H, Hugo W, Hu-Lieskovan S, et al. Mutations associated with acquired resistance to PD-1 blockade in melanoma. N Engl J Med. 2016;375(9):819–29.
84. Spranger S, Bao R, Gajewski TF. Melanoma-intrinsic beta-catenin signalling prevents anti-tumour immunity. Nature. 2015;523(7559):231–5.
85. Sweis RF, Spranger S, Bao R, Paner GP, Stadler WM, Steinberg G, et al. Molecular drivers of the non-T-cell-inflamed tumor microenvironment in urothelial bladder cancer. Cancer Immunol Res. 2016;4(7):563–8.
86. Peng W, Chen JQ, Liu C, Malu S, Creasy C, Tetzlaff MT, et al. Loss of PTEN promotes resistance to T cell-mediated immunotherapy. Cancer Discov. 2016;6(2):202–16.
87. Spranger S, Spaapen RM, Zha Y, Williams J, Meng Y, Ha TT, et al. Up-regulation of PD-L1, IDO, and T(regs) in the melanoma tumor microenvironment is driven by CD8(+) T cells. Sci Transl Med. 2013;5(200):200ra116.
88. Condeelis J, Pollard JW. Macrophages: obligate partners for tumor cell migration, invasion, and metastasis. Cell. 2006;124(2):263–6.
89. Gabrilovich DI, Nagaraj S. Myeloid-derived suppressor cells as regulators of the immune system. Nat Rev Immunol. 2009;9(3):162–74.
90. Zhu Y, Knolhoff BL, Meyer MA, Nywening TM, West BL, Luo J, et al. CSF1/CSF1R blockade reprograms tumor-infiltrating macrophages and improves response to T-cell checkpoint immunotherapy in pancreatic cancer models. Cancer Res. 2014;74(18):5057–69.
91. Tripathi C, Tewari BN, Kanchan RK, Baghel KS, Nautiyal N, Shrivastava R, et al. Macrophages are recruited to hypoxic tumor areas and acquire a pro-angiogenic M2-polarized phenotype via hypoxic cancer cell derived cytokines Oncostatin M and Eotaxin. Oncotarget. 2014;5(14):5350–68.
92. Jinushi M, Chiba S, Yoshiyama H, Masutomi K, Kinoshita I, Dosaka-Akita H, et al. Tumor-associated macrophages regulate tumorigenicity and anticancer drug responses of cancer stem/initiating cells. Proc Natl Acad Sci U S A. 2011;108(30):12425–30.
93. Zhai L, Spranger S, Binder DC, Gritsina G, Lauing KL, Giles FJ, et al. Molecular pathways: targeting IDO1 and other tryptophan dioxygenases for cancer immunotherapy. Clin Cancer Res. 2015;21(24):5427–33.
94. Benci JL, Xu B, Qiu Y, Wu TJ, Dada H, Twyman-Saint Victor C, et al. Tumor interferon signaling regulates a multigenic resistance program to immune checkpoint blockade. Cell. 2016;167(6):1540–54 e12.
95. Shin DS, Zaretsky JM, Escuin-Ordinas H, Garcia-Diaz A, Hu-Lieskovan S, Kalbasi A, et al. Primary resistance to PD-1 blockade mediated by JAK1/2 mutations. Cancer Discov. 2016.
96. Hugo W, Zaretsky JM, Sun L, Song C, Moreno BH, Hu-Lieskovan S, et al. Genomic and transcriptomic features of response to anti-PD-1 therapy in metastatic melanoma. Cell. 2016;165(1):35–44.
97. Minor DR, Puzanov I, Callahan MK, Hug BA, Hoos A. Severe gastrointestinal toxicity with administration of trametinib in combination with dabrafenib and ipilimumab. Pigment Cell Melanoma Res. 2015;28(5):611–2.
98. Ribas A, Butler M, Lutzky J, Lawrence DP, Robert C, Miller W, et al. Phase I study combining anti-PD-L1 (MEDI4736) with BRAF (dabrafenib) and/or MEK (trametinib) inhibitors in advanced melanoma. J Clin Oncol. 2015;33(suppl; abstr 3003).

Index

Page locators in **bold** indicate tables. Page locators in *italics* indicate figures

Immunotherapy in Translational Cancer Research, First Edition. Edited by Laurence J. N. Cooper, Elizabeth A. Mittendorf, Judy Moyes, and Sabitha Prabhakaran.